புறநானூறு
மூலமும் உரையும்

புலியூர்க்கேசிகன்

ஸ்ரீசெண்பகா பதிப்பகம்
32/B கிருஷ்ணா தெரு (பாண்டி பஜார்)
தியாகராய நகர், சென்னை – 600 017
போன்: 044-24331510
shreeshenbaga@gmail.com

நூலின் பெயர் புறநானூறு	Book Name Puranaanooru
உரையாசிரியர் புலியூர்க் கேசிகன்	Author Puliyur Kesigan
பதிப்பாண்டு: 2023	Edition: 2023
பக்கங்கள்: 504	Pages: 504
பொருள்: இலக்கியம்	Subject: Literature
ஒளி அச்சு ப.ஆனந்தன், சென்னை-15 செல்: 99404 36270	Typeset P. Anandhan, Chennai - 15 Cell: 99404 36270
அட்டை வடிவமைப்பு ராஜேஷ், 97605 24555	Wrapper Design Rajesh, 97605 24555
வெளியீடு ஸ்ரீசெண்பகா பதிப்பகம், சென்னை - 17	Published by Sri Shenbaga Pathippagam Chennai - 17
அச்சிட்டோர் சூர்யா பிரிண்டர்ஸ், மதுரை	Printed by Suriya Printers, Madurai

விலை: ரூ. 500/-

ISBN: 978-81-19449-23-1

புகழ்சால் புறநானூறு

மாண்புள விளைநிலம் மாபயன் காட்டித்
தாங்குமிவ் வுலகம் தகையுறப் பேணிடில்;
பேணாப் பெரும்புலம் பீ டெலாம் குன்றத்
தானாத் தழைத்தபல் செடிகொடி சேரப்
பூச்சியும் புழுவும் பாம்புமே யாண்டும்
உலவித் திரியுமோர் ஒருபெருமை பரப்பாய்த்
தன்நலம் இழந்தே தான்திரி பெய்தி
மண்வளம் மாறியே வன்னிலம் ஆகிடும்;
மக்கள் மனத்தின் பான்மையும் இஃதே!
தக்கநன் முறையோடு தகுதிகள் சேர்த்திடில்
மனமும் மாண்புடன் மாபயன் ஈந்திடும்;
தக்கன செய்திடல் மறந்தால், ஆங்கே
மிக்கபேர் இருளாய் மேவுவ எல்லாம்
பொருந்தா வாகிப் புன்மையே போந்திடும்!
மனத்தியல் பிதுதனை மனந்தனிற் கொண்டே
இனத்தினர் நலந்தனில் இதயம் நாட்டியே
அறத்தா றிதுவென அறியக் காட்டிடும்
திறத்தால் உயர்பல செந்நூல் ஆக்கினர்,
மனத்தால் மாண்பால் மாபுகழ்ச் சான்றோர்!
அவற்றுள்,
முளைத்தெழு களையெலாம் முற்றவுங் களைந்தே
கிளைத்தெழும் உணர்வெலாம் அறவுணர் வாக
உயர்த்திடும் ஒண்மையில் உவமமே இலதாய்
விளங்கிடும் ஒருநூல் விரிபுலச் சான்றோர்
வழங்கிய புறநானூ றெனிலது சாலும்
அதனுள்,
சேரர்தம் செழுங்குடிச் செருவெந் திறலும்
சோழர் தம் தொல்குடித் தொலையாப் புகழும்
செழியர் செந்தமிழ் சேர்மனச் சால்பும்
வழங்கலில் மகிழ்ந்தநல் வள்ளல்கள் சீரும்
வென்றிகொள் மறவர் வீறுடை விறலும்

குன்றாக் கற்பினர் குடிநலப் பாங்கும்
தெரிந்தே சிந்தை தெளிந்தே யாவரும்
அறிந்தே குலக்கடன் ஆற்றிடத் தூண்டும்
வீறுடைப் பாக்களாய் விளங்குவ பலவாம்!

கபிலர் நக்கீரர் கணிமே தாவியார்
பரணர் பிசிராந்தை பாண்டரங் கண்ணர்
பெருங்கோப் பெண்டொடும் பெருந்தலைச் சாத்தர்
ஐயூர் முடவர்நல் அரிசில் கிழாருடன்
ஔவை குறமகள் ஆதிமந் தியொடு
நக்கண்ணை நச்செள்ளை காக்கைபா டினியும்
மருதன் இளநாகன் மாங்குடி கிழாரும்
பொய்கை பூதத்தார் பொன்முடி யாரும்
எனப்பல புலவர்கள் தமிழ்மான வுணர்வைத்
தமிழ்மனம் நிறைப்பதப் புறநானூறென
உரைப்பர் உளமெலாம் உயர்தமிழ் நலமே
நினைப்பராய் நிலவுசெந் தமிழ்நிலத் தாரே!

சொல்லில் அடங்கத் தொல்புகழ் எல்லாம்
சொல்லிக் காட்டித் தொன்னிலை பேசி
இந்நாள் தமிழரும் இனவுணர் வென்னும்
எழுச்சி யுற்றிடவே இயக்கும் வலிமை
கொண்டேசெங் கதிர்ச்சொல் குழுமியே என்றும்
நன்றுசெய் பனுவலாம் புறநா னூற்றை
நாளும் கற்றலும் நந்தமிழ் மரபின்
நலனை நாடலும் நம் கடன் ஆகும்.

இத்தகு செழுநூல் ஏடுகள் தேடி
வித்தக வகையில் விளங்க ஆய்ந்தே
புத்தக வடிவிற் பொறித்தே முதன்முதல்
நல்கியோர் நந்தமிழ்த் தாதா வெனப்புகழ்
மல்கிய சான்றோர் சாமிநா தய்யரே!

அய்யர் அவர்கள் அளித்தவந் நூல் தான்
எங்கும் தமிழ்நலம் யாவரும் ஏத்தியே
தமிழர்தம் தொல்புகழ்த் தகவெலாம் போற்றிட
உறுதுணை யாகியே உதவிற்றுப் பன்னாள்!

ஔவை துரைசாமிப் பிள்ளை யவர்கள்
இதன்பின் இதன்திறம் விளக்கியே ஒருரை
வடித்தே வழங்கினர் வண்புகழ்த் தமிழர்
மலைத்தேன் எனத்தினம் மாந்தியே களித்தனர் !

தமிழ் இனந் தனிற்பிறந் திடுந்தவம் பெற்றார்
தமிழ்நலம் அறிந்துவளம் தமிழராய் என்றும்
தமிழினிற் பேசியும் எழுதியும் எண்ணியும்
தமிழ்மானத் திறன் தறுகண் தகவெலாம்
தம்முளம் போற்றித் தக்கநற் பணிபல
செயுமுள உரனுடன் செயல்செய முன்வர
ஊக்கிடும் எணத்தால் உதித்ததித் தெளிவுரை!
பல்லா யிரவரும் பாசத்தில் அளித்த
நல்லா தரவினால் நாடெலாம் களிக்க
ஏழாம் பதிப்பிதும் எய்திற்றிந் நாளே!

தமிழ்நலம் பேணலே தம்முளச் சால்பாக்
கொண்டெந் நாளுங் குவிபுகழ் பல்லோர்
சூட்டத் தம்பணி தொடர்ந்திடும் பாரியார்
என்தமிழ்ப் பணிக்குமோர் ஏந்தலாய் நிற்போர்
உவந்திப் பதிப்பையும் உலவச்செய் வதற்கே
தக்கன் வெல்லாம் தாம்செய்து உதவினர்!

அவர்தம்,
நல்லுளம் நன்றியால் நாளுமே போற்றி
வாழ்த்துவேன், வையம் வாழ்த்த வாழியவே!
வாழ்கபல் லாண்டவர் வழியெலாம் நன்றே!

தாள்விலை நச்செனத் தாவியே ஏறிடப்
பிறபிற செலவினம் பெரிதுமே கூடிட
இந்தப் பதிப்பின் விலையதும் ஏறிடும்
நிலைவந் துற்றதென் றுணர்ந்தே, அன்பர்கள்
வாங்கி ஆதரித்தே வளர்தமிழ் போற்றிப்
பேணுவர் என்னும் பேரெணத் தாலவர்
பேருளம் வாழ்த்திப் பெருமைசால் அனைதமிழ்ச்
சீர்நலம் போற்றிச் செந்தமிழ் உலகோர்
தமக்கே தருவேன் இந்நூல்; தமிழ்நலம்
தனக்கே வாழ்வார் தகையுளம் நினைந்தே!
புறநா னூற்றின் பொற்பினும் மேலாய்
வருபெருங் காலத்தின் வாழ்வினைத் தமிழர்
எய்தியே யாண்டும் எழிற்றமிழ் போற்றும்
செய்தியே செழிக்கச் சேர்பணி எல்லாம்
செய்தே சிறந்திடச் சிந்தையின் உள்ளே

சீர்சால் நினைவொளி சேர்த்திட, இந்நூல்
உதவுக நாளும் ஊக்குக நன்றே!   105
இதயம் நிறைந்தெனை இயக்கிடும் அனைதாள்
நினைந்தே போற்றியென் நெஞ்சால் நித்தமும்
வணங்குவேன், வையம் வண்தமிழ்
வளமெலாம் போற்றும் நாள்
வாஞ்சையின் நினைந்தேன்!

       புலியூர்க் கேசிகன்

புறநானூறு தெளிவுரை

பல்லாயிரம் ஆண்டுகட்கு முன்னரே பைந்தமிழ் நலத்தைப் பாரிக்கக் கருதிய பாண்டியப் பேரரசர்கள் தமிழ் நலத்தாற் செறிவுற்றிருந்த சான்றோர்களுட் சிலரை ஒருங்கே கூட்டித் தமிழ்ச்சங்கங்களை நிறுவித் தாய்மொழியாம் தன்னேரிலாத் தமிழ்மொழியைப் பேணிப் புரந்தனர். ஆய்வுக் களங்களையும் அறிவியல் மன்றங்களையும் அமைத்துச் சிறந்தனர். இவ்வாறு சங்கங்களை நிறுவித் தாய்மொழியைப் பேணிய பெருமை பழந்தமிழர்கட்கு மட்டுமே உரியதாகும். தபரும் களையும் தும்பும் தூசும் போக்கிப் பயனுள்ள நன்மணிகளை மட்டுமே தெளித்தெடுத்து அவை என்றென்றும் நிலைத்து நிற்குமாறு தொகுத்துக் காத்த அந்தச் செயற்கரிய செயற்குரிய தமிழ்த்தொண்டினை தமிழ்ப்பற்றினை தமிழ் அறிவினை எண்ணும்போது நாம் பெரிதும் வியக்கின்றோம்; பூரிப்பும் பெருமிதமும் அடைகின்றோம்.

பழந்தமிழ்ச் சான்றோர் தொகுத்துப் பேணிய தமிழ்ச் செல்வங்களுள் புறநானூற்றுத் தொகைநூல் ஒப்பற்ற ஒளிர்மணிக் கோவை யாகும்.

அருளும் ஆண்மையும், பண்பும் பாசமும், பாவும் பாவலரும், இசையும் இசைப்போம், அரசும் நாடும், மக்களும் மன்னரும் அன்பும் பண்பும் உயிர்ப்புடன் விளங்குகின்ற நிலைகளைப் புறநானூற்றுள் கண்டு களிக்கலாம். புத்துணர்வும், புதுவாழ்வும் பெறத் துடிதுடிக்கும் தமிழ் மக்களுக்குப் புறநானூறு ஓர் ஒப்பற்ற அறிவுச் சுரங்கம். தென்னகத்தின் பண்டை வீரவரலாற்றைக் காட்டி நம்மையும் வீரஞ்செறிந்த தமிழராக்கும் தூண்டுகோல் புறநானூறு எனில் அது சாலவே பொருந்தும்.

தமிழறிந்தார் அனைவருமே புறநானூற்றைக் கற்க வேண்டும். புறநானூற்றுத் தமிழரைப் போன்றே அஞ்சா நெஞ்சமும் ஆராத் தமிழ்ப் பற்றும் மறமேம்பாடும் கொடையாண்மையும் நாட்டுப் பற்றும் மானவுணர்வும் பெற்றவர்களாகத் திகழ்தல் வேண்டும். இதற்குச் சிறிதளவேனும் உதவ வேண்டும் என்கின்ற

பேராசையே, தமிழார்வமே இப்பதிப்பின் தோற்றத்திற்குரிய மூலகாரணம் ஆகும்.

இந்த ஆசையை வளர்த்து அது செயலாகப் பொலிவு பெற உதவியவர் தமிழ்நாட்டின் ஒப்பற்ற தமிழ் எழுத்தாளரும் தேசபக்தரும் பலப்பல எழுத்தாளரை உருவாக்கிய ஞானமேதையுமாகிய ஆசிரியர் திரு. டி. எஸ் சொக்கலிங்கம் அவர்கள். மூலத்தைச் செப்பனிட்டும் குறிப்புக்கள் சிலவற்றை எழுதித் தந்தும் உதவியவர் திரு. வித்துவான் போளூர் அ. குப்புசாமிப் பிள்ளை அவர்கள். இவ்விருவரும் இந்நாளில் நம்முடன் இல்லாதிருப்பினும் தமிழ்நலம் கருதிய இவர்களின் தமிழ் உயிர்ப்பு நம்மோடு கலந்து நம்மைத் தமிழ்நெறிக்கண் செலுத்தி உயர்த்தும் எனலாம்.

இதன் முதற்பதிப்பு 1958 ஆம் ஆண்டு பொங்கற் புது நாளில் வெளிவந்தது. முதல் மூன்று பதிப்புக்களையும் அருணா பப்ளிகேஷன்சாரும் நான்காம் பதிப்பை பாரதி பதிப்பகத்தினரும் ஐந்தாம் பதிப்பைக் கேசிகன் பதிப்பகத்தாரும் வெளியிட்டனர்.

ஐந்தாம் பதிப்பிற் பல புதிய செய்திகளைச் சேர்த்தேன். அதனால் ஏறக்குறை 120 பக்கங்கட்குமேல் நூல் வளர்ந்துவிட்டது. புறநானூற்றுப் பாடல்களைப் பாடியோர் புறநானூற்றுப் பாடல்களுட் பாடப்பட்டோர் வரலாற்றுக் குறிப்புக்கள் தரப்பட்டுள்ளன. புறநானூற்றுச் செய்யுட்களின் திணைதுறைகளின் விளக்கங்களையும் அவை பயின்றுவரும் இடங்களையும் பின்னிணைப்பாகத் தந்துள்ளேன். இவை நூலைக் கற்பார்க்குப் பெரிதும் உதவுவன.

புறநானூறாகிய போற்றற்குரிய தமிழ்ச் செல்வத்தைக் காலப் பெருவெள்ளத்திற்கும் கறித்தொழிக்க முயன்ற கரையான் களுக்கும் இரையாகாதே பேணிகாத்த பெரு மக்களுக்கும் தேடிப்பெற்றுச் செப்பனிட்டு அச்சேற்றித்தந்த தமிழ்வள்ளல் உ.வே. சாமிநாதய்யர் அவர்கட்கும் விரிவுரை வகுத்து வழங்கிய ஔவை சு. துரைசாமிப் பிள்ளை அவர்களுக்கும் எழுதியும் பேசியும் நாடெங்கணும் நாளெல்லாம் பரப்பிவரும் எண்ணற்ற தமிழ்ப்பெரியார்களுக்கும் ஆசிரியர்களுக்கும் அன்பர்களுக்கும் என் நன்றிக் கடன் மிகமிகப் பெரிதாகும்.

இவர்கள் அனைவருக்கும் முதற்கண் வணக்கஞ் செலுத்தி, இந்தத் தெளிவுரைப் பதிப்பைத் தமிழ்கூறும் தகைமைசால் நல்லுலகிற் படைக்கின்றேன். இதனை விரும்பி வரவேற்றுத் தாம்

கற்றும் பிறர்க்கு எடுத்துரைத்தும் தமிழ் உலகம் தமிழ் நலத்தில் திளைத்து இன்பமும் தமிழ் வீறும் பெற்றுப் புகழார்ந்த பெருஞ்சிறப்பினை எய்துமாக! தமிழ் இளைஞரும் கன்னியரும் தமிழ்மணமும், தமிழ்ப் பண்பும் ஒருங்கே பெற்றாராகி உயர்வாராக! தமிழ் மணம், தமிழ் நலம், தரணி எங்கணும் படர்ந்து தழைத்து ஓங்குமாக!

வாழ்க தமிழ் வளர்க தமிழார்வம்!

புலியூர்க் கேசிகன்

புறநானூற்றுப் பொன்மொழிகள்

நிலம் பெயரினும் நின்சொற் பெயரல்

- இரும்பிடர்த்தலையார்

அருளும் அன்பும் நீக்கி, நீங்கா
நிரயம் கொள்பவரோடு ஒன்றாது, காவல்
குழவி கொள்பவரின் ஓம்புமதி.

- நரிவெரூஉத்தலையார்

உண்டி கொடுத்தோர் உயிர்கொடுத் தோரே.

- குடபுலவியனார்

இகழுநர் இசையொடு மாயப்
புகழொடு விளங்கிப் பூக்கநின் வேலே.

- ஐயூர் மூலங்கிழார்

வல்லுநர் வாழ்ந்தோர் என்ப.

மாங்குடி கிழார்

வல்லார் ஆயினும் வல்லுநர் ஆயினும்
வருந்தி வந்தோர் மருங்கு நோக்கி
அருள வல்லை ஆகுமதி.

- உறையூர் முதுகண்ணன் சாத்தனார்

சிறப்புடை மரபிற் பொருளும் இன்பமும்
அறத்து வழிப்படூஉம்.

- கோவூர் கிழார்

நிலம்புடை பெயர்வ தாயினும், ஒருவன்
செய்தி கொன்றோர்க்கு உய்தி இல்

- ஆலத்தூர் கிழார்

வருபடை தாங்கிப் பெயர்புறத் தார்த்துப்
பொருபடை தரூஉங் கொற்றமும் உழுபடை
ஊன்றுசால் மருங்கின் ஈன்றதன் பயனே!

- வெள்ளைக்குடி நாகனார்

என்றும் இன்சொல் எண்பதத்தை ஆகுமதி!

ஆலூர் மூலங்கிழார்

நீர் மிகின் சிறையும் இல்லை; தீ மிகின்
மன்னுயிர் நிழற்றும் நிழலும் இல்லை;
வளி மிகின் வலியும் இல்லை!

ஐயூர் முடவனார்

அறநெறி முதற்றே அரசின் கொற்றம்.

மருதன் இளநாகனார்

புலிசேர்ந்து போகிய கல்லளை போல
ஈன்ற வயிறோ இதுவே
தோன்றுவன் மாதோ போர்க்களத் தானே!

காவற்பெண்டு

அருள்வந் தனவால் புதல்வர்தம் மழலை!

ஔவையார்

புல்லிலை எருக்கம் ஆயினும் உடையவை
கடவுள் பேணேம் என்னா.

கபிலர்

இம்மைச் செய்தது மறுமைக்கு ஆம் எனும்
அறவிலை வாணிகன் ஆய் அலன்!

முடமோசியார்

வாழ்தல் வேண்டிப் பொய் கூறேன்; மெய் கூறுவல்!

மருதன் இளநாகனார்

எத்துணை ஆயினும் ஈதல் நன்று.

பரணர்

செய்யா கூறிக் கிளத்தல்
எய்யா தாகின்று எம்சிறு செந்நாவே!

வன்பரணர்

உண்டால் அம்ம இவ்வுவகம்; இந்திரர்
அமிழ்தம் இயைவ தாயினும் இனிதெனத்
தமியர் உண்டலும் இலரே; முனிவிலர்
துஞ்சலும் இலர்; பிறர் அஞ்சுவ தஞ்சிப்
புகழெனின் உயிருங் கொடுக்குவர்; பழியெனின்
உலகுடன் பெறினும் கொள்ளலர்; அயர்விலர்

அன்ன மாட்சி அனைய ராகித்
தமக்கென முயலா தோன்தாள்
பிறர்க்கென முயலுநர் உண்மை யானே!

கடலுள் மாய்ந்த இளம்பெரு வழுதி

உற்றுழி உதவியும் உறுபொருள் கொடுத்தும்
பிற்றைநிலை முனியாது கற்றல் நன்றே

ஆரியப்படை கடந்த நெடுஞ்செழியன்

நெல்லும் உயிரன்றே; நீரும் உயிரன்றே;
மன்னன் உயிர்த்தே மலர்தலை உலகம்!

மோசி கீரனார்

எவ்வழி நல்லவர் ஆடவர்;
அவ்வழி நல்லை வாழிய நிலனே!

ஔவையார்

மயக்குறு மக்களை இல்லோர்க்குப்
பயக்குறை இல்லைத்தாம் வாழும் நாளே!

அறிவுடை நம்பி

உண்பது நாழி உடுப்பவை இரண்டே
பிறவும் எல்லாம் ஓரொக் கும்மே!

நக்கீரர்

எலிமுயன் றனைய ராகி உள்ளதம்
வளன்வலி யுறுக்கும் உளம்இலாள ரோடு
இயைந்த கேண்மை இல்லா கியரோ!

நல்லுருத்திரன்

யாதும் ஊரே யாவரும் கேளிர்
தீதும் நன்றும் பிறர்தர வாரா!
பெரியோரை வியத்தலும் இலமே
சிறியோரை இகழ்தல் அதனினும் இலமே!

கணியன் பூங்குன்றனார்

நல்லது செய்தல் ஆற்றீர் ஆயினும்
அல்லது செய்தல் ஓம்பு மின்

நரிவெரூஉத் தலையார்

என்றும் சான்றோர்
சான்றோர் பாலர் ஆப;
சாலார் சாலார் பாலர் ஆகுபவே!

கண்ணகனார்

ஞாங்கர் மாய்ந்தனள் மடந்தை
இன்னும் வாழ்வல் என் இதன் பண்பே!

சேரமான் மாக்கோதை

பெருந்தோள் கணவன் மாய்ந்தென அரும்பற
வள்ளிதழ் அவிழ்ந்த தாமரை
நள்ளிரும் பொய்கையும் தீயும் ஓரற்றே!

பெருங்கோப் பெண்டு

பொருளடக்கம்

புகழ்சால் புறநானூறு	3
புறநானூறு தெளிவுரை	7
புறநானூற்றுப் பொன்மொழிகள்	10
நூல்	15 - 408
பாடினோர் வரலாறு	409
பாடப்பட்டோர் வரலாறு	458
திணைகள் விளக்கம்	491
துறை விளக்கம்	492
செய்யுள் முதற்குறிப்பு	497

1. இறைவனின் திருவுள்ளம்!

இது கடவுள் வாழ்த்து. இதனைப் பாடியவர் பெருந்தேவனார். இவர் பாரதக் கதையைத் தமிழில் முதன்முதற்பாடியவர். அதனால் 'பாரதம் பாடிய பெருந்தேவனார்' என வழங்கப்பெறுவர். இறைவன் பேராற்றலும் அளவில் தூய்மையும் உடையவன்; அவனை 'அருத்தவத்தோன்' என இதன்கண் பாடுகின்றனர். சங்கத் தொகை நூல்கள் பிறவற்றிலும், இவர் பாடிய கடவுள் வாழ்த்துக்களைக் காணலாம்.

கண்ணி கார்நறுங் கொன்றை; காமர்
வண்ண மார்பின் தாருங் கொன்றை;
ஊர்தி வால்வெள் ளேறே; சிறந்த
சீர்கெழு கொடியும் அவ்வேறு என்ப;
கறைமிடற அணியலும் அணிந்தன்று; அக்கறை;
மறைநவில் அந்தணர் நுவலவும் படுமே;
பெண்ணுரு ஒரு திறன் ஆகின்று; அவ்வுருத்
தன்னுள் அடக்கிக் கரக்கினும் கரக்கும்:
பிறை நுதல் வண்ணம் ஆகின்று; அப்பிறை
பதினெண் கணனும் ஏத்தவும் படுமே;
எல்லா உயிர்க்கும் ஏமம் ஆகிய,
நீரறவு அறியாக் கரகத்துத்,
தாழ்சடைப் பொலிந்த அருந்தவத் தோற்கே.

தவமுதிர்ச்சியின் சான்றாவது அவனது தாழ்சடை. அனைத்து உயிர்க்கும் காவலாகும் அருளுடைமையைக் காட்ட நீர் வற்றுதல் இல்லாத கமண்டலமும் அவன் கையிலே உள்ளது. மேலும், அவன் தலையிலும் மார்பிலும் கொன்றைப்பூவினை அணிபவன். வாகனமாகவும், கொடியாகவும், தூய ஆனேற்றைக் கொண்டிருப்பவன். அவன் கழுத்தை நச்சுக்கறை அழகு செய்கிறது. மறைகளை ஓதுபவரான அந்தணரால் அது புகழவும் படுகிறது. பெண் உருவை ஒரு பாகத்திலே அறியக்காட்டியும், தன்னுள் அதனை அடக்கி ஒளித்துத் தானாகத் தனித்தும் அவன் விளங்குகின்றான். அவனது நெற்றிக்கு வனப்புத் தரும் பிறை பதினெண் தேவரால் போற்றவும் படுகின்றது. (இப்பேரிறைவனைப் பணிபவர் தாமும் தம் துயர் தீர்வர் என்பது இது.)

சொற்பொருள்: *1.* கண்ணி - தலையில் சூடப்படுவது. கார் காலத்தில் மலர்வதால் 'கார் நறும் கொன்றை' என்றார். *2.* தார் - மார்பில் அணியப்படுவது. காமர் - அழகு. *11.* ஏமம் - புணை; காவல். *12.* கரகம் - கமண்டலம்.

மேற்கோள்: ஆசிரியப் பாவிலே ஈற்றயலடி முச்சீருடைய தாய் வந்ததற்கு இச்செய்யுளைப் பேராசிரியர் காட்டுவர். (தொல். செய். சூ. *68*) 'அணியலும் அணிந்தன்று' என்பது ஒரு பொருட்பன்மொழி எனவும் (நன். சூ. *397*) வேற்றுமைக் கண் நகரம் மிகாமைக்குக் 'கறைமிடறு அணியலும் அணிந்தன்று' என்பதனைக் காட்டியும் (நன் சூ. *182*) உரைப்பர் மயிலைநாதர்.

'கறை மிடறு அணியலும் அணிந்தன்று' என்புழிக் 'கறை மிடற்றை அழகு செய்தலையும் செய்தது' என முழுதும் காரிய வாசமாகியே நின்றவாறு காண்க' என்பர் நச்சினார்க்கினியர், (தொல். வேற்றுமை மயங்கியல். சூ. *29*)

சிறப்பு: இதன்கண் உரைக்கப்பெறுகின்ற சிவமாகிய முழுமுதலின் தன்மை மிகமிகச் செவ்விது ஆகும். சிவனுடைய கண்ணியும், தாரும், ஊர்தியும், கொடியும் கூறி பெருங் கருணையையும், வியந்து ,பெண்ணும் ஆணும் தானேயாகித் திகழும் அந்த ஆதித் தனிமுதலான தன்மையையும் போற்றி, அவனைச் சார்ந்த தேய்ந்த பிறையும் பதினெண் கணத்தவரால் போற்றப் பெறும் பெருநிலை எய்திற்று எனக்காட்டி, அவனை நாமும் அடைந்தால் அதனால் நமக்கும் அத்தகு மேம்பாடு வந்தடையும் எனச் சொல்லாமற் சொல்லி, இத்துணை மேதகு நிலையினனேனும் அவன் தவத்தோனாக விளங்குகின்றான் எனத் தன்னையுணர்ந்து தனித்து அடங்கும் செவ்வியையும் அறிவுறுத்துகின்றது இச் செய்யுள்.

இறைவனாற் காக்கப் பெற்றுப் பெருநிலை அடைந்த பிறையினைத் தமக்கும் ஓர் இலக்காகக் கொண்டு, இறைவனோடு அதனையும் போற்றித் தொழுவது பண்டைய மரபாகும். 'தொழு காண் பிறையின் தோன்றி' எனக் குறுந்தொகைப் பாட்டினும் (*172*), 'ஒள்ளிழை மகளிர் உயர்பிறை தொழூஉம்' என அகப்பட்டினும் (*239*), இம் மரபினைப் பிற சான்றோரும் காட்டுதல் காண்க.

2. போரும் சோறும்!

பாடியவர்: முரஞ்சியூர் முடிநாகராயர். **பாடப்பட்டோன்:** சேரமான் பெருஞ்சோற்று உதியன் சேரலாதன். **திணை:** பாடாண் **துறை:** செவியறிவுறூஉ: வாழ்த்தியலும் ஆம்.

''பாஅல் புளிப்பினும் பகல் இருளினும், நால்வேத நெறி திரியினும், திரியாச் சுற்றமொடு முழுதுசேண் விளங்கி நடுக்கின்றி நிலீயரோ'' என்றதனாற் செவியறிவுறூஉ ஆயிற்று. 'இமயமும் பொதியமும் போன்று நடுக்கின்றி நிலீஇயரோ' என்றதனால், வாழ்த்தியல் ஆயிற்று.

'பகை நிலத்து அரசர்க்குப் பயந்தவாறு கூறிப், பின்னர்த் திரியாச் சுற்றமொடு விளங்கி நடுக்கின்றி நிற்பாய்' என அச்சந்தோன்றக் கூறி ஓம்படுத்தலின், 'ஓம்படை வாழ்த்து' ஆயிற்று என்பர் நச்சினார்க்கினியர் *(தொல். புறம் சூ36 உரை).*

மண் திணிந்த நிலனும்,
நிலம் ஏந்திய விசும்பும்,
விசும்பும் தைவரு வளியும்,
தீ முரணிய நீரும், என்றாங்கு
ஐம்பெரும் பூதத்து இயற்கை போலப்
போற்றார்ப் பொறுத்தலும், சூழ்ச்சியது அகலமும்
வலியும், தெறலும், அளியும் உடையோய்!
நின்கடற் பிறந்த ஞாயிறு பெயர்த்தும் நின்
வெண்தலைப் புணரிக் குடகடல் குளிக்கும்
யாணர் வைப்பின், நன்னாட்டுப் பொருந!
வான வரம்பனை! நீயோ, பெரும!
அலங்குளைப் புரவி ஐவரொடு சினைஇ
நிலந்தலைக் கொண்ட பொலம்பூந் தும்பை
ஈரைம் பதின்மரும் பொருது, களத்து ஒழியப்
பெருஞ்சோற்று மிகுபதம் வரையாது கொடுத்தோய்;
பாஅல் புளிப்பினும், பகல் இருளினும்,
நாஅல் வேத நெறி திரியினும்
திரியாச் சுற்றமொடு முழுதுசேண் விளங்கி,
நடுக்கின்றி நிலியரோ அத்தை; அடுக்கத்துச்,
சிறுதலை நவ்விப் பெருங்கண் மாப்பிணை,
அந்தி அந்தணர் அருங்கடன் இறுக்கும்
முத்தீ விளக்கிற் றுஞ்சும்
பொற்கோட்டு இமயமும், பொதியமும் போன்றே!

பாரதப் பெரும்போர் நடந்த நாளிலே, உதியஞ் சேரலாதன் இந்நாவலந்தீவின் பேரரசன் ஆவான். கதிரவன் தோன்றும் கீழ்க்கடலும், மறையும் மேற்கடலும், இடைப் பட்ட புதுவருவாய் குன்றாது பெருநிலப்பரப்பும் அவனுக்கே உரியன. பொறுமை, ஆராய்ச்சி விரிவு, ஆற்றல், ஆட்சித் திறன், அருள் ஆகியவற்றிலே ஐம்பெரும் பூதங்களான நிலனையும் வானையும் காற்றையும்

நெருப்பையும் நீரையும் முறையே ஒப்பவன் அவன். பால் புளித்தாலும் ஞாயிறு இருண்டாலும், மறைநெறி திரிவுற்றுப் பிறழ்ந்தாலும் கடமையினின்றும் சற்றும் பிறழாதவர் அவன் மந்திரச் சுற்றத்தினர். அவனைப், 'பொருந! வான வரம்ப! பெரும!' என விளித்து "உயர்வால் இமயமும் புகழால் தமிழ் வளர்த்த பொதியமும் போன்று நீ நெடிது வாழ்வாயாக!" என வாழ்த்துகின்றார் புலவர்.

சொற்பொருள்: 1. திணிந்த - செறிந்த. 2. ஏந்திய - தாங்கிய 4. தலைஇய - தலைப்பட்ட 7. போற்றார் - பகைவர். சூழ்ச்சி - ஆராய்ச்சி அகலம்-விரிவு. 9. தெறல் - செருக்கு அடக்கல், அளி - அருள்.11. யாணர் வைப்பின் - புது வருவாய் பொருந்திய ஊர்களை உடைய. 13. அலங்கு உளை - அசையும் பிடரி மயிரை உடைய. 14. தலைக்கொண்ட - தம்பாற் கொண்ட, பொலம் - பொன் 16. மிகு பதம் - மிக்க உணவு. 19. சுற்றம் - மந்திரச் சுற்றம்; அமைச்சர் படைத்தலைவர் ஆகியோர் 1. அடுக்கத்து - மலைச்சரிவின்கண் 21. நவ்வி - மான்கன்று; பிணை - பெண்மான், கோடு - மலை உச்சி, துஞ்சும் - உறங்கும்.

3. வன்மையும் வண்மையும்!

பாடியவர்: இரும்பிடர்த் தலையார். **பாடப்பட்டோன்:** பாண்டியன் கருங்கை ஒள்வாள் பெரும்பெயர் வழுதி, **திணை:** பாடாண்; **துறை:** செவியறிவுறூஉ; வாழ்த்தியலும் ஆம். சிறப்பு இரும்பிடர்த் தலையாரைப் பற்றிய செய்தி.

('மக்களுள் பெண்பாலைப் பாடுதல் சிறப்பன்று; சிறு பான்மை ஆண்மக்களோடு படுத்துப் பாடுவர் சான்றோர்.' 'செயிர்தீர் கற்பின் சேயிழை கணவ' என வருதல் அதற்குச் சான்று.

'நிலம் பெயரினும் நின் சொற் பெயரல்' என்றதனால் செவியறிவுறூஉ ஆயிற்று. 'நினது ஆணையாகிய சொல் பிறழாது ஒழியல் வேண்டும்' எனப் பொருள் கொண்டால் இதுவே வாழ்த்தியலாக அமையும். 'பெருங்கை யானை இரும்பிடர்த் தலையிருந்து' எனப் பாடியோர் பெயரும் 'கருங்கை ஒள்வாட் பெரும்பெயர் வழுதி' எனப் பாடப்பட்டோன் பெயரும், செய்யுளுள் வந்தமை காண்க.)

உவவுமதி உருவின் ஓங்கல் வெண் குடை
நிலவுக்கடல் வரைப்பின் மண்ணகம் நிழற்ற
ஏம முரசம் இழுமென முழங்க,
நேமி யுய்த்த நேஎ நெஞ்சின்,
தவிரா ஈகைக் கவுரியர் மருக!

செயிர்தீர் கற்பின் சேயிழை கணவ!
பொன் னோடைப் புகர் அணிநுதல்
துன்னருந் திறல் கமழ்கடா அத்து
எயிறு படையாக, எயிற்கதவு இடா அக்
கயிறுபிணிக் கொண்ட கவிழ்மணி மருங்கில்,   10
பெருங்கை யானை இரும்பிடர்த் தலையிருந்து
மருந்தில் கூற்றத்து அருந்தொழில் சாயாக்
கருங்கை ஒள்வாள் பெரும்பெயர் வழுதி!
நிலம் பெயரினும், நின்சொற் பெயரல்;
பொலங் கழற்காற், புலர் சாந்தின்   15
விலங் ககன்ற வியன் மார்ப!
ஊர் இல்ல உயவு அரிய
நீர் இல்ல, நீள் இடைய,
பார்வல் இருக்கைக் கவிகண் நோக்கிற்
செந்தொடை பிழையா வன்கண் ஆடவர்   20
அம்புவிட, வீழ்ந்தோர் வம்பப் பதுக்கைத்
திருந்துசிறை வளைவாய்ப் பருந்திருந்து உயவும்
உன்ன மரத்த துன்னருங் கவலை
நின்னசை வேட்கையின் இரவலர் வருவர்! அது
முன்னம் முகத்தின் உணர்ந்து, அவர்   25
இன்மை தீர்த்தல் வன்மை யானே.

'காவல் முரசம் 'இழும்' என முழங்க அருளொடு ஆட்சிச்
சக்கரத்தை நடத்தி வந்த பாண்டியர் மரபினன்; குற்றமற்ற கற்புச்
செல்வியின் கணவன்; கொல்யானைப் பெரும்பிடரின்மீது
அமர்ந்து ஒளிவீசும் வாளினைக் கையிற் கொண்டு, களைப்
பிலாது வன்மையுடன் போர்செய்யும் ஆற்றல் உடையவன்;
உலகமே நிலை பிறழ்ந்தாலும் தன் சொல் பிறழாது போற்றுபவன்;
வீரக்கழல் முழங்கும் கால்களும், பரந்த, விரிந்த மார்பும்
உடையவன் என்று பாண்டியனைப் போற்றி உரைக்கிறார்
கவிஞர்.

ஊரும் இடைவழியில் இல்லை. கானலோ பொறுத்தற்கு அரிது.
நீரோ காண்பதற்கு அரிது. வழியின் தொலைவோ மிகமிக
நீண்டது. இப்படிப்பட்ட வழியினைக் கடந்தும் நின்னைத் தேடி
இரவலர் வருவர். அவர் வரும் வழியில் வம்பலரை ஒழிக்கத்
தொலைவிலே எதிர்பார்த்திருக்கும் மறவர், அவர் கண்மேற்
கைகுவித்துப் பார்க்கும் கொடிய பார்வை, செவ்விய குறி
பிழையாத அவர் தறுகண்மை இவற்றையுங் காண்பர். அதனை
அடுத்து, அம்புபட்டு வீழ்ந்தவர் உடலினைக் கற்குவியல்கள்
மூடியிருக்க, அதனருகே உன்னமரத்தின் மீது கழுகுகள் அமர்ந்து

உணவினை இழந்ததற்கு வருந்தியிருக்கும் காட்சியையும் காண்பர். எவரும் வருவதற்கு எண்ணாத அவ்வழியினூடு நின்னைக் காணும் விருப்பினாலேயே இரவலர் வருகின்றனர்!

அவர் மனக்குறிப்பை முகத்தோற்றத்தாலேயே கண்டு உணர்ந்து, அவரது வறுமையைத் தீர்க்கும் நின் வள்ளன்மை யால்தான், இவ்வாறு அவர் நின்னைத் தேடி வருகின்றனர்! அச்சந்தரும் ஆற்றல் உடையவன்பால் (அச்சந்தரும் வழியையும் பொருளாக்காது இரவலர் கடந்து வருவர் என்றது, வழுதியின் வள்ளன்மைச் சிறப்பையும் தகுதியையும் காட்டுவதற்காகும்.)

சொற்பொருள்: *1.* உவவுமதி - முழு நிலவு. ஓங்கல் வெண்குடை - உயர்ந்த வெண்கொற்றக் குடை. 2. நிலவுக் கடல் வரைப்பின் என்றது, கடல் எல்லையாகிய தென்னெல்லையின் வேந்தர் பாண்டியர் என்பதற்கு 4. நேமி - ஆட்சிச் சக்கரம். நேள நெஞ்சு - ஈரமுள்ள நெஞ்சு.6. செயிர்தீர் - குற்றமற்ற 7.புகர் - புள்ளி 8.கடா அம் மணமுள்ளது; மதநீர். 12. மருந்தில் கூற்றம் - தடுத்து உயிர்வாழ இயலாது கொல்லும் கூற்றம். 13. கருங்கை - வன்மை உடைய கை. 15. பொலங்கழல் - பொற்கழல் 17. விலங்ககன்ற வியன் மார்பு - ஊடாக அகன்றும், முன்னாகப் பரந்தும் விளங்கும் மார்பு 19. பார்வல் - பார்த்தல். 20. பதுக்கை - கற்குவியல்23. உன்னம் - வன்மையான ஒரு வகை மரம். 24. துன்னருங் கவலை - அணுகுதற்குரிய கவறுபட்ட பாதை. 25. நசை - விருப்பம்.

4. தாயற்ற குழந்தை!

பாடியவர்: பரணர். **பாடப்பட்டோன்:** சோழன் உருவப் பஃறேர் இளஞ்சேட் சென்னி. **திணை:** வஞ்சி. **துறை:** கொற்ற வள்ளை. சிறப்பு சோழரது படைப் பெருக்கமும் இச் சோழனது வென்றி மேம்பாடும்.

(‘செஞ்ஞாயிற்றுக் கவினை’ என்பதுவரை சோழனின் புகழைக்கூறி, ‘ஓயாது கூவும் நின் உடற்றியோர் நாடு’ எனப் பகைவரது நாடழிபு இரங்கலும் சொல்லினர். இதனால் இது ‘கொற்ற வள்ளை’ ஆயிற்று. ‘தாயில் தூவாக் குழவிபோல’ ஓயாது கூஉம் நின் உடற்றியோர் நாடு(*19/20*)’ என்னும் உவமை செறிவுடையது. ‘ஈன்றோர் நீத்த குழவிபோல’ (புறம் *230*):‘தாயில் தூவாக் குழவிபோல’(புறம் *379*) தாயொழி குழவிபோல கூஉம் (மணி*13;11;95;111*) எனப் பிறரும் இதனை எடுத்தாளுவர்.

வாள், வலந்தர, மறுப் பட்டன
செவ் வானத்து வனப்புப் போன்றன!

தாள், களங்கொளக், கழல் பறைந்தன;
கொல் ஏற்றின்மருப்புப் போன்றன;
தோல் துவைத்து அம்பின் துளைதோன்றுவ
நிலைக்கு ஓரா அ இலக்கம் போன்றன;
மாவே, எறிபதத்தான் இடங் காட்டக்,
கறுழ்பொருத செவ்வாயான்,
எருத்து வவ்விய புலி போன்றன;
களிறே, கதவு எறியாச், சிவந்து உரா அய்,
நுதிமழுங்கிய வெண்கோட்டான்,
உயிர் உண்ணும் கூற்றுப்போன்றன;
நீயே, அலங்கு உளைப் பரீஇ இவுளிப்
பொலந் தோமிசைப் பொலிவு தோன்ற,
மாக்கடல் நிவந்தெழுதரும்
செஞ்ஞாயிற்றுக் கவினைமாதோ!
அனையை ஆகன் மாறே,
தாயில் தூவாக் குழவி போல,
ஓவாது கூஉம், நின் உடற்றியோர் நாடே.

வாள் குருதிக்கறை படிந்து படிந்து செவ்வான நிறமாயிற்று. கால் வரிசையிட்டுப் போர்புரிவதால் களங்கொள்ள, வீரக்கழலின் அரும்பு வேலைப்பாடுகள் மறைந்து, அவை கொல்லேற்றுக் கொம்பு போல்வதாயின. அம்பு தைத்த கேடகத்தின் துளைகள் நிலையில் தப்பாத இலக்கம் போன்றன இடசாரி, வலசாரி திருப்பக் கட்டிய முகக்கருவி உராய்ந்து உதிரம் சிந்திச் சிவந்த குதிரை வாய், உதிரங்குடித்த புலிவாயை ஒத்தது. மதிற்கதவுகளைக் குத்தி உடைத்து மழுங்கிய தந்தங்களோடு வரும் யானைகளோ கூற்றை ஒத்தன. நீ குதிரை பூட்டிய தேரில் அழகுடன் வருவாய்; அது செஞ்ஞாயிற்றின் உதயம் போன்றுள்ளது. அவ்வளவும் கண்டும் நின்னைப் பகைப்பார் யார்? அவ்வாறு பகைத்தவர் நாடு தாயில்லாக் குழந்தை பசியால் ஓயாது ஓழியாது கூப்பிடுவது போன்று துயரமுற்றுப் புலம்பும் நாடாகும். (*சென்னியின் படைப்பகுதிகளை வருணித்து, அவனது பேராற்றலைக் கூறவந்தவர், அவனை எதிர்த்தவர் நாட்டில் எழும் புலம்பலைக் கூறுகின்றார்.*)

விளக்கம்: கடல் அலைகள் குதிரைகளின் தலையாட்டத் திற்கும் செஞ்ஞாயிறு சோழனது வெற்றியின் விளக்கத்திற்கும், எழுச்சிக்கும் உவமைகள். இனிப் போருக்குச் செல்வோர் செந்நிறமுள்ள ஆடையாபரணங்களை அணிந்து செல்லுதல் மரபாதலின், செஞ்ஞாயிற்றை உவமை கூறினார் எனினும் அமையும்.

சொற்பொருள்: *1.* வலந்தர - வெற்றியைத் தருதலால், *2.* களம் - போர் செய்யுமிடம் *3.* மருப்பு - கொம்பு; இரத்தம் தோய்ந்து சிவந்திருத்தலால் அவ்வாறு சிவந்துள்ள கொல்லேற்றின் மருப்பை உவமை கூறினார். *5.* தோல் - பரிசை; கேடயம் எனப்படும். *6.* ஓராஅ - தப்பாத. இலக்கம் - குறி. *8.* கறுழ் - முகக்கருவி *10.* கதவு - பகைவரின் கோட்டை வாயிற்கதவு *13.* அலங்குஉளை - அசைகின்ற தலையாட்டம். உளை, பிடரி மயிர் என்றுங் கூறுவர்.

5. அருளும் அருமையும்!

பாடியவர்: நரிவெரூஉத் தலையார். **பாடப்பட்டோன்:** சேரமான் கருவூரேறிய ஒள்வாட் கோப்பெருஞ் சேரல். **திணை:** பாடாண். **துறை:** செவியறிவுறூம்; பொருண்மொழிக் காஞ்சியும் ஆம். சிறப்பு பார்வையாலே நோய் போக்கும் கண்ணின் சக்திபற்றிய செய்தி.

(சேரமானைக் கண்டு நல்லுடம்பு பெற்ற காலையிற் பாடிய செய்யுள் இது என்பர். 'காவல் குழவி கொள்பவரின் ஓம்புமதி' என்பதனால், செவியறிவுறூஉ ஆயிற்று. 'அருளும் அன்பும் நீங்கி நீங்கா நிரயம் கொள்பவரோடு ஒன்றாது' என்றமையால், 'பொருண் மொழிக் காஞ்சி'ஆயிற்று. நிரயங் கொள்பவரோடு ஒன்றாது காவலை ஓம்பு என வேம்பும் கடுவும்போல் வெய்தாகக் கூறி, அவற்கு உறுதி பயத்தலின், வாயுறை வாழ்த்தும் ஆயிற்று (தொல். புறத் சூ. 35 நச்))

எருமை அன்ன கருங்கல் இடை தோறு,
ஆனிற் பரக்கும் யானைய, முன்பின்,
கானக நாடனை! நீயோ, பெரும!
நீயோர் ஆகலின் நின்ஒன்று மொழிவல்;
அருளும் அன்பும் நீக்கி நீங்கா
நிரயங் கொள்பவரோடு ஒன்றாது காவல்,
குழவி கொள்பவரின், ஓம்புமதி!
அளிதோ தானே; அது பெறல் அருங் குரைத்தே.

எருமை போன்ற கரிய பாறைகள் பொருந்திய இடமெங்கணும் இடையிடையே பசுக்கூட்டம் போன்ற யானைகள் உலவும் வலியமைந்த காட்டிற்கு உரிய சேர மன்னனே! நீயோ பெருமகன் ஆதலின், ஒன்று சொல்வேன் கேட்பாயாக; அருளையும் தம் வாழ்விலிருந்து நீக்கி விட்டவர் நீங்காத துயரத்திலே கிடந்து உழல்வர். அத்தகையாரோடு சேராதிருப்பாயாக! பெற்ற தாய் குழந்தையைப் பேணுவதுபோல் நின் நாட்டைப் பேணிக் காத்து வருவாயாக! நாட்டு அரசனாவது எளிதில் வாய்ப்பதன்று. எனவே, அருளோடு காவல் நடாத்துக! அரசின் அருமையையும் அரசன்

அருளுடையவனாகவே விளங்க வேண்டுமென்பதையும் வலியுறுத்திக் கூறுவது இது.

சொற்பொருள்: 2. ஆனின் - பசுக்கூட்டம் போல. முன்பு வலிமை. 3-4 நீயோ, நீயோர் இவற்றிலுள்ள ஓ ஓர் அசைகள் 'நீயோ' ஓகாரம் வினாவுமாம். அருள் தொடர்பு இல்லாதார் மாட்டுத் தோன்றும் இரக்கம். அன்பு - தொடர்பு உடையார் மாட்டுத் தோன்றும் மன நெகிழ்ச்சி 6. நிரயம் - நரகம் 7. மதி முன்னிலையசை. 8பெறல் அருங்குரைத்து - பெறுதற்கு அரியது: குரை-அசை.

6. தண்ணிலவும் வெங்கதிரும்!

பாடியவர்: காரிகிழார். **பாடப்பட்டோன்:** பாண்டியன் பல்யாகசாலை முதுகுடுமிப் பெருவழுதி. **திணை:** பாடாண். **துறை:** செவியறிவுறூஉ; வாழ்த்தியலும் ஆம். **சிறப்பு:** பாண்டியனின் மறமாண்பு.

('இவ்வாறு செய்க' என அரசியல் கூறுதலால் செவியறிவுறூஉம்; 'மதியமும் ஞாயிறும் போல மன்னுக' என்றதனால் வாழ்த்தியலும் ஆயிற்று. இதனுள், இயல்பாகிய குணம் கூறி அவற்றோடு செவியுறையும் கூறினர், செவியுறைப் பொருள் சிறப்புடைத்து என்று கருதி அவன் வாழ்தல் வேண்டும் என்பதற்காக (தொல். புறத் சூ. 35 நச்.))

வடா அது பனிபடு நெடுவரை வடக்கும்,
தெனா அது உருகெழு குமரியின் தெற்கும்,
குணா அது கரைபொரு தொடுகடல் குணக்கும்,
குடா அது தொன்றுமுதிர் பௌவத்தின் குடக்கும்
கீழது, முப்புணர் அடுக்கிய முறைமுதற் கட்டின்
நீர்நிலை நிவப்பின் கீழும், மேலது
ஆனிலை உலகத் தானும், ஆனாது
உருவும் புகழும் ஆகி, விரிசீர்த்
தெரிகோல் ஞமன்ன் போல ஒரு திறம்
பற்றல் இலியரோ! நின் திறம் சிறக்க!
செய்வினைக்கு எதிர்ந்த தெவ்வர் தேஎத்துக்
கடற்படை குளிப்ப மண்டி, அடர் புகர்ச்
சிறுகண்யானை செவ்விதின் ஏவிப்,
பாசவற் படப்பை ஆர்எயில் பலதந்து,
அவ்வெயில் கொண்ட செய்வுறு நன்கலம்
பரிசின் மாக்கட்கு வரிசையின் நல்கிப்,
பணியியர் அத்தை நின் குடையே; முனிவர்

முக்கண் செல்வர் நகர்வலஞ் செயற்கே!
இறைஞ்சுக, பெரும, நின்சென்னி; சிறந்த
நான்மறை முனிவர் ஏந்துகை எதிரே!
வாடுக, இறைவ நின் கண்ணி, ஒன்னார்
நாடுசுடு கமழ்புகை எறித்த லானே!
செலிஇயர் அத்தை, நின் வெகுளி, வால்இழை
மங்கையர் துனித்த வாள்முகத்து எதிரே!
ஆங்க,வென்றி எல்லாம் வென்று அகத்து அடக்கிய
தண்டா ஈகைத் தகைமாண் குடுமி!
தண்கதிர் மதியம் போலவும் தெறுசுடர்
ஒணகதிர் ஞாயிறு போலவும்,
மன்னுக, பெரும! நீ நிலமிசை யானே!

இமயமே வட எல்லையாகவும் குமரிக்கோடே தென்னெல்லையாகவும், கீழ்க்கடல் கிழக்கு எல்லையாகவும் மேற்கடலே மேற்கு எல்லையாகவும், அமைந்தது நின் நாடு. இவ்வெல்லையுள் அமைந்த பெருநாட்டின் பேரரசன் நீ! நிலம் வான் சுவர்க்கம் என்ற மூவுலகத்தும், நிலத்தின் கீழாகிய பாதலத்தும், சுவர்க்கத்தின் மேலாகிய ஆனிலை உலகத்தும் பரவிய நின் புகழ் பெரிது! நின் முடிவுகள் சமனாக விளங்குக!படை குடி முதலியன நின்னாட்டில் சிறந்து ஓங்குக! எதிர்த்த பகைவர் பெரும்படையின் வலிதொலைத்து, அவர் அரண்களை அழித்துச் சூறைகொண்டு அவற்றைப் பரிசிலர் மகிழ வழங்கும் அருளாளன் நீ! நின் வெண்கொற்றக் குடை முக்கண்ணன் கோயிலை வலம் வருங்கால் மட்டுமே தாழ்ந்து விளங்குக! மறையாளர் வாழ்த்தும்போது நின் தலை தாழ்க! நின் தலைமாலை பகைவர் நாட்டை எரியிட்டு எழும் வெம்மையால் வாடுக! நின் சினம் நின் தேவியர் புன்சிரிப்பின்முன் தணிக! வெற்றி பல பெற்றும் அதனால் தருக்காது, உள்ளத்துள் அடக்கமுடன் வாழும் வண்மையும் தகுதியும் உடையகுடுமியே! தண்கதிர் நிலவும், வெங்கதிர் ஞாயிறும் போன்று நீ உலகத்து நிலைபெற்று வாழ்வாயாக! ‘குடை தாழ்வது இறைவன் ஒருவனுக்கே; தலை தாழ்வது சான்றோர்க்கே; சினந் தாழ்வது வாழ்க்கைத் துணைவியின் முன்னரே; மாலை வாடுவது பகைவர் நாடழிக்கும் எரியாலேயே எனக் கூறிப் புகழ்கிறார் புலவர். வெற்றி வேந்தனும் அருளாளனு மாதலின், வெம்மைக்கு ஞாயிற்றையும், தண்மைக்கு நிலவையும் கூறி, அவை போல் வாழ்க என்றார்.

சொற்பொருள்: வடா அது - வடக்கின்கண் உள்ளதாகிய 2. தெனா அது முதலியற்றிற்கும் அவ்வாறே கண்ணுருபு விரித்துரைக்க. உரு - உட்கு; அச்சம். முப்புணர் - நிலம்; ஆகாயம்,

சுவர்க்கம் 7. ஆன்நிலை உலகம் - கோலோகம்; ஆன் - உயிர்களைக் குறிப்பதால் கோலோகம்; உயிர்கள் இறையடி சேரும் பேரின்ப உலகைக் கூறுவதாகும். சுவர்க்கம், போக உலகம் என உணர்க. 9. ஞமன் - துலாக்கோலின்கண் உள்ள சமநிலையை உணர்த்தும் உறுப்பு; தராசு முள் போல்வது என்பர். ஞமன்ன்: ஒற்றளபெடை 4. பாசவல் - பசுமையான விளை நிலம் 26. குடுமி - அண்மை விளி; பாண்டியனை விளித்தது.

7. வளநாடும் வற்றிவிடும்!

பாடியவர்: கருங்குழல் ஆதனார். **பாடப்பட்டோன்:** சோழன் கரிகாற் பெருவளத்தான். **திணை:** வஞ்சி. **துறை:** கொற்ற வள்ளை: மழபுல வஞ்சியும் ஆம்.

('பிறரது அகன்றலை நாடு நல்ல இல்லவாகுப' என்றமையாற் கொற்றவள்ளை ஆயிற்று. 'ஊர் சுடு விளக்கத்து அழிவிளக் கம்பலை' என்றமையால், மழபுல வஞ்சி ஆயிற்று. இச் செய்யுளை வஞ்சித்திணையின் 'எரிபரந்து எடுத்தல்' துறைக்குக் காட்டுவர் (தொல். புறத். சூ8 நச்) இயல்தேர் வளவ' என்றது இவன் அடுத்தடுத்துப் போர்மேற் சென்றவனாதலை வலியுறுத்தும். 'களிறு கடைஇய தாள்' என்றது, கரிகாலன் என்னும் பெயரின் விளக்கம் போலவும் தோன்றும்.)

களிறு கடைஇய தாள்,
கழல் உரீஇய திருந்து அடிக்,
கணை பொருது கவிவண் கையால்,
கண் ஒளிர்வரும் உம் கவின் சாபத்து
மாமறுத்த மலர்மார்பின்,
தோல்பெயரிய எறுழ் முன்பின்,
எல்லையும் இரவும் எண்ணாய், பகைவர்
ஊர்சுடு விளக்கத்து அழுவிளிக் கம்பலைக்
கொள்ளை மேவலை; ஆகலின் நல்ல
இல்ல ஆகுபவால் இயல்தேர் வளவ!

தண்புனல் பரந்த பூசல் மண் மறுத்து
மீனின் செறுக்கும் யாணர்ப்
பயன்திகழ் வைப்பின், பிறர் அகன்றலை நாடே.

களிறுகளைச் செலுத்திய தாள்கள், வீரக் கழல் ஒலிக்கும் கால்கள், கண்போன்று விளங்கும் அழகிய வில், பரந்த மார்பு, யானையையும் பெயர்க்கும் பெருவலிமை ஆகியவற்றை உடையவனே! நீ பகைவரை அழித்தலையே இரவும் பகலும் கருத்தாகக் கொண்டவன். நின்னால் எரி கொளுவப்பட்டு

எரிகின்ற தீயின் ஒளியிலே, அவ்வூரவர் தம் சுற்றத்தாரை அஞ்சி உருக்கமாக அழைத்துக்கொண்டிருக்கும் கூக்குரல் கேட்கும். அந்த இரைச்சலிலும் சூறையாடுதலில் விருப்பமுடையவனாகச் செல்பவன் நீ! நின்னை எதிர்ப்பவர் நாட்டிலே நல்ல நல்ல பொருள்கள் ஏதும் மிஞ்சி இரா. தேரூர்ந்து வரும் வளவனே! கட்டு மீறிவரும் நீர்ப்பெருக்கை மண்ணால் அடையாது, மீனால் அடைக்கும் நீர் வளஞ்செறிந்த ஊர்களுடைய நினது மாற்றார் நாடுகளின் கதி இவ்வாறானால், எவர்தாம் நின்னைத் துணிந்து இனியும் எதிர்ப்பவர்? (நினக்கு எதிரியே கிடையாது என்பது கருத்து.)

சொற்பொருள் 2: திருந்து அடி - போரிற் புறங்கொடாத - கால் உறுப்புநூல் வல்லார் கூறும் இலக்கணங்கள் அமைந்த அடி எனலும் ஆம். 4. சரபம் - வில் 5. மா மறுத்த - வெற்றிமகள் பிறர் மார்பை மறுத்ததற்குக் காரணமாகிய. 6. தோல் - யானை. எறுள் முன்பு; மிக்க வலி - ஒரு பொருட் பன்மொழி. *11.* பூசல் - உடைப்புக்கள். *12.* செறுக்கும் - அடைக்கும்; யாணர் - புது வருவாய்.

8. கதிர்நிகர் ஆகாக் காவலன்!

பாடியவர்: கபிலர். **பாடப்பட்டோன்:** சேரமான் கடுங்கோ வாழியாதன்: சேரமான் செல்வக் கடுங்கோ வாழியாதன் என்பவனும் இவனே. **திணை:** பாடாண்; **துறை:** இயன்மொழி: பூவை நிலையும் ஆம்.

('பூவை நிலை' என்பது மனிதனைத் தேவரோடு உவமித்துப் போற்றுதல். சேரலாதனைக் கதிவரனோடு உவமித்துக் கூறுதலால் இதனைப் பூவைநிலையாகக் கொள்க. தொல்காப்பிய உரையாசிரியரான பேராசிரியர், தொல்காப்பிய உவமயியல் உரையுள்(சூ. *32*) இச் செய்யுளுக்குச் சிறந்த உரையொன்றை வகுத்துள்ளார். அதனையும் கற்று இச் செய்யுளது பொருள்நயச் செறிவினை அறிந்து இன்புறுக.)

வையம் காவலர், வழிமொழிந்து ஒழுகப்,
போகம் வேண்டிப், பொதுச்சொல் பொறா அது.
இடம் சிறிது என்னும் ஊக்கம் துரப்ப,
ஒடுங்கா உள்ளத்து, ஓம்பா ஈகைக்,
கடந்துஅடு தானைச் சேர லாதனை
யாங்கனம் ஒத்தியோ?வீங்குசெலல் மண்டிலம்?
பொழுதுஎன வரைதி; புறங்கொடுத்து இறத்தி;
மாறிவருதி; மலைமறைந்து ஒளித்தி;

அகல்இரு விசும்பி னானும்
பகல்விளங் குதியால், பல்கதிர் விரித்தே.   10

உலகங் காக்கும் மன்னர் பலரும் தத்தம் ஆணைக்கு உட்பட்டது தத்தம் நிலப்பகுதி எனக் கூறும் பொதுச்சொல்லைப் பொறாதவன்: எதிர்த்தார் பலரையும் ஊக்கமுடன் வென்று நிலத்தை விரிவுபடுத்தி ஒப்பற்ற தனியாட்சி நடத்தி வருபவன்; செல்வத்தைப் பேணாது வழங்கும் வண்மையன்; எதிர்நின்று வெல்லும் ஆற்றல்மிக்க படைத்துணை உடையவன் இவன். மிக்க செலவினை உடைய கதிரவனே! இத்தகைய சேரமானுக்கு எவ்வாறு நீயும் ஒப்பாவாய்? பகற்பொழுது போதும் என்ற வரையறுத்து அமைபவன் நீ! திங்கள் தோன்ற அஞ்சி முதுகிட்டு ஒழிபவன் நீ! தெற்கும் வடக்கும் மாறி மாறி வருபவனாதலால் ஒரு நிலையில் நில்லாத தன்மையுடையவன் நீ! மலைக்குப் பின் மறைகின்றாய்; பகலில் மட்டும் வானத்திலே தோன்றிப் பல கதிர்களையும் பரப்புகின்றாய். அவனுக்கு ஒருகாலும் நீ ஒப்பாக மாட்டாய் காண்! (தன் நாட்டோடு அமையாது பிறர் நாட்டையும் கைக்கொண்டு தன் நாட்டை விரிவுபடுத்துபவன்; பகைவர் எதிர்த்தால் எதிர் நிற்பவனேயன்றி ஒருபோதும் புறமுதுகு இடாதவன்; நிலையான ஆட்சியுடையவன்; விளங்கிய புகழ் உடையவன் எனச் சேரனைப் புகழ்ந்தது இது.)

சொற்பொருள்: 4. ஒடுங்கா உள்ளம் - சோம்பல் இல்லாத உள்ளம். ஓம்பா ஈகை - பொருளைத் தன் நலனுக்காகப் பாதுகாவாது, பலருக்கும் உவப்புடன் வழங்கும் கைவண்ணம்.

9. ஆற்றுமணலும் வாழ்நாளும்!

பாடியவர்: நெட்டிமையார். **பாடப்பட்டோன்:** பாண்டியன் பல்யாகசாலை முதுகுடுமிப் பெருவழுதி. **திணை:** பாடாண். **துறை:** இயன்மொழி. **குறிப்பு:** இதனுடன் காரிகிழாரின் ஆறாவது புறப்பாட்டையும் சேர்த்து ஆய்ந்து, இப் பாண்டியனின் சிறப்பைக் காண்க.

(இச் செய்யுளைப், பொருளின் துய்த்த பேராண் பக்கத்திற்கும், இயன்மொழி வாழ்த்திற்கும், இளம்பூரணனார் எடுத்துக்காட்டுவர் (தொல். புறத். சூ. 7, 29 உரை) பூதங்களின் தோற்ற முறைமையைக் கருதி, நிலத்திற்கு முன்னாகிய நீர், 'முந்நீர்' எனப்பட்டது. மன்னுயிர் காக்கும் அன்புடைய வேந்தர்க்கு மறத்துறையினும் அறமே நிகழும் என்பதற்கு இச் செய்யுள் சான்றாகும் (தொல். புறத். சூ. 2 நச்)

'ஆவும், ஆனியற் பார்ப்பன மாக்களும்,
பெண்டிரும், பிணியுடை யீரும் பேணித்
தென்புலம் வாழ்நர்க்கு அருங்கடன் இறுக்கும்
பொன்போற் புதல்வர்ப் பெறாஅதீரும்
எம்அம்பு கடிவிடுதும் நும் அரண சேர்மின்' என,

அறத்து ஆறு நுவலும் பூட்கை, மறத்தின்
கொல்களிற்ற மீமிசைக் கொடிவிசும்பு நிழற்றும்
எங்கோ, வாழிய குடுமி! தங்கோச்
செந்நீர்ப் பசும்பொன் வயிரியர்க்கு ஈத்த
முந்நீர் விழவின், நெடியோன்
நன்னீர்ப் பஃறுளி மணலினும் பலவே!

வன்மை உடையரோடு எதிர்த்துப் போரிடுவதே ஆற்றல் உடையவனின் இயல்பு; எனவே இம் மன்னன், தான் முற்றுகையிடும் நகர்களில் உள்ள வன்மை அற்றாரைப் பாதுகாவலான இடஞ் சேருமாறு முதற்கண் எச்சரிப்பான் என்கிறார் புலவர். அவ்வாறு எச்சரிக்கப்படுவோர் பயன் தரும் ஆனினம் அவ்வியல்புடைய பார்ப்பன மக்கள். பெண்டிர், பிணி உடையவர் புதல்வர்ப் பெறாதோர் ஆவர்; இவ்வாறு அறவழி நடக்கும் இயல்பும் துணிவும் உடையவனான எம் குடுமியே நீ வாழ்க! கடல் தெய்வத்துக்கு முந்நீர் விழா எடுத்து அதனுள் கூத்தர்க்குப் பசும்பொன் வழங்கிய நெடியோனால் ஆக்கப்பட்ட நல்ல நீரையுடைய பஃறுளி ஆற்று மணலிலும் பல ஆண்டுகள் நீ புகழுடன் வாழ்வாயாக!

சொற்பொருள்: தென்புலம் வாழ்நர் - தென் திசைக் கண் வாழும் பிதிரர்கள்; தம் குலத்தில் வாழ்ந்து இறந்து போன முன்னோர்கள். அருங்கடன் என்றது, அவர்க்குச் செய்யும் நினைவுக் கடன்களை, அக்கடனைப் பொன்போற் கருதிப் பாதுகாத்துச் செய்யும் இயல்புடைமை பற்றிப் பொன்போற் புதல்வர் என்றார். 6. பூட்கை மேற் கொள்ளுதலையுடையது. பூண் + கை; தொழிற்பெயர். வயிரியர் - கூத்தர் 10. முந்நீர் - கடல்.

10. குற்றமும் தண்டனையும்!

பாடியோர் : ஊன் பொதி பசுங்குடையார். **பாடப்பட்டோன்:** சோழன் நெய்தலங் கானல் இளஞ்சேட் சென்னி. **திணை:** பாடாண். **துறை** : இயன்மொழி.

(நெய்தலங் கான நெடியோய் (12) என அரசனின் பெயர் வந்துள்ளது. 'வழிபடுவோரை வல்லறிதி' என்பது, அறிந்து அவர்கட்கு அருளுக என்றும் பொருள் தரும்; அவ்வாறு கருதின் இது செவியறிவுறூஉம் ஆகும்.)

வழிபடு வோரை வல்லறி தீயே!
பிறர்பழி கூறுவோர் மொழிதே றலையே;
நீமெய் கண்ட தீமை காணின்,
ஒப்ப நாடி அத்தக ஒறுத்தி;
வந்து, அடி பொருந்தி, முந்தை நிற்பின்
தண்டமும் தணிதி, பண்டையிற் பெரிதே;
அமிழ்து அட்டு ஆனாக் கமழ்குய் அடிசில்
வருநர்க்கு வரையா வசையில் வாழ்க்கை
மகளிர் மலைத்தல் அல்லது, மள்ளர்
மலைத்தல் போகிய, சிலைத்தார் மார்ப!
செய்து இரங்காவினைச், சேண்விளங் கும்புகழ்
நெய்தலங் கானல் நெடியோய்!
எய்த வந்தனம்யாம்; ஏத்துகம் பலவே!

அமுதத்தையும் தன் சுவையால் வெல்லுவதும் உண்ண உண்ணத் தெவிட்டாத மணங்கமழும் தாளிதத்தை உடையதுமான உணவை, வருபவருக்கு எல்லையின்றி வழங்குபவர் நின்தேவியார். வசையில்லாத வாழ்வினரான அவர் தழுவுவதை அல்லாது, மள்ளர் மோதுவதற்கு அஞ்சும், பன்னிற மாலையணிந்த திண்ணிய மார்பனே! ஒன்றைச் செய்து பின் அதற்காக வருந்தாது, முதலிலேயே செம்மையாக எதனையும் செய்பவன் நீ!நெடுந்தொலை வரைக்கும் பரந்தது நின் புகழ்! நெய்தலங் காலத்து நெடியோனே! நின் வழியிலே செல்பவரை விரைவில் உணர்ந்து கொள்பவன் நீ! புறம்கூறுவார் சொற்களை நீ கேட்கவே மாட்டாய்! கொடுமை என்று நின் மனத்திலே முடிவாகக் கருதிய ஒன்றை ஒருவன் செய்யக் கண்டால் முறைவழுவாது நடுநிலைநின்று ஆய்ந்து அவனுக்குரிய தகுந்த தண்டனையை அளிப்பாய். அவனே வந்து நின் திருவடிகளைப் பணிந்து நின்முன் நின்றால், தண்டனையையுங் குறைத்து முன்னிலும் பெரிதாக அவன்பால் அன்பும் பாராட்டுவாய். நின்னை அடைந்து எம் துயரைத் தீர்த்துக் கொள்ளக் கருதி யாமும் வந்தோம்! நின்னைப் புகழ்கின்றோம்! (எமக்கும் அருள்வாயாக என்பது கருத்து.)

சொற்பொருள்: *1.* வல் அறிதி - விரைய அறிவாய். *4.* அத்தக ஒருத்தி - தீமைக்குத் தக்கவாறு தண்டிப்பாய். *5.* முந்தை - நின்முன். பண்டையிற் பெரிது - அவர் பிழை செய்வதற்குமுன் அவர்க்கு நீ செய்யும் அருளினும் பின் செய்யும் அருள் பெரிதாக *7.* அட்டு - தன் சுவையால் வென்று. ஆனா - உண்ண உண்ண அமையாத. குய் அடிசில் - தாளிப்பையுடைய அடிசில். *8.* வருநர்க்கு - வரும் விருந்தினர்க்கு *9.* மகளிர் மலைத்தலாவது -

பெண்டிர் முயக்கத்தால் மார்பணிகளை மாறுபடுத்துவது. மள்ளர் - வீரர் 10. சிலைத்தார் இந்திர வில்போலும் பன்னிற மலர்களாலியற்றிய மாலை. 11. 'செய்து இரங்கா வினை' யென்றது, ஒரு தொழிலைச் செய்து, பின் இவ்வாறு தவறு செய்தோமே என்று அதனை எண்ணி வருத்தம் அடையாத செயல்.

11. பெற்றனர்! பெற்றிலேன்!

பாடியவர்: பேய்மகள் இளவெயினியார். பாடப்பட்டோன்: சேரமான் பாலை பாடிய பெருங்கடுங்கோ திணை: பாடாண் துறை: பரிசில் கடாநிலை.

('பாடினி இழை பெற்றாள்; பாணன் பூப் பெற்றான்; யானோ யாதும் பெற்றிலேன்' என அமைதலால் பரிசில் கடாநிலை ஆயிற்று. இது, இவர் பேய்வடிவாகப் பிறராற் காணப் பெறாதிருந்த தன்மையான் எனலும் பொருந்தும். 'நின்னோடு எதிர்த்துப் பட்டோர் இன்மையின், எனக்குத் தசையுணவு கிடைக்கப் பெற்றிலேன்' எனக் கூறியதாகவும் கொள்க.)

அரிமயிர்த் திரள் முன்கை
வால் இழை, மட மங்கையர்
வரி மணற் புனை பாவைக்குக்
குலவுச் சினைப் பூக் கொய்து
தண் பொருநைப் புனல் பாயும்   5
விண் பொருபுகழ், விறல் வஞ்சிப்
பாடல் சான்ற விறல்வேந் தனும்மே,
வெப் புடைய அரண் கடந்து,
துப்புறுவர் புறம்பெற் றிசினே,
புறம் பெற்ற வய வேந்தன்,   10
மறம் பாடிய பாடினி யும்மே;
ஏர் உடைய விழுக் கழஞ்சின்,
சீர் உடைய இழை பெற்றிசினே!
இழை பெற்ற பாடி னிக்குக்
குரல் புணர்சீர்க் கொளைவல்பாண் மகனும்மே;   15
என ஆங்கு,
ஒள் அழல் புரிந்த தாமரை
வெள்ளி நாரால் பூப்பெற் றிசினே.

கருவூரிலிருந்து அரசியற்றியவன் இவன். அவ்வூர்ச் சிறுமியர் மென்மயிரோடு திரண்ட முன்கையினர். வண்டல் இழைத்து சிறு வீட்டிலே, பாவை புனைந்து, அப்பாவைக்குக் கோட்டுப்பூச் சூடி

விளையாடி மகிழ்பவர். ஆன் பொருநை நீரின்கண் பாய்ந்து நீர்விளையாடி மகிழும் இயல்பினர். ஆங்குப், புலவர் பாடுதற்கு உரிய வெற்றி வேந்தனாக இவன் விளங்கினான். பகைத்த மன்னரின் காவல் செறிந்த அரண்களை அழித்துப் புறக்கொடை பெற்றுச் சிறந்தான். அவ்வீரத்தை வியந்து பாடினாள் பாடினி. அவள், பல கழஞ்சால் செய்யப்பட்ட பசும்பொன் அணிகலன்களைப் பரிசாக அவனிடமிருந்து பெற்றாள். அவளுக்கு இயைய, முதல் தானத்திலே பாடி வருபவன் பாணன். அவன், பொன்னால் செய்து, வெள்ளி நாரால் தொடுக்கப் பெற்ற தாமரைப் பூமாலையினைப் பரிசாகப் பெற்றான். யானோ ஏதும் பெற்றிலேன். அவர்களுக்கு வழங்கியது போன்று எனக்கும் சிறந்த பரிசில் வழங்குவாயாக பெருமானே என்றது இது.

சொற்பொருள்: *1.* அரி - மென்மை *2.* மடமங்கையர் பேதை மகளிர். *3.* வரி மணல் புனைபாவை - வண்டல் மணலால் இழைத்து சிற்றிற்கண் செய்த பாவை; பஞ்சாங்கோரைப் பாவையும் ஆம். 5. பொருநைப் புனல் - ஆன் பொருந்தத்து நீர்: 'ஆன் பொருந்தம்' என்பது, கரூரின் சமீபத்திலுள்ள ஓர் ஆறு. 9. துப்புறுவர் - வலியோடு எதிர்த்துவரும் பகைவர். புறம் பெற்றிசின் - புறமுதுகு காட்டியோடும் தகுதியைத் தான் பெற்றான் என்பதாம். *11.* மறம் பாடிய - வீரத்தன்மையைப் புகழ்ந்து பாடிய.*12.* கழஞ்சு சிறிய அளவுடையது; ஆகுபெயராற் பொன்னை உணர்த்திற்று. *17.* ஒள்ளழல் புரிந்த தாமரை - விளங்கிய அழலின் கண்ணே பொன்னை உருக்கி, அதனாற் செய்த தாமரை போலும் பூக்கள் அமைந்த பொன் அணி.

12. அறம் இதுதானோ?

பாடியவர்: நெட்டிமையார். **பாடப்பட்டோன்:** பாண்டியன் பல்யாகசாலை முதுகுடுமிப் பெறவழுதி. **திணை:** பாடாண். **துறை:** இயன்மொழி.

(பழித்ததுபோல் புகழ்ந்தது இது. 9, 6ஆவது புறப்பாட்டுக்களையும் இத்துடன் கற்று, இவன் புகழை அறிக. 'கொடுத்தல் எய்திய கொடைமை'க்கு இச் செய்யுளை எடுத்துக் காட்டுவர் இளம்பூரணனார் (தொல் புறத் சூ 7.))

பாணர் தாமரை மலையவும், புலவர்
பூநுதல் யானையொடு புனைதேர் பண்ணவும்,
அறனோ மற்று இது விறல்மாண் குடுமி!
இன்னா ஆகப் பிறர் மண கொண்டு
இனிய செய்தி நின் ஆர்வலர் முகத்தே!

பாணர் பொற்றாமரைப் பூச் சூடினர். புலவர்கள் யானையும் தேரும் பெற்றனர். வெற்றிச் சிறப்பு உடைய குடுமியே! வேற்றரசர் நிலத்தை அவர்க்கு உரிமையற்றதாக்கி நீ கவர்ந்து கொள்ளுகின்றாய். ஆனால், நின்பால்வரும் பரிசிலர்க்கு மட்டும் இனியவற்றையே செய்து வருகின்றனை. அதுதான் நின் அறநெறியோ? அவன் அறத்தை இகழ்வது போல, அவன்" வீரத்தையும்,வள்ளன்மையும் புகழ்ந்தது.

சொற்பொருள்: *1. மலையவும் - சூடவும்2. பண்ணவும் - ஏறுதற்கு ஏற்ப அமைக்கவும் 3.ஆர்வலர் - பகைவர்.*

13. நோயின்றிச் செல்க!

பாடியவர்: உறையூர் ஏணிச்சேரி முடமோசியார். **பாடப்பட்டோன்:** சோழன் முடித்தலைக் கோப்பெருநற் கிள்ளி. **திணை:** பாடாண். **துறை:** வாழ்த்தியல்.

(கருவூர் வேண்மாடத்திலிருந்த காலத்து, ஊர்ந்து வந்த யானை மதம் பட்டதனால் கருவூருள் வந்தடைந்த சோழனைக் காட்டி, 'இவன் யார்?' எனச் சேரமான் கேட்பப் புலவர் கூறியது இச் செய்யுள். 'களிறு கையிகந்து பகையகத்துப் புகுந்தமையால் அவற்குத் தீங்குறும் என்று அஞ்சி வாழ்த்தினர்; அதனால் வாழ்த்தியல் ஆயிற்று. அன்றி 'இவற்கொரு தீங்காயின் நமக்குத் தீங்கு வந்துறும்' எனும் கருத்தால், நோயிலன் ஆகிப் பெயர்க என்றாராயின் வாழ்த்தியல் ஆகாது. இதனாற் புலவரது சொற்றிறமும் சால்பும் காணப்படும்.)

'இவன்யார்?' என்குவை ஆயின், இவனே,
புலிநிறக் கவசம் பூம்பொறி சிதைய
எய்கணை கிழித்த பகட்டுஎழில் மார்பின்,
மறலி அன்ன களிற்றுமிசை யோனே;
களிறே, முந்நீர் வழங்கு நாவாய் போலவும்,
பன்மீன் நாப்பண் திங்கள் போலவும்,
சுறவு இனத்து அன்ன வாளோர் மொய்ப்ப,
மரீ இயோர் அறியாது மைந்துபட் டன்றே;
நோயிலன் ஆகிப் பெயர்கதில் அம்ம!
பழன மஞ்ஞை உகுத்த பீலி
கழனி உழவர் சூட்டொடு தொகுக்கும்,
கொழுமீன், விளைந்த கள்ளின்
விழுநீர் வேலி நாடுகிழ வோனே.

'மயிலினம் வயல்களிலே பீலிகளை உதிர்க்கும்; நெற் சூட்டுடன் அவற்றையும் தொகுத்து வருவர் உழவர். கொழுவிய

மீனும் விளைந்த கள்ளும் எங்கும் நிறைந்திருக்கும். அத்தகைய வளம் மிகுந்த சோணாட்டு மன்னன் இவன்! அம்பு தொளைத்த புள்ளிகளோடு, புலிநிறக் கவசமும் அணிந்து, கூற்றுவன் போலக் களிற்றின்மேல் இவர்ந்து வருகின்றான். அக்களிறுதான், கடலிடையே செல்லும் கலம் போலவும், விண்மீன் கூட்டத்திடையே விளங்கும் மதியம் போலவும், சுறாமீன் போல கொடிய வாள்மறவர் மொய்த்துச் சூழப், பாகரையும் மதியாது மதம்பட்டுள்ளது. எவ்விதத் தீங்கும் இன்றி அவ்விடரினின்றும் விடுபட்டுச் செல்ல அவனை விடுவாயாக! (பகைவன் எனினும், அந்த நிலையில் அவனைத் துன்பமின்றிச் செல்ல விடுமாறு, அறநெறியைக் கூறுகிறார் புலவர்.)

சொற்பொருள்: 5 புலிநிறக் கவசம் - புலியினது தோலாற் செய்யப்பட்ட கவசம். இதனை 'மெய்புகு கருவி' என்பர். பூம்பொறி - பொலிவினையுடைய தோலினது இணைப்பு. 8. மரீஇயோர் - யானையைச் சூழ்ந்த பாகர். மைந்துபட்டன்று - மதம் பட்டது. சூட்டொடு - நெல்லரிக் கட்டோடு.

14. மென்மையும்! வன்மையும்!

பாடியவர்: கபிலர். **பாடப்பட்டோன்:** சேரமான் செல்வக் கடுங்கோ வாழியாதன். **திணை :** பாடாண். **துறை :** இயன்மொழி.

(தம் கையது மென்மைக்கான காரணத்தைக் கூறுவாரான புலவர், அரசன் கையது வலிய இயல்பின் காரணத்தைக் கூறியும் போற்றினர்; அதனால், இஃது இயன்மொழி ஆயிற்று. 'மெல்லிய வாமால் நும் கை' எனக் கேட்ட சேரனுக்குக், கபிலர் கூறியதாக அமைந்த' இச் செய்யுள் கபிலரது அறிவுத் திட்பத்தை நன்கு காட்டுவதுமாகும்.)

கடுங் கண்ண கொல் களிற்றால்
காப் புடைய எழுமுருக்கிப்
பொன் இயல் புனை தோட்டியான்
முன்பு துரந்து, சமந் தாங்கவும்;
பார் உடைத்த குண்டு அகழி
நீர் அழுவம் நிவப்புக் குறித்து,
நிமிர் பரிய மா தாங்கவும்;
ஆவம் சேர்ந்த புறத்தை தேர்மிசைச்
சாப நோன்ஞாண் வடுக்கொள வழங்கவும்;
பரிசிலர்க்கு அருங்கலம் நல்கவும்; குரிசில்
வலிய ஆகும் நின் தாள்தோய் தடக்கை
புலவு நாற்றத்த பைந்தடி

பூ நாற்றத்த புகை கொளீஇ; ஊன்துவை
கறிசோறு உண்டு வருந்துதொழில் அல்லது
பிறிதுதொழில் அறியா ஆகலின், நன்றும்
மெல்லிய பெரும தாமே! நல்லவர்க்கு
ஆரணங்கு ஆகிய மார்பின், பொருநர்க்கு
இருநிலத்து அன்ன நோன்மை
செருமிகு சேஎய் நின்பாடுநர் கையே!

"யானைப் போரிலே யானையை முன்னர் ஏவிப் பின்னர் இழுத்துப் பிடிக்கின்றாய். படுகுழிகளைத் தாவிச்செல்லும் குதிரைகளை அவற்றின் வாரினைப் பற்றி அடக்கிச் செலுத்துகின்றாய். தேர்மீது நின்று வலிய வில்லிலே நாண்பூட்டி அம்பினைக் கடுகச் செலுத்துகின்றாய். பரிசிலர்க்குப் பெறுதற் கரிய அணிகளை வாரி வாரி வழங்கவும் செய்கின்றாய். இவ்வாறு செய்வனவெல்லாம் நின் கைகளே அன்றோ! பெருமானே! பெண்டிர்க்கு ஆற்றுதற்கு அரியதும் பொருதுவார்க்குத் துளக்கப்படாத வலிமை உடையதுமான மார்பனே! போரில் மிகுந்த ஆற்றல் காட்டுபவனே! நின் கைகள் அதனால் உரம் பெற்றிருப்பது இயல்பே! நின்னைப் பாடும் யாமோ, ஊனும் கறியும், துவையும் சோறும் எடுத்து உண்பதைத் தவிர, எம் கைகளால் வேறெதும் செய்தறியோம்! அதனாலேயே, எம் போல்வார் கைகள் மிக மென்மையாக உள்ளன. (சேரமானின் கைகள் மென்மையாயிராதது ஏன் எனக் கூறி அவனையும் அதுவே பொருளாகப் புகழ்ந்துரைக்கிறார் புலவர்.)

சொற்பொருள்: 2 எழு - கணையமரம். 3. பொன் - இரும்பு. தோட்டி - அங்குசம் 5 குண்டு அகழி - குழிந்த அகழி - ஆழமுடைய அகழி எனும் ஆம். 6.நீர் அழுவம் - நீர்ப்பரப்பு. நிவப்பு - உயர்ச்சி 7. நிமிர்பரிய - துகைத்த செலவினையுடைய 8. ஆவம் அம்பறாத்தூணி. புறத்தை - முதுகை உடையாய் 9. சாபம் - வில் 12. பைந்தடி - செவ்விய தசை. 15. நன்றும் - பெரிதும். 16. நல்லவர் - பெண்கள். 17. ஆரணங்கு ஆகிய மார்பு- ஆற்றுதற்கு அரிய, காண்பார் அதன் பேரழகால் வருந்துமாறு செய்யும் மார்பு 18. இரு நிலத்து அன்ன நோன்மை - துளக்கப் படாமையின் பெரிய நிலம் போன்ற வலிமை.

15. எதனிற் சிறந்தாய்?

பாடியவர்: நெட்டிமையார். **பாடப்பட்டோன்:** பாண்டியன் பல்யாகசாலை முதுகுடுமிப் பெருவழுதி. **திணை:** பாடாண்: **துறை:** இயன்மொழி. குறிப்பு: 9, 6, 12ஆவது செய்யுட்களையும் இதனோடு சேர்த்துக் கற்றறிக.

('பாழ் செய்தனை', 'தேர் வழங்கினை', 'கயம் படீயினை வேள்வி பல செய்தனை' என இவை எல்லாம் செய்யும் இயல்பினன் எனக் கூறுதலால், 'இயன்மொழி வாழ்த்து' ஆயிற்று. இனி இவை செய்தனை; இவையிற்றைத் தொடார்ந்து செய்தருள்க எனப் பொருள்முடிபு கொள்ளின் செவியறிவுறூஉம் ஆகும்.

கடுந்தேர் குழித்த ஞெள்ளல் ஆங்கண்,
வெள்வாய்க் கழுதைப் புல்லினம் பூட்டிப்,
பாழ்செய் தனை அவர் நனந்தலை நல்லெயில்;
புள்ளினம் இமிழும் புகழ்சால் விளைவயல்,
வெள்ளுளைக் கலிமான் கவிகுளம் புகளத்
தேர்வழங் கினைநின் தெவ்வர் தேஎத்துத்;
துளங்கு இயலாற் பணை எருத்தின்
பா வடியாற் செறல் நோக்கின்,
ஒளிறு மருப்பின் களிறு அவர
காப் புடைய கயம் படியினை
அன்ன சீற்றத்து அனையை ஆகலின்
விளங்கு பொன் எறிந்த நலங்கிளர் பலகையொடு
நிழல்படு நெடுவேல் ஏந்தி ஒன்னார்
ஒண்படைக் கடுந்தார் முன்புதலைக் கொண்மார்,
நசைதர வந்தோர் நசைபிறக்கு ஒழிய,
வசைபட வாழ்ந்தோர் பலர்கொல்?புரையில்
நற் பனுவல் நால் வேதத்து
அருஞ் சீர்த்திப் பெருங் கண்ணுறை
நெய்ம் மலி ஆவுதி பொங்கப், பன்மாண்
வீயாச் சிறப்பின் வேள்வி முற்றி,
யூபம் நட்ட வியன்களம் பலகொல்?
யாபல கொல்லோ பெரும! வார் உற்று
விசிபிணிக் கொண்ட மண்கனை முழவின்
பாடினி பாடும் வஞ்சிக்கு
நாடல் சான்ற மைந்தினோய்! நினக்கே?

'இந்த வழுதி பகைவர் நாடுகள் பலவற்றையும் அழித்தவன்; பல யாகங்களைச் செய்து புகழ் பெற்றவன்; விறலியர் போற்றிப் பாடும் தகுதிகள் பலவும் உடையவன். அதனால், இவற்றுள், எதனில் மிகுதியானவன் என்று சொல்லமுடியாத பெருஞ் சிறப்பினன்' என்கிறார் புலவர்.

தேரோடித் தடம் பதிந்த பகைவர் நாட்டுத் தெருவிலே கழுதைகளைப் பூட்டி உழுதாய்! புள்ளினம் ஒலி முழங்கும் விளைவயலினிடத்தே, தாவிச் செல்லும் குதிரைகள் பூட்டிய

தேர்களைச் செலுத்தி அழித்தாய்! பகைவர் போற்றிக் காத்த காவற்குளங்களிலே யானைகளை விட்டுப் பாழ் செய்தாய்! பகைவர் மீது அவ்வளவு சினமும் அதனைச் செயற்படுத்தும் மிகுந்த ஆற்றலும் உடையவன் நீ. நின்னை வெல்லுதலின் பொருட்டாக வேல் கொண்டெழுந்த பெரும் பகைவரும் நின் தூசிப்படையின் எதிரே நிற்கவும் ஆற்றாது, மேற்கண்ட வாறு பாழ்பட்டுப் பலராக அழிந்தனர். இதேபோன்று வேத விதிப்படி தலைமை பூண்டு பெரிய பெரிய யாகங்கள் பலவும் நீ இயற்றுவித்தனை! பெருமானே! கச்சணிந்த மதர்த்த மார்பினரான விறலியர் போற்றிப் பாடும் புகழிற்கு ஏற்ற தகுதிமிக்க வலிமை உடையோனே! இவற்றுள், எவ்வகையால் நீ மிகுதியானவன் என்று நீயே எமக்கு உரைக்க மாட்டாயோ?

சொற்பொருள்: *1. ஞெள்ளல் - தெரு 2. புல்லினம் - புல்லிய நிரையினை அதாவது கழுதைகளை. 3. நனந்தலை - அகன்ற இடம் 9. அவர - அகரம் ஆறனுருபு; பன்மைக் கண் வந்தது; அவருடைய என்பது பொருள் 12. பலகை - கிடுகு: கேடகம் 14.தார் - தூசிப்படை முன்செல்லும் படை.15. நசை தர - தம் ஆசை கொடு வர. பிறக்கொழிய - பின்னொழிய. 16. வசை - பழிப்பு 18. கண்ணுறை - வேள்விக்குரிய சமிதை முதலியன. 21. யூபம் வேள்வி செய்யுமிடத்து நடப்படும் தூண்.23. மண்கனை - மார்ச்சனை; முழவின்கண் இன்னோசை உண்டாகும் பொருட்டுப் பூச்சிடும் ஒருவகைச் சாந்து. 24. வஞ்சி - பகைமேற் செல்லு தலைக் குறித்த துறையமைந்த புறப்பாடல்.*

16. செவ்வானும் சுடுநெருப்பும்!

பாடியவர்; பாண்டரங் கண்ணனார். பாடப்பட்டோன்: சோழன் இராசசூயம் வேட்ட பெருநற்கிள்ளி. திணை: வஞ்சி துறை: மழபுல வஞ்சி.

('ஏம நன்னாடு ஒள் எரி யூட்டி' என்றதனால் இது மழபுல வஞ்சி ஆயிற்று. ஆசிரியர் இளம்பூரணனார், எரிபரந்து எடுத்தல் என்னும்' துறைக்கு இதனை எடுத்துக் காட்டுவர்.)

விளை மாட்சிய விரை புரவியொடு,
மழை யுருவின தோல் பரப்பி,
முனை முருங்கத் தலைச்சென்று அவர்
விளை வயல் கவர்பு ஊட்டி,
மனை மரம் விறகு ஆகக்
கடி துறைநீர்க் களிறு படீஇ,
எல்லுப்பட இட்ட சுடுதீ விளக்கம்
செல்சுடர் ஞாயிற்றுச் செக்கரின் தோன்றப்,

புலம்கெட இறுக்கும் வரம்பில் தானைத்,
துணை வேண்டாச் செரு வென்றிப்,
புலவு வாள் புலர் சாந்தின்
முருகன் சீற்றத்து, உருகெழு குருசில்!
மயங்கு வள்ளை, மலர் ஆம்பல்,
பனிப்பகன்றைக் கனிப் பாகல்,
கரும்பு அல்லது காடு அறியாப்
பெருந் தண்பணை பாழ் ஆக,
ஏமநன் னாடு ஒள்ளரி ஊட்டினை,
நாம நல்லமர் செய்ய
ஓராங்கு மலைந்தன, பெரும! நின் களிறே,

இக் கிள்ளியிடத்தே ஆற்றல்மிக்க பெரும்படை யொன்று இருந்தது. பகைவர் நாட்டை விரைந்து குதிரைமேற் சென்று வென்று அவர்தம் நெல்விளையும் கழனியைக் கொள்ளையிட்டு, வீடுகளை இடித்து எரியூட்டி, காவற்குளங்களில் யானைகள் இறக்கி அழித்துக் கொடும்போரியற்றும் திறம் மிகுந்தது அப்படை. அது சென்ற பகைவர் நாடு சுடுநெருப்பால் வெந்து செக்கர் வானைப்போலச் செந்தீ ஒளி பரப்பிக் கொண்டிருக்கும். 'துணை வேண்டாது தனித்தே போரிடும் பெரிய படையினது வலுவும், புலால் நாற்றம் நாறும் கொலைவாளும், பூசிப் புலர்ந்த சாந்தும், முருகனைப் போன்ற வெஞ்சினமும் உடைய அச்சம் ஊட்டுந் தலைவனே! வளமிகுந்த நல்ல நாட்டை நின்னோடு மாறுபட்டவர் நாடு என்பதற்காக இவ்வாறு எரியூட்டிக் கொடுமை செய்தனையே! நின் குதிரைப் படையுடன் சேர்ந்து களிற்றுப் படையும் அழித்தனவே! எனினும், 'புலவர்பால் மட்டும் நீ அன்புடையாய்' என, அவன் போர் வீரத்தையும் வண்மையையும் புகழ்ந்தது இது.)

சொற்பொருள்: *1. தோல் - பரிசை 3. முருங்க - கலங்க 4. கவர்பு ஊட்டி - கொள்ளையூட்டி 6. கடிதுறை - காவற் பொய்கை - உண்ணு நீருடைய தாகலின், அதனுள் மக்கள், விலங்குகள் இறங்கிப் படிந்து மாசுபடாவண்ண காதல் மரபாகலின் இவ்வாறு கூறுவர் 7. எல்லுப்பட - விளக்க முண்டாக 12. உரு - அச்சம் 18. நாமம் அச்சம்.*

17. யானையும் வேந்தனும்!

பாடியவர்: குறுங்கோழியூர் கிழார். **பாடப்பட்டோன்:** சேரமான் யானைக்கண்சேய் மாந்தரஞ்சேரல் இரும்பொலற திணை. வாகை: **துறை:** அரசவாகை: இயன்மொழியும் ஆம்.

(*'தென்குமரி... காவல!'* என இவனது குடியியல்பு கூறலால், இயன்மொழி ஆயிற்று. இவனது வெற்றி மேம்பாடு கூறலால் அரசவாகையும் ஆயிற்று.இவன் 'நீடு குழி அகப்பட்ட கொல் களிறு, குழிகொன்று கிளை புகலத் தலைக்கூடியமை' போலப் பாண்டியன்பாற் சிறைப் பட்டிருந்து தப்பிச் சென்றவன் என்பதும் இதனால் அறியப்படும்.)

தென் குமரி,வட பெருங்கல்
குண குட கடலா வெல்லை,
குன்று, மலை, காடு, நாடு
ஒன்று பட்டு வழி மொழியக்
கொடிய கடிந்து, கோல் திருத்திப்   5
படுவது உண்டு, பகல் ஆற்றி,
இனிது உருண்ட சுடர் நேமி
முழுது ஆண்டோர் வழி காவல!
குலை இறைஞ்சிய கோள் தாழை
அகல் வயல், மலை வேலி   10
நிலவு மணல் வியன் கானல்
தெண் கழிமிசைச் சுடர்ப் பூவின்,
தண் தொண்டியோர் அடு பொருந!
மாப் பயம்பின் பொறை போற்றாது
நீடு குழி அகப் பட்ட   15
பீடு உடைய எருழ் முன்பின்,
கோடு முற்றிய கொல் களறு,
நிலை கலங்கக் குழி கொன்று,
கிளை புகலத் தலைக்கூடி யாங்கு
நீ பட்ட அரு முன்பின்,   20
பெருந் தளர்ச்சி, பலர் உவப்பப்,
பிறிது சென்று, மலர் தாயத்துப்
பலர் நாப்பண் மீக் கூறலின்
'உண் டாகிய உயர் மண்ணும்,
சென்று பட்ட விழுக் கலனும்,   25
பெறல் கூடும், இவன்நெஞ்சு உறப்பெறின்' எனவும்,
'ஏந்து கொடி இறைப் புரிசை,
வீங்கு சிறை, வியல் அருப்பம்,
இழந்து வைகுதும், இனிநாம்; இவன்
உடன்று நோக்கினன், பெரிது' எனவும்   30
வேற்று அரசு பணி தொடங்குநின்
ஆற்ற லொடு புகழ் ஏத்திக்,

காண்கு வந்திசின், பெரும !ஈண்டிய
மழையென மருளும் பல்தோல், மலையெனத்
தேன் இறை கொள்ளும் இரும்பல் யானை 35
உடலுநா உட்க வீங்கிக் கடலென
வான்நீர்க்கு ஊக்கும் தானை, ஆனாது
கடுஒடுங்கு எயிற்ற அரவுத்தலை பனிப்ப,
இடியென முழங்கு முரசின்,
வரையா ஈகைக் குடவர் கோவே! 40

இந் நாவலந்தீவு முழுவதும் ஒரு காலத்தே ஒரு குடைக் கீழ்ப் பேரரசாக ஆண்டவர் சேரர். தீத்தொழில் போக்கி அறம் பேணி ஆணை செலுத்திவந்த அரச மரபினர் அவர் மரபைக் காத்தவனே! தென்னையும் வயலும் மலையும் கடற்கரையுமாக விளங்கும் தொண்டித்துறையின் தலைவனே! யானைபடுங் குழியிலே செருக்கால் அறிவிழந்து வீழ்ந்தது ஒரு களிறு; பின், அதனைத் தன் வலியகொம்புகளால் தூர்த்துத் தானே வெளிப்பட்டுத் தன் இனத்தோடும் சேர்ந்தது. அஃதேபோல, நீயும் உற்ற 'தளர்ச்சி நீங்கிச் சூழ்ச்சியாற் பலரும் மகிழ நின் சுற்றத்தார் நடுவே உயர்வுடன் வந்து விளங்குகின்றாய். நீ சிறைப்படு முன்னர், நின்னால் அடிமைப்படுத்தப்பட்டோர், நீ பிணிப்புண்டதும் தம்நாடும் பொருளும் மீட்டும் பெறலாம் என நினைத்தனர். அவ்வாறு எண்ணியோர் நின் வரவறிந்ததும், தாம் எடுத்த கொடியும் பிறவும் நிறுத்தி விட்டு மீண்டும் நின்னைப் பணிந்து ஏவல் செய்யத் தொடங்கினர். பெருமானே! கார்மேகம் போலத் திரண்டெழும் பரிசைப் படையினையும், மலையென விளங்கும் யானைப்படையினையும், கடலெனப் பொரும் காலாட் படையினையும் இடிபோல முழங்கும் முரசினையும், எல்லார்க்கும் எப்பொருளும் வரையாது வழங்கும் வண்மையினை யுடையவனே! குட நாட்டினர் வேந்தனே! நீ வாழ்க!

சொற்பெருள் : 6. படுவது - ஆறில் ஒன்றாகிய இறையை. ஆறாவன: தென்புலத்தார், தெய்வம், விருந்து, ஒக்கல், தான் என்ற ஐந்தொடு அரசர்க்குரியதும் ஆக ஆறாம். பகல் - நடுவு நிலைமை 9. தாழை - இங்கு, தென்னை. 12. சுடர்ப்பூ - தீப்போலும் செந்நிறமுடைய ஒரு பூ 28. அருப்பம் - அரண் 34. பல் தோல் - பரிசைப் படை.

18. நீரும் நிலனும்

பாடியவர்: குடபுலவியனார் - **பாடப்பட்டோன்:** பாண்டியன் நெடுஞ்செழியன். **திணை:** பொதுவியல். **துறை:** முதுமொழிக் காஞ்சி: பொருண்மொழிக் காஞ்சி எனவும் பாடம்.

(‘நீர்நிலை பெருகத் தட்கவே அறன் முதலான மூன்றும் பயக்கும் என்பது கூறினமையின், இது முதுமொழிக் காஞ்சி ஆயிற்று. உயிருக்கு உறுதி தருகிற பொருளைக் கூறுதலால் பொருண்மொழிக் காஞ்சியும்’ கொள்ளப்படும். ‘உண்டி கொடுத்தோர் உயிர் கொடுத்தோர்’என்னும் பொன் மொழியைத் தந்தது இச் செய்யுளே.)

முழங்கு முந்நீர் முழுவதும் வளைஇப்
பரந்து பட்ட வியன் ஞாலம்
தாளின் தந்து, தம்புகழ் நிறீஇ,
ஒருதாம் ஆகிய உரவோர் உம்பல்!
ஒன்றுபத்து அடுக்கிய கோடிகடை இரீஇய
பெருமைத்து ஆக நின் ஆயுள் தானே!
நீர்த் தாழ்ந்த குறுங் காஞ்சிப்
பூக் கதூஉம் இன வாளை,
நுண் ஆரல் பரு வரால்,
கரூஉக் கெடிற்ற குண்டு அகழி;
வான் உட்கும் வடிநீண் மதில்;
மல்லல் மூதூர் வய வேந்தே!
செல்லும் உலகத்துச் செல்வம் வேண்டினும்,
ஞாலம் காவலர் தோள்வலி முருக்கி
ஒருநீ ஆகல் வேண்டினும், சிறந்த
நல் இசை நிறுத்தல் வேண்டினும், மற்றதன்
தகுதி கேள், இனி மிகுதியாள!
நீர்இன்று அமையா யாக்கைக்கு எல்லாம்
உண்டி கொடுத்தோர் உயிர்கொடுத் தோரே;
உண்டி முதற்றே உணவின் பிண்டம்;
உணவெனப் படுவது நிலத்தோடு நீரே;
நீரும் நிலனும் புணரியோர், ஈண்டு
உடம்பும் உயிரும் படைத்திசி னோரே;
வித்திவான் நோக்கும் புன்புலம் கண்ணகன்
வைப்பிற்று ஆயினும், நண்ணி ஆளும்
இறைவன் தாட்கு உத வாதே;
அடுபோர்ச் செழிய! இகழாது வல்லே
நிலன்நெளி மருங்கின் நீர்நிலை பெருகத்
தட்டோர் அம்ம, இவண்தட் டோரே;
தள்ளா தோர் இவண் தள்ளா தோரே.

ஒலி முழங்கும் கடல் சூழ்ந்த பரந்த நாடு இந்நாவலந் தீவு. இதனைத் தம் அரிய முயற்சியால் வெற்றிகொண்டு புகழ் பெற்றுத்

தாமே ஒரு குடைக்கீழ் அரசாண்ட வலிமை உடையவர் பாண்டியர். அவர் வழி வந்தவனே! கோடியினும் மேலான ஆண்டுகளாக நின் வாழ்நாள் நீடிப்பதாக! வாளை மீன்களும், ஆரல்களும், வரால்களும், கெளிறுகளும் நிறைந்த அகழி சூழ்ந்ததும், வானம் அளாவிய மதிலைக் கொண்டதும் ஆகிய பழைய ஊரைத் தலைநகராக உடையவனே! உலகு முழுவதையும் வெல்ல வேண்டுமென நினைத்தாலும், நிலைபெற்ற புகழை விரும்பினாலும், அதற்குச் செய்ய வேண்டுவன யாவை எனக் கேட்பாயாக; நீர்மை இன்றி வாழாது உடல். அவ்வுடலுக்கு உணவு கொடுத்தவரே உயிர் கொடுத்தவரும் ஆவர். உணவால் உளதாவதுதான் மனித உடல். உணவோ நிலத்தின் விளைவும், நீரும் ஆகும். நீரையும் நிலத்தையும் ஒருங்குகூட்டி வேளாண்மைக்கு உதவுக. அவ்வாறு உதவியவரே உலகத்தில் உயிரையும் உடலையும் நிலைநிறுத்தி வாழ்வித்தவராவர். புன் செய் நிலம் இடமகன்றும் விளையுள் பெருக்காமையினால் பயன் அற்றதாகும். எனவே, செழியனே! இதனை நீ எண்ணுக. நீர் தடிந்து குளம்தொட்டு நின் நாடு எங்கணும் வளம் பெருக்குவாயாக. இது செய்தோர் மூவகை இன்பமும் பெற்றுப் புகழடைவர்; அல்லாதோர் புகழ்பெறாது மடிவர் எனவும் உணர்வாயாக! வேளாண் பெருக்கமே மன்னர்க்கு வலுவும் புகழும் தரும் என்ற மிகவும் சிறந்த உண்மையை விளக்குவது இப்பாடல்.

சொற்பொருள்: 6. பெருமைத்து - சங்கம் முதலாகிய பேரெண்ணினை யுடைத்தாக 10. கெளிறு - மீனின் வகை. 11. வடி - திருத்திய. 17. தகுதி - வேட்கைக்குத் தக்க செய்கை 26. தாட்கு - முயற்சிக்கு 28. நெளி மருங்கின் - குழிந்த விடத்தே.

19. எழுவரை வென்ற ஒருவன்!

பாடியவர்: குடபுலவியனார். **பாடப்பட்டோன்:** பாண்டியன் தலையாலங்கானத்துச் செருவென்ற நெடுஞ்செழியன். **துணை:** வாகை. **துறை:** அரசவாகை.

('மன்னுயிர்ப் பன்மையும், கூற்றத்து ஒருமையும் நின்னொடு தூக்கிய வென்வேற் செழிய' என, இச்செழியனின் அளப்பரிய பெரும் பேராற்றலைக் கூறுவர் புலவர். தலையாலங் கானப் பெரும் போரை ஒருவனாக நின்று வென்ற சிறப்பினன் இவன். அகநானூற்று 36, 175, 209 ஆம் செய்யுட்களும், மதுரைக் காஞ்சியும் இவன் புகழை விளக்கும் பிற செய்யுட்கள் ஆம்.)

இமிழ் கடல் வளைஇய ஈண்டு அகல் கிடக்கைத்
தமிழ் தலை மயங்கிய தலையாலங் கானத்து
மன் உயிர்ப் பன்மையும், கூற்றத்து ஒருமையும்;
நின்னொடு தூக்கிய வென்வேற் செழிய!
'இரும்புலி வேட்டுவன் பொறி அறிந்து மாட்டிய
பெருங்கடல் அடாரும் போன்ம் என் விரும்பி,
முயங்கினேன் அல்லனோ யானே! மயங்கிக்
குன்றத்து இறுத்த குரீ இனம் போல,
அம்புசென்று இறுத்த அறும்புண் யானைத்
தூம்பு உடைத் தடக்கை வாயொடு துமிந்து
நாஞ்சில் ஒப்ப, நிலமிசைப் புரள,
எறிந்துகளம் படுத்த ஏந்துவாள் வலத்தர்
எந்தையோடு கிடந்தோர் எம் புன்தலைப் புதல்வர்;
'இன்ன விறலும் உளகொல், நமக்கு?'என.
மூதில் பெண்டிர் கசிந்து அழ, நாணிக்
கூற்றுக்கண் ஓடிய வெருவரு பறந்தலை
எழுவர் நல்வலங் கடந்தோய்! நின்
கழூஉ விளங்கு ஆரம் கவைஇய மார்பே?

ஒலிகடலாற் சூழ்ந்தது இவ்வுலகம். இதன்கண், ஒரு சமயம் தலையாலங்கானத்தில் மன்னர் பலர் தம்முட் கலந்து நின்றனர். அங்கு வீழ்ந்தாரோ கணக்கற்ற வீரர். அவர் உயிர் குடித்தவன் கூற்றுவனோ, நீயோ என ஒப்பிட்டுக் காண முயன்றவர் பலர். அத்தகைய வெற்றிவேற் செழியனே! புலிவேட்டை ஆடுவார் எந்திரமறிந்து கொளுத்திய கல்லையுடைய அடார் போன்றது நின் திண்ணிய முத்தார மார்பு. அதனை யானும் அன்று தழுவினேன் அல்லனோ? அக்களத்தை ஐம்பெரு வேளிரும் தம்முள் ஒருங்குகூடி நின்னை எதிர்த்து நின்றும் முடிவில் தாமே தோற்றனர். அச்சத்தால் மலையிடத்தே காற்றைக் கிழித்து வேகமாகச் செல்லும் பறவையினம் போன்று, நின் படைவீரர் கடுகி விடுத்த அம்புகள் களிறுகளின் கைகளைத் துளைத்தன. துளைத்த அக்கைகளுடன் அவற்றின் வாயினையும் சேர்த்து வெட்டி வீழ்த்தினர். அவை நிலம் உழும் கலப்பைகள் போன்று தரைமேல் கிடந்தன. அத்தகைய சிறந்த வாள் வலிமை உடையவனே! அக்களத்துள் தம் தலைவரோடு தம் அரிய மைந்தரும் உடன் வீழ்ந்து கிடக்கக் கண்ட மறக்குடி முதுதாயர், "இத்தகைய வெற்றியும் எமக்கு இனி உண்டோ?" எனக் கூறி, இன்ப உவகையால் அழுதனரே! அது கண்டு வெவ்வுயிர் வௌவிய கூற்றமும் அன்று நாணி நின்றதே! ஒருவனாய் இவ்வாறு எழுவரையும் மலைந்து நீ பெற்ற வெற்றிச் சிறப்பை

என்னென்பது? பாண்டியனின் வீரமும் ஆற்றலும் போர்க்களத்தின் கொடுமையும் பாடியது இது.

சொற்பொருள் : *1.ஈண்டு அகன் கிடக்கை - அணுச் செறிந்த அகன்ற உலகம். 2. தமிழ் - தமிழ்ப்படை. தலை அசை; இடமும் ஆம். 9. அடார் - விலங்குகளை அகப்படுத்தும் பொறி. 8. இறுத்த தங்கிய 10. தூம்பு - துளை. துமிந்து - துணிக்கப்பட்டு 11. நாஞ்சில் கலப்பை 15. மூதில் பெண்டிர் - மறக்குடியிற் பிறந்த முதிய மகளிர். 16. பறந்தலை - போர்க்களம் 17. எழுவர் - சேரன், சோழன் என்னும் இரு பெருவேந்தரும் திதியன், எழினி, எருமையூரன், இருங்கோவேண்மான், பொருநன் எனும் ஐம்பெரு வேளிரும் 18. கவை இய - அகத்திட்ட.*

20. மண்ணும் உண்பர்

__பாடியவர்:__ குறுங்கோழியூர்கிழார். __பாடப்பட்டோன்:__ சேர மான் யானைக்கட்சேய் மாந்தரஞ் சேரல் இரும்பொறை: மாந்தரஞ் சேரல் எனவும் குறிப்பர். __திணை:__ வாகை. __துறை:__ அரச வாகை.

(சேரலனது மாண்பையும் அவனாற் காக்கப்பட்டு வந்த சேர நாட்டது வளமையினையும் கூறுகின்றார் புலவர். 'புள் நிமித்தத்தால் பாடாண் தலைவற்குத் தோன்றிய தீங்கு கண்டு அஞ்சி ஓம்படை கூறியது' என எடுத்துக் காட்டுவர் நச்சினார்க்கினியர் (தொல் புறத். சூ.36 உரை)

இரு முந்நீர்க் குட்டமும்,
வியன் ஞாலத்து அகலமும்,
வளி வழங்கு திசையும்,
வறிதுநிலை இய காயமும் என்றாங்கு
அவை அளந்து அறியினும் அளத்தற்கு அரியை;
அறிவும், ஈரமும், பெருங்க ணோட்டமும்;
சோறுபடுக்கும் தீயோடு
செஞ் ஞாயிற்றுத் தெறல் அல்லது
பிறிதுதெறல் அறியார் நின் நிழல்வாழ் வோரே;
திருவில் அல்லது கொலைவில் அறியார்;
நாஞ்சில் அல்லது படையும் அறியார்;
திறனறி வயவரொடு தெவ்வர் தேய அப்
பிறர்மண் உண்ணும் செம்மல்; நின்நாட்டு
வயவுறு மகளிர் வேட்டு உணின் அல்லது
பகைவர் உண்ணா அருமண் ணினையே;
அம்பு துஞ்சும் கடி அரணால்
அறம் துஞ்சும் செங்கோ லையே;

புதுப்புள் வரினும் பழம்புள் போகினும்
விதுப்புற அறியா ஏமக் காப்பினை;
அனையை ஆகல் மாறே; 20
மன்னுயிர் எல்லாம் நின் அஞ் சும்மே.

சேரர் பெருமானே கடலாழமும் நிலப்பரப்பும் காற்றியங்கு திசையும் விரிந்த வானும் ஆகியவற்றை வரையறுத்து அறிந்தாலும் நின் அறிவும் அன்புக் கண்ணோட்டமும் அளவிட்டுக் கூறுவதற்கு அரியன. நின் குடைவாழ்வோர் சோறாக்கும் நெருப்புடனே செஞ்ஞாயிற்றின் வெம்மையுமன்றிப் போர் வறுமை ஆகிய வெம்மைகளை அறியார்; இந்திர வில்லன்றிக் கொலை வில்லை அறியார். பகைவர் மண்ணைக் கைப்பற்றி வாழும் தலைவனே நின் மண்ணைக் கருவுற்ற பெண்டிர் மசக்கையால் உண்பாரே அன்றிப் பகைவர் ஒருபோதும் கைக்கொள்ளார். அத்தகைய அரிய நாடும் காவல் மிகுந்த அரணும் அறம்நிறம்பிய செங்கோன்மையும் உடையவனே! தீய நிமித்தமாகப் புதுப்புள் வரினும் பழம்புள் போயினும் நடுங்காத காவல் உடையது நின் நாடு. அதனால் உலக உயிர் அனைத்தும் நினக்குத் துயரம் நேருமோ எனத் தத்தம் காதலால் நினக்காக அன்புடன் அஞ்சுகின்றன. (இவ்வாறு அனைவர் உள்ளமும் நிறைந்தவன் நீயன்றோ எனப் புகழ்கிறார் புலவர்.)

சொற்பொருள்: 1. குட்டம் - ஆழம் 10. திரு வில் - இந்திர வில் 14. வயவு உறு. மகளிர் - கருப்பமுடைய பெண்டிர்; அவர் மண்ணையும் புளியையும் சாம்பரையும் சுவைத்துண்டல் இன்றும் இயல்பு என்பர்.

21. புகழ்சால் தோன்றல்

பாடியவர்: ஐயூர் மூலங்கிழார். பாடப்பட்டோன்: கானப் பேரெயில் கடந்த உக்கிரப் பெருவழுதி. திணை:வாகை துறை: அரசவாகை.

(கானப்பேரெயில் மீட்டற்கு அரிதென்றான் வேங்கை மார்பன். அவனுரையைப் பொய்ப்படுத்து அதனை மீட்டுச் சிறப்புற்றான் இவ் வழுதி. 'இகழுநர் இசையோடு மாயப் புகழொடு விளங்கிப் பூக்க நின் வேல்' என்று வாழ்த்துகின்றார் புலவர்.)

புலவரை இறந்த புகழ்சால் தோன்றல்
நிலவரை இறந்த குண்டுகண் அகழி,
வான்தோய் வன்ன புரிசை, விசும்பின்
மீன்பூத் தன்ன உருவ ஞாயில்,
கதிர்நுழை கல்லா மரம்பயில் கடிமிளை, 5

அருங் குறும்பு உடுத்த கானப்போர் எயில்,
கருங்கைக் கொல்லன் செந்தீ மாட்டிய
இரும்பு உண் நீரினும், மீட்டற்கு அரிதுஎன,
வேங்கை மார்பன் இரங்க, வைகலும்
ஆடுகொளக் குழைந்த தும்பைப், புலவர்
பாடுதுறை முற்றிய கொற்ற வேந்தே!
இகழுநர் இசையொடு மாயப்
புகழொடு விளங்கிப் பூக்க, நின் வேலே!

புலவர் பாடுவதற்கும் அருமையான புகழ்மிகுந்த தலைவனே!பாதலத்தை எட்டுவது போன்ற ஆழமான அகழி நாற்புறமும் சூழ்ந்திருக்க,வானை முட்டுவது போன்ற உயரமான மதிலுடன் கானப்பேரெயில் முன்னர் விளங்கியது. மீன் பூத்த வான்போன்ற சூட்டினையும் வெயில் நுழையாத காவற்காட்டினையும் சூழ நெருங்குவதற்குரிய சிற்றரண்களையும் உடைத்தாயிருந்ததும் அது. 'கொல்லனின் உலைக் களத்திலே காய்ச்சிய இரும்பு உண்ட நீர் மீளாது; அது போன்று வழுதி கைப்பற்றிய என் கானப்பேரெயிலை மீட்பதும் அரிதாம். என அவ்வல்லரணுக்குரிய வேங்கை மார்பன் வருந்தும்படியாக நாடோறும் வெற்றிமேல் வெற்றியாகப் பெற்றுச் சிறந்தாய். புலவர் பாடும் புறத்துறை யெல்லாம் செயலிலே முடித்த வெற்றி வீரனே! நின்னை மதியாத பகைவருடைய புகழ் முழுவதும் கெடுவதாக! நின் கைவேல் வெற்றிப் புகழுடன் என்றும் மிளிர்வதாக!

சொற்பொருள்: *1.* புல வரை - பாடுவாரது அறிவின் எல்லை.*4.* ஞாயில் - கோட்டைக்கண்ணுள்ள ஏவறை *5.* மிளை - காவற்காடு. *10.* ஆடு கொள - வெற்றி கொள்ள.

22.ஈகையும் நாவும்!

பாடியவர்: குறுங்கோழியூர் கிழார். **பாடப்பட்டோன்:** சேரமான் யானைக்கட் சேஎய் மாந்தரஞ் சேரல் இரும்பொறை **திணை:** வாகை. **துறை:** அரசவாகை.

(நிற் பாடிய அலங்கு செந்நாப் பிற்பிறர் இசை நுவலாமை ஓம்பாது ஈயும் ஆற்றல் எங்கோ (31-33) என இவனது சிறப்பை ஆசிரியர் கூறுகின்றனர். 'வாழிய பெரும நின் வரம்பில் படைப்பே' என்றதனால் வாழ்த்தியலாகவும் கொள்ளப்படும்.'மீக் கூறு மன்னன் நிலம்' என்னும் குறளுரையுள்(386) ''மீக் கூறுதலாவது இவன் காக்கின்ற நாடு பசி பிணி பகை முதலியவை யின்றி யாவர்க்கும் பேரின்பந் தருதலின், தேவர் உலகினும் நன்று' என்றல்'' என்பர் பரிமேலழகர். அதனையும் இங்கு நினைக்க.)

தூங்கு கையான் ஓங்கு நடைய
உறழ் மணியான் உயர் மருப்பின,
பிறை நுதலாற் செறல் நோக்கின.
பா வடியால் பணை எருத்தின,
தேன் சிதைந்த வரை போல
மிஞிறு ஆர்க்கும் கமழ் கடா அத்து,
அயறு சோரும் இருஞ் சென்னிய,
மைந்து மலிந்த மழ களிறு
கந்து சேர்பு நிலை இ வழங்கப்;
பாஅல் நின்று கதிர் சோரும்
வான் உறையும் மதி போலும்
மாலை வெண் குடை நீழலான்,
வாள்மருங்கு இலோர் காப்பு உறங்க,
அலங்கு செந்நெற் கதிர் வேய்ந்த
ஆய் கரும்பின் கொடிக் கூரை
சாறு கொண்ட களம் போல,
வேறுவேறு பொலிவு தோன்றக்
குற்றானா உலக் கையால்,
கலிச் சும்மை வியல் ஆங்கண்
பொலம் தோட்டுப் பைந்தும்பை
மிசை அலங்கு உளைய பனைப்போழ் செரீ இச்,
சின மாந்தர் வெறிக் குரவை
ஓத நீரில் பெயர்பு பொங்க
வாய் காவாது பரந்து பட்ட
வியன் பாசறைக் காப் பாள!
வேந்து தந்த பணி திறையாற்
சேர்ந் தவர்தம் கடும்பு ஆர்த்தும்
ஓங்கு கொல்லியோர், அடு பொருந!
வேழ நோக்கின் விறல்வெம் சேஎய்!
வாழிய, பெரும! நின் வரம்பில் படைப்பே!
நிற் பாடிய அலங்கு செந்நாப்
பிற்பிறர் இசை நுவலாமை
ஓம்பாது ஈயும் ஆற்றல் எங்கோ!
'மாந்தரஞ் சேரல் இரும்பொறை ஓம்பிய நாடே
புத்தேள் உலகத்து அற்று' எனக் கேட்டு, வந்து,
இனிது காண்டிசின்; பெரும! முனிவிலை,
வேறுபுலத்து இறுக்கும் தானையொடு
சோறுபட நடத்தி; நீ துஞ்சா மாறே!

சேரமானின் ஆட்சியிலே கொல்லுங் களிறும் இடையிலே வாளில்லாதவருக்கு இடையூறு விளைவியாது. அசைந்த

கையும்,நிமிர்ந்த நடையும், ஒலிக்கும் மணியும், உயர்ந்த கோடும் பிறைவடிவாக இடப்பட்ட மத்தகமும் சினந்த நோக்கும் பரந்த அடியும் பாரித்த கழுத்தும் தேனீ மொய்க்கும் மதநீரும் புண்வழலை வடியும் பெருந்தலையும் உடைய அந்த இளங்களிறு தான் கட்டப்பெற்ற கம்பத்திலே பொருந்தி நின்ற நிலையிலேயே அசைந்து கொண்டிருக்கும். அது கண்ட வாள் இலாதோர் அக்குடையே காவலாக அதன் கீழ்ச் சென்று உறங்குவர். சுற்றிக் கரும்பாற் கட்டப்பட்டுச் செந்நெற்கதிரால் வேயப்பட்ட பாடிவீடுகள் அழகுடன் விளங்கும். அரிசி குற்றுவாரின் உலக்கையொலி அங்கே முழுங்கும். பொன்னாற் செய்த தும்பை மாலையணிந்து பனந்தோட்டைச் செருகிச் சினத்துடன் வீரர் வெறியாடுவர். அக் குரவையொலி கடலொலி போலக் கேட்கும். அத்தகைய அஞ்சா மறவர் படையினை உடையவன் சேரன். இவன் வன்மை கேட்டுப் பகைவர் தாமே அஞ்சுவர். ஆதலின் பாசறைக்குக் காவலுங் கிடையாது. எங்கும் அது பரந்தும் விளங்கும். இத்தகைய பாசறையுடையவனைக் "காவலனே மாற்றரசர் தந்த திறையால் தம்மை வந்தடைந்த சுற்றத்தாரை வாழ்விக்கும் கொல்லி மலையோரின் போர் மறவனே! யானை நோக்கும் வெற்றி விருப்பும் உடைய சேய் என்பானே! வாழ்க நீ பெருமானே! நின் செல்வம் எல்லையற்றது. நின்னைப் பாடிய நா பிறரை ஒருபோதும் பாடாது எனும்படி வரையாது வழங்கும் பெருமையுடையவன் நீ! நின் நாடு மிக்க நின்னையும் கண்டேன் பெருமானே! முயற்சியோடு பகைவரை வெல்லும் படையுடன், நின் நாட்டில் சோறு பெருக நீ செயலாற்றி நடப்பாயாக (படை பலத்துடனும் ஈகையறத்துடனும் அமைந்து விடாதே; நெல் வளம் பெருகச் செய்வாயாக! -என்று புலவர் போற்றுகின்றார்.)

சொற்பொருள்: *2. உறழ் மணி - நடைக்கேற்ப ஒன்றிற் கொன்று மாறுபட்டு ஒலிக்கும்மணி. 6. மிஞிறு - தேனீ 7. அயறு புண்வழலை; புண்ணினின்று வடியும் சீழ்.9. கந்து - கம்பம்; கடவுள் குறித்த தறியுமாம்.. 10. பாஅல - பக்கம்; உயிரளபெடை.16. சாறு - விழா. 22. சினமாந்தர் - சினத்தையுடைய வீரர்.14. வாய் காவாது - இடம் காவாது.17. கடும்பு ஆர்த்தும் - தம்மை அடைந்தவருடைய சுற்றத்தை நிறைக்கும். 30.படைப்பு - செல்வம்.*

23. நண்ணார் நாணுவர்

பாடியவர்: *கல்லாடனார்.* **பாடப்பட்டோன்:** *பாண்டியன் தலையாலங் கானத்து நெடுஞ்செழியன்.* **திணை:** *வாகை,* **துறை:** *அரச வாகை; நல்லிசை வஞ்சியும் ஆம்.*

(பாண்டியருள் பெரும் புகழ் பெற்றவன் இவன் 'ஆலங்கானத்து அஞ்சுவர இறுத்த வேல்கெழு தானைச் செழியன்' எனப் பிற சான்றோரும் இவனைப் போற்றுவர் (நற் 387.))

வெளிறில் நோன்காழ்ப் பணைநிலை முனைஇக்
களிறுபடிந்து உண்டெனக், கலங்கிய துறையும்
கார்நறுங் கடம்பின் பாசிலைத் தெரியல்,
சூர்நவை, முருகன் சுற்றத்து அன்ன, நின்
கூர்நல் அம்பின் கொடுவில் கூளியர்
கொள்வது கொண்டு கொள்ளா மிச்சில்
கொள்பதம் ஒழிய வீசிய புலனும்;
வடிவில் நவியம் பாய்தலின், ஊர் தொறும்
கடிமரம் துளங்கிய காரும், நெடுநகர்
வினைபுனை நல்லில் வெவ்வரி நைப்பக்,
கனைஎரி உரறிய மருங்கும் நோக்கி,
நண்ணார் நாண, நாள்தொறும் தலைச்சென்று,
இன்னும் இன்னபல செய்குவன், யாவரும்
துன்னல் போக்கிய துணிவினோன் என,
ஞாலம் நெளிய ஈண்டிய வியன்படை
ஆலங் கானத்து அமர்கடந்து அட்ட
கால முன்ப! நின் கண்டனென் வருவல்;
அறுமருப்பு எழிற்கலை புலிப்பால் பட்டெனச்
சிறுமறி தழீ இய தெறிநடை மடப்பிணை
பூளை நெடிய வெருவரு பறந்தலை
வேளை வெண்பூக் கறிக்கும்
ஆளில் அத்தம் ஆகிய காடே.

கம்பத்திலே கட்டப்பட்டிருந்த நின் யானைகள் கட்டினை அறுத்துச் சென்று தாமாகவே பகைவரது காவல் நீர்த்துறைகளைக் கலக்கி அழிக்கும். கூர்மையான அம்புகளும் வளைந்த வில்லும் கொண்டு முருகனது கூளிப்படைபோல வருபவர் நின் மறவர். தம்மால் கொள்ளுமட்டும் பகைவர்விளைவயலுள் புகுந்து அவர் கொள்ளையிட்டபின், எஞ்சிச் சிதறிக்கிடக்கும் தானியங்களை, மாற்றார் பதற்றத்துடன் கொண்டு செல்வர். அவர் காவல் மரங்களும் நின்னால் வெட்டப்பட்டு அழிந்தன. வீட்டில் சமையல் செய்வார் மூட்டிய தீ அவியுமாறு ஊருக்கே எரியூட்டினாய் நீ. இவ்வளவும் தம் நாட்டிடை விளையக் கண்டும், நின்னை வெல்லும் வகை யாது என அறியாது மயங்கினர், பகைவர். இப்படிப் பல இன்னும் செய்வையோ என அஞ்சித் தம் வீரமுங் குன்றியவராகி நாணமுற்றும் ஒதுங்கினர், பகைவரைக் கலக்கும் இத்தகைய போராற்றலும், சூழ்ச்சித்திறனும்

உடையவனே! தலையாலங்கானப் பெரும்போரிலே எதிர் நின்ற பகைவரனைவரையும் கொன்று குவித்துக் காலனாக விளங்கிய வலிமையுடையவனே! நின்னைக் காண எண்ணினேன்; வழியும் கொண்டேன்; வழியில் கோடற்ற கலைமானைப் புலி பற்றக் கண்டு வெருவித் தன் மறியை அணைத்துக் கொண்டே துள்ளியோடிற்று அம்மானின் பிணை; அதற்கு இரங்கினேன். ஆயின் நாளும் நடைபெறும் கொடுநிகழ்ச்சி அதுவே யாதலாற் போலும், அப் பிணை அருகிருந்த வேளப்பூவினைத் தன் மறியினை வாழ்விக்கும் பாலினைப் பெறுவான் வேண்டித் தின்று கொண்டிருந்தது! தம் கணவரை இழந்த நின் பகை நாட்டுப் பெண்டிர் தம் மக்கள் வாழ்வு குறித்துத் தாமும் உயிர் ஓம்பியிருப்பர் என்ற உண்மையுணர்த்தும் கடத்தற்கரிய அக் கொடுங்காடும் கடந்து வந்து நின்னைக் கண்டேன். என் துயரும் இனி இல்லையாகும்! நீ வாழ்வாயாக பெருமானே

சொற்பொருள்: *1.* வெளிறு - வெண்மை. பணை - கூடம் *5.* சூர் நவை - சூரபன்மாவைக் கொன்ற. கூளியர் மறவர். *6.* மிச்சில் ஒழி பொருள். *7.* வீசிய புலனும் - சிதறிய நிலங்களையும் *9.* கடி மரம் - காவல் மரம். *10.* நைப்ப - கெடுக்க; 'இனைப்ப' என்றும் பாடம் உண்டு; கெடுப்ப என்பதே பொருள். *11.* நண்ணார் - பகைவர். *12.*துன்னல் போகிய - அணுக வொண்ணாத. *18.* எழிற் கலை - பெரிய கலை. *10.* பறந்தலை பாழிடத்து. *22.* அத்தம் - அருஞ் சுரம்.

24. வல்லுனர் வாழ்ந்தோர்

பாடியவர்: மாங்குடி கிழவர்; மாங்குடி மருதனார் எனவும் பாடம். **பாடப்பட்டோன்:** பாண்டியன் தலையாலங் கானத்துச் செருவென்ற நெடுஞ்செழியன். **திணை:** பொதுவியல். **துறை:** பொருண்மொழிக் காஞ்சி.

('தொல்லிசை உலகத்துத் தோன்றி நின்று இறந்தோர் பலராவர்' என நிலையாமை கூறி 'அதனால் இனிது ஒழுகுமதி' ஆயிற்று. 'நின்று நிலை' இயர் நின் நாண்மீன்' என அவன் நாளிற்கு முற்கூறியவாற்றான் ஓர் இடையூறு கண்டு அவன் கண் அன்பால் அஞ்சி, ஓம்படை கூறியது என்பர் நச்சினார்க்கினியர் (தொல் புறத் சூ.16 உரை) தொன் முதிர்வேளிர் - தொன்மை யாகவே தோன்றி வழிவழி நிலத்தைக் காத்துச் சிறந்த பழங்குடி யினரான வேளிர்.)

நெல் அரிய இருந் தொழுவர்
செஞ் ஞாயிற்று வெயில் முனை யின்,

தெண் கடல் திரை மிசைப்பா யுந்துச்;
திண் திமில் வன் பரதவர்
வெப் புடைய மட் டுண்டு,
தண் குரவைச் சீர்தூங் குந்து;
தூவற் கலித்த தேம்பாய் புன்னை
மெல்லிணர்க் கண்ணி மிலைந்த மைந்தர்
எவ்வளை மகளிர்த் தலைக்கை தரூஉந்து;
வண்டுபட மலர்ந்த தண்ணறுங் கானல்
முண்டகக் கோதை ஒண்டொடி மகளிர்
இரும் பனையின் குரும்பை நீரும்,
பூங் கரும்பின் தீஞ் சாறும்
ஓங்கு மணற் குவவுத் தாழைத்
தீ நீரோடு உடன் விராஅய்,
முந்நீர் உண்டு முந்நீர்ப் பாயுந்து;
தாங்கா உறையுள் நல்லூர் கெழீஇய
ஓம்பா ஈகை மாவேள் எவ்வி
புனலம் பதவின் மிழலை யொடு கழனிக்
கயலார் நாரை போர்வில் சேக்கும்,
பொன்னணி யானைத் தொன்முதிர் வேளிர்
குப்பை நெல்லின் முத்தூறு தந்த
கொற்ற நீள்குடைக் கொடித்தேர்ச் செழிய
நின்று நிலை இயர் நின் நாண்மீன் ; நில்லாது
படா அச் செலீ இயர் நின் பகைவர் மீனே;
நின்னொடு; தொன்றுமூத்த உயிரினும் உயிரொடு
நின்று மூத்த யாக்கை யன்ன, நின்
ஆடுகுடி மூத்த விழுத்திணைச் சிறந்த
வாளின் வாழ்நர் தாள்வலம் வாழ்த்த,
இரவன் மாக்கள் ஈகை நுவல,
ஒண்டொடி மகளிர் பொலங்கலத்து ஏந்திய
தண்கமழ் தேறல் மடுப்ப, மகிழ்சிறந்து
ஆங்கு இனிது ஒழுகுமதி பெரும ஆங்கது
வல்லுநர் வாழ்ந்தோர்' என்ப, தொல்லிசை,
மலர்தலை உலகத்துத் தோன்றிப்
பலர்செலச் செல்லாது நின்று விளிந் தோரே.

பொருளைத் தனக்கெனக் காவாது வழங்கி மகிழ்பவன் பெருவேள் எவ்வி. அவனது மிழலைக் கூற்றம் நீர் வழங்கும் வாய்த்தலைத்தலைகளை உடையது. ஞாயிற்றின் வெம்மையை நெல்லரியும் உழவர் வெறுப்பர். கடல் அலைமேல் பாயும்

திண்மையான படகினையுடைய நுளையரோ வெம்மையான மதுவை விரும்பி உண்பர். புன்னைப் புதுமலர் மாலைசூடிக்கான லிடத்தே அவர் வளையணிந்த மகளிர்க்கு முதற்கை கொடுத்துக் குரவைக் கூத்தும் ஆடுவர். முள்ளிப்பூ மாலை சூடிய பரதவர் மகளிர் பனைநுங்கின் நீரும் கருப்பஞ்சாறும் இளநீருடன் கலந்து உண்டு, பின் கடல் நீரிலே பாய்ந்து மக்களும் வாழும் கடற்கரை நாடு எவ்வியின் மிழலைக் கூற்றம், அதனை யடுத்தது வயலிடத்துக் கயல்மீன்களை உண்ட நாரை நெற்போரிடத்தே உறங்கும் பொன்னணிந்த யானைகளையுடைய முத்தூற்றுக் கூற்றம். இவ்விரண்டையும் வெற்றி கொண்டவன் நீ. உயர்ந்த சூடையும் கொடிதாக நின் பகைவர் வாழ்நாள் இற்றுப் போவதாக நின் இரக்கும் பரிசிலர் நின் புகழைப் பாடுவராக வெற்றிக்கொடியும், வாள் மறவரும் நின்முயற்சி வன்மையை வாழ்த்துவாராக வளையணிந்த மகளிர் நறுமணமிக்க மதுவை மடுப்ப, அதனையுண்டு மகிழ்வுடன் இனிதே வாழ்வாயாக பெருமானே வீர ஒழுக்கமும் வல்லவரே வாழ்ந்தோராவார்' பரந்த இவ்வுலகிற் பிறந்தும் அவ்வாறே வீரமுடன் ஒழுகாது இருந்தோர் பலர் அவர் எல்லாம் வாழ்ந்தவரன்று; தாழ்ந்தவரே யாவர்

சொற்பொருள்: இருந்தொழுவர் பெரிய உழவர் 15. விரா அய் கலந்து 20. சேக்கும் உறங்கும்.

25. கூந்தலும் வேலும்!

பாடியவர்: கல்லாடனார். **பாடப்பட்டோன்:** தலையாலங்கானத்துச் செருவென்ற நெடுஞ்செழியன். **திணை:** வாகை. **துறை:** அரச வாகை.

(தலைவனது வேலைப் புகழ்ந்தது இச்செய்யுள். பகைவரை அழிக்கச் சினந்து எழுந்தகாலை ஞாயிறாகவும் துயருற்றோர்க்கு இரங்கி அருள்கின்ற வேளைத் தண்மதியம் போலவும், "உருகெழு ஞாயிறு நிலவுத் திகழ் மதியொடு நிலஞ் சேர்ந் தாங்கு' விளங்கியவன் நெடுஞ்செழியன் என்கிறது செய்யுள்.)

மீன்திகழ் விசும்பின் பாய் இருள் அகல
ஈண்டு செலல் மரபின் தன் இயல் வழா அது,
உரவுச்சினம் திருகிய உருகெழு ஞாயிறு,
நிலவுத்திகழ் மதியமொடு, நிலஞ்சேர்ந் தா அங்கு
உடலருந் துப்பின் ஒன்றுமொழி வேந்தரை
அணங்கரும் பறந்தலை உணங்கப் பண்ணிப்
பிணியுறு முரசம் கொண்ட காலை,
நிலைதிரிபு எறியத் திண்மடை கலங்கிச்

சிதைதல் உய்ந்தன்றோ, நின்வேல்; செழிய;
முலைபொலி ஆகம் உருப்ப நூறி,
மெய்ம்மறந்து பட்ட வரையாப் பூசல்
ஒள்நுதல் மகளிர் கைம்மை கூர,
அவிர் அறல் கடுக்கும் அம்மென்
குவையிரும் கூந்தல் கொய்தல் கண்டே.

இருளைப் போக்கும் இயல்புடைய ஞாயிறு திங்களோடும் நிலத்தைப் பொருந்த இறங்கியது போன்று, நின்பால் வஞ்சினங் கூறிய இருபெரு வேந்தரும் கொடிய போர்க்களத்தினிடத்தே அழியுமாறு போரிட்டுக் கொன்று அவரது 'முரசத்தையும் கைக்கொண்டாய். அப்பொழுது, தம் மார்பகம் அழல அறைந்து கொண்டு தம் கணவர் போரிற் பட்டதனால் கைம்மை பூணும் ஒண்ணுதலார், கரிய தம் கூந்தலைக் களையக் கண்டனை! அவர் நிலைக்கு இரங்கிப் போரிடுவதைத் தாமாகவே நிறுத்திற்று நின் கைவேல்! (மகளிர் துயர்கண்டு செழியனின் போர்வெறி கருணையாக மாறிற்று என்பதால், அவனது இரக்க உள்ளமும் காண்க.)

சொற்பொருள்: 2. ஈண்டு செலல் - ஓங்கிச் செல்லுதல், 7. பிணியுறு - வாராற் பிணிப்புற்ற.8. நிலைதிரிபு எறிய - நின்ற நிலையிலே நின்று தன்னைச் சூழ்ந்து கொண்ட வீரரைப் புரிந்து எறிதலால். *13.* படை - கொளுத்து; மூட்டுவாய். *11.* மெய்ம்மறந்து - அறிவு மயங்கி. *13.* அறல் - ஆற்றுக் கருமணல்.

26. நோற்றார் நின் பகைவர்!

பாடியவர்: மாங்குடி கிழவர்: மாங்குடி மருதனார் எனவும் பாடம். **பாடப்பட்டோன்:** பாண்டியன் தலையாலங்கானத்துச் செருவென்ற நெடுஞ்செழியன். **திணை:** வாகை. **துறை:** அரச வாகை.

(நான் மறையாளர் தொடர்போடு அரசன் வேள்வியாற்றியது பற்றிக் கூறுகிறது செய்யுள். 'மாற்றார் என்னும் பெயர் பெற்றுக் களத்தில் ஆற்றாராய் வீழினும் சுவர்க்கத்து வாழ்வார். ஆதலின், அவன் நோற்றார்' என அவரைப் புகழ்ந்தது போல இவனது வென்றி மேம்பாட்டைக் கூறுகின்றனர் ஆசிரியர்.)

நளிகடல் இருங் குட்டத்து
வளி புடைத்த கலம் போலக்,
களிறு சென்று களன் அகற்றவும்
களன் அகற்றிய வியல் ஆங்கண்
ஒளிறு இலைய எஃகு ஏந்தி,

அரைசு பட அமர் உழக்கி,
உரை செல முரசு வெளவி,
முடித்தலை அடுப்பாகப்
புனல் குருதி உலைக் கொளீ இத்,
தொடித்தோள் துடுப்பின் துழந்த வல்சியின்,

அடுகளம் வேட்ட அடுபோர்ச் செழிய!
ஆன்ற கேள்வி, அடங்கிய கொள்கை,
நான்மறை முதல்வர் சுற்ற மாக,
மன்னர் ஏவல் செய்ய, மன்னிய
வேள்வி முற்றிய வாய்வாள் வேந்தே!

நோற்றோர் மன்ற நின் பகைவர்; நின்னொடு
மாற்றார் என்னும் பெயர் பெற்று,
ஆற்றார் ஆயினும், ஆண்டுவாழ் வோரே.

இப்பாடலுள் இருவகை வேள்விகள் கூறப்படுகின்றன. ஒன்று களவேள்வி; மற்றொன்று மறைமுறை வேள்வி. "கடல் நடுவே நீர் கிழித்துச் செல்லும் கலம்போலப் பகைவர் படை நடுவே களிறுகள் ஊடறுத்துப் பிளந்து செல்லும். அவ்வூடுவழியே வேலேந்திச் சென்ற வீரர் பகைவரைக் கொன்று குவித்து அவர் முரசையும் கவர்வர். அத்துடன் அமையாது, பகைவர் அடுப் பாக்கிக் குருதியைப் புனலாகப் பெய்து, பகைவர் முடித்தலை களை தசைகளையையும் மூளையையும் அதனுள் இட்டு, வெட்டிய தோள்களைத் துடுப்பாக்கிக் கொண்டு துழாவிக் களவேள்வியும் செய்வர். இவ்வாறு,களவேள்வி பல செய்த செழியனே! அடுத்து, நான்மறை முதல்வர் சூழ்ந்திருக்க அடிப்பட்ட மாமன்னர் ஏவல் செய்ய மறைவேள்வி யியற்றிய வாள்வலியும் உடையவனாகிய செழியனே! வேந்தே! நின் பகைவரும் ஒருவாற்றால் நோன்பு இயற்றிச் சிறந்தவரேயாவர். நின்னுடைய 'மாற்றார்' என்று பெயர் பெற்று நினக்கு ஆற்றாராய் அவர் மடிந்தாலும் வீரமரணம் எய்திப் புகழ் பெறுகின்றார்கள் அல்லவோ!"

சொற்பொருள்: 1. குட்டத்து - ஆழத்திடத்து. 3. களன் அகற்ற - போர்க்களத்தை இடம் அகலச் செய்ய.

27. புலவர் பாடும் புகழ்!

பாடியவர்: உறையூர் முதுகண்ணன் சாத்தனார். **பாடப்பட்டோன்:** சோழன் நலங்கிள்ளி. **திணை:** பொதுவியல். **துறை:** முதுமொழிக் காஞ்சி.

(நிலையாமை கூறி அரசனைக் கொடைவள்ளலாகிப் புகழ் பெறுமாறு வற்புறுத்துவது இச்செய்யுள். பகை எதிர்ந்தோர்

கொடாமை வல்லராகுக' எனக் கூறுவதனால் 'நீ கொடை வல்லான் ஆகுக' என்றதும் ஆம்.)

சேற்றுவளர் தாமரை பயந்த, ஒண் கேழ்,
நூற்றிதழ் அலரின் நிறைகண் டன்ன,
வேற்றுமை இல்லா விழுத்திணைப் பிறந்து,
வீற்றிருந் தோரை எண்ணுங் காலை,
உரையும் பாட்டும் உடையோர் சிலரே;
மரைஇலை போல மாய்ந்திசினோர் பலரே;
புலவர் பாடும் புகழுடையோர் விசும்பின்
வலவன் ஏவா வான ஊர்தி
எய்துப, என்ப, தம் செய்வினை முடித்து' எனக்
கேட்பல்; எந்தை! சேட்சென்னி! நலங்கிள்ளி!
தேய்தல் உண்மையும், பெருகல் உண்மையும்,
மாய்தல் உண்மையும், பிறத்தல் உண்மையும்,
அறியா தோரையும் அறியக் காட்டித்,
திங்கட் புத்தேள் திரிதரும் உலகத்து
வல்லார் ஆயினும், வல்லுநர் ஆயினும்,
வருந்தி வந்தோர் மருங்கு நோக்கி,
அருள வல்லை ஆகுமதி; அருளிலர்
கொடா அமை வல்லர் ஆகுக;
கெடா அத் துப்பினின் பகைஎதிர்ந் தோரே.

சேற்றில் வளரும் தாமரையிலே தோன்றிய செந்தாமரை மலரின் நூற்றுக்கணக்கான இதழ்களும் நிரலே உயர்வுடன் தம்முள் வேற்றுமையற்ற குணம் உடையனவாயிருக்கும். அதுபோல, வேற்றுமை இல்லாத உயர்ந்த குடியில் பிறந்து வாழ்ந்தவராயினும், அவருள்ளும் உரையும் பாட்டுமாகப் புகழப்பட்டோர் மிகச்சிலரேயாவர். அத்தாமரையின் இலை போலப் புகழற்று மாய்ந்தவரே பலர். புலவர் பாடும் புகழ் பெற்றோர் வானின்கண் செலுத்துபவன் இல்லாது தானே இயங்கும் வானவூர்தியிற் செல்லும் அளவு உயர்வர். 'அவர் தாம் செயத்தகு வினையெல்லாம் செவ்வையாக இவ்வுலகத்தே நிறைவேற்றினவர்' என, ஆன்றோர் கூறக் கேட்டுள்ளோம். அதனால் எம் இறைவனே! சேட்சென்னியே! நலங்கிள்ளியே! தேய்தலும், பெருகலும், மாய்தலும், பிறத்தலும் உளவென அறியாதோரையும் அறியக் காட்டித் திங்களாகிய தெய்வம் திரியும் வானகத்து உள்ளவராயினும், வருந்தி வந்து தம்மைச் சேர்ந்தவரது பசியால் உட்குழிந்த மருங்கை நோக்கி அவருக்கு அருளவல்லவனாக நீ ஆகுக! வலியுடைய நினக்குப் பகையாகி

நின்னை எதிர்த்தோர், அவ்வாறு அருளிலாதோராகவும், கொடுக்கும் நிலையற்றோராகவும் ஆகுக!

சொற்பொருள்: 5. உரை - புகழ். மரையிலை - தாமரை இலை; தலைக் குறை. 8.வலவன் - பாகன் 11.தேய்தல் உண்மையும் வளர்ந்ததொன்று பின் குறைதல் உண்டாதலும். அறியா தோரையும் - கல்வி முகத்தான் அறியாத மடவோரையும். 15. வல்லார் ஆயினும் - ஒன்றை மாட்டார் ஆயினும். 16. மருங்கு நோக்கி - உட்குழிந்த அடிவயிற்றைப் பார்த்து.

28. போற்றாமையும் ஆற்றாமையும்!

பாடியவர்: உறையூர் முதுகண்ணன் சாத்தனார். **பாடப்பட்டோன்:** சோழன் நலங்கிள்ளி. **திணை:** பொதுவியல். **துறை:** முதுமொழிக் காஞ்சி. **சிறப்பு:** எண்பேர் எச்சங்கள் பற்றிய விளக்கம். அறம் பொருள் இன்பம் எனும் உறுதிப் பொருள்கள் பற்றிய குறிப்பு.

('அறனும் பொருளும் இன்பமும் மூன்றும் ஆற்றும் பெரும நின் செல்வம்' என்று உறுதிப்பொருள் மூன்றையும் அறிவித்தனர். ஆதலின், இச் செய்யுள் முதுமொழிக் காஞ்சி ஆயிற்று. அறஞ் செய்யாதானை அறஞ்செய்க என வலியுறுத்திக் கூறியதாகவும் கொள்க.)

'சிறப்பில் சிதடும் உறுப்பில் பிண்டமும்,
கூனும், குறளும், ஊமும், செவிடும்,
மாவும், மருளும் உளப்பட வாழ்நர்க்கு
எண்பேர் எச்சம் என்றிவை எல்லாம்
பேதைமை அல்லது ஊதியம் இல்' என
முன்னும் அறிந்தோர் கூறினர்; இன்னும்
அதன் திறம் அத்தை யான் உரைக்க வந்தது;
வட்ட வரிய செம்பொறிச் சேவல்
ஏனல் காப்போர் உணர்த்திய கூஉம்
கானத் தோர், நின் தெவ்வர்; நீயே,
புறஞ்சிறை மாக்கட்கு அறங்குறித்து அகத்தோர்
புய்த்தெறி கரும்பின் விடுகழை தாமரைப்
பூம்போது சிதைய வீழ்ந்தெனக், கூத்தர்
ஆடுகளம் கடுக்கும் அகநாட் டையே;
அதனால், அறனும் பொருளும் இன்பமும் மூன்றும்
ஆற்றும், பெரும! நின் செல்வம்;
ஆற்றாமை நின் போற்றா மையே!

மக்கட் பிறவியிற் குறைபாடு உடையவை என்பன குருடு, வடிவற்ற தசைத்திரள், கூன், குறள், ஊமை, செவிடு மா, மருள்

ஆகிய எண்வகையாம். இவற்றால் பயன் யாதுமில்லை என்பர் அறிந்தோர். இக்குறை யாதுமின்றி நல்லுடல் பெற்றவன் நீ ஆதலின் அதன் திறத்தை யான் உரைக்க வரவில்லை. வட்டவரிச் செம்பொறிக் காட்டுக்கோழிச் சேவல் புனங்காப்போரைத் துயிலெழுப்பும் காட்டகத்தே நின் பகைவர் நினக்கு அஞ்சிச் சென்று ஒளிந்து விட்டனர். வேலிப்புறத்து நின்று வேண்டிய வர்க்கு உள்ளேயிருப்போர் பிடுங்கி எறியும் கரும்பு தாமரைப் பூந்தாதினை உதிர்க்கும்; அதனால் பொய்கையில் எழுந்தடங்கும் அலைகளால் கூத்தர் ஆடுகளம்போல் அப்பொய்கையும் தோன்றும். அத்தகைய வளநாட்டினன் நீ! எனவே வளம்பெறவும் நின்னை யாம் வாழ்த்த வேண்டுவதில்லை. அறம் பொருள் இன்பம் ஆகிய மூன்றும் செய்பவன் நீ! பெருமானே! நின்னைப் போற்றாதவரே நின் செல்வத்தைப் பெறாதவராவர்!

சொற்பொருள்: *1.* சிதடு - குருடு. உறுப்பில் பிண்டம் - வடிவு இல்லாத தசைத்திரள்; மணைபோலப் பிறக்கும் அது. மா என்பது, விலங்கு வடிவமாகப் பிறக்கும் அது. மருள் என்பது அறிவு இன்றியே மயங்கியிருக்கும் அது. ஊதியம் என்பது, அறம் பொருள் இன்பங்களை; அறம் ஒன்று மட்டுமே என்பாரும் உளர்.

29. நண்பின் பண்பினன் ஆகுக

பாடியவர்: உறையூர் முதுகண்ணன் சாத்தனார் **பாடப்பட்டோன்:** சோழன் நலங்கிள்ளி. **திணை:** பொதுவியல். **துறை:** முதுமொழிக் காஞ்சி. **சிறப்பு:** சிறந்த அறநெறிகள்.

('இல்லை என்போர்க்கு இனனாகிலியர்' என்பது முதலிய வற்றால் அறனும், 'படைகொள் மாக்கள் - நின் செய்கை' என்பது முதலியவற்றால் பொருளும், 'பாண் முற்றுக. நின் நாள் மகிழ் இருக்கை' என்பது முதலியவற்றால் இன்பமும் கூறப்பெற்றன. இவ்வாறு உறுதிப்பொருள் மூன்றையும் வற்புறுத்துதலால் இது முதுமொழிக் காஞ்சி ஆயிற்று. நல்லதன் நலனும் தீயதன் தீமையும் இல்லை என்போர் அறிவிலிகள்; அவர்பாற் சேராதொழிக என்பதும் கூறினார்.)

அழல் புரிந்த அடர் தாமரை
ஐது அடர்ந்த நூறு பெய்து,
புனைவினைப் பொலிந்த பொலன்நறுந் தெரியல்
பாறு மயிர் இருந்தலை பொலியச் சூடிப்
பாண் முற்றுக, நின் நாள்மகிழ் இருக்கை!
பாண் முற்று ஒழிந்த பின்றை, மகளிர்
தோள் முற்றுக, நின் சாந்துபுலர் அகலம்! ஆங்க
முனிவில் முற்றத்து இனிது முரசு இயம்பக்,

கொடியோர்த் தெறுதலும், செவ்வியோர்க்கு அளித்தலும்,
ஓடியா முறையின் மடிவிலை யாகி
'நல்லதன் நலனும் தீயதன் தீமையும்
'இல்லை என்போர்க்கு இனன் ஆகி லியர்!
நெல்விளை கழனிப் படுபுள் ஓப்புநர்
ஒழிமடல் விறகின் கழிமீன் சுட்டு,
வெங்கள் தொலைச்சியும் அமையார், தெங்கின்
இளநீர் உதிர்க்கும் வளமிகு நன்னாடு
பெற்றனர் உவக்கும் நின் படைகொள் மாக்கள்
பற்றா மாக்களின் பரிவு முந்து உறுத்துக்,
கூவை துற்ற நாற்கால் பந்தர்ச்,
சிறுமனை வாழ்க்கையின் ஓரீஇ, வருநர்க்கு
உதவி ஆற்றும் நண்பின் பண்புடை
ஊழிற்று ஆக, நின் செய்கை! விழவின்
கோடியர் நீர்மை போல முறைமுறை
ஆடுநர் கழியும் இவ் உலகத்துக் கூடிய
நகைப் புறனாக, நின் சுற்றம்!
இசைப்புற னாக, நீ ஓம்பிய பொருளே!

பொன்னாற் செய்த தாமரைப் பூவைச் சன்னமாகத் தட்டித்தட்டிக் கம்பியாகச் செய்த வெள்ளி நூலிலே கோத்து அணியாக்கித் தம் கரிய தலையிற் பொலிவுபெறச் சூடிய பாண்சுற்றம் நின் நாள்மகிழ் இருக்கையைச் சூழ்வதாக! பாணர் போயினபின் நின் சாந்துபுலர்ந்த மார்பகம் நின் தேவியரைத் தழுவி மகிழ்க! கோயின் முற்றத்தே இனிதாக முரசம் ஒலிக்கக் கொடியோரை ஒறுத்தலும் செவ்வியோரைக் காத்தலும் ஆகிய முறையான அறநெறியிலே நாளும் சோம்பலின்றி நீ இருப்பாயாக! நல்லதன் நன்மையும், தீயதன் தீமையும் இல்லை என்பாரோடு சேராது விளங்குக! நெல்விளை வயலில் புள் ஓட்டுபவர் பனைமட்டை விறகால் கழியிடத்தே மீனைச் சுட்டு அதனுடன் வெம்மையான கள்ளினை உண்டும் அமையாது தெங்கின் இளநீரையும் உதிர்த்துக் கொண்டிருக்கும், வளமிகுந்த நல்ல நாட்டைப் பெற்றனர் நின் படை வீரர். அவர் இனி வறுமையுடையோர்பால் இரக்கம் கொண்டவராகிக் கூவை யிலையால் வேயப்பட்ட நாற்காற் பந்தரான சிறுமனையாம் பாசறை வாழ்வை நீத்துத் தம்மைத் தேடி வருபவர்க்கு மனமுவந்து உதவிசெய்யும் நண்பென்னும் நற்பண்பு உடையவராகுக! இதற்கு ஏற்ற முறைகளையே நீ இனிச் செய்வாயாக. விழாவிலே ஆடும் கூத்தரைப்போல வகை வகையாக ஆடிக் கழிவதுதான் இவ்வுலக வாழ்வு.இதன்கண் நின் சுற்றம் என்றும் மகிழ்விலே திளைப்பதாக!

நீ பாதுகாக்கும் பொருள் புகழ் பெறுவதாக! (போர்ப் படையினர், போர் முடிவுற்றதும் நாட்டு நல்வாழ்விலே ஈடுபட வேண்டும் என்று உரைப்பது இது)

சொற்பொருள்: 2. ஐது - அழகிது. 4. பாறு மயிர் - பொலிவற்ற மயிர் 5. நாண்மகிழ் இருக்கை - காலையில் யாவரும் தன்னைக் காணும்படி காட்சிக்கு எளியனாய் வீற்றிருத்தல்; இது நாளவை எனவும் கூறப்படும். 6. பாண்முற்று - பாணர் சுற்றம் சூழ்தல் 12. இனன் ஆகிலியர் - இனமாகா தொழிவாயாக. 15.வெங்கள் - வெய்ய மது;வேண்டாதார்க்கு வெறுப்பும் வேண்டியவர்க்கு விருப்பமும் செய்தலின், ' வெங்கள்' என்றார் 19.துற்ற - கூவை யிலையால் வேயப்பட்ட.

30. எங்ஙனம் பாடுவர்?

பாடியவர்: உறையூர் முதுகண்ணன் சாத்தனார் . **பாடப்பட்டோன்:** சோழன் நலங்கிள்ளி. **திணை:** பாடாண். **துறை:** இயன்மொழி. **சிறப்பு:** தலைவனின் இயல்பு கூறுதல்.

('அறிவு அறிவாகச் செறிவினையாகி... ஒளித்த துப்பினை' என நலங்கிள்ளியின் இயல்பைக் கூறினமையால் இது இயன் மொழி வாழ்த்து ஆயிற்று 'செஞ்ஞாயிற்றுச் செலவும்...இனைத்து என்போரும் உளரே' என்றது, அக்காலத்திலிருந்த வானியல் ஆய்வாளரது நுண்ணறிவுத் திறனைக் காட்டி வியந்தது ஆகும்.)

செஞ்ஞா யிற்றுச் செலவும்
அஞ்ஞா யிற்றுப் பரிப்பும்,
பரிப்புச் சூழ்ந்த மண் டிலமும்,
வளி திரிதரு திசையும்,
வறிது நிலை இய காயமும், என்றிவை
சென்றளந்து அறிந்தார் போல என்றும்
இனைத்து என்போரும் உளரே, அனைத்தும்
அறிவுஅறி வாகச் செறிவினை யாகிக்
களிறுகவுள் அடுத்த எறிகல் போல
ஒளித்த துப்பினை ஆதலின், வெளிப்பட
யாங்ஙனம் பாடுவர், புலவர்? கூம்பொடு
மீப்பாய் களையாது மிசைப் பரந் தோண்டாது
புகா அர்ப் புகுந்த பெருங்கலந் தகா அர்
இடைப்புலப் பெருவழிச் சொரியும்
கடல்பல் தாரத்த நாடுகிழ வோயோ!

செஞ்ஞாயிற்றின் செலவும், அஞ்ஞாயிற்றின் இயக்கமும் இயக்கத்தால் சூழப்படும் மண்டிலமும், காற்றுச் செல்லும்

திசையும், ஆதாரமின்றி நிற்கும் வானமும் என்றிவற்றைத் தாமே அவ்வவ்விடஞ் சென்று அளந்து அறிந்தவரைப் போல, இஃதிஃது இப்படிப்பட்டது என உரைக்கும் அறிவுடையோரும் உளர். அத்தகைய நுண்ணறிவினார்க்கும் அறியவியலாப் பேரறிவுச் செறிவுடன் யானை கதுப்பிக்கண் அடக்கி எறியும் கல்போல, நின் வலிமையை நீ நின்னுள்ளேயே மறைத்தபடி அடக்கமுடன் விளங்குகிறாய்; நின்னைப் புலர்வர்தாம் எங்ஙனம் பாடுவர்? கூம்புடன் மேற்பாயினையும் களையாது மேற்பாரமும் அகற்றாது, ஆற்றுமுகத்துள் புகுந்த பெருங்கலத்தில் வந்த பொருளை பரதவர் இடைப்புலப் பெருவழிக்கண்ணே கொண்டுசெல்லுங் காலத்திலே பொருளின் செழுமையால் அருமையறியாது வழிநெடுகச் சொரிந்து கொண்டே கவலையின்றிச் செல்வர். அத்தகைய பெரிய வளநாட்டவனன்றோ நீ!

சொற்பொருள்: *1.* செலவும் - வீதியும். *5.* காயம் - ஆகாயம் *9.* செறிவு - அடக்கம் *12.* தோண்டாது. பறியாமல். புகா அர் ஆற்றுமுகம். தகாஅர் - பரதவரும் அளவரும். அளவர் - உப்பு விளைப்போர். *16.* தாரத்த - பண்டத்தையுடைய 'பரிப்பு' என்றது இத்துணை நாழிகைக்கு இத்துணையோசனைத் தொலைவு செல்லும் என்னும் இய்க்கவேகத்தை.

31. வடநாட்டார் தூங்கார்!

பாடியவர்: கோவூர்கிழார். **பாடப்பட்டோன்:** சோழன் நலங்கிள்ளி. **திணை:** வாகை. **துறை:** அரசவாகை; மழபுல வஞ்சியும் ஆம். **சிறப்பு:** வடபுலத்து அரசர்கள் இச் சோழனது மறமாண்பைக் கேட்டு அஞ்சிய அச்சத்தால் துஞ்சாக் கண்ணர் ஆயினமை.

(இச் செய்யுள் தலைவனது போர்மற மேம்பாட்டைக் கூறுதலால் அரசவாகை ஆயிற்று. அவன் பகைவர் நாட்டை அழித்தமை பற்றியும் கூறுதலான் மழபுல வஞ்சியாகவும் கொள்ளப்படும். 'பொருளும் இன்பமும் அறத்து வழிப்படூஉம்' என்னும் சிறந்த ஒழுகலாற்று நெறியினை இச் செய்யுள் கூறுதல் காணலாம்.)

சிறப்புடை மரபிற் பொருளும் இன்பமும்
அறத்து வழிப்படூஉம் தோற்றம் போல,
இருகுடை பின்பட ஓங்கி ஒருகுடை
உருகெழு மதியின் நிவந்துசேண் விளங்க,
நல்லிசை வேட்டம் வேண்டி, வெல்போர்ப்
பாசறை யல்லது நீயொல் லாயே;
நுதிமுகம் மழுங்க மண்டி ஒன்னார்

கடிமதில் பாயும்நின் களிறு அடங் கலவே;
'போர் எனில் புகலும் புனைகழல் மறவர்,
காடிடைக் கிடந்த நாடுநனி சேஎய
செல்வேம் அல்லேம்' என்னார்; கல்லென்
விழவுடை ஆங்கண் வேற்றுப்புலத்து இறுத்துக்
குணகடல் பின்ன தாகக் குடகடல்
வெண்தலைப் புணரி நின் மான்குளம்பு அலைப்ப
வலமுறை வருதலும் உண்டு' என்று அலமந்து
நெஞ்சு நடுங்கு, அவலம் பாயத்,
துஞ்சாக் கண்ண வடபுலத்து அரசே.

சிறப்பு மிகுந்த முறைமையால், பொருளும் இன்பமும் அறத்திற்குப் பிற்பட்டனவாகவே கருதப்படும். அதுபோல, அறம் சிறந்த நின் கொற்றக்குடை, சேரபாண்டியர் குடைகளுக்கும் முற்பட்டதாகச் சிறப்புடன் தோன்றும். முழுநிலவு போன்று நெடுந்தொலைவுக்கும் நின் புகழ் சிறப்புடன் விளங்கும். மென்மேலும் விரும்பிப் போர்ப் பாசறையை விட்டுப் பிறவற்றை நீயும் நாடுவதில்லை. கோட்டுமுகம் மழுங்க மோதிப் பகைவரின் வன்மையான கோட்டைச்சுவரில் பாயும் நின் யானைகளும் அடங்கி இருப்பன அல்ல. வீரக்கழல் புனைந்த நின் மறவரோ 'யாம்' என்று கூறி எழுபவர். தூரத்து நாடு ஆயிற்றே; அங்கு யாம் வாரோம்' என்றும் அவர் சொல்வதில்லை. ஆரவாரமான வேற்று நாட்டு வெற்றி விழாவிலே கலந்துகொண்டு கீழ்க்கடல் பின்னாக மேற்கடல் அலைகள் நின் குதிரைக் குளம்புகளை மோத, இந்நாட்டை வலம் வந்து கொண்டே இருப்பாய்' என்று அஞ்சி நெஞ்சம் நடுங்கித் துயரம் பெருகத் தூங்காத கண்ணராக, வடபுலத்து அரசுகள் விளங்குகின்றனவே! *(சோழனின் வீரமுழக்கம் வட வேந்தரைத் தூங்காதாராக்கிற்று என்று வியந்தது இது.)*

சொற்பொருள்: *2.* ஓங்கிய - உயர்ந்த *4.*உருகெழுமதி - முழுநிலவு. *6.* ஒல்லாய் - நாட மாட்டாய் *9.* புனைகழல் - கழல் புனைந்த *12.* வேற்றுப் புலம் - வேற்று நாடு.

32. பூவிலையும் மாடமதுரையும்!

பாடியவர்: கோவூர்கிழார். **பாடப்பட்டோன்:** சோழன் நலங்கிள்ளி. **திணை:** பாடாண். **துறை :** இயன் மொழி. **சிறப்பு:** சோழனது நினைத்தது முடிக்கும் உறுதிப்பாடு.

('கடும்பின் அடுகலம் நிறையாக நெடுங்கொடிப் பூவா வஞ்சியும் தருகுவன்' எனவும் விறலியர் பூவிலை பெறுக' என

'மாட மதுரையும் தருகுவன்' எனவும், சோழனது கொடை இயல்பை வியந்து கூறினர். அதனால் இது இயன் மொழி ஆயிற்று. 'பாடுகம் வம்மினோ' எனக் கூறுதலின், பிறரையும் ஆற்றுப்படுத்தும் முகத்தான் உரைத்தது எனவும் கருதலாம்.)

கடும்பின் அடுகலம் நிறையாக, நெடுங்கொடிப்
பூவா வஞ்சியும் தருகுவேன்; ஒன்றோ?
வண்ணம் நீவிய வணங்கு இறைப் பணைத்தோள்
ஒண்ணுதல், விறலியர் பூவிலை பெறுக!' என,
மாட மதுரையும் தருகுவன்; எல்லாம்
பாடுகம் வம்மினோ, பரிசில் மாக்கள்!
தொன்னிலக் கிழமை சுட்டின், நன்மதி
வேட்கோச் சிறாஅர் தேர்க்கால் வைத்த
பசுமண் குரூஉத்திரள் போல, அவன்
கொண்ட குடுமித்து, இத் தண்பணை நாடே.

இச் சோழன் பகைவரை அழிக்குந் திறல் மிக்கவன்; எனினும் இரவலர்பால் பேரருள் பாராட்டுபவன். அவன்பாற் சென்று உணவில்லையென அடுகலம் நீட்டினால், அவன் அதிற் சோறு பெய்பவன் அல்லன்; அவன் தலைநகரான கருவூரையே அதற்கு ஈடாகத் தந்துவிடும் இயல்பினன். ஒண்ணுதல் விறலியர் அவனை மகிழ்வித்துப் 'பூ விலை தருதி' என வேண்டினால் மாட மதுரையையே அவர்க்கு மனமகிழ்ந்து வழங்கிவிடுவான். ஆகவே, "பரிசில் மாக்களே எல்லாரும் அவனையே பாடலாம் வாருங்கள்! பழையதான இம் மண்ணின் உரிமை எவருக்கு என ஆராய்ந்தால் நல்ல மதி நுட்பமுடைய வேட்கோவர் குலச்சிறுவர் திகிரியில் வைத்த பசுமண் அவர் கருத்துப் போலெல்லாம் உருவெடுத் தலைப்போல இச்சோழன் கொண்ட கருத்தைப் பொறுத்தே இம் மருதநில நாடும் அதன் உரிமையும் எனக் கொள்வீராக" என்கிறார் புலவர் (சோழன் தன் கருத்தைச் செயற்படுத்தும் ஆற்றல் மிகுந்தவன் என்பது கருத்து)

சொற்பொருள்: 2. பூவா வஞ்சி என்றது - கருவூரை 3. இறை - சந்து; பொருத்தப்பட்ட வளையல் 8.வேட்கோச்சிறா அர் - குயக்குலத்து இளையோர். தேர்க்கால் - சக்கரம் 10. குடுமித்து - முடியையுடையது.

33. புதுப்பூம் பள்ளி!

பாடியவர்: கோவூர் கிழார். **பாடப்பட்டோன்:** சோழன் நலங்கிள்ளி. **திணை:** வாகை. **துறை:** அரச வாகை. **சிறப்பு:** பகைவரது கோட்டைகளைக் கைப்பற்றியவுடன் அவற்றின் கதவுகளில்

வெற்றிபெற்றோன் தனது அரச முத்திரையைப் பதிக்கும் மரபுபற்றிய செய்தி.

(சோழனின் வெற்றி மேம்பாட்டைக் கூறுதலால் இச் செய்யுள் அரச வாகை ஆயிற்று. 'ஏழெயில்' என்பது ஒரு கோட்டை. ஒன்றுள் ஒன்றாக அமைந்த ஏழு கோட்டைகளைக் கொண்டது. ஆதலின் பிறராற் கைப்பற்றுதலுக்கு அரியது; அதனையும் வென்றவன் இவன் என்பது சிறப்பு.)

கான் உறை வாழ்க்கைக் கதநாய் வேட்டுவன்,
மான்தசை சொரிந்த வட்டியும், ஆய்மகள்
தயிர்கொடு வந்த தசும்பும், நிறைய,
ஏரின் வாழ்நர் பேரில் அரிவையர்
குளக்கீழ் விளைந்த களக்கொள் வெண்ணெல்
முகந்தனர் கொடுப்ப, உகந்தனர் பெயரும்
தென்னம் பொருப்பன் நன்னாட் டுள்ளும்,
ஏழெயில் கதவம் எறிந்து, கைக்கொண்டு, நின்
பேழ்வாய் உழுவை பொறிக்கும் ஆற்றலை;
பாடுநர் வஞ்சி பாடப், படையோர்
தாது எரு மருகின் பாசறை பொலியப்,
புலராப் பச்சிலை இடையிடுபு தொடுத்த
மலரா மாலைப் பந்துகண் டன்ன
ஊன்சோற் றமலை பாண்கடும்பு அருத்தும்
செம்மற்று அம்மநின் வெம்முனை இருக்கை!
வல்லோன் தைஇய வரிவனப்பு உற்ற
அல்லிப் பாவை ஆடுவனப்பு ஏய்ப்பக்
காம இருவர் அல்லது, யாமத்துத்
தனிமகன் வழங்காப் பனிமலர்க் காவின்,
ஒதுக்கு இன் திணிமணல் புதுப்பூம் பள்ளி
வாயின் மாடந்தொறும் மைவிடை வீழ்ப்ப
நீ ஆங்குக் கொண்ட விழவினும் பலவே.

கானிலே வாழும் வாழ்க்கையினன் வேட்டுவன். சினமிகுந்த நாயுடன் அவன் வருவான். மான் தசையினை வட்டியிலே கொண்டுவந்து உழவர் வீட்டிலே சொரிவான். ஆய் மகளும் பானையிலே தயிரைக் கொண்டுவந்து தருவாள். இவ்விருவரும் இவ்வாறு தர, ஏரினால் வாழ்பவரின் பெருவீட்டுப் பெண்கள், குளத்திற்குக் கீழ்ப்புற வயல்களில் விளைந்த களங்கொண்ட வெள்ளை நெல்லை முகந்து முகந்து அவ்வட்டியும் பானையும் நிறையுமாறு கொடுப்பார். அவரும், அது பெற்று மகிழ்ந்து செல்வர். பொதிய மலையினையுடைய பாண்டியரின் நன்னாடு,

அத்துணைப் பெருவளமுடையது. அவ் வளநாட்டிலுள்ள ஏழெயில் கோட்டைக் கதவை உடைத்து அதனைக் கைப்பற்றி நின் புலி இலச்சினையை அதன்கண் பொறித்த போர் ஆற்றலுடையவன் நீ. புலவர் நின் மேற்செலவைப் பாடவும் படைக்கலங் கொண்டோர் தாதெரு மருகின் பாசறையிற் செம்மாந்து விளங்கவும் பாண் சுற்றத்திற்கு அவ்விடத்திலும் ஊனும் சோறும் கலந்த உருண்டைகளை நீ அளிக்கவுமாகச் சிறப்புற்று விளங்குவது நின் போர்முனைப் பாசறை. கலவல் லோன் செய்த அல்லிப்பாவைகள் அல்லிக்கூத்து ஆடுவது போன்று ஒத்த அழகும் அன்பும் உடைய துணைவனும் துணைவியுமாகிய இருவர் அல்லாது, சாம வேளையிலே தனிமகன் வரக்கூடாத பனி மலர்க்காவின் ஓரத்திலே, நீ எடுத்துச் செய்த விழாவினை என்னென்பேன்! இயங்குவதற்கு இனிய செறிந்த மணலையும் புதிய பூவையும் உடைய சாலையினது வாயில் மாடந்தோறும் செம்மறிக் கிடாக்களை வெட்டி, நீ நடத்தும் சிறு சோற்று விழாவினும், நின் பாசறைக் காட்சி பெரிதும் சிறப்பு உடையதே யாகும்.

சொற்பொருள்: 1.கதநாய் - சினம் பொருந்திய நாய் 5. களம்கொள் - களத்தின்கண் கொள்ளப்பட்ட 7. பொருப்பன். பாண்டியன் 8.ஏழெயில் கதவம் - ஏழெயில் என்பது சிவகங்கையைச் சார்ந்துள்ள ஏழு பொன்கோட்டை என்னும் ஊராக இருக்கலாம். 12.இடையிடுபு - இடையிட்டு 14.ஊன் சோற்று அமலை - தசையோடு கூடிய பெருஞ் சோற்றுத்திரளை 17.அல்லிப்பாவை - அல்லியம் என்னும் கூத்தையாடும் பாவை. 18.காம இருவர் - அன்பினையுடைய துணைவனும் துணைவியு மாகிய இருவர்.

34. செய்தி கொன்றவர்க்கு உய்தி இல்லை!

பாடியவர்: ஆலத்தூர் கிழார். **பாடப்பட்டோன்:** சோழன் குளமுற்றத்துத் துஞ்சிய கிள்ளி வளவன். **திணை:** பாடாண். **துறை:** இயன்மொழி. **சிறப்பு:** 'செய்தி கொன்றோர்க்கு உய்தி இல்' என்னும் அறநெறி பற்றிய செய்தி.

வளவனின் இயல்பை வியந்து பாராட்டிக் கூறுதலால் இது இயன்மொழி ஆயிற்று. பரிசில் பெற்றுப் போகின்றானை 'எம்மை இனியும் நினைத்து வருவையோ?'' என்றான் வளவன். அது கேட்ட அவன் தன் நன்றியுணர்வு வெளிப்படச் சொல்லிய தாகவும் இதனைக் கொள்க. 'வாழ்த்து' என்னும் துறைக்கு எடுத்துக் காட்டுவர் இளம்பூரணர் (தொல் புறத், சூ. 29)

'ஆன்முலை அறுத்த அறனி லோர்க்கும்,
மாண் இழை மகளிர் கருச்சிதைத் தோர்க்கும்,
குரவர்த் தப்பிய கொடுமை யோர்க்கும்,
வழுவாய் மருங்கின் கழுவாயும் உள என,
'நிலம்புடை பெயர்வ தாயினும் ஒருவன்
செய்தி கொன்றோர்க்கு உய்தி இல்' என,
அறம் பாடிற்றே ஆயிழை கணவ!
காலை அந்தியும் மாலை அந்தியும்,
புறவுக் கருவன்ன புன்புல வரகின்
பாற்பெய் புன்கம் தேனொடு மயக்கிக்
குறுமுயற் கொழுஞ்சூடு கிழித்த ஒக்கலொடு,
இரத்தி நீடிய அகன் தலை மன்றத்துக்,
கரப்பில் உள்ளமொடு வேண்டுமொழி பயிற்றி,
அமலைக் கொழுஞ்சோறு ஆர்ந்த பாணர்க்கு
அகலாச் செல்வம் முழுவதும் செய்தோன்,
எங்கோன் வளவன் வாழ்க!' என்று, நின்
பீடுகெழு நோன்தோள் பாடேன் ஆயின்,
படுபறி யலனே பல்கதிர்ச் செல்வன்,
யானோ தஞ்சம்; பெரும! இவ் வுலகத்துச்
சான்றோர் செய்த நன்றுண் டாயின்,
இமயத்து ஈண்டி இன்குரல் பயிற்றிக்
கொண்டல் மாமழை பொழிந்த
நுண்பல துளியினும் வாழிய பலவே!

ஆயிழை நல்லாளின் கணவனே! ஆவின் மடியினை அறுத்தும், மங்கல மகளிர் கருவினைச் சிதைத்தும் அறிவு தந்த ஆசானையே பழித்தும் கொடுமை செய்தவர்க்குங் கூடக் கழுவாய் உண்டு; ஆனால் உலகமே தலைகீழாகப் போனாலும் ஒருவர் செய்த நன்றியை அழிக்க முயன்றவர்க்கு உய்வே கிடையாது' என்று அறவோர் கூறுவர். காலையும் மாலையும் புறாக்கருப் போன்ற புன்செய் வரகைப் பால் பெய்து சமைத்துத் தேனுடன் கலந்தும், அத்துடன் கொழுத்த முயலின் சூடான இறைச்சியைச் சேர்த்தும் தின்பர் என் சுற்றத்தார். அவரோடு, இலவமரம் ஓங்கி வளர்ந்துள்ள பரந்த மன்றத்தில் கரவறியாத உள்ளத்தோடு நினைத்தனவெல்லாம் பேசிப்பேசி, பெரிய கட்டிகளான கொழுமையான சோற்றை உண்டு மகிழ்பவர் பாணர்கள். இவர்க்கு அழியாத செல்வம் முழுவதும் அடையுமாறு செய்தவன் எம் கோமானாகிய வளவன் நீயே யன்றோ! வாழ்க என்று நின் பெருமை மிகுந்த வலிய திருவடிகளைப் பாடேனாயின் கதிரவனும் தோன்றான். பெருமானே! யானோ எளியவன்!

இவ்வுலகத்திலே சான்றோர் செய்த நன்மைகள் இருக்குமானால் இமயச் சாரலில் திரண்டு இனிய இடியோசையைச் செய்து மேகங்கள் பொழியும் நுண்ணிய மழைத்துளிகளினும் பல ஆண்டுகளின் மேலாக நீ வாழ்வாயாக! ('நன்று உண்டாயின்! என்றது' உறுதியாக நிறைவேறும் என்னும் தேற்றம் பற்றிக் கூறியது.)

சொற்பொருள்: *10.* புன்கம் - சோறு *11.* கொழுஞ் சூடு - கொழுவிய சூட்டிறைச்சி. கிழித்த - தின்ற *12.* இரத்தி - இலவமரம் *14.* ஆர்ந்த - அருந்திய. அமலை - திரளை. *19.* பீடு கெழு பெருமைபொருந்திய *19.* தஞ்சம் - எளியேன் *20.* நன்றி உண்டாயின் - நல்வினை உண்டாயின், நல்வினை உண்டாயின் *21.* கொண்டல் - கீழ்க் காற்று.

35. உழுபடையும் பொருபடையும்!

பாடியவர்: வெள்ளைக்குடி நாகனார். **பாடப்பட்டோன்:** சோழன் குளமுற்றத்துத் துஞ்சிய கிள்ளிவளவன். **திணை:** பாடாண். **துறை:** செவியறிவுறூஉ. சிறப்பு அரச நெறியின் செவ்விபற்றிய செய்திகள். **சிறப்பு:** 'பாடிப் பழஞ் செய்க் கடன் வீடு கொண்டது' என்று இதனைக் குறிப்பார்.

('நொதுமலாளர் பொது மொழி கொள்ளாது பாரம் ஓம்பிப் புறத் தருகுவை யாயின் நின்னடி புறத் தருகுவர் அடங்காதோர்' என்றமையால் செவியறிவுறூஉ ஆயிற்று. 'ஈண்டு முறை வேண்டு பொழுதின் பதன் எளியோர் உறை வேண்டு பொழுதின் பெயல் பெற்றோரே' என, அரசன் அறம் புரிந்து, செங்கோல் நாட்டத்தனாவது பற்றிக் கூறும் அறவுரை சிறப்புடைய தாகும்.)

நளிஇரு முந்நீர் ஏணி யாக,
வளிஇடை வழங்கா வானம் சூடிய
மண்திணி கிடக்கைத் தண்தமிழ்க் கிழவர்,
முரசு முழங்கு தானை மூவர் உள்ளும்,
அரசு எனப் படுவது நினதே, பெரும
அலங்குகதிர்க் கனலி நால்வயின் தோன்றினும்,
இலங்குகதிர் வெள்ளி தென்புலம் படரினும்,
அந்தண் காவிரி வந்து கவர்பு ஊட்டத்,
தோடுகொள் வேலின் தோற்றம் போல
ஆடுகண் கரும்பின் வெண்பூ நுடங்கும்,
நாடு எனப் படுவது நினதே அத்தை, ஆங்க
நாடுகெழு செல்வத்துப் பீடுகெழு வேந்தே!
நினவ கூறுவல்; எனவ கேண்மதி;

அறம்புரிந் தன்ன செங்கோல் நாட்டத்து
முறைவேண்டு பொழுதின் பதன் எளியோர் ஈண்டு
உறை வேண்டு பொழுதில் பெயல் பெற் றோரே;
ஞாயிறு சுமந்த கோடுதிரள் கொண்மூ
மாக விசும்பின் நடுவுநின் றாங்குக்
கண்பொர விளங்கும்நின் விண்பொரு வியன் குடை
வெயில் மறைக் கொண்டன்றோ! அன்றே வருந்திய
குடிமறைப் பதுவே, கூர்வேல் வளவ!
வெளிற்றுப்பனந் துணியின் வீற்றுவீற்றுக் கிடப்பக்,
களிற்றுக்கணம் பொருத கண்ணகன் பறந்தலை,
வருபடை தாங்கிப் பெயர்புறத் தார்த்துப்,
பொருபகை தரூஉங் கொற்றமும் உழுபடை
ஊன்றுசால் மருங்கின் ஈன்றதன் பயனே;
மாரி பொய்ப்பினும் வாரி குன்றினும்
இயற்கை அல்லன செயற்கையில் தோன்றினும்
காவலர்ப் பழிக்கும் இக் கண்ணகன் ஞாலம்;
அதுநற்கு அறிந்தனை யாயின், நீயும்
நொதும லாளர் பொதுமொழி கொள்ளாது,
பகடுபுறந் தருநர் பாரம் ஓம்பிக்
குடிபுறம் தருகுவை யாயின், நின்
அடிபுறந் தருகுவர், அடங்கா தோரே.

தண் தமிழுக்கு உரிமையுடையவராகக் கடல் சூழ வானங்கவிய விளங்கும் இத் தமிழ்நிலத்தை, முரசு முழங்குந் தானைகளோடு வென்றியுடன் ஆள்பவர் மூவேந்தர். அவருள்ளும் 'அரசு'எனச் சிறப்பிக்கப்படுவது நின் அரசே. பெருமானே! நாற்புறத் திசையினும் கதிரவன் தோன்றினாலும் வெள்ளி தென்திசைச் சென்றாலும் காவிரி வாய்க்கால்கள் வழியாகச் சென்று ஊட்டத் தொகுதி கொண்ட வேலின் தோற்றம் போலக் கரும்பின் வெண்மையான பூக்கள் அசைந்தாடும் நின் வளநாடு ஒன்றே, 'நாடு' எனச் சிறப்பித்துக் கூறத்தக்கதாகும். அத்தகைய நாடுதரும் செல்வத் தால் பெருமை நிரம்பிய வேந்தே! நினக்குச் சில சொல்வேன், கேட்பாயாக:

அறமே நிலவும் செங்கோல் ஆராய்ச்சியிலே ஒருவர் நீதி வேண்டும்போது அவர்க்கு எளிதிலே காட்சியுடையவனாதல், மழைத்துளியை வேண்டும்பொழுது பெருமழையே பெய்வது போலும் தகவுடையதாகும். ஞாயிற்றைச் சுமந்து திரிவன போல முகில்கள் விளங்கும் வானத்து நடுவே ஓங்கி விளங்கும் நின் வெண்கொற்றக் குடை வெயிலை மறைக்கக் கொண்டதன்று;

கூரிய வேலேந்தும் வளவனே, அது குடிகளின் வருத்தத்தினைப் போக்கி அருள் செய்வதன் அடையாளமாகும். முற்றாத பனையின் துண்டங்களைப் போலத் தம் உடலுறுப்புக்கள் ஆங்காங்கே கிடக்குமாறு, பகைவரின் யானைத் தொகுதிகள் தம்முடன் பொருத காலத்திலே அகன்ற அப்போர் முனையிலே நின் படைவீரர் அவற்றை வென்று நினக்குத் தேடித்தந்த வெற்றியும் கொழுமுனை கிழித்த விளைவயலின் சாலிடத்தே விளைந்த நெல்லின் பயனால் தான் வாய்ப்பதாயிற்று என்பதை மறவாதே. மழை இல்லையானாலும் விளைவு குறைந்தாலும் இவ்வாறு இயற்கையல்லாத தீங்குகள் செயற்கையால் தோன்றினாலும் உலகம் காவலரையே பழிக்கும். அதனை நன்கு நீ அறிந்தவன் என்றால் ஒன்று கேள்: மாறுபட்டோரின் பொதுமொழியை மனத்திற் கொள்ளாதே. உழவர் குடியினரை முதற்கண் பாதுகாத்து, அதனால் ஏனைக் குடியினரையும் பசியின்றி நீ காப்பாயானால், நின் ஆணைக்கு அடங்காதவர்கூட நின் அடியிணைகளைப் பணிந்து நின்னைப் போற்றுவர்!

சொற்பொருள்: 1.நளியிரு - நீர் செறிந்த. ஏணியாக - எல்லையாக 6. அலங்குகதிர் கனலி - விளங்கிய சுடரையுடைய ஞாயிறு (சூரியன்) 17. கொண்மூ - முகில் 22.வீற்று - வேறு. 23. கண்ணகன் - இடமகன்ற. 32.பாரம் - குடி ஓம்பி. பாதுகாத்து - அத்தையும், ஆங்கவும், மதியும் அசை நிலைகள் 34 நின் அடிபுறம் தருகுபவர் நின்னடியைப் போற்றுவர்.

36. நீயே அறிந்து செய்க!

பாடியவர்: ஆலத்தூர் கிழார். **பாடப்பட்டோன்:** சோழன் குளமுற்றத்துத் துஞ்சிய கிள்ளி வளவன். **திணை:** வஞ்சி: **துறை:** துணை வஞ்சி. **குறிப்பு:** சோழன் கருவூரை முற்றியிருந்தபோது பாடியது.

(மேற்சென்றானைச் சந்துசெய்து மீட்டலின் இது துணை வஞ்சி ஆயிற்று. 'உள்ளியது முடிக்கும் வேந்தனது சிறப்பும்' என்னும் துறைக்கு இளம்பூரணரும் (புறத் சூ10) இது 'புறத்து உழிஞையோன்கண் தூதன் அவன் சிறப்பு எடுத்து உரைத்தது' என்பதற்கு எடுத்துக்காட்டாக (புறத் சூ12) நச்சினார்க்கினியரும் காட்டுவர்.)

அடுநை யாயினும், விடுநை யாயினும்,
நீ அளந் தறிதி நின் புரைமை; வார்கோல்,
செறியரிச் சிலம்பின் குறுந்தொடி மகளிர்
பொலஞ்செய் கழங்கின் தெற்றி யாடும்
தண்ணான் பொருநை வெண்மணல் சிதையக்

கருங்கைக் கொல்லன் அரஞ்செய் அவ்வாய்
நெடுங்கை நவியம் பாய்தலின், நிலையழிந்து,
வீகமழ் நெடுஞ்சினை புலம்பக் காவுதொறும்
கடிமரம் தடியும் ஓசை, தன்ஊர்
நெடு மதில் வரைப்பின் கடிமனை இயம்ப,
ஆங்கு இனி திருந்த வேந்தனோடு, ஈங்குநின்
சிலைத்தார் முரசம் கறங்க
மலைத்தனை என்பது நாணுத்தகவு உடைத்தே.

சிலம்பும் வளையும் அணிந்த இளமகளிர் பொன்னாற் செய்த கழற்காய் கொண்டு மணல் மேடுகளிலே இருந்து விளையாடும் ஆன்பொருநையின் வெண்மணல் சிதறும்படியாக நின் வீரர், கூரிய கோடரி கொண்டு காவற்காடுகளின் மரங்களை வெட்டு கின்றனர். அதனால், பூநாறும் அம்மரங்களின் நெடிய கொம்புகள் நிலைகலங்கி வீழ்கின்றன. இவ்வாறு வெட்டும் ஒலி, நகருள் காவல் மிகுந்த நெடுமதில் சூழ்ந்த அரண்மனையிலே இருக்கும் சேரனின் காதுகளிலும் அது ஒலித்திருக்குமன்றோ! அது கேட்டும் போருக்கு எழுந்து வராமல் அங்கேயே அவன் இனிதாக இருக்கின்றானே! வீரமற்ற அத்தகையவனுடன் முரசம் கறங்க நீ போரிட்டனை என்பது வெட்கந்தரும் செயலாகும். போரிடு வாயோ அன்றி விடுவாயோ? அதை நீயே எண்ணி ஆராய்ந்து முடிவு செய்வாயாக.

சொற்பொருள்: *1.*அடுநை - கொல்வாய். விடுநை - கொல்லா தொழிவாய் 2. புரைமை - உயர்ச்சி 4. தெற்றி ஆடும் - திண்ணை போல உயர்ந்த எக்கர்க்கண்ணே இருந்து கழற்சி விளையாடும். எக்கர் - மணல்மேடு 6. கருங்கை - வலிய கையை உடைய. அரம்செய் - அரத்தாற் கூர்மை செய்யப்பட்ட 8. வீ - பூ. புலம்ப - தனிப்ப. 10.கடிமனை - காவலையுடைய கோயிற் கண்ணே 11.இனிது இருந்த - இனிதாக மானம் இன்றியிருந்த 12.சிலைத்தார் - இந்திரவில் போலும் மாலையையுடைய.

37. புறவும் போரும்

பாடியவர்: மாறோக்கத்து நப்பசலையார். பாடப்பட்டோன் : சோழன் குளமுற்றத்துத் துஞ்சிய கிள்ளி வளவன். **திணை:** வாகை. உழிஞை எனவும் பாடம். **துறை:** அரச வாகை; குற்றுழிஞை எனவும் முதல் வஞ்சி எனவும் பாடம்.

('புறவுக்கு உற்ற துயரைத் தீர்க்கும் பொருட்டுத் துலை புக்க அருளாளனின் மரபினனாகியும், செருவினிடத்து இவற்றை நல்லனவென்று பாராது அழித்தல் வல்லையாயிருந்தாய்' என

அவன் மறமாண்பை வியந்து கூறினர். அரசனது இயல்பின் மிகுதியைக் கூறுதலால் இச் செய்யுள் அரச வாகை ஆயிற்று. பழைய வரலாற்றையுடைய முன்னோனது நிலையைக் கூறுதலால் முதல் வஞ்சியும் ஆகும். முரணிய புறத்தோன் அணங்கிய பக்கம் என்னும் துறைக்கு எடுத்துக் காட்டுவர் இயம்பூரணர் (புறத். சூ. 10)

நஞ்சுடை வால் எயிற்று, ஐந்தலை சுமந்த,
வேக வெந்திறல் நாகம் புக்கென,
விசும்புதீப் பிறப்பத் திருகிப் பசுங்கொடிப்
பெருமலை விடரகத்து உரும்எறித் தாங்குப்,
புள்ளுறு புன்கண் தீர்த்த, வெள் வேல்
சினங்கெழு தானைச் செம்பியன் மருக!
கரா அம் கலித்த குண்டுகண் அகழி,
இடம்கருங் குட்டத்து உடன்தொக்கு ஓடி:
யாமம் கொள்பவர் சுடர்நிழல் கதூஉம்
கடுமுரண் முதலைய நெடுநீர் இலஞ்சிச்
செம்பு உறழ் புரிசைச், செம்மல் மூதூர்,
வம்பு அணி யானை வேந்து அகத் துண்மையின்
'நல்ல என்னாது சிதைத்தல்
வல்லையால் நெடுந்தகை! செருவத் தானே!

புறவின் துயரினைப் போக்கிய செம்பியன் மரபினனே! சினமிகுந்த வேல் தாங்கிய படையை உடையவனே! முதலைகள் நிறைந்த அகழியினையும், இரவு வேளையிலே ஊர் காப்பாரின் விளக்கு நிழலைக் கவரும் முதலைகள் திரண்டிருக்கும் நீர் நிறைந்த மடுவினையும் செம்பாற் செய்தாற்போலும் மதிலையு முடையது, தலைமையோடு விளங்கிய மிகப்பழைய அரண். கச்சணிந்த யானைப் படையுடன் வலிபொருந்திய அரசும் அங்கே இருந்தது. அவற்றை நல்லன என்றும் பாராது, நச்சுப்பற்களும் ஐந்தலையும் உடைய நாகம் புக்கது போல் புகுந்து, வானம் செவ்விருள்பட அவ்வூரை எரியூட்டி அழித்து வானத்தும் செந்தீ எழச் செய்தாய். மலைமுழையின் கண்ணே இடிமுழக்கம் எதிர் ஒலித்தாற்போல, அவ்வூரினுள் புகுந்து அதனை அழித்துப் போரிட்டு வெல்லும் வல்லமையுடையவனாகவும் இருந்தாய் பெருந்தகாய்! நின் முன்னோர் அருளும்நின் கொடிய வன்மையும் இருந்தவாறு என்னே! (பழிப்பது போலப் புகழ்ந்து உரைத்தது இது)

சொற்பொருள்: *3.* தீப்பிறப்பித் திருகி - வானம் தீப் பரக்கும் பரிசு முறுகி. *6.*செம்பியன் - சிபிச்சக்கரவர்த்தி என்பர். *7.* கராம்

முதலையுள் ஒரு சாதி 8.கருங்குட்டத்து - கரிதாகிய ஆழத்தின் கண். 9.யாமம் கொள்பவர் - இடை யாமத்து ஊர்க்காப் பாளருடைய. சுடர் - விளக்கு. கதூஉம் - கவரும் 10.கடுமுரண் - கடிய மாறுபாடு. இலஞ்சி - மடு. 11.செம்பு உறழ் - செம்பு பொருவும். செம்மல் - தலைமை 12. வம்பு - கச்சு 13. செருவத்தான் - போரின்கண்.

38. வேண்டியது விளைக்கும் வேந்தன்!

பாடியவர்: ஆவூர் மூலங்கிழார். **பாடப்பட்டோன்:** சோழன் குளமுற்றத்துத் துஞ்சிய கிள்ளிவளவன். **திணை:** பாடாண். **துறை:** இயன்மொழி. **குறிப்பு:** 'எம்முள்ளீர், எந்நாட்டீர்?' என்று அவன் கேட்ப, அவர் பாடியது.

('நீ உடன்று நோக்கும்' என்பது முதலியவற்றால் அரசனது இயல்பைக் கூறினமையின் இது இயன்மொழி ஆயிற்று. புகழ்ச்சிக்கண் வந்த செந்துறைப் பாடாண் பாட்டிற்கு எடுத்துக் காட்டுவர் நச்சினார்க்கினியார் (தொல் புறத். சூ. 27) உடையரும் இல்லோருமாதலும் இறப்போரும் பிறப்போரும் ஆதலும் முன்வினைப்பயனால் வந்தடைவன எனக் கூறுகின்றார் புலவர்.)

வரை புரையும் மழகளிற்றின் மிசை,
வான் துடைக்கும் வகைய போல
விரவு உருவின கொடி நுடங்கும்
வியன் தானை விறல் வேந்தே!
நீ உடன்று நோக்கும்வாய் எரிதவழ
நீ நயந்து நோக்கும் வாய் பொன்பூப்பச்,
செஞ் ஞாயிற்று நிலவு வேண்டினும்,
வெண் திங்களுள் வெயில் வேண்டினும்
வேண்டியது விளைக்கும் ஆற்றலை ஆகலின்,
நின்நிழல் பிறந்து நின்நிழல் வளர்ந்த,
எம்அளவு எவனோ மற்றே?' இன்நிலைப்
பொலம்பூங் காவின் நன்னாட் டோரும்
செய்வினை மருங்கின் எய்தல் அல்லதை,
உடையோர் ஈதலும், இல்லோர் இரத்தலும்
கடவ தன்மையின், கையறவு உடைத்து என
ஆண்டுச் செய் நுகர்ச்சி ஈண்டும் கூடலின்,
நின்நாடு உள்ளுவர், பரிசிலர்:
ஒன்னார் தேஎத்தும், நின்னுடைத் தெனவே.

குன்றுகளைப் போன்ற இளங்களிறுகளின்மீது வானத்தையே தடவுவன போன்று பலநிறக் கொடிகள் அசைந்து தோன்றும்,

பரந்த படைத்திரளை உடைய, ஆற்றல் மிகுந்த வேந்தனே! நீ சினங்கொண்டு பார்க்கும் இடத்திலே எரிபரக்கும். நீ அருள்கொண்டு பார்க்கும் இடத்திலோ பொன் பொலியும். ஞாயிற்றிலே நிலவு உண்டாக என்றாலும், நிலவிலே வெயில் உண்டாக, என்றாலும் விரும்பினால் அவ்வாறே உண்டாக்கும் வலிமையுடையவன் நீ! விண்ணவர் உலகில் தாம் செய்த நல்வினைக்கு ஏற்ப போகம் நுகர்ந்து அங்கே இன்புறுவர் என்பர். அஃதன்றிச் செல்வர் வறியோர்க்கு வழங்கலும், வறியோர் செல்வரிடத்தே அவர் பரிசை நாடிச் செல்லலும் அங்கே கிடையாது.அது நின் நாட்டிலேதான் நிகழும்! எனவே, பகைவர் நாட்டுப் பரிசிலரும், நின் நாடு நின்னை உடையதாகின்றது என்றும், அந்த விண்ணுலகினும் இல்லாத இன்பம் இங்கே உளது என்றும் கருதியவராக நின் நாட்டையே நினைத்துக் கொண்டிருப்பர். அங்ஙனமிருக்க, நின் நிழலிலேயே பிறந்து வளர்ந்த எம் நினைவின் எல்லையைப் பற்றி, ஏதும் அளவிட்டுச் சொல்லவும் முடியுமோ?

சொற்பொருள்: பொன் பூப்ப - பொன் பொலிய. 11. எம் அளவு - எமது நினைவின் எல்லை.12. மருங்கின் - இன்பத்தின் பக்கத்தை. 13. எய்தல் அல்லதை - பொருந்துவதல்லது. 15. கடவது அன்மையின் ஆண்டுச் செய்யக் கடவது இன்மையால். 18.தேஎத்தும் - தேயத்து இருந்தும்.

39. புகழினும் சிறந்த சிறப்பு!

பாடியவர்: மாறோக்கத்து நப்பசலையார். **பாடப்பட்டோன்:** சோழன் குளமுற்றத்துத் துஞ்சிய கிள்ளிவளவன். **திணை:** பாடாண். **துறை:** இயன் மொழி. **சிறப்பு:** வளவன் வஞ்சியை வெற்றி கொண்டது.

தலைவன் செய்தியையும், அவன் மரபினோர் செய்தியையும் உரைத்தமையால் இச்செய்யுள் 'இயன்மொழி' ஆயிற்று. ஈதல், அடுதல், முறைமை என்பவற்றுள் சிறந்தோனாகவும், போர் மறத்துள் ஒப்பற்றோனாகவும் வளவனை வியந்து பாடுகின்றார் புலவர். புறவின் அல்லலைத் தீர்த்தோனைப் பற்றிய குறிப்பும், தூங்கெயில் எறிந்த செம்பியனது மறமாண்பு பற்றிய குறிப்பும் காணப்படுகிறது. 'தூங்கு எயில்' என்பது தற்காலத்தைய குண்டு வீச்சு விமானங்களைப் போல்வதொரு சாதனமாயிருக்கலாம்.

புறவின் அல்லல் சொல்லிய, கறையடி
யானை வான்மருப் பெறிந்த வெண்கடைக்
கோல்நிலை துலாஅம் புக்கோன் மருக
ஈதல்நின் புகழும் அன்றே; சார்தல்
ஒன்னார் உட்கும் துன்னரும் கடுந்திறல்

தூங்கெயில் எறிந்தநின் ஊங்கணோர் நினைப்பின்,
அடுதல்நின் புகழும் அன்றே; கெடுவின்று,
மறங்கெழு சோழர் உறந்தை அவையத்து,
அறம்நின்று நிலையிற் றாகலின், அதனால்
முறைமைநின் புகழும் அன்றே; மறம்மிக்கு,
எழுசமம் கடந்த எழுவுறழ் திணிதோள்,
கண்ணார் கண்ணிக் கலிமான் வளவ!
யாங்கனம் மொழிகோ யானே; ஓங்கிய
வரையளந் தறியாப் பொன்படு நெடுங்கோட்டு
இமயம் சூட்டிய ஏம விற்பொறி,
மாண்வினை நெடுந்தேர், வானவன் தொலைய
வாடா வஞ்சி வாட்டும்நின்
பீடுகெழு நோன்தள் பாடுங் காலே?

புறாவினது அல்லலைத் தீர்க்கத் தானே துலை ஏறி அமர்ந்த அருளாளனாகிய செம்பியனின் மரபினன்நீ; ஆதலால் நீயுமோர் ஈகைக்குணம் உடையவனாதல் நினக்குப் புகழ் அன்று. தூங்கு எழில் அழித்து வென்ற நின் முன்னோரை நினைத்தால் போர்களில் வெற்றி கொள்வதுகூட நினக்குப் புகழ் அன்று; கேடின்றி வீரம் செறிந்த சோழரின் உறையூர் அவையினிடத்தே அறம் என்றும் நிலைபெற்று நிற்கும்; ஆதலின் நீ முறைமை செய்தாயென்பதும் நினைக்குப் புகழ் தருவதன்று; இமயத்திலே பொறித்த விற்பொறியையும் நெடிய தேரையும் உடையவனாக சேரனை வென்று அவனது கருவூர்க் கோட்டையும் அழித்த நின் முயற்சிச் சிறப்பை யான் எவ்வாறு கூறுவேன்! கணைய மரமும் ஒவ்வாத தசைசெறிந்த திண்தோளும் கண்ணுக்கினிய மாலையும் மனஞ்செருக்கிய குதிரையும் உடையவனே நீயே கூறுவாயாக!

சொற்பொருள்: 2. வான்மருப்பு எறிந்த - வெளியே கோட்டாற் கடைந்து செறிக்கப்பட்ட *4.* உட்கும் - கிட்டுதற்கு வெருவும். *6.* தூங்கு எயில் - ஆகாயத்து மதில். *11.* எழு - கணையமரம் *12.* கலிமான் - மனம் செருக்கியகுதிரை. *18.* தாள் - முயற்சி.

40. ஒரு பிடியும் எழு களிறும்!

பாடியவர்: ஆவூர் மூலங்கிழார். **பாடப்பட்டோன்:** சோழன் குளமுற்றத்துத் துஞ்சிய கிள்ளி வளவன். **திணை:** பாடாண். **துறை:** செவியறிவுறூஉ.

(‘என்றும் இன்சொல் எண் பதத்தை ஆகுமதி என அறத்தாறு கூறி அறிவுறுத்தலின் செவியறிவுறூஉ ஆயிற்று. ஒரு பிடி படியும் சீறிடம் எழுகளிறு புரக்கும் நாடு’ என்றது. அந் நாட்டது வளமையை வியந்ததாம். இதனால், அந் நாட்டார் பசியற்று

நல்வாழ்வினராகத் திகழ்ந்ததும் பெறப்படும். செவியறிவுறுத்தற்கு இச்செய்யுளை நச்சினார்க்கினியரும் எடுத்துக் காட்டுவர்.)

நீயே, பிறர் ஓம்புற மறமன் னெயில்
ஓம்பாது கடந்தட்டு, அவர்
முடி புனைந்த பசும் பொன்னின்
அடி பொலியக் கழல் தைஇய
வல் லாளனை; வய வேந்தே!
யாமே நின், இகழ் பாடுவோர் எருத்தடங்கப்
புகழ் பாடுவோர் பொலிவு தோன்ற,
இன்றுகண் டாங்குக் காண்குவம்; என்றும்
இன்சொல் என்பதத்தை ஆகுமதி, பெரும,
ஒரு பிடி படியுஞ் சீறிடம்
எழுகளிறு புரக்கும் நாடுகிழ வோயே!

பெருமானே! ஒரு பிடியானை கிடக்கும் அளவு சிறிய இடமாயினும் அதன்கண் வளம்பெருக்கி, ஏழு களிற்று யானைகளைப் பாதுகாக்க வல்ல உணவுப் பொருள்களை உளவாக்கும் சோழவளநாட்டை உரிமையாக உடையவனே காவல் மிகுந்த நின் பகைவரது அரண்களை எதிர்நின்று அழித்தனை. அவரையுங் கொன்று அவர் மகுடத்துப் பசும் பொன்னால் வீரக்கழல் செய்தும் அணிந்துள்ளனை. அத்துணை வலிமையும் ஆண்மையும் உடையவனே! வய வேந்தனே! நின்னை இழித்துஉரைப்பவர் கழுத்திறைஞ்சித் தாழவும் நின்னைப் புகழ்ந்து உரைப்பவர்பால் இன்பப் பொலிவு தோன்றவும் இன்று கண்டோம். இனியும், இவ்வாறே காண்போம். எந்நாளும் இன்மொழி பேசுபவனாகவும் காண்போர்க்கு எளிய செவ்வி உடையவனாகவும் நீ விளங்குவாயாக!

சொற்பொருள்: 2. கடந்து அட்டு - எதிர்நின்று அழித்து 4. கழல்தை இய - வீரக்கழல் செய்து புனைந்த 6. எருத்து அடங்க - கழுத்து இறைஞ்ச 9. எண்பதத்தை எளிய செவ்வியை 8. ஆகுமதி- ஆகுக. மதி: முன்னிலை அசைச்சொல்.

41. காலனுக்கு மேலோன்!

பாடியவர்: கோவூர் கிழார். **பாடப்பட்டோன்:** சோழன் குளமுற்றத்துத் துஞ்சிய கிள்ளி வளவன். **திணை:** வஞ்சி. **துறை:** கொற்ற வள்ளை.

(‘காற்றோடு எரி நிகழ்ந்தன்ன செலவிற் செருமிகு வளவ’ என மன்னவன் புகழும் ‘நிற் சினைஇயோர் நாடு பைதன் மாக்களோடு பெருங் கலக்குற்றன்று’ என ஒன்னார் நாடு

அழிபிரங்கியதும் கூறுதலால் இது கொற்றவள்ளை ஆயிற்று. நிமித்தம் பற்றி வந்ததற்கு இளம்பூரணரும்(தொல் புறத் சூ. *30*), பாடாண் கொற்ற வள்ளைக்கும் (சூ *34*), ஓம்படை வாழ்த்திற்கும் (சூ.*36*) நச்சினார்க்கினியரும் இச்செய்யுளை எடுத்துக் காட்டுவர்.)

காலனும் காலம் பார்க்கும்; பாராது
வேல்ஈண்டு தானை விழுமியோர் தொலைய,
வேண்டிடத்து அடூஉம் வெல்போர் வேந்தே!
திசைஇரு நான்கும் உற்கம் உற்கவும்,
பெருமரத்து, இலையில் நெடுங்கோடு வற்றல் பற்றவும்
வெங்கதிர்க் கனலி துற்றவும் பிறவும்,
அஞ்சுவரத் தகுந புள்ளுக்குரல் இயம்பவும்,
எயிறுநிலத்து வீழவும் எண்ணெய் ஆடவும்,
களிறுமேல் கொள்ளவும், காழகம் நீப்பவும்,
வெள்ளி நோன்படை கட்டிலொடு கவிழவும்,
கனவின் அரியன காணா, நனவின்
செருச்செய் முன்ப! நின் வருதிறன் நோக்கி,
மையல் கொண்ட ஏமம் இல் இருக்கையர்,
புதல்வர் பூங்கண் முத்தி, மனையோட்கு
எவ்வம் கரக்கும் பைதல் மாக்களொடு
பெருங்கலக் குற்றன்றால் தானே, காற்றோடு
எரிநிகழ்ந் தன்ன செலவின்
செருமிகவளவ நின் சினைஇயோர் நாடே.

கூற்றுவனும் ஒருயிரைக் கொள்ள,அதற்கான ஆயுளின் முடிவுகாலம் வரும்வரை காத்திருப்பான். அவ்வாறு பகைவரின் அழிவுக்கான காலம் எதுவெனவும் பாராது வேல் நெருக்கங் கொண்ட பெரும்படையுடைய மேலான மன்னரும் தொலையு மாறு, விரும்பினால் விரும்பியவுடனேயே கொன்று அழிக்கும் வெற்றிப்பேராற்றல் உடைய வேந்தனே! எட்டுத் திசைகளிலும் எரிகொள்ளி எரிந்து வீழவும் பெருமரங்கள் இலையற்றுக் கிளைகள் வற்றி உலரவும், அச்சந்தரும் பறவைகளின் குரல்கள் ஒலிக்கவும் பற்கள் தரையிலே உதிரவும் தலைமயிர் மீது எவரோ எண்ணெய் வார்க்கவும் பன்றி ஏற்றின்மேல் ஏறவும், ஆடையைக் களையவும் ஒளிவீசும் படைக்கலங்கள் தாமிருக்கும் கட்டிலிலே முறிந்து சரியவும் இங்ஙனமாகக் கனவிலும் பொறுத்தற்கு அரியவனவற்றையே கண்டு பகைவர் அஞ்சப் போர்செய்யும் ஆற்றல் உடையவனே! நீ மேன்மேலும் வெற்றியுடன் முன்னேறக்கண்ட பகை நாட்டினர் நிலையை என்னென்பேன்? காற்றுடன் சேர்ந்து நெருப்புப் பற்றியதுபோல நீ சென்றாய். பகைநாட்டுப் போர் மறவர் வீழ்ந்துபடக் காவலற்று மயங்கின

அவர் இல்லங்கள். அந்நிலைக்கு வருந்தும் எஞ்சின ஆடவர் தம் வருத்தத்தைத் தம் மனைவியர் அறியக்காட்டாது தம் சிறுமகாரின் பூவனைய கண்களை முத்தங்கொண்டு தம் துயரை மறப்பர். இவ்வாறு துன்புறும் ஆடவரோடு அந்நாடுகள் கலக்கமுற்றனவே!

சொற்பொருள்: 4. உற்கம் - எரிகொள்ளி. உற்கவும் - எரிந்து வீழவும்; விண்மீன் எரிந்து வீழவும் 5. வற்றல் - பசையற்று உலர்ந்த கொம்பு 6. கனலி - ஞாயிறு. துற்றவும் - பலவிடத்தும் செறிந்து தோன்றவும் 7. புள் - ஆந்தைமுதலாயின 9. எயிறு - ஆண்பன்றி காழகம் - ஆடை 10. நோன்படை - வலிய படைக் கலம் 11. காணா - கண்டு 12. முன்ப - வலிமையுடையோய் 13. மையல் - மயக்கம். ஏமம் - காவல் 14. முத்தி - முத்தங்கொண்டு. எவ்வம் கரக்கும் - தமது வருத்தம் தோன்றாமல் மறைக்கும்.

42. ஈகையும் வாகையும்!

பாடியவர்: இடைக்காடனார். **பாடப்பட்டோன்:** சோழன் குளமுற்றத்துத் துஞ்சிய கிள்ளி வளவன். **திணை:** வாகை. **துறை:** அரச வாகை. **சிறப்பு:** சோழனின் மறமேம்பாடும் கொடை மேம்பாடும் வலிமைச் சிறப்பும்.

(அரசனது வெற்றி உறுதியைக் கூறுதலால் அரசவாகை ஆயிற்று. 'கொள்ளார் தேஎங் குறித்த கொற்றம்' என்னும் துறைக்கு நச்சினார்க்கினியர் எடுத்துக் காட்டுவர் -(தொல் புறத் சூ 12); இளம்பூரணரும் அவ்வாறே காட்டுவர்(சூ.10) புலவர் கூட்டம் இவனை அடைந்து பயன் பெற்றதனை 'மலையின் இழிந்து மாக்கடல் நோக்கி, நிலவரை இழிதரும் பல்யாறு போலப் புலவர் எல்லாம் நின்னோக்கினரே' என்றார்; இஃது இவனருளைக் காட்டும்.)

ஆனா ஈகை, ஆடு போர், அண்ணல்!நின்
யானையும் மலையின் தோன்றும்; பெரும! நின்
தானையும் கடலென முழங்கும்! கூர்நுனை
வேலும் மின்னின் விளங்கும்; உலகத்து
அரைசுதலை பனிக்கும் ஆற்றலை யாதலின், 5
புரைதீர்ந் தன்று அது புதுவதோ அன்றே;
தண்புனற் பூசல் அல்லது, நொந்து,
'களைக வாழி, வளவ!'என்று நின்
முனைதரு பூசல் கனவினும் அறியாது,
புலிபுறங் காக்கும் குருளை போல, 10
மெலிவில் செங்கோல் நீபுறங் காப்பப்,
பெருவிரல் யாணர்த் தாகி, அரிநர்

கீழ்மடைக் கொண்ட வாளையும், உழவர்
படைமிளிர்ந் திட்ட யாமையும், அறைநர்
கரும்பிற் கொண்ட தேனும், பெருந்துறை
நீர்தரு மகளிர் குற்ற குவளையும்,
வன்புலக் கேளிர்க்கு வருவிருந் தயரும்
மென்புல வைப்பின் நன்னாட்டு பொருந!
மலையின் இழிந்து மாக்கடல் நோக்கி,
நிலவரை இழிதரும் பல்யாறு போலப்,
புலவ ரெல்லாம் நின்நோக் கினரே,
நீயே, மருந்தில் கணிச்சி வருந்த வட்டித்துக்
கூற்றுவெகுண் டன்ன முன்பொடு,
மாற்று இரு வேந்தர் மண்நோக் கினையே.

எல்லை இல்லாத வள்ளன்மையும், போரிட்டு வெல்லும் ஆற்றலும் உடைய அண்ணலே! நின் யானையும் மலைபோலத் தோன்றும். நின் படையும் கடல்போல் முழங்கும். கூர்மையான முனையுடைய நின் வேலும் விட்டுவிட்டு மின்னலைப் போல ஒளிவீசும். இவ்வாறு, பிற அரசுகள் நடுங்கும் அளவு நீ வலிமை உடையவனாதலால் எங்கும் குற்றங்கள் தீர்ந்தன. இது நினக்கு மட்டும் புதுமை அன்று; நின் மரபினர்க்கு இயல்பாக வரும் பழமையேயாகும். குளிர்ந்த நீர்ப்பெருக்கின் ஒலியல்லாது வருந்தி "வாழி வளவ! எம் துயரினைத் தீர்ப்பாயாக" என்று, நின்முன் வந்து நின்படையினர் பூசலிடுவதைக் கனவிலும் காணாதவன் நீ. அனைவரையும் புலி தன் குட்டிகளைக் காப்பதுபோலச் செவ்வையாகப் பேணிக் காத்து வருபவனும் நீ. பெருஞ் சிறப்புடன் புது வருவாய் மலிந்தது நின்நாடு. நெல் அறுப்பவர் கடை மடையிடத்தே வாளை மீனைப் பிடித்து வருவர். உழுபவர் கொழு முனையைத் தடுத்து நிற்கும் ஆமைகளைப் பிடித்துக் கொணர்வர். கரும்பறுப்பவர் கரும்பினின்று தேன் எடுத்துக் கொணர்வர். துறையிலே நீர்முழுக்க வரும் பெண்கள் செங்கழுநீர்ப் பூவினைப் பறித்துச் செல்வர். இவற்றை எல்லாம் நின் நாட்டு வேளாண் மக்கள் வறண்ட நாட்டிலிருந்து வரும் தம் சுற்றத்தார்க்கு விருப்பமுடன் விருந்தாகக் கொடுத்து மகிழ்வர். இத்தகைய பல ஊர்களை உடையது நினது நாடு. அவ் வளநாட்டின் வேந்தனே! பலவாக மலையினின்றும் இழிந்து நிலத்தையுங் கடந்து கடலை நோக்கிச் செல்லும் கானாறுகளைப் போலப் புலவர் யாவரும் நின்னையே நோக்கி வருகின்றனர். அவருக்குப் பரிசில் அளிப்பதற்காகக் கணிச்சி என்னும் படைக் கலத்தை உயிர்வருந்த சுழற்றிக் கூற்றம் சினந்தாற் போல, நினக்கு மாறுபட்ட இருவேந்தர் நிலத்தையும் வென்று ஆட்படுத்தினாய். வளவனே! நீ வாழ்வாயாக!

சொற்பொருள்: 5. தலைபனிக்கும் - தலைநடுங்குதற்கு ஏதுவாகிய. 7. தண்புனல் பூசல் - குளிர்ந்த நீரால் உளதாகிய பூசல் 9. முனைதரு பூசல் - நினது முந்துற்றுச் செல்லும் படையுண்டாக்கும் பூசல். பூசல் - ஆரவாரம். 10. குருளை 0 புலிக்குட்டி. 12. அரிநர் - நெல்லறுப்போர் கீழ்மடைக் கொண்ட கடைமடைக் கண்பிடித்துக் கொள்ளப்பட்ட 14. படை மிளிர்ந்திட்ட - படைவாளால் மறிக்கப்பட்ட. அறைநர் - கரும்பு அறுப்போர் 16. குற்ற - பறித்துக் கொண்ட 17. வன்புலம் - குறிஞ்சியும் முல்லையும் 18 மென்புலம் - மருதமும் நெய்தலும் 22. மருந்து இல் - பரிகாரம் இல்லாத 22. கணிச்சி - குந்தாலிப் படை.

43. பிறப்பும் சிறப்பும்!

பாடியவர்: தாமப்பல் கண்ணனார், **பாடப்பட்டோன்:** சோழன் நலங்கிள்ளி தம்பி மாவளத்தான். **திணை:** வாகை. **துறை:** அரச வாகை. **குறிப்பு:** புலவரும் அரசகுமரனும் வட்டுப் பொருவுழிக் கைகரப்ப, வெகுண்டு வட்டுக் கொண்டு எறிந்தானைச், 'சோழன் மகன் அல்லை' என நாணியிருந்தானை அவர் பாடியது.

(பொறுத்தற்கு அரிய பிழையையும் பொறுத்த குண வென்றி கூறுதலால் இஃது அரச வாகை ஆயிற்று. யானே பிழைத்தனென்; சிறக்க நின் ஆயுள், மிக்குவரும் இன்னீர்க் காவிரி எக்கரிட்ட மணலினும் பலவே என வாழ்த்தும் மன நிலையை அறிந்து பாராட்டுக.)

நிலமிசை வாழ்நர் அலமரல் தீரத்,
தெறுகதிர்க் கனலி வெம்மை தாங்கிக்,
கால்உண வாகச்,சுடரொடு கொட்கும்
அவிர்சடை முனிவரும் மருளக், கொடுஞ்சிறைக்
கூருகிர்ப் பருந்தின் ஏறுகுறித் தொரீ இத்,
தன்னகம் புக்க குறுநடைப் புறவின்
தபுதி யஞ்சிச் சீரை புக்க
வரையா ஈகை உரவோன் மருக!
நேரார்க் கடந்த முரண்மிகு திருவின்
தேர்வண் கிள்ளி தம்பி வார் கோல்,
கொடுமர மறவர் பெரும கடுமான்
கைவண் தோன்றல் ஐயம் உடையேன்,
ஆர்புனை தெரியல்நின் முன்னோர் எல்லாம்
பார்ப்பார் நோவன செய்யலர்; மற்றுஇது
நீர்த்தோ நினக்கு? என வெறுப்பக் கூறி,

நின்யான் பிழைத்தது நோவாய்; என்னினும்,
நீபிழைத் தாய்போல் நனிநா ணினையே,
தம்மைப் பிழைத்தோர்ப் பொறுக்குஞ் செம்மல்
இக்குடிப் பிறந்தோர்க் கெண்மை காணும்' எனக்
காண்டகு மொய்ம்ப! காட்டினை ஆகலின்,
யானே பிழைத்தனென் சிறக்கநின் ஆயுள்;
மிக்குவரும் இன்னீர்க் காவிரி
எக்கர் இட்ட மணலினும் பலவே!

தன் அழிவுக்கு அஞ்சாது புறவினது அழிவுக்கே அஞ்சித்தான் துலையேறி அமர்ந்த பெருவள்ளலின் வழிவந்தவனே! பகைவரை வென்ற சிறப்பும் மிக்க செல்வமும் உடைய தேர்வண் கிள்ளியின் தம்பியே! நீண்ட அம்பினையும் வளைந்த வில்லினையும் உடைய மறவர்களின் தலைவனே! விரைந்த குதிரையை உடையவனே கை வண்மையான தோன்றலே! "நின் பிறப்பையே நான் ஐயுறுகின்றேன்! நின் முன்னோர் எவரும் பார்ப்பார் துன்புற எதனையும் செய்யார். மற்றும். எனக்கூறி நீ என்னை வெறுக்குமாறு தவறு செய்தேன். அது கண்டும் நீ என்னை வெறாது நின் உத்தம குணத்தால், நீயே பிழை செய்தாய் போல மிகவும் நாணங்கொண்டவனாயினாய். தம்மைப் பிழைத்தவர் களைப் பொறுக்கும் பெருந்தகைமை இச் சோழர்குடியில் பிறந்தவர்க்கு எளிது; இதோ காணும் எனவும் காட்டினை. வலியுடையவனே! தவறு செய்தவன் யானே. பெருகிவரும் காவிரி மணலினும் நின் வாழ்நாள் பல வாகப் பெருக, நீ நீண்ட காலம் வாழ்வாயாக!

சொற்பொருள்: 3. கால் உணவாக - காற்றை உணவாகக் கொண்டு. கொட்கும் - சூழ வரும். 4. மருள - வியப்பால் மயங்க 5. ஏறு குறித்து - எறிதலைக் கருதி. ஓரீஇ - அதனைத் தப்பி. 7.தபுதி - அழிவு. கீரை புக்க - தன் அழிவிற்கு அஞ்சாது துலாத்தலையுள் புக்க 9. முரண்மிகு - மாறு பாட்டான் மிக்க. 10. வார்கோல் - நீண்ட அம்பு 11. கொடுமரம் - வளைந்த வில்.

44. அறமும் மறமும்!

பாடியவர்: கோவூர் கிழார். **பாடப்பட்டோன்:** சோழன் நெடுங் கிள்ளி. **திணை:** வாகை. **துறை:** அரச வாகை. **குறிப்பு:** நலங்கிள்ளி ஆவூரை முற்றியிருந்தான்: அதுகாலை அடைத்திருந்த நெடுங் கிள்ளியைக் கண்டு பாடியது இச் செய்யுள்.

(அகத்து அரசற்கு அழிந்து கூறியதற்கு இளம்பூரணர் எடுத்துக் காட்டுவர் (புறத் சூ. 10) 'நினது எனத் திறத்தல்; அல்லது

போரொடு திறத்தல் அரசர்க்குரிய இயல்பு' என்று நினைந்து கூறினமையால் அரச வாகை ஆயிற்று.)

இரும்பிடித் தொழுதியொடு பெருங்கயம் படியா,
நெல்லுடைக் கவளமொடு நெய்ம்மிதி பெறாஅ,
திருந்தரை நோன்வெளில் வருந்த ஒற்றி,
நிலமிசைப் புரளும் கைய, வெய்துயிர்த்து,
அலமரல் யானை உருமென முழங்கவும்,
பாலில் குழவி அலறவும், மகளிர்
பூவில் வறுந்தலை முடிப்பவும், நீரில்
வினைபுனை நல்லில் இனை கூஉக் கேட்பவும்,
இன்னாது அம்ம, ஈங்கு இனிது இருத்தல்;
துன்னரும் துப்பின் வயமான் தோன்றல்!
அறவை யாயின், 'நினது' எனத் திறத்தல்;
மறவை யாயின், போரொடு திறத்தல்;
அறவையும் மறவையும் அல்லை யாகத்
திறவாது அடைத்த திண்ணிலைக் கதவின்
நீள்மதில் ஒருசிறை ஒடுங்குதல்
நாணுத்தக வுடைத்திது காணுங் காலே.

பசி மிகுந்த யானைகள் உணவு பெறாது, கட்டிய கம்பம் வருந்தச் சாய்ந்து நிலத்திற் புரண்டு, இடியேறுபோலப் பிளிறுகின்றன. பாலில்லாதவாய்க் குழந்தைகள் அழுகின்றன. மகளிர் பூவில்லாத வெறுந்தலையை முடிக்கின்றனர். நல்ல வீட்டிலும் குடிநீர் இன்றி வருந்தி மக்கள் கதறுகின்றனர். இவையெல்லாம் கேட்டும் நாணங்கொள்ளாது இங்கு இனிதாக நீ இருப்பது மிகவும் தவறானது. நெருங்க முடியாத ஆற்றல் மிகுந்த குதிரைகளையுடைய தலைவனே! அறத்தை உடைய வனானால், இது நின் கோட்டைதானே' எனக் கூறித் திறந்து விட்டுவிடு. அன்றி, வீரம் உடையவன் என்றால் போர் செய்வதற் காகக் கதவைத் திறந்து எதிர்த்துச் செல். இரண்டும் செய்யாது, மதிற் கதவுகளை அடைத்துக் கொண்டு உள்ளே ஒளிந்திருத்தல் வெட்கக்கேடு ஆகும் (சோழனை இடித்துரைக்கிறார் புலவர்)

சொற்பொருள்: நெய்ம்மதி - நெய்யால் மிதித்துத் திரட்டப்பட்ட கவளம். பெறாஆ - பெறாவாய் *3.* அரை - மருங்கு. நோன் வெளில் - வலிய கம்பம் *8.* இனைகூஉக் கேட்பவும் - வருந்திக் கூப்பிடும் கூப்பிட்டைக் கேட்பவும். *11.* அறவை - அறத்தை யுடைய. *12.*மறவை ஆயின் - மறத்தையுடைய ஆயின்; வீரம் உடைய ஆயின் *14.* திண்நிலக் கதவு - திண்ணிய நிலையை யுடைய மதிலின் கதவு.

45. தோற்பது நும் குடியே!

பாடியவர்: கோவூர் கிழார். **பாடப்பட்டோன்:** சோழன் நலங்கிள்ளியும் நெடுங்கிள்ளியும். **திணை:** வஞ்சி. **துறை:** துணை வஞ்சி. குறிப்பு: முற்றியிருந்த நலங்கிள்ளியையும் அடைத்திருந்த நெடுங்கிள்ளியையும் பாடிய செய்யுள் இது.

('நும்மோரன்ன வேந்தர்க்கு மெய்ம்மலி உவகை செய்யும்; குடிப் பொருள் தருவதும் அன்று; இருவரும் வென்றி காணல் இயற்கையும் அன்று' என்பன கூறிச் சந்து செய்தலால், இது துணை வஞ்சி ஆயிற்று.)

இரும்பனை வெண்தோடு மலைந்தோன் அல்லன்;
கருஞ்சினை வேம்பின் தெரியலோன் அல்லன்;
நின்ன கண்ணியும் ஆர்மிடைந் தன்றே; நினனொடு
பொருவோன் கண்ணியும் ஆர்மிடைந் தன்றே;
ஒருவீர் தோற்பினும் தோற்பதும் குடியே
இருவீர் வேறல் இயற்கையும் அன்றே; அதனால்
குடிப்பொருள் அன்று, நும் செய்தி;கொடித்தேர்
நும்மோர்அன்ன வேந்தர்க்கு
மெய்ம்மலி உவகை செய்யும் இவ் இகலே!

நின்னை எதிர்த்து நிற்பவன் பனம்பூச் சூடிய சேரன் அல்லன்; வேப்பந்தார் அணிந்த பாண்டியனும் அல்லன். நின் கண்ணியும் நின்னுடன் போரிடுவோன் கண்ணியும், ஆத்திப் பூவால் ஆயினவே. ஆகவே, ஒருவர் தோற்றாலும் தோற்பது நும் சோழர் குடியே அல்லவோ! வெற்றி பெறுவதும் இயல்பன்றோ! அதனால் நும் செயல் குடிப் பெருமைக்குத் தக்கதன்று. நும்போன்ற வேந்தர்க்கு உடம்பு பூரிக்கும் அளவும் நகையுண்டாக்குவதே நீவிர் இயற்றும் போராகும். (ஈண்டு, இருவரையும் புலவர் இடித்து உரைக்கும் நயம் சிறப்புடையது)

சொற்பொருள்: இரும்பனை வெண்தோடு மலைந்தோன் - சேரன் 2. கருஞ்சினை வேம்பின் தெரியலோன் - பாண்டியன் 3. ஆர்மிடைந்தன்று - ஆத்தியால் செறியக் கட்டப்பட்டது. 7. குடிப்பொருள் அன்று - நும் குடிக்குத் தக்கது ஒன்றன்று. 9. மெய்ம்மலி உவகை - உடம்பு பூரிக்கும் உவகை.

46. அருளும் பகையும்!

பாடியவர்: கோவூர் கிழார். **பாடப்பட்டோன்:** சோழன் குளமுற்றத்துத் துஞ்சிய கிள்ளி வளவன். **திணை:** வஞ்சி. **துறை:** துணை வஞ்சி. **குறிப்பு** : மலையமான் மக்களை யானைக் காலில் இட்ட காலத்துப் பாடி உய்யக் கொண்டது.

(அவரைக் கொல்லாமல் படிக்குச் சந்துசெய்து காத்தலின் இது துணை வஞ்சி ஆயிற்று. துணை வஞ்சித் துறைக்கே இளம்பூரணர் எடுத்துக் காட்டுவர் (புறத். சூ-7) இப் பாட்டு மேற்செலவின்கண் அடங்காமையின் துணைவஞ்சியன்று என்றும் பாடாண் திணைச் செய்யுளே என்றும் உரைப்பர் நச்சினார்க் கினியர் (தொல். புறத். சூ8 உரை).

நீயே,புறவின் அல்லல் அன்றியும் பிறவும்
இடுக்கண் பலவம் விடுத்தோன் மருகனை!
இவரே, புலனுழுது உண்மார் புன்கண் அஞ்சித்
தமது பகுத்து உண்ணும் தண்ணிழல் வாழ்நர்
களிறு கண்டு அழூஉம் அழா அல் மறந்த
புன்றலைச் சிறாஅர் மன்று மருண்டு நோக்கி
விருந்திற் புன்கண்நோ வுடையர்!
கேட்டனை யாயின் நீ வேட்டது செய்ம்மே!

புறாவின் துயரமன்றியும் பிற துயரங்கள் பலவற்றையும் நீக்கியவர் மரபினன் நீ! இவரோ, கற்றோர் வறுமை அடையாதவாறு தம் விளைபொருளைப் பகுத்து உண்ணும் இளமை நிழல் வாழும் மரபினர்! யானையைக் கண்டதும் தம் இளமையால் மகிழ்பவர். அழுகையையும் மறந்து நிற்பவர். மிக்க சிறு பிள்ளைகள்! கூடியிருப்போரைப் புதியவராகக் கண்டு வருந்தும் புதியதோர் வருத்தமும் உடையவர். யாம் சொன்னதைக் கேட்டனை! ஆனால் நின் விருப்பபபடியே செய்க. (அருளும் அரசும் புலவர் உள்ளத்திலே கலக்க, அங்கே அருள் ஒன்றே அரசினும் சிறந்து எழக் காட்டுவது இப்பாடல்.)

சொற்பொருள்: 4. தமது - தம்முடைய பொருளை 7. புன்கண் வறுமையை. விருந்திற் புன்கண் நோவுடையர். முன்பு அறியாத புதியதோர் வருத்தத்தை உடையவர்.

47. புலவரைக் காத்த புலவர்!

பாடியவர்: கோவூர் கிழார். **பாடப்பட்டோன்:** காரியாற்றுத் துஞ்சிய நெடுங்கிள்ளி. **திணை:**வஞ்சி.**துறை:** துணை வஞ்சி. **குறிப்பு:** சோழன் நலங்கிள்ளியிடமிருந்து உறையூர் புகுந்த இளந்தத்தன் என்னும் புலவனை, ஒற்று வந்தான் என்று கொல்லப் புகுந்தவிடத்துப் பாடி உய்யக் கொண்ட செய்யுள் இது.

(சந்து செய்து புலவரது உயிரை உய்யக் கொண்டமையின் துணைவஞ்சி ஆயிற்று. இளம்பூரணனார் இத்துறைக்கே மேற்கோள் காட்டுவர். மேற்செலவின்கண் அடங்காமையின் துணைவஞ்சியன்று என்றும் பாடாண்திணைச் செய்யுள் என்றும்

உரைப்பர் நச்சினார்க்கினியர் (தொல் புறத் சூ.8) பழிகாப்புச்
செவியுரை அங்கதம் எனவும் அவர் விளக்குவர். (தொல் செய் சூ.
128 உரை).)

வள்ளியோர்ப் படர்ந்து, புள்ளின் போகி,
நெடிய என்னாது, சுரம்பல கடந்து
வடியா நாவின் வல்லாங்கு ப் பாடிப்,
பெற்றது மகிழ்ந்து, சுற்றம் அருத்தி,
ஓம்பாது உண்டு கூம்பாது வீசி,   5
வரிசைக்கு வருந்தும் இப் பரிசில் வாழ்க்கை
பிறர்க்குத் தீ தறிந் தன்றோ? இன்றே; திறப் பட
நண்ணார் நாண, அண்ணாந்து ஏகி,
ஆங்கு இனிது ஒழுகின் அல்லது ஓங்கு புகழ்
மண்ணாள் செல்வம் எய்திய   10
நும்மோர் அன்ன செம்மலும் உடைத்தே.

"பழமரம் நாடிச்செல்வன பறவை இனம். அவைபோல நீண்ட அரிய வழிபலவும் கடந்து, தமக்கு வழங்குபவரை நாடிச் செல்பவர் பரிசிலர்கள், அங்குத் தம் வல்லமைக்கு ஏற்பப் பாடிப் பரிசிலால் மகிழ்பவர். அப் பொருள் கொண்டு தம் சுற்றத்தை உணவளித்துக் காப்பவர். பொருளை மிகுத்தும் காப்பதும் இவர்கள் இயல்பன்று. தாமும் உண்டு பிறர்க்கும் மனகிழ்வுடன் வழங்குபவர் இவர். தம்மைப் புரப்போரால் பெறும் சிறப்புக்காக இவ்வாறு வருந்தி நாளும் அலைவதே இப் பரிசிலர்களுடைய வாழ்க்கையின் தன்மையாகும். பிறர்க்குக் கொடுமைசெய்ய அறிந்தவரோ இவர் எனின், இல்லை. கல்வியால் தம்முடன் மலைந்தவரை, அவர் நாண வென்று, செம்மாந்து நடந்து, அவ்விடத்தில் இனிதாக இவர் ஒழுகுபவர். வேந்தே! அவ்வாறு நிகழும்போது "ஓங்கு புகழுடன் நிலம் ஆளும் நும்போன்ற சீரும் உடையோர் இவராவர்!"
(பரிசிலர் தன்மைகளைக் கூறி, அப்புலவரைக் காத்தனர் கோவூர்கிழார்)

சொற்பொருள்: 1. படர்ந்து - நினைந்து. புள்ளிற்போகி - பழமரம் தேடும் பறவை போலப் போகி. 3. வடியா - திருந்தாத. 5. கூம்பாது வீசி - உள்ளம் மலர்ந்து வழங்கி 8. நண்ணார் - கல்வி முகத்தால் தம்மொடு மலைந்தோர். அண்ணாந்து ஏகி - வென்றதனால் தலையெடுத்து நடந்து.

48. 'கண்டனம்' என நினை!

பாடியவர்: பொய்கையார். **பாடப்பட்டோன்:** சேரமான் கோக்கோதை மார்பன். **திணை:** பாடாண். **துறை:** புலவராற்றுப் படை.

(தலைவனது இயல்பையும் ஊரையும் உரைத்து 'முதுவாய் இரவல! எம்மும் உள்'ளெனத் தம் தலைமை தோன்றக் கூறினர். இதனால் இது புலவராற்றுப்படை ஆயிற்று.)

கோதை மார்பிற் கோதை யானும்,
கோதையைப் புணர்ந்தோர் கோதை யானும்,
மாக்கழி மலர்ந்த நெய்த லானும்,
கள்நா றும்மே, கானல்அம் தொண்டி;
அஃதுஎம் ஊரே; அவன்எம் இறைவன்;
எம்மும் உள்ளுமோ முதுவாய் இரவல,
'அமர்மேம் படுஉங் காலை, நின்
புகழ்மேம் படுநனைக் கண்டனம், எனவே.

சேரமான் மார்பில் விளங்கும் மாலையாலும், சேரமானை மணந்த மகளிர் சூடிய மாலையாலும், பெரிய கழியிடங்களிலே மலர்ந்த நெய்தற்பூவாலும், தேன் மணம் வீசிக்கொண்டிருக்கும் கானலையுடையது எம் தொண்டி. அதுதான் எமது ஊர். அச் சேரமான் எம் இறைவன்! அவனிடம் நீயும் போவதாயின் வெற்றி வாய்மையாளனான இரவலனே, 'போர்க்களங்களில் வெற்றி பெறும்போது நின் புகழ் போற்றுவானை யாம் கண்டோம்' என எம்மையும் மறவாது சொல்வாயாக! (சொன்னால் உறுதியாக மிக்க பரிசிலைப் பெறுவாய் என்பது கருத்து.)

சொற்பொருள்: மார்கழி மலர்ந்த - கரிய கழியின் கண்மலர்ந்த. கானல் - கடற்கரை. 'காணல்' என்பதும் பாடம் 6. படர்தி ஆயின் - போகின்றாயாயின்.

49. எங்ஙனம் மொழிவேன்?

பாடியவர்: பொய்கையார். **பாடப்பட்டோன்:** சேரமான் கோக் கோதை மார்பன். **திணை:** பாடாண். **துறை:** புலவராற்றுப்படை.

(பெருஞ் செல்வம் உடையவன், நீ அவன்பாற் செல்க என ஆற்றுப்படுத்தினர். அரசனது இயல்பைப் புகழ்ந்தமையால் இயன்மொழியாகவும் கொள்ளப்படும். அவனிடம் ஆற்றுப் படுத்தியமையால் புலவராற்றுப் படையும் ஆகும்.)

நாடான் என்கோ? ஊரன் என்கோ,
பாடிமிழ் பனிக்கடற் சேர்ப்பன் என்கோ,
யாங்கனம் மொழிகோ ஓங்குவாள் கோதையை?
புனவர் தட்டை புடைப்பின் அயலது
இறங்குகதிர் அலமரு கழனியும்,
பிறங்குநீர்ச் சேர்ப்பினும், புள் ஒருங்கு எழுமே

புனங்காப்போர் தட்டையை அடித்து ஒலி எழுப்பினால் பக்கத்திலுள்ள கதிர் தலை சாய்ந்து அசையும் வயலிலும் மிக்க நீரையுடைய கடற்கரையிலுமுள்ள பறவையினங்கள் ஒரு சேர எழுகின்றனவே! அதனால், மேம்பட்டவனான கோதையை, நாடன் என்று நவில்வேனா?ஊரன் என்று உரைப்பேனா? சேர்ப்பன் என்று சொல்வேனா? எவ்வாறு கூறுவேன் யான்?

(சொற்பொருள்: 5. இறங்கு - வளைந்த. அலமரு - சுழலு கின்ற 6.சேர்ப்பினும் - கடற்கரைக் கண்ணும். நாடன், ஊரன், சேர்ப்பன் என்பன முறையே குறிஞ்சி, மருத, நெய்தல் நிலத் தலைவரின் பெயர்கள்.)

50. கவரி வீசிய காவலன்!

பாடியவர்: மோசிகீரனார். **பாடப்பட்டோன்:** சேரமான் தகடூர் ஏறிந்த பெருஞ்சேரல் இரும்பொறை. **திணை:** பாடாண். **துறை:** இயன் மொழி. **குறிப்பு :** அறியாது 'முரசுகட்டிலில் ஏறியவரைத் தண்டம் செய்யாது துயில் எழுந்துணையும் கவரிகொண்டு வீசினன் சேரமான்; அது குறித்துப் புலவர் பாடிய செய்யுள் இது.

(அரசனது இயல்பை வியந்து கூறினமையால் இயன்மொழி ஆயிற்று. 'முரசு நாட்கோடலுக்கு' அடியார்க்கு நல்லார் எடுத்துக் காட்டுவர் (சிலப் 5. *89-94* உரை))

மாசற விசித்த வார்புஉறு வள்பின்
மைபடு மருங்குல் பொலிய மஞ்ஞை
ஒலிநெடும் பீலி ஒண்பொறி மணித்தார்,
பொலங்குழை உழிஞையொடு, பொலியச் சூட்டிக்,
குருதி வேட்கை உருகெழு முரசம்
மண்ணி வாரா அளவை, எண்ணெய்
நுரைமுகந் தன்ன மென்பூஞ் சேக்கை
அறியாது ஏறிய என்னைத், தெறுவர,
இருபாற் படுக்குநின் வாள்வாய் ஒழித்ததை
அதூ உம் சாலும், நற் றமிழ் முழுது அறிதல்;
அதனொடும் அமையாது, அணுக வந்து நின்
மதனுடைய முழுவுத்தோள் ஓச்சித் தண்ணென
வீசி யோயே; வியலிடம் கமழ,
இவண் இசை உடையோர்க்கு அல்லது, அவணது
உயர்நிலை உலகத்து உறையுள் இன்மை
விளங்கக் கேட்ட மாறுகொல்,
வலம்படு குருசில், நீ ஈங்குஇது செயலே?

வீர முரசும் கட்டிலினின்றும் நீராடக் கொண்டு செல்லப் பட்டிருந்தது. அவ்வேளை, எண்ணெய்நுரை முகந்தாற்போல மெல்லியபூ விரித்துக் கிடந்த இம்முரசு கட்டிலில் உண்மை அறியாது உறங்கிக் கிடந்தேன். அவ்வாறு கிடந்த என்னை இருகூறாக்காது நின் வாளை மாற்றியதொன்றே தமிழறிந்தாரை மதிக்கும் நின் மாண்பினை உணர்த்தப் போதுமானதாகும். அத்துடனும் அமையாது, அருகே வந்து, நின் வலிய முழவுத் தோளால் விசிறி கொண்டும் குளிர வீசி நின்றனை! வெற்றி பொருந்தும் தலைவனே! 'இங்கே புகழ் உடையவர்க்கு அல்லாது பிறருக்கு உயர்நிலை உலகத்து வாழ்வு கிடையாது' என்ற உண்மையை விளங்கக் கேட்டதனாலோ, நீ இவ்வாறு இங்கே இப்படிச் செய்தனை, பெருமானே!

சொற்பொருள்: *1.* வள்பின் - வாரையுடைய 2.மைபடு மருங்குல் பொலிய - கருமரத்தாற் செய்தலான், இருட்சி பொருந்திய பக்கம் பொலிவு பெற *6.* மண்ணி - நீராடி. *8.* தெறுவர - வெருட்சி தோன்ற. *9.* வாள்வாய் ஒழித்ததை - வாளினது வாயை மாற்றியதாகிய *12.*மதனுடை - வலியையுடைய. *12.* தண்ணென வீசியோய் - சாமரத்தாற் குளிர வீசியவனே!

51. ஈசலும் எதிர்ந்தோரும்!

பாடியவர்: ஐயூர் முடவனார்! ஐயூர் கிழார் எனவும் பாடம். **பாடப்பட்டோன்:** பாண்டியன் கூடகாரத்துத் துஞ்சிய மாறன் வழுதி. **திணை:** வாகை. **துறை:** அரச வாகை. **குறிப்பு:** 'செம்புற்று ஈயல்போல ஒருபகல் வாழ்க்கைக்கு உலமருவோர்' என்னும் செறிவான அறவுரையைக் கூறுவது.

(பகை மன்னரை வென்று கொள்ளும் வெற்றி மேம் பாட்டினும் கொடைமாண்பினும் மிக்கோன் எனக்கூறி அவனது வெற்றியைச் சிறப்பித்ததனால் அரசவாகை ஆயிற்று.)

நீர்மிகின், சிறையும் இல்லை; தீமிகின்,
மன்னுயிர் நிழற்றும் நிழலும் இல்லை;
வளிமிகின், வலியும் இல்லை; ஒளிமிக்கு
அவற்றோர் அன்ன சினப்போர் வழுதி,
'தண் தமிழ் பொது' எனப் பொறாஅன், போர் எதிர்ந்து,
கொண்டி வேண்டுவன் ஆயின், 'கொள்க' எனக்
கொடுத்த மன்னர் நடுக்கற் றனரே;
அளியரோ அளியர், அவன் அளிஇழந் தோரே;
நுண்பல் சிதலை அரிதுமுயன்று எடுத்த
செம்புற்ற ஈயலர் போல,
ஒருபகல் வாழ்க்கைக்கு உலமரு வோரே!

பெருக்கெடுத்து வரும் வெள்ளத்தைத் தடுக்கவொரு தடையும் இல்லை. மிகுந்துவிட்ட நெருப்புக்கு அஞ்சி ஒதுங்க ஒரு நிழலும் இல்லை. கொடுங்காற்றை எதிர்க்க ஒரு வலியும் இல்லை. இவற்றைப் போன்று சினத்துடன் போரிடும் வழுதி, 'தண் தமிழ் பொது' என்ற சொல்லைப் பொறாது போருக்கு எழுந்தானென்றால் அவனுக்கு எதிர்நிற்பவரும் யாருமிலர். திறை தந்து பணிந்தோர் நடுக்கம் தீர்பவராவர்; பிறரோ இரங்கத்தக்க நிலையினையே அடைவர். அவர் வாழ்வு புற்றிலிருந்து எழும் ஈசலின் வாழ்வைப் போன்று போர்க்கெழுந்த ஒரு பகலுக் குள்ளாகவே தவறாது அழிந்துபோம்.

சொற்பொருள்: 6. கொண்டி - திறை: கொள்ளப்படுவது எனும் பொருள்படுவது 9. சிதலை - கரையான். 10. ஈயல் - இறக்கை யுடையதான ஆண்கரையான்; ஈசல் எனச் சில பகுதியினர்; வழங்குவர்.

52. ஊன் விரும்பிய புலி!

பாடியவர்: மருதன் இளநாகனார்; மருதிள நாகனார் என்பதும் பாடம். பாடப் பட்டோன்: பாண்டியன் கூட காரத்துத் துஞ்சிய மாறன் வழுதி. திணை: வாகை. துறை: அரச வாகை. குறிப்பு: நாயும் புலியும் என்னும் வல்லாடல் பற்றிய செய்தி.

(அரசன் 'எண்ணிய எண்ணியாங்கே செயலாற்றி மேம்படும் சிறப்பினன்' என அவனது வெற்றி மேம்பாட்டையும் அவனது நாடு வளமுடையது எனக் காவலன் மேம்பாட்டையும் கூறிச் சிறப்பித்தலின், அரசவாகை ஆயிற்று.)

அணங்கு உடை நெடுங்கோட்டு அளையகம் முனை இ,
முணங்குநிமிர் வயமான் முழுவலி ஒருத்தல்,
ஊன்நசை உள்ளம் துரப்ப, இசை குறித்துத்
தான் வேண்டு மருங்கின் வேட்டுஎழுந் தாங்கு,
வடபுல மன்னர் வாட, அடல் குறித்து, 5

இன்னா வெம்போர் இயல்தேர் வழுதி,
இதுநீ கண்ணியது ஆயின், இரு நிலத்து
யார்கொல் அளியர் தாமே? ஊர்தொறும்
மீன்சுடு புகையின் புலவுநாறு நெடுங்கொடி
வயல் உழை மருதின் வாங்குசினை வலக்கும், 10

பெருநல் யாணரின் ஒரீஇ; இனியே
கலிகெழு கடவுள் கந்தம் கைவிடப்
பலிகண் மாறிய பாழ்படு பொதியில்,
நரைமூ தாளர் நாயிடக் குழிந்த
வல்லின் நல்லகம் நிறையப் பல்பொறிக் 15

கான வாரணம் ஈனும்
காடாகி விளியும் நாடுடை யோரே.

மலைக் குகையினுள்ளே வாழும் ஆண் புலியானது, உணவை விரும்பிப் புறப்பட்டுவிட்டால், எந்த விலங்காயினும் அதனை எதிர்த்துநின்று உயிர்பிழைக்க முடியுமோ? அதே போன்று வடநாட்டு வேந்தர்கள் வாடுமாறு அவரை ஒழிக்கக் கருதி நீ தேரில் அமர்ந்து போருக்கு எழுந்து விட்டால் வழுதியே! இப் பெரிய உலகில் நினக்கு எதிர்நின்று உயிர்பிழைத்து வாழ்வார்தாம் யாரோ? மீன்சுடும் நாற்றம் மிகுந்த பகைவரின் வயல்களெல்லாம் புதுவருவாயின்றி அழியும். தெய்வ வழிபாடுகள் நீங்கிப் பலி இடங்கள் பாழ் விழுந்த இடங்களிலே காட்டுக் கோழிகள் முட்டையிடும். இவ்வாறே பகைவரின் வளநாடுகள் அவர் நின்னைப் பகைத்தனர் என்றால் முற்றவும் அழித்து காடாகிக் கெடுமே!

சொற்பொருள்: *2. முணங்குநிமிர் - சோம்பல் முரித்தல். 9. நெடுங்கொடி - நெடிய ஒழுங்கு 10. வலக்கும் - சூழும். 12. கலிகெழு கடவுள் - முழவு முதலாகிய ஒலிபொருந்திய தெய்வ இடங்கள். 14. நாய் - சூதாடுங் கருவி. 15. வல்லின் நல்லகம் - சூதாடு கருவியினது நல்ல மனையாகிய இடம் 16. கான வாரணம் - காட்டுக் கோழி.*

53. செந்நாவும் சேரன் புகழும்!

பாடியவர்: பொருந்தில் இளங்கீரனார். **பாடப்பட்டோன்:** சேரமான் மாந்தரஞ்சேரல் இரும்பொறை. **திணை:** வாகை. **துறை:** அரச வாகை. குறிப்பு: கைகோத்து ஆடும் தெற்றி யாட்டம் பற்றிய செய்தி.

(அரசனது புகழை மேம்படுத்திக் கூறினார். கபிலரது புலமையை வியந்து கூறியுள்ள திறமும் வியத்தற்கு உரியது.)

முதிர்வார் இப்பி முத்த வார்மணல்,
கதிர்விடு மணியின் கண்பொரு மாடத்து,
இலங்குவளை மகளிர் தெற்றி ஆடும்
விளங்குசீர் விளங்கில் விழுமம் கொன்ற
களங்கொள் யானைக், கடுமான் பொறைய!
விரிப்பின் அகலும்; தொகுப்பின் எஞ்சும்;
மம்மர் நெஞ்சத்து எம்மனோர்க்கு ஒருதலை
கைம்முற் றலநின் புகழே என்றும்,
ஒளியோர் பிறந்த இம் மலர்தலை உலகத்து
வாழேம் என்றலும் அரிதே; தாழாது

செறுத்த செய்யுள் செய்செந் நாவின்,
வெறுத்த கேள்வி விளங்குபுகழ்க் கபிலன்
இன்றுளன் ஆயின், நன்றுமன் என்ற நின்
ஆடு கொள் வரிசைக்கு ஒப்பப்
பாடுவன் மன்னால், பகைவரைக் கடப்பே,

சிப்பியில் பிறந்த முத்துப் போன்ற வெண்மணல் நிறைந்த முற்றத்தையுடைய கண்கவரும் மாடத்தின்மேல், வளையணிந்த இளமகளிர் தெற்றியாடிக் கொண்டிருப்பர். அத்தகைய விளங்கிலைப் பகைவர் சூழ்ந்தனராக! யானைப் படையையும் குதிரைப் படையையும் உடையவனே! அவரை வென்று, அதன் துயரைத் தீர்த்தனை. வலிமிகுந்த பொறையனே! நின் புகழை விரித்துஞ் சொல்ல முடியவில்லை தொகுத்துஞ் சொல்ல இயலவில்லை! அதனால், மயங்கிய நெஞ்சினனான எனக்கு ஒருக்காலும் நின்னை வாழ்த்தவும் முடியாது. 'கல்வி சிறந்தோர் பிறந்த இந்நாட்டிலே நாமும் வாழோம்' என்று போய்விடவும் கூடாது. ' பல பொருள்களையும் அடக்கிய செய்யுட்களை விரைந்து பாடும் செந்நாவும் மிக்க அறிவும் விளங்கிய புகழும் உடைய கபிலன் இன்றிருந்தால் நல்லது' என்று நீ சொன்னாய். அது நன்று! அவரில்லாததால் நின் பகைவரை வெற்றி கொண்ட சிறப்பை என்னால் இயன்றவரை யானே பாடுவேன்; கேட்பாயாக!

சொற்பொருள்: *3.* தெற்றி - மகளிர் விளையாட்டு *4.* விழுமம் - பகைவரான் வந்த இடும்பை. *6.* எஞ்சும் - பொருள் ஒழிவுபடும். *11.* செறுத்த - பல பொருளையும் அடக்கிய. *12.* வெறுத்த கேள்வி - மிக்க கேள்வி. *15.* கடப்பு - வென்றி. மன்: கழிவின்கண் வந்தது.

54. எளிதும் கடிதும்!

பாடியவர்: கோனாட்டு எறிச்சலூர் மாடலன் மதுரைக் குமரனார். **பாடப்பட்டோன்:** சேரமான் குட்டுவன் கோதை **திணை:** வாகை. **துறை:** அரச வாகை.

('அவை புகுதல் இரவலர்க்கு எளிது; நாடு மன்னர்க்குப் புலி துஞ்சுல் வியன் புலத்தற்று' என, அரசனியல்பைக் கூறினர். அதனால் அரச வாகை ஆயிற்று.)

எங்கோன் இருந்த கம்பலை மூதூர்,
உடையோர் போல இடையின்று குறுகிச்,
செம்மல் நாளவை அண்ணாந்து புகுதல்
எம் அன வாழ்க்கை இரவலர்க்கு எளிதே;
இரவலர்க்கு எண்மை யல்லது, புரவு எதிர்ந்து

வானம் நாண வரையாது, சென்றோர்க்கு
ஆனாது ஈயும் கவிகை வண்மைக்
கடுமான் கோதை துப்பெதிர்ந்து எழுந்த
நெடுமொழி மன்னர் நினைக்குங் காலைப்,
பாசிலைத் தொடுத்த உவலைக் கண்ணி,
மாசுண் உடுக்கை மடிவாய் இடையன்
சிறுதலை ஆயமொடு குறுகல் செல்லாப்
புலிதுஞ்சு வியன்புலத்து அற்றே
வலிதுஞ்சு தடக்கை அவனுடை நாடே.

நாடுகாவலை ஏற்றுக் கொண்டு வானத்து மழையும் நாணும்படியாக, இரவலர்க்கு வரையாது வழங்குவன் கடுமான் கோதை. அவன் எம் இறைவன்! அவன் தலைநகரிலே, அந் நகரவரே போலக் கேட்பாரின்றி தலை நிமிர்ந்து செல்வது எம்போன்ற இரவலர்க்கு மட்டுமே மிகவும் எளிது. எம்போல அதனுள் புகுவதற்கு எளிது எனப் பகைவரும் நினைத்தால், அது அவரது அறியாமையேயாகும். இடையன் ஆட்டுமந்தையை ஓட்டிக்கொண்டு புலி படுத்திருக்கும் இடத்தை நோக்கிப் போயினாற்போல, வலிமிகுந்த அவன் ஊரினுட் புகமுயன்ற மாற்றார்தம் நிலையும் படையும் அழிந்து போக, அவர் முயற்சியும் அவர்க்கே கேடாக முடியும்!

சொற்பொருள்: *3 நாளவை - நாளோலக்கத்தின்கண் 7. கவிகை - இடக் கவிந்த கை 8. துப்பு எதிர்ந்து - வலியொடு மாறுபட்டு 9. நெடு மொழி - வஞ்சினம் 10. உவலைக் கண்ணி - தழைக் கண்ணி. 12. சிறுதலை ஆயம் - சிறியதலையையுடைய ஆட்டினம்.*

55. மூன்று அறங்கள்!

பாடியவர்: மதுரை மருதன் இளநாகனார். **பாடப்பட்டோன்:** பாண்டியன் இலவந்திகைப் பள்ளித் துஞ்சிய நன்மாறன். **திணை:** பாடாண். **துறை:** செவியறிவுறூஉ.

('அரசின் கொற்றம் அறநெறி முதற்று. அதனாற் கோல் கோடாது,குணங் கொல்லாது, ஆண்மையும் சாயலும் வண்மையும் உடையையாகி இல்லோர் கையற, நீ எக்கர் மணலினும் பல காலம் வாழ்க' என அறநெறி அறிவுறுத்தி வாழ்த்தலின்,செவியறிவுறூஉ ஆயிற்று.

ஓங்குமலைப் பெருவில் பாம்பு ஞாண் கொளீஇ,
ஒரு கணை கொண்டு மூவெயில் உடற்றிப்
பெருவிறல் அமரர்க்கு வென்றி தந்த

கறை மிடற்று அண்ணல் காமர் சென்னிப்
பிறை நுதல் விளங்கும் ஒருகண் போல,
வேந்து மேம்பட்ட பூந்தார் மாற!
கடுஞ் சினத்த கொல்களிறும்;
கதழ்பரிய கலிமாவும்,
நெடுங்கொடிய நிமிர்தேரும்,
நெஞ்சுடை புகழ்மறவரும், என,
நான்குடன் மாண்ட தாயினும், மாண்ட
அறநெறி முதற்றே அரசின் கொற்றம்;
அதனால், நமரெனக் கோல்கோ டாது,
'பிறர்' எனக் குணங் கொல்லாது,
ஞாயிற் றன்ன வெந்திறல் ஆண்மையும்,
திங்கள் அன்ன தண்பெருஞ் சாயலும்,
வானத்து அன்ன வண்மையும் மூன்றும்,
உடையை ஆகி, இல்லோர் கையற
நீ நீடு வாழிய நெடுந்தகை; தாழ்நீர்
வெண்தலைப் புணரி அலைக்கும் செந்தில்
நெடுவேள் நிலைஇய காமர் வியன்துறைக்,
கடுவளி தொகுப்ப ஈண்டிய
வடு ஆழ் எக்கர் மணலினும் பலவே.

மூவெயில் எய்து அழித்த இறைவனின் நெற்றிக்கண்ணைப் போலப் பிற வேந்தரினும் மேம்பட்டு விளங்கும் மாறனே! கொல்களிறும் விரைந்து செல்லும் குதிரையும் கொடி பறக்கும் தேரும் அஞ்சாத போர் மறவரும் உடையாய்! அவை நினக்குப் பெருமை தருவனவே; என்றாலும் அறநெறியை முதலாக உடையதே அரசனது சிறப்பு. அதனால் 'நம்மவர்' என அறம் கோணாது, 'அயலார்' என அவர் நற்குணங்களை வெறுத்து அவரைக் கொல்லாது, ஞாயிறு போன்ற கொடையும், திங்கள் போன்ற அருளும், மழை போன்ற கொடையும், உடையவனாக நீ விளங்குக! இல்லாதவர்க்கு இரங்கி அவர் துயரினைத் தீர்ப்பாயாக! நெடுந்தகையே! திருச்செந்தூர்க் கடற்கரையிலே பெருங்காற்றுத் திரட்டிக் குவித்திருக்கும் மணலினும் காட்டில், நெடுநாள் புகழுடன் நீயும் வாழ்வாயாக!

சொற்பொருள்: வேந்து மேம்பட்ட - பிறவேந்தருள்ளும் மேம்பட்ட. 7 கதழ் - விரைவு. கலி - மனம் செருக்கிய. 14. சாயலும் - மென்மையும் 16. கையற - இல்லையாக 18. புணரி - அலை. செந்தில் - திருச்செந்தூர். 21. எக்கர் - மணல்மேடு.

56. கடவுளரும் காவலனும்!

பாடியவர்: மதுரைக் கணக்காயனார் மகனார் நக்கீரனார்; (மதுரை மருதன் இளநாகனார் எனவும் பாடம்) **பாடப்பட்டோன்:** பாண்டியன் இலவந்திகைப் பள்ளித் துஞ்சிய நன்மாறன். **திணை :** பாடாண்: **துறை:** பூவை நிலை.

(பாண்டியனை வெங்கதிர்ச் செல்வனோடு உவமித்துக் கூறுதலால் பூவைநிலை ஆயிற்று.)

ஏற்று வலன் உயரிய எரிமருள் அவிர்சடை,
மாற்றருங் கணிச்சி, மணிமிடற் றோனும்,
கடல் வளர் புரிவளை புரையும் மேனி,
அடல் வெந் நாஞ்சில், பனைக்கொடி யோனும்
மண் ணுறு திருமணி புரையும் மேனி,
விண்ணுயர் புட்கொடி விறல்வெய் யோனும்,
மணி மயில் உயரிய மாறா வென்றிப்,
பிணிமுக ஊர்தி, ஒண்செய் யோனும் என
ஞாலம் காக்கும் கால முன்பின்,
தோலா நல்இசை, நால்வர் உள்ளும்,
கூற்றுஒத் தீயே, மாற்றருஞ் சீற்றம்;
வலிஒத் தீயே வாலி யோனைப்;
புகழ்ஒத் தீயே இகழுநர் அடுநனை;
முருகுஒத் தீயே முன்னியது முடித்தலின்;
ஆங்கு ஆங்கு அவரவர் ஒத்தலின், யாங்கும்
அரியவும் உளவோ, நினக்கே? அதனால்,
இரவலர்க்கு அருங்கலம் அருகாது ஈயா,
யவனர் நன்கலம் தந்த தண்கமழ் தேறல்
பொன்செய் புனைகலத்து ஏந்தி, நாளும்
ஒண்தொடி மகளிர் மடுப்ப, மகிழ் சிறந்து,
ஆங்கினிது ஒழுகுமதிஓங்குவாள் மாற
அங்கண் விசும்பின் ஆரிருள் அகற்றும்
வெங்கதிர்ச் செல்வன் போலவும், குடதிசைத்
தண்கதிர் மதியம் போலவும்,
நின்று நிலைஇயர் உலகமோடு, உடனே.

வெற்றியால் உயர்ந்த வாளையுடைய மாறனே! சினத்தால் கூற்றத்தையும் வலியால் பலராமனையும், புகழால் பகைவரை அழித்த மாயோனையும்; எண்ணியது முடித்தலால் முருக வேளையும் நீ ஒப்பவனாவாய்! நினக்கு அரியனவும் உளவோ? அதனால் இரவலர்க்குப் பெறுதற்கரிய அணிகலன்களை

வழங்குகின்றாய். யவனர், கலன் ஏற்றிக் கொண்டுதந்த மதுவைப் பொற்கலனில் நாடோறும் இளமகளிர் வார்த்து ஊட்ட, உண்டு மகிழ்கின்றாய். வானத்து இருள் நீக்கும் வெங்கதிர் ஞாயிற்றைப் போலவும், மேல் திசையிலே விளங்கும் பிறை போலவும், உலகம் உள்ளளவும் நிலைபெற்று, நீயும் பகைவர்க்கு வெம்மையும், இரவலர்க்குத் தன்மையும் உடையவனாக வாழ்வாயாக!

சொற்பொருள்:2. கணிச்சி - மழுப்படை 5. திருமணி - அழகிய நீல மணி. 6. புட்கொடி - கருடக் கொடி 8. பிணிமுகம் - மயில்; முருகன் ஏறும் யானை என்றும் கூறுப. கால முன்பின் - முடிவு காலத்தைச் செய்யும் வலியினையும் 12.வலி - வலியால். வாலியோன் - நம்பி மூத்த பிரானாகிய பலதேவன்; வெண்ணிறம் உடையவன் ஆதலின் வாலியோன் என்றார் 13. இகழுநர் அடுநனை - பகைவரைக் கொல்லும் மாயோனை. 14. முருகு - முருகன். 17. ஈயா - ஈந்து 18. நன்கலம் - நல்ல கப்பல் 20. மகளிர் மடுப்ப - மகளிர் ஊட்ட . 21. மதி: அசை.

57. காவன்மரமும் கட்டுத்தறியும்

பாடியவர்: காவிரிப்பூம்பட்டினத்துக் காரிக்கண்ணனார். **பாடப்பட்டோன்:** பாண்டியன் இலவந்திகைப் பள்ளித் துஞ்சிய நன்மாறன். **திணை:** வஞ்சி. **துறை :** துணை வஞ்சி.

('நின் யானைக்குக் கந்து ஆற்றாவாதலால் கடிமரந்தடிதல் ஓம்பு' எனக் கூறுவார்போற் சந்துசெய்விக்கும் நினைவாற் கூறினமையின் துணைவஞ்சி ஆயிற்று. புகழ்தல் கருத்தாகக் கொள்ளின் பாடாண் திணை, கொற்றவள்ளைத் துறை ஆகும் (புறத். 34, நச்சர்).

வல்லார் ஆயினும், வல்லுநர் ஆயினும்,
புகழ்தல் உற்றோர்க்கு மாயோன் அன்ன,
உரைசால் சிறப்பின் புகழ்சால் மாற
நின்னொன்று கூறுவது உடையேன் என்னெனின்,
நீயே பிறர்நாடு கொள்ளும் காலை அவர் நாட்டு
இறங்குகதிர்க் கழனிநின் இளையரும் கவர்க;
நனந்தலைப் பேரூர் எரியும் நைக்க;
மின்னுநிமிர்ந் தன்ன நின் ஒளிறு இலங்கு நெடுவேல்
ஒன்னார்ச் செகுப்பினும் செகுக்க; என்னதூஉம்
கடிமரம் தடிதல் ஓம்பு; நின்
நெடுநல் யானைக்குக் கந்தாற் றாவே.

வல்லவரானாலும் அல்லாதவரானாலும் நின்னைப்புகழ்ந்து போற்றியவருக்கு மாயோனைப்போலத் துணைநின்று அருளிக்

காக்கும் புகழ் அமைந்தவனே! மாறனே! நின்னிடம் ஒன்று கூற விரும்புகிறேன். 'பகைவர் நாட்டின்மேல் நீ படையெடுத்துச் செல்லுங் காலத்திலே, விளைவயலை வேண்டுமானாலும் கொள்ளையிடுவாயாக; பேரூர்களையும் எரிவூட்டுவாயாக; நின் நெடுவேலால் பகைவரை அழித்துக் கொல்லினும் கொல்லுக; ஆனால் காவல் மரங்களை மட்டும் ஒருபோதும் வெட்டா திருப்பாயாக. அவை எல்லாம் இளமரங்கள். நின் யானைகளுக்குக் கட்டுத்தறிகளாக அவை ஒரு போதும் பயன்படா. (இவ்வாறு கூறி, அவனைப் போர் நீக்கி ச் சமாதானம் பேணத் தூண்டுகிறார் புலவர்; அவன் வலிமையையும் கூறுகின்றார்.)

சொற்பொருள்: 6.இறங்கு கதிர் - வளைந்த கதிர் - இளையர். வீரர். நைக்க - சுடுக. ஒளிறு - பாடஞ் செய்தல்; பாடம் செய்தலாவது வடித்துத் தீட்டி நெய்பூசி உறையிலிட்டு வைத்தல் 9.என்ன தூஉம் - யாவதும். 11.கடிமரம் - காவல் மரம். கந்து ஆற்றா - நட்டு நிற்கின்ற தறிகள் ஆக மாட்டார்.

58. புலியும் கயலும்!

பாடியவர்: காவிரிப்பூம்பட்டினத்துக் காரிக்கண்ணனார். பாடப்பட்டோர்; சோழன் குராப்பள்ளித் துஞ்சிய பெருந்திருமா வளவனும் பாண்டியன் வெள்ளியம் பலத்துத் துஞ்சிய பெரு வழுதியும். குறிப்பு; இருவேந்தரும் ஒருங்கிருந்தபோது பாடியது. **திணை:** பாடாண்: **துறை:** உடனிலை.

(இருவரசர் ஒருங்கே வீற்றிருந்தாரைப் பாடியமையின் உடனிலை ஆயிற்று.)

நீயே, தண்புனற் காவிரிக் கிழவனை; இவனே,
முழுமுதல் தொலைந்த கோளி ஆலத்துக்
கொழுநிழல் நெடுஞ்சினை வீழ்பொறுத் தாங்குத்,
தொல்லோர் மாய்ந்தெனத் துளங்கல் செல்லாது,
நல்லிசை முதுகுடி நடுக்கு அறத் தழீஇ,
இயைது ஆயினும் கிளைஅரா எறியும்,
அருநரை உருமின் பொருநரைப் பொறாஅச்
செருமாண் பஞ்சவர் ஏறே; நீயே,
அறந்துஞ்சு உறந்தைப் பொருநனை; இவனே,
நெல்லும் நீரும் எல்லோர்க்கும் எளியவென,
வரைய சாந்தமும், திரைய முத்தமும்,
இமிழ்குரல் முரசம் மூன்றுடன் ஆளும்,
தமிழ்கெழு கூடல் தண்கோல் வேந்தே
பால்நிற உருவின் பனைக்கொடி யோனும்,
நீல்நிற உருவின் நேமியோனும், என்று

இருபெருந் தெய்வமும் உடன்நின் றாஅங்கு
உருகெழு தோற்றமொடு உட்குவர விளங்கி,
இந்நீர் ஆகலின், இனியவும் உளவோ?
இன்னும் கேண்மின் நும் இசைவா ழியவே;
ஒருவீர் ஒருவீர்க்கு ஆற்றுதிர்; இருவீரும்   20
உடனிலை திரியீர் ஆயின், இமிழ் திரைப்
பௌவம் உடுத்த இப் பயங்கெழு மாநிலம்
கையகப் படுவது பொய்யா காதே;
அதனால், நல்ல போலவும் நயவ போலவும்
தொல்லோர் சென்ற நெறிய போலவும்,   25
காதல் நெஞ்சின்நும் இடைபுகற்கு அலமரும்
ஏதில் மாக்கள் பொதுமொழி கொள்ளாது
இன்றே போல்க நும் புணர்ச்சி; வென்று வென்று
அடுகளத்து உயர்க நும் வேலே; கொடுவரிக்
கோள்மாக் குயின்ற சேண்விளங்கு தொடுபொறி   30
நெடுநீர்க் கெண்டையொடு பொறித்த
குடுமிய ஆக, பிறர் குன்றுகெழு நாடே.

நீயோ, குளிர்நீர் நிரம்பிய காவிரிக்குத் தலைவன்; இவனோ, தன் குடியின் பழைய பெருமையை நிலைநாட்டத் தன் இளவயதிலேயே பகைவரை வென்ற புகழ்மிக்க பாண்டியன். நீ அறம் விளங்கும் உறையூர் மன்னன்; இவனோ நெல்லும் நீரும் யாவருக்கும் எளிதில் கிடைப்பன எனக் கருதிப் பொதியத்துச் சந்தனமும் ஆழ்கடல் முத்தும் கொண்டு, மும்முரசமும் முழங்கத் தமிழ் மதுரையிலே ஆட்சி நடத்தும் செங்கோல் வேந்தன். நீவிர் இருவீரும் பால் நிறப் பனைக்கொடியேனும் நீலவண்ணத் திருமாலும் போல ஒருங்கே இருக்கின்றீர். அஞ்சும் வலியுடைய இருவரும் இவ்வாறு இருப்பதைக் காண்பதிலும் இனியது எமக்கு வேறு உளதோ? நீங்கள் ஒன்றுபட்டவராக விளங்கினால் கடல் சூழ்ந்த பயன் தரும் உலக முழுதும் நும் கைப்படும் என்பது உண்மை! எனவே, நும் புகழ் ஓங்குக! நீங்கள் ஒருவர்க் கொருவர் உதவுக! நல்லன போலவும் நியாயம் உடையன போலவும் பழையோர் ஒழுகிய ஒழுக்கம் போலவும் நீங்கள் இருக்கவும் நும் அன்பு நெஞ்சத்தை இடைபுகுந்து பிரித்தற்கு முயலும் அயலோரின் சிறப்பற்ற சொற்களைக் கேட்டுவிடாதீர்கள்! இன்று போலவே என்றும் இணைந்தே வாழுங்கள்! வெற்றிமேல் வெற்றி பெற்று நீங்கள் உயர்க! நும் வேல் வெல்க! பகைவர் நாடுகளில் நும் புலிக் கொடியும் மீன் கொடியும் பொறிக்கப்படுக! அவை நுமக்கு அடிப்படுவதாக!

சொற்பொருள்: 2. கோளி - பூவாது காய்க்கும் மரம்.4. துளங்கல் செல்லாது - தான் தளராது 5. நடுக்கு அற - தடுமாற்றம் அற 6.கிளை அரா - சுற்றத்துடன் கூடிய பாம்பை. நரை உருமின் - வெள்ளிய இடியேறு போல. 8. பஞ்சவர் - பாண்டியர் 10. எளிய - எளிய எனக் கருதி. 11. திரைய - கடலிடத் துண்டான. 17. உரு - உட்கு; உட்கு - அச்சம்; "உருவுட்காகும்" தொல், சொல், உரி சூ 4. 18. இன்நீர் ஆகலின் - நீர் இத் தன்மையர் ஆகுதலின் 24. நயவ போலவும் - நியாயத்தையுடையன போலே இருக்கவும். 27. பொதுமொழி - சிறப்பு இல்லாத மொழி. 30. கோள்மா குயின்ற - புலி வடிவாகச் செய்யப்பட்ட 32. பொறி - இலாஞ்சனை; அடையாளக் குறி.

59. பாவலரும் பகைவரும்!

பாடியவர்: மதுரைக் கூலவாணிகன் சீத்தலைச் சாத்தனார். **பாடப்பட்டோன்:** பாண்டியன் சித்திரமாடத்துத் துஞ்சிய நன்மாறன். **திணை:** பாடாண். **துறை:** பூவைநிலை.

(அரசனை ஞாயிற்றோடும் திங்களோடும் உவமித்தமையால் இச் செய்யுள் பூவை நிலை ஆயிற்று.)

ஆரம் தாழ்ந்த அணிகிளர் மார்பின்,
தாள்தோய் தடக்கைத், தகைமாண் வழுதி
வல்லை மன்ற, நீநயந் தளித்தல்
தேற்றாய், பெரும!பொய்யே என்றும்
காய்சினம் தவிராது கடல்ஊர்பு எழுதரும்
ஞாயிறு அனையை, நின் பகைவர்க்குத்
திங்கள் அனையை,எம்ம னோர்க்கே!

அரம் தாழ்ந்த அழகுமிக்க மார்பும், முழந்தாள்வரை நீண்ட கைகளும் உடையவனே! பேரழகு வாய்ந்த சிறப்பு மிக்க வழுதியே! யாவருக்கும் உவப்புடன் வழங்கி மகிழ்வதிலே நீ மிகவும் வல்லவன்; என்றும் பொய்மையைக் கொள்ளாதவன். கடலிலிருந்து எழுகின்ற ஞாயிற்றைப் போன்ற வெம்மையுடன் நின் பகைவர் மீது சினந்து எழுபவன்! எனினும், எம்போல் பவர்க்கோ திங்களைப் போன்று குளிர்ந்த அருளைப் பொழியும் இயல்பும் உடையவன். வாழ்க நீ, பெருமானே!

60. மதியும் குடையும்!

பாடியவர்: உறையூர் மருத்துவன் தாமோதரனார். குடை புறப்பட்டதெனக் கருதித் தொழுதேம் என்று **பாடப்பட்டோன்:** சோழன் குராப்பள்ளித் துஞ்சிய பெருந் திருமா வளவன். **திணை:** பாடாண். **துறை:** குடை மங்கலம்.

('உவாமதியைக் கண்டு' வளவனின் வெண்கொற்றக் குடை புறப்பட்டதெனக் கருதித் தொழுதேம் என்ற கூறுதலால், குடை மங்கலம் ஆயிற்று.)

முந்நீர் நாப்பண் திமில்சுடர் போலச்,
செம்மீன் இமைக்கும் மாக விசும்பின்
உச்சிநின்ற உவவுமதி கண்டு,
கட்சி மஞ்ஞையின் சுரமுதல் சேர்ந்த,
சில்வளை விறலியும் யானும், வல்விரைந்து. 5
தொழுதனம் அல்லமோ,பலவே! கானல்
கழிஉப்பு முகந்து கல்நாடு மடுக்கும்
ஆரைச் சாகாட்டு ஆழ்ச்சி போக்கும்
உரனுடை நோன்பகட்டு அன்ன எங்கோன்,
வலன் இரங்கு முரசின் வாய்வாள் வளவன், 10
வெயில்மறைக் கொண்ட உருகெழு சிறப்பின்
மாலை வெண்குடை ஒக்குமால் எனவே!

மீன்படகின் விளக்குப் போல, வான் நடுவே செவ்வாய் மீன் விளங்கும்! அப்போது, உச்சியிலே தோன்றும் முழுநிலவைக் கண்டு காட்டுமயில்கள் மகிழ்ந்து ஆடும். அதைப் போல, இடைச்சுரத்திலே வந்து கொண்டிருந்த யானும் சிலவான வளைகளை அணிந்த விறலியும் அம்மதியை விரைந்து தொழுதோமே! கடலுப்பு ஏற்றிய பாரமிக்க வண்டியை மலை நாட்டை நோக்கி இழுத்துச் செல்லும் பகட்டினைப் போல ஆட்சிச் சுமையைத் தாங்கி நடத்திச் செல்லுபவன் எம் கோமானான வளவன். வெற்றி முரசினையும் தப்பாக வாளினையும் உடைய அவ் வளவனுக்கு வெயில் மறைக்க எடுத்த வெண்கொற்றக் குடை போல்வது என்று எண்ணி, அன்றே மதியினைத் தொழுத எமக்கு, இன்று அவன் குடையினைத் தொழச் சொல்லுதலும் வேண்டுமோ!

சொற்பொருள்: 2.செம்மீன் - செவ்வாய்மீன்; திருவாதிரையும் ஆம். 4. கட்சி - காடு. சுரமுதல் - சுரத்திடை;முதல் ஏழாம் வேற்றுமைச் சொல்லுருபு. 7. மடுக்கும் - நோக்கிச் செல்கின்ற. 8. ஆரை - ஆரைக் கால். சாகாடு - வண்டி. 10. இரங்கு - முழங்கும்.

61. மலைந்தோரும் பணிந்தோரும்!

பாடியவர்: கோனாட்டு எறிச்சிலூர் மாடலன் மதுரைக் குமரனார். **பாடப்பட்டோன்:** சோழன் இலவந்திகைப் பள்ளித் துஞ்சிய நலங்கிள்ளி சேட்சென்னி. **திணை:** வாகை. **துறை:** அரச வாகை.

(அரசனது வெற்றி மேம்பாட்டை 'மலைந்தோர் வாழக் கண்டன்றும் இலமே, தாழாது திருந்தடி பொருந்த வல்லோர் வருந்தக் காண்டல் அதனினும் இலமே' எனப் பாடுதலால் இது அரசவாகை ஆயிற்று.)

கொண்டைக் கூழைத் தண்தழைக் கடைசியர்
சிறுமான் நெய்தல் ஆம்பலொடு கட்கும்,
மலங்குமிளிர், செறுவின் தளம்புதடிந் திட்ட
பழன வாளைப் பரூஉக்கண் துணியல்
புதுநெல் வெண்சோற்றுக் கண்ணுறை ஆக,
விலாப் புடை மருங்கு விசிப்ப மாந்தி,
நீடுகதிர்க் கழனிச் சூடுதடு மாறும்
வண்கை வினைஞர் புன்தலைச் சிறாஅர்
தெங்குபடு வியன்பழம் முனையின்,தந்தையர்
குறைக்கண் நெடும்போர் ஏறி, விசைத் தெழுந்து
செழுங்கோட் பெண்ணைப் பழந்தொட முயலும்,
வைகல் யாணர், நன்னாட்டுப் பொருநன்,
எஃகுவிளங்கு தடக்கை இயல்தேர்ச் சென்னி
சிலைத்தார் அகலம் மலைக்குநர் உளர்எனின்
தாம் அறி குவர்தமக்கு உறுதி; யாம் அவன்
எழு உறழ் திணிதோள் வழுவின்றி மலைந்தோர்
வாழக் கண்டன்றும் இலமே; தாழாது,
திருந்து அடி பொருந்த வல்லோர்
வருந்தக் காண்டல், அதனினும் இலமே!

சென்னியின் சோழநாடு மருதவளத்தால் மிகுந்தது. கொண்டை முடித்து அதிலே தழையும் செறுகியவராக உழத்தியர்,பயிரிடத்தே வளர்ந்த ஆம்பலும் நெய்தலும் ஆகியவற்றைக் களைந்து ஒதுக்குவர். வயலிடத்தே பொய்கையிற் கிடைத்த பருத்த வாளைமீனைத் துணைக்கறியாகக் கொண்டு, புது நெல்லின் வெண்சோற்றை விலாப் புடைக்கத் தின்று உழவர்கள் மகிழ்வர். அப் பெருந்தீவனத்தால் வயலிலே சூட்டை இடும் இடம் அறியாது தடுமாறுவர். அவர் சிறுவர்களோ, தென்னை நெற்றை விரும்பாது, உயரக் குவிந்த போரின்மீது ஏறி நின்று பனம்பழம் பறிக்க உந்திக் கொண்டு இருப்பர். இத்தகைய புதுவருவாய் மிகுந்த வளநாட்டின் வேந்தனே! வலிய வேலும் கடிய தேரும் உடையவனே! பன்மலர் மாலை அணிந்த மார்பனான சென்னியே! நின்னோடு மாறுபடுவார் யார்? தமக்கு நேரும் காரியத்தை அவரே அறிந்து அஞ்சி ஒதுங்கி விடுவர். நினக்கு மாறுபட்டோர் வாழவும் கண்டிலோம்! நின் திருவடி பணிந்தோர் வருந்தவும் யாக கண்டிலோம்!

சொற்பொருள்: *1.* கொண்டைக் கூழை - கொண்டையாகிய தலைமயிர். தழை - குளிர்ந்த தழை. *3.* மலங்கு - ஒருவகை மீன். 4.துணியல் - தடியை; தசைத் துண்டை. 6.விசிப்ப - விம்ம. 9. னையின் - வெறுப்பின். *12.* யாணர் - புது வருவாய்.

62. போரும் சீரும்!

பாடியவர்: கழாத் தலையார், **பாடப்பட்டோன்:** சேரமான் குடக்கோ நெடுஞ்சேரலாதன்; சோழன் வேற்பஃறடக் கைப் பெருவிறற் கிள்ளி. குறிப்பு: போர்ப்புறத்துப் பொருது இவர் வீழ்ந்த காலைப் பாடியது. **திணை:** தும்பை. **துறை:** தொகை நிலை.

('வாள் வாய்த்து இருபெரு வேந்தர் தாமும் சுற்றமும் ஒருவரும் ஒழியாத் தொகை நிலை' இது எனக் காட்டுவர் இளம்பூரணரும் நச்சினார்க்கினியரும்(புறத். சூ. 14, 17))

வருதார் தாங்கி, அமிர்மிகல் யாவது?
பொருது ஆண்டொழிந்த மைந்தர் புண்தொட்டுக்,
குருதிச் செங்கைக் கூந்தல் தீட்டி,
நிறம்கிளர் உருவின் பேஎய்ப் பெண்டிர்
எடுத்துஎறி அனந்தற் பறைச்சீர் தூங்கப்,
பருந்து அருந்துற்ற தானையொடு, செருமுனிந்து,
அறத்தின் மண்டிய மறப்போர் வேந்தர்
தாம் மாய்ந் தனரே; குடைதுளங் கினவே;
உரைசால் சிறப்பின் முரசு ஒழிந்தனவே;
பன்னூறு அடுக்கிய வேறுபடு பைஞ்ஞிலம்
இடம்கெட ஈண்டிய வியன்கண் பாசறைக்,
களங்கொளற்கு உரியோர் இன்றித் தெறுவர,
உடன்வீழ்ந் தன்றால், அமரே; பெண்டிரும்
பாசடகு மிசையார், பனிநீர் மூழ்கார்
மார்பகம் பொருந்தி ஆங்கமைந் தனரே;
வாடாப் பூவின், இமையா நாட்டத்து,
நாற்ற உணவி னோரும், ஆற்ற
அரும்பெறல் உலகம் நிறைய
விருந்துபெற் றனரால்; பொலிக நும் புகழே!

போரிட்டு ஒருவரை ஒருவர் வெல்வோம் என்பது எவ்வளவு பேதைமை? பேய்மகளிர் மகிழ்ந்து கூத்தாடப் பருந்துகள் ஊன்தின்று மகிழப், பெரும்போரிட்ட இருபுறத்து மன்னரும் களத்திலே பட்டனர்; அவர் குடைகள் தாழ்ந்தன; முரசுகள் வீழ்ந்தன; ஆயிரம் ஆயிரம் வீரர் செறிந்த படைத் தொகுதி நிரம்பிய அவர் பாசறைகள், ஒருவரும் எஞ்சி இல்லாதவாறு

அழிந்தன. அவர் மனைவியர், பச்சிலையும் தின்னாது நீரும் மூழ்காது, இறந்து கிடக்கும் தத்தம் கணவரின் மார்பைக் கட்டியவாறே, களத்தில் கிடந்தழும் காட்சிதான் எத்துணைக் கொடுமை! எனினும் அறப்போர் புரிந்தீர்! ஆதலின், மேல் உலகத்தோர் விருந்தினர் வந்து நிரம்பினர் என மிகவும் மகிழ்ந்தனர். நும் புகழ் இவ்வுலகிற் சிறந்து என்றும் விளங்குவதாக!

சொற்பொருள்: 4.அனந்தல் - மந்தமான ஓசை: பறை கொட்டுவார் கை புண்டுபடுதலின் மந்தமாக ஒலித்தல். பறைச்சீர் - பறைக்குரிய தாளம். 9. முரைசு - இடைப் போலி10. வேறுபடு பைஞ்ஞிலம் - பதினெண் பாடை மாக்களாலாகிய படைத் தொகுதி. 14. பாசடகு - பச்சையிலை; வெற்றிலை பாக்கு.

63. என்னுவது கொல்?

பாடியவர்: பரணர். **பாடப்பட்டோன்:** சோழன் வேற்பஃறடக்கைப் பெருவிறற் கிள்ளி; சேரமான் குடக்கோ நெடுஞ்சேரலாதன். குறிப்பு: இருவரும் பொருது களத்தில் வீழ்ந்த போது பாடியது. **திணை:** தும்பை. **துறை:** தொகை நிலை.

('வேந்தரும் பொருது களத்து ஒழிந்தனர்; இனியே கழனி தானே என்னாவது கொல்?' என இருவரும் பட்டு வீழ்ந்த தொகைநிலை கூறி இரங்கினது.)

எனைப்பல் யானையும் அம்பொடு துளங்கி,
விளைக்கும் வினையின்றிப் படைஒழிந் தனவே;
விறற்புகழ் மாண்ட புரவி எல்லாம்
மறத்தகை மைந்தரொடு ஆண்டுப்பட டனவே
தேர்தர வந்த சான்றோர் எல்லாம்
தோல் கண் மறைப்ப, ஒருங்கு மாய்ந்தனரே;
விசித்துவினை மாண்ட மயிர்க்கண் முரசம்,
பொறுக்குநர் இன்மையின், இருந்துவிளிந் தனவே;
சாந்தமை மார்பின் நெடுவேல் பாய்ந்தென,
வேந்தரும் பொருது, களத்து ஒழிந்தனர்; இனியே,
என்னா வதுகொல் தானே; கழனி
ஆம்பல் வள்ளித் தொடிக்கை மகளிர்
பாசவல் முக்கித் தண்புனல் பாயும்,
யாணர் அறாஅ வைப்பின்
காமர் கிடக்கை அவர் அகன்றலை நாடே!

யானைப்படை முழுவதும் அம்புபட்டு வீழ்ந்தன. குதிரைப் படைகள் தம் வீரருடன் ஒருசேரக் களத்திலே வீழ்ந்தன. தேர்

கொண்டு வந்தவரெல்லாம் ஒருசேரப்பட்டனர். முரசங்கள், முழங்குவோர் இல்லாததால் இருந்தும் ஒலியின்றிக் கெட்டன. சாந்து விளங்கிய தம் மார்பிலே வேல் பாய இருபெரு வேந்தரும், அந்தோ, வீழ்ந்து மாய்ந்தனர்! ஆம்பல் தண்டால் வளை செய்து அணிந்த கையினரான மகளிர் செவ்விய அவலைத் தின்று குளிர் நீர் பாய்ந்தாடும் புது வருவாய் மிக்க ஊர்க்களையுடைய நும் இருவர் பெருநாடும் இனி என்ன வருத்தம்தான் அடையக் கூடுமோ? பொறுக்கலாற்றாத் துயர்தான் இதோ வந்துவிட்டதே!

சொற்பொருள்: 5. தேர்தரவந்த - தேர் கொடுதர வந்த. சான்றோர் - போரிடற்கு அமைந்தோர்; அறப்போர் செய்தற்குரிய பண்புகளால் அமைந்தோர் ஆகலின் சான்றோர் எனப் பட்டனர். 6. தோல்கண் மறைப்ப - பிடித்த பரிசை தம் கண் மறைப்ப 7. மயிர்க்கண் முரசம் - மயிர் சீவாது தோல் போர்க்கப்பட்ட கண்ணையுடைய முரசம். 13. முக்கி - உண்டு.

64. புற்கை நீத்து வரலாம்!

பாடியவர்: நெடும்பல்லியத்தனார். **பாடப்பட்டோன்:** பாண்டியன் பல்யாகசாலை முதுகுடுமிப் பெருவழுதி. **திணை:** பாடாண். **துறை:** விறலியாற்றுப்படை.

('விறலி. செல்லாமோ' என்றமையின் விறலியாற்றுப் படை ஆயிற்று.)

நல்யாழ், ஆகுளி, பதலையொட சுருக்கிச்,
செல்லா மோதில்,சில்வளை விறலி!
களிற்றுக்கணம் பொருத கண்ணகன் பறந்தலை,
விசும்புஆடு எருவை பசுந்தடி தடுப்பப்,
பகைப்புலம் மரீஇய தகைப்பெருஞ் சிறப்பின்
குடுமிக் கோமாற் கண்டு,
நெடுநீர்ப் புற்கை நீத்தனம் வரற்கே!

ஒரு சில வளைகளே அணிந்தவளான விறலியே! யானை அணி பொருத இடம் அகன்ற பாசறை இடத்தே வானத்துப் பறக்கும் பறவைக் கூட்டத்தைத் தடுத்துத் தம்பால் ஈர்க்கும் அளவுக்கு ஊன் துண்டங்கள் சிதறுமாறு மாற்றார் தேசத்தின் கண்ணே கடும்போரிட்டு வெற்றி பெற்ற பெருஞ் செல்வத்தை உடைய முதுகுடுமியாகிய கோமானைச் சென்று காணலாம், வருவாயாக! கண்டால், நீர் பெருகிக் கஞ்சியுண்டு வாழும் இவ்வாழ்வை நாம் அறவே விட்டுவிடலாம். யாழையும் பறையையும் கட்டி எடுத்துக் கொண்டு உடனே புறப்படுவாயாக!

சொற்பொருள்: *1.* ஆகுளி - சிறுபறை. பதலை - ஒரு தலை மாக்கிணை: ஒரு பக்கம் மட்டில் அடித்து ஓசையுண்டாக்கும் இடம் அமைந்த முழவு.3. பறந்தலை - பாசறை 4.பசுந்தடி - பசுமையாகிய ஊன்; தடுத்தலாவது எருவையை மேலே பறந்து செல்லாமல் தடுப்பதாம். 7. புற்கை - புல்லிய சோற்றுக் கஞ்சி.

65. நாணமும் பாசமும்!

பாடியவர்: கழா அத் தலையார். **பாடப்பட்டோன்:** சேரமான் பெருஞ்சேரலாதன்: இவன் கரிகாற் பெருவளத்தானோடு பொருது புறப்புண்பட்டு வடக்கிருந்தபோது பாடியது. **திணை:** பொதுவியல். **துறை** கையறுநிலை.**சிறப்பு:** புறப்புண்பட்டோர் நாணி வடக்கிருந்து உயிர்விடும் மரபு.

(மன்னன் வடக்கிருந்தனன்: நாள் போற் கழியல ஞாயிற்றுப் பகலே' என வருந்திக் கூறுதல் அவலம் மிக்கது ஆகும்.)

மண் முழா மறப்பப், பண் யாழ் மறப்ப,
இருங்கண் குழிசி கவிழ்ந்து இழுது மறப்பச்,
சுரும்பு ஆர் தேறல் சுற்றம் மறப்ப,
உழவர் ஓதை மறப்ப, விழவும்
அகலுள் ஆங்கண் சீறூர் மறப்ப,
உவவுத் தலைவந்த பெருநாள் அமையத்து,
இருசுடர் தம்முள் நோக்கி, ஒரு சுடர்
புன்கண் மாலை மலைமறைந் தாங்குத்,
தன்போல் வேந்தன் முன்புகுறித்து எறிந்த
புறப்புண் நாணி, மறத்தகை மன்னன்
வாள் வடக்கு இருந்தனன்; ஈங்கு,
நாள்போற் கழியல ஞாயிற்றுப் பகலே!

பௌர்ணமி நாளிலே மாலை வேளை; கீழ்ப்பால் நிலவும் எழுகிறது; மேற்றிசையிலே எதிர்த்து இருந்த கதிரவன், முடிவிலே அதற்கு எதிர்நிற்கவும் நாணி, மலைவாயிலிற் சென்று ஒளிந்தனன். அதேபோல் நின்போன்ற வேந்தனுடன் போரிட்டபோது எதிர்பாராது புறப்புண்பட்ட நீ நாணினாய்: வாளுடன் வடக்கிருந்தாய். என்னே இக்கொடுமை! முழவுகள் ஒலியடங்கின; யாழ் இசை துறந்தன; தயிர்ப் பானைகள் வெறும் பானைகளாகக் கிடந்தன; சுற்றத்தினர் மதுவை மறந்தனர்; உழவர் ஓதையும் அடங்கின; ஊர் விழாவும் ஒழிந்தன! நின்னையும் பகலையும் ஒருங்குக் கண்டு மகிழ்ந்து இன்புற்றோமே நீயே இல்லையானால், இனிப் பகல்தான் எமக்கு எவ்வாறு இன்பமுடன் கழியுமோ? (புலவர் கொண்ட நட்புப் பாசத்தினைக் காண்க.)

சொற்பொருள்: *1.* மண் - மார்ச்சனை. *2.*குழிசி - பானை, இழுது - நெய் *5.* அகலுள் ஆங்கண் - அகன்ற தெருவினையுடைய *10.*புறப்புண் - முகத்தும் மார்பிடத்தும் ஒழிந்து ஏனையிடத்துற்ற புண்.

66. நல்லவனோ அவன்!

பாடியவர்: வெண்ணிக் குயத்தியார்; வெண்ணிற் குயத்தியார் எனவும் பாடம். **பாடப்பட்டோன்:** சோழன் கரிகாற் பெருவளத்தான். **திணை:** வாகை. **துறை:** அரச வாகை.

(புறப்புண் நாணி வடக்கிருந்தோன் நின்னிலும் நல்லவன் என்றனர். இதனாற் கரிகாலனது வென்றியே கூறினர். ஆதலின் அரசவாகை ஆயிற்று. 'வளி தொழில் ஆண்ட' செய்தியை அறிக. இது புயல் முதலாயவற்றாற் கலங்கட்கு ஊறு நேராதவாறு காத்தற்குத் தக்க எந்திர அமைப்பு ஆகலாம்.)

நளியிரு முந்நீர் நாவாய் ஓட்டி
வளிதொழில் ஆண்ட உரவோன் மருக!
களி இயல் யானைக் கரிகால் வளவ!
சென்று அமர்க் கடந்த நின் ஆற்றல் தோன்ற
வென்றோய் நின்னினும் நல்லன் அன்றே
கலிகொள் யாணர் வெண்ணிப் பறந்தலை,
மிகப் புகழ் உலகம் எய்திப்,
புறப்புண் நாணி, வடக் கிருந்தோனே!

வளவனே! கடலிற் செல்லும் மரக்கலம், காற்று உரிய திசையிலே வீசாததனால் ஓடாதுபோகக் காற்று இயங்குமாறு போலக் கலத்தைக் செலுத்துதற்குரிய பொறிமுறைகளைக் கையாண்டு கலம் செல்லுமாறு செய்த அறிவாற்றல் உடையவர் நின் முன்னோர். மதயானை மிகுந்த படை வன்மை உடையோனே! பகைவரினும் மேற்சென்று, அவர் எதிர் நின்று அவரைக் கொன்று அழித்த வெற்றி வீரனே! 'வெண்ணி' யென்னும் ஊர்ப்புறத்தே நடந்த போரில் புறப்புண்பட்டனன் சேரன். உலகத்திலே புகழ் பெறுமாறு அவன் வடக்கிருந்து உயிர் நீத்தனன். புறப்புண் நாணி வடக்கிருந்து உயிர்துறந்த அவன், புறத்தே அம்பேவிப் போர் முறை பிறழ்ந்த நின்னைக் காட்டினும், நல்லவன் அல்லனோ!

67. அன்னச் சேவலே!

பாடியவர்: பிசிராந்தையார். **பாடப்பட்டோன்:** கோப்பெருஞ் சோழன். **திணை:** பாடாண். **துறை:** இயன்மொழி.

(ஆசிரியர் பெயரை இரும்பிசிராந்தை என்பர். தெய்வச் சிலையார் (தொல். எச்ச. சூ.25) அரசனது இயல்பு கூறுதலான் இயன்மொழி ஆயிற்று. 'பெருங்கோக்கிள்ளி' என்பதும் கோப்பெருஞ் சோழனின் பெயர் போலும். 'பெருமகோக் கிள்ளிகேட்க' என வருவது காண்க.)

அன்னச் சேவல்! அன்னச் சேவல்!
ஆடுகொள் வென்றி அடுபோர் அண்ணல்
நாடுதலை அளிக்கும் ஒண்முகம் போலக்,
கோடுகூடு மதியம் முகிழ்நிலா விளங்கும்,
மையல் மாலை யாம் கையறுபு இனையக்,
குமரி அம் பெருந்துறை அயிரை மாந்தி,
வடமலைப் பெயர்குவை ஆயின், இடையது
சோழநன் னாட்டுப் படினே, கோழி
உயர்நிலை மாடத்துக் குறும்பறை அசைஇ
வாயில் விடாது கோயில் புக்கு,எம்
பெருங்கோக் கிள்ளி கேட்க 'இரும்பிசிர்
ஆந்தை அடியுறை'எனினே மாண்ட நின்
இன்புறு பேடை அணியத்,தன்
அன்புறு நன்கலம் நல்குவன் நினக்கே-

அன்னச் சேவலே! போர் வெல்லும் பெருமித உணர்வோடு நாடுகாக்கும் நல்லோனின் முகம்போல், முழுநிலா ஒளிவிடும் இம்மாலைக்காலத்திலே, நண்பனிடம் செல்ல இயலாது செயலற்று யான் வருந்துகின்றேன். நீயோ குமரிப் பெருந்துறையின் அயிரைமீனை உண்டு வடமலையை நோக்கிச் செல்லுகிறாய். இடைவழியில் சோழநாட்டு உறையூருக்குச் சென்றால், அங்கே உயர் மாடத்தினிடத்தே நின் பேடையுடன் தங்குவாயாக. தங்கிச் சோழனின் அரண்மனையினுள் புகுந்து அவன் கேட்குமாறு 'பெரிய பிசிர் என்ற ஊரிலுள்ள ஆந்தையின் அடியவன்' என்று நின்னைப் பற்றிக் கூறுவாயாக! அவ்வாறு நீ சொன்னால், நின் பேடைக்குத் தன்னுடைய அன்பின் சின்னமாக நல்ல பல அணிகலன்களை அவன் வழங்குவான்! (நட்பின் செறிவால் கூறியது இது)

சொற்பொருள்: 5. மையல் மாலை - பிரிந்திருக்குங்கால் மயக்கத்தை யுண்டாக்கும் மாலைக்காலம். 6. அயிரை - ஒரு வகை மீன் 9. குறும்பறை அசைஇ - குறுகப் பறத்துலுடனே சென்றனையாகி. 12. ஆந்தை - ஆந்தையார்; (பிசிர் ஆந்தையார்) அடியுறை என்பதற்கு ஆந்தையின் அடிக்கண் உறைவான் என்றுரைப்பாருமுளர்.

68. மறவரும் மறக்களிரும்!

பாடியவர்: கோவூர் கிழார். **பாடப்பட்டோன்:** சோழன் நலங்கிள்ளி. **திணை:** பாடாண். **துறை:** பாணாற்றுப்படை.

('ஈங்கென் செய்தியோ; உறந்தையோனே குருசில் செலினே. பிறன்கடை மறப்ப நல்குவன்' என பாணனை ஆற்றுப்படுத்தலின் பாணாற்றுப்படை ஆயிற்று. 'மென்மையின் மகளிர்க்கு வணங்கி' என்றதனால் இவனது எழில்நலமும் 'வன்மையின் ஆடவர்ப் பிணிக்கும்' என்றதனால் மறநலமும் கூறப்பட்டன.)

உடும்புஉரித்து அன்ன என்புஎழு மருங்கின்
கடும்பின் கடும்பசி களையுநர்க் காணாது,
சில்செவித்து ஆகிய கேள்வி நொந்துநொந்து,
ஈங்குஎவன் செய்தியோ பாண? 'பூண்சுமந்து,
அம்பகட்டு எழிலிய செம்பொறி ஆகத்து
மென்மையின் மகளிர்க்கு வணங்கி வன்மையின்
ஆடவர்ப் பிணிக்கும் பீடுகெழு நெடுந்தகை,
புனிறுதீர் குழவிக்கு இலிற்றுமுலை போலச்
சுரந்த காவிரி மரங்கொல் மலிநீர்
மன்பதை புரக்கும் நன்னாட்டுப் பொருநன்,
உட்பகை ஒரு திறம் பட்டெனப் புட்பகைக்கு
ஏவான் ஆகலின், சாவோம் யாம்' என,
நீங்கா மறவர் வீங்குதோள் புடைப்பத்,
தணிபறை அறையும் அணிகொள் தேர்வழிக்
கடுங்கண் பருகுநர் நடுங்குகை உகுத்த
நறுஞ்சேறு ஆடிய வறுந்தலை யானை
நெடுநகர் வரைப்பின் படுமுழா ஓர்க்கும்
உறந்தை யோனே குருசில்;
பிறன்கடை மறப்ப நல்குவன் செலினே!

உடல் வற்றிப் பசிமிகுந்த சுற்றத்துடனே "கேட்போர் பலர்; உணர்ந்து உதவுவோர் சிலரே' என யாழையும் கைக் கொண்டு இங்கிருந்தே வருந்துவது ஏனோ, பாண மகனே! "மென்மைக்கு வணங்கி வன்மைக்கு எதிர்த்து அழிக்கும் ஆற்றல் உடைய நெடுந்தகை; தாய்ப்பால் போன்று அன்புடன் அருள் சுரந்து உலகினரைக் காக்கும் காவிரி நாட்டு வேந்தன்; பகைவர் பால் எம்மை ஏவான்; ஆதலால் நாமும் நம் வீட்டிலிருந்தே மடிவதோ எனப் பூரித்த தோள்களை மறவர்கள் தட்ட அவருடைய ஆத்திரம் தணிதற்குக் காரணமான போர்ப்பறை முழங்கக் கள்ளுண்பார் கை நடுங்கியதால் கீழே ஒழுகவிட்ட கள்ளால் தேர்ப்பாதைகள் சேறாக அச் சேற்றிலே பாகரின்றி ஆடிமகிழும் யானையும்

அவ்வொலியைச் செவிதாழ்த்துக் கேட்டுப் போருக்கு எழுகின்ற தன்மையுடைய உறையூரிலிருப்பவன் எம் இறைவன். அவன்பாற் செல்க. சென்றால் பிறர் வாயிலைப் பற்றியே நினையாதவாறு நின் குறைதீர அவன் நினக்கு வழங்குவான்.

சொற்பொருள்: *3. சில்செவித்து ஆகிய கேள்வி - கேட்டார் பலரும் அதன் நுட்பத்தன்மை அறிதற்கரியதாய், அறிவார் சிலரேயாதலின் அவர் செவிக்கண்ணதாகிய யாழை; கேள்வி - யாழ் 5. செம்பொறி - மார்பிடையுள்ள மூன்று கோடுகள். "வரையகன் மார்பிடை வரையும் மூன்றுள"(சீவகசிந்தாமணி செ. 1462) திருமகள் எனினும் அமையும். இலிற்றுதல் - சுரத்தல். 11.புட்புகை - புள்செய்யும் பகை; காரி செம்போத்து முதலிய பறவைகள் குறுக்கிட்டோடித் தீநிமித்தம் செய்தலைப் 'பகை' என்றனர்.*

69. காலமும் வேண்டாம்!

***பாடியவர்:** ஆலந்தூர் கிழார். **பாடப்பட்டோன்:** சோழன் குளமுற்றத்துத் துஞ்சிய கிள்ளி வளவன். **திணை:** பாடாண் - **துறை:** பாணாற்றுப்படை.*

(பாணனைச் செல்க என ஆற்றுப்படுத்தலின் பாணாற்றுப் படை ஆயிற்று. 'பசும்பூட் கிள்ளி' என வந்த இவன் பெயரைக் காண்க. (16-17))

கையது, கடன்நிறை யாழே; மெய்யது
புரவலர் இன்மையின் பசியே; அரையது
வேற்றிழை நுழைந்த வேர்நனை சிதா அர்
ஓம்பி உடுத்த உயவற் பாண!
பூட்கை இல்லோன் யாக்கை போலப்
பெரும்புல் என்ற இரும்போர் ஒக்கலை;
வையகம் முழுதுடன் வளைஇப் பையென
என்னை வினவுதி ஆயின் மன்னர்
அடுகளிறு உயவும் கொடிகொள் பாசறைக்
குருதிப் பரப்பின் கோட்டுமா தொலைச்சிப்,
புலாக் களம் செய்த கலா அத் தானையன்
பிறங்குநிலை மாடத்து உறந்தை யோனே
பொருநர்க்கு ஓக்கிய வேலன் ஒரு நிலைப்
பகைப் புலம் படர்தலும் உரியன்; தகைத் தார்
ஒள்ளெரி புரையும் உருகெழு பசும்பூண்
கிள்ளி வளவற் படர்குவை ஆயின்
நெடுங்கடை நிற்றலும் இல்லையே; கடும் பகல்
தேர்வீசு இருக்கை ஆர நோக்கி,

நீ அவற் கண்ட பின்றைப், பூவின்
ஆடுவண்டு இமிராத் தாமரை
சூடாய் ஆதல் அதனினும் இலையே!

பாணனே! "யாழ் கையிலே; பசி வயிற்றிலே; தைத்த பழங்கந்தை இடுப்பிலே; பெரிய சுற்றத்துடனே உலகெல்லாம் சுற்றி வந்தோம்; வறுமை தீர்ப்பவர் யார்?" எனக் கேட்கின்றாய். பகைவர் யானையையுங் கொன்று வீழ்த்தும் படை மறவரை உடையவன்; உயர்நிலை மாடத்து உறையூரில் உள்ளவன்; பகைவர்பாற் சினந்து எரியொளிர்வேல் தாங்கிச் செல்பவன்; அக் கிள்ளியினிடம் செல்வாயாக. அவனைக் காணக் காலமும் பார்க்க வேண்டியதில்லை. பகல் வேளையிலே வரும் பரிசிலர்க்குத் தேரினை வழங்கிக் கொண்டே இருக்கும் அவனைக் கண்டபின் நீ பொற்றாமரைப் பூச்சூடி மகிழும் பேறு உறுதியாகப் பெறுவாய். ஆகலின் இன்னே அவன்பாற் செல்வாயாக!

சொற்பொருள்: *1. கடன் - இலக்கண முறைமை 3. வேற்றிழை நுழை தலாவது கிழிந்த துணிகள் பலவிடத்துந் தைத்த நூலிழை. வேர்நனை - வியர்வையால் நனைந்த 4. உயவல் - வருத்தம். 9. உயவும் - புண்பட்டு வருந்தும் 11. கலா அம் - போர் ஆரவாரம் 12. பொருநர் - ஈண்டுப் போர் செய்வோர் 14. தகைத்தார் - சுற்றப் பட்ட மாலை. 17. நிற்றல் - காலம் பார்த்து நிற்றல் 19. இமிரா - ஊதாத.*

70. குளிர்நீரும் குறையாத சோறும்

பாடியவர்: கோவூர் கிழார்: *(கோவூர் அழகியார் எனவும்பாடம்)*
பாடப்பட்டோன்: சோழன் குளமுற்றத்துத் துஞ்சிய கிள்ளி வளவன்.
திணை: பாடாண். **துறை:** பாணாற்றுப்படை.

(கிள்ளிவளவனின் நல்லிசை யுள்ளிச் செல்வையாயின் பெறுகுவை என்று உரைத்தலால் பாணாற்றுப்படை ஆயிற்று. 'அவனது தாள் வாழ்க' என வாழ்த்தியதும் ஆம்.)

தேஎம் தீந்தொடைச் சீறியாழ்ப் பாண,
'கயத்து வாழ் யாமை காழ்கோத் தன்ன
நுண்கோல் தகைத்த தெண்கண் மாக்கிணை
இனிய காண்க; இவண் தணிக'எனக் கூறி,
வினவல் ஆனா முதுவாய் இரவல!
தைஇத் திங்கள் தண்கயம் போலக்
கொளக்கொளக் குறைபடாக் கூழுடை வியனகர்;
அடுதீ அல்லது சுடுதீ அறியாது!

இருமருந்து விளைக்கும் நன்னாட்டுப் பொருநன்;
கிள்ளி வளவன் நல்லிசை யுள்ளி,
நாற்ற நாட்டத்து அறுகாற் பறவை
சிறுவெள் ளாம்பல் ஞாங்கர் ஊதும்
கைவள் ஈகைப் பண்ணன் சிறுகுடிப்
பாதிரி கமழும் ஓதி, ஒண்ணுதல்,
இன்னகை விறலியொடு மென்மெல இயலிச்
செல்வை ஆயின் செல்வை ஆகுவை;
விறகுஒய் மாக்கள் பொன்பெற் றன்னதோர்
தலைப்பாடு அன்று, அவன் ஈகை:
நினைக்க வேண்டா;வாழ்க அவன் தாளே!

சிறிய யாழை உடைய பாணனே! 'கயத்து ஆமையை அம்பிலே கோத்தாற் போன்ற உடுக்கையின் இசையைக் கேட்டு இளைப்பாறிச் செல்க' என, என்னைப் பலவும் கேட்கிறாய் முதியோனே! தைப்பனியால் குளிர்ந்த குளத்தின் தெளிவான நிறைநீர் போலக் கொள்ளக் கொள்ளக் குறையாத சோறுடையது அவனது நகர். அடு நெருப்பு அல்லது சுடுநெருப்பு அறியாதது அது. அவ்வளமிகுந்த நாட்டுவேந்தன் கிள்ளிவளவன். அவன் புகழை உள்ளத்திலே கொண்டவனாக இன்நகை தவழும் விறலியோடும், மெல்ல மெல்ல நடந்து அவன்பாற் செல்வாயாக. சென்றால் நீ பெருஞ்செல்வம் பெறலாம். விறகு வெட்டக் காட்டுக்குச் சென்றவனுக்குப் பொன் கிடைத்ததுபோல எதிர்பாராது கிடைப்பதல்ல அவன் ஈகை. உறுதியாக நீ நம்பியே செல்லலாம். அவன் தாள் வாழ்க! (இவ்வாறு பாணனைக் கிள்ளியிடம் செல்ல வழிப்படுத்துகிறார் புலவர்)

சொற்பொருள்: *2. காழ் - நாராசம்; இரும்பினாற் செய்த அம்பு. 3. தகைத்த - பிணிக்கப்பட்ட. கிணை - உடுக்கை யோசை 4. தணிக - ஆறிப் போவாயாக 8. சுடுதீ - பகைவர் ஊரைச் சுடும் நெருப்பு 9. இரு மருந்து - சோறும் தண்ணீரும். 17. விறகு ஒய் மாக்கள் - விறகைக் காட்டினின்றும் ஊரகத்து வெட்டிக் கொணரும் மாக்கள். பொன் - விழுப்பொருள் 18.தலைப்பாடு - நேர்ப்பாடு; வாய்ப்பு.*

71. இவளையும் பிரிவேன்!

பாடியவர் : ஒல்லையூர் தந்த பூதப்பாண்டியன். **திணை:** காஞ்சி. **துறை:** வஞ்சினக் காஞ்சி.

('பகைவரைப் புறங்காண்பேன்; பிழைப்பின் இதுவாகியர்' என வஞ்சினம் உரைத்தனன்; அதனால் வஞ்சினக் காஞ்சி ஆயிற்று.

'மாவன், ஆந்தை, அந்துவஞ் சாத்தன் ஆதனழிசி இயக்கன் இவர் உளப்படப் பிறருடன் கலந்து பழகுதலை இழந்தேனாகுக' என்பதனால், இவரது தகுதியும் மேம்பாடும் அறியப்படும்.)

மடங்கலின் சினைஇ மடங்கா உள்ளத்து,
அடங்காத் தானை வேந்தர் உடங்கு இயைந்து
என்னோடு பொருதும் என்ப; அவரை
ஆரமர் அலறத் தாக்கித் தேரொடு
அவர்ப்புறம் காணேன் ஆயின் - சிறந்த
பேரமர் உண்கண் இவளினும் பிரிக;
அறன்நிலை திரியா அன்பின் அவையத்துத்
திறன் இல் ஒருவனை நாட்டி, முறை திரிந்து
மெலிகோல் செய்தேன் ஆகுக; மலிபுகழ்
வையை சூழ்ந்த வளங்கெழு வைப்பின்
பொய்யா யாணர் மையற் கோமான்
மாவனும், மன்எயில் ஆந்தையும் உரைசால்
அந்துவஞ் சாத்தனும், ஆதன் அழிசியும்,
வெஞ்சின இயக்கனும், உளப்படப் பிறரும்,
கண்போல் நண்பிற் கேளிரொடு கலந்த
இன்களி மகிழ்நகை இழுக்கி, யான் ஒன்றோ,
மன்பதை காக்கும் நீள்குடிச் சிறந்த
தென்புலம் காவலின் ஒரீஇப், பிறர்
வன்புலங் காவலின் மாறி யான் பிறக்கே!

'சிங்கம்போலச் சீறிவரும் அடங்காத உள்ளமுடைய பகைவரை அவர் அழியவென்று புறங்காண்பேன். காணேனாயின் என் தேவியான இவளைப் பிரிவேனாகுக. அறமன்றிலே கொடியோனை நியமித்து முறைகலங்கச் செய்த கொடுங் கோலனாகுக! மாவனும் ஆந்தையும், அந்துவஞ் சாத்தனும் ஆதனழிசியும் இயக்கனும் இன்னும் பிறருமாகிய என் கண்ணைப் போன்ற நண்பரின் புன்சிரிப்பை இழந்தவனாகுக. பாண்டியர் குடியில் நீங்கி வன்புலங் காவல் கொண்ட குடியிற் சென்று பிறப்பேனாகுக'' (இச் சூளுரையால் மனைவியைப் பிரிவதும் அறந்தவறுவதும் அரிய நண்பரை இழப்பதும் நன்னாட்டு அரச மரபிற் பிறவாமையும் பழி என்பதனை உணர்க.)

சொற்பொருள்: 2. உடங்கு இயைந்து - தம்மில் ஒப்பக்கூடிய 6. 'இவள்' என்றது மனைவியை 9. மெலிகோல் - கொடுங்கோல். 'ஆகுக' என்பது எங்கும் தந்துரைக்கப் பட்டது.11. மையல் - மையல் என்னும் ஊர் 16.இழுக்கி - தப்பியவனாகி. ஒன்றோ - எண்ணின்கண் வரும் இடைச் சொல். அதனை முன்னும் பின்னும்

கூட்டுக. 19. பிறக்கு - பிறப்பேனாகுக; 'செய்கு' என்னும் வாய் பாட்டுத் தன்மைப் பன்மை வினைமுற்று.

72. இனியோனின் வஞ்சினம்!

பாடியவர்: பாண்டியன் தலையாலங்கானத்துச் செருவென்ற நெடுஞ்செழியன். **திணை:** காஞ்சி. **துறை:** வஞ்சினக் காஞ்சி.

(சிறு சொல் சொல்லிய சினங்கெழு வேந்தரை வென்று அகப்படுத்துவேன்: அது செய்யேனாயின் இன்னவாகுக என வஞ்சினம் உரைத்தலால் வஞ்சினக் காஞ்சி ஆயிற்று. இக் காலத்தே புலவர் தலைவராக விளங்கியவர் மாங்குடி மருதனார் என்பது இச் செய்யுளால் விளங்கும்.)

நகுதக் கனரே, நாடுமீக் கூறுநர்;
இளையவன் இவன் என உளையக் கூறிப்,
படுமணி இரட்டும் பாவடிப் பணைத்தாள்
நெடுநல் யானையும், தேரும், மாவும்,
படை அமை மறவரும், உடையம், யாம் என்று   5
உறுதுப்பு அஞ்சாது உடல்சினம் செருக்கிச்
சிறுசொல் சொல்லிய சினங்கெழு வேந்தரை
அருஞ்சமஞ் சிதையத் தாக்கி முரசமொடு
ஒருங்கு அகப் படே என் ஆயின் பொருந்திய
என்நிழல் வாழ்நர் சென்னிழல் காணாது   10
கொடியன்எம் இறை எனக் கண்ணீர் பரப்பிக்,
குடிபழி தூற்றம் கோலேன் ஆகுக!
ஓங்கிய சிறப்பின் உயர்ந்த கேள்வி
மாங்குடி மருதன் தலைவன் ஆக,
உலகமொடு நிலைஇய பலப்புகழ் சிறப்பின்   15
புலவர் பாடாது வரைக, என் நிலவரை;
புரப்போர் புன்கண் கூர,
இரப்போர்க்கு ஈயா இன்மை யான் உறவே.

'இவன் இளையவன்! யாம் பெரும்படை உடையேம்' எனப் புல்லிய வார்த்தைகள் பலவும் கூறிப் போரிட வருகின்றனர். இவரைச் சிதறியோடுமாறு போரிட்டு இவர் முரசையும் கைப்பற்றுவேன். இன்றேல் கொடியவன் எனக் கண்ணீர் பெருக்கிக் குடிமக்கள் பழிதூற்றும் கொடுங்கோலன் என்று இகழ்வாராக; மாங்குடி மருதன் முதலாகப் போற்றும் பெரும் புலவர் பலரும் என்னைப் பாடாது என் நாட்டை விட்டு நீங்குக! என் சுற்றம் துயர் மிக்கதாகுக! இரப்பவர்க்குக் கொடுக்கவியலாத வறுமையுடையவனாக யான் ஆகுக! (இங்கே, குடியோம்பல்,

புலவர்ப் போற்றுதல், சுற்றம் காத்தல், இரவலர்க்கு உதவுதல் ஆகியவை மன்னனின் முதன்மையான கடமைகள் எனக் கூறப்பட்டன.)

சொற்பொருள்: மீக்கூறுநர் - மிகுத்துச் சொல்லுபவர்கள். 2. உளையக் கூறி - வெறுப்பச் சொல்லி. 16. நில்வரை - நிற எல்லை.

73. உயிரும் தருகுவன்!

பாடியவர்: சோழன் நலங்கிள்ளி; 'நல்லுருத்திரன் பாட்டு' எனவும் பாடம். **திணை:** காஞ்சி. **துறை:** வஞ்சினக் காஞ்சி.

('இன்னது பிழைப்பின் இதுவாகியரென உரைத்தலால்' வஞ்சினக் காஞ்சி ஆயிற்று. இரக்குவர் ஆயின் இன்னுயிராயினும் கொடுப்பேன்; என் உள்ளத்தை இகழ்ந்தாராயின் அவர் உய்ந்து போதல் அரிது என்னும் சொற்கள் இவனுடைய பெருமாண்பைக் காட்டுவனவாகும்.)

மெல்ல வந்து, என் நல்லடி பொருந்தி,
ஈயென இரக்குவர் ஆயின், சீருடை
முரசுகெழு தாயத்து அரசோ தஞ்சம்;
இன்னுயிர் ஆயினும் கொடுக்குவென், இந்நிலத்து;
ஆற்றல் உடையோர் ஆற்றல் போற்றாது என்
உள்ளம் எள்ளிய மடவோன், தெள்ளிதின்
துஞ்சுபுலி இடறிய சிதடன் போல,
உய்ந்தனன் பெயர்தலோ அரிதே; மைந்துடைக்
கழைதின் யானைக் கால் அகப்பட்ட
வன்றிணி நீண்முளை போலச், சென்று அவண்
வருந்தப் பொரேஎன் ஆயின், பொருந்திய
தீது இல் நெஞ்சத்துக் காதல் கொள்ளாப்
பல்லிருங் கூந்தல் மகளிர்
ஒல்லா முயக்கிடைக் குழைக, என் தாரே!

என்னைப் பணிந்து வேண்டுவாரானால் என் அரசு மட்டுமென்ன, என் உயிரையே கேட்பினும் கொடுப்பேன், என் உள்ளத்தை அறிவில்லாது இகழ்ந்தவன், தூங்கும் புலியை இடறிய குருடனைப்போல உயிர் பிழைத்தலே மிகவும் அரிதாகும். யானையின் காலடியிலே பட்ட மூங்கில் முளையைப் போல, என்னை எதிர்க்கும் பகைவரை அவர் ஊர் வரையும் சென்று ஒழிப்பேன். ஒழியேனாயின் காதலற்ற பொதுமகளிர் தழுவ என் மாலை துவள்வதாக! (என் தேவியும் என்னை ஒதுக்குவாளாக என்பது கருத்து.)

சொற்பொருள்: *3.*தாயம் - பழையதாய் வருகின்ற உரிமை. தஞ்சம் - எளிது; அரசு கொடுத்தல் எளிது. 5. ஆற்றல் உடையோர் - அமைச்சர் படைத்தலைவர் முதலாகிய வலிமையுடையோர். *10.* நீள் முளை - மூங்கிலினது நீண்ட முளை. *14.* ஒல்லா முயக்கிடை - பொருந்தாத புணர்ச்சியிடை. குழைக - துவள்தாக 'உள்ளம்' என்றது, உள்ளத்தால் சூழும் சூழ்ச்சியை.

74. வேந்தனின் உள்ளம்!

பாடியவன்: சேரமான் கணைக்காலிரும்பொறை. **திணை:** பொதுவியல். **துறை:** முதுமொழிக் காஞ்சி. 'தாமே தாங்கிய தாங்கரும் பையுள், என்னும் துறைக்குக் காட்டுவர் இளம்பூரணர் *(புறத். சூ.19)*

('சோழன் செங்கணானோடு திருப்போர்ப் புறத்துப் பொருது, பற்றுக்கோட்பட்டுக் குடவாயிற் கோட்டத்துச் சிறையிற்கிடந்து தண்ணீர் கேட்டுப் பெறாது பின் பெற்றுக் கைக்கொண்டிருந்து உண்ணாது சொல்லித் துஞ்சிய பாட்டு இது' என்பது பழைய குறிப்பு. 'அரசர்க்கு மானத்திலும் மிக்க உறுதிப் பொருளில்லை' என்று கூறினமையின் முது மொழிக் காஞ்சி ஆயிற்று.)

குழவி இறப்பினும், ஊன்தடி பிறப்பினும்,
'ஆ அள் அன்று' என்று வாளின் தப்பார்;
தொடர்ப்படு ஞமலியின் இடர்ப்படுத்து இரீ இய
கேளல் கேளிர் வேளாண் சிறுபதம்,
மதுகை இன்றி, வயிற்றுத்தீத் தணியத்
தாம்இரந்து உண்ணும் அளவை
ஈன்ம ரோ,இவ் உலகத் தானே.

மன்னர் குடியிலே குழந்தை இறந்து பிறந்தாலும் தசைப் பிண்டமாகப் பிறந்தாலும் அவற்றை வாளால் வெட்டியே புதைப்பர். பகைவர் வாளால் சாவாது போயினேன்! சங்கிலியினாலே கட்டிவைத்து, நாய்போலத் துன்புறுத்தி என்னைச் சிறையிலிட்டனர். அப்படிச் சிறையிலிட்டவரின் உபகாரத்தால் வந்த தண்ணீரை இரந்து உண்ணேம்' என்ற மன வலியின்றி, வேட்கை தாளாது, என்னைப் போலத் தாமே இரந்து உண்பவரையும் இவ்வுலகில் அரசர் எனப் போற்றிக் கொள்வார்களோ?

சொற்பொருள்: *1.* ஊன்தடி - தசைத்தடியாகிய மணை 2. வாளின் தப்பார் - வாளால் ஓங்கி வெட்டுதலைத் தவறார். 3.ஞமலி - நாய். 4. கேள் அல் கேளிர் - கேளாண்மையல்லாத கேளிராகிய பகைவர். 5. மதுகை - மனவலி; அரசர்க்கு மானத்தின் மிக்க

அறனும் பொருளும் இன்பமும் இல்லை என்று கூறினமையின் இது முதுமொழிக்காஞ்சி யாயிற்று.

75. அரச பாரம்

பாடியவன்: சோழன் நலங்கிள்ளி. திணை: பொதுவியல். துறை: பொருண்மொழிக் காஞ்சி.

(தெளிந்த பொருளைக் கூறினன்; அதனால் பொருண்மொழிக் காஞ்சி ஆயிற்று. பொது மொழிக் காஞ்சி எனவும் பாடம்.)

'மூத்தோர் மூத்தோர்க் கூற்றம் உய்த்தெனப்,
பால்தர வந்த பழவிறல் தாயம்
எய்தினம் ஆயின், எய்தினம் சிறப்பு' எனக்
குடிபுரவு இரக்கும் கூரில் ஆண்மைச்
சிறியோன் பெறின் அது சிறந்தன்று மன்னே!
மண்டு அமர்ப் பரிக்கும் மதனுடை நோன்தாள்
விழுமியோன் பெறுகுவன் ஆயின், தாழ்நீர்
அறுகய மருங்கின் சிறுகோல் வெண்கிடை
என்றூழ் வாடுவறல் போல, நன்றும்
நொய்தால் அம்ம தானே - மையற்று
விசும்புஉற ஓங்கிய வெண்குடை
முசுகெழு வேந்தர் அரசுகெழு திருவே.

மூத்தோர் காலன் வாய்ப்பட, அரசுரிமையை ஏற்றுக் குடிகளைக் காப்பது அவரவர் மன இயல்பால் இருவகைப்படும். குடிகளிடம் வரிவேண்டி இரக்கும் சிறுமை உடையவனுக்கு அது பெரும் பாரமாக விளங்கும். போராற்றலும் சால்பும் உடைய வனுக்குக் கிடேச்சித் தக்கையைப் போலச் சுமப்பதற்கு மிகவும் இலேசாகத் தோன்றும்.

சொற்பொருள்: 2. பால் - விதி. 4. குடிபுரவு இரக்கும் - தம் குடிமக்களை இறைவேண்டி இரக்கும். 5. சிறந்தன்று - அத் தாயம் அவனுக்குச் சுமக்க வொண்ணாதாம்படி கனத்தது. மதன் - வலிமை. 6. நோன்றாள் - வலிய முயற்சி. 8. கிடை - நெட்டி இதனைத் தக்கைப் பூண்டு எனவும் கூறுவர். 9.என்றூழ் - கோடைக்கண். வறல் - கள்ளி. 'மன்' ஆக்கத்தின்கண் வந்தது. 'அம்ம' - அசைநிலை.

76. அதுதான் புதுமை!

பாடியவர்: இடைக்குன்றூர் கிழார். பாடப்பட்டோன்: பாண்டியன் தலையாலங்கானத்துச் செருவென்ற நெடுஞ் செழியன். திணை: வாகை. துறை: அரச வாகை.

(அரசனது இயல்பையும் வெற்றியையும் கூறியதால் அரச வாகை ஆயிற்று. 'நூழில்' என்னும் துறைக்கு எடுத்துக் காட்டுவர் இளம்பூரணர் (புறத் சூ. 14 உரை.))

ஒருவனை ஒருவன் அடுதலும் தொலைதலும்,
புதுவது அன்று; இவ் உலகத்து இயற்கை;
இன்றின் ஊங்கோ கேளலம்; திரளரை
மன்ற வேம்பின் மாச்சினை ஒண்தளிர்
நெடுங்கொடி உழிஞைப் பவரொடு மிடைந்து,
செறியத் தொடுத்த தேம்பாய் கண்ணி,
ஒலியல் மாலையொடு, பொலியச் சூடிப்,
பாடின் தெண்கிணை கறங்கக் காண்தக,
நாடுகெழு திருவிற் பசும்பூட் செழியன்,
பீடும் செம்மலும் அறியார் கூடிப்,
'பொருதும்' என்று தன்தலை வந்த
புனைகழல் எழுவர் நல்வலம் அடங்க
ஒருதான் ஆகிப் பொருது, களத்து அடலே!

ஒருவனை ஒருவன் கொல்லுதலும் ஒருவனுக்கு ஒருவன் தோற்றலும்,இந்த உலகத்திலே புதுமையன்று. ஆனால் நெடுஞ்செழியனின் வலிமையை அறியாதவராகத் தாம் ஒன்றாகக் கூடி இருபெரு வேந்தரும் ஐம்பெரும் வேளிரும் போரிட்டு நின்றனர். அவர்களைத் தான் ஒருவனாகவே நின்று போரிட்டுக் கொல்லுதலைச் செய்தானே நெடுஞ்செழியன்; அதுதான் புதுமை!

சொற்பொருள்: 3. திரள் அரை - அடிப்பகுதி பருத்துத் திரண்ட. 5. பவர் - கொடி 7. ஒலியல் மாலை - வளையல் மாலை. 10. செம்மலும் - தலைமையும்.

77. யார்? அவன் வாழ்க!

பாடியவர்: இடைக்குன்றூர் கிழார். **பாடப்பட்டோன்:** பாண்டியன் தலையாலங்கானத்துச் செருவென்ற நெடுஞ்செழியன். **திணை:** வாகை. **துறை:** அரச வாகை.

(செழியனது இயல்பையும் வெற்றியையும் கூறுதலால் அரசவாகை ஆயிற்று. செழியன் களத்தில் போரிட்ட நிலையை ஓவியமாக்கிக் காட்டுகின்றார் புலவர். உழிஞைத் திணைத் துறைகளுள் 'திறற்பட ஒருவன் மண்டிய குறுமைக்கு' எடுத்துக் காட்டுவர் இளம்பூரணனார் (புறத் சூ. 15. உரை))

கிண்கிணி களைந்தகால் ஒண்கழல் தொட்டுக்,
குடுமி களைந்த நுதல் வேம்பின் ஒண்தளிர்

நெடுங்கொடி உழிஞைப் பவரொடு மிலைந்து,
குறுந்தொடி கழித்தகைச் சாபம் பற்றி
நெடுந்தேர்க் கொடிஞ்சி பொலிய நின்றோன்
யார்கொல்? வாழ்க, அவன் கண்ணி! தார்பூண்டு
தாலி களைந்தன்றும் இலனே; பால்விட்டு
'அயினியும்' இன்று அயின் றனனே; வயின்வயின்
உடன்றுமேல் வந்த வம்ப மள்ளரை
வியந்தன்றும், இழிந்தன்றும் இலனே; அவரை
அழுங்கப் பற்றி, அகல்விசும்பு ஆர்ப்புஎழக்,
கவிழ்ந்து நிலம்சேர அட்டதை
மகிழ்ந்தன்றும், இகழ்ந்தன்றும், அதனினும் இலனே.

வீரக்கழல் புனைந்து வேப்பந் தளிரைச் சூடிக் கையிலே வில்லினைக் கொண்டு தேரிலே அழகுற நின்றவன் யாரோ? அவன் யாவனேயாயினும், அவன் கண்ணி வாழ்வதாக! ஐம்படைத் தாலி கழித்ததும் இலனே; பால்குடித்தலை மறந்து இன்றே உணவுண்டானே போலும், இளையனாகவும் உள்ளான்; வெகுண்டு மேலும் மேலும் வரும் வீரரை மண் கவ்வச் செய்தான்! அதற்கு, அவன் மகிழவும் இல்லை! தன்னைப் பெருமையாக நினைக்கவும் இல்லை! அத்தகைய ஆற்றலுடையவன் அவன்! அவன் வாழ்க!

சொற்பொருள்: சாபம் - வில். 5.கொடிஞ்சி - மொட்டு; தேர்த்தட்டின் நடுவே மொட்டுப்போல் அமைந்த இடம். 7. தாலி ஐம்படைத் தாலி. 6. 'யார்கொல்' என்றது வியப்பின்கட் குறிப்பு. 8. அயினி - உணவு. 10. இழித்தன்றென்பது இழிந்தன்று என மெலிந்து நின்றது. 13. மகிழ்ந்தன்றும் எனவும் பாடவும்.

78. அவர் ஊர் சென்று அழித்தவன்!

பாடியவர்: இடைக்குன்றூர் கிழார். **பாடப்பட்டோன்:** பாண்டியன் தலையாலங்கானத்துச் செருவென்ற நெடுஞ்செழியன் **திணை:** வாகை. **துறை:** அரசவாகை.

(பாண்டியனது புகழையும் வெற்றிச் சிறப்பையும் கூறுதலால் அரசவாகை ஆயிற்று. உழிஞைத் திணையாகக் கொண்டு அதற்கேற்பவும் உரைப்பர்.)

வணங்கு தொடைப் பொலிந்த வலிகெழு நோன்தாள்,
அணங்குஅருங் கடுந்திறல் என்ஐ முணங்கு நிமிர்ந்து,
அளைச்செறி உழுவை இரைக்குவந் தன்ன
மலைப்பரும் அகலம் மதியார்,சிலைத்தெழுந்து,
விழுமியம், பெரியம், யாமே; நம்மிற்

பொருநனும் இளையன், கொண்டியும் பெரிது' என,
எள்ளி வந்த வம்ப மள்ளர்,
புல்லென கண்ணர், புறத்திற் பெயர,
ஈண்டுஅவர் அடுதலும் ஒல்லான்; ஆண்டு அவர்
மாண் இழை மகளிர் நாணினர் கழியத்,
தந்தை தம்மூர் ஆங்கண்,
தெண்கிணை கறங்கச் சென்று, ஆண்டு அட்டனனே !

போரிலே நிலைதளராத கால்களையும், வருந்துதற்கரிய பெருவலியையும் உடையவன் எம் இறைவன்! இவனை எதிர்த்து, 'சிறப்புடையோம்! பெரும்படை உடையோம்! இவனோ இளைஞன்; கொள்ளையும் பெரிது' என இகழ்ந்து வந்தனர் பலர். அவரைப் போர்க்களத்தில் கொல்ல எண்ணாதவனாக, அவரவர் ஊர்வரை ஓடஓட வெருட்டி, அங்கங்கே போர்ப்பறை முழக்கிச் சென்று அழித்தவன் அன்றோ இவன்!

சொற்பொருள்: என்ஐ - என் இறைவன். முணங்கு - மூரி, அளை - குகை. 4. சிலைத்து - ஆர்த்து. புல்லென் கண்ணர் - ஒளி மங்கிய கண்ணையுடையராய். 11. *'தந்தை தம்மூர்'*: பால் வழுவமைதி. *'ஏவல் இளையர் தாய் வயிறு கறிப்ப'* என்றாற் போலத் *'தந்தை தம்மூர்'* என்றது, தாம் போற்றிச் செய்த நகரையன்றி உறையூரும் கருவூரும் முதலாகிய ஊர்களை எனவும் கொள்ளப்படும்.

79. பகலோ சிறிது!

பாடியவர்: இடைக்குன்றூர் கிழார் **பாடப்பட்டோன்:** பாண்டியன் தலையாலங்கானத்துச் செருவென்ற நெடுஞ்செழியன். **திணை:** வாகை. **துறை:** அரசவாகை.

(அரசனது புகழையும் வெற்றியையும் கூறுதலின் அரச வாகை ஆயிற்று.)

மூதூர் வாயில் பனிக்கயம் மண்ணி,
மன்ற வேம்பின் ஒண்குழை மிலைந்து,
தெண்கிணை முன்னர்க் களிற்றின் இயலி,
வெம்போர்ச் செழியனும் வந்தனன்; எதிர்ந்த
வம்ப மள்ளரோ பலரே;
எஞ்சுவர் கொல்லோ, பகல்தவச் சிறிதே!

தன் பழநகர் வாயிலின் குளிர்ந்த நீருள்ள பொய்கையிலே மூழ்கி, மன்றத்து வேம்பின் தளிரைச் சூடிப் பறை ஒலி முன்னாக ஒலிக்கக் களிறுபோலப் பெருமிதமுடனே, வெம்போர் வல்ல நெடுஞ்செழியனும் வந்தான். அவனை எதிர்த்த நிலையற்ற

மறவரோ மிகப்பலர். பகல் நேரம் மிகக்குறைவே! ஆதலால் அவருள் சிலர் உயிர் தப்பிப் பிழைக்கவும் கூடுமோ?

சொற்பொருள்: மண்ணி - மூழ்கி. போர் மடந்தையைப் புணர வருகின்ற கன்னிப் போர் ஆதலால்,'பனிக்கயம் மண்ணிய'' என்றார். 2. குழை - தளிர். கிணை - ஓசையையுடைய பறை. 4. செழியன் - நெடுஞ்செழியன் 5. வம்பமள்ளர் - நிலையில்லாத மறவர் 6. எஞ்சுவர் கொல் - அவருட் சிலர் இறக்கா தொழியவும் கூடுமோ!

80. காணாய் இதனை!

பாடியவர்: சாத்தந்தையார். **பாடப்பட்டோன்:** சோழன் போர்வைக்கோப் பெருநற்கிள்ளி. **திணை:** தும்பை. **துறை:** எருமை மறம்.

(அரசனானவன்,முதுகிட்ட தன் படைக்குப் பின்னே நின்ற எதிரியை எதிர்ப்பது எருமை மறம் ஆம். அத்துறையைச் சார்ந்த செய்யுள் இது. இதனை 'மல் வென்றித்துறை'க்கு நச்சினார்க் கினியர் எடுத்துக் காட்டுவர் (புறத் சூ. 20 உரை))

இன்கடுங் கள்ளின் ஆமூர் ஆங்கண்,
மைந்துடை மல்லன் மதவலி முருக்கி,
ஒருகால் மார்பொதுங் கின்றே; ஒருகால்
வருதார் தாங்கிப் பின்னொதுங் கின்றே;
நல்கினும் நல்கான் ஆயினும், வெல்போர்ப்
பொரல் அருந் தித்தன் காண்கதில் அம்ம -
பசித்துப் பணைமுயலும் யானை போல,
இருதலை ஒசிய எற்றிக்,
களம்புகும் மல்லன் கடந்துஅடு நிலையே!

ஆமூர்க்கண் வலியுடைய மல்லனின் மதவலியை முருக்கி அழித்தான். ஒரு கால் அவன் மார்பிலும், ஒரு கால் அவன் தந்திரங்களைத் தடுத்து அவன் பின்புறமாகவும் அன்று அமைந்து இருந்தது. அவன் ஆற்றலைக்கண்டு மகிழ்ந்தாலும், மகிழாது போனாலும் தித்தன் அந்தக் காட்சியைப் பார்க்கட்டும். பசிகொண்ட யானை எதிர்ப்பட்ட மூங்கில் தண்டினை எளிதே ஒடித்துத் தள்ளுவதைப் போல, களம்புகுந்த மல்லனைக் கிளி வெல்லும் அந்தக் காட்சியைக் காணட்டும்!

சொற்பொருள்: 1. கடுங்கள் - அழன்ற கள்; புளிப்பு மிகுதியால் களிப்புற்றுச் சீறிப்பொங்கும் கள். 4. மார்பு ஒதுங்கின்று - மண்டியாக மார்பிலே மடித்து வைத்து. 4. தார் - உபாயம். பின் - முதுகு. 5. நல்கினும் - கண்டால் உவப்பினும் 7. பணை முயலும் மூங்கிலைத் தின்றற்கு முயலும். 8. ஒசிய - முறிய.

81. யார்கொல் அளியர்?

பாடியவர்: சாத்தந்தையார். **பாடப்பட்டோன்:** சோழன் போர்வைக் கோப் பெருநற்கிள்ளி. **திணை:** வாகை. **துறை:** அரச வாகை.

(சோழனது இயல்பையும் வென்றிச் சிறப்பையும் கூறுதலால் அரசவாகை ஆயிற்று.)

ஆர்ப்பு எழு கடலினும் பெரிது; அவன் களிறே
கார்ப்பெயல் உருமின் முழங்கல் ஆனாவே;
யார்கொல் அளியர் தாமே ஆர்; நார்ச்
செறியத் தொடுத்த கண்ணிக்
கவிகை மள்ளன் கைப்பட் டோரே?

கடல் ஆரவாரத்தினும் அவன் படை ஆரவாரம் பெரிது. கார்கால இடிமுழக்கினும் அவனுடைய களிறு பெருமுழக்கஞ் செய்வது. ஆத்தி மாலையும் வழங்குவதற்குக் குவிந்த கையும் உடையவன் அவன். அவ்வீரனின் கையால் வீழ்ந்தவரிலே எவர்தாம் இரக்கத்தக்க நிலையில் உள்ளனர்?

சொற்பொருள்: *2. உருமின் - இடியினும். 3. ஆர்கண்ணி* எனக்கூட்டி ஆத்திமாலை என்று கொள்க. அளியர் - இரங்கத் தக்கவர்.

82. ஊசி வேகமும் போர் வேகமும்!

பாடியவர்: சாத்தந்தையார். **பாடப்பட்டோன்:** சோழன் போர்வைக்கோப் பெருநற்கிள்ளி. **திணை:** வாகை. **துறை:** அரசவாகை.

(அரசனின் இயல்பையும் வென்றியையும் கூறுதலால் அரசவாகை ஆயிற்று. விரைந்து தொழில் முடித்தற்கு ஆசிரியர் கூறும் உவமை மிகமிக நுட்பமானது ஆகும்.)

சாறுதலைக் கொண்டெனப், பெண்ணீற் றுற்றெனப்,
பட்ட மாரி ஞான்ற ஞாயிற்றுக்,
கட்டில் நிணக்கும் இழிசினன் கையது
போழ்தூண்டு ஊசியின் விரைந்தன்று மாதோ;
ஊர்கொள வந்த பொருநனொடு,
ஆர்புனை தெரியல் நெடுந்தகை போரே!

ஊரிலே விழா; அதற்குப் போகவேண்டும். மனைவிக்குப் பேறுகால சமயம்; அவளுக்கும் சென்று உதவவேண்டும். மாலை வேளை; மழை பெய்துகொண்டிருக்கிறது. கட்டிலைக் கட்டிக் கொண்டிருக்கிற அவனின் கை ஊசி எவ்வளவு வேகமாக வாரைச் செலுத்துமோ, அவ்வளவு விரைவிலே முடிந்தது, ஊரைக்

கொள்ள எண்ணிவந்த வீரனுடன், இந் நெடுந்தகை நடத்திய பெரும்போர்!

சொற்பொருள்: சாறு - விழா. தலைக்கொண்டென தொடங்கிற்றாக. பெண் - மனைவி. ஈற்று உற்றென - பெறுதலைப் பொருந்தினாளாக. பட்டமாரி - பெய்கின்ற மழையுடைய. ஞான்ற ஞாயிற்று - ஞாயிறு வீழ்ந்த பொழுதின்கண். 3. நிணக்கும் - பிணிக்கும். இழிசினன் - புலைமகன். 4. போழ் தூண்டு ஊசியின் வாரைச் செலுத்தும் ஊசியினும்.

83. இருபாற்பட்ட ஊர்!

பாடியவர்: பெருங்கோழி நாய்கன் மகள் நக்கண்ணையார். **பாடப்பட்டோன்:** சோழன் போர்வைக்கோப்பெருநற்கிள்ளி. **திணை:** கைக்கிளை. **துறை:** பழிச்சுதல்.

(ஒத்த அன்பினாற் காமம் உறாத வழியும்,குணச்சிறப்பின்றித் தானே காமமுற்றுக் கூறியது இது என்பர். 'மையலூரும் என்போற் பெரிதும் நடுக்கம் அடைக' என்பதாம்.)

அடிபுனை தொடுகழல், மையணல் காளைக்கு, என்
தொடிகழித் திடுதல்யான் யாய் அஞ் சுவலே;
அடுதோள் முயங்கல் அவைநா ணுவலே;
என்போற் பெருவிதுப் புறுக; என்றும்
ஒருபால் படா அது ஆகி
இருபாற் பட்ட இம் மையல் ஊரே!

வீரக்கழலும் கரிய தாடியும் உடைய இளையோனுக்காக என் வளைகள் கழல்கின்றன; தாய்க்கும் அஞ்சுகிறேன்; பகைவரை வென்ற அவன் தோளைத் தழுவ விரும்பினும் சபையோரைக் கண்டு நாணி நிற்பேன்; இந்த ஊர் என்பக்கமும் நிற்காது; என் தாய்ப்பக்கமும் நில்லாது,இரு பக்கத்துக்குமாக மாறிமாறி நின்று மயங்குகின்றதே! யான் என் செய்வேன்?

சொற்பொருள் : 1. அணல் - தாடி: மீசை 2. தொடி கழித்திடுதல் - வளை என்னைக் கைவிடுதலால். 3. அவை - அவையின்கண் உள்ளாரை. 4. விதுப்புறுதல் - நடுக்கமுறல். 6.இருபாறபட்ட - தாயும் மகளுமாகிய இரு கூற்றிறபட்ட.

84. புற்கையும் பெருந்தோளும்

பாடியவர்: பெருங்கோழி நாய்கன் மகள் நக்கண்ணையார். **பாடப்பட்டோன்:** சோழன் போர்வைக்கோப் பெருநற்கிள்ளி **திணை:** கைக்கிளை. **துறை:** பழிச்சுதல்.

(காதலனின் சிறப்பைக் கூறிப் போற்றுதலால் பழிச்சுதல் ஆயிற்று. பெண்பாற் கைக்கிளைக்குப் பேராசிரியரும் (தொல் செய். சூ. 160) சுட்டி யொருவர்ப் பெயர் கொள்ளாத பாடாண் திணைக் கைக்கிளைக்கு நச்சினார்க்கினியரும் (செய் சூ.160), எடுத்துக் காட்டுவர்.)

என்ஐ, புற்கை யுண்டும் பெருந்தோ ளன்னே;
யாமே, புறஞ்சிறை இருந்தும் பொன்னன் னம்மே,
போறெதிர்ந்து என்ஐ போர்க்களம் புகினே,
கல்லென் பேரூர் விழவுடை ஆங்கண்,
ஏமுற்றுக் கழிந்த மள்ளர்க்கு
உமணர் வெரூஉம் துறையன் னன்னே!

என் தலைவன், கூழுண்டாலும் பெரிய தோள்வளம் உடையவன்; யானோ அவன் சிறைப்புறத்திலேயே இருந்தும் பசலை பாய்ந்தவளானேன். போர்க்களத்தில் அவன் புகுந்தால், பேரூர் விழாவிலே செருக்குற்று ஆடிவரும் மள்ளருக்கு உமணர் அஞ்சுவது போன்று பகைவரை அச்சமுறச் செய்யும் ஆற்றலுள்ளவன் அவன்.

சொற்பொருள்: 2. பொன் அன்னம் - பொன் போலும் நிறத்தையுடைய பசலை உடையேம் ஆயினேம்; 5. ஏமுற்றுக் கழிந்த மள்ளர் - தம் வலியைத் தாமே வியந்து செருக்கி வந்து பின்னை அதனை இழந்த வீரர்.

85. யான் கண்டனன்!

பாடியவர்: பெருங்கோழி நாய்கன் மகள் நக்கண்ணையார். **பாடப்பட்டோன்:** சோழன் போர்வைக்கோப் பெருநற்கிள்ளி. **திணை:** கைக்கிளை. **துறை:** பழிச்சுதல்.

இதுவும் மேற் செய்யுளைப் போன்றதே. ஏதவாது ஒன்றைச் சார்ந்து நின்று ஒருவரைப் பார்த்தலும்,கேட்டலும் நாணமுடைய குலமகளிர்க்கு இயல்பு; அதனை இச்செய்யுளும் அடுத்த செய்யுளும் காட்டும்.

என்னைக்கு ஊர்இஃது அன்மை யானும்,
என்னைக்கு நாடு இஃது அன்மை யானும்,
ஆடு அடு என்ப ஒருசா ரோரோ;
ஆடன்று என்ப ஒருசா ரோரே;
நல்ல, பல்லோர் இருநன் மொழியே;
அஞ்சிலம்பு ஒலிப்ப ஓடி, எம்இல்,
முழா அரைப் போந்தை பொருந்தி நின்று,
யான்கண் டனன் அவன் ஆடா குதலே.

என் தலைவன் இவ்வூரனல்லன். அவனுக்கு உரிய நாடும் இஃதன்று. அதனால், அவன் வெற்றிபெற்றும் அதுபற்றிப் பேசுவோர். இருவகையார் ஆயினர். அவன் வெற்றி என்பார் சிலர்; இல்லை என்பார் சிலர். என் காதுகளுக்கு இருவர் சொற்களும் நன்றாகவே இருந்தன. என் வீட்டின் முன்னே வந்து பனைமரத்தில் சாய்ந்து நின்றேன்; முடிவில் அவன் வெற்றியாதலையே யானும் கண்டேன்!

சொற்பொருள்: *1. என் ஐ - என்னுடைய தலைவன், 4. ஆடு - வென்றி; 7. அரை - பக்கத்தையுடைய. போந்தை பனைமரம். 'நல்ல' என்றது இகழ்ச்சிக் குறிப்பு.*

86. கல்லளைபோல வயிறு!

பாடியவர்: காவற் பெண்டு; காதற்பெண்டு எனவும் பாடம்: **பாடப்பட்டோன்:** ..... **திணை:** வாகை. **துறை:** ஏறாண் முல்லை.

(நிகரற்ற தமிழ்க்குடி மரபின் தன்மையை உயர்த்திக் கூறுவாராக, 'ஈன்ற வயிறோ இதுவே; தோன்றுவன் மாதோ போர்க்களத் தானே' என்றலின் ஏறாண்முல்லை ஆயிற்று. காவற்பெண்டு - செவிலித்தாய். நற்றாய்க்கும் தனக்கும் பாசத்தால் வேறுபாடற்ற நிலையில் இவ்வாறு கூறுகின்றாள்.)

சிற்றில் நற்றூண் பற்றி, நின்மகன்
யாண்டுள னோ? என வினவுதி; என்மகன்
யாண்டு உளன் ஆயினும் அறியேன்; ஓரும்
புலி சேர்ந்து போகிய கல் அளை போல.
ஈன்ற வயிறோ இதுவே;

தோன்றுவன் மாதோ, போர்க்களத் தானே!

என் சிறுவீட்டின் தூணைப்பற்றி நின்று, 'நின் மகன் எவ்விடத்தான்?'என்று கேட்கிறாய்! என் மகன் எங்கு உள்ளானோ யான் அறியேன். புலி கிடந்து பின் வெளியே போன மலைக் குகை போல, அவனைப் பெற்ற வயிற்றினை இதோ பார். அவன் போர்க்களத்திலே வந்து தோன்றுவான். அவனை அங்கே போய்க் காண்பாயாக!

சொற்பொருள்: *ஓரும், மாதோ; அசைகள். 5. 'ஈன்ற வயிறோ இது' என்ற கருத்து புலிசேர்ந்து போகிய அளைபோல அவனுக்கு என்னிடத்து உறவும் அத்தன்மைத்தே என்பதற்காம்.*

87. எம்முளும் உளன்!

பாடியவர்: ஔவையார். **பாடப்பட்டோன்:** அதியமான் நெடுமானஞ்சி. **திணை:** தும்பை. **துறை:** தானை மறம்.

('போர் எதிர்ந்து களம்புகல் ஓம்பு மின்' எனவுரைத்து அதியனின் தானைமறச் செவ்வியை உரைத்தனர். வாகைத் திணையுள் அரும்பகை தாங்கும் ஆற்றல்' என்பதற்கு எடுத்துக்காட்டுவர் இளம்பூரணரும் நச்சினார்க்கினியரும்.)

களம்புகல் ஓம்புமின், தெவ்விர் போர் எதிர்ந்து,
எம்முளும் உளன் ஒரு பொருநன்; வைகல்
எண்தேர் செய்யும் தச்சன்
திங்கள் வலித்த கால் அன் னோனே!

பகைவர்களே! போர்க்களம் சேர்வதைப் போற்றுங்கள். எதிர்த்துப் போரிடும் ஆற்றல் உடையவன் எம்முள்ளும் ஒருவன் இருக்கின்றான். ஒரு நாளைக்கு எட்டுத் தேர் செய்யும் தச்சன் ஒரு மாதங் கூடிச் செய்த தேர்க்காலைப் போன்ற அழகும் வலிமையுடையவன் அவன்!

சொற்பொருள்: 1. களம் - போர்க்களம். ஓம்புமின் - போற்றுமின். 4. திங்கள் வலித்த - ஒரு மாதமாகச் செய்யப்பட்ட. கால் அன்னோன் - தேர்க்காலின் வலிமையும் அழகும் ஒப்பவன் திண்மையும் அழகும் தோள்களுக்கு உவமையாயின.

88. எவருஞ் சொல்லாதீர்!

பாடியவர்: ஔவையார். பாடப்பட்டோன்: அதியமான் நெடுமான் அஞ்சி. திணை: தும்பை. துறை: தானை மறம்.

(அதியனின் தானைமற மேம்பாட்டை வியந்து உரைக்கின்றனர் 'காணாவூங்கு' யாம் பொருதும் என்றல் ஓம்புமின்; காணின் அது கூறில் நீவிர் அழிவது உறும்' என்று கூறியதாம்.)

யாவிர் ஆயினும், 'கூழை தார் கொண்டு
யாம்பொருதும் என்றல் ஓம்புமின்; ஒங்குதிறல்
ஒளிறுஇலங்கு நெடுவேல் மழவர் பெருமகன்,
கதிர்விடு நுண்பூண் அம்பகட்டு மார்பின்
விழவுமேம் பட்ட நற்போர்
முழவுத் தோள் என்னையைக் காணா ஊங்கே.

5

நீர் எப்படிப்பட்டவராயினும், 'அவனோடு போரிடுவோம் என்று மட்டும் சொல்லாதீர். உயர்ந்த வலிமையுடையவன்; வேல் உடைய படை மறவர்க்குத் தலைவன்; பூணிந்த பரந்த மார்பினன்; களவேள்வி ஆற்றிச் சிறந்த நல்ல போரைச் செய்யும் முழவுபோன்ற தோளினை உடையவன்; அவன் எம் இறைவன்! அவனைக் காண்பதற்குமுன் சொன்னது சரி; கண்ட பிறகும்

அவ்வாறு சொன்னால், சொல்லியபடி செய்தல் அரிதாதலை அறிந்திருப்பீர்; ஆதலால் சொல்லாதீர்.

சொற்பொருள்: *1.* கூழை - பின்னணிப் படை *3.* ஒளிரு - பாடஞ் செய்யும்; ஒளிவிடும்.

89. என்னையும் உளனே!

பாடியவர்: ஔவையார். **பாடப்பட்டோன்:** அதியமான் நெடுமான் அஞ்சி. **திணை:** தும்பை. **துறை:** தானை மறம்.

('எறிகோல் அஞ்சா அரவின் அன்ன சிறுவன் மள்ளரும் உளரே எனவும், 'உமை வளிபொரு தெண்கண் கேட்பின், அது போர் என்னும் என் ஐயும் உளனே'' எனவும் தானை மறம் கூறினார்.)

'இழையணிப் பொலிந்த ஏந்துகோட்டல்குல்,
மடவரல், உண்கண் வாள்நுதல், விறலி!
பொருநரும் உளரோ, நும் அகன்றலை நாட்டு?என,
வினவல் ஆனாப் பொருபடை வேந்தே!
எறிகோல் அஞ்சா அரவின் அன்ன
சிறுவன் மள்ளரும் உளரே; அதாஅன்று
பொதுவியல் தூங்கும் விசியுறு தண்ணுமை
விளிபொரு தெண்கண் கேட்பின்,
'அது போர்' என்னும் என்னையும் உளனே!

''மடவரல் உண்கண் வாள்நுதல் வஞ்சியே, உன் பெரிய நாட்டிலே என்னோடும் போரிடுவார் உளரோ?' என, என்னைக் கேட்ட படைபலம் உடைய வேந்தனே! கேள்: எம் நாட்டிலே அடிக்குங் கோலுக்கு எதிரே சீறி எழும் பாம்பு போன்ற வலிமையுடைய படைமறவர் கணக்கற்றோர் உளர். அவர்கள் மட்டுமன்று; முழவிலே காற்றுமோத, அதனால் எழுந்த ஓசையையே போர்ப்பறையென்று மகிழ்ந்து எழும் எம் தலைவனும் உளன்! இவை கண்டுமோ நீ கேட்கின்றாய்?'' *(பகைவரை நோக்கிக் கேட்கிறார் புலவர்)*

சொற்பொருள்: *1.* இழை அணி - மணிக்கோவை யாகிய அணி. *3.* பொருநரும் - என்னோடு பொருபவரும்; *4.* வினவல் ஆனா - கேட்டல் அமையாத. *5.* எறிகோல் - அடிக்குங் கோல். *6.*மள்ளர் - வீரர். அதா அன்று - அதுவேயுமின்று. *7.* பொதுவில் - மன்றில்.*8.* வளி - காற்று. *9.* என் ஐ - எனது தலைவன். தெண்கண் - ஓசையை.

90. புலியும் மானினமும்!

பாடியவர்: ஔவையார். **பாடப்பட்டோன்:** அதியமான் நெடுமான் அஞ்சி. **திணை:** தும்பை. **துறை:** தானை மறம்.

('நீ களம் புகின்; இருநிலம் மண்கொண்டு சிலைக்கும் பொருநரும் உளரோ?' என்று அதியனின் தானை மறத்தை வியந்து போற்றுவது இச்செய்யுள்.)

உடைவளை கடுப்ப மலர்ந்த காந்தள்
அடைமல்கு குளவியோடு கமழும் சாரல்
மறப்புலி உடலின், மான்கணம் உளவோ?
மருளின விசும்பின் மாதிரத்து ஈண்டிய
இருளும் உண்டோ ஞாயிறு சினவின்?
அச்சொடு தாக்கிப் பாருற்று இயங்கிய
பண்டச் சாகாட்டு ஆழ்ச்சி சொல்லிய,
விரிமணல் ஞெமரக் கல்பக நடக்கும்
பெருமிதப் பகட்டுக்குத் துறையும் உண்டோ?
எழுமரம் கடுக்கும் தாள்தோய் தடக்கை
வழுவில் வன்கை மறவர் பெரும!
இருநில மண்கொண்டு சிலைக்கும்
பொருநரும் உளரோ நீ களம் புகினே?

புலி சீறினால் எதிரே நிற்கும் மானினம் உளதோ? ஞாயிறு எழுமாயின் ஓடாது நிற்கும் இருளும் வானில் உளதோ? ஆற்றல் மிக்க கடாவானது போகுதற்கு அரியதுறையும் உண்டோ? இல்லை அன்றோ! முழந்தாள்வரை நீண்ட வலிய கையினையுடைய வீரர்க்குத் தலைவனே! அவை போல நின் நாட்டைக் கைப்பற்றப் போரிடும் பகை வீரரும் உளரோ? நீ களம் புகுந்தால் எவர்தாம் நின்னை எதிருற்று எதிர்க்க வல்லார்?

சொற்பொருள்: *2.* அடை - இலை. குளவி - மலைமல்லிகை. *4.* மருளின - மயங்கிய. விரிமணல் - புனல் கொழிக்கப்பட்ட மணல். *10.*எழுமரம் - கணையமரம். கோட்டைத் கதவின் உட்புறத்தே குறுக்காகப் போடப்படும் வலிய மரம்.

91. எமக்கு ஈத்தனையே

பாடியவர்: ஔவையார். **பாடப்பட்டோன்:** அதியமான் நெடுமான் அஞ்சி. **திணை:** பாடாண். **துறை:** வாழ்த்தியல்.

(அதியமான் அளித்த கருநெல்லிக்கனியைப் பெற்று உண்டதன் பின், அவன் உளச்செவ்வியை வியந்து பாடியது இது. நீல மணிமிடற்று ஒருவன் போல மன்னுக' என வாழ்த்தலின்

வாழ்த்தியல் ஆயிற்று. தன்னாக்கங் கருதானாய்ப் பல்லுயிர் களையும் காத்தலே கருத்தாக விடமுண்ட புண்ணியன் நீல மணிமிடற்றன். அதனால் அவனை உவமை கூறினார்.)

வலம்படு வாய்வாள் ஏந்தி, ஒன்னார்
களம்படக் கடந்த கழல்தொடி தடக்கை,
ஆர்கலி நறவின் அதியர் கோமான்
போர் அடு திருவின் பொலந்தார் அஞ்சி!
பால்புரை பிறைநுதல் பொலிந்த சென்னி
நீல மணிமிடற்று ஒருவன் போல
மன்னுக பெரும நீயே! தொன்னிலைப்
பெருமலை விடரகத்து அருமிசை கொண்ட
சிறியிலை நெல்லித் தீங்கினி குறியாது,
ஆதல் நின்னகத்து அடக்கிச்,
சாதல் நீங்கி எமக்கு ஈத்தனையே.

களத்திலே பகைவரை வென்று வீரவளை அணிந்திருக்கும் தலைவனே! வீரச் செல்வமும் பொன்மாலையும் உடைய அஞ்சியே! மலைச்சரிவிலே கடுமுயற்சியுடன் பெற்ற நெல்லியின் இனிய கனி அது. அதனைப் பெறுதற்கு அரிது என்றும் கருதாது அதனால் விளையும் பேற்றினையும் கூறாது, நின்னுள்ளத்திலேயே அடக்கிக் கொண்டு எம் சாதல் ஒழிய எமக்கு அளித்தனையே! பெருமானே! பிறையணிந்த நீலமணிமிடற்று இறைவனைப் போல, நீயும் நிலைபெற்று வாழ்வாயாக!

சொற்பொருள்: 2. கழல்தொடி - கழல விடப்பட்ட தொடி. 6. ''நீலமணிமிடற்று ஒருவன் போல'' என்ற கருத்து சாதற்குச் காரணமாகிய நஞ்சுண்டும் நிலைபெற்றிருத்தாற் போல, நீயும் இடைப்படும் இன்னல்களை வென்று நிலை பெற்றிருத்தல் வேண்டும் என்பதாம். 'மன்னுக' எனக்கூட்டி வினை முடிவு செய்க. 8. அருமிசை - அரிய உச்சிக்கண்.

92. மழலையும் பெருமையும்

பாடியவர்: ஔவையார். **பாடப்பட்டோன்:** அதியமான் நெடுமான் அஞ்சி. **திணை:** பாடாண். **துறை:** இயன்மொழி.

(அரசனது இயல்பை வியந்து கூறிப் பாராட்டுதலால் இயன் மொழி ஆயிற்று.)

யாழொடும் கொள்ளா; பொழுதொடும் புணரா;
பொருள் அறி வாரா; ஆயினும், தந்தையர்க்கு
அருள்வந் தனவால் புதல்வர்தம் மழலை,

என்வாய்ச் சொல்லும் அன்ன ஒன்னார்
கடிமதில் அரண்பல கடந்து
நெடுமான் அஞ்சி நீ அருளல் மாறே.

புதல்வரின் மழலைச் சொற்கள் யாழ் இசையும் அல்ல; காலத்தோடும் கூடியிராதன; பொருளும் அறிய முடியாதன; எனினும் தந்தையர்க்கு அருளுதல் போல வந்தனவாம். என் சொற்களும் அத்தகையவே! பகைவர் வலிய அரண்கள் பலவும் கடந்த நெடுமான் அஞ்சியே! அவ்வாறே கருதி நீயும் எனக்கு அருள்கின்றாய்!

சொற்பொருள்: *1. யாழொடும் கொள்ளா - யாழோசை போல இன்பமும் செய்யா. 3. மழலை - எழுத்து வடிவு பெறாது தோன்றும் இளஞ்சொல் 6. அருளல் மாறு - அருளுதலால்.*

93. பெருந்தகை புண்பட்டாய்

பாடியவர்: ஔவையார். **பாடப்பட்டோன்:** அதியமான் நெடுமான் அஞ்சி. **திணை:** வாகை. **துறை:** அரச வாகை.

(பொருது புண்பட்டு நின்றோனாகிய அதியனை அவனது போர்வெற்றியைப் போற்றுவது மூலம் பாராட்டிக் கூறிய செய்யுள் இது. 'அடுத்தூர்ந்து அட்ட கொற்றம்' என்னும் வஞ்சித் திணைத் துறைக்கு மேற்கோள் காட்டுவர் இளம் பூரணர் (தொல் புறத். சூ.7.))

திண்பிணி முரசம் இழுமென முழங்கச்
சென்று, அமர் கடத்தல் யாவது? வந்தோர்
தார்தாங் குதலும் ஆற்றார் வெடிபட்டு
ஒடல் மரீஇய பீடுஇல் மன்னர்
நோய்ப்பால் விளிந்த யாக்கை தழீஇக்,
காதல் மறந்து, அவர் தீதுமருங் கறுமார்
அறம்புரி கொள்கை நான்மறை முதல்வர்
திறம்புரி பசும்புல் பரப்பினர் கிடப்பி,
'மறம் கந்து ஆக நல்லமர் வீழ்ந்த
நீள்கழல் மறவர் செல்வுழிச் செல்க' என
வாள்போழ்ந்து அடக்கலும் உய்ந்தனர் மாதோ;
வரிஞிமிறு ஆர்க்கும் வாய்புகு கடா அத்து
அண்ணல் யானை அடுகளத் தொழிய
அருஞ்சமம் ததைய நூறி, நீ
பெருந்தகை விழுப்புண் பட்ட மாறே.

பெருந்தகையோனே! போரிலே நீ விழுமிய புண்பட்டு விட்டாய். நின்னை எதிர்த்தோர் நின்னால் போரிலே வீழ்ந்து தம் இழிதகவு பிழைத்துப் பெருமையுற்றனர். வண்டு மொய்க்கும் மதநீர் உடைய போர்யானைகளையும் சிதற வெட்டி வீழ்த்தும் வலிமை உடையவனே! இனி முரசும் முழங்கச் சென்று நின்னை எவர்தாம் போரில் வெல்லப் போகின்றனர்? நின்னை எதிர்ப்பார்தாம் எவரும் இலரே!

சொற்பொருள்: *4.* ஓடல் மரீஇய - போதலிலே மருவிய *8.* பசும்புல் - பசுமையான தருப்பைப் புல். *9.* கந்து ஆக - பற்றுக் கோடாக. *11.* வாள் போழ்ந்து அடக்கலும் உய்ந்தனர் - வாளோச்சி அடக்கும் இழிதகவும் பிழைத்தார்கள். *12.*ஞிமிறு - தேனீ *14.* ததைய - சிதைய *15.*விழுப்புண் - முகத்திலும் மார்பிலும் பட்ட புண்.

94. சிறுபிள்ளை பெருங்களிறு

பாடியவர்: ஔவையார்: **பாடப்பட்டோன்:** அதியமான் நெடுமான் அஞ்சி. **திணை:** வாகை. **துறை:** அரச வாகை.

('இனியை பெரும எமக்கே; நின் ஒன்னாதோர்க்கு இன்னாய் பெரும' என, அரசனது கொடை வென்றியையும் போர் வென்றியையும் கூறுவது செய்யுள். பாடாண் திணைத் துறைகளுள் ஒன்றான இயன்மொழித் துறைக்கு இளம்பூரணர் எடுத்துக் காட்டினர் (தொல். புறத். சூ. 29))

ஊர்க்குறு மாக்கள் வெண்கோடு கழா அலின்,
நீர்த்துறை படியும் பெருங்களிறு போல
இனியை,பெரும, எமக்கே; மற்றதன்
துன்னிருங் கடாஅம் போல
இன்னாய் பெரும நின் ஒன்னா தோர்க்கே!

நீர்த்துறையின் கண்ணே யானையைக் காணாய்! சிறு பிள்ளைகள் அதன் வெண்கோட்டைக் கழுவுகின்றனர். அப் பெருங்களிறு அவருக்கு எளிதாய் இனியதாய் விளங்குகின்றது. அவ்வாறே பகைவர் நெருங்குதற்கு அரிய வலிமையுடையாய் எனினும் நீ எமக்கு இனிதாகவே விளங்குகின்றனை பெருமானே!

சொற்பொருள்: *1.* குறுமாக்கள் - சிறுபிள்ளைகள்; மனவுணர்வு நிரம்பாமையின் இளஞ்சிறுவர்களைக் "குறுமாக்கள்" என்றார். கழா அலின் - கழுவுதல் காரணமாக; கழுவப் படுதலால் எனினும் அமையும்.

95.புதியதும் உடைந்ததும்

பாடியவர்: ஔவையார். **பாடப்பட்டோன்:** அதியமான் நெடுமான் அஞ்சி. **திணை:** பாடாண். **துறை:** வாண் மங்கலம்,

(அதியமானுடைய படைக்கலச் சிறப்பைப் புகழ்ந்து கூறினர்; அதனால் வாள் மங்கலம் ஆயிற்று. வாகைத் திணைத் துறைகளுள் 'பெரும்பகை தாங்கும் வேல்' என்பதற்கு இளம்பூரணர் எடுத்துக் காட்டினர் (தொல். புறத். சூ. *17* உரை))

இவ்வே, பீலி அணிந்து, மாலைசூட்டிக்
கண்திரள் நோன்காழ் திருத்தி, நெய் அணிந்து,
கடியுடை வியன்நக ரவ்வே; அவ்வே,
பகைவர்க் குத்திக் கோடுநுதி சிதைந்து,
கொல்துறைக் குற்றில் மாதோ, என்றும்
உண் டாயின் பதம் கொடுத்து,
இல் லாயின் உடன் உண்ணும்,
இல்லோர் ஒக்கல் தலைவன்
அண்ணல்எம் கோமான், வைந் நுதி வேலே.

இவைதாம் பீலி அணிந்து, மாலை சூட்டி அழகுடன் நெய் பூசப்பட்டுக் காவலையுடைய நின் அரண்மனையிலே அழகியதாக உள்ளன. உண்டானால் உணவளித்தும் இல்லையானால் உள்ளதைப் பகிர்ந்தளித்தும் மகிழும் வறியோர் தலைவனாகிய எம் வேந்தன் அஞ்சியின் வேல்களோ பகைவரைக் குத்துதலால் நுனி முறிந்தனவாகக் கொல்லன் உலைக்களத்திலேயன்றோ சிதைவுற்றுக் கிடக்கின்றன!

சொற்பொருள்: *1.* இவ்வே - இவைதாம். *2.* கண்திரள் - உடலிடம் திரண்ட. காழ் - காம்பு. அவ்வே - அவைதாம் 5.கொல்துறை கொல்லனது பணிக்களரியாகிய இடம் 5.பதம் - உணவு. 'சிதைந்து கொல்துறை - குற்றில' என்பது பழித்ததுபோலப் புகழ்ந்து கூறப்பட்டது.

96. அவன் செல்லும் ஊர்

பாடியவர்: ஔவையார். **பாடப்பட்டோன்:** அதியமான் மகன் பொகுட்டெழினி. **திணை:** பாடாண். **துறை:** இயன் மொழி.

(அரசனது இன்பச்சிறப்பும் வென்றிச் சிறப்பும் கூறினர். இவற்றால் அவனது இயல்புகூறிப் பாராட்டுதலால் இயன் மொழி ஆயிற்று.)

அலர்பூந் தும்பை அம்பகட்டு மார்பின்,
திரண்டுநீடு தடக்கை என்னை இளையோற்கு
இரண்டு எழுந் தனவால் பகையே; ஒன்றே,

பூப்போல் உண்கண் பசந்து,தோள் நுணுகி,
நோக்கிய மகளிர்ப் பிணித்தன்று; ஒன்றே
'விழவு இன்று ஆயினும் படுபதம் பிழையாது,
மைஊன் மொசித்த ஒக்கலொடு, துறை நீர்க்
கைமான் கொள்ளுமோ?' என,
உறையுள் முனியும் அவன் செல்லும் ஊரே.

இளையோனாகிய இவன் எம் இறைவன் அஞ்சியின் மகன். இவனுக்கு இரண்டு பகைகள் உள. ஒன்று இவனைக் கண்டு காதல் கொண்ட கன்னியர், தம் நெஞ்சம் வருந்தத் துயர் மிகுந்தாராவது; மற்றொன்று விழாநாள் இன்றேனும் ஆட்டுக் கறியுடன் உண்டு மகிழ்ந்த சுற்றத்தோடு நீர்த் துறையிலே போர்யானைகள் வந்து நீரினை உண்ணுமோவென அஞ்சி அவன் செல்லும் ஊரினர், தம் ஊரையே வெறுத்து கைவிட்டுச் செல்வது.

சொற்பொருள்: 2.என்னை - அதியமான் நெடுமான் அஞ்சி 5. மகளிர்ப் பிணித்தன்று - மகளிரை நெஞ்சு பிணித்ததனால் அவர் துனிகூர்தலினால் உளதாயது. 9. அவன் செல்லும் ஊர் - அவன் எடுத்துவிட்டுச் சென்றிருக்கும் ஊர்; அவன் படை எடுத்துப் போய்த் தங்கியிருக்கும் ஊர் 7. மொசித்த - தின்ற. 8. கைம்மான் என்பது எதுகை நோக்கித் திரிந்தது; ஓகாரம் அசைநிலை.

97. மூதூர்க்கு உரிமை

பாடியவர்: ஔவையார். **பாடப்பட்டோன்:** அதியமான் நெடுமான் அஞ்சி. **திணை:** பாடாண். **துறை:** இயன்மொழி.

(போர்மற மாண்பாகிய அரசனது இயல்பைக் கூறி வாழ்த்துதலால் இயன்மொழி ஆயிற்று.)

போர்க்கு உரைப் புகன்று கழித்த வாள்
உடன்றவர் காப்புடை மதில் அழித்தலின்,
ஊனுற மூழ்கி, உருவிழந் தனவே;
வேலே, குறும்படைந்த அரண் கடந்தவர்
நறுங் கள்ளின் நாடு நைத்தலின்,
சுரை தழீஇய இருங் காழொடு
மடை கலங்கி நிலைதிரிந் தனவே;
களிறே, எழூஉத் தாங்கிய கதவம் மலைத்து அவா
குழூஉக் களிற்றுக் குறும்பு உடைத்தலின்,
பரூஉப் பிணிய தொடிகழிந் தனவே;
மாவே, பரந்தொருங்கு மலைந்த மறவர்
பொலம் பைந்தார் கெடப் பரிதலின்

களன் உழந்து அசைஇய மறுக்குளம் பினவே;
அவன் தானும், நிலம் திரைக்கும் கடல் தானைப்
பொலந் தும்பைக் கழல் பாண்டில்
கணை பொருத துளைத்தோ லன்னே;
ஆயிடை, உடன்றோர் உய்தல் யாவது?'தடந்தாள்,
பிணிக் கதிர், நெல்லின் செம்மல் மூதூர்
நுமக்கு உரித்து ஆகல் வேண்டின், சென்றவற்கு
இறுக்கல் வேண்டும் திறையே; மறுப்பின்,
ஒவ்வான் அல்லன், வெல்போ ரான்' எனச்
சொல்லவும் தேறீர் ஆயின் மெல்லியல்
கழற்கனி வகுத்த துணைச்சில் ஓதிக்
குறுந்தொடி மகளிர் தோள்விடல்
இறும்பூது அன்று அஃது அறிந்து ஆடுமினே.

வாள்களோ, பகைவரை வெட்டி வீழ்த்திக் கதுவாய் ஓடிய வடிவு இழந்தன. வேல்களோ, பகைவர் நாடழித்த ஆற்றலால் காம்பின் ஆணி கலங்க நிலைகெட்டன. களிறுகளோ பகைவர் அரணை மோதி அழித்தலால் கிம்புரிகள் கழன்றனவாயின. குதிரைகளோ போர்க்களத்துப் பகைவர் உருவழிய மிதித்தும் ஓடியும் சென்றதால் குருதிக்கறை படிந்த குளம்புகளை உடையவாயின. அவனோ கடல்போன்ற படையுடன் போரிட்டு அம்புபட்டுத் துளைத்த மார்பகம் உடையவனாயினான். அவன் சினந்தால் எதிர்நிற்பார் யார்? நுங்களூர் நுங்கட்கே வேண்டுமெனிற் போய்த் திறை செலுத்திப் பணிவீராக. யாம் சொல்லியும் அவ்வாறு செய்யீராயின் நும் மனைவியர் நும்மை இழத்தல் உறுதியாம். இதனை நன்கு ஆய்ந்து அதன் பின்னரே அவனுடன் போர் செய்ய முயல்வீராக!

சொற்பொருள்: *3.உருவு இழந்தன - கதுவாய்போய் வடிவு இழந்தன; கதுவாய் போதல் - வடுமிகல். 5.கள்ளின் - மதுவையுண்ட 6. சுரை தழீஇய - மூட்டுவாயொடு பொருந்திய. 7. காழொடு - காம்புடனே 8. மடை - ஆணி 9. குறும்பு - அரண். 10.தொடி - கிம்புரி; யானையின் கோட்டிற் செறிக்கப்படும் பூண். 12.தார் - மார்பு; ஆகுபெயர். பரிதலின் - ஓடுதலால். 13.அசைஇய - வருந்திய மறுக்குளம்பின குருதியான் மாறுபட்ட குளம்புடையவாயின. 14. நிலம் திரைக்கும் - நிலவகலத்தைத் தன்னுள்ளே அடக்கும். 15. பாண்டில் - கிண்ணி வடிவான. 16. தோலன் - பரிசையை உடையவன். பிணிக்கதிர் நெல்லின் - ஒன்றேடொன்று தெற்றிக் கிடக்கின்ற கதிரினையுடையதாகிய நெல்லினையுடைய 20. இறுக்கல் - கொடுத்தல் 23. கழல் கனிவகுத்த - கழற் கனியால் கூறுபடுத்துச் சுருட்டப் பட்ட. ஓதி - பனிச்சை. 25. ஆடுமின் - போர் செய்ம்மின்.*

98. வளநாடு கெடுவதோ

பாடியவர்: ஔவையார். பாடப்பட்டோன்: அதியமான் நெடுமான் அஞ்சி. திணை: வாகை. துறை: அரசவாகை. திணை: வஞ்சியும், துறை: கொற்றவள்ளையுமாம்.

(அரசனின் இயல்பின் மிகுதியைக் கூறினமையின் அரச வாகையும், பகைவர் நாட்டின் அழிவைக் கூறினமையின் கொற்றவள்ளையும் ஆயிற்று.)

முனைத் தெவ்வர் முரண் அவியப்
பொரக் குறுகிய நுதி மருப்பின் நின்
இனக் களிறு செலக் கண்டவர்
மதிற் கதவம் எழுச் செல்லவும்;
பிணன் அழுங்கக் களன் உழக்கிச்   5
செலவு அசைஇய மறுக் குளம்பின் நின்
இன் நன்மாச் செலக் கண்டவர்
கவை முள்ளின் புழை யடைப்பவும்;
மார்புறச் சேர்ந்து ஒல்காத்
தோல் செறிப்பின் நின்வேல் கண்டவர்   10
தோல் கழியொடு பிடி செறிப்பவும்;
வாள் வாய்த்த வடுப்பரந்த நின்
மற மைந்தர் மைந்து கண்டவர்
புண்படு குருதி அம்பு ஒடுக்கவும்;
நீயே ஐயவி புகைப்பவும் தாங்காது, ஒய்யென,   15
உறுமுறை மரபின் புறம்நின்று உய்க்கும்
சுற்றத்து அனையை; ஆகலின் போற்றார்
இரங்க விளிவது கொல்லோ வரம்பு அணைந்து
இறங்குகதிர் அலம்வரு கழனிப்
பெரும்புனல் படப்பை அவர் அகன்றலை நாடே   20

நின் யானைகள் போகக்கண்ட பகைவர் தம் அரணுக்குக் கதவும் கணைய மரமும் புதிது செய்ய முயல்வர். நின் குதிரைகள் போகக் கண்டால் காட்டு வாயில்களை வேலமுள்ளால் அடைப்பர். பகைவர்மீது நீ எறிந்த வேல் ஊடுருவிச் செல்லக் கண்டவர் தம் வாளை உறையினின்றும் எடுக்கவும் அஞ்சுவர். நின் வீரரின் திறங்கண்டவர் தம் அம்பையும் மறைத்துக் கொள்வர். இவ்வாறு பகைவர் அஞ்சும் வலியுடையன நின் படைகள்! நீயோ வெண்சிறு கடுகைப் புகைத்தாலும் உயிரைக் கவர்ந்து செல்லும் ஒப்பவன். போரிலோ அக் கூற்றுவன் போலப் பகைவர்தம் உயிரைப் போக்குபவன். அதனால் நீர்வளமும் விளைபொருள் மிகுதியும் உடைய பகைவர் நாடுகள் எல்லாம் நின்னைப் பகைப்பின் கெடும்.

சொற்பொருள்: *3.* செல்லவும் - புதியனவாக இடுதற்குப் பழையன போக்கவும். 5. பிணன் அழுங்க - பட்டோரது பிணம் உருவழிய. *6.* அசைஇய - வருந்திய *8.* கவைமுள் - கவைத்த வேலமுள். *10.* செறிப்புஇல் - உறையின் கண் செறித்தல் இல்லாத.*11.*தோல் கழி - கிடுகுக் காம்பு. பிடி - கைந்நீட்டு; கைப்பிடியாகிய காம்பு. *14.*ஒடுக்கவும் - தூணியகத்து அடக்கிக் கொள்ளவும்.*15.* ஐயவி புகைப்பவும் விழுப்புண் பட்டவரை வீட்டில்போட்டு வெண்சிறு கடுகைக் கூற்று வந்து தீண்டி உயிர் போக்காதபடி புகைப்பர்; இதனைக் குறித்தது இது. ஒய்யென - விரைய. *11.* உய்க்கும் - உயிரைக் கொண்டு போகும். புனற்படப்பை - நீர்ப்பக்கத்தை யுடைய - கொல்; ஓ; அசை நிலைகள்.

99. எய்தியும் அமையாய்!

பாடியவர்: ஔவையார். **பாடப்பட்டோன்:** அதியமான் நெடுமான் அஞ்சி. **திணை:** வாகை. **துறை:** அரசவாகை.

('நின் ஆற்றல் தோற்றிய அன்றும் பாடுநர்க்கு அரியை; திகிரி யேந்திய தோளை இன்றும் பரணன் பாடினன்கொல்' என அரசனது இயல்பின் மிகுதியைக் கூறினமையின் அரசவாகை ஆயிற்று.)

அமரர்ப் பேணியும் ஆவுதி அருத்தியும்,
அரும்பெறல் மரபின் கரும்பு இவண் தந்தும்,
நீர் அக இருக்கை ஆழி சூட்டிய
தொன்னிலை மரபின்நின் முன்னோர் போல
ஈகைஅம் கழற்கால் இரும்பனம் புடையல்
பூவார் காவின் புனிற்றுப் புலால் நெடுவேல்,
எழுபொறி நாட்டத்து எழா அத் தாயம்
வழுவின்று எய்தியும் அமையாய், செருவேட்டு
இமிழ்குரல் முரசின் எழுவரொடு முரணிச்
சென்று அமர் கடந்து நின் ஆற்றல் தோற்றிய
அன்றும், பாடுநர்க்கு அரியை; இன்றும்
பாணன் பாடினன் மற்கொல் மற்று நீ
முரண்மிகு கோவலூர் நூறி நின்
அரண் அடு திகிரி ஏந்திய தோளே!

நின் முன்னோரைப் போல வீரக்கழல் புனைந்த காலும், பனம் பூவாலாகிய தாரும், பூங்காவும், புதிய ஈரப்புலாலுடைய நெடிய வேலும் வழிபாடும் யாகமும், கரும்பை இவ்வுலகிற்குக் கொணர்ந்த செவ்வியும் ஏழிலாஞ்சனை நாடுதலை உடைய அரசுரிமையும் பெற்றும் நீ அமைந்திராய். ஏழரசரோடும் பகைத்துப் போர்மேற் சென்றாய்; போரில் வென்றும் சிறந்தாய்!

எனினும் பாடுவார்க்கு அரியனாகவே விளங்கினாய். இன்றும் நீ கோவலூாரை அழித்த வெற்றியைப் பரணர் தம் பெருந்திறனாற் பாடினர் அன்றோ! பெருமானே, நீ வாழ்க!

சொற்பொருள்: ஆழிகூட்டிய - சக்கரத்தை நடாத்திய. 6.புனிற்றுப் புலால் நாடோறும் புதிய ஈரம் புலராத புலாலையுடைய. 7.பூவார்கா - வானோர், இவன் முன்னோர்க்கு வரம் கொடுத்தற்கு வந்திருந்ததொரு கா. 7. எழுபொறி - ஏழிலாஞ்சனை. எழா அத் தாயம் ஒரு நாளும் நீங்காத அரச உரிமை. கொல், ஐயம், மன்: அசைநிலைகள்.

100. சினமும் சேயும்!

பாடியவர்: ஔவையார். **பாடப்பட்டோன்:** அதியமான் நெடுமான் அஞ்சி. **திணை:** வாகை. **துறை:** அரசவாகை. **குறிப்பு:** அதியமான் தவமகன் பிறந்தானைக் கண்டானை அவர் பாடியது.

(இதுவும் தலைவனது இயல்பைக் கூறினமையின் அரச வாகை ஆயிற்று. 'செறுவர் நோக்கிய கண் தன் சிறுவனை நோக்கியும் சிவப்பானாவே' என்று அதியனின் பகைவரை அடுகின்ற இயல்பைக் கூறுவது காண்க.)

கையது வேலே; காலன புனைகழல்;
மெய்யது வியரே; மிடற்றது பசும்புண்;
வட்கர் போகிய வளரிளம் போந்தை
உச்சிக் கொண்ட ஊசி வெண்தோட்டு
வெட்சி மாமலர் வேங்கையொடு விரைஇச்,
சுரி இரும் பித்தை பொலியச் சூடி,
வரி வயம் பொருத வயக்களிறு போல
இன்னும் மாறாது சினனே; அன்னோ
உய்ந்தனர் அல்லர் இவன் உடற்றி யோரே;
செறுவர் நோக்கிய கண் தன்
சிறுவனை நோக்கியுஞ் சிவப்பு ஆனாவே

கையிலே வேல்; காலிலே வீரக்கழல்; உடலில் வேர்ப்பு; கழுத்திலே பசும்புண்; இவற்றுடன் பனம்பூமாலையும் வெட்சி மலரும் வேங்கைப்பூவும் சூடியவனே! புலியுடன் சண்டையிட்ட யானை, சண்டை தீர்ந்துஞ் சினம் அடங்காதது போல வந்து சிவந்த கண்ணுடனேயே நிற்கின்றாயே! ஐயோ! நின்னைச் சினப்பித்தவர்கள் எவரும் பிழைத்திராரே இப்புதல்வனைப் பார்க்கும் போதுகூட நின்கண்ணின் சினம் நின்னிடத்தே நின்றும் மாறவில்லையே!

சொற்பொருள் : பசும்புண் -ஈரம் புலராத பசியபுண். 3. வட்கர் - பகைவர்; வட்கார் என்பது வட்கர் எனக் குறுகி நின்றது.

போந்தை - பனம்பூ. 6. சுரி - சுருண்ட. இரும்பித்தை - கரிய மயிர். 7. வரி வயம் - வரிகளையுடைய புலி. 9. உடற்றியோர் - பகைத்தோர்.

101. பலநாளும் தலைநாளும்!

பாடியவர் : ஒளவையார். **பாடப்பட்டோன்** : அதியமான் நெடுமான் அஞ்சி. **திணை** : பாடாண். **துறை** : பரிசில்கடா நிலை.

(பரிசில் தாழ்ப்பினும் தருதல் தப்பாது' என்று உரைத்து அதனைத் தருமாறு குறிப்பாக வேண்டுதலால் பரிசில் கடா நிலை ஆயிற்று.)

ஒரு நாள் செல்லலம்; இருநாள் செல்லலம்;
பன்னாள் பயின்று, பலரொடு செல்லினும்
தலைநாள் போன்ற விருப்பினன் மாதோ;
அணிபூண் யானை இயல்தேர் அஞ்சி
அதியமான் பரிசில் பெறூஉங் காலம்
நீட்டினும் நீட்டா தாயினும் யானைதன்
கோட்டிடை வைத்த கவளம் போலக்
கையகத் தது அது; பொய்யா காதே!
அருந்தே மாந்த நெஞ்சம்!
வருந்த வேண்டா; வாழ்க அவன் தாளே!

ஒருநாள் இருநாள் அல்ல; பலநாட்கள் மீளமீளச் சென்றாலும் முதல் நாளினைப் போலவே விருப்பமுடன் உதவும் பண்பினன்; யானையும் தேரும் உடையவன்! யானைக் கொம்பினிடையே வைக்கப்பட்ட கவளம், அதனை விட்டு ஒரு நாளும் தவறாததுபோல அவன் தரும் பரிசில் நம் கையிலேயே உள்ளது; அது தப்பாதது! நெஞ்சே! நீ வருந்தாதே! வாழ்க அவன் தாள்கள்!

சொற்பொருள் : 3. தலைநாள் போன்ற - முதலிற்சென்ற நாளிற் போன்ற 8. கையகத்தது - நமது கையகத்தது. 9. அருந்த - ஏமாந்த உண்ண ஆசைப்பட்ட. நெஞ்சம், விளி. 10. வருந்த வேண்டா - நீ பரிசிற்கு வருந்த வேண்டா. அருந்த என்பது அருந்தெனக் கடை குறைக்கப்பட்டது; அருந்தென முன்னிலை ஏவலாக்கி யுரைப்பினும் அமையும். அதியமான் விரும்பினன்' என முன்னே கூட்டுக.

102. சேம அச்சு

பாடியவர்: ஒளவையார். **பாடப்பட்டோன்**: அதியமான் நெடுமான் அஞ்சியின் மகன் பொகுட்டெழினி. **திணை**: பாடாண். **துறை**: இயன்மொழி.

('அச்சு முறிந்த விடத்துச் சேமவச்சு உதவினாற் போல நீ காக்கின்ற நாட்டிற்கு ஓர் இடையூறு உற்றால் அது நீக்கிக் காத்தற்கு உரியை'' என்று அறிவுறுத்துகின்றார்.)

'எருதே இளைய; நுகம் உணராவே;
சகடம் பண்டம் பெரிதுபெய் தன்றே;
அவல் இழியினும் மிசை ஏறினும்
அவணது அறியுநர் யார்? என உமணர்
கீழ்மரத்து யாத்த சேம அச்சு அன்ன, 5
இசை விளங்கு கவிகை நெடியோய்! திங்கள்
நாள்நிறை மதியத்து அனையை; இருள்
யாவண தோ, நின் நிழல்வாழ் வோர்க்கே!

எருதுகள் இளையன; நுகம் பூண்டதையும் மதியாது மூரிப்புடன் வண்டியை இழுத்துச் செல்வன; வண்டியோ பெரும்பாரம் ஏற்றப்பட்டுள்ளது; அதனால் 'வழியில் மேடு பள்ளங்களில் யாதோமோ' எனச் சேமவச்சும் தம் வண்டியிற் கட்டிச் செல்பவர் உப்பு வணிகர். அவ் வச்சுப் போன்று பிறர் வாழ்வு கவிழ்ந்து போகாமல் தாங்கிக் காத்து உதவுபவன் நீ. நின்னைச் சேர்ந்தவர்பால் துன்ப இருள் நேர்ந்தால் அதனைப் போக்கும் வள்ளன்மையால் உலகிருளைப் போக்கும் நிலவுபோல் விளங்குபவனும் நீ !

சொற்பொருள்: 1. நுகம் உணரா - நுகம்பூண்டலை அறியா. 3. அவல் - பள்ளம். மிசை ஏறினும் - மேட்டிலே ஏறினும். 4. அவணது அறியுநர் - அவ்விடத்து வரும் இடையூறு அறிவார். உமணர் - உப்பு வாணிகர். 5. கீழ் மரத்து யாத்த - கீழ்மரத்தின் கண்ணே அடுத்துக் கட்டப் பட்ட - சேம அச்சு - எதிர்பாரா வகையிலே அச்சு முறியின் அச்சு அதற்குப் பிரதியாக உதவும் மற்றோர் அச்சு. 6. கவிகை - இடக் கவிந்த கை. திங்கள் - திங்களாகிய 8. யாவணது - எவ்விடத்திலுள்ளது.

103. புரத்தல் வல்லன்!

பாடியவர்: ஔவையார். பாடப்பட்டோன்: அதியமான் நெடுமான் அஞ்சி. திணை: பாடாண். துறை: விறலியாற்றுப்படை.

('விறலி! செல்வை யாயின் சேணோன் அல்லன்' என ஆற்றுப்படுத்தலின் விறலியாற்றுப் படை ஆயிற்று.)

ஒரு தலைப் பதலை தூங்க ஒரு தலைத்
தூம்பு அகச் சிறுமுழாத் தூங்கத் தூக்கிக்,
'கவிழ்ந்த மண்டை மலர்க்குநர் யார்?' எனச்
சுரன்முதல் இருந்த சில்வளை விறலி!
செல்வை யாயின் சேணோன் அல்லன்; 5

முனைசுட வெழுந்த மங்குல மாப்புகை
மலைசூழ் மஞ்சின் மழகளிறு அணியும்
பகைப்புலத் தோனே, பல்வேல் அஞ்சி;
பொழுது இடைப் படா அப் புலரா மண்டை
மெழுகுமெல் அடையிற் கொழுநிணம் பெருப்ப,
வறத்தற் காலை யாயினும்,
புரத்தல் வல்லன்; வாழ்க அவன் தாளே!

காவின் ஒருபுறத்தே பதலை என்னும் கருவி தூங்குகிறது. மற்றொரு புறத்தே சிறிய முழா தூங்குகிறது. இவற்றைச் சுமந்தவாறே 'எமக்கு இடுவார் யாருமிலராயினர்; யாரே எமக்கு உதவ வல்லார்' எனச் சுரத்திடையே வந்திருந்து வருந்தும் விறலியே! அதியனோ நெடுந்தொலைவில் இல்லை, பகைவர் தேயத்துத்தான் போயுள்ளான். வெற்றியுடன் விரைவில் திரும்பிவிடுவான். உலகமே வறுமையுற்று வாடினாலும் பாதுகாத்து நிற்கவல்லவன் அவன். அவன்பால் நீ தாராளமாகச் செல்லலாம். நாடே வறட்சியுற்றுப் போன காலமாயினும், அவன் தவறாது நினக்குக் கறியும் சோறும் என்றும் உதவுவான். அவன் தாள் வாழ்க!

சொற்பொருள்: *1.* பதலை - ஒருதலை முகமுடையதொரு தோற்கருவி. *2.* தூம்பு - துளை. அகச் சிறுமுழா - அகத்தேயுடைய சிறிய முழாவை. தூங்கத் தூக்கி - தூங்கும் பரிசு தூக்கி. தூங்குதல் - தொங்குதல். *4.* சுரன்முதல் - வழியிடத்தே. *6.*முனைசுட முனைப்புலத்தைச் சுடுதலான். மங்குல் - இருட்சியையுடைய கரிய புகை. *7.* மஞ்சின் - முகில்போல *9.* புலரா மண்டை - உண்ணவும் தின்னவும் படுதலான் ஈரம் புலராத கலம். *10.* மெழுகு மெல்லடையின் - மெழுகானியன்ற மெல்லிய அடைபோல *11.* வறத் தற்காலை - உலகம் வறுமையடைதலை யுடைய காலத்து; அலத்தற்காலை எனவும் பாடம்.

104. யானையும் முதலையும்

பாடியவர்: ஔவையார். **பாடப்பட்டோன்:** அதியமான் நெடுமான் அஞ்சி. **திணை:** வாகை. **துறை:** அரசவாகை.

(மறவர்களை நோக்கிக் கூறியதுபோலத் தலைவனது வெற்றி கூறியதனால் அரசவாகை ஆயிற்று.)

போற்றுமின் மறவீர்! சாற்றுதும் நும்மை;
ஊர்க்குறு மாக்கள் ஆடக் கலங்கும்
தாள்படு சின்னீர் களிறு அட்டு வீழ்க்கும்
ஈர்ப்புடைக் கரா அத்து அன்ன என்ஐ
நுண்பல் கருமம் நினையாது

'இளையன்' என்று இகழின், பெறல் அரிது ஆடே.

ஊர்ச்சிறுவர் நீர் ஆடினும் கலங்கும் கரண்டையளவே நீருடையதான சிற்றோடையாயினும் அதனுள் வரும் யானையையும் முதலை கொன்று வீழ்த்திவிடும். அதுபோல எம் இறைவனின் உண்மை வலுவையும் நுண்ணிய ஆற்றலையும் அறியாது 'இளையன்' என்று இகழ்ச்சியாக எவரேனும் கூறியவராக அவன் நாட்டிலுள்ள வந்து நுழைந்தால் அவர் எத்துணை வலியவராயினும் அவனை வெல்லல் அரிது என உணர்வாராக!

சொற்பொருள்: 2. குறுமாக்கள் - இளம் புதல்வர்கள் 3. தாள்படு சின்னீர் - காலளவான மிகக் குறைந்த நீர். 4. ஈர்ப்பு உடை - இழுத்தலையுடைய. கரா அத் தன்ன - முதலையை ஒக்கும். என்ஐ - எம் இறைவனது 6. இகழின் - மதியாதிருப்பின். ஆடு - வென்றி.

105. தேனாறும் கானாறும்

பாடியவர்: கபிலர். **பாடப்பட்டோன்:** வேள் பாரி. **திணை:** பாடாண். துறை விறலியாற்றுப்படை.

('சேயிழை! பாரி வேள்பாற் பாடினை செலினே... பெறுகுவை' என ஆற்றுப்படுதலின் விறலியாற்றுப்படை ஆயிற்று.)

சேயிழை பெறுகுவை வாள்நுதல் விறலி!
தடவுவாய்க் கலித்த மாஇதழ்க் குவளை
வண்டுபடு புதுமலர்த் தண்சிதர் கலாவப்
பெய்யினும் பெய்யா தாயினும் அருவி
கொள்ளுழு வியன்புலத்து உழைகால் ஆக,
மால்புஉடை நெடுவரைக் கோடுதோறு இழிதரும்
நீரினும் இனிய சாயல்
பாரி வேள்பால் பாடினை செலினே.

விறலியே! சுனையிலே மலர்ந்த நீலமலரின் தேன், மழை பெய்யாத காலத்திலும் அருவியாக வழிந்து கொள்ளிற்கு உழுத நிலத்தினூடே பாய்காலாக ஓடும். அதனினும் மலைச் சிகரங்கள் தோறும் வழியும் அருவி நீரினும் மிகவும் இனிய பண்பினன் எம் வேள் பாரி. அவனைப் பாடிச் சென்றால் சிவந்த பல சிறந்த அணிகலன்களைப் பரிசாக நீ பெறுவாய்.

சொற்பொருள்: 1. சேயிழை - சிவந்த அணி 2. தடவுவாய் - பெரிய இடத்தையுடைய சுனையின்கண். கலித்த - தழைத்த. மாஇதழ் - கரிய இதழையுடைய. 3. தண்சிதர் கலாவ - குளிர்ந்த துளி கலக்க 6. மால்உடை - கண்ணேணியை உடைய; கண்ணேணியாவது

கணுக்களிலேயே அடிவைத்து ஏறிச்செல்லும் படியாக அமைந்துள்ள மூங்கிலேணி.

106. தெய்வமும் பாரியும்

பாடியவர்: கபிலர். **பாடப்பட்டோன்:** வேள் பாரி. **திணை:** பாடாண். **துறை:** இயன்மொழி.

('பாரி கைவண்மை செயலைக் கடப்பாடாக உடையவன்' என அவனது இயல்பு கூறலின் இயன்மொழி ஆயிற்று.)

நல்லவும் தீயவும் அல்ல குவி இணர்ப்
புல்லிலை எருக்கம் ஆயினும், உடையவை
கடவுள் பேணோம் என்னா; ஆங்கு
மடவர் மெல்லியர் செல்லினும்
கடவன் பாரி கை வண்மையே.

நல்லதாயினும் தீயதாயினும் அல்லாத குவிந்த பூங்கொத்தும் புல்லிய இலையும் உடைய எருக்கம் பூவாயினும் ஒருவன் உள்ளன்புடன் சூட்டினால் அதனைத் தெய்வங்கள் விரும்பி ஏற்குமேயன்றி யாம் அவற்றை விரும்போம் என்று கூறா. அதுபோல அறிவில்லாதாரும் புல்லிய குணத்தாரும் தாமறிந்தவரை பாடிப் புகழ்ந்து சென்றாலும் பாரி அவர்க்கும் உவந்து வழங்குவதே தனது கடமை எனக் கருதும் பெருவண்ணம் உடையவனாவான்.

சொற்பொருள்: 1. குவிஇணர் - குவிந்த பூங்கொத்து. பேணேம் - விரும்பேம். 2. உடையவை - ஒருவன் உடையவற்றை. 4.மடவர் - யாதும் அறிவில்லாதாரும்; மெல்லியர் - புல்லிய குணங்களை உடையாரும். 5. கைவண்மை கடவன் - கையால் வள்ளன்மை செய்தலைக் கடப்பாடாக உடையவன்.

107. மாரியும் பாரியும்

பாடியவர்: கபிலர். **பாடப்பட்டோன்:** வேள் பாரி. **திணை:** பாடாண் **துறை:** இயன்மொழி.

(பாரி மாரியைப் போலக் கைமாறு கருதாது ஈகின்றவன் என்றலின் இயன்மொழி ஆயிற்று.)

'பாரிபாரி' என்றுபல ஏத்தி,
ஒருவர்ப்புகழ்வர் செந்நாப் புலவர்
பாரி ஒருவனும் அல்லன்;
மாரியும் உண்டு ஈண் உலகுபுரப் பதுவே.

செந்நாப் புலவர் எல்லோரும் பாரி பாரி என்று அவனையே புகழ்கின்றார்களே? வழங்குவது பாரி ஒருவன் அல்லனே? உலகம் காப்பதற்கு இங்கு மாரியும் உள்ள தன்றோ? (பாரியை இகழ்ந்தது போலப் புகழ்ந்தது, 'பயனிலை புரிந்த வழக்கம் இது' என்பர் பேராசிரியர்.)

108. பறம்பும் பாரியும்

பாடியவர்: கபிலர். **பாடப்பட்டோன்:** வேள் பாரி. **திணை:** பாடாண். **துறை:** இயன்மொழி.

('பரிசிலர் இரப்பின், வாரேன் என்னான், அவர் வரை யன்னே' எனப் பாரியது இயல்பை உரைத்தலால் இயன் மொழி ஆயிற்று.)

குறத்தி மாட்டிய வறற்கடைக் கொள்ளி
ஆரம் ஆகலின் அம்புகை அயலது
சாரல் வேங்கைப் பூஞ்சினைத் தவழும்
பறம்பு பாடினர் அதுவே! அறம்பூண்டு
பாரியும் பரிசிலர் இரப்பின்,
'வாரேன்' என்னான், அவர் வரை யன்னே.

குறத்தி அடுப்பில் மாட்டி எரித்த கடைக்கொள்ளி சந்தனமரமாதலின் அதனின்று கமழும் நறும்புகை வேங்கைப் பூங்கொம்பினூடும் சென்று பரவி நிற்கும். அத்தகைய மலைச்சாரலினை உடைய பறம்பினைப் பாடுவார்க்கெல்லாம் பங்கிட்டுக் கொடுத்த பேரருளாளன் பாரி. பரிசிலர் இரந்தால் 'வாரேன்' என்று கூடச் சொல்லாது அப்போதே அவர் உடைமையாகி விடுபவன் அவன்.

சொற்பொருள்: *1. மாட்டிய - மடுத்து எரிக்கப்பட்ட 2. ஆரம் - சந்தனம்.*

109. மூவேந்தர்முன் கபிலர்!

பாடியவர்: கபிலர். **பாடப்பட்டோன்:** வேள் பாரி. **திணை:** நொச்சி. **துறை:** மகண் மறுத்தல்.

(தாளிற் கொள்ளலிர்; வாளிற் றாரலன்' எனப் பகை வேந்தரது கருத்துக்கு எதிராகத் தம் மகளைத் தர மறுத்துச் சொல்லுதலால்' 'மகண் மறுத்தல்' ஆயிற்று. உழிஞைத் திணைத் துறைகளுள் ஒன்றாகிய 'அகத்தோன் செல்வம்' என்பதற்கு இளம்பூரணர் எடுத்துக்காட்டுவர்.)

அளிதோ தானே, பாரியது பறம்பே!
நளிகொள் முரசின் மூவிரும் முற்றினும்,
உழவர் உழாதன நான்குபயன் உடைத்தே;
ஒன்றே சிறியிலை வெதிரின் நெல்வினை யும்மே;
இரண்டே, தீஞ்சுளைப் பலவின் பழம்ஊழ்க் கும்மே;   5
மூன்றே கொழுங்கொடி வள்ளிக் கிழங்கு வீழ்க்கும்மே,
நான்கே அணிநிற ஓரி பாய்தலின் மீது அழிந்து,
திணி நெடுங் குன்றம் தேன்சொரி யும்மே;
வான்கண் அற்று, அவன் மலையே; வானத்து
மீன்கண் அற்று அதன் சுனையே; ஆங்கு,   10
மரந்தொறும் பிணித்த களிற்றினர் ஆயினும்
புலந்தொறும் பரப்பிய தேரினிர் ஆயினும்
தாளின் கொள்ளலிர்; வாளின் தாரலன்;
யான் அறி குவென்; அது கொள்ளும் ஆறே
சுகிர்புரி நரம்பின் சீறியாழ் பண்ணி,   15
விரையொலி கூந்தல் விறலியர் பின்வர,
ஆடினிர் பாடினிர் செலினே,
நாடும் குன்றும் ஒருங்கு ஈ யும்மே.

மூங்கில் நெல்லும் பலாப்பழமும் வள்ளிக் கிழங்கும், தேனும் ஆகிய நான்கு விளைவுகள் உழவின்றியே கிடைப்பது பறம்பு நாடு. வானளாவிய உயரமும் அகலமும் உடையது அது. மலையின் சுனைகள் வான்மீன் போன்று எண்ணற்று விளங்கும். ஆகவே மரத்துக்கு ஒரு யானை வீதம் நீவிர் கட்டியிருந்தீராயினும் இருக்கும் இடமெங்கும் தேரால் நிறைத்திருந்தீராயினும் பாரியை வெல்லல் நும்மால் இயலாது. பாரியின் பறம்பு பகைவர்க்கு எளிதன்று. முரசு விளங்கும் நீவிர் மூவரும் கூடினும் அவனை வென்றிகொள்ளலும் ஆகாது. வாளால் அவனை வெல்லவே இயலாது. அவன் நாட்டை அடைவது எவ்வாறெனில் பாடிப் பரிசில் பெறும் பரிசிலர் போல யாழிசையுடன் விறலியர் சூழ ஆடியும் பாடியும் நீர் சென்றீரானால் அவன் நாட்டையும் மலையையும் ஒரு சேர நுமக்குப் பரிசிலாக வழங்கி விடுவான். அதுவே சிறந்த வழி.

சொற்பொருள்: 1. அளிது - இரங்கத்தக்கது. 2. நளி - பெருமை. 4. வெதிரின் - மூங்கிலினது. 5. ஊழ்க்கும் - பழுத்து மணம் நாறும் 7. ஓரி பாய்தலின் - ஓரிபாய்தலான்; ஓரி என்பது தேன் முதிர்ந்தாற் பரக்கும் நீலநிறம், முசுக்கலை எனினும் அமையும்; முசுக்கலை - ஆண் குரங்கு மீது அழிந்து. அதன் மேற்பவர் அழிந்து; பவர் - கொடி 9. வான்கண் அற்று - அகலநீள உயரத்தால் வானிடத்தை யொக்கும். 13. தாளின் - கொள்ளலிர் - உங்கள் முயற்சியால்

கொள்ள மாட்டீர். வாளில். நுமது வாள்வலியால். தாரலன் - அவன் தாரான். 15. சுகிர்புரி - வடித்து முறுக்கப்பட்ட 18. ஒருங்கு ஈயும்மே - கூடத் தருகுவன்.

110. யாமும் பாரியும் உளமே

பாடியவர்: கபிலர். **பாடப்பட்டோன்:** வேள் பாரி. **திணை:** நொச்சி. **துறை:** மகள் மறுத்தல். **சிறப்பு:** 'மூவிருங்கூடி' என்றது, மூவேந்தரும் ஒருங்கே முற்றிய செய்தியை வலியுறுத்தும்.

(பாரி மகளிரை மணம் செய்துதர மறுத்து அதனால் முற்றியிருந்த மூவேந்தரையும் அறிவு கொளுத்துவாராகப் பாடிய செய்யுள் இது. 'யாமும் பாரியும் உளமே; குன்றும் உண்டு; ஆயின் மகளிர் இல்லை' என்றதாகக் கொள்ளுக.)

கடந்து அடு தானை மூவிரும் கூடி
உடன்றனிர் ஆயினும் பறம்பு கொளற்கு அரிதே.
முந்நூறு ஊர்த்தே தண்பறம்பு நல்நாடு;
முந்நூறு ஊரும் பரிசிலர் பெற்றனர்,
யாமும் பாரியும் உளமே;
குன்றும் உண்டு; நீர் பாடினிர் செலினே

வஞ்சனையாலல்லாது எதிர்த்தே நின்று பகைவரைக் கொல்லும் பெரும்படை உடையவர்தாம் நீவிர் மூவரும். எனினும் பறம்பினை வென்று கைப்பற்ற நும்மாலும் இயலாது. முந்நூறு ஊர்கள் உடைய இந் நாட்டின் ஒவ்வொருரும் பரிசிலர் பெற்றுச் சென்று விட்டனர். நீவிரும் பாடி வந்தால் யாமும் பாரியும் உள்ளோம்; அவனுடைய மலையும் இருக்கிறது. (தம்மையும் பாரியின் செல்வமாகக் கூறும் புலவர் உள்ளத்தினை வியந்து போற்றுக.)

111. விறலிக்கு எளிது!

பாடியவர்: கபிலர். **பாடப்பட்டோன்:** வேள் பாரி. **திணை:** நொச்சி. **துறை:** மகள் மறுத்தல். **சிறப்பு:** பாரியின் மறமேம்பாடும் கொடை மடமும் கூறுதல்.

(மகள் தர மறுத்துப் பாடிக் 'கிணைமகள் போல இரந்துவரின் குன்றைப் பெறுவீர்' என்றனர். அப்போதும் 'மகளிரைப் பெறமாட்டீர்' என்பதும் ஆம்.)

அளிதோ தானே, பேரிருங் குன்றே!
வேலின் வேறல் வேந்தர்க்கோ அரிதே
நீலத்து இணை மலர் புரையும் உண்கண்
கிணைமகட்கு எளிதால் பாடினள் வரினே.

பெரிய கரிய குன்றமான இப் பறம்பு வெல்வதற்கு எளிதோ? அதனை வேலால் வெல்லுதல் வேந்தர்க்கும் ஒரு போதும் இயலாது. ஆனால் விறலிக்கோ அவள் கிணையுடன் பாடினவளாக வந்தால் அடைவதற்கு மிகவும் எளிது!

சொற்பொருள்: 1. அளிது - இரங்கத்தக்கது. 2. வேறல் - வெல்லுதல். 3. புரையும் - ஒக்கும் 4. கிணைமகட்கு - கிணையையுடைய விறலிக்கு.

112. உடையேம் இலமே!

பாடியவர்: பாரி மகளிர். **திணை:** பொதுவியல். **துறை:** கையறு நிலை.

('மலையையும் இழந்தேம்; தந்தையையும் இழந்தேம்' எனத் தம் நிலைக்குப் பெரிதும் கலங்கிக் கூறிய பாட்டு இது.)

அற்றைத் திங்கள் அவ்வெண் நிலவில்,
எந்தையும் உடையேம் எம் குன்றும் பிறர் கொளார்;
இற்றைத் திங்கள் இவ் வெண் நிலவில்
வென்று எறி முரசின் வேந்தர் எம்
குன்றும் கொண்டார் யாம் எந்தையும் இலமே!   5

அந்த மாதத்தில் இந்த வெண்ணிலவு இப்படியே எரிக்கும் வேளையில் எம் தந்தையை உடையவராயும் இருந்தோம்; எம் குன்றினையும் பிறர் கைக்கொள்ளவில்லை. இந்தத் திங்களில் இவ் வெண்ணிலவில் வென்றெறி முரசின் வேந்தர்கள் எம் குன்றையும் கவர்ந்து கொண்டனர்; யாமோ எம் தந்தை இல்லாதவராகவும் ஆயினோம்!

பாரி ஒருவனை மூவேந்தரும் முற்றியிருந்தும் வஞ்சித்துக் கொன்றமையின் வென்றெறி முரசின் வேந்தரென்றது ஈண்டு இகழ்ச்சிக் குறிப்பு என்று கொள்க.

113. பறம்பு கண்டு புலம்பல்!

பாடியவர்: கபிலர்; **திணை:** பொதுவியல். **துறை:** கையறு நிலை. **சிறப்பு:** நட்புக் கெழுமிய புலவரின் உள்ளம்.

('பாரியின் சாவிற்கு நொந்தும் அவன் மகளிரைக் காக்கும் பொறுப்பை எண்ணியும் கலங்கிக் கூறிய செய்யுள் இது. பாரி மகளிரைப் பார்ப்பார்ப் படுக்கக் கொண்டு போவான் பறம்பு விடுத்தபோது பாடியது எனவும் கூறுவர்.)

மட்டுவாய் திறப்பவும், மை விடை வீழ்ப்பவும்,
அட்டு ஆன்று ஆனாக் கொழுந் துவை ஊன் சோறும்

பெட்டாங்கு ஈயும் பெருவளம் பழுனி
நட்டனை மன்னோ! முன்னே; இனியே
மாரி மாய்ந்தெனக் கலங்கிக் கையற்று
நீர் வார் கண்ணேம் தொழுது நிற் பழிச்சிச்
சேறும்; வாழியோ பெரும்பெயர்ப் பறம்பே!
கோல் திரள் முன்கைக் குறுந்தொடி மகளிர்
நாறு இருங் கூந்தற் கிழவரைப் படர்ந்தே

பறம்பே! முன்னர் இருந்த நின் வளம் எத்தகையது? நின்னை நாடிவரும் இரவலர்க்கு மதுவைத் தருவார் சிலர்; ஆட்டுக் கிடாவை வெட்டிச் சமைத்து ஊனும் சோறும் வேண்டி வேண்டி அளிப்பார் சிலர். அத்தகைய வளத்துடன் முன்னர் நீ எமக்கு நட்புடைமையாக விளங்கினையன்றோ? ஐயகோ! இன்றோ பாரி வீழ்ந்தனன்! அவன் மக்களை மணக்க உரிய கணவரைத் தேடி நான் எங்கோ செல்லுகின்றேன். பெருமைபெற்ற பறம்பே! கலங்கிச் செயல் இழந்தவனாகக் கண்ணீர் சோர உன்னைத் தொழுது வாழ்த்திச் செல்லுகின்றேன்.

சொற்பொருள்: *1.* மட்டு - மது இருந்த சாடியை. 3.பெட்டாங்கு - விரும்பிய பரிசே. பழுனி - முதிர்ந்து. 4.நட்டனைமன் - எம்மோடு நட்புச் செய்தாய். இனி - இப்பொழுது 6. நிற்பழிச்சிச் சேறும். நின்னை வாழ்த்திச் செல்லுதும். 7. பெயர் - புகழ் 9. நாறு இருங் கூந்தல் கிழவரைப் படர்ந்து - மணம் கமழும் கரிய கூந்தலையுடையவரான இவரைத் தீண்டுதற்கு உரியவரை நினைத்து,

114. உயர்ந்தோன் மலை

பாடியவர்: கபிலர். **திணை:** பொதுவியல். **துறை:** கையறுநிலை. **சிறப்பு:** மன்னனை இழந்ததால் மலையும் வளமிழந்தது என்பது.

(இச்செய்யுளும் கபிலர் பாரிமகளிரது நிலைக்கு வருந்திப் பறம்பைக் கடந்து செல்லும்போது பாடியதே ஆகும். 'தேர் வழங்கும்' என்னாமல் 'தேர்வீசும்' எனக் கூறும் சொற்களுள் உட்பொருளாக விளங்கும் பெருந்தகைமையை நினைந்து போற்றுக.)

ஈண்டு நின் றோர்க்கும் தோன்றும் சிறு வரை
சென்று நின் றோர்க்கும் தோன்றும், மன்ற;
களிறு மென்று இட்ட கவளம் போல,
நறவுப் பிழிந் திட்ட கோதுடைச் சிதறல்
வார் அசும்பு ஒழுகு முன்றில்
தேர் வீசு இருக்கை நெடியோன் குன்றே

மதுப்பிழிவார் எறிந்த கோதுகளிலிருந்து மதுச்சிதறும். அவ்வாறு சிதறிய மது சேறாகி நாற்புறமும் ஒழுகும் வளமிக்க மலையே! அருகே நிற்பார்க்கும் நீ தோன்றுவாய்; சிறு தொலைவு சென்று நிற்பார்க்கும் நீ தோன்றுவாய். எல்லாம் தேர் வழங்கிச் சிறந்தவனான உயர்ந்தோன் பாரி நின்பால் தங்கி இருந்த அந்தச் சிறப்பினாலே அன்றோ?

சொற்பொருள்: *1. சிறுவரை சென்று - சிறிது எல்லைபோய். 2. மன்ற - நிச்சயமாக. 3. மென்று இட்ட - மென்று போடப்பட்ட கவளம் போல - கவளத்தினது கோதுபோல. 4.சிதறல் - சிதறியவற்றினின்றும் . 5. வார் அசும்பு ஒழுகும் - வார்ந்த மதுச்சேறு ஒழுகும் முற்றத்தை யுடைய 6. நெடியோன் - உயர்ந்தோனுடைய; என்றது பாரியை.*

115. அந்தோ பெரும நீயே!

பாடியவர்: கபிலர். **திணை:** பொதுவியல். **துறை:** கையறுநிலை
சிறப்பு: பறம்பின் வளமை.

(பறம்பை விட்டுப் போவார், அதன் செழுமையை எண்ணியும் அதுதான் பிறர்க்கு உரித்தாகிய கொடுமையைக் கருதியும் இப்படிப் புலம்புகின்றார்.)

ஒரு சார் அருவி ஆர்ப்ப, ஒரு சார்
பாணர் மண்டை நிறையப் பெய்ம்மார்
வாக்க உக்க தேக்கள் தேறல்
கல் அலைத்து ஒழுகும் மன்னே! பல்வேல்
அண்ணல் யானை வேந்தர்க்கு
இன்னான் ஆகிய இனியோன் குன்றே!

ஒரு பக்கத்திலே அருவிகள் ஒலியோடு வழியும்; மற்றொரு பக்கத்திலே பாணர் ஏந்திய கலங்கள் மதுவால் நிரம்பி வழியும். வடிக்கச் சிந்தின தேறல் கல்லையும் உருட்டி ஓடிவரும்; எல்லாம் பறம்பில் அந்நாள் நிகழக் கண்டேன். வேற்படையும் யானைப் படையும் உடைய வேந்தர்க்கு இன்னானாய் எமக்கு இனியோனான அந்தப் புகழ்மிக்க பாரியின் பெருமலையே! அந்தோ! நீ என் கண்பார்வையினின்றும் இப்போது நீ கழிந்து போகின்றனையே!

சொற்பொருள்: *2. பெய்ம்மார் - வார்க்க வேண்டி; வார்க்க - வடிக்க (வடிகட்ட) 3. உக்க - சிந்திய. தேக்கள் தேறல் - இனிய கள்ளாகிய தேறல். 4. கல் அலைத்து - கல்லை உருட்டி. மன் - அது கழிந்தது 6. இன்னான் ஆகிய - கொடியோன் ஆகிய. இனியோன் - இனியனாகிய பாரியது.*

116. குதிரையும் உப்புவண்டியும்

பாடியவர்: கபிலர். **திணை:** பொதுவியல். **துறை:** கையறுநிலை.

('நோகோ யானே; தேய்கமா காலை' என்னுஞ் சொற்களால் கபிலர் கொண்ட வேதனை மிகுதி விளங்கும். 'வலம்படு தானை வேந்தர் பாரியது அருமை அறியார்' என்பதும் சிந்திக்க.)

தீநீர்ப் பெருங் குண்டு சுனைப் பூத்த குவளைக்
கூம்பவிழ் முழுநெறி புரள்வரும் அல்குல்
ஏந்தெழில் மழைக்கண் இன்நகை மகளிர்
புன்மூசு கவலைய முள் முடை வேலிப்
பஞ்சி முன்றில் சிற்றில் ஆங்கண்,
பீரை நாறிய சுரை இவர் மருங்கின்
ஈத்திலைக் குப்பை ஏறி உமணர்
உப்பு ஓய் ஒழுகை எண்ணுப மாதோ;
நோகோ யானே! தேய்கமா காலை!
பயில்பூஞ் சோலை மயில் எழுந்து ஆலவும்,
பயில் இருஞ் சிலம்பிற் கலைபாய்ந்து உகளவும்
கலையுங் கொள்ளா வாகப் பலவும்
காலம் அன்றியும் மரம் பயம் பகரும்
யாணர் அறாஅ வியன்மலை அற்றே
அண்ணல் நெடுவரை ஏறித் தந்தை
பெரிய நறவின் கூர் வேற் பாரியது
அருமை அறியார் போர்எதிர்ந்து வந்த
வலம் படுதானை வேந்தர்
பொலம் படைக் கலிமா எண்ணு வோரே.

மயிலினம் சோலையிலே ஆட குரங்கினம் மலை முகடுகளிலே தாவி விளையாட, அக் குரங்கினம் அனைத்தும் தின்று தீராத கனிவகைகள் கணக்கற்று அவ்வளமலையில் எங்கும் விளங்கின. உயர்ந்த அதன் கோடேறி நின்று தம் தந்தையினை வெல்ல வகை அறியாதவராய்ப் போரேற்று வந்த மன்னரின் குதிரைகளை முன்னர் வேடிக்கையாக எண்ணுபவர் இவர்! இன்றோ, வேலி சூழ்ந்த சிற்றில் முற்றத்திலே ஈத்திலைக் குப்பையேறி நின்று உப்பு வண்டிகளை எண்ணுகின்றனர்! அந்நிலையை எண்ணி எண்ணி வருந்துவேன் யான்! என் ஆயுள் இப்போதே கெடுவதாக!

சொற்பொருள்: 1. தீநீர் - இனியநீர். குவளை - செங்கழுநீர் 2. கூம்பு - முகை. முழு நெறி - புறவிதழ் ஒடிந்த முழுப்பூ - புரள்வரும். தழையுடை அசையும். 4. கவலை - கவர்த்த வழி 5. பஞ்சு முன்றில் - பஞ்சு பரந்த முற்றம்; என்றது அக்கால மகளிர் பருத்தியிற் கொண்ட பஞ்சினை நூலாக நூற்றலால் எஞ்சிய பஞ்சு

சிதறிக் கிடக்கின்ற முன்றில் என்றதாம். 6. பீரை நாறிய - பீர்க்கு முளைத்த - சுரை இவர் - சுரைக்கொடி படர்ந்த. ஈத்திலைக்குப் பையேறி என்றதனால் ஈந்தின் மிகுதியும் பெறப்படும். 8. உப்பு ஒய் ஒழுகை - உப்புச் செலுத்தும் சகடத்தை; சகடம் வண்டி 9. காலை தேய்கமா - எனது வாழ்நாள்கெடுவதாக. மா; வியங்கோள் அசை. 11. கலை - முசுக்கலை. 17. அருமை - பெறுதற்கு அருமையை. 18. பொலம்படை - பொன்னாற் செய்யப்பட்ட கலம் முதலியவற்றை உடைய. கலிமா - மனம் செருக்கிய குதிரை.

117. தந்தை நாடு!

பாடியவர்: கபிலர். **திணை**: பொதுவியல். **துறை**: கையறு நிலை.

(பாரி மகளிர்க்கு உரித்தாயிருந்த நாட்டது வளமையை உரைத்து அதனை இழந்து நிற்கும் அவல நிலைக்கு இரங்கிப் பாடிய செய்யுள் இது.)

மைம்மீன் புகையினும் தூமம் தோன்றினும்,
தென் திசை மருங்கின் வெள்ளி ஓடினும்,
வயல் அகம் நிறையப் புதற்பூ மலர,
மனைத்தலை மகவை ஈன்ற அமர்க்கண்
ஆமா நெடுநிறை நன்புல் ஆரக்
கோஒல் செம்மையின் சான்றோர் பல்கிப்,
பெயல் பிழைப்பு அறியாப் புன்புலத் ததுவே;
பிள்ளை வெருகின் முள்ளெயிறு புரையப்
பாசிலை முல்லை முகைக்கும்
ஆய் தொடி அரிவையர் தந்தை நாடே.

மலை நிலமாயிருந்த இந் நாட்டிலே பாரியின் செங்கோல் ஆட்சி நடந்தது; மழை பொய்ப்பினும் விளைவு மிகுந்திருந்தது; புதலிடத்துப் பூ மலர்ந்தது; மக்களும் பலராயினர்! ஆ! அதுவே முல்லையரும்பு போன்ற அரும்பு வளையணிந்த இம் மகளிரின் தந்தை நாடு, முன்னர் இருந்த நிலை! இன்றோ அவை அனைத்தும் அழியக் காண்கின்றேனே!

சொற்பொருள்: 1. மைமீன் - சனிமீன். புகையினும் - புகையோடும் கூடிப் புகையினும். தூமம் - தூமகேது 2. ஓடினும் - போக்குறினும். 3. நிறைய - விளைவு மிக 4. மனைத்தலை - மனையிடத்து. அமர்க்கண் ஆமா - மேவிய கண்ணையுடைய ஆமாவினது. 5. ஆர - மேய. 6. கோல் - செம்மையின் - கோல் செவ்விது ஆகலின். பல்கி - பலராக. 7. பிள்ளை வெருகின் - இளைய வெருகினது. வெருகு - பூனை வகை. 8. முள் எயிறு - கூரிய பல். 9. முகைக்கும் - அரும்புகின்ற. அரிவையர் - பாரி மகளிர்.

118. சிறுகுளம் உடைந்துபோம்

பாடியவர்: கபிலர். **திணை:** பொதுவியல். **துறை:** கையறு நிலை.

('சிறு குளம் கீள்வது மாதோ!' எனப் பறம்பது நிலைக்கும் அதற்கு உரித்தானவராக இருந்த பாரிமகளிரது நிலைக்கும் இரங்கிக் கூறிய செய்யுள் இது.)

அறையும் பொறையும் மணந்த தலைய
எண்நாள் திங்கள் அனைய கொடுங் கரைத்
தெண்ணீர்ச் சிறுகுளம் கீள்வது மாதோ-
கூர்வேல் குவைஇய மொய்ம்பின்
தேர்வண் பாரி தண்பறம்பு நாடே!

கூர்வேலேந்திய திண் தோளான்; தேர் வண்மையாற் சிறந்தவன்; அவனே பாரி! அவனது குளிர்ந்த பறம்பு நாடு இது. அந் நாட்டின்கண் விளங்கும் எட்டாம் பக்கப் பிறை போன்ற இச் சிறு தெளிநீர்க்குளம், தன்னையும் பாதுகாப்பாரின்றி உடைந்தே தான் போவதுபோலும்! (பறம்பு நாட்டு மக்கள் பலர் வெளியேறி விட்டனராக, ஆங்குள்ள ஓருர்த் தெண்ணீர்க் குளத்தைக் கண்டு புலவர் வருந்திப் பாடியது)

சொற்பொருள்: *1.* அறையும் - பாறையும். பொறையும் - குவடும். 2.எண்நாள் திங்கள் - எட்டாம் பக்கத்துப் பிறைபோலும். கொடுங்கரை - வளைந்த கரைகளை யுடைத்தாகிய 3. கீள்வது - பாதுகாப்பார் இன்மையின் உடைவது. 5. தேர் வண் பாரி - தேர் வண்மையைச் செய்யும் பாரியது.

119. வேந்தரிற் சிறந்த பாரி

பாடியவர்: கபிலர். **திணை:** பொதுவியல். **துறை:** கையறு நிலை. **சிறப்பு:** நிழலில் நீளிடைத் தனிமரம் போல விளங்கிய பாரியது வள்ளன்மை.

(பாரியின் மறைவுக்கு இரங்கி நெஞ்சழிந்து கூறியது இச் செய்யுள்.)

கார்ப்பெயல் தலைஇய காண்பு இன் காலைக்
களிற்று முக வரியின் தெறுழ்வீ பூப்பச்
செம்புற்று ஈயலின் இன் அளைப் புளித்து;
மென்தினை யாணர்த்து; நந்துங் கொல்லோ;
நிழலில் நீளிடைத் தனிமரம் போலப்
பணைகெழு வேந்தரை இறந்தும்
இரவலர்க்கு ஈயும் வள்ளியோன் நாடே!

கார் பெய்து மாறியது. அதனையடுத்து யானை முகத்துப் புள்ளிப்போலப் பறம்பு மலைச்சாரலில் எங்கும் புத்தம் புது மலர்கள் பூத்தன. அவ் வேளையிலே செம்புற்றின் ஈயலை இனிய மோரோடுங் கூட்டிச் சமைத்த புளிங்கறியை உண்போம். அத்துடன் சிறு தினையான புதுவருவாயும் மிக உடைத்தா யிருந்தது அந்நாடு. எல்லாம் முன்பு. நிழலற்ற நெடிய வழியில் தனிமரம்போல் நின்று வேந்தரினும் மிகுதியாக வழங்கும் வண்மையுடைய பாரியின் இந்நாடு அவனை இழந்துவிட்ட காரணத்தால் இனி அழிந்தேதான் போய் விடுமோ?

சொற்பொருள்: *1. கார்ப்பெயல் தலைஇய - கார்காலத்து மழை பெய்து மாறிய. 2. களிற்று முகவரியின் - களிற்று முகத்தின்கண் புகர் போல. தெறுழ்வீ - தெறுழினது மலர்; தெறுழ் என்றது காட்டகத் தொரு கொடி; புளிமா என்று உரைப்பாருமுளர் 3.ஈயல் - ஈசல். இன் அளைப் புளித்து - இனிய மோரோடு கூட்டி அடப்பட்ட - புளிங்கறியை யுடைத்து. யாணர்த்து - புது வருவாயையுடைத்து முன்பு. நந்துங் கொல் - இனி அது கெடுங்கொல்லோ 6.பணை கெழு - முரசையுடைய. வேந்தரை இறந்தும் - அரசரைக் காட்டிலும் மிகுதியாக.*

120. கம்பலை கண்ட நாடு

பாடியவர்: *கபிலர்.* **திணை:** *பொதுவியல்;* **துறை:** *கையறு நிலை.*

('நாடு யாணர்த்து அது நந்துங் கொல்லோ' எனக் கூறுகிறது இச் செய்யுள். இதுவும் பாரி மகளிரது நாடும் தந்தையும் இழந்தாராக நின்ற நிலைக்கு ஆற்றாராய்க் கூறியது ஆகும்.)

வெப்புள் விளைந்த வேங்கைச் செஞ் சுவல்
கார்ப் பெயற் கலித்த பெரும் பாட்டு ஈரத்துப்
பூழி மயங்கப் பல உழுது வித்திப்,
பல்லி ஆடிய பல்கிளைச் செவ்விக்
களைகால் கழாலின் தோடு ஒலிபு நந்தி,
மென்மயிற் புனிற்றுப் பெடை கடுப்ப நீடிக்,
கருந்தாள் போகி ஒருங்கு பீள் விரிந்து,
கீழும் மேலும் எஞ்சாமைப் பல காய்த்து
வாலிதின் விளைந்து புது வரகு அரியத்
தினை கொய்யக் கவ்வை கறுப்ப அவரைக்
கொழுங்கொடி விளர்க் காய் கோட்பதம் ஆக,
நிலம்புதைப் பழுனிய மட்டின் தேறல்
புல்வேய்க் குரம்பைக் குடிதொறும் பகர்ந்து
நறுநெய்க் கடலை விசைப்பச் சோறு அட்டுப்
பெருந் தோள் தாலம் பூசல் மேவர,

வருந்தா யாணர்த்து நந்துங் கொல்லோ:
இரும்பல் கூந்தல் மடந்தையர் தந்தை
ஆடு கழை நரலும் சேட் சிமைப் புலவர்
பாடி யானாப் பண்பிற் பகைவர்
ஒடுகழல் கம்பலை கண்ட
செருவெஞ் சேஎய் பெருவிறல் நாடே!

இக் கருங்கூந்தல் மகளிரின் தந்தையினது நாடான இப் பறம்பு மூங்கில் இழைந்து ஒலிக்கும் உயர்ந்த கோடுகளை உடையது. பகைவரது புறங்கொடுத்து ஓடச் செய்யும் வீரக் கழல்களின் ஒலி கேட்டும் நாணிப் பின் செல்லாது போரிடுதலையே விரும்பி எதிர்நின்று பொரும், புலவர் போற்றும் இயல்பினன் என் தலைவனான பாரி. அவனது வெற்றியை உடையது இந்த நாடு. வரகறுக்கவும் தினையரியவும் எள்ளிளங்காய் கறுக்கவும் வெள்ளை அவரைக்காய் அறுக்கவும் அன்று எங்கும் நிகழ்வதைக் காணலாம். புல்வேய்ந்த சிறு குடிசை தோறும் வருவார்க்கு மதுவை உண்ணக் கொடுப்பர் மலையர். நெய்யிலே கடலை துள்ள அதனோடு சோறும் சமைத்து வீட்டிலுள்ளவரை உண்பிக்கப் பாத்திரங் கழுவுவர் இல்லின் மனைவியர். இவ்வாறெல்லாம் முன்னர் வளமுடன் விளங்கிய பறம்பின் புதுவருவாயும் இனிக் கெட்டு விடும் போலும்!

சொற்பொருள்: *1.* வெப்புள் விளைந்த - வெம்மை முதிர்ந்த. வேங்கைச் செஞ்சுவல் - வேங்கை மரத்தையுடைய சிவந்த மேட்டு நிலத்து. கலித்த - மிகுந்த. பெரும்பாட்டு ஈரத்து - பெரிய செவ்வியையுடைய ஈரத்தின்கண். 3.பூமயங்க - புழுதி கலக்க. பல உழுது - பல சால்பட உழுது. பல்லி ஆடிய - தாவியடிக்கப்பட்ட. *14.* கடலை விசைப்ப - கடலைதுள்ள. 15. தாலம் பூசல் மேவர - தாலம் பூசுதலைப் பொருந்த; என்பது உண்டற்கு முன்னும் உண்ட பின்னும் கலத்தைக் கழுவ என்பதாம். நந்தும்கொல் - இனிஅது கெடும் போலும். *18.* சேண்சிமை - உயர்ந்த உச்சியையுடைய 20. ஒடு கழல் கம்பலை கண்ட - புறக்கொடுத்து ஓடும் வீரக்கழலினிது ஆரவாரத்தைக் கேட்டு நாணிப் பின் செல்லாது கண்டு நின்ற.

121. புலவரும் பொதுநோக்கமும்!

பாடியவர்: கபிலர். **பாடப்பட்டோன்:** மலையமான் திரு முடிக்காரி. **திணை:** பொதுவியல். **துறை:** பொருண் மொழிக் காஞ்சி.

('பொதுநோக்கு ஒழிவாயாக' என உறுதிப்பொருள் உரைத்தலால் பொருண்மொழிக் காஞ்சி ஆயிற்று. பாடாண் திணைக்கு உரிய விடைகள் பலவற்றுள் சிறிது என்ற விடைக்கு நச்சினார்க்கினியர் எடுத்துக்காட்டுவர்.)

ஒரு திசை ஒருவனை உள்ளி, நாற்றிசைப்
பலரும் வருவர் பரிசில் மாக்கள்;
வரிசை அறிதலோ அரிதே; பெரிதும்
ஈதல் எளிதே; மாவண் தோன்றல்;
அது நற்கு அறிந்தனை யாயின்
பொது நோக்கு ஒழிமதி புலவர் மாட்டே!

வள்ளன்மையிற் சிறந்த எம் தலைவனே! நின் ஒருவனையே நினைத்து நாற்புறமும் இருந்து பரிசிலர் பலரும் வருவர். அவர் தகுதியை அளவிட்டு அறிதல் இயலாது. வழங்குவதோ நினக்கு எளிது. அவர் தகுதியை நன்கு அறிந்தாயானால் இனியேனும் புலவரிடத்துப் பொதுநோக்கம் கொள்வதைக் கைவிட்டு விடுவாயாக. அவரவர் தகுதிக்குக் தக்கவாறு அதனையறிந்து அதற்கேற்பவே வழங்குவாயாக!

122. பெருமிதம் ஏனோ?

பாடியவர்: *கபிலர்.* **பாடப்பட்டோன்:** *மலையமான் திருமுடிக்காரி.* **திணை:** *பாடாண்.* **துறை:** *இயன் மொழி.*

(அரசனது இயல்புகளின் செவ்விதோன்ற வியந்து கூறுவாராகப் பாடினமையின் இயன் மொழி ஆயிற்று.)

கடல் கொளப் படாஅது உடலுநர் ஊக்கார்,
கழல்புனை திருந்து அடிக் காரி! நின் நாடே;
அழல் புறம் தரூஉம் அந்தணர் அதுவே;
வீயாத் திருவின் விறல் கெழு தானை
மூவருள் ஒருவன் 'துப்பா கியர்' என,
ஏத்தினர் தரூஉங் கூழே நும்குடி
வாழ்த்தினர் வரூஉம் இரவலர் அதுவே;
வடமீன் புரையுங் கற்பின் மடமொழி
அரிவை தோள் அளவு அல்லதை
நினது என இலைநீ பெருமிதத் தையே.

கடலால் கொள்ளவும் படாதது; பகைவர் கொள்ளவும் நினையாதது; வீரக்கழல் முழங்கும் காரியின் திருக்கோவலூர் நாடு. அது முழுதுமே அந்தணர்களது உடைமையாயிற்று. மூவேந்தருள் ஒருவருக்குத் துணையாக வேண்டும் என அவர் விரும்பி வந்து தந்த பெரும் பொருள்கள் நின் குடியை வாழ்த்தி வரும் பரிசிலரின் உடமையாயின. அதனால் கற்பிற்சிறந்த நின் மனைவியொருத்தியே நின் உரிமையுடையவள் என்பதன்றி வேறொன்றும் நினக்கு உரிமையுடையதென இல்லையானாய்!

இருந்தும் செருக்குடன் விளங்குகின்றனையே! இதன் காரணம் தான் என்னையோ, பெரும!

சொற்பொருள்: 1. உடலுநர் - பகைவர். ஊக்கார் - அதனைக் கொள்ளுவதற்கு மேற்கொள்ளார். 2. திருந்துஅடி இலக்கணத்தால் திருந்திய நல்ல அடியையுடைய 3. அழல் புறந்தரூஉம் - வேள்வித் தீயைப் பாதுகாக்கும்.5. மூவருள் ஒருவன் துப்பாகியர் என - மூவேந்தருள் ஒருவனுக்கு வலியாக வேண்டுமென்று. 6. ஏத்தினர் தரூஉம் கூழ் - அம்மூவர் பால் நின்று வந்தோர் தனித்தனிப் புகழ்ந்து நினக்குத் தரும் பொருள்.7. இரவலரது - பரிசிலருடையது. வடமீன் புரையும் - வடதிசைக்கண் தோன்றும் அருந்ததியை யொக்கும். மடமொழி - மடம்பட்ட மென்மொழி.

123. மயக்கமும் இயற்கையும்

பாடியவர்: கபிலர். **பாடப்பட்டோன்:** மலையமான் திருமுடிக்காரி. **திணை:** பாடாண். **துறை:** இயன்மொழி.

(அரசனது கொடைவளத்தை வியந்து பாடிப் போற்றுகின்றார் புலவர்.)

நாட்கள் உண்டு நாள்மகிழ் மகிழின்,
யார்க்கும் எளிதே தேர் ஈதல்லே;
தொலையா நல்லிசை விளங்கு மலையன்
மகிழாது ஈத்த இழையணி நெடுந்தேர்
பயன்கெழு முள்ளூர் மீமிசைப்
பட்ட மாரி உறையினும் பலவே.

மதுவுண்டு மயங்கினோர் நாளோலக்கத்திலே மகிழ்வுடன் இருக்கும்போது தேரையும் அறியாதே வழங்கிவிடுவர். அது நிகழ்வது மிகவும் எளிது. காரியோ அவ்வாறு மதுமயக்கம் ஏதும் இன்றியே உள்ளத்தில் விருப்பமுடன் வரும் இரவலர்களுக்குத் தேர்களாகவே வழங்குகின்றனனே! ஒன்றிரண்டல்ல அவையும்! முள்ளூர் மலையில் வாழும் மழைத்துளிகளினும் அவன் வழங்கிய தேர்கள் பலவாகும்மே!!

சொற்பொருள்: 1 நாள்மகிழ் மகிழின் - நாளோலக்கத்துக் களிப்பையுண்டாக்கும் கள்ளினை யுண்டு மயங்கின. 4. மகிழாது - மது நுகர்ந்து மகிழாது. இழைஅணிநெடுந்தேர் - பொற் படைகளால் அணியப்பட்ட உயர்ந்த தேர். 6. மாரி உறையினும் பல - மழையினது துளியினும் பல.

124. வறிது திரும்பார்

பாடியவர்: கபிலர். **பாடப்பட்டோன்:** மலையமான் திருமுடிக்காரி. **திணை:** பாடாண். **துறை:** இயன்மொழி.

('திறனன் மொழியினும் வறிது பெயர்குநர் அல்லர்' எனக் காரியது கொடை மேம்பாட்டையும் பாடிப் போற்றுதலால் இயன்மொழி ஆயிற்று.)

நாளன்று போகிப், புள்ளிடைத் தட்பப்
பதனன்று புக்குத், திறனன்று மொழியினும்,
வறிது பெயர்குநர் அல்லர்; நெறி கொளப்
பாடு ஆன்று இரங்கும் அருவிப்
பீடுகெழு மலையற் பாடி யோரே.

நாளும் நல்ல நாளன்று. புள் நிமித்தமும் தீதாகத் தோன்றும். மன்னனைச் சந்திக்கும் சமயமும் அன்று. இவ்வாறு சென்றும் தம் திறனற்ற சொற்களால் முள்ளூர் மலைக்குரிய காரியைக் கண்டு பாடியவருங்கூட வெறுங்கையோடு திரும்பார். அவன் வள்ளன்மையின் சிறப்பு அத்துணைப் பெரிதாகும்.

சொற்பொருள்: *1. நாள் அன்று - நல்லநாள் அன்றாக. புள் - புள்நிமித்தம். தட்ப - தடிப்ப 2. பதன் அன்றுபுக்கு - செவ்வியன்றாகச் சென்று கூடி. திறன் அன்று - கூறுபாடு அன்றாக. 3. நெறி கொள - ஒழுங்குபட 4. பாடு ஆன்று - ஓசை நிறைத்து. இரங்கும் - ஒலிக்கும்.*

125. புகழால் ஒருவன்!

பாடியவர்: வடமவண்ணக்கண் பெருஞ்சாத்தனார். **பாடப்பட்டோன்:** தோர்வண் மலையன். **திணை:** வாகை. **துறை:** அரச வாகை. குறிப்பு: சேரமான் மாந்தரஞ் சேரல் இரும் பொறையும் சோழன் இராசசூயம்வேட்ட பெருநற்கிள்ளியும் பொருதவழிச் சோழற்குத் துப்பாகிய மலையனைப் பாடியது; பேரிசாத்தனார் பாட்டு எனவும் கொள்வர்.

(மலையமானது போர் வென்றியது மேம்பாட்டைச் சிறப்பித்துப் பாடினர்.)

பருத்திப் பெண்டின் பனுவல் அன்ன,
நெருப்புச் சினந்தணிந்த நிணந்தயங்கு கொழுங்குறை
பரூஉக் கண் மண்டை யொடு ஊழ்மாறு பெயர
உண்கும்! எந்தை, நிற் காண்குவந் திசினே,
நள்ளாதார் மிடல் சாய்த்த

வல்லாள! நின் மகிழிருக் கையே
உழுத நோன் பகடு அழிதின் றாங்கு
நல்லமிழ்து ஆகு நீ நயந்துண்ணும் நறவே;
குன்றத் தன்ன களிறு பெயரச்
கடந்தட்டு வென்றோனும் நிற் கூறும்மே;
'வெலீஇயோன் இவன்' எனக்
'கழலணிப் பொலிந்த சேவடி நிலங் கவர்பு
விரைந்து வந்து சமந் தாங்கிய;
வல்வேல் மலையன் அல்லன் ஆயின்
நல்லமர் கடத்தல் எளிதுமன் நமக்கு' எனத்,
தோற்றோன் தானும் நிற்கூ றும்மே,
தொலை இயோன் இவன் என
ஒருநீ ஆயினை; பெரும! பெரு மழைக்கு
இருக்கை சான்ற உயர் மலைத்
திருத்தகு சேஎய்! நிற் பெற்றிசி னோர்க்கே.

பஞ்சு போன்ற மென்மையான ஊனையும் கள்ளையும் இடைவிடாது பருகி மகிழும் எம் தலைவனே! பகைவலி அனைத்தும் தொலைத்த ஆண்மையனே! உழுது வரும் மாடு நெல்லைப் பிறர்க்குத் அளித்துத் தான் வைக்கோலைத் தின்பது போலப் பெற்ற செல்வத்தைப் பிறர்க்கு வழங்கி எஞ்சியதை அமுதாக எண்ணி உண்டு மகிழும் வல்லாளனே! என்னே நின் பெருமை! வென்றவனும் வெற்றிக்குக் காரணன் நீயே என்பான்! தோற்றவனும் தன்னைத் தோற்பித்தவன் நீயே எனப் புகழ்வான். இவ்வாறு போரிட்ட இருவருமே நின்னையே புகழப் புகழுக்கு ஒருவனாய் விளங்கும் பெருமானே! செவ்வேளை ஒப்பவனே! பகையும் நட்பும் ஒருங்கே போற்றும் நீ வாழ்க!

சொற்பொருள்: *1. பருத்திப் பெண்டின் - பருத்தி நூற்கும் பெண்ணது. பனுவல் அன்ன - சுகிர்ந்த பஞ்சு போன்ற 2. நிணம் தயங்கு கொழுங்குறை - நிணமமைந்த கொழுவிய தடிகளை: தடி - ஊன் 3. பரூஉக்கண் - பரிய உடலிடத்தையுடைய. மண்டையொடு - கள்வார்த்த. மண்டையோடு 11.வெலிஇயோன் - நம்மை வெல்வித்தோன். 17. தொலை இயோன் - நம்மைத் தொலைவித்தோன் 19. இருக்கை சான்ற - இருப்பிடமாதற்கு அமைந்த 20. நிற்பெற்றிசினோர்க்கு - நின்னை நட்பாகவும் பகையாகவும் பெற்றோர்க்கு.*

126. கபிலனும் யாமும்

பாடியவர்: *மாறோக்கத்து நப்பசலையார்.* **பாடப்பட்டோன்:** *மலையமான் திருமுடிக்காரி.* **திணை:** *பாடாண்.* **துறை:** *பரிசில்.*

(நின் வண்மையால் நின்பால் வந்து நின்று பாடினோம்; எமக்கும் வழங்குக என்பது தோன்றப் பாடினர்; இதனால் பரிசில் துறை ஆயிற்று. கபிலரின் செவ்வியை இச்செய்யுள் மிகவுயர்த்துப் பாடியுள்ளதனையும் காணலாம்.)

ஒன்னார் யானை ஓடைப் பொன் கொண்டு
பாணர் சென்னி பொலியத் தைஇ,
வாடாத் தாமரை சூட்டிய விழுச்சீர்
ஓடாப் பூட்கை உரவோன் மருக!
வல்லேம் அல்லேம் ஆயினும் வல்லே
நின்வயிற் கிளக்குவம் ஆயின் கங்குல்
துயில்மடிந் தன்ன தூங்கிருள் இறும்பின்,
பறை இசை அருவி முள்ளூர்ப் பொருந
தெறலரு மரபின் நின் கிளையொடும் பொலிய,
நிலமிசைப் பரந்த மக்கட்கு எல்லாம்
புலன் அழுக்கு அற்ற அந்த ணாளன்
இரந்து சென் மாக்கட்கு இனிஇடன் இன்றிப்
பரந்து இசை நிற்கப் பாடினன்; அதற்கொண்டு
சினமிகு தானை வானவன் குடகடல்
பொலந்தரு நாவாய் ஓட்டிய அவ்வழிப்,
பிறகலம் செல்கலாது அனையேம்; அத்தை
இன்மை துரப்ப அசைதர வந்து நின்
வண்மையின் தொடுத்தனம் யாமே; முள்ளெயிற்று
அரவுஎறி உருமின் முரசெழுந்து இயம்ப,
அண்ணல் யானையொடு வேந்து களத்து ஒழிய,
அருஞ் சமம் ததையத் தாக்கி நன்றும்
நண்ணாத் தெவ்வர்த் தாங்கும்
பெண்ணையம் படப்பை நாடுகிழ வோயே!

பகைவர் யானைப் பட்டத்துப் பொன்னைப் பரிசிலர்க்குப் பொற்றாமரைப் பூவாக்கிச் சூடிய சிறந்தோன் மரபினனே! இரவு உறங்குவதுபோன்ற இருண்ட காடும் ஒலிமுழங்கும் அருவியும் உடைய முள்ளூர் மலையின் வேந்தனே! பேரறிவும் தூய்மையும் உடைய கபிலன் நின்னுடன் நின் சுற்றமும் பெருக, இனிப் புகழ்தற்கு இடமில்லை எனும்படி நின் புகழ் உயர்வுடன் நிலைபெற்று நிற்கப் பாடினான். சேரன் மேற்கடலிற் பொன்தரும் நாவாய் செலுத்தும்போது இடையில் பிறர் கலம் போதல் ஒவ்வுமோ? கபிலன் பாடிய நின்னை எம்மாற் பாடவும் முடியுமோ? அக் கபிலனிலும் அறிவில் குறைந்தேமாயினும் யாமும் புகழ்ந்து பாடுவோம். முரசுகள் முழங்கப் போர்க்களத்

தினிடத்தே பொருந்தாப் பகைவரின் யானைகளை அழித்து அவரைத் தடுத்து வெற்றி கொண்டவனே! பெண்ணையாற்றங் கரை நாட்டின் தலைவனே! எம் உரையையும் கேட்டு எமக்கும் மனமுவந்து அருள்வாயாக!

சொற்பொருள்: 1. ஓடைப்பொன் கொண்டு - பட்டத்திற் பொன்னைக் கொண்டு. 2. தைஇ - செய்து 4. மருக - மரபி னுள்ளாய் 5. வல்லம் அல்லேம் ஆயினும் - ஒன்றைக் கற்றறிந்த வல்லம் அல்லேன் ஆயினும் 6. கிளக்குவம் ஆயின் - புகழைச் சொல்லுவோம் ஆயின். 7. இறும்பின் - சிறு காட்டையும் 15. பொலம்தரு நாவாய் - பொன்னைத் தரும் நாவாய். 17. இசைதர - நின்புகழ் கொடுவர 19. தொடுத்தனம் - சில சொல்லத் தொடுத்தனம் 21. தகையத் தாக்கி - சிதற வெட்டி.

127. உரைசால் புகழ்!

பாடியவர்: உறையூர் ஏணிச்சேரி முடமோசியார். **பாடப் பட்டோன்:** வேள் ஆய் அண்டிரன். **திணை:** பாடாண். **துறை:** கடைநிலை.

(முரைசு கெழு செல்வர் நகர் போலாதே, ஈகை அரிய இழையணி மகளிரொடு சாயின்று என்ப ஆஅய் கோயில்; அது தான் மெய்யோ பொய்யோ என வினவுவதுபோலத் தோற்று தலின் கடைநிலை ஆயிற்று. 'கொடுப்போர் ஏத்திக் கொடா அர்ப் பழித்தல்' என்னும் துறைக்கு இளம்பூரணரும் நச்சினார்க் கியனியரும் எடுத்துக் காட்டுவர் (தொல். புறத். சூ.29: 35))

'களங்கனி யன்ன கருங்கோட்டுச் சீறியாழ்ப்
பாடு இன் பனுவல் பாணர் உய்த்தெனக்,
களிறில வாகிய புல்லரை நெடுவெளிற்
கான மஞ்ஞை கணனொடு சேப்ப,
ஈகை அரிய இழையணி மகளிரொடு
சாயின்று' என்ப, ஆ அய் கோயில்;
சுவைக்கு இனி தாகிய குய்யுடை அடிசில்
பிறர்க்கு ஈவு இன்றித் தம் வயிறு அருத்தி
உரைசால் ஓங்குபுகழ் ஓரீ இய
முரைசு கெழு செல்வர் நகர்போ லாதே.

ஆய் வேளே! இனிய அடிசிலைப் பிறர்க்கு உதவாதார் சிலர்; தாமே உண்டு வயிற்றை நிறைப்பவர் அவர். புகழற்ற முரசு விளங்கும் அருளற்ற அரசர்கள் அவர்கள். ஆயின் நீயோ, நின் யானைகள் அனைத்தையும் பரிசிலர்க்கு வழங்கிவிட்டாய். கொடுக்கவியலா மங்கல அணிமட்டுமே நின் மனைவி

அணிந்துள்ளாள். பிறவெல்லாம் பரிசிலர் பெற்றுச் சென்று விட்டனர். வள்ளன்மை சிறந்த ஆயே! நின் கோயில் மற்றையோர் நகரினும் மேம்படுவதா!

சொற்பொருள்: *1.* கருங்கோட்டுச் சீறியாழ் - கரிய கோட்டையுடைத் தாகிய சிறிய யாழைக் கொண்டு. 2. பனுவல் - பாட்டு. எய்த்தென - பரிசில் பெற்றுக் கொண்டு போனார்களாக 3. புல்லரை - புல்லிய பக்கத்தையுடைய 3. நெடுவெளில் - நெடிய தறியின்கண்ணே 4. சேப்ப - தங்க 5. ஈகை அரிய இழை அணி மகளிரொடு - பிறிதோர் அணிகலமும் இன்றிக் கொடுத்தற்கரிய மங்கல அணியை அணிந்த மகளிருடனே. 6. சாயின்று என்ப - சாய்ந்தது என்று சொல்லுப. 9. ஓரீஇய - நீங்கிய. நகர் - கோயில்.

128. முழவு அடித்த மந்தி

பாடியவர்: உறையூர் ஏணிச்சேரி முடமோசியார். **பாடப்பட்டோன்:** ஆய் அண்டிரன். **திணை:** பாடாண். **துறை:** வாழ்த்து; இயன்மொழியும் ஆம்.

(கொடைச்சிறப்பும் வென்றியுமாகிய அரசனது இயல்பு கூறுதலால் இயன்மொழி ஆயிற்று. 'அச்சிறப்போடு நெடிது வாழ்க' என்பது குறிப்புப் பொருள் ஆதலின், வாழ்த்தும் ஆயிற்று.)

மன்றப் பலவின் மாச்சினை மந்தி
இரவலர் நாற்றிய விசிகூடு முழவின்
பாடின் தெண்கண் கனி செத்து அடிப்பின்
அன்னச் சேவல் மாறு எழுந்து ஆலும்,
கழல்தொடி ஆ அய் மழைதவழ் பொதியில்;
ஆடு மகள் குறுகின் அல்லது,
பீடுகெழு மன்னர் குறுகலோ அரிதே.

ஊர்ப் பொதுவிடத்திலே இருந்த பலாமரத்தின் பெரியகிளையிலே இரவலர் கட்டியிருந்தவோர் முழவினைப் பலாக் கனிபோலும் என மயங்கி மந்தி தட்ட அம்மரத்தின்கண் வாழும் அன்னச்சேவல் சிறகடித்துப் பறந்து ஒலியெழுப்பும் வளமுடையது முகில்படியும் ஆயின் பொதியில் மலை. ஆடிச் செல்லும் மகள் ஆங்குச் செல்ல இயலுமேயன்றி வலியுடைய மாற்றரசர் அதனை நெருங்கவும் இயலாத பெருமையையும் வலிமையையும் உடையது அது.

சொற்பொருள்: *1.* மன்றப் பலவின் மாச்சினை மந்தி - ஊர்ப் பொதுவின்கண் பலவினது பெரிய கோட்டின்கண் வாழும் மந்தி. 2. நாற்றிய - தூக்கி வைக்கப்பட்ட. விசி - கூடு பிணிப்புப்

பொருந்திய.2 பாடு - ஓசை. தெண்கண் - தெளிந்த கண்ணை. கனி செத்து - பலாப்பழம் என்று கருதி. அடிப்பின் - தட்டினவிடத்து 4. மாறுஎழுந்து - அவ் வோசைக்கு மாறு எழுந்து. ஆலும் - ஒலிக்கும்.

129. வேங்கை முன்றில்

பாடியவர்: உறையூர் ஏணிச்சேரி முடமோசியார். பாடப்பட்டோன்: ஆய் அண்டிரன். திணை: பாடாண். துறை: இயன் மொழி. சிறப்பு: தேறலுண்டு குரவை ஆடுதல்; பரிசிலர்க்கு யானைகளை வழங்கல்.

(வேள் ஆயது கொடை வென்றியை வியந்து பாடிப் போற்றுகின்றது செய்யுள்.)

குறியிறைக் குரம்பைக் குறவர் மாக்கள்
வாங்கு அமைப் பழுனிய தேறல் மகிழ்ந்து
வேங்கை முன்றில் குரவை அயரும்
தீஞ்சுளைப் பலவின் மாமலைக் கிழவன்;
ஆ அய் அண்டிரன்; அடுபோர் அண்ணல்;   5
இரவலர்க்கு ஈத்த யானையின் கரவின்று
வானம் மீன்பல பூப்பின் ஆனாது
ஒருவழிக் கருவழி யின்றிப்
பெருவெள் ளென்னிற் பிழையாது மன்னே.

இனிய சுளைகளையுடைய பலாமரம் செறிந்த ஆயினது வளமலையிலே மூங்கிற் குழலிலே இருந்த மதுவை உண்டு, வேங்கை நீழல் செய்யும் சிறுமனை முற்றத்தே குறமக்கள் குரவக் கூத்தாடுவர். அம்மலைக்கு இறைவனான கொல்போர் வல்ல ஆய் அண்டிரன், இரப்போர்க்கு வழங்கிய யானைகளோ மிகவும் பலவாகும். வானம் முழுவதும் மீனால் நிறை யினும் அதனினும் எண்ணால் மிக்கனவாகும் அவை. அத்தகையோரின் புகழ் ஓங்குக!

சொற்பொருள்: 1. குறி இறைக் குரம்பை - குறிய இறப்புடைய சிறிய மனையின்கண். 2. வாங்கு அமைப் பழுனிய தேறல் - வளைந்த மூங்கிற் குழாயின்கண் வார்த்திருந்த முதிர்ந்த மது. மகிழ்ந்து - நுகர்ந்து 3.வேங்கை முன்றில் - வேங்கை மரத்தையுடைய முற்றத்தின்கண் 6. ஈத்த யானையின் - கொடுக்கப்பட்ட யானைத் தொகை போல. கரவு இன்றி - மேகம் மறைத்தல் இன்றி 8.ஒருவழிக் கருவழி இன்றி - ஓரிடத்தும் கரிய இடம் இல்லையாக. 9.பெருவெள்ளென்னின் - பெருக வெண்மையைச் செய்யுமாயின். பிழையாத மன் - அம் மீன்தொகை அதனுக்குத் தப்பாது; யானையிற் பிழையாது என இயையும். மன்: அசை.

130. சூல் பத்து ஈனுமோ?

பாடியவர்: உறையூர் ஏணிச்சேரி முடமோசியார் **பாடப்பட்டோன்:** ஆய் அண்டிரன். **திணை:** பாடாண். **துறை:** இயன்மொழி.

(அரசனது கொடைச் சிறப்பும் வென்றிச் சிறப்பும் கூறினமையின் இது இயன்மொழி ஆயிற்று. 'நின் நாட்டு இளம் பிடி ஒரு சூல் பத்து ஈனும்மோ?' என்று கேட்பது ஆயின் கொடைச் சிறப்பைக் காட்டுவதாகும்.)

விளங்குமணிக் கொடும்பூண் ஆஅய்! நின்னாட்டு
இளம்பிடிஒருசூல் பத்து ஈனும்மோ?
நின்னும் நின் மலையும் பாடி வருநர்க்கு
இன்முகம் கரவாது உவந்து நீ அளித்த
அண்ணல் யானை எண்ணின் கொங்கர்க்
குடகடல் ஓட்டிய ஞான்றைத்
தலைப்பெயர்த் திட்ட வேலினும் பலவே!

பூணாரம் பூண்டவனே!ஆயே!நின் நாட்டுப் பெண் யானை ஒரு கருப்பத்திற் பத்துக் கன்றுகள் வீதம் ஈனுமோ? நீ இரவலர்க்குக் கொடுத்த யானைத் தொகையை எண்ணினால் கொங்கரை மேற்கடற்கண்ணே, நீ போரிட்டுத் துரத்திய காலத்து நினக்கு தோற்றோடிய கொங்க படையினர் தம் கையினின்றும் எறிந்து சென்ற வேலினும் அவை பலவாகுமே!

சொற்பொருள்: 2. ஒரு சூல் - ஒரு கருப்பம் 4. இன்முகம் கரவாது - இனிய முகத்தை ஒளியாது வெளிப்படுத்தி 7. தலைப்பெயர்த் திட்ட - அவர் தாம் புறம்கொடுத்தலால் தம்மிடத்தினின்றும் பெயர்த்துப் போடப்பட்ட.

131. காடும் பாடினதோ?

பாடியவர்: உறையூர் ஏணிச்சேரி முடமோசியார். **பாடப்பட்டோன்:** ஆய் அண்டிரன். **திணை:** பாடாண். **துறை:** இயன்மொழி.

(யானைக்குப் பிறப்பிடமாகின்ற காட்டினும் அண்டிரனைப் பாடினோர் யானை மிகவும் உடையரென்று அவனது கொடைச் சிறப்பைக் கூறினார்.)

மழைக்கணஞ் சேக்கும் மாமலைக் கிழவன்
வழைப்பூங் கண்ணி வாய்வாள் அண்டிரன்
குன்றம் பாடின கொல்லோ
களிறு மிக உடைய இக் கவின் பெறு காடே?

முகிலினம் சென்று தங்கும் உயர்மலைக்குத் தலைவன்: புன்னை மலர்க் கண்ணியும் தப்பாத வாளும் உடையவன்:

அத்தகைய ஆயின் மலையை எம்மையுமன்றிக் களிறு செறிந்த கவின்காடும் பாடினவோ? (தன்னைப் பாடுவார்க்கு யானைகளைப் பரிசிலாக வழங்கும் வழக்கம் உடையவன் ஆய் என்பது அறிந்த புலவர், யானைகள் மலிந்த ஒரு காட்டைக் கண்ணுற்றதும், 'இக் காடு அவனைப் பாடியதனால் பெற்ற பரிசில் போலும் இவ் யானைகள்' என வியந்து ஆயின் கொடை வளத்தைப் பாராட்டுவது இது.)

சொற்பொருள்: *1.* மழைக்கணம் - முகிற் கூட்டம். சேக்கும் - சென்று தங்கும். மாமலை - உயர்ந்த மலை. 2. வழை பூங்கண்ணி - சுரபுன்னைப் பூவால் தொடுக்கப்பட்ட கண்ணி.

132. போழ்க என் நாவே!

பாடியவர்: உறையூர் ஏணிச்சேரி முடமோசியார். **பாடப் பட்டோன்:** ஆய் அண்டிரன். **திணை:** பாடாண். **துறை:** இயன்மொழி.

('வடதிசை யதுவே வான்தோய் இமயம் தென் திசை ஆய்குடி இன்றாயின், பிறழ்வது இம் மலர் தலை உலகே' என அண்டிரனது குடிச்சிறப்பைக் கூறுகின்றனர் புலவர்.)

முன்னுள்ளு வோனைப் பின்னுள்ளி னேனே!
ஆழ்க! என் உள்ளம் போழ்க என் நாவே!
பாழ்ஊர்க் கிணற்றின் தூர்க என் செவியே!
நரந்தை நறும்புல் மேய்ந்த கவரி
குவளைப் பைஞ்சுனை பருகி அயல
தகரத் தண்ணிழல் பிணையொடு வதியும்
வடதிசை யதுவே வான்தோய் இமயம்;
தென்திசை ஆ அய் குடி இன்றாயின்
பிறழ்வது மன்னோ இம் மலர்தலை உலகே.

வடதிசையிலே இமயம் உள்ளது. தென்திசையிலே ஆய்க்குடி இல்லையாயின் இவ்வுலகமே நிலைகலங்கிக் கெடும். வேந்தே! எவரினும் முன்னதாக நினைக்கவேண்டிய நின்னைப் பின்பே நினைத்தேன் யான். என் உள்ளம் அமிழ்வதாக! என் செவி ஊர்ப் பாழ்ங்கிணறு போலத் தூர்வதாக! நின்னையன்றிப் பிறரைப் புகழ்ந்த என் நாவும் கிழிக்கப்படுவதாக! ('ஆய்குடி பொதியமலைச் சாரலின்கண் சிற்றூராகத் திகழ்கிறது.)

சொற்பொருள்: 2. என் உள்ளம் ஆழ்க - அவ்வாறு நினைந்த குற்றத்தால் எனது உள்ளம் அமிழ்ந்திப் போவதாக. போழ்க கருவியாற் பிளக்கப்படுவதாக. *3.* என் செவி - அவன் புகழன்றிப் பிறர் புகழைக் கூறக் கேட்ட எனது செவிடு 3.நரந்தை - ஒரு

வகைப் புல். கவரி - கவரிமான் 6. தகரத் தண்ணிழல் தகர மரத்தினது குளிர்ந்த நிழலின் கண். வதியும் - தங்கும் 9. பிறழ்வது - கீழ்மேலதாகிக் கெடுவது.

133. காணச் செல்க நீ!

பாடியவர்: உறையூர் ஏணிச்சேரி முடமோசியார். **பாடப்பட்டோன்:** ஆய் அண்டிரன். **திணை:** பாடாண். **துறை:** விறலியாற்றுப்படை.

('மெல்லியல் விறலி ... காணிய சென்மே' என விறலியை ஆற்றுப் படுத்தியமையின் விறலியாற்றுப் படை ஆயிற்று.)

மெல்லியல் விறலி! நீ நல்லிசை செவியிற்
கேட்பின் அல்லது காண்பறி யலையே;
காண்டல் சால வேண்டினை யாயின் மாண்டநின்
விரை வளர் கூந்தல் வரைவளி உளரக்
கலவ மஞ்ஞையின் காண்வர இயலி,   5
மாரி யன்ன வண்மைத்
தேர்வேள் ஆயைக் காணிய சென்மே!

மெல்லிய இயல்பினையுடைய விறலியே! வேள் ஆயின் புகழைக் கேட்டனையேயன்றி அவன் வடிவைக் கண்டறியா தவள் நீ. அவனைக் காண விரும்பினாயானால் நின் கூந்தலைக் காற்று அசைத்து மயிற்பீலி போலப் பரக்கச் செய்ய இம்மலை வழியே நடந்து சென்று மழை போன்று வழங்கும் வேள் ஆயைக் காண இப்பொழுதே போவாயாக. (மழையின் பயனாக விளைவுகள் மிகும்; அதுபோல ஆயின் கொடையால் நீயும் வளப்படுவாய் என்பது இது)

சொற்பொருள்: 4. விரைவளர் கூந்தல் - மணம் வளரும் கூந்தல். வரை வளி உளர - வரை இடத்துக் காற்று வந்து அசைப்ப. 5. காண்வர இயலி - காட்சியுண்டாக நடந்து 7. காணிய - காண்க. சென்மே - செல்வாயாக.

134. இம்மையும் மறுமையும்!

பாடியவர்: உறையூர் ஏணிச்சேரி முடமோசியார். **பாடப்பட்டோன்:** ஆய் ஆண்டிரன். **திணை:** பாடாண். **துறை:** இயன்மொழி.

('ஆய் அறவிலை வணிகலன் அல்லன்' அஃதாவது இம்மை மறுமை என்னும் ஈரிடத்தும் எதிர்ப்பயன் கருதாது ஈதலிற் சிறந்தவன் என்பதாம்.)

இம்மைச் செய்தது மறுமைக்கு ஆம் எனும்
அறவிலை வணிகன் ஆ அய் அலன்;

பிறரும் சான்றோர் சென்ற நெறியென
ஆங்குப் பட்டன்று அவன் கைவண் மையே.

'இன்றைக்குச் செய்த ஒரு நற்செயல் பின்னொரு காலத்தே நமக்கு உதவியாக அமையும்' என்று பின் வருகின்ற ஊதியங்கருதி அறம்செய்பவன் ஆய் அல்லன். அவன் கைவண்மை சான்றோர் சென்ற அறவழியிலே தானும் செல்லுதல் வேண்டும் என்ற நற்செய்கைக் கடமைப்பாடு ஒன்றையே அடிப்படையாகக் கொண்டதாகும்.

சொற்பொருள்: *1. அறவிலை வணிகன் - பொருளை விலையாகக் கொடுத்து அதற்கு ஈடாக அறம் கொள்ளும் பண்டமாற்று வணிகன் 3. சான்றோர் - அமைந்தோர்.*

135. காணவே வந்தேன்!

பாடியவர்: *உறையூர் ஏணிச்சேரி முடமோசியார்.* **பாடப்பட்டோன்:** *ஆய் அண்டிரன்.* **திணை:** *பாடாண்* **துறை:** *பரிசில்*

('யான் வந்தது எதனையும் வேண்டியன்று; நின்னைக் காண்டல் வேண்டிய அளவே, என்கிறார் புலவர். எனினும் அவன் பரிசில் நல்காதிரான் என்பது குறிப்பாகும். 'அன்ன ஆக நின் ஊழி' என உரைத்தது' 'என்றும் வழங்கி வாழ்வாயாக' எனக் கூறலின் வாழ்த்தியலும் ஆம்.)

கொடுவரி வழங்கும் கோடுயர் நெடுவரை,
அருவிடர்ச் சிறுநெறி ஏறலின் வருந்தித்
தடவரல் கொண்ட தகைமெல் ஒதுக்கின்
வளைக்கை விறலியென் பின்னள் ஆகப்
பொன்வார்ந் தன்ன புரி அடங்கு நரம்பின்
வரிநவில் பனுவல் புலம்பெயர்ந்து இசைப்பப்
படுமலை நின்ற பயங்கெழு சீறியாழ்
ஒல்கல் உள்ளமொடு ஒருபுடைத் தழீஇப்
புகழ்சால் சிறப்பின்நின் நல்லிசை உள்ளி
வந்தனென் எந்தை யானே; யென்றும்
மன்றுபடு பரிசிலர்க் காணின் கன்றொடு
கறையடி யானை இரியல் போக்கும்
மலை கெழு நாடன் மாவேள் ஆ அய்!
களிறும் அன்றே; மாவும் அன்றே;
ஒளிறுபடைப் புரவிய தேரும் அன்றே;
பாணர் பாடுநர் பரிசிலர் ஆங்கவர்
தமதெனத் தொடுக்குவர் ஆயின், எமதெனப்

பற்றல் தேற்றாப் பயங்கெழு தாயமொடு,
அன்ன வாக நின் ஊழி; நின்னைக்
காண்டல் வேண்டிய அளவை; வேண்டார்
உறுமுரண் கடந்த ஆற்றல்
பொதுமீக் கூற்றத்து நாடுகிழ வோயே!

என் பின்னே விறலி தளர்ந்து நடந்துவர, யாழை ஒரு கையால் அணைத்துக் கொண்டே நின் நல்ல புகழை நினைந்தவனாக நின்பால் வந்தேன் எம் இறைவனே! பரிசிலர்க்குக் கன்றுடன் பிடியும் அணியணியாக வழங்கும் மலைநாடனே! மாவேளாகிய ஆயே! யானையும் குதிரையும் தேருமன்று யான் வேண்டுவது. நின் பொருளைத் தம் பொருளென உரிமையால் பாணரும் புலவரும் கூத்தரும் தாமே கொள்பவர். எனினும் அதனை மீட்க எண்ணாது மகிழும் சுற்றமுடன் கூடிய வள்ளல் நீ. நின் வாழ்நாட்களும் அவ்வாறே பெருகுவதாக. பகைவரை வென்ற வலிமையும் யாவரும் ஒப்பப் புகழும் நாடும் உடையவனே! நின் அருள் நிலவும் உருவைக் காணவே யான் வந்தேன்!

சொற்பொருள்: *2. அருவிடர் - ஏறுதற்கரிய பிளப்பு 3. தடவரல் - உடல் வளைவு. தகைமெல் ஒதுக்கின். பயில அடியிட்டு நடக்கின்ற மெல்லிய நடையையுடைய. பொன் வார்ந்தன்ன - பொன்னைக் கம்பியாகச் செய்தாற் போன்ற. புரி அடங்கு. முறுக்கு அடங்கிய 6. வரிநவில் பனுவல் - வரிப் பொருண்மை யோடு பயிலும் பாட்டு. 12. இரியல் போக்கும் - அணியாகச் சாய்த்துக் கொடுக்கும்.*

136. வாழ்த்தி உண்போம்!

பாடியவர்: துறையூர் ஓடை கிழார். **பாடப்பட்டோன்:** ஆய் அண்டிரன். **திணை :** பாடாண். **துறை:** பரிசில் கடாநிலை. **சிறப்பு:** வாழ்வை ஊடறுக்கும் பகைகள் பலவற்றைப் பற்றிய செய்தி.

('நல்கினை விடுமதி பரிசில்' எனக் கேட்டலின் பரிசில் கடாநிலை ஆயிற்று. 'நினக்கு ஒத்தது நீ நாடி நல்கினை விடுமதி பரிசில்' என்பது கொடுப்பார் தம் தகுதியறிந்தே கொடுப்பாராவர் என்பதனை விளக்குவதாம்.)

யாழ்ப்பத்தர்ப் புறம் கடுப்ப
இழைவலந்தபஃறுன்னத்து
இடைப் புரைபற்றிய பிணி விடாஅ
ஈர்க் குழாத்தோடு இறைகூர்ந்த
பேஎன் பகையென ஒன்று என்கோ?

உண்ணா மையின் ஊன் வாடித்
தெண் ணீரின் கண் மல்கிக்
கசிவுற்ற என் பல்கிளையொடு
பசி அலைக்கும் பகைஒன் றென்கோ?
அன்ன தன்மையும் அறிந்து ஈயார்
'நின்னது தா' என நிலை தளர
மரம் பிறங்கிய நளிச் சிலம்பின்,
குரங் கன்னபுன் குறுங் கூளியர்
பரந் தலைக்கும் பகைஒன் றென்கோ?
ஆ அங்கு எனைப் பகையும் அறியுநன் ஆய்'
எனக் கருதிப் பெயர் ஏத்தி,
வாயாரநின் இசை நம்பிச்
சுடர் சுட்ட சுரத்து ஏறி,
இவண் வந்த பெரு நசையேம்;
எமக்கு ஈவோர் பிறர்க்கு ஈவோர்;
பிறர்க்கு ஈவோர் தமக்கு ஈப வென
அனைத் துரைத்தனன் யான் ஆக
நினக்கு ஒத்தது நீ நாடி
நல்கினை விடுமதி பரிசில்! அல்கலும்
தண்புனல் வாயில் துறையூர் முன்றுறை
நுண்பல மணலினும் ஏத்தி,
உண்குவம் பெரும நீ நல்கிய வளனே.

'ஆய் வேளே! நின் புகழையே நம்பினேம் சுடர் சுட்டு வருத்தும் கானலையுங் கடந்து பெருவிருப்புடன் நின்னை நாடி வந்தோம். ஈரும் பேனும் நிறைந்த பிணிப்பட்ட எம் தலையின் பேன் பகை ஒன்றுமோ? உண்ணாது ஊன்வாடிக் கண்ணீர் மல்கிக் கசிந்து பெருகும் மெலிந்த எம் கிளையோடும் வருந்தும் பசிப் கை ஒன்றுமோ? அஃதன்றியும் மலை வழியில் நும்மிடம் உள்ளதும் எம்மிடம் தருவீர்? எனப் பறித்துச் செல்வரே கள்வர்; அவர் பகை ஒன்றுமோ? எப் பகையாயினும் அறிந்து அவற்றைப் போக்குபவன் நீ ஒருவனே என்றுதான் நின்பால் வந்தோம். எமக்கு ஈந்து உதவுதவதே உண்மையான ஈகையாம். யாம் எம் நிலைபற்றிச் சொல்வதைச் சொன்னோம். நீயோ நின் தகுதிக்கு ஏற்பப் பரிசில் தந்து எம்மை அனுப்புவாயாக. பெருமானே நீ தரும் செல்வத்தைத் 'துறையூர்த் துறை முன்னர்க் காணும் நுண் மணலினும் பல்லாண்டு வாழ்க' என வாழ்த்தி யாம் உண்டு வாழ்வோம்.

சொற்பொருள்: *1.* பத்தர் யாழின் ஓர் உறுப்பு 2. வலந்த - சூழ்ந்த துன்னத்து - தையலிடத்து. *3.* இடைப் புரைப்பற்றி - இடைக்கண் உளவாகிய புண்களைப் பற்றி. பிணிவிடா - ஒன்றேடொன்று தொடர்ந்த பிணிப்பு விடாதே. *4.* ஈர்க்குழாத்தொடு கிடக்கின்ற ஈரினது திரளோடு. ஈர் - பேனின் முட்டை *8.* கசிவுற்ற - வியர்ப்பு உற்ற *10.* அறிந்தியார் - அறியாரால் *23* நாடி - ஆராய்ந்து 24. நல்கினை விடுமதி - தந்தனையாய் விடுதியாக. அல்கலும் - நாடோறும் 25. முன்றுறை - துறை முன்னர்.

137. நின் பெற்றோரும் வாழ்க!

பாடியவர்: ஒருசிறைப் பெரியனார். **பாடப்பட்டோன்:** நாஞ்சில் வள்ளுவன். **திணை:** பாடாண். **துறை:** இயன்மொழி. பரிசில் துறையும் ஆம்.

(அரசனது இயல்பைக் கூறுதலின், இயன் மொழி ஆயிற்று. 'நீ வாழியர், நின் தந்தை தாய் வாழியர்' என வாழ்த்துதல் பரிசிற் குறிப்பாக ஆதலின், பரிசில் துறையும் ஆம்.)

இரங்கு முரசின் இனம் சால் யானை,
முந்நீர் ஏணி விறல் கெழு மூவரை
இன்னும் ஓர் யான் அவா அறி யேனே;
நீயே முன்யான் அறியு மோனே! துவன்றிய
கயத்திட்ட வித்து வறத்திற் சாவாது,
கழைக் கரும்பின், ஒலிக்குந்து,
கொண்டல் கொண்டநீர் கோடை காயினும்
கண்ணன்ன மலர்பூக் குந்து
கருங்கால் வேங்கை மலரின் நாளும்
பொன் னன்ன வீ சுமந்து
மணி யன்னநீர் கடற் படரும்;
செவ்வரைப் படப்பை நாஞ்சிற் பொருந!
சிறுவெள் ளருவிப் பெருங்கல் நாடனை!
நீ வாழீயர் நின் தந்தை
தாய்வா ழியர் நிற் பயந்திசி னோரே!

நீர் வளமும் நிளவளமும் மிகுந்த நாஞ்சில் மலைக்கு உரியோனான பொருனனே! சிற்றருவி பல உடைய பெருமலைக்கு உரியவனே! யான் ஒருவனே மூவேந்தரைப் பாடும் அவாவை இன்னமும் அறியாதவன். யான் முன்னர்த் தொடங்கி அறிந்தவன் நீ ஒருவனே! நீ வாழ்க! நின்னைப் பெற்றோரான நின் தந்தை தாயரும் வாழ்க!

சொற்பொருள்: *1.* இனஞ்சால் - இனம் அமைந்த *2.* ஏணி - எல்லை *3.* ஓர் யான் - யான் ஒருவனே. அவா அறியேன் - பாடும் அவாவை அறியேன் *4.* முன் யான் அறியுமோனே - நீதான் முன்னே தொடங்கி யான் அறியுமவன். துவன்றிய - நீர் நிறைந்த *5.* கயத்து இட்ட - பள்ளத்தின்கண் விதைத்த. வறத்திற் சாவாது - நீர் இன்மையாற் சாவாது. வறம் வறட்சி *6.*கழை - கரும்பு போல ஒலிக்குந்து - தழைக்கும். *7.* கொண்டல் - மழையால் முகந்து சொரியப்பட்ட *8.* பூக்குந்து - பூக்கும்.

138. நின்னை அறிந்தவர் யாரோ?

பாடியவர்: மருதன் இளநாகனார். **பாடப்பட்டோன்:** ஆய் அண்டிரன். **திணை:** பாடாண். **துறை:** பாணாற்றுப்படை .

(பாணனை ஆயிடத்துச் செல்க எனக் கூறி ஆற்றுப்படுத்தலின் பாணாற்றுப்படை ஆயிற்று. அவன் தப்பாமற் பரிசில் தருவான் என்பதனை உணர்த்துவார் 'நின் இறை' என்றனர்.)

ஆனினம் கலித்த அதர்பல கடந்து,
மானினம் கலித்த மலையின் ஒழிய,
மீனினம் கலித்த துறைபல நீந்தி,
உள்ளி வந்த, வள்ளுயிர்ச் சீறியாழ்
சிதா அர் உடுக்கை முதா அரிப் பாண!
நீயே பேரெண் ணலையே; நின்இறை;
'மாறிவா' என மொழியலன் மாதோ;
ஒலியிருங் கதுப்பின் ஆயிழை கணவன்
கிளி மரீஇய வியன் புனத்து
மரன் அணி பெருங்குரல் அனையன் ஆதலின்,
நின்னை வருதல் அறிந்தனர் யாரே!

வழி பல கடந்து வரும் முதிய பாணனே! சிறிய யாழும் கந்தல் உடையுமாகக் காணப்படுவோனே! அவனை எண்ணி வந்த நீ பெரிய எண்ணம் கொண்டவன். நின் தலைவன், 'பின்னொரு நாள் வா' என்று சொல்லாதவன். கருங்கூந்தல் ஆயிழையின் கணவன். அகன்ற புனத்தில் வாழும் கிளி. மரப்பொந்திலே சேர்த்துவைத்த பெரிய கதிரைப் போன்றவன், அவனிடம் பரிசில் பெற்று வரும்போது நின்னைப் 'பழைய பாணன்' என்று எவர்தம் அறிவார்? அத்துணை வளமுடன் நின் தோற்றமே மாறிவிடுமே!

சொற்பொருள்: *1.* ஆனினம் கலித்த அதர் பெற்றத்தினது இனமிக்க வழி *2.* மான் இனம் கலித்த - மான் திரள் மிக்க *3.*மீன் இனம் கலித்த - மீனினம் தழைத்த. வள்ளுயிர்ச் சீறி யாழ் - வள்ளிய ஓசையை யுடையதாகிய சிறிய யாழ். *5.* முதா அரிப்பாண - முதிய

பாணனே 6. நீ பேரெண்ணலை - நீதான் அவன்பாற் சில கருதிப் போகின்றமையின் பெரிய எண்ணத்தை யுடையை. 7. மாறிவா என - இப்பொழுது போய்ப் பின்னொரு நாள் பரிசிற்கு வா என்று. 8. வியன் புனத்து - அகன்ற புனத்தின்கண் 9. மரன் அணி பெருங்குரல் அனையன் - மரப்பொதும்பின் கண் வைத்த பெரிய கதிரை யொப்பவன்.

139. சாதல் அஞ்சாய் நீயே!

பாடியவர்: மருதன் இளநாகனார். **பாடப்பட்டோன்:** ஆய் அண்டிரன். **திணை:** பாடாண். **துறை:**பரிசில் கடா நிலை. **சிறப்பு:** 'வாழ்தல் வேண்டிப் பொய் கூறேன்; என்னும் புலவரது உள்ளச் செவ்வி.

(ஆய் அண்டிரனது சிறப்பை வியந்து கூறிப் பரிசில் வேட்டலின் பரிசில் கடாநிலை ஆயிற்று.)

சுவல் அழுந்தப் பல காய
சில்லோதிப் பல் இளை ஞரும்மே
அடி வருந்த நெடிது ஏறிய
கொடி மருங்குல் விறலிய ரும்மே ,
வாழ்தல் வேண்டிப்
பொய் கூறேன் மெய் கூறுவல்;
ஓடாப் பூட்கை உரவோர் மருக!
உயர் சிமைய உழா நாஞ்சில் பொருந!
மாயா உள்ளமொடு பரிசில் துன்னிக்
கனிபதம் பார்க்கும் காலை யன்றே;
ஈதல் ஆனான் வேந்தே; வேந்தர்க்குச்
சாதல் அஞ்சாய் நீயே; ஆயிடை
இருநிலம் மிளிர்ந்திசின் ஆ அங்கு ஒருநாள்,
அருஞ் சமம் வருகுவ தாயின்,
வருந்தலு முண்டு, என் பைதலங் கடும்பே

சுமந்து சுமந்து தோள் வடுப்பட்ட இளைஞர்களோ பலர்; அடிவருந்த நெடும்பொழுது ஏறியதால் களைத்தனர் எம் விறலியர்; இவர் உயிர் வாழ்வதை விரும்பியும் யான் ஏதும் பொய் சொல்லேன். வலியோர் மரபினே! நாஞ்சில் மலைக்கு வேந்தனே! உண்மையாகவே சொல்லுகிறேன். என் வறுமைநிலை நின் செவ்வியை எதிர்பார்த்துக் காத்திருக்கும் அச் சிறிதளவு காலமும் தாங்காததாகும். நின் அரசன் வேண்டியதை நினக்கு அளித்தனன்! அவனுக்காகப் போரிற் சாகவும். அஞ்சாய் நீ அப்படிப் போர் வந்து விட்டால் நீயும் எனக்கு உதவுமுன்

போருக்குப் புறப்பட்டு விட்டால் என் சுற்றமும் பசியால் அழிந்துபோம். ஆதலின் விரைந்து உதவி செய்து அருள்க பெருமானே!

சொற்பொருள்: *1.* சுவல் அழுந்த - தோள் வடுப்பட. பலகாய - பல முட்டுக்களையும் காவிய; முட்டுக்கள் - சுமைகள். காவிய - சுமந்த *2.* சில்லோதி - சிலவாகிய மயிரையுடைய *3.* நெடிது-நெடும்பொழுது *9.* பரிசில் துன்னி - பரிசிற்கு வந்து பொருந்தி.

140. தேற்றா ஈகை!

பாடியவர்: ஔவையார். **பாடப்பட்டோன்:** ஆய் அண்டிரன். **திணை:** பாடாண். **துறை:** பரிசில்விடை.

(பரிசில் பெற்ற புலவர் ஆயது ஈகைத்திறனை வியந்து பாடுதலால் பரிசில் விடை ஆயிற்று. 'கொடுப்போர் ஏத்தல் என்னும் துறைக்கு இளம்பூரணர் எடுத்துக் காட்டுவர் (தொல் புறத். சூ. 29))

தடவுநிலைப் பலவின் நாஞ்சில் பொருநன்
மடவன் மன்ற; செந்நாப் புலவீர்
வளைக்கை விறலியர் படைப்பைக் கொய்த
அடகின் கண்ணுறை ஆக யாம் சில
அரிசி வேண்டினெம் ஆகத், தான் பிற
வரிசை அறிதலின், தன்னும் தூக்கி.
இருங்கடறு வளைஇய குன்றத் தன்னஓர்
பெருங்களிறு நல்கி யோனே! அன்னதோர்
தேற்றா ஈகையும் உளதுகொல்?
போற்றார் அம்ம பெரியோர் தம் கடனே?

செவ்விய நாவையுடைய புலவர்களே! பலாமிகுந்த இந்நாஞ்சில் மலைவேந்தன் அறியாமையே உடையான் போலும்!விறலியர் பறித்த இலை உணவின்மேல் தூவுவதற்குச் சில அரிசியே வேண்டினோம். அவனோ எம் வறுமையை எண்ணாது தன் மேம்பாட்டையே எண்ணியவனாக மலைபோன்ற பெரிய யானையை எமக்கு அளித்தனன். இவ்வாறு தெளியாது கொடுக்கும் கொடையும் உலகில் உளதோ? பெரியோனான அவன் முறையறிந்து ஈதலைச் செய்யானோ! (குறை கூறுவது போலப் புகழ்ந்தது இது)

சொற்பொருள்: *1.* நாஞ்சிற் பொருநன் - நாஞ்சில் மலைக்கு வேந்தன் *2.* மடவன் - அறிவு மெல்லியன். *3.* படப்பைக் கொய்த - மனைப் பக்கத்தின்கண் பறித்த *4.* அடகின் கண்ணுறை ஆக - இலை உணவிற்மேல் தூவுவதாக *6.* வரிசை அறிதலின் - தான்

பரிசிலர்க்கு உதவும் வரிசை அறிதலான் 7. கடறு வளைஇய - சுரஞ் சூழ்ந்த.

141. மறுமை நோக்கின்று!

பாடியவர்: பரணர். **பாடப்பட்டோன்:** வையாவிக் கோப்பெரும் பேகன். **திணை:** பாடாண். **துறை:** பாணாற்றுப்படை; புலவராற்றுப் படையும் ஆம்.

('எங்கோ பேகன்; அவன் கைவண்மை மறுமை நோக்கிற்றன்று; பிறர் வறுமை நோக்கிற்று' எனக் கூறிப் பாணனை ஆற்றுப்படுத்துகின்றனர். உடா அ, போரா வாகுதல் அறிந்தும், படா அம் மஞ்ஞைக்கு ஈத்த எங்கோ, எனப் பேகனது கொடை மடத்தைக் கூறினதும் காண்க.)

'பாணன் சூடிய பசும்பொன் தாமரை
மாணிழை விறலி மாலையொடு விளங்கக்,
கடும்பரி நெடுந்தேர் பூட்டு விட்டு அசைஇ
ஊரீர் பொலச் சுரத்திடை இருந்தனிர்!
யாரீரோ? என வினவல் ஆனாக்
காரென் ஒக்கல் கடும் பசி இரவல!
வென்வேல் அண்ணல் காணா ஊங்கே,
நின்னினும் புல்லியேம் மன்னே; இனியே
இன்னேம் ஆயினேம் மன்னே; என்றும்
உடா அ போரா, ஆகுதல் அறிந்தும்
படா அம் மஞ்ஞைக்கு ஈத்த எம் கோ,
கடா அ யானைக் கலிமான் பேகன்,
'எத்துணை ஆயினும் ஈதல் நன்று' என
மறுமை நோக்கின்றோ அன்றே
பிறர் வறுமை நோக்கின்று அவன் கைவண்மையே.

''பாணராகிய நீவிர் பொற்றாமரைப்பூச் சூடியவராகவும் நும் விறலியர் பொன்னரிமாலை சூடியவராகவும் தேரினைப் பூட்டு அவிழ்த்துவிட்டு வேற்றூரார்போலச் சுரத்திடையே களைப்பாறியிருக்கும் நீவிர் யாவீரோ?'' எனக் கேட்கின்றாய். நிறைந்த சுற்றமும் கொடிய பசியும் உடைய இரவலனே! வெற்றி வேலோனாகிய பேகனைக் காணும் முன் நின்னினும் வறியோம் யாம்! எந்நாளும் போர்த்துத் திரியாவென அறிந்தும் மயிலுக்குப் போர்வையளித்த அருளாளன் அவன். மதயானையும் செருக்கு மிகுந்த குதிரையும் உடையவன். பின்வரும் நன்மையை எதிர்பார்த்தன்று அவன் அளவின்றிக் கொடுப்பது. பிறரது வறுமையை மட்டும் நோக்கி அதற்கேற்ப அளவிறந்து

கொடுப்பதே அவன் வள்ளன்மை. நீயும் அவனைச் சென்று காண விரைவாயாக!

சொற்பொருள்: *பசும்பொன் தாமரை - ஒட்டற்ற பொன்னாற் செய்யப்பட்ட தாமரைப்பூ. பூட்டுவிட்டு அசைஇ - பிணிப்புவிட்டு இளைப்பாறி. 4. ஊரீர்போல - ஊரின்கண் இருந்தீர் போல. 5. யாரீரோ என - நீவிர் யாவிர் பாணரோ என 6. காரென் ஒக்கல் - புல்லென்ற சுற்றத்தினர். 7. வெண்வேல் - வெற்றிவேல். காணா ஊங்கு - காண்பதனன் முன் 8. புல்லியேம் - வறியேம். 9. இன்னேம் இத்தன்மையேம் ஆயினேம் 11. படாஅம் - படாத்தினை; போர்வையை. மஞ்ஞைக்கு - மயிலுக்கு 13. நன்று என - அழகிது என்று.*

142. கொடைமடமும் படைமடமும்!

பாடியவர்: *பரணர்.* **பாடப்பட்டோன்:** *வையாவிக் கோப்பெரும் பேகன்.* **திணை:** *பாடாண்.* **துறை:** *இயன்மொழி.*

('கொடை மடம் படுதல் அல்லது படைமடம் படான்' என அரசனது இயல்பு மிகுதி தோன்றக் கூறலான் இயன் மொழி ஆயிற்று.)

அறுகுளத்து உகுத்தும், அகல்வயல் பொழிந்தும்,
உறுமிடத்து உதவாது உவர்நிலம் ஊட்டியும்,
வரையா மரபின் மாரி போலக்,
கடாஅ யானைக் கழற்கால் பேகன்
கொடைமடம் படுதல் அல்லது,
படைமடம் படான் பிறர் படைமயக் குறினே.

வயலிலும் குளத்திலும் களர்நிலத்திலும் ஒரு நீரதாகப் பெய்யும் மழை போன்று இரவலர் எத்தகுதியினராயினும் வரையாது ஒப்பக் கொடுக்கும் இயல்பினன் பேகன். கொல்யானையும் வீரக்கழலும் உடைய அவன், கொடையின் கண்ணே இவ்வாறு மடமையுடையவனேனும், போரில் தன்னொத்த வீரருடன் பொருபவனேயன்றித் தனக்குத் தகுதியற்றாருடன் பொரும் மடமையோன் அல்லன்.

சொற்பொருள்: *1. உகுத்தும் - பெய்தும். 2. உறும் இடத்து உதவாது - குளத்தும் விளைநிலத்தும் பெய்யாது. உவர்நிலம் ஊட்டியும் - களர் நிலத்தை நிறைத்தும். 5. கொடைமடம்படுதல் - கொடுக்கும்போது அளவு கடந்து வழங்குதல் 6. மயக்குறின் - கலந்து பொரின். படைமடம் படா அன் - அப் படையிடத்துத் தான் அறியாமைப்படான்.*

143. யார்கொல் அளியள்!

பாடியவர்: கபிலர். **பாடப்பட்டோன்:** வையாவிக் கோப்பெரும் பேகன். **திணை:** பெருந்திணை. **துறை:** குறுங்கலி. தாபதநிலையும் ஆம். குறிப்பு: துறக்கப்பட்ட கண்ணகி காரணமாகப் பாடியது.

('அருள் பண்ணவேண்டும் என்று இரந்துகொண்டு கூறினமையின் குறுங்கலி ஆயிற்று. கணவனைப் பிரிந்து அவள் இருந்த நிலைமையைக் கூறுதலின் தாபத நிலையும் ஆம். மிகச் சிறந்த பெண்மைப் பண்பினை விளக்கும் செய்யுள் இது.)

**'மலைவான் கொள்க!' என, உயர்பலி தூஉய்,
மாரி ஆன்று, மழைமேக்கு உயர்க!' எனக்
கடவுட் பேணிய குறவர் மாக்கள்
பெயல்கண் மாறிய உவகையர் சாரற்
புனத்தினை அயிலும் நாட சினப் போர்க்
கைவள் ஈகைக் கடுமான் பேக
யார்கொல் அளியள் தானே; நெருநல்,
சுரன் உழந்து வருந்திய ஒக்கல் பசித்தெனக்,
குணில்பாய் முரசின் இரங்கும் அருவி
நளிஇருஞ் சிலம்பின் சீறூர் ஆங்கண்,
வாயில் தோன்றி வாழ்த்தி நின்று,
நின்னும் நின்மலையும் பாட, இன்னாது
இகுத்த கண்ணீர் நிறுத்தல் செல்லாள்.
முலையகம் நனைப்ப விம்மிக்
குழல் இனை வதுபோல் அழுதனள் பெரிதே**

மழையற்றபோது செய்யவேண்டியும், பெருமழை பெய்ய அதனை நிறுத்தல் வேண்டியும் தெய்வம் போற்றும் குறமக்கள் இவ்வாறு மழைமாறிய மகிழ்வினராய் புனத்து விளைந்த தினையை உண்டு மகிழும் வனநாடனே! வெல்போரும் கைவண்மையும் உடைய பேகனே! நேற்றுச் சுரத்திடையே, நடந்து இளைத்து வருந்திய என் சுற்றம் பசியால் வாட ஒரு வீட்டிலே சென்று வாழ்த்தி நின்னையும் நின் மலையையும் பாடினேம். அப்பொழுது கண்ணீர் இடையறாது சோரப் பொருமிக் குழல் இனைவது போலப் பெரிதும் அழுது நின்றனள், யாவளோ ஒருத்தி! எம்மினும் நின்னால் அருள் செய்யப்பட்ட வேண்டுமவள் முதற்கண் அவளேதான் பெருமானே! யார்தாமோ அவள்?

சொற்பொருள்: *1.* மலை வான் கொள்க என - மலையை மழைவந்து சூழ்க என்று 2. மாரி ஆன்று - அம்மழை மிகப் பெய்தலான் அப்பெயல் அமைந்து; மழை - முகில். மேக்கு உயர்க

என - மேலே போவதாக வேண்டுமென. *4.* பெயல் கண் மாறிய - மழை இடத்து மாறிய. *9.* குணில்பாய் - கடிப்பு அறையப்பட்ட *13.* இகுத்த - சொரியப்பட்ட. நிறுத்தல் செல்லாள் - ஒழித்தல் மாட்டாளாய். *15.* குழல் இனைவது போல் - புல்லாங்குழல் இரங்கி ஒலிப்பது போல.

144. முல்லை வேலி நல்லூரான்!

பாடியவர்: பரணர். **பாடப்பட்டோன்:** வையாவிக் கோப் பெரும்பேகன். **திணை:** பெருந்திணை. **துறை:** குறுங்கலி.

அருளா யாகலோ கொடிதே; இருள்வரச்,
சீறியாழ் செவ்வழி பண்ணி யாழ நின்
கார்எதிர் கானம் பாடினே மாக,
நீல்நறு நெய்தலிற் பொலிந்த உண்கண்
கலுழ்ந்து வார் அரிப்பனி பூண் அகம் நனைப்ப
இனைதல் ஆனா ளாக 'இளையோய்
கிளையை மன் எம் கேள்வெய் யோற்கு?' என
யாம்தன் தொழுதனம் வினவக் காந்தள்
முகைபுரை விரலின் கண்ணீர் துடையா,
'யாம், அவன் கிளைஞரேம் அல்லேம்; கேள் இனி;
எம்போல் ஒருத்தி நலன்நயந்து என்றும்
வரூஉம் என்ப; வயங்கு புகழ்ப் பேகன்
ஒல்லென ஒலிக்கும் தேரொடு
முல்லை வேலி நல்லூ ரானே!'

நின் வீட்டின் முன் நின்று செவ்வழிப்பண் பாடி நின்றேம். கண் கலங்கி வீழும் நீர் மார்பை நனைப்ப வந்தாள்! 'இளையோய்! எம் கேண்மையை விரும்பும் பேகனுக்கு நீவிர் உரிமை உடையரோ?' என அவ்வன்னையை வணங்கிக் கேட்டோம். அவள் கைவிரல்களால் கண்ணீரைத் துடைத்த வாறே,' அவன் கிளைஞர் யாமல்லேம்; எம்போன்ற அழகினை உடையவள் ஒருத்தியைக் காதலித்து, விளங்குபுகழ்ப் பேகன் தேருடன் முல்லை வேலியையுடைய நல்லூரின்கண் இப்பொழு தெல்லாம் வருகின்றான் என்று பலரும் சொல்வர்; கேட்டையோ? என்றனள். அவளுக்கு நீ அருள் செய்யாதது ஏனோ பெருமானே?

சொற்பொருள்: *1.*அருளாய் ஆகல் - அருள்பண்ணாயாதல். இருள் - மாலைக் காலம் வந்த அளவில் *2.* செவ்வழி பண்ணி - இரங்கற்பண்ணாகிய செவ்வழி என்னும் பண்ணிலே வாசிக்கும் பரிசு பண்ணி. *3.* கார் எதிர் - மழையை ஏற்றுக் கொண்ட *5.* கலுழ்ந்து - கலங்கி. அரிப்பனி - இடைவிட்ட துளிகள்

6.இறையோய் என்றது இளமையை உடையவளாகிய கண்ணகியை. கிளையமன் 7. கிளைமையுடையையோ. கேள் வெய்யோற்கு - கேண்மையை விரும்புவோனுக்கு 8. காந்தள் புரை - காந்தள் மொட்டுப் போலும் 10. கேள் - கேட்பாயாக 11. நலன் நயந்து - அழகைக் காதலித்து . 12. என்றும் வரூஉம் என்ப - எந்நாளும் வருகுவன் என்று பலரும் சொல்வர்.

145. அவள் இடர் களைவாய்!

பாடியவர்: கபிலர். **பாடப்பட்டோன்:** வையாவிக் கோப் பெரும் பேகன். **திணை:** பெருந்திணை. **துறை:** குறுங்கலி 'பரணர் பாட்டு' எனவும் கொள்வர்.

'மடத்தகை மாமயில் பனிக்கும்' என்று அருளிப்
படா அம் ஈத்த கெடா அ நல்லிசைக்
கடாஅ யானைக் கலிமான் பேக!
பசித்தும் வாரேம்; பாரமும் இலமே;
களங்கனியன்ன கருங்கோட்டுச் சீறியாழ்
நயம்புரிந் துறையுநர் நடுங்கப் பண்ணி,
'அறம்செய் தீமோ' அருள்வெய் யோய்! என,
இஃதியாம் இரந்த பரிசில்; அஃது இருளின்
இனமணி நெடுந்தேர் ஏறி
இன்னாது உறைவி அரும்படர் களைமே!

மயில் பனியால் நடுங்குமெனப் போர்வை அளித்த புகழுடைய பேகனே கேள்; யாம் பசித்து நின்னை நாடி வருவேம் அல்லேம். எம்மால் காப்பாற்றப்படும் சுற்றமும் இன்று யாழினை இனிதாக இசைத்து 'அருள் விரும்புவோயே. அறம் செய்வாயாக' என நின்னிடம் இரந்த பரிசில் எம் நலனுக்காக அன்று. இன்றிரவே நின் தேரேறிச் சென்று நின் நினைவால் பொறுத்தற்கரிய நோயுடையவளாகக் காணவும் சகிக்காத துயருடன் வாழும் நின் மனைவியின் பிரிவுநோயைத் தீர்ப்பாயாக. இதுவே யாம் நின்னிடம் விரும்பும் பரிசில் பெருமானே!

சொற்பொருள்: 1. மடத்தகை - மெல்லிய தகைமையுடைய. பனிக்கும் - குளிரால் நடுங்கும். 2. படாஅம் - போர்வை 4. பாரமும் இலம் - எம்மாற் புரக்கப்படும் சுற்றமும் உடையே மல்லேம். 63. நயம் புரிந்து உறையுநர். இசையின்பத்தை விரும்பியுறைபவர். நடுங்கப்பண்ணி - இசையின்பத்தால் தலையசைத்துக் கொண்டாடும்படி வாசித்து. செய்தீமோ - செய்வாயாக 6. அஃது - அஃதாவது. இருளின் - இற்றை இரவின்கண் 10. இன்னாது உறைவி - காண்டற்கு இன்னாதாக

உறைகின்றவள். அரும் படர் பொறுத்தற்கரிய பிரிவாலுண்டாகிய துன்பத்தை.

146. தேர் பூண்க மாவே!

பாடியவர்: அரிசில் கிழார். **பாடப்பட்டோன்:** வையாவிக் கோப்பெரும் பேகன். **திணை:** பெருந்திணை. **துறை:** குறுங்கலி.

அன்ன வாக; நின் அருங்கல வெறுக்கை;
அவை பெறல் வேண்டேம் அடுபோர்ப் பேக!
சீறியாழ் செவ்வழி பண்ணி நின் வன்புல
நன்னாடு பாட, என்னை நயந்து
பரிசில் நல்குவை யாயின் குரிசில்! நீ
நல்கா மையின் நைவரச் சா அய்
அருந்துயர் உழக்கும்நின் திருந்திழை அரிவை
கலிமயிற் கலாவம் கால்குவித் தன்ன
ஒலிமென் கூந்தல் கமழ்புகை கொளீஇத்
தண்கமழ் கோதை புனைய;
வண்பரி நெடுந்தேர் பூண்க, நின் மாவே!

அடுபோர்ப் பேகனே, நீ தந்த செல்வமும் பிறவும் அவ்விடமே இருக்க! யாம் பாடியதற்கு உவந்து நீ பரிசில் தருகுவதாயின் நீ அருளாததால் கண்டார் இரங்க நலிந்த வளாகித் துயரால் வருந்தும் நின் தேவியின் கூந்தலிலே நறும்புகை ஊட்டித், தண்மலர் சூடி அவள் வருத்தம் தீர்க்க இனனே நின் குதிரைகள் தேரிற் பூண்பனவாகுக! இதுவே நின்பால் யாம் வேண்டுவதாகிய ஒரே பரிசில்!

சொற்பொருள்: *1.* வெறுக்கை - செல்வம் *3 4* வன்புல நன்னாடு பாட - நினது வலிய நிலமாகிய நல்ல மலை நாட்டைப் பாட *4.* நயந்து - காதலித்து *6.* நல்காமை யின் - அருளாமையால். நைவரச் சா அய் - கண்டார் இரங்க மெலிந்து *7.* அரிவை - கண்ணகி *8.* கலிமயில் கலாவம் - தழைத்த மயிலினது பீலியை - கால்குவித்தன்ன - கால் ஒன்றக் குவித்தாற் போன்ற *9.* கோதை - மாலை.

147. எம் பரிசில்!

பாடியவர்: பெருங்குன்றூர் கிழார். **பாடப்பட்டோன்:** வையாவிக் கோப்பெரும் பேகன். **திணை:** பெருந்திணை. **துறை:** குறுங்கலி.

கன்முழை அருவிப் பன்மலை நீந்திச்
சீறியாழ் செவ்வழி பண்ணி வந்ததைக்

கார்வான் இன்னுறை தமியள் கேளா,
நெருநல் ஒருசிறைப் புலம்புகொண்டு உறையும்
அரிமதர் மழைக்கண் அம்மா அரிவை   5
நெய்யொடு துறந்த மையிருங் கூந்தல்
மண்ணுறு மணியின் மாசு அற மண்ணிப்
புதுமலர் கஞல இன்று பெயரின்
அதுமன் எம் பரிசில் ஆவியர் கோவே!

ஆவியர் கோவே! யாம் செவ்வழிப்பண் இசைத்துவரக் கார்ப்பெயல் போலக் கண் நீர் சோரத் தனித்து நின்று கேட்டனள்; தனிமையால் கலங்கிய கண்ணினள்; அவள் மையிருங் கூந்தலைக் கழுவிச் செவ்விய மலர் சூடி மகிழும் வண்ணம் இன்றே நீ எழுந்தனையானால் அதுவே எம் பரிசிலாகும். பிற யாதும் யாம் வேண்டேம் பெருமானே!

சொற்பொருள்: வந்ததை - வந்ததற்கு 3. கார்வான் இன்னுறை - கார் காலத்து மழையினது இனிய துளி வீழ்கின்ற ஓசையை. கேளா - கேட்டு 4. புலம்பு கொண்டு உறையும் - தனிமை கொண்டிருந்த 5. அம்மா அரிவை - அழகிய மாமை நிறத்தினையுடைய அந்த அரிவையது. நெய்யொடு துறந்த - நெய்யால் துறக்கப்பட்ட 7. மண்ணுறு மணியின் - ஒப்பமிடப்பட்ட நீலமணியினும். மண்ணி - கழுவி. 8. கஞல - நெருங்கும் பரிசு. பெயரின் - செல்வையாயின்.

148. என் சிறு செந்நா!

பாடியவர்: வன்பரணர். **பாடப்பட்டோன்:** கண்டீரக் கோப் பெருநள்ளி **திணை:** பாடாண். **துறை:** பரிசில்.
(பரிசிலை விரும்பிப் பாடலின், பரிசில் துறை ஆயிற்று.)

கறங்குமிசை அருவிய பிறங்குமலை நள்ளி! நின்
அசைவு இல் நோன்தாள் நசைவளன் ஏத்தி
நாடொறும் நன்கலம் கனிற்றொடு கொணர்ந்து
கூடுவிளங்கு வியன்நகர்ப், பரிசில் முற்று அளிப்பப்;
பீடில் மன்னர்ப் புகழ்ச்சி வேண்டிச்   5
செய்யா கூறிக் கிளத்தல்
எய்யா தாகின்று எம் சிறுசெந் நாவே.

உயர்மலைக் கோமானான நள்ளியே! அணிகலன் பலவும் களிற்றுடன் கொணர்ந்து நெற்கூடு விளங்கும் நின் நகரின் கண் இருந்து, வரும் பரிசிலர்க்கு வழங்கிக் கொண்டே இருக்கின்றாய். அதனால் எம் நாவானது, பெருமையற்ற மன்னர் பால் புகழ்ச்சி வேண்டிச் சென்று அவர் செய்யாதனவெல்லாம் கூறிப் பொய்ம்மையாகப் புகழாதாயிற்று.

சொற்பொருள்: *1.* மிசைகறங்கு அருவிய - உச்சிக்கண் ணின்றும் ஆலித்து இழிதரும் அருவியினையுடைய. பிறங்கு - உயர்ந்த 2. அசைவு இல் - தளர்சியில்லாத. நசைவளன் - நச்சப்படும் செல்வத்தை 4. கூடு - மேற்கூடு. முற்று - சூழ்ந்திருந்த. பரிசில் அளிப்ப - பரிசிலர்க்கு அளித்துவிடுவதால் 5. பீடுஇல் - பிறர்க்கு ஈயும் பெருமையில்லாத 6. செய்யா கூறிக் கிளத்தல் - அவ்வரசர் செய்யாதனவற்றைச் சொல்லி அவர் குணங்களைப் பொய்யே புனைந்து கூறதலை. எய்யாதாகின்று - அறியாதாயிற்று.

149. வண்மையான் மறந்தனர்!

பாடியவர்: வன்பரணர் . **பாடப்பட்டோன்:** கண்டீரக் கோப் பெருநள்ளி. **திணை:** பாடாண். **துறை:** இயன்மொழி.

(நின் வண்மையால் எமர் இரந்து வரலை மறந்தனர் என நள்ளியது கொடை வென்றியைப் பாடலின் இயன் மொழி ஆயிற்று.)

நள்ளி! வாழியோ; நள்ளி! நள்ளென்
மாலை மருதம் பண்ணிக் காலைக்
கைவழி மருங்கிற் செவ்வழி பண்ணி
வரவுஎமர் மறந்தனர்; அது நீ
புரவுக்கடன் பூண்ட வண்மை யானே

நள்ளியே வாழ்வாயாக! ‘ நள்’ எனும் மாலை வேளையிலே மருதப்பண் வாசித்தலும் காலையிலே செவ்வழிப்பண் இசைத்தலும் எம் பாணரும் மறந்தனர். அவரை மறக்கச் செய்தவன் நீயே! கொடுத்துக் காத்தலைக் கடனாகக் கொண்டு அவர்க்குப் பெருநிதி வழங்கிய நின் வண்மையாலேதான் அவர் பரிசிலுக்கு வேண்டிப் பாடும் தம் வழக்கத்தை அறவே மறந்து இவ்வாறாயினர்!

சொற்பொருள்: *1.* வாழி வாழ்வாயாக. ஓ. அசை. நள்ளென் - நள்ளென்னும் ஓசையையுடைய 2. மாலை - மாலைப் பொழுதின்கண். மருதம் - மருதம் என்கின்ற பண்ணை. காலைக்கும் மாலைக்கும் இசைப்பதற்குரிய பண்கள் கூறப்பெற்றிருப்பதனை உணர்க.

150. நளி மலை நாடன்!

பாடியவர்: வன் பரணர். **பாடப்பட்டோன்:** கண்டீரக் கோப் பெருநள்ளி. **திணை:** பாடாண். **துறை:** இயன் மொழி. **சிறப்பு:** தோட்டி மலைக்கு உரியவன் இவன் என்பதும் இவன் வேட்டுவக் குடியினன் என்பதும்.

(நள்ளியின் பெருமிதச் செவ்வியைப் பாட்டு தெளிவாக எடுத்துக் காட்டுகின்றது. அவனது பண்பு மேம்பாடும் காட்டப்பட்டுள்ளது.)

கூதிர்ப் பருந்தின் இருஞ் சிறகு அன்ன,
பாறிய சிதாரேன் பலவுமுதல் பொருந்தித்
தன்னும் உள்ளேன் பிறிதுபுலம் படர்ந்த என்
உயங்குபடர் வருத்தமும் உலைவும் நோக்கி
மான்கணர் தொலைச்சிய குருதியங் கழற்கால்,
வான்கதிர்த் திருமணி விளங்கும் சென்னிச்
செல்வத் தோன்றல் ஓர் வல்வில் வேட்டுவன்
தொழுதனென் எழுவேற் கைகவித்து இரீஇ
இழுதின் அன்ன வால்நிணக் கொழுங்குறை
கான் அதர் மயங்கிய இளையர் வல்லே,
தாம்வந்து எய்தா அளவை ஒய்யெனத்
தான்ஞெலி தீயின் விரைவனன் கூட்டு 'நின்
இரும்பேர் ஒக்கலொடு தினம்' எனத் தருதலின்,
அமிழ்தின் மிசைந்த காய்பசி நீங்கி
நல்மரன் நளிய நறுந்தண் சாரல்,
கல்மிசை அருவி தண்ணெனப் பருகி
விடுத்தல் தொடங்கினேன் ஆக வல்லே,
''பொறுத்தற் கரிய வீறுசால் நன்கலம்
பிறிதொன்று இல்லை; காட்டு நாட்டேம்'' என
மார்பிற் பூண்ட வயங்குகாழ் ஆரம்
மடைசெறி முன்கைக் கடகமொடு ஈத்தனன்;
'எந்நா டோ' என நாடும் சொல்லான்
யாரீ ரோ!' எனப் பேரும் சொல்லான்;
பிறர்பிறர் கூற வழிக்கேட் டிசினே;
இரும்பு புனைந்து இயற்றாப் பெரும்பெயர்த் தோட்டி
அம்மலை காக்கும் அணிநெடுங் குன்றின்
பளிங்கு வகுத் தன்ன தீநீர்;
நளிமலை நாடன் நள்ளி அவன் எனவே.

குளிர்காலத்துப் பருத்தின் சிறகைப் போன்ற சிதைந்த ஆடையுடன் பிற நாடெல்லாஞ் சுற்றியும் தீராத வருத்தமும் உலைவும் கொண்டவனாக என்னையும் மறந்து ஒரு பலா மரத்தடியிலே இருந்தேன். அதுபோழ்து தான் வேட்டையாடிய மானுடன் வந்தனன் செல்வத் தோன்றலான வலிய வில்லாளனான வேட்டுவன் ஒருவன். அவனை வணங்கி எழ முயன்றேனைக் கைகவித்து அவன் இருத்தினான். அதனுடன்

மானின் நெய்யிழுது போன்ற தசையைச் சுட்டுத் தின்னுக என்றனன். அதனை உண்டு யானும் என் சுற்றமும் பசி நெருப்பு அவிய இருந்தேம். அருவி நீர் குடித்துப் பின் அவனிடம் விடைபெறவும் தொடங்கினேம். 'அவனோ காட்டிலிருக்கின்றேம்; நுமக்குத் தர வேறோர் சிறந்த பொருளும் எம்மிடம் இல்லையே' எனச் சொல்லியவனாகத் தன் மார்பின் முத்து ஆரத்தையும் கையிற் கடகத்தையும் எடுத்துத் தந்தனன். 'நீர் யார்? நும் நாடு யாது?' என யாம் வினவ எதுவுங் கூறுதலன்றிச் சென்றும் விட்டனன். அவன் நாடும் பேரும் பின்னர் வழியிடையே பிறர்பிறர் கூறக் கேட்டேம். அவன்தான் மிக்க புகழும் பெருநாடும் உடையோனான தோட்டி மலைக்குத் தலைவனான நள்ளி என்பான்!

சொற்பொருள்: *1.* கூதிர்ப்பருந்தின் - இளம்வேனிற் காலத்துப் பருந்தினது. *2.* பாறிய சிதாரேன் துணியாகிய சீரையை உடையேனாய். பலவு முதல் - பலாவடி *4.* உயங்கு படர் வருத்தமும் - எனது ஒய்ந்த செலவாலுளதாகிய வருத்தத்தினையும் *9.* இழுதின் அன்ன - நெய்யிழுது போன்ற. கொழுங்குறை - கொழுவிய தடியை *10.* மயங்கிய - மயங்கிப் போகிய *11.* ஒய்யென - கடிதாக. ஞெலி தீயின் - கடைந்த தீயால். *15.* நீங்கி - தீர்ந்ததாக. *16.* நன்மரன் - நளிய நல்ல மரச் செறிவுடைய *21.* மடைசெறி - கொளுத்துச் செறிந்த; கொளுத்து - ஆபரணங்களின் பூட்டு *26.* குன்றின் - பக்கமலையினையும்.

151. அடைத்த கதவினை!

பாடியவர்: பெருந்தலைச் சாத்தனார். **பாடப்பட்டோன்:** இளவிச்சிக்கோ. **திணை:** பாடாண். **துறை:** இயன் மொழி. **குறிப்பு:** இளங் கண்டீரக்கோவும் இளவிச்சிக்கோவும் ஒருங்கு இருந்தனர். அவண் சென்ற புலவர் இளங்கண்டீரக் கோவைப் புல்லி இளவிச்சிகோவைப் புல்லாராயினர். 'என்னை என் செயப் புல்லீராயினர்' என அவன் கேட்க புலவர் பாடிய செய்யுள் இது. (இருவரது குடியியல்புகளையும் கூறிப் பாடுதலால் இயன்மொழி ஆயிற்று.)

பண்டும் பண்டும் பாடுநர் உவப்ப
விண்தோய் சிமைய விறல்வரைக் கவா அன்
கிழவன் சேட்புலம் படரின் இழை அணிந்து ,
புன்தலை மடப்பிடி பரிசிலாகப்,
பெண்டிரும் தம்பதம் கொடுக்கும் வண்புகழ்க்
கண்டீ ரக்கோன் ஆகலின் நன்றும்

முயங்கல் ஆன்றிசின் யானே; பொலந்தேர்
நன்னன் மருகன் அன்றியும்; நீயும்
முயங்கற்கு ஒத்தனை மன்னே; வயங்கு மொழிப்
பாடுநர்க்கு அடைத்த கதவின் ஆடு மழை
அணங்குசால் அடுக்கம் பொழியும் நும்   10
மணங்கமழ் மால்வரை வரைந்தனர் எமரே.

தம் கணவர் மலைப்பக்கத்து நெடுந்தொலைவு சென்றுள்ள போதும் வந்து பாடுவார்க்குப் பிடியானைகளைப் பரிசாக மனைவியரும் வழங்கும் புகழ்மிக்க கண்டீரக்கோ மரபினன் இவன். ஆதலின் யாம்தழுவினேம். நீயோ நன்னன் மரபினன் (பெண் கொலைபுரிந்த நன்னன்): மேலும் நின்னைத் தழுவலாமென்றாலோ எம்போற் பாடுவார்க்கு அடைத்த கதவு உடைமையால் எவரும் பாடாதொழிந்த நிலையினையும் உடையது நின் மலை! எனவே யாம் நின்னைத் தழுவினேம் அல்லேம்.

சொற்பொருள்: 1. பண்டும் பண்டும் - முன்பேயும் முன்பேயும். 2. வரைக் கவா அன் - மலைப்பக்கத்து 3. கிழவன் - கணவன். 11. அணங்குசால் அடுக்கம் - தெய்வம் அமைந்த அரைமலைக் கண்ணே 12. எமர் வரைந்தனர் - எம் இனத்தாரான புலவர் பாடுதலை நீக்கினர்.

152. பெயர் கேட்க நாணினன்!

பாடியவர்: வன்பரணர். பாடப்பட்டோன்: வல்வில் ஓரி. திணை: பாடாண். துறை: பரிசில் விடை. சிறப்பு: ஓரியது பெருமித நிலையின் விளக்கம்; அவன் வேட்டுவக் குடியினன் என்பது. (பரிசில் பெற்ற புலவர், அவனை வியந்து பாடியது இச்செய்யுள்.)

'வேழம் வீழ்த்த விழுத் தொடைப் பகழி
பேழ்வாய் உழுவையைப் பெரும்பிறிது உறீஇப்
புழல் தலைப் புகர்க்கலை உருட்டி உரல்தலைக்
கேழற் பன்றி வீழ அயலது
ஆழற் புற்றத்து உடும்பில் செற்றும்   5
வல்வில் வேட்டம் வலம்படுத் திருந்தோன்
புகழ்சால் சிறப்பின் அம்புமிகத் திளைக்கும்
கொலைவன் யார்கொலோ? கொலைவன் மற்றுஇவன்
விலைவன் போலான்; வெறுக்கை நன்கு உடையன்;
ஆரம் தாழ்ந்த அம்பகட்டு மார்பின்,   10
சாரல் அருவிப் பயமலைக் கிழவன்,
ஓரி கொல்லோ? அல்லன் கொல்லோ?

பாடுவல் விறலி! ஓர் வண்ணம்; நீரும்
மண்முழா அமைமின்; பண்யாழ் நிறுமின்;
கண்விடு தூம்பின் களிற்றுஉயிர் தொடுமின்;
எல்லரி தொடுமின்; ஆகுளி தொடுமின்;
பதலை ஒருகண் பையென இயக்குமின்;
மதலை மாக்கோல் கைவலம் தமின் என்று
இறைவன் ஆகலின் சொல்லுபு குறுகி,
மூவேழ் துறையும் முறையுளிக் கழிப்பிக்,
'கோ' வெனப் பெயரிய காலை ஆங்கு அது
தன்பெயர் ஆகலின் நாணி மற்று யாம்
நாட்டிடன் நாட்டிடன் வருதும்; ஈங்கு ஓர்
வேட்டுவர் இல்லை நின் ஒப் போர் என
வேட்டது மொழியவும் விடா அன் வேட்டத்தில்
தான் உயிர் செகுத்து மான்நிணப் புழுக்கோடு
ஆன் உருக்கு அன்ன வேரியை நல்கித்
தன்மலைப் பிறந்த தாவில் நன்பொன்
பன்மணிக் குவையொடும் விரைஇக் 'கொணைம்' எனச்
சுரத்து இடை நல்கி யோனே; விடர்ச்சிமை
ஓங்கு இருங் கொல்லிப் பொருநன்
ஓம்பா ஈகை விறல்வெய் யோனே!

விறலியே! அருவிகள் வழியும் சந்தனச் சாரலுக்கு உரியவனான வல்வில் ஓரிதான் இவன். அம்பு ஏவுந்தொழிலிலே மிக வல்லவன் எனினும் விலைப்பொருட்டாகக் கொல்லும் எனியனும் அல்லன். மிக்க செல்வன். சந்தனம் பூசிப் புலர்ந்த பரந்த மார்பினன். பல இசைக்கருவிகளையும் இசைத்து இருபத்தொரு பாடல் துறையையும் பாடி வாழ்த்தும்போது 'வேந்தே' எனத் தொடங்கவும் தன்புகழ் தன்னெதிரே கேட்க நாணித் தொடர்ந்து 'நின் போன்றோர் ஒருவரும் இலரே' என வாழ்த்து முன்னர் மான் தசையும் ஆநெய் போன்ற மணமுள்ள மதுவும் கலந்து ஊட்டிப் பொன்னும் மணித்திரளும் இடைவழியிலேயே எமக்கு வழங்கினான். உயர்ந்த மலைக்குத் தலைவன்; வரையாத ஈகையினை உடையவன்; வெற்றி வீரன்; அந்த ஓரி. அவன் வாழ்வானாக!

சொற்பொருள்: *2.பெரும்பிறிது இரீஇ - இறந்து பாட்டையுறுவித்து 3. புழல்தலை புகர்க்கலை - துளை பொருந்திய கோட்டை யுடைத்தாகிய தலையினையுடைய புள்ளிமான் கலையை. 4. ஆழல் புற்றத்து - ஆழ்தலையுடைய புற்றின்கண் 15.கண்விடு தூம்பின் - கண்திறக்கப்பட்ட தூம்பாகிய 16. எல்லரி தொடுமின் - சல்லரியை வாசியுங்கள். ஆகுளி - சிறுபறையை. 17.ஒரு கண் -*

ஒரு முகத்தை 18. கைவலம் தம்மின் என்று - கையின் கண்ணே தாருங்கோள் என்று.

153. கூத்தச் சுற்றத்தினர்!

பாடியவர்: வன்பரணர். **பாடப்பட்டோன்:** வல்வில் ஓரி. **திணை:** பாடாண். **துறை:** இயன் மொழி.

(ஓரியது கொடையியல்பைக் கூறிப் போற்றுவது இச் செய்யுள். 'இவனிடம் பரிசில் பெற்றார் அந்த வளமிகுதி காரணமாகப் பாடலும் ஆடலும் செய்யார்' என்று கூறுகின்றார் புலவர்.)

மழையணி குன்றத்துக் கிழவன், நாளும்,
இழையணி யானை இரப்போர்க்கு ஈயும்,
சுடர்விடு பசும்பூண் சூர்ப்பு அமை முன்கை
அடுபோர் ஆனா ஆதன் ஓரி
மாரி வண்கொடை காணிய நன்றும்   5
சென்றது மன், எம் கண்ணுளங் கடும்பே;
பனிநீர்ப் பூவா மணிமிடை குவளை
வால்நார்த் தொடுத்த கண்ணியும் கலனும்
யானை இனத்தொடு பெற்றனர்; நீங்கிப்
பசியார் ஆகல் மாறுகொல்; விசிபிணிக்   10
கூடுகொள் இன்னியம் கறங்க
ஆடலும் ஒல்லார் தம் பாடலும் மறந்தே!

மழையணி குன்றத்திற்குத் தலைவன்; இரப்போர்க்கு யானைகளாகவே வழங்கி மகிழ்பவன்; பொற்பூணும் கடகமும் அணிந்த கொல்போர் மறவன்; அத்தகைய ஆதன் ஓரியின் மழைபோலும் வள்ளிய கொடையைக் காணச் சென்றது எம் கூத்தச் சுற்றம். அவர்க்குப் பொன்னரி மாலைகளும் பிற நல்லணிகளும் யானைகளும் அவன் வழங்கினான். பசி தீர்ந்து பேருண் உண்டு களித்தனர் அவர்கள். அதனால் இயங்களை ஒலித்து இசைக்கவும் ஆடவும் பாடவும் மறந்தவராக அவர் பெரிதும் மாறிவிட்டனர்.

சொற்பொருள்: 2. நாளும் இழையணி யானை - நாடோறும் பட்டம் முதலாகிய பூண்களை அணிந்த யானையை 3.சூர்ப்பு அமைமுன்கை - வளைந்த கடகம் அமைந்த முன் கையினையுடைய 6.எம் கண்ணுளம் கடும்பு - எம்முடைய கூத்தச் சுற்றம். 7.மணிமிடை குவளை - மணி மிடைந்த குவளைப் பூவை 8.வால் நார்த்தொடுத்த - வெள்ளிய நாரால் தொடுக்கப்பட்ட. 10.பசியாராகல் மாறு கொல் - பசியார் ஆகலானே

கொல்லோதான் 11. கூடுகொள் - பலகருவியும் தொகுதி கொண்ட.

154. இரத்தல் அரிது! பாடல் எளிது!

பாடியவர்: மோசிகீரனார். பாடப்பட்டோன்: கொண்கானங் கிழான்.
திணை: பாடாண். துறை: பரிசில் துறை.

(கொண்கானம் - கொங்கணம் என்னும் நாட்டுப் பகுதி. இதனை ஆண்டவன் கொண்கானத்து நன்னன். 'பொன்படு கொண்கான நன்னன் நன்னாட்டு ஏழிற் குன்றம்' என்று உரைப்பர் பாலைபாடிய பெருங் கடுங்கோ (நற் 391))

திரைபொரு முந்நீர்க் கரைநணிச் செலினும்
அறியுநர்க் காணின் வேட்கை நீக்கும்
சின்னீர் வினவுவர் மாந்தர்; அதுபோல்
அரசர் உழைய ராகவும் புரைதபு
வள்ளியோர்ப் படர்குவர் புலவர் அதனால்   5
'யானும் பெற்றது ஊதியம்; பேறியாது?' என்னேன்;
உற்றனென் ஆதலின் உள்ளிவந் தனெனே
ஈயென இரத்தலோ அரிதே! நீ அது
நல்கினும் நல்காய் ஆயினும் வெல்போர்
எறிபடைக்கு ஓடா ஆண்மை அறுவைத்   10
தூவிரி கடுப்பத் துவன்றி மீமிசைத்
தண்பல இழிதரும் அருவி நின்
கொண்பெருங் கானம் பாடல் எனக்கு எளிதே.

கடற்கரை வழியே செல்பவரும் வேட்கையுற்றால் தாம் அறிவாரைக் கண்டதும் சிறிதே உண்ணுநீர் கேட்பர். அதுபோல மூவேந்தரிடத் திருந்தாரேனும் புலவர்கள் வள்ளன்மை உடையவரை நினைத்துச் செல்வர். யானோ வறுமையேன்; ஆதலின் பெற்றது சிறிதேனும் இவன் செய்தது என்னென்று இகழும் வழக்கமும் இல்லாதவன். நின்னை எண்ணி வந்தேன். இரத்தல் அரிது. அது கண்டு நீ பரிசில் தரினும் தாராதிருப்பினும் நின் ஆண்மையையும் நின் கொண்கான நாட்டையும் பாடுதல் எனக்கு எளிதே யாம்.

சொற்பொருள்: 3. சின்னீர் - சிறிய நீரை 6.பெற்றது ஊதியம் பேறு யாது என்னேன் - பெற்றதனைப் பயனாகக் கொண்டு பெற்ற பொருள் சிறிதாயினும் 'இவன் செய்தது என்னென்று இகழேன். 7. உற்றனென் ஆதலின் - வறுமையுற்றேன் ஆதலின் 8. அது - அப்பரிசில் 10. அறுவைத் தூவிரி - துகிலினது தூய விரியை.

155. ஞாயிறு எதிர்ந்த நெருஞ்சி

பாடியவர்: மோசி கீரனார். **பாடப்பட்டோன்:** கொண்கானங் கிழான். **திணை:** பாடாண். **துறை:** பாணாற்றுப்படை.

(பாணனை ஆற்றுப்படுத்துமுகத்தாற் கூறிய செய்யுள் ஆதலின் பாணாற்றுப் படை ஆயிற்று.)

வணர் கோட்டுச் சீறியாழ் வாடுபுடைத் தழீஇ
'உணர்வோர் யார் என் இடும்பை தீர்க்க எனக்
கிளக்கும், பாண! கேள், இனி நயத்தின்,
பாழ்ஊர் நெருஞ்சிடு பசலை வான்பூ
ஏர்தரு சுடரின் எதிர்கொண்டுஆ அங்கு, 5
இலம்படு புலவர் மண்டை விளங்கு புகழ்க்
கொண்பெருங் கானத்துக் கிழவன்
தண் தார் அகலம் நோக்கின, மலர்ந்தே.

'என் துன்பம் அறிந்து என் துயர் தீர்ப்பவர் யாவரோ?' எனச் சிறிய யாழைக் கைக்கொண்ட நயமுடன் கேட்கும் பாணனே! பாழூரின்கண் நெருஞ்சிப்பூ கதிரவனை எதிர் கொண்டு மலர்வது போலப் பாணரது உண்கலம் கொண்கானம் கிழானது மாலையணிந்த மார்பை நோக்கி மலர்ந்திருக்கக் காண்பாய்! ஆங்கு நீயும் செல்வாயாக!

சொற்பொருள்: 1. வணர்கோட்டு - வளைந்த கோட்டை யுடைய - வாடு புடை. உலர்ந்த மருங்கிலே 3. கிளக்கும் - சொல்லும் இனி கேள் - யான் சொல்லுகின்றதனை இப் பொழுது. கேட்பாயாக 4. நெருஞ்சிப்பசலை வான்பூ - நெருஞ்சியினது பொன்னிறத்தை யுடைய தூய்மையான பூ 5. சுடரின் எதிர்கொண்டாங்கு - ஞாயிற்றை எதிர்கொண்டாற் போல 6. புலவர் - யாழ்ப் புலவரது. மண்டை - ஏற்கும் கலம்.

156. இரண்டு நன்கு உடைத்தே

பாடியவர்: மோசிகீரனார். **பாடப்பட்டோன்:** கொண்கானங் கிழான். **திணை:** பாடாண். **துறை:** இயன்மொழி.

(கொண்கானத்தின் சிறப்பைக் கூறுவாராக, அதற்கு உரியோனின் கொடையியல்பைக் கூறுகின்றனர்.)

ஒன்றுநன் குடைய பிறர் குன்றம்; என்றும்
இரண்டுநன் குடைத்தே கொண்பெருங் கானம்;
நச்சிச் சென்ற இரவலர்ச் சுட்டித்
தொடுத்துணக் கிடப்பினும் கிடக்கும் அஃதான்று
நிறையருந் தானை வேந்தரைத் 5
திறைகொண்டு பெயர்க்குஞ் செம்மலும் உடைத்தே.

வண்மையிற் சிறந்திருப்பன; அல்லது வலிமையுடையன; இவ்விரண்டில் ஒரு சிறப்பே உடையன பிறர் மலைகள். விரும்பிச் செல்லும் இரவலா் எமது எமது என்று கூறிட்டு உண்ண வளம் நிறைந்த உணவு மிகுந்து கிடக்கும்; அத்துடன் பகைவேந்தரை வென்று திறையும் கொணரும்; இவ்வாறு இரு சிறப்பும் உடையதாயிருப்பது கொண்கானங் கிழானின் மலையே யாகும்!

சொற்பொருள்: *3.* நச்சிச் சென்ற - தன்பால் பரிசில் நச்சிப்போன. 5. நிறையருந்தானை நிறுத்துதற்குரிய படையையுடைய. 6. செம்மலும் உடைத்து தலைமையை யும் உடைத்து

157. ஏறைக்குத் தகுமே

பாடியவர்: குறமகள் இளவெயினி. **பாடப்பட்டோன்:** ஏறைக் கோன். **திணை:** பாடாண்: **துறை:** இயன்மொழி. **சிறப்பு:** ஏறைக் கோன் குறவர் குடியினன் என்பது.

(ஏறைக் கோனின் தகுதிகளின் மேம்பாடுபற்றிக் கூறும் சிறந்த சொல்லோவியம் இச்செய்யுள் ஆகும்.)

தமர்தன் தப்பின் அதுநோன் றல்லும்
பிறர்கை யறவு தான்நா ணுதலும்
படைப்பழி தாரா மைந்தினன் ஆகலும்,
வேந்துடை அவையத்து ஓங்கு நடத்தலும்,
நும்மோர்க்குத் தகுவன அல்ல; எம்மோன்
சிலைசெல மலர்ந்த மார்பின் கொலைவேல்
கோடல் கண்ணிக் குறவர் பெருமகன்;
ஆடுமழை தவிர்க்கும் பயங்கெழு மீமிசை,
எற்படு பொழுதின் இனம் தலை மயங்கிக்
கட்சி காணாக் கடமான் நல்லேறு
மடமான் நாகுபிணை பயிரின் விடர்முழை
இரும்புலிப் புகர்ப்போத்து ஓர்க்கும்
பெருங்கல் நாடன் எம் ஏறைக்குத் தகுமே

தமர் தப்புச் செய்தால் அதைப் பொறுத்தலும் பிறர் வறுமைகண்டு உதவாத நிலைக்கு இரங்கித் தான் நாணுதலும் பிறர் பழி கூறாத போராற்றலும் மூவேந்தர் அவையின் கண்ணே தலைநிமிர்ந்து நடத்தலும் பிற தலைவர்களே! நும் போன்றார்க்குத் தகுவனவல்ல. எம் தலைவன்; வில் வளைத்தலான் அகன்ற மார்பும்; கொல்லும் வேலும் காந்தட் கண்ணியும் உடையவன்; முகில் தங்கும் உயர்மலையும் கலைமான் பிணையை அழைக்கும் குரலைப் புதருள் கிடக்கும் ஆண்புலியும் செவிதாழ்த்துக் கேட்கும்

தன்மையும் உடைய மலைநாட்டுத் தலைவன் ஏறைக்கோன்! அவனுக்கே அவை யெல்லாம் சாலும்!

சொற்பொருள்: *1.* நோன்றல்லும் - அது பொறுத்தலும். 2. கையறவு - மிடிகைக்கு 4. ஓங்குபு - மேம்பட்டு 5. நும் மோர்க்கு - நும்மால் மதிக்கப்படும் தலைவர்களுக்கு 7. கோடல் கண்ணி - காந்தட் பூவாற்செய்த கண்ணி 8. ஆடு மழை - இயங்குகின்ற முகில் 9. எற்படு - ஞாயிறுபடுகின்ற 12. புலிப் புகர்ப்போத்து - புலியாகிய புகர் நிறத்தினை யுடைய ஏறு; ஓர்க்கும் - செவி தாழ்த்துக் கேட்கும்.

158. உள்ளி வந்தனென் யானே!

பாடியவர்: பெருஞ்சித்திரனார். **பாடப்பட்டோன்:** குமணன். **திணை:** பாடாண். **துறை:** வாழ்த்தியல்; பரிசில் கடாநிலையும் ஆம். **சிறப்பு:** எழுவர் வள்ளல்கள் என்னும் குறிப்பு.

('இன்னோர் போல எமக்கு ஈயென்ற இயன்மொழி வாழ்த்து இது' என்பர் நச்சினார்க்கினியர் (தொல். புறத். சூ. 35))

முரசுகடிப்பு இகுப்பவும் வால்வளை துவைப்பவும்,
அரசுடன் பொருத அண்ணல் நெடுவரைக்,
கறங்குவெள் அருவி கல் அலைத்து ஒழுகும்
பறம்பின் கோமான் பாரியும் பிறங்கு மிசைக்
கொல்லி ஆண்ட வல்வில் ஓரியும்;
காரி ஊர்ந்து பேரமர்க் கடந்த
மாரி ஈகை மறப்போர் மலையனும்;
ஊராது ஏந்திய குதிரைக் கூர்வேல்,
கூவிளங் கண்ணிக் கொடும்பூண் எழினியும்;
ஈர்ந்தண் சிலம்பின் இருள்தூங்கும் நளிமுழை
அருந்திறல் கடவுள் காக்கும் உயர்சிமைப்
பெருங்கல் நாடன் பேகனும்; திருந்துமொழி
மோசி பாடிய ஆயும்; ஆர்வமுற்று
உள்ளி வருநர் உலைவுநனி தீரத்
தள்ளாது ஈயும் தகைசால் வண்மைக்
கொள்ளார் ஓட்டிய நள்ளியும்; எனஆங்கு
எழுவர் மாய்ந்த பின்றை அழிவரப்
பாடி வருநரும் பிறரும் கூடி
இரந்தோர் அற்றம் தீர்க்கென விரைந்து இவண்
உள்ளி வந்தனென் யானே ; விசும்பு உறக்
கழைவளர் சிலம்பின் வழையொடு நீடி
ஆசினிக் கவினிய பலவின் ஆர்வுற்று,

முட்புற முதுகனி பெற்ற கடுவன்
துய்த்தலை மந்தியைக் கையிடூஉப் பயிரும்,
அதிரா யாணர் முதிரத்துக் கிழவ!
இவண் விளங்கு சிறப்பின் இயல்தேர்க் குமண!
இசைமேந் தோன்றிய வண்மையொடு
பகைமேம் படுக, நீ ஏந்திய வேலே!

பறம்பிற் கோமான் பாரியும் கொல்லியாண்ட ஓரியும் காரியூர்ந்த மலையனும், எழினியும் பெருங்கடல் நாடன் பேகனும் மோசி பாடிய ஆயும், ஆர்வமுடன் வரும் இரவலருடைய துயரினைத் தீர்த்தலிலே வரையாது வழங்கிய பெரு வள்ளலான் நள்ளியும் ஆகிய எழுவரும் இறந்தனர். 'அவரின்றித் துயருறும் இரவலரின் வறுமையைப் போக்க யான் உள்ளேன்' என்று நீ இருத்தலால் நின்பால் விரைந்து வந்தேன். மலைச்சாரற் பலாவிலே கனி கண்ட கடுவன் தான் உண்பதன்றி மந்தியையும் கையோச்சி அழைக்கும் முதிரமலைத் தலைவனே! குமணனே! நின் வேல் பகைவரை வென்று உயர்வதாக!

சொற்பொருள்: *1. துவைப்பவும் - முழங்கவும் 2. அண்ணல் - தலைமையுடைய 10.ஈர்ந்தண் சிலம்பின் - மிகக்குளிர்ந்த மலையின்கண் 14. உலைவு - வறுமை 15. தகைசால் - கூறுபாடு அமைந்த 19. அற்றம் - துன்பத்தை. வழை - சுர புன்னை. 25.அதிரா - தளராத. முதிரத்துக் கிழவ - முதிரம் என்னும் மலைக்குத் தலைவனே 26. இவண் விளங்கு - உலக முழுவதிலும் விளங்குகின்ற. 2. இசைமேந் தோன்றிய - புகழ் மேம்பட்ட.28. பகை மேம்படுக பகையிடத்து உயர்க.*

159. கொள்ளேன்! கொள்வேன்!

பாடியவர்: பெருஞ்சித்திரனார். **பாடப்பட்டோன்:** குமணன். **திணை:** *பாடாண்.* **துறை:** *பரிசில் கடாநிலை.* **சிறப்பு:** வறுமை வாழ்வின் ஒரு கூற்றைக் காட்டும் சொல்லோவியம்.

('பரிசில் தருக' என வேண்டிப் பாடுதலால் பரிசில் கடா நிலை ஆயிற்று.)

'வாழும் நாளோடு யாண்டுபல உண்மையின்,
தீர்தல்செல் லாது என் உயிர்' எனப் பலபுலந்து,
கோல்கால் ஆகக் குறும்பல ஒதுங்கி
நூல்விரித் தன்ன கதுப்பினள் கண் துயின்று,
முன்றிற் போகா முதிர்வினள் யாயும்;
பசந்த மேனியோடு படர்அட வருந்தி
மருங்கில் கொண்ட பல்குறு மாக்கள்

பிசைந்துதின வாடிய முலையள் பெரிது அழிந்து
குப்பைக் கீரைக் கொய்கண் அகைத்த
முற்றா இளந்தளிர் கொய்துகொண்டு உப்பின்று,   10
நீர்உலை யாக ஏற்றி, மோரின்று
அவிழ்பதம் மறந்து பாசடகு மிசைந்து
மாசொடு குறைந்த உடுக்கையள் அறம் பழியாத்
துவ்வாள் ஆகிய என்வெய் யோளும்;
என்றாங்கு இருவர் நெஞ்சமும் உவப்பக் கானவர்   15
கரிபுனம் மயக்கிய அகன்கண் கொல்லை
ஐவனம் வித்தி மையுறக் கவினி
ஈனல் செல்லா ஏனற்கு இழுமெனக்
கருவி வானம் தலைஇ யாங்கு,
ஈத்த நின்புகழ் ஏத்தித் தொக்க என்   20
பசிதினத் திரங்கிய ஒக்கலும்உவப்ப
உயர்ந்து ஏந்துமருப்பின் கொல்களிறு பெறினும்,
தவிர்ந்துவிடு பரிசில் கொள்ளலென்; உவந்து நீ
இன்புற விடுதி யாயின் சிறிது
குன்றியும் கொள்வல் கூர்வேற் குமண!   25
அதற்பட அருளல் வேண்டுவல்-விறற்புகழ்
வசையில் விழுத்திணைப் பிறந்த
இசைமேந் தோன்றல்! நிற் பாடிய யானே.

குமணனே! கூரிய வேலை உடையவனே! இசை மேம்பட்ட அண்ணலே! மூப்படைந்த என் தாயும் பிள்ளைகள் பிசைந்து உண்ண மெல்லுதலால் உலர்ந்த மார்புடன் மிக வருந்திக் கீரையின் இளந்தளிரை உப்பின்றி அவித்துத் தின்று அழுக்கடைந்து கிழிந்து துணியுடன் விளங்கும் என் இல்லாளும் விரும்ப யான் இவண் வந்தேன். கோடையால் வாடிக் கதிர்ஈனாத தினைக்குப் பெய்யும் பெருமழை போல வறியோர்க்கு வரையாது வழங்கிய நின் புகழை வாழ்த்துவேன். நின் முகம் மாறி கொல்யானையே தரினுமும் யான் கொள்ளேன். மகிழ்வுடன் குன்றியளவு பொருளும் விரைந்து தந்தால் பெரிதாகவே கொள்வேன். நின்னைப் பாடிய யான் இன்புறுமாறு அருள்வாயாக என நின்னை வேண்டுகின்றேன்.

சொற்பொருள்: 4.கண்துயின்று - கண்மறைந்து 5.முன்றிற் போகா - முற்றத்திடைப் புறப்படமாட்டாத. 6. படர் - நினைவு 12. அவிழ்பதம் - அவிழாகிய உணவை: சோற்றை 13. குறைந்த - குறைவான. அறம் பழியா - அறக் கடவுளைப் பழித்து. 16.கரிபுனம் மயங்கிய - சுடப் பட்டுக் கரிந்த புனத்தை மயங்க 17.மையுற - இருட்சியுற. ஈனல் - ஈனுதல்.

160. புலி வரவும் அம்புலியும்

பாடியவர்: பெருஞ்சித்திரனார். **பாடப்பட்டோன்:** குமணன். **திணை:** பாடாண். **துறை:** பரிசில் கடா நிலை. **சிறப்பு:** வறுமையின் ஒரு சோகமான காட்சி பற்றிய சொல்லோவியம். (பரிசிலை விரும்பி அரசனைப் புகழ்ந்து வேண்டுகின்றார் புலவர்.)

'உருகெழு ஞாயிற்று ஒண்கதிர் மிசைந்த
முளிபுற் கானம் குழைப்பக் கல்லென
அதிர்குரல் ஏறொடு துளிசொரிந் தாங்குப்
பசிதினத் திரங்கிய கசிவுடை யாக்கை
அவிழ்புகுவு அறியா தாகலின் வாடிய
நெறிகொள் வரிக்குடர் குனிப்பத் தண்ணெனக்
குய்கொள் கொழுந்துவை நெய்யுடை அடிசில்
மதிசேர் நாண்மீன் போல நவின்ற
சிறுபால் நன்கலஞ் சுற்ற இரீஇக்
''கோடின் றாக பாடுநர் கடும்பு என'
அரிது பெறு பொலங்கலம் எளிதினின் வீசி
நட்டோர் நட்ட நல்லிசைக் குமணன்
மட்டார் மறுகின் முதிரத் தோனே!
செல்குவை யாயின், நல்குவன், பெரிது எனப்
பல்புகழ் நுவலுநர் கூற வல் விரைந்து
உள்ளம் துரப்ப வந்தனென்; எள்ளுற்று
இல்லுணாத் துறத்தலின் இல்மறந்து உறையும்
புல்லுளைக் குடுமிப் புதல்வன் பன்மாண்
பாலில் வறுமுலை சுவைத்தனன் பெறா அன்
கூழும் சோறும் கடை இ ஊழின்
உள்ளில் வருங்கலம் திறந்து அழக்கண்டு
மறப்புலி உரைத்தும் மதியங் காட்டியும்
நொந்தனள் ஆகி நுந்தையை உள்ளிப்
பொடிந்தநின் செவ்விகாட்டு எனப் பலவும்
வினவல் ஆனா ளாகி நனவின்
அல்லல் உழப்போள் மல்லல் சிறப்பச்
செல்லாச் செல்வம் மிகுத்தனை, வல்லே
விடுதல் வேண்டுவல் அத்தை; படுதிரை
நீர் சூழ் நிலவரை உயர நின்
சீர்கெழு விழுப்புகழ் ஏத்துகம் பலவே!

''பசியால் வற்றி உலர்ந்த குடர் குளிருமாறு நெய்யுடைய அடிசிலைக் கொழுவிய துவையுடன் பாடி வருவார் சுற்றத்திற்கு ஊட்டுவதுடன் பொன்னாற் செய்த ஆபரணங்களையும்

வழங்குபவன் பெறுதற்கரிய நண்பரினும் என்பால் பெரு நட்புப் பாராட்டிய நல்ல புகழையுடையவன்; அவனே குமணன்! அவன் மது நிறைந்த தெருக்களையுடைய முதிர மலைத் தலைவன். நீயும் அவன்பாற் செல்க. நினக்கு மிகவும் தருவான்'' எனப் பலரும் சொல்லக் கேட்டேன். நின்னை நாடியும் வந்தேன். என் புதல்வன் தாயின் பாலற்ற தனத்தைப் பசியால் சுவைத்துச் சுவைத்துப் பால்பெறானாகச் சோற்றுப்பானையைத் திறந்து அங்கும் எதுவுங் காணானாக அழுவான். புலிவரவு சொல்லி அச்சுறுத்தியும், அம்புலி காட்டியும் அவன் தணியாது போக வருந்திய அவள் 'நின் தந்தையை நீ எப்படி வெறுப்பாய் காட்டு' எனக் கேட்க, அவனும் முகஞ்சுளித்துக் காட்ட அது கண்டு உண்மையிலேயே வருந்துபவளாயினாள் என் இல்லாள். அவள் வளம் பெறுமாறு விரைந்து பரிசில் தந்து அனுப்புதலை விரும்புகின்றேன். அவ்வாறு அனுப்பினால் நினது சீர்மிகுந்த புகழ் உலகின் எல்லைவரை பரவி உயர்வடையுமாறு நின்னை யான் வாழ்த்துவேன், பெருமானே!

சொற்பொருள்: 6. குளிப்ப-தன்கண்ணே மூழ்கும் பரிசு குளிர. 7. குய்கொள்-தாளிப்புச் சேரப்பட்ட. 8. நவின்ற-பயின்ற. 9. சுற்றஇரீஇ-சூழவைத்து இருத்தி ஊட்டி. 21. உள்இல் வறுங்கலம்-உள் ஒன்றில்லாத வறிய அடுகலத்தை. 24. பொடிந்த நின் செவ்வி-வெறுத்த நின் செவ்வியை. 27. செல்லாச் செல்வம்-தொலையாத செல்வம்.

161. பின் நின்று துரத்தும்!

பாடியவர்: பெருஞ்சித்திரனார். **பாடப்பட்டோன்:** குமணன். **திணை:** பாடாண். **துறை:** பரிசில். **குறிப்பு:** பாடிப் பகடு பெற்றது. (பரிசில் பெற்று அரசனைப் பாடிப் போற்றியது.)

நீண்டொலி அழுவம் குறைபட முகந்துகொண்டு;
ஈண்டுசெலல் கொண்மூ வேண்டுவயின் குழீஇப்
பெருமலை யன்ன தோன்றல சூன்முதிர்பு
உரும் உரறு கருவியொடு பெயல்கடன் இறுத்து
வளமழை மாறிய என்றூழ் காலை,
மன்பதை யெல்லாம் சென்றுணக் கங்கைக்
கரைபொரு மலிநீர் நிறைந்து தோன்றியாங்கு
எமக்கும் பிறர்க்கும் செம்மலை யாகலின்,
அன்பில் ஆடவர் கொன்று ஆறு கவரச்
சென்று தலைவருந அல்ல அன்பின்று,
வன்கலை தெவிட்டும் அருஞ்சுரம் இறந்தோர்க்கு
இற்றை நாளொடும் யாண்டுதலைப் பெயர எனக்

கண்பொறி போகிய கசிவொடு உரன் அழிந்து
அருந்துயர் உழக்கும்என் பெருந்துன் புறுவி நின்
தாள்படு செல்வம் காண்டொறும் மருளப் 15
பனைமருள் தடக்கை யொடு முத்துப்பட முற்றிய
உயர்மருப்பு ஏந்திய வரைமருள் நோன்பகடு
ஒளிதிகழ் ஓடை பொலிய மருங்கில்
படுமணி இரட்ட ஏறிச் செம்மாந்து,
செலல்நசைஇ உற்றனென் விறல்மிகு குருசில் 20
இன்மை துரப்பு இசைவர வந்து நின்
வண்மையில் தொடுத்த என் நயந்தனை கேண்மதி!
வல்லினும் வல்லேன் ஆயினும்வல்லே
என் அளந்து அறிந்தனை நோக்காது சிறந்த
நின் அளந்து அறிமதி! பெரும, என்றும் 25
வேந்தர் நாணப் பெயர்வேன்; சாந்தருந்திப்
பல்பொறிக் கொண்ட ஏந்துஎழில் அகலம்
மாண் இழை மகளிர் புல்லுதொறும் புகல,
நாள்முரசு இரங்கும் இடனுடை வரைப்பின் நின்
தாள்நிழல் வாழ்நர் நன்கலம் மிகுப்ப, 30
வாள் அமர் உயந்தநின் தானையும்,
சீர்மிகு செல்வமும் ஏத்துகம் பலவே.

மழை வறண்ட காலத்திலும் கங்கையிலே நீர் நிறைந்து உயிர்கட்கு உதவும். அதுபோல எங்கட்குத் தலைமையாக உதவிக் காப்பவன் நீ! நின்னைக் கண்டு பரிசில்பெறக் கடத்தற்கு அரிய சுரமும் கடந்து வந்தேன். வறுமையால் பொறுத்தற்கு அரிய துயரங்கொண்ட என் மனைவி வியப்படையுமாறு செல்வம் பெற்று அவள் காணப் பரிசில் பெற்ற யானைமீது அமர்ந்து போதலை யானும் விரும்புகின்றேன். வெற்றிமிக்க தலைவனே! என் வறுமை பின்நின்று துரத்த நின் புகழ் முன்னாக ஈர்த்துக் கொண்டுவர நின்னை நாடி வந்தேன். நின்னை வாழ்த்திய என் சொற்களை அன்புடன் கேட்பாயாக! என் அறிவின் ஆற்றலை அளந்து எனக்கு உதவுக பெருமானே! நின்னால் பெற்ற என் செல்வமிகுதியைக் கண்டு பிற அரசரும் நாணுமாறு நிமிர்ந்து செல்வேன். நின் படைவன்மையையும் நின் சிறந்த அருட்செல்வத்தையும் பலவாறு புகழ்ந்தும் செல்வேன்.

சொற்பொருள்: 1. நீண்டு ஒலி அழுவம் - பெரிதாய் ஒலிக்கின்ற பரப்பினையுடைய கடல். 4. என்றூழ்க் காலை - கோடைக் காலத்து. 11. அன்பு இன்று வன்கலை தெவிட்டும் - அருஞ் சுரமாயிருக்கத் தம்முயிர் மேல் அன்பின்றி வலிய கலைகிடந்து அசையிடும். 13. கண்பொறிபோகிய - கண்ணொளி மழுங்கிய.

14. என் பெருந் துன்புறுவி - பொறுத்தற்கரிய துன்பமுறும் எனது பெரிய வறுமையுறுவோள்; மனைவி 29. நாள்முரசு இரங்கும் - நாட்காலையே முரசு முழங்கும்.

162. இரவலர் அளித்த பரிசில்!

பாடியவர்: பெருஞ்சித்திரனார். **பாடப்பட்டோன்:** இளவெளிமான். **திணை:**பாடாண். **துறை:** பரிசில். விடை. **சிறப்பு:** புலவர் பெருமிதம்.

(வெளிமானிடம் சென்றார் புலவர். அவனோ சாவின் எல்லையிலிருந்தான். தன் பின்னோனான இளவெளிமானைக் காட்டிக் 'கொடு' என்றான். அவன் சிறிது கொடுக்க அதனைக் கொள்ளாது குமணனிடம் சென்றார் புலவர். அவன் தந்த பகட்டைக் கொணர்ந்து வெளிமானூர்க் காவன்மரத்திற் கட்டிவிட்டு பாடிய செய்யுள் இது. அறுவகைப்பட்ட பார்ப்பனப் பக்கத்துள் ஏற்றல் துறைக்கு இளம்பூரணர் காட்டுவர். (புறத். சூ. *36*))

இரவலர் புரவலை நீயும் அல்லை!
புரவலர் இரவலர்க்கு இல்லையும் அல்லர்;
இரவலர் உண்மையும் காண் இனி; இரவலர்க்கு
ஈவோர் உண்மையும்காண் இனி; நின் ஊர்க்
கடிமரம் வருந்தத் தந்து யாம் பிணித்த
நெடுநல் யானை எம் பரிசில்;
கடுமான் தோன்றல்! செல்வல் யானே.

தலைவனே! இரவலர்க்கு உதவும் புரவலனும் நீயல்லன்; இரப்போர்க்கு உதவுபவர் இல்லாமலும் போய்விடவில்லை.இனி, இரவலரும் புரவலரும் என்றும் உண்டென உணர்வாயாக! நின் ஊரின் காவல்மரம் வருந்த யான் கொண்டுவந்து கட்டிய உயர்ந்த யானை, நினக்கு என்னுடைய பரிசில். அதனைப் பெற்றுக் கொள்வாயாக. யான் போகின்றேன்.

சொற்பொருள்: 5.கடிமரம் வருந்தத் தந்து - காவலையுடைய மரம் வருந்தக் கொண்டுவந்து; பகைவருடைய காவல் மரத்தை அல்லது காவற் சோலையை வெட்டுதலும், வெட்டாமல் அம்மரத்தில் தன்னுடைய யானையைக் கட்டுதலும் வென்ற அரசர்க்கு இயல்பு.

163. தமிழ் உள்ளம்!

பாடியவர்: பெருஞ்சித்திரனார். **பாடப்பட்டோன்:** புலவரின் மனைவி. **திணை:** பாடாண். **துறை:** பரிசில்.

(குமணன் அளித்த பரிசிலை இவ்வாறு செலவிடுக என்று கூறுகின்றார் புலவர். இது மனைவிக்கு மகிழ்ந்து கூறியது என்பர்

நச்சினார்க்கினியர் (புறத் சூ. 36) அரசன் விடைகொடுப்பப் போந்தவன் கூற்றிற்குக் காட்டுவர் இளம்பூரணர் (தொல். புறத். 30))

நின் நயந்து உறைநர்க்கும் நீ நயந்து உறைநர்க்கும்,
பன்மாண் கற்பின்நின் கிளைமுத லோர்க்கும்,
கடும்பின் கடும்பசி தீர யாழநின்
நெடுங்குறி எதிர்ப்பை நல்கி யோர்க்கும்,
இன்னோர்க்கு என்னாது, என்னொடும் சூழாது
வல்லாங்கு வாழ்தும் என்னாது, நீயும்
எல்லோர்க்கும் கொடுமதி மனைகிழவோயே!
பழந்தூங்கு முதிரத்துக் கிழவன்
திருந்துவேல் குமணன் நல்கிய வளனே.

என் மனைக்கு உரியவளே! நின்னை விரும்பும் மகளிர்க்கும் நீ விரும்பும் மகளிர்க்கும் நின் உறவினரில் கற்புடைய மூத்த மகளிர்க்கும் நம் குடும்பத்தின் பசிநீங்க நெடுநாளும் கடன் தந்து உதவியோர்களுக்கும் மற்றும் இன்னாரென்று கருதாததும் என்னோடுங் கேளாதும் வளமுடன் வாழலாமென்று பத்திரப்படுத்தி வைத்துக் கொள்ள நினையாதும் முதிரமலைத் தலைவனான குமணன் நல்கிய இப் பெருஞ் செல்வத்தை நீயும் அனைவருக்கும் வாரி வாரி வழங்குவாயாக.

சொற்பொருள்: 4. நெடுங்குறி எதிர்ப்பை - நெடுநாட்படக் குறித்த எதிர்ப்பதைத் தந்தோர்க்கும்: குறி எதிர்ப்பை - யாம் இப்போது நல்கின் பிற்போது நமக்கு நல்குவார் என்று கருதி வழங்கும் கடனை.

164. வளைத்தாயினும் கொள்வேன்!

பாடியவர்: பெருந்தலைச் சாத்தனார். **பாடப்பட்டோன்:** குமணன். **திணை:** பாடாண். **துறை:** பரிசில் கடாநிலை. குறிப்பு: தம்பியால் நாடு கொள்ளப்பட்டுக் குமணன் காட்டிடத்து மறைந்து வாழ்ந்த காலை அவனைக் கண்டு பாடியது. (பரிசில் விரும்பிப் பாடுதலால் பரிசில் கடாநிலை ஆயிற்று. வாகைத் திணையின் பகுதியாகிய கடைக்கூட்டு நிலைக்கு இளம்பூரணர் எடுத்துக் காட்டுவர் (தொல். புறத். சூ. 30)

ஆடுநனி மறந்த கோடுஉயர் அடுப்பின்
ஆம்பி பூப்பத் தேம்புபசி உழவாப்
பா அல் இன்மையின் தோலொடு திரங்கி,
இல்லி தூர்ந்த பொல்லா வறுமுலை
சுவைத்தொறும் அழூஉம் தன் மகத்துமுகம் நோக்கி,

தீரொடு நிறைந்த ஈர்இதழ் மழைக்கண்ணென்
மனையோள் எவ்வம் நோக்கி, நினைஇ,
நிற்படர்ந் திசினே நற்போர்க் குமண!
என்நிலை அறிந்தனை யாயின் இந்நிலைத்
தொடுத்தும் கொள்ளாது அமையலென் - அடுக்கிய
பண்ணமை நரம்பின் பச்சை நல்யாழ்
மண்ணமை முழவின் வயிரியர்
இன்மை தீர்க்குங் குடிப்பிறந் தோயே.

அடுப்பிலே காளான் பூத்துவிட்டது. பசியால் வருந்திய குழந்தை சுவைக்குந்தோறும் பால் காணாது அழ அதன் முகத்தைப் பார்த்துக் கண்நீர் நிரம்ப நிற்பாள் என் மனைவி! அந்த வருத்தம் தீர உதவுபவன் நீயே என உணர்ந்து நின்பால் வந்தேன். போராற்றலையுடைய குமணனே! கூத்தரது வறுமையைத் தீர்க்கும் நல்ல குடியிற் பிறந்தவன் நீ. ஆதலால் எனது இத்தகைய வறுமைக்கண் நின்னை வளைத்தாயினும் பரிசில் கொள்ளாது யான் வறிதே போய்விடேன்!

சொற்பொருள்: *1.* கோடு உயர் அடுப்பின் - புடை ஓங்கிய அடுப்பின்கண். 2.ஆம்பி - காளாம்பி; காளாம்பி - காளான். தேம்புபசி - உடம்பு மெலியும் பசி. தோலொடு திரங்கி - தோல் ஆம் தன்மையுடனே திரங்கி *4.* இல்லி தூர்ந்த - துளை தூர்ந்த. .11.பச்சை நல்யாழ் - தோலாற் போர்க்கப்பட்ட நல்ல யாழையும் *12.*வயிரியர் - கூத்தர்.

165. இழத்தலினும் இன்னாது!

பாடியவர்: பெருந்தலைச் சாத்தனார். **பாடப்பட்டோன்:** குமணன். **திணை:** பாடாண். **துறை:** பரிசில் விடை. **குறிப்பு:** காடு பற்றியிருந்த குமணன், புலவர் பரிசில் வேண்டிப் பாடத் தன் தலையைக் கொய்து கொண்டு தம்பியின் கையிற் கொடுத்துப் பொருள் பெற்றுப் போகுமாறு சொல்லித், தன் வாளைக் கொடுக்கப், பெற்றுப் புலவர் பாடியது.

(பரிசில் பெற்று விடை கொள்வான் பாடியது ஆகலின் பரிசில் விடை ஆயிற்று. வாகைத் திணைத் துறைகளுள் ஒன்றான 'இடையில் வான் புகழ் கொடைக்கு' இளம் பூரணர் காட்டுவர். (தொல் புறத் சூ. 17))

மன்னா உலகத்து மன்னுதல் குறித்தோர்
தம்புகழ் நிறீ இத் தாமாய்ந் தனரே;
துன்னரும் சிறப்பின் உயர்ந்த செல்வர்;
இன்னமையின் இரப்போர்க்கு ஈஇ யாமையின்
தொன்மை மாக்களின் தொடர்பு அறியலரே;

தாள்தாழ் படுமணி இரட்டும் பூநுதல்,
ஆடியல் யானை பாடுநர்க்கு அருகாக்
கேடில் நல்லிசை வயமான் தோன்றலைப்
பாடி நின்றெனன் ஆகக், 'கொன்னே
பாடுபெறு பரிசிலன் வாடினன் பெயர்தல் என்
நாடு இழந் ததனினும் நனிஇன் னாது' என,
வாள்தந் தனனே' தலை எனக்கு ஈயத்
தன்னிற் சிறந்தது பிறிது ஒன்று இன்மையின்;
ஆடுமலி உவகையோடு வருவல்,
ஓடாப் பூட்கைநிற் கிழமையோன் கண்டே.

இவ்வுலகிலே நிலைபெறக் கருதினோர் தம் புகழை இங்கே நிறுத்தித் தாம் இறந்தனர். ஈயாத பெருஞ்செல்வர் இதனை அறியார். பாவலர்க்கு யானைகளைப் பரிசிலாகக் கொடுக்கும் தலைவனை யான் பாடி நின்றேன். 'பரிசிலன் வாடிச் செல்லுதல் தான் நாடு இழந்ததினும் மிகவும் இன்னாதது' என எண்ணித் தன் தலையை எனக்குத் தருவானாக, அவன் வாளை என்னிடத்தே தந்தனன். அத்தகைய சிறந்த நின் தமையனைக் கண்டு, வெற்றிமிக்க பெருமிதத்தோடு நின்பால் வந்தேன் பெருமானே!

சொற்பொருள்: *பூநுதல் ஆடு இயல் யானை - புகர் நுதலையுடைய வென்றி மிக்க யானையை. அருகா - மிகக் கொடுக்கும். 9.கொன்னே - பயன் இன்றியே. 10. பாடுபெறு - பெருமை பெற்ற. 12. தலை எனக்கு ஈய - தலையை எனக்குத் தருவானாக 15. நின் கிழமையோன் கண்டு - நின் தமையனைக் கண்டு.*

166. யாமும் செல்வோம்!

பாடியவர்: ஆவூர் மூலங் கிழார். **பாடப்பட்டோன்:** சோணாட்டுப் பூஞ்சாற்றூர்ப் பார்ப்பான் கௌணியன் விண்ணந்தாயன். **திணை:** வாகை. **துறை:** பார்ப்பன வாகை.

(மூவேழ் துறையும் முட்டினது போகிய வென்றிச் சிறப்பைப் பாடியதால் பார்ப்பன வாகை ஆயிற்று. அந்தணன் வேட்டதற்கும் ஈதற்கும் உரையாசிரியர்கள் காட்டுவர் (தொல் புறத். சூ. 16. இளம்பூரணர்; சூ. 20 நச்சினார்க்கினியர்))

நன்றாய்ந்த நீள்நிமிர்சடை
முது முதல்வன் வாய் போகாது,
ஒன்று புரிந்த ஈரிரண்டின்
ஆறுணர்ந்த ஒரு முதுநூல்
இகல் கண்டோர் மிகல் சாய்மார்,
மெய் அன்ன பொய் உணர்ந்து,
பொய் ஓராது மெய் கொளீஇ

மூவேழ் துறையும் முட்டின்று போகிய
உரைசால் சிறப்பின் உரவோர் மருக!
வினைக்கு வேண்டி நீ பூண்ட
புலப் புல்வாய்க் கலைப் பச்சை
சுவல் பூண்ஞான் மிசைப் பொலிய;
மறம் கடிந்து அருங் கற்பின்
அறம் புகழ்ந்த வலை சூடிச்
சிறு நுதல், பேர்அகல் அல்குல்,
சில சொல்லின் பல கூந்தல், நின்
நிலைக்கொத்தநின் துணைத் துணைவியர்
தமக்கு அமைந்த தொழில் கேட்பக்
காடுஎன்றா நாடுஎன்று ஆங்கு
ஈரேழின் இடம் முட்டாது
நீர் நாண நெய் வழங்கியும்
எண் நாணப் பல வேட்டும்;
மண் நாணப் புகழ் பரப்பியும்,
அருங் கடிப் பெருங் காலை,
விருந்து உற்றநின் திருந்து ஏந்து நிலை
என்றும் காண்கதில் அம்ம யாமே! குடா அது
பொன்படு நெடுவரைப் புயல்ஏறு சிலைப்பின்
பூவிரி புதுநீர்க் காவிரி புரக்கும்
தண்புனற் படப்பை எம்மூர் ஆங்கண்;
உண்டும் தின்றும் ஊர்ந்தும் ஆடுகம்;
செல்வல் அத்தையானே; செல்லாது
மழை அண் ணாப்ப நீடிய நெடுவரைக்
கழைவளர் இமயம் போல,
நிலீ இயர் அத்தை, நீ நிலமிசை யானே!

அறிவுடையோர் மரபில் வந்தவனே! யாகங்கள் பல வேட்டும் விருந்தினரைப் போற்றியும், மேம்பட்ட புகழைப் பரப்பியும் வாழ்பவனே! நீ இமயம் போல நிலை பெறுவாயாக ! நின் பரிசிலைப் பெற்ற யாமும் எம் ஊர் சென்று உண்டும் தின்றும் ஊர்ந்தும் மகிழ்வு கொண்டாடச் செல்கின்றோம்.

167. ஒவ்வொருவரும் இனியர்!

பாடியவர்: கோனாட்டு எறிச்சிலூர் மாடலன் மதுரைக் குமரனார். **பாடப்பட்டோன்:** சோழன் கடுமான் கிள்ளி. **திணை:** வாகை. **துறை:** அரச வாகை.

(அரசனது வெற்றி மேம்பாட்டைப் பாடுகின்றார் புலவர். பழித்தது போலப் புகழ்ந்தது இது.)

நீயே, அமர்காணின் அமர்கடந்து, அவர்
படை விலக்கி எதிர் நிற்றலின்,
வாஅள் வாய்த்த வடுவாழ் யாக்கை யொடு
கேள்விக்கு இனியை கட்கின் னாயே!
அவரே, நிற்காணின் புறங் கொடுத்தலின்,
ஊறு அறியா மெய் யாக்கை யொடு
கண்ணுக்கு இனியர்; செவிக்கு இன்னாரே!
அதனால் நீயும் ஒன்று இனியை; அவரும் ஒன்று இனியர்;
ஒல்வா யாவுள மற்றே? வெல்போக்
கழல்புனை திருந்தடிக் கடுமான் கிள்ளி
நின்னை வியக்குமிவ் வுலகம்; அஃது
என்னோ? பெரும உரைத்திசின் எமக்கே.

போர்ப் புண்பட்ட நீ கண்ணுக்கு இன்னாதவனாயினும் நின் போராற்றலால் கேட்பதற்கு இனியவனாவாய். நின் பகைவரோ நின்னைக் கண்டதும் புறங்காட்டி ஓடினவராதலால் கண்ணுக்கு இனியராயும் கேள்விக்கு இனியரல்லாராயுமுள்ளனர். வீரக்கழல் புனைந்த கிள்ளியே! ஒன்றிலே நீயும் இனியை; ஒன்றிலே நின் பகைவரும் இனியர்! இருப்பினும் நின்னை மட்டும் இவ்வுலகம் மதிக்கின்றதே! அதற்கு யாது காரணம் பெருமானே? எமக்கும் அதனைச் சொல்வாயாக.

168. கேழல் உழுத புழுதி!

பாடியவர்: கருவூர்க் கந்தப்பிள்ளைச் சாத்தனார். பாடப் பட்டோன்: பிட்டங்கொற்றன். **திணை**: பாடாண். **துறை**: பரிசில் துறை; இயன்மொழியும் அரச வாகையும் ஆம்.

(நின்பாற் பரிசில் பெற்றுப் பாடுவேனாக வேண்டும் என்றதனால் பரிசிற்றுறை ஆயிற்று. தலைவனது இயல்பைக் கூறுதலால் இயன்மொழியாகவும் வென்றி மேம்பாட்டைக் கூறுதலால் அரச வாகையாகவும் கொள்ளப்படும்.)

அருவி ஆர்க்குங் கழைபயில் நனந்தலைக்
கறிவளர் அடுக்கத்து மலர்ந்த காந்தள்
கொழுங்கிழங்கு மிளிரக் கிண்டிக் கிளையொடு,
கடுங்கண் கேழல் உழுத பூழி,
நன்னாள் வருபதம் நோக்கிக் குறவர்
உழா வித்திய பருஉக்குரற் சிறுதினை
முந்துவிளை யாணர் நாள்புதிது உண்மார்

மரையான் கறந்து நுரைகொள் தீம்பால்
மான்தடி புழுக்கிய புலவுநாறு குழிசி
வான்கேழ் இரும்புடை கழா அது ஏற்றிச்,   10
சாந்த விறகின் உவித்த புன்கம்
கூதளங் கவினிய குளவி முன்றில்
செழுங்கோள் வாழை அகல் இலைப் பகுக்கும்
ஊராக் குதிரைக் கிழவ! கூர்வேல்,
நறைநார்த் தொடுத்த வேங்கையங் கண்ணி,   15
வடிநவில் அம்பின் வில்லோர் பெரும!
கைவள் ஈகைக் கடுமான் கொற்ற!
வையக வரைப்பில் தமிழகம் கேட்பப்
பொய்யாச் சொந்நா நெளிய ஏத்திப்
பாடுப என்ப பரிசிலர், நாளும்,   20
ஈயா மன்னர் நாண,
வீயாது பரந்தநின் வசையில் வான் புகழே!

கேழல் உழுத புழுதியிலே விதைத்த தினையும் விளைந்து கதிர்முற்றியது. நல்ல நாளிலே புதிதுண்ண எண்ணிய குறவர் மானிறைச்சிப் புலால் நாறும் பானையைக் கழுவாதே மரையாவின் பாலை உலைநீராக்கிச் சந்தன விறகால் எரித்து அத் தினையைச் சமைத்து அகன்ற வாழை இலையிலே பலரோடும் பகுத்துண்ணும் வளமுடைய குதிரைமலைத் தலைவனே! கூர்வேலும் வேங்கை மாலையும் வடித்த அம்பும் கொண்ட வில்வீரர்கள் தலைவனே! கை வண்மையும் கடிய குதிரையும் உடைய கொற்றனே! கொடாதவர் நாண என்றும் கெடாது பரந்த நின் தூய பெரும்புகழை இத்தமிழகம் முழுதுங்கேட்கத் தம் செவ்விய பொய்யாத நா வருந்துமாறு பரிசிலர் நின்னை வாழ்த்திப் பாடுவர் என்பர். அங்ஙனமே யானும் பாடுவேன். எனக்கும் அருள் செய்வாயாக!

சொற்பொருள்: 1. நனந்தலை - அகன்ற விடத்து. 2. கறிவளர் அடுக்கத்து - மிளகுக் கொடி வளரும் மலைச்சாரலிடத்து. 10. கழா அது ஏற்றி - கழுவாதே உலைநீராக வார்த்து. 11. உவித்த - சமைக்கப்பட்ட. 12. கூதளம் கவினிய - கூதாளி கவின் பெற்ற; கூதாளி என்பது ஒருவகைச் செடி; தூதுவளை எனவும் கூறுவர். குளவி முன்றில் - மலை மல்லிகை நாறும் முற்றத்து. 15. நறை நார்த் தொடுத்த - நறைக் கொடியின் நாரால் தொடுக்கப்பட்ட. 19. நெளிய ஏத்தி - வருந்தும்படி தாழ்த்தி.

169. தருக பெருமானே!

பாடியவர்: காவிரிப்பூம்பட்டினத்துக் காரிக்கண்ணனார். **பாடப்பட்டோன்:** பிட்டங்கொற்றன். **திணை:** பாடாண். **துறை:** பரிசில் கடாநிலை. *(பரிசில் கேட்டுப் பாடுதலால் பரிசில் கடாநிலை ஆயிற்று. அரசனின் வென்றிச் சிறப்பைப் போற்றியதும் காண்க.)*

நும்படை செல்லுங் காலை, அவர்படை
எடுத்தெறி தானை முன்னரை எனா அ;
அவர்படை வருஉங் காலை நும்படைக்
கூழை தாங்கிய அகல் யாற்றுக்
குன்று விலங்கு சிறையின் நின்றனை எனா அ;
அரிதால் பெரும!நின் செவ்வி என்றும்;
பெரிதால் அத்தை என் கடும்பினது இடும்பை
இன்னே விடுமதி பரிசில்! வென்வேல்
இளம்பல் கோசர் விளங்குபடை கன்மார்
இகலினார் எறிந்த அகல் இலை முருக்கின்
பெருமரக் கம்பம் போலப்
பெருநர்க்கு உலையாநின் வலன் வாழியவே!

பெருமானே! நின் படை போர்மேற் செல்லுங் காலத்திலே முன்னே நிற்பவன் நீ. பகைவர் பெரும்படை பொங்கி வருங்காலத்து அணைபோலத் தடுத்து நிறுத்தும் மலை போன்றவனும் நீ! நின்னைக் காணுவதோ எந்நாளும் அரிது; என் வறுமையோ பெரிது. இப்போதே பரிசில் தந்து என்னை அனுப்பி வைப்பாயாக. இளங்கோசர் படைக்கலம் கற்கும் காலத்தே வேலெறிந்து பழகும் முருக்கமரத் தூணமாகிய இலக்கைப் போலப் பகைவர் வெல்லுதற்கு அரிய நின் வெற்றியும் என்றும் நிலைபெற்று வாழ்வதாக!

சொற்பொருள்: 4. கூழை - பின்னணிப் படை. 5. குன்று விலங்கு சிறையின் - குறுக்காகத் தடுத்து நிற்கும் மலைபோல.

170. உலைக்கல்லன்ன வல்லாளன்!

பாடியவர்: உறையூர் மருத்துவன் தாமோதரனார். **பாடப்பட்டோன்:** பிட்டங் கொற்றன். **திணை:** வாகை. **துறை:** வல்லாண் முல்லை; தானை மறமும் ஆம்.

('உலைக்கல் அன்ன வல்லாளன்' என அவனது வல்லாண்மையைப் பாடினதால் வல்லாண் முல்லைத்துறை ஆயிற்று. 'தெவ்விர் குறுகல் ஓம்புமின்' எனத் தானை மறம் கூறியவாறும் கொள்க.)

மரைபிரித்து உண்ட நெல்லி வேலிப்,
பரலுடை முன்றில் அங்குடிச் சீறூர்,
எல் அடிப் படுத்த கல்லாக் காட்சி
வில்லுழுது உண்மார் நாப்பண் ஒல்லென,
இழிபிறப் பாளன் கருங்கை சிவப்ப,
வலிதுரந்து சிலைக்கும் வன்கண் கடுந்துடி
பிடிதுஞ்சு நெடுவரைக் குடிஞையோடு இரட்டும்
மலைகெழு நாடன் கூர்வேல் பிட்டன்;
குறுகல் ஓம்புமின் தெவ்வர்; அவனே
சிறுகண் யானை வெண்கோடு பயந்த
ஒலிதிகழ் முத்தம் விறலியர்க்கு ஈந்து,
நார்பிழிக் கொண்ட வெங்கள் தேறல்
பண் அமை நல்யாழ்ப் பாணகடும்பு அருத்தி,
நசைவர்க்கு மென்மை அல்லது, பகைவர்க்கு
இரும்பயன் படுக்குங் கருங்கைக் கொல்லன்
விசைத்து எறி கூடமொடு பொரூஉம்
உலைக்கல் அன்ன வல்லா ளன்னே.

பகைவரே! வலிமை பொருந்திய மலைநாட்டுத் தலைவனான கூர்வேல் உடைய பிட்டனை அணுகாதிருப்பீராக! அவன் யானைத் தந்தத்தில் விளைந்த முத்தத்தை விறலியருக்கும், கள்ளைப் பாணச் சுற்றத்திற்கும் கொடுத்து, இரவலர்க்கு மென்மையுடையவனாவான். ஆனால் பகைவர்க்கோ கொல்லன் உலைக்களத்திலே விளங்கும் உலைக்கல் போன்ற வல்லாளனாவான் என்பதை மட்டும் மறவாதீர்!

சொற்பொருள்: *3. எல் அடிப்படுத்த - பகற்பொழுது எல்லாம் வேட்டையாடித் திரிந்த. கல்லா - கல்வியில்லாத.*

171. வாழ்க திருவடிகள்!

பாடியவர்: காவிரிப்பூட்டினத்துக் காரிக்கண்ணனார். **பாடப் பட்டோன்:** பிட்டங் கொற்றன். **திணை:** பாடாண். **துறை.** இயன்மொழி. **சிறப்பு:** ஈவோர் அரிய இவ்வுலகத்து வாழ்வோர் வாழ தாள் வாழியவே' என்னும் வாழ்த்தில் உலகின் தன்மையைக் காணலாம்.

(தலைவனது இயல்புமேம்பாட்டை வியந்து பாடினதால் இயன்மொழி ஆயிற்று; இது படர்க்கையாகிய இயன்மொழி வாழ்த்து என்பர் நச்சினார்க்கினியர் (தொல் புறத் சூ. 35))

இன்று செலினுந் தருமே; சிறுவரை
நின்று செலினும் தருமே; பின்னும்

‘முன்னே தந்தனென்’ என்னாது துன்னி
வைகலும் செலினும் பொய்யலன் ஆகி,
யாம்வேண்டி யாங்கு எம் வறுங்கலம் நிறைப்போன்;
தான்வேண்டி யாங்குத் தன்இறை உவப்ப
அருந்தொழில் முடியரோ திருந்துவேல் கொற்றன்;
இனமலி கதச்சேக் களனொடு வேண்டினும்
களமலி நெல்லின் குப்பை வேண்டினும்
அருங்கலம் களிற்றொடு வேண்டினும், பெருந்தகை
பிறக்கும் அன்ன அறத்தகை யன்னே,
முள்ளும் நோவ உறாற்க தில்ல!
அன்னன் ஆகலின், எந்தை உள்ளடி
ஈவோர் அரிய இவ் உலகத்து,
வாழ்வோர் வாழ, அவன் தாள் வாழியவே!

இன்று சென்றாலும் சில நாள் கழித்துச் சென்றாலும் நாடோறும் சென்றாலும் “முன்னே தந்தேனே” என்னாது என்றும் என் உண்கலத்தை நிரப்புவோன். திருந்திய வேலினை உடைய கொற்றன். தான் விரும்பியதைப் போலவே தன் அரசன் மகிழுமாறு போர் நடத்தி வெற்றியும் பெறுபவன். நல்ல பசுக்களைத் தொழுவோடே வேண்டினாலும், பெறுதற்கரிய அணிகலன்களைக் களிற்றோடு பெற வேண்டினாலும் அங்ஙனமே தரும் பெருந்தகையாளன் அவன். அதனால் எம் இறைவனது காலடியில் சிறுமுள்ளும் நோவு செய்யாது ஒழிவதாக! கொடுப்பவர் அரிதான இவ்வுலகத்திலே இரவலர் உயிர் வாழுமாறு அவன் திருவடிகள் என்றும் என்றும் நிலைபெற்று வாழ்வதாக!

சொற்பொருள்: *9. களம் மலிநெல்லின் குப்பை - களத்தின்கண் மலிந்த நெல்லின் குவையை.*

172. பகைவரும் வாழ்க

பாடியவர்: வடமவண்ணக்கன் தாமோதரனார். **பாடப்பட்டோன்:** பிட்டங் கொற்றன். **திணை:** பாடாண். **துறை:** இயன்மொழி.

(தலைவனது கொடை இயல்பை மிகுத்துக்கூறிப் போற்றுகின்றனர். ‘மாறுகோள் மன்னரும் வாழியர் நெடிதே’ என்றது, அவர் வாழா என்பது புலப்பட உரைத்ததாகும்.)

ஏற்றுக உலையே; ஆக்குக சோறே;
கள்ளும் குறைபடல் ஓம்புக; ஒள்ளிழைப்
பாடுவல் விறலியர் கோதையும் புனைக;

அன்னவை பலவும் செய்க; என்னதூஉம்
பரியல் வெண்டா வருபதம் நாடி,
ஐவனங் காவல் பெய்தீ நந்தின்
ஒளிதிகழ் திருந்துமணி நளியிருள் அகற்றும்
வன்புல நாடன் வயமான் பிட்டன்;
ஆரமர் கடக்கும் வேலும் அவன் இறை
மாவள் ஈகைக் கோதையும்,
மாறுகொள் மன்னரும் வாழியர் நெடிதே!

பிட்டனுடைய வெற்றிவேலும் அவனுடைய தலைவனான கோதையும் அவனோடு பகைத்த மன்னரும் நீண்ட காலம் வாழ்வாராக! இனிமேல் வரும் உணவை நாடி எதுவும் செய்தல் வேண்டா; அவன் வழங்கியதே போதுமானது. ஆதலால் உலை ஏற்றுக; சோறாக்குக; கள்ளும் குறைவுபடாது நிறைத்துக் காக்க; விறலியர் கோதை புனைக; பிறவுமெல்லாம் செய்து மகிழ்வீராக!

சொற்பொருள்: *2. கள்ளும் குறைபடல் ஓம்புக - மதுவையும் நிறைய உண்டாக்குக. 3. கோதையும் புனைக - மாலையும் சூடுக. என்ன தூஉம் பரியல் வேண்டா - சிறிதும் இரங்குதல் வேண்டா. 5. வருபதம் - மேல்வரக் கடவ உணவை. ஐவனம் காவலர் - ஐவன நெல்லைக் காப்பாளர். பெய்தீ நந்தின் - காவற்கு இடப்பட்ட தீ அவ்விடத்துக் கெட்ட காலத்து. 7. மணி - மாணிக்கம். 8. நாடன் - மலைநாட்டை யுடையவன். வயமான் - வலிய குதிரையையுடைய. 10. மாவள் ஈகைக் கோதையும் - அவன் தலைவனாகிய பெரிய வள்ளிய கொடையுடைய கோதையும்; கோதை - சேரமான்.*

173. யான் வாழுநாள் வாழிய!

பாடியவர்: சோழன் குளமுற்றத்துத் துஞ்சிய கிள்ளிவளவன். **பாடப்பட்டோன்:** சிறுகுடி கிழான் பண்ணன். **திணை:** பாடாண். **துறை:** இயன்மொழி.

(பசிப்பிணி மருத்துவனாகிய பண்ணனது இயல்பை மிகைபடக் கூறிப் பாராட்டுகின்றான் மன்னன்.)

யான் வாழும் நாளும் பண்ணன் வாழிய!
பாணர் காண்க, இவன் கடும்பினது இடும்பை;
யாணர்ப் பழுமரம் புள்இமிழ்ந் தன்ன
ஊணொலி அரவந் தானும் கேட்கும்;
பொய்யா எழிலி பெய்விடம் நோக்கி
முட்டை கொண்டு வற்புலம் சேரும்
சிறுநுண் எறும்பின் சில்லொழுக்கு ஏய்ப்பச்

சோறுடைக் கையர் வீறுவீறு இயங்கும்
இருங்கிளைச் சிறா அர்க் காண்டும்; கண்டும்
மற்றும் மற்றும் வினவுதும் தெற்றெனப்,
பசிப்பிணி மருத்துவன் இல்லம்
அணித்தோ சேய்த்தோ? கூறுமின், எமக்கே.

பாணரே! இந்த இரவலனது சுற்றத்தாரின் வறுமையைக் காணுங்கள். பழ மரத்திலே பறவையினம் ஒலித்தாற்போல ஊண் உண்பார் ஆரவாரம் கேட்கும். எறும்புகள் முட்டைகளைக் கொண்டு மேட்டுநிலத்தை நோக்கிப் போகின்றது போலப் பெரிய சுற்றத்தோடுங் கூடிய பிள்ளைகள் கையிலே சோறு பெற்றுக் கொண்டு போவதைக் காண்போம். பசியும் வழிநடை வருத்தமும் வாட்டுகின்றன. அவை கண்டும் கேட்டும் தெளியவும் பசிநோய் தீர்க்கும் மருத்துவன் இல்லம் பக்கமோ தூரமோ என்று உங்களைக் கேட்கின்றோம்; சொல்லுங்கள். அப்பண்ணன் என் வாழ்நாளையும் தன் வாழ்நாளுடன் சேரப்பெற்றவனாக இவ்வுலகிலே நெடுங்காலம் வாழ்வானாக!

சொற்பொருள்: 4. ஊண்ஒலி அரவம் தானும் கேட்கும் - ஊணாலுண்டாகிய ஆரவாரம் தானும் கேட்கும். 5. பொய்யா எழிலி - காலம் தப்பாத மழை. பெய்விடம் நோக்கி - பெய்யும் காலத்தைப் பார்த்து. 6. வற்புலம்சேரும் - மேட்டு நிலத்தினை யடையும். 7. சில்லொழுக்கு ஏய்ப்ப - சிலவாகிய ஒழுக்கத்தை யொப்ப. 8. வீறுவீறு இயங்கும் - வேறு வேறு போகின்ற 9. இருங்கிளைச் சிறாஅர் - பெரிய சுற்றத்தோடும் கூடிய பிள்ளைகள். காண்டும் - காண்பேம்.

174. அவலம் தீரத் தோன்றினாய்!

பாடியவர்: மாறோக்கத்து நப்பசலையார். **பாடப்பட்டோன்:** மலையமான் சோழிய வேனாதி திருக்கண்ணன். **திணை:** வாகை. **துறை:** அரச வாகை.

(தலைவனது போர் வென்றியையும் கொடை வென்றியையும் பாடுகின்றார் புலவர். அதனால் அரச வாகை ஆயிற்று.)

அணங்குடை அவுணர் கணம்கொண்டு ஒளித்தெனச்,
சேண்விளங்கு சிறப்பின் ஞாயிறு காணாது
இருள்கண் கெடுத்த பருதி ஞாலத்து
இடும்பைகொள் பருவரல் தீரக் கடுந்திறல்
அஞ்சன உருவன் தந்து நிறுத்தாங்கு,
அரசிழந்து இருந்த அல்லற் காலை,
முரசு எழுந்து இரங்கும் முற்றமொடு கரைபொருது

இரங்கு புனல் நெரிதரு மிகுபெருங் காவிரி
மல்லல் நன்னாட்டு அல்லல் தீரப்,
பொய்யா நாவிற் கபிலன் பாடிய
மையணி நெடுவரை ஆங்கண், ஒய்யெனச்
செருப்புகல் மறவர் செல்புறம் கண்ட
எள்ளறு சிறப்பின் முள்ளூர் மீமிசை,
அருவழி இருந்த பெருவிறல் வளவன்
மதிமருள் வெண்குடை காட்டி, அக்குடை
புதுமையின் நிறுத்த புகழ்மேம் படுந!
விடர்ப்புலி பொறித்த கோட்டைச், சுடர்ப்பூண்,
சுரும்பார் கண்ணிப், பெரும்பெயர் நும்முன்
ஈண்டுச்செய் நல்வினை யாண்டுச்சென்று உணீஇயர்,
உயர்ந்தோர் உலகத்துப் பெயர்ந்தனன் ஆகலின்,
ஆறுகொள் மருங்கின் மாதிரம் துழவும்
கவலை நெஞ்சத்து அவலந் தீர
நீதோன் றினையே - நிரைத்தார் அண்ணல்!
கல்கண் பொடியக் கானம் வெம்ப,
மல்குநீர் வரைப்பில் கயம்பல உணங்கக்,
கோடை நீடிய பைதறு காலை
இருநிலம் நெளிய ஈண்டி
உரும்உரறு கருவிய மழைபொழிந் தாங்கே!

அசுரர் மறைத்த ஞாயிற்றை மீட்டுவந்து கண்ணன் உலக இருள் நீக்கினான் என்பர். அதுபோலச் சோழவளநாடும் பகைவர் கைப்பட்டு மக்கள் துயரடைய முள்ளூர் மலையிலே திங்கட் குடை உயர்த்துப் பகைவரை வென்று வெருட்டி அழித்துச் சோழ நாட்டைக் காத்த நிலைபெற்ற புகழால் மேம்பட்ட பெருமானே! நின் தந்தை கபிலர் பாடும் புகழுடையோனாக இருந்து அறங்காத்த பெருவலியுடையவானயிருந்து இறந்தனன். நன்னெறி கொன்ற நாற்புறமும் இருப்பார் வந்து சூழக் கவலையுற்ற மனவருத்தம் தீருமாறு நீ வந்து தோன்றினாய். இணைந்த மாலை அணிந்த தலைவனே! மலையிடம் பொடிய, காடு தீமிக, இவ்வாறாக எங்கும் வெம்மை நிறைந்த கோடைக் காலத்தில் பெருமழை சொரிந்தாற் போல நீயும் வந்து உலகிடத்து உதவுவதற்கெனத் தோன்றினாயே!

175. என் நெஞ்சில் நினைக் காண்பார்!

பாடியவர்: *கள்ளில் ஆத்திரையனார்.* **பாடப்பட்டோன்:** *ஆதனுங்கன்.* **திணை:** *பாடாண்.* **துறை:** *இயன்மொழி.*

(அறத்துறை பேணும் தலைவனது இயல்பு மேம்பாட்டை வியந்து பாடுகின்றார் புலவர். மோரியர் மேம்பாட்டை பற்றிய செய்தியும் இச் செய்யுளால் அறியப்படும்.)

எந்தை! வாழி; ஆதனுங்க என்
நெஞ்சம் திறப்போர் நிற்காண் குவரே!
நின்யான் மறப்பின், மறக்குங் காலை
என்உயிர் யாக்கையிற் பிரியும் பொழுதும்
என்யான் மறப்பின் மறக்கு வென்வென்வேல்
விண்பொரு நெடுங்குடைக் கொடித்தேர் மோரியர்
திண்கதிர்த் திகிரி திரிதரக் குறைத்த
உலக இடைகழி அறைவாய் நிலைஇய
மலர்வாய் மண்டிலத் தன்ன நாளும்
பலர்புரவு எதிர்ந்த அறத்துறை நின்னே

யான் யாதாவது சொல்ல நினைத்தால் நின் புகழையே பேசுவேன் என் நெஞ்சில் நின்னையே அனைவரும் காண்பர். என் சாவிலும் என்னை யானே மறக்கும் காலம் உண்டாயின் அப்பொழுதும் நின்னை மறப்பேன். ஞாயிற்று மண்டிலத்தை ஒப்ப யாவரையும் காத்தலே கடமையாகக் கொண்ட நின்னை அவ்வாறன்றி யான் என்றுமே மறவேன். ஆதலால் எம் இறைவனே ஆதனுங்கனே! நீ நிலைத்த புகழோடும் நீடு வாழ்வாயாக!

176. சாயல் நினைந்தே இரங்கும்!

பாடியவர்: புறத்திணை நன்னாகனார். **பாடப்பட்டோன்:** ஓய்மான் நல்லியக் கோடன். **திணை:** பாடாண். **துறை:** இயன்மொழி.

(தலைவனது கொடையாகிய இயல்பினை வியந்து பாராட்டு கின்றார் புலவர். 'அவன் கழிமென் சாயல் காண்டொறும் அவனைக் காணா வழி நாட்களை நினைந்து என் நெஞ்சம் இரங்கும்' என்று கூறுவதன் பொருட் செறிவை அறிந்து இன்புறுக.)

ஓரை ஆயத்து ஒண்தொடி மகளிர்
கேழல் உழுத இருஞ்சேறு கிளைப்பின்,
யாமை ஈன்ற புலவுநாறு முட்டையைத்
தேன்நாறு ஆம்பல் கிழங்கொடு பெறூஉம்,
இழுமென ஒலிக்கும் புனலம் புதவின்,
பெருமா விலங்கைத் தலைவன் சீறியாழ்
இல்லோர் சொன்மலை நல்லியக் கோடனை
உடையை வாழி யெற் புணர்ந்த பாலே!

பாரி பறம்பிற் பனிச்சுனைத் தெண்ணீர்
ஒரூர் உண்மையின் இகழ்ந்தோர் போலக்,
காணாது கழிந்த வைகல் காணா
வழிநாட்கு இரங்கும் என் நெஞ்சம் அவன்
கழிமென் சாயல் காண்தொறும் நினைந்தே.

விளையாடிக் கொண்டிருக்கும் மலையவர் மகளிர் பன்றியுழுத கரிய சேற்றைக் கிளறிப் புலால் நாற்றம் நாறும் ஆமையினது முட்டையைத் தேன் மணம் வீசும் ஆம்பற் கிழங்குடனே எடுப்பர். அத்தகைய நீர்வளமுடைய மாவிலங்கை என்ற ஊருக்குத் தலைவன்; வறியோர் பலர் பாடிய புகழ்மாலைகளை அணிந்தவன்; நல்லியக் கோடன். அவனைத் துணையாகக் கொண்டதனால் என் விதியே, நினக்கோர் குறைவுமில்லை. அவன் வாழ்க! பாரியின் பறம்பிலே குளிர்நீர்ச் சுனைகள் எங்கும் இருத்தலால் நீர் வேண்டிய பொழுது உண்ணலாமென யாவரும் கவலையற்றிருப்பர். அவனைக் காணாத நாட்கள் வீண்நாட்கள். இன்றே போல காணுந்தோறும் வருநாளை நினைந்து இரங்கும் என் நெஞ்சம். ஆனால் நல்லியக் கோடன் என்றும் துணையாயுள்ளான். இனி நீ அஞ்சுவதற்கு யாதுமே இல்லை!

சொற்பொருள்: *1. ஓரை ஆயத்து - விளையாட்டுத் திரட்சிக்கண். 5. புனலம் புதவின் - நீர் வழங்கும் வாய்த்தலை களையுடைய. 6. பெருமா விலங்கைத் தலைவன் - பெரிய மாவிலங்கை என்னும் ஊர்க்குத் தலைவன். 13. அவன் கழிமென் சாயல் - அவனது மிக்க மெல்லிய சாயல்.*

177. யானையும் பனங்குடையும்!

பாடியவர்: *ஆவூர் மூலங்கிழார்.* **பாடப்பட்டோன்:** *மல்லிகிழான் காரியாதி.* **திணை:** *பாடாண்.* **துறை:** *இயன்மொழி. (வந்தார்க்கு மான் கறியும் சோறும் வாரி வழங்கிய கொடையியல்பைப் பாடுகின்றார் புலவர்.)*

ஒளிறுவான் மன்னர் ஒண்சுடர் நெடுநகர்,
வெளிறுகண் போகப் பன்னாள் திரங்கிப்,
பாடிப் பெற்ற பொன்னணி யானை,
தமர்எனின் யாவரும் புகுவ; அமர்எனின்,
திங்களும் நுழையா எந்திரப் படுபுழைக்,
கள்மாறு நீட்ட நணி நணி இருந்த
குறும்பல் குறும்பின் ததும்ப வைகிப்,
புளிச்சுவை வேட்ட செங்கண் ஆடவர்
தீம்புளக் களாவொடு துடரி முனையின்
மட்டுஅறல் நல்யாற்று எக்கர் ஏறிக்,

கருங்கனி நாவல் இருந்துகொய்து உண்ணும்,
பெரும்பெயர் ஆதி பிணங்கரிற் குடநாட்டு,
எயினர் தந்த எய்ம்மான் எறிதசைப்
பைஞ்ஞிணம் பெருத்த பசுவெள் அமலை,
வருநர்க்கு வரையாது தருவனர் சொரிய,
இரும்பனங் குடையின் மிசையும்
பெரும்புலர் வைகறைச் சீர்சா லாதே.

அவனுக்கு வேண்டியவராயிருந்தால் எளிதே செல்லலாம். போரிட என்றால் திங்களும் நுழையாப் பொறிகள் பல பொருந்திய இட்டிவாயிலை உடையது அவனது அரண். கள்ளினை ஒருவருக்கொருவர் மாறி மாறி நீட்டுமளவு நெருக்கமாக அமைந்த பல அரண்களையுடையது அவ்வூர். அவ்வாறு நீட்டிய கள்ளினை நிரம்பவும் உண்டு செருக்கி அதன்மேலும் புளிப்புச் சுவையை விரும்பிய ஆடவர், களாப்பழமும் துடரிப்பழமும் தின்பர். தின்றும் அமையாது, கருநாவல் பழத்தைப் பறித்துக் கான்யாற்று மணற்குன்றுகளிலே இருந்தவாறே உண்பர். அத்தகைய ஊரின் தலைவன் புகழ்பெற்ற ஆதி. குடநாட்டு மறவர் வேட்டையாடித் தந்த எய்ப்பன்றித் தசையுடன் செவ்விய சோறும் கலந்த கட்டியை வருவார்க் கெல்லாம் ஒப்ப வழங்குபவன் அவன். அதனைப் பனங் குடையிலே பெற்று உண்டு மகிழ்பவர் இரவலர். வைகறையிற் காணும் அவனுடைய கொடைக் காட்சி பிற வேந்தரைப் பலநாள் பாடிக் காத்திருந்து பெறுகின்ற யானைக் கொடையினும் சிறந்ததாகும்.

சொற்பொருள்: *1.* ஒளிறு வாள் - விளங்கிய வாளையுடைய. நெடுநகர் - உயர்ந்த கோயிற்கண். 2.கண்வெளிறு போக - கண்ணொளி கெட. திரங்கி - நின்று உலர்ந்த. 5. எந்திரப் - படுபுழை பொறிகளைப் பொருந்திய இட்டிவாயில் 10. மட்டு அறல் நல்யாற்று எக்கர் ஏறி - கரை மரத்துப் பைந்தேன் அரித்தொழுகுகின்ற நல்ல கான்யாற்றினது மணற்குன்றின் கண்ணே ஏறி.

178. இன்சாயலன் ஏமமாவான்!

பாடியவர்: ஆவூர் மூலங்கிழார். **பாடப்பட்டோன்:** பாண்டியன் கீரஞ்சாத்தன்; பாண்டிக் குதிரைச் சாக்கையன் எனவும் பாடம். **திணை:** வாகை. **துறை:** வல்லாண் முல்லை.

('நெடுமொழி மொழிதலாற் பேராண்மையும் பின் அதனைக் கைவிட்டு அஞ்சி ஓடுதலாற் சிறுமையும் அடைந்தனர் இவன்

பகைவர்' என இவனது வல்லாண்மையை உரைக்கின்றார் புலவர்.)

கந்துமுனிந்து உயிர்க்கும் யானையொடு, பணைமுனிந்து,
கால்இயற் புரவி ஆலும் ஆங்கண்,
மணல்மலி முற்றம் புக்க சான்றோர்
உண்ணார் ஆயினும், தன்னொடு சூளுற்று
உண்மென இரக்கும் பெரும்பெயர்ச் சாத்தன்;
ஈண்டோர் இன்சா யலனே; வேண்டார்
எறிபடை மயங்கிய வெருவரு ஞாட்பின்,
கள்ளுடைக் கலத்தர் உள்ளூர்க் கூறிய
நெடுமொழி மறந்த சிறுபே ராளர்
அஞ்சி நீங்கும் காலை,
ஏமமாகத் தான்முந் துறுமே.

கட்டியிருந்த குதிரைகளும் யானைகளும் அதனை வெறுத்து ஆரவாரிக்கும் அவன் அரண்மனை முற்றத்தில் சான்றோர் புகுவர். அவ் வேளையிலே அவர் உண்ணார் எனினும் தன்னுடனே சார்த்திச் சூளுரைத்து 'உண்க' வென இரந்து வேண்டும் புகழாளன் சாத்தன். இரவலரான எம்போல்வார்க்கு இனியவன் அவன். கள்ளுண்ட கலத்தினரான சிலர் வெறியால் வீரம் பேசினவர் போர் வந்தபோது அஞ்சிப் புறங்காட்டி ஓட, அவர்க்கு அரணாகத் தான் தன் ஆற்றலால் முன்னின்று, அவரையும் காத்துப் பகைவரை வெற்றி கொண்ட ஆண்மையனும் அவன்!

சொற்பொருள்: *1. பணைமுனிந்து கால் இயல் புரவிஆலும் ஆங்கண் - பந்தியை வெறுத்துக் காற்றுப் போலும் இயல்புடைய குதிரை ஆலிக்கும் அவ்விடத்து ஆலிக்கும் - ஒலிக்கும். 3. மணல் மலி முற்றம் - இடு மணல் மிக்க முற்றத்தின்கண். 6. வேண்டார் எறிபடை மயங்கிய - பகைவர் எறியும் படைக்கலம் தம்மிற் கலந்த. 11. ஏமமாக - அவர்க்கு அரணாக; தான் முந்துறும் - தாள் வளியால் முந்துற்று நிற்பன். நெடுமொழி மொழிதலாற் பேராண்மையும் பின் அதனை மறத்தலால் சிறுமையு முடைமையின் சிறுபேராளர் என்றார்.*

179. பருந்து பசி தீர்ப்பான்!

பாடியவர்: வடநெடுந்தத்தனார்; வடம் நெடுந்தத்தனார் எனவும் வடம் நெடுந்தச்சனார் எனவும் பாடம். பாடப் பட்டோன்: நாலை கிழவன் நாகன். **திணை:** வாகை. **துறை:** வல்லாண் முல்லை.

('பருந்து பசி தீர்க்கும் வேலினை ஏந்தியோன்' என இவனது வல்லாண்மையைப் பாடுகின்றார் புலவர். 'ஆண்தகை உள்ளத்து நாகன்' என்னும் சொற்கள் செறிவு உடையன.)

ஞாலம் மீமிசை வள்ளியோர் மாய்ந்தென,
ஏலாது கவிழ்ந்தஎன் இரவல் மண்டை
மலர்ப்போர் யார்?என வினவலின் மலைந்தோர்
விசிபிணி முரசமொடு மணபல தந்த
திருவீழ் நுண்பூண் பாண்டியன் மறவன்,
படைவேண்டுவழி வாள் உதவியும்,
வினைவேண்டுவழி அறிவுஉதவியும்,
வேண்டுப வேண்டுப வேந்தன் தேஎத்து
அசைநுகம் படாஅ ஆண்தகை உள்ளத்துத்,
தோலா நல்லிசை நாலை கிழவன்,
பருந்துபசி தீர்க்கும் நற்போர்த்
திருந்துவேல் நாகற் கூறினர் பலரே.

'இவ்வுலகிலே வரையாது வழங்கும் வண்மையோர் மாய்ந்தனர். இனி எமக்கு உதவுவார் யாவரோ, எனக் கேட்டேம். அப்பொழுது 'பகைவரை வெற்றிகொண்டு' முரசும் அவர் நாடும் பல கொண்ட பாண்டியர் படைத்தலைவன்; பாண்டியர்க்குப் போரிலே படைத்துணையாக உதவியும் அமைச்சாக அறிவுரை உதவியும் சிறந்தவன்; ஆண்மையும் சூழ்ச்சித்திறனும் ஊக்கமும் புகழும் உடையவன்; பருந்தின் பசிதீர்க்கப் பகைவரை அழித்துப் போரிட்டுப் போரிலே வெற்றிகொள்ளும் நாலைகிழவன் நாகன் உளன்' என்றனர் பலரும். அதனால் யாமும் நின்பால் வந்தனம்; எமக்கும் உதவுக பெருமானே!

சொற்பொருள்: 5. திருவீழ் நுண்பூண் பாண்டியன் மறவன் - திருமகள் விரும்பிய நுண்ணிய தொழில் பொருந்திய ஆபரணத்தையுடைய பாண்டியன் மறவன்.6. வாள் உதவியும் - வாட்போரை யுதவியும். வினை வேண்டுவழி அறிவு உதவியும் - அரசியற்கேற்ற கருமச்சூழ்ச்சி வேண்டியவிடத்து அமைச்சியலோடு நின்று அறிவுரை பல உதவியும்.

180. நீயும் வம்மோ!

பாடியவர்: கோனாட்டு எறிச்சிலூார் மாடலன் மதுரைக் குமரனார். **பாடப்பட்டோன்:** ஈர்ந்தூர் கிழான் தோயன் மாறன். **திணை:** வாகை. **துறை:** வல்லாண்முல்லை; பாணாற்றுப் படையும் ஆம்.

(அவனது வல்லாண்மையைக் கூறுதலுடன் 'நீயும் வம்மோ முதுவாய் இரவல' என ஆற்றுப்படுத்தலின், பாணாற்றுப்படையும் ஆயிற்று.)

நிரப்பாது கொடுக்கும் செல்வமும் இலனே;
இல்லென மறுக்கும் சிறுமையும் இலனே;
இறையுறு விழுமம் தாங்கி, அமர்அகத்து
இரும்புசுவைக் கொண்ட விழுப்புண் நோய் தீர்ந்து,
மருந்துகொள் மரத்தின் வாள்வடு மயங்கி,
வடுவின்றி வடிந்த யாக்கையன் கொடையெதிர்ந்து,
ஈர்ந்தை யோனே, பாண்பசிப் பகைஞன்;
இன்மை தீர வேண்டின், எம்மொடு
நீயும் வம்மோ? முதுவாய் இரவல!
யாம்தன் இரக்கும் காலைத், தான்எம்
உண்ணா மருங்குல் காட்டித் தன்ஊர்க்
கருங்கைக் கொல்லனை இரக்கும்,
'திருந்திலை நெடுவேல் வடித்திசின்' எனவே.

பாணர்களை வருத்தும் பசிக்கொரு பகைவன் ஈர்ந்தை என்னும் ஊரிலே உள்ளனன். நின் வறுமை தீரவேண்டினால் எம்மொடு நீயும் அவன்பால் வருவாயாக. முன் யாம் அவனை இரந்தபோது எம் வாடிய உண்ணாத மருங்கினைக் காட்டிக் கொல்லனை 'நெடு வேலை விரைந்து வடிப்பாயாக'என்று ஆணையிட்டவன் அவன். நாள்தோறும் கொடுக்கப் பெருஞ்செல்வம் உள்ளானும் அல்லன். எனினும் 'இல்லை' என உரைக்கும் புன்மையும் அவனிடமில்லை. போர்ப்புண்பட்ட வடுக்கள் அவன் உடல் முழுதும் பரந்து மருந்துக்காகக் கொள்ளப்பட்ட மரத்தின் புறம்போலத் தோன்றும். பல போராற்றித் தன் நாடு பேணிய ஆற்றலுடையவன் அவன். அவ்வடுக்கள் வசையாக நில்லாது பொலிவுடன் அவன் தறுகண்மையைக் காட்டி இசையாகவே தோன்றும் மிகச் சிறந்த வள்ளமையுடையவனும் அவன்.

சொற்பொருள்: 3. இறையுறு விழுமம் தாங்கி - தன் பேரரசனுக்கு வந்து உற்ற போரான் அமைந்த தொல்லைகளைத் தான் பொறுத்து. 4. இரும்பு சுவைக் கொண்ட சிறந்த புண்ணாகிய நோய் தீர்ந்து - அதாவது போரிற்பட்ட புண்கள் ஆறி.

181. இன்னே சென்மதி!

பாடியவர்: சோணாட்டு முகையலூர்ச் சிறுகருந்தும்பியார். **பாடப்பட்டோன்:** வல்லார் கிழான் பண்ணன். **திணை:** வாகை. **துறை:** வல்லாண் முல்லை.

('பசிப்பகையாகிய பரிசிலைப் பெறுதற்கு இன்னே செல்வாயாக' எனக் கூறுதலால் பாணாற்றுப்படைத் துறையும் ஆம். பண்ணனின் வல்லாண்மை கூறலின் வல்லாண் முல்லைத் துறை ஆயிற்று.)

மன்ற விளவின் மனைவீழ் வெள்ளில்,
கருங்கண் எயிற்றி காதல் மகனொடு,
கான இரும்பிடிக் கன்றுதலைக் கொள்ளும்
பெருங்குறும்பு உடுத்த வன்புல இருக்கைப்,
புலா அல் அம்பின், போர் அருங் கடிமிளை,
வலா ரோனே வாய்வாள் பண்ணன்;
உண்ணா வறுங்கடும்பு உய்தல் வேண்டின்,
இன்னே சென்மதி, நீயே; சென்று அவன்
பகைப்புலம் படரா அளவை நின்
பசிப்பகைப் பரிசில் காட்டினை கொளற்கே!

ஊர்மன்றத்து விளாமரத்தின் பழம் ஒன்று மனையிடத்திலே வீழ்ந்தால் அதனை மறத்தியர் மகனான சிறுவனும் காட்டு யானைச் சிறுகன்றும் ஒன்றாக வந்து எடுக்கும். அத்தகைய அரண் சூழ்ந்த வன்னிலத்திலே அமைந்தது, புலால் நாறும் அம்பினையும் பொருதற்குரிய காவற் காட்டினையும் உடைய 'வல்லார்' எனும் ஊர். அதன் தலைவன் பண்ணன். உண்ணாது வாடும் நின் சுற்றம் உயிர் பிழைக்க வேண்டுமாயின் அவன் பகைவர் தேயங்களை நோக்கிப் படைகொண்டு செல்வதற்கு முன்னர் பரிசில் பெற்று வறுமைபோக்க விரைந்து இப்பொழுதே அவன்பாற் செல்வாயாக!

சொற்பொருள்: 1. வெள்ளில் - விளாம்பழத்தை. 2. கருங்கண் எயிற்றி - கரிய கண்ணையுடைய மறத்தி. 4. பெருங்குறும்பு உடுத்த - பெரிய அரண் சூழ்ந்த. கடிமிளை - காவற் காட்டினை யுடைய. 7. வலா அரோன் - வல்லார் என்கிற ஊரிடத்தான்.

182. பிறர்க்கென முயலுநர்!

பாடியவர்: கடலுள் மாய்ந்த இளம்பெரு வழுதி. **திணை** பொதுவியல். **துறை:** பொருண்மொழிக் காஞ்சி.

(பிறர்க்கென முயலுநர் உண்மையின் இவ்வுலகம் உளதாயிருக்கின்றது எனக் கூறி அவ்வாறு முயல்வதே சிறந்த உறுதிப் பொருளாகும் என்றனர். 'கைக்கிளைப் புறனாய் அமைந்த செந்துறைப் பாடாண் பாட்டு இது' என்பர் நச்சினார்க்கினியர் (தொல். புறத். சூ. 27))

உண்டால் அம்ம, இவ்வுலகம்; இந்திரர்;
அமிழ்தம் இயைவ தாயினும்; இனிதுஎனத்
தமியர் உண்டலும் இலரே; முனிவிலர்;
துஞ்சலும் இலர்; பிறர் அஞ்சுவது அஞ்சிப்,
புகழ்எனின் உயிருங் கொடுக்குவர்; பழியெனின்,

உலகுடன் பெறினும் கொள்ளலர்; அயர்விலர்;
அன்ன மாட்சி அனைய ராகித்
தமக்கென முயலா நோன்தாள்,
பிறர்க்கென முயலுநர் உண்மை யானே.

இந்திரர்க்குரிய அமுதமே கிடைப்பதாயினும் அது தமக்கு இனியது எனக் கருதித் தாமே தனித்து உண்டலும் இல்லாதவர்; சினமற்றவர்; பிறர் அஞ்சுவதற்குத் தாமும் அஞ்சி வாளாது சோம்பியிருப்பவருமல்லர்; புகழ்எனின் உயிரும் கொடுப்பவர்; பழி எனின் உலகம் முழுவதும் பெறுவதாயினும் மேற்கொள்ளார்; அயர்வு அற்றோர்; அத்தகைய மாட்சிமைக்கப்பட்டவராக வாழ்பவர் உயர்ந்தோராவர்.அவர் தமக்கென எதுவும் செய்யாது பிறர்க்கென உழைக்கும் உண்மையான இயல்பு உடையவ ராதலே அவர் பெருந்தகுதிக்குக் காரணமாகும். இவராலேயே சிறப்புடன் வாழ்கிறது உலகம்.

சொற்பொருள்: *1.* இந்திரர் அமிழ்தம் இயைவதாயினும் - இந்திரருக்குரியதென்ற அமிழ்தம் தமக்கு வந்து கைகூடுவதாயினும். *3.*முனிவு இலர் - யாரோடும் வெறுப்பிலர் *4.*துஞ்சலும் இலர் - அது நீங்குதற் பொருட்டுச் சோம்பியிருத்தலும் இலர். *6.* அயர்வு இலர் - மனக்கவலையும் இல்லாதவர்.

183. கற்கை நன்றே!

பாடியவர்: ஆரியப் படை கடந்த நெடுஞ்செழியன். **திணை:** பொதுவியல்; **துறை:** பொருண்மொழிக் காஞ்சி.

(கல்வியினால் வரும் உறுதிப் பொருளைக் கூறுகின்றது செய்யுள். வேளாளர் ஓதலின் சிறப்புக் கூறியது' இதுவென்பர் நச்சினார்க்கினியர் (தொல். புறத். சூ.20))

உற்றுழி உதவியும் உறுபொருள் கொடுத்தும்,
பிற்றைநிலை முனியாது கற்றல் நன்றே!
பிறப்பு ஓர் அன்ன உடன்வயிற்று உள்ளும்
சிறப்பின் பாலால் தாயும் மனம் திரியும்;
ஒரு குடிப் பிறந்த பல்லோ ருள்ளும்,
'மூத்தோன் வருக' என்னாது அவருள்
அறிவுடை யோன் ஆறு அரசும் செல்லும்;
வேற்றுமை தெரிந்த நாற்பால் உள்ளும்
கீழ்ப்பால் ஒருவன் கற்பின்
மேற்பால் ஒருவனும் அவன்கண் படுமே.

ஒரு தாய் ஒருவயிற்றுப் பிறந்தவருள்ளும் அவரவர் சிறப்பின் காரணமாகத் தாயும் தன் பாசத்திலே ஓரளவிற்கு வேறுபடுபவளாவள். ஒரு குடிவந்த பலருள்ளும் 'மூத்தோனை வருக' என்று அழையாது அறிவுடையோனையே வருக என்று அரசனும் சென்று கேட்பான். வேற்றுமைப்பட்ட நால்வேறு வகையான மக்களுள்ளும் கீழ்நிலையிலுள்ளான் ஒருவன் கல்வி கேள்விகளிலே வல்லான் ஆயின், மேல்நிலையிலுள்ளவனும் அவனுக்கு ஆட்படுவான். இதனால் ஊறுபாடு நேர்ந்தவிடத்து உதவியும் மிக்க பொருளைக் கொடுத்தும் அதனால் நேரும்இழப்பு வருத்தம் முதலிய நிலைகளைக் கண்டு வேறுபடாதும் முயற்சியுடன் அனைவரும் கற்ற அறிவுடையவராகி மேம்படுதலே நன்றாகும். அதனால் சிறப்பும் அறிவும் நூற்பயிற்சியும் பெற்று இவ்வுலகத்து வாழ்விலும் உயரலாம்.

184. யானை புக்க புலம்!

பாடியவர்: பிசிராந்தையார். **பாடப்பட்டோன்:** பாண்டியன் அறிவுடை நம்பி. **திணை:** பாடாண். **துறை:** செவியறிவுறூஉ.

(அறிவுடை வேந்தனது அரசியல் இவ்வாறிருத்தல் வேண்டுமென அறிவுறுத்துவது செய்யுள். 'வாயுறை வாழ்த்திற்கு' எடுத்துக் காட்டுவர் இளம்பூரணனார் (தொல். புறத் சூ. 29))

காய்நெல் அறுத்துக் கவளங் கொளினே,
மாநிறைவு இல்லதும் பன்நாட்கு ஆகும்;
நூறுசெறு ஆயினும், தமித்துப்புக்கு உணினே,
வாய்புகு வதனினும் கால்பெரிது கெடுக்கும்;
அறிவுடை வேந்தன் நெறியறிந்து கொளினே
கோடி யாத்து, நாடுபெரிது நந்தும்;
மெல்லியன் கிழவன் ஆகி, வைகலும்
வரிசை அறியாக் கல்லென் சுற்றமொடு,
பரிவுதப எடுக்கும் பிண்டம் நச்சின்
யானை புக்க புலம் போலத்
தானும் உண்ணான் உலகமும் கெடுமே!

ஒரு மாவுக்குக் குறைந்த நிலமாயினும் அதன்கண் விளைந்த நெல்லை அறுத்துக் கவளம் கவளமாக யானைக்கு ஊட்டினால் பல நாட்களுக்கும் அது வரும்; யானையும் பல நாட்கள் பசியடங்கி இன்புறும். அல்லாது நூறு செய்யாயினும் தன்போக்கிலே யானை சென்று தின்னப் புகுந்தால் அது உண்ட நெல்லினும் அதன் காலடிபட்டு அழிவெய்தியதே மிகுதியாகி விடும். இதேபோன்று அறிவுடைய வேந்தன் அறநெறியறிந்து

குடிகளிடம் இறை கொண்டால் கோடிக்ககணக்கான செல்வம் பெற்று அவனும் இன்புறுவதுடன் அவனது நாடும் செழிக்கும். அஃதன்றி அவன் அறியாமையை உடையவனாக அவன் மந்திரச் சுற்றமும் அறங்கூறாது அவன் போக்கையே ஆதரித்து நிற்பவராக, குடிகளை வற்புறுத்தி அறமற்ற பெருந்தொகையான இறையைப் பெறவிரும்பினால் அதனால் அவனுக்கும் அவன் நாட்டுக்கும் கேடுதான் விளையும்.

185. ஆறு இனிது படுமே!

பாடியவர்: தொண்டைமான் இளந்திரையன். திணை: பொதுவியல். துறை: பொருண்மொழிக் காஞ்சி. இஃது உலகாளும் முறைமையைக் கூறியதாம்.

கால்பார் கோத்து ஞாலத்து இயக்கும்
காவற் சாகாடு உகைப்போன் மாணின்
ஊறுஇன்றாகி ஆறுஇனிது படுமே;
உய்த்தல் தேற்றான் ஆயின், வைகலும்,
பகைக்கூழ் அள்ளற் பட்டு   5
மிகப்பல தீநோய் தலைத்தலைத்தருமே.

உலக இயற்கையை நிலைநிறுத்தி நாட்டிற் செலுத்தப்படும் நாடு காவலாகிய சகடத்தினைச் செலுத்துவோன் மாட்சிமை யுடையவனாயின் உலக வாழ்வும் கேடற்றுச் சான்றோர் வகுத்த நெறி வழியே நன்கு நடக்கும். அவ்வாறு காத்தல் இலனாயின் எந்நாளும் பகையென்னும் சேற்றிலே அழுந்தி அவன் கெடுவதுடன் அவன் குடிமக்களும் பலப்பல துயரங்களுக்கும் உள்ளாகிக் கெடுவர்.

சொற்பொருள்: 3. ஊறு - இடையில் உண்டாகும் கெடுதல். ஆறு இனிதுபடும் - வழியில் இனிதாகச் செல்லும் 4. உய்த்தல் தேற்றானாயின் - அதனை இனிதாகச் செலுத்தலைத் தெளிய மாட்டானாயின் 5. பகைக்கூழ் அள்ளல்பட்டு - பகையாகிய செறிந்த சேற்றிலே அழுந்தி 6. தலைத்தலைதரும் - மேன்மேலும் உண்டாக்கும்.

186. வேந்தர்க்குக் கடனே!

பாடியவர்: மோசிகீரனார். திணை: பொதுவியல். துறை: பொருண் மொழிக் காஞ்சி.

(வேந்தர்க்குரிய கடன் இதுவென்னும் சிறந்த செய்யுள் இது. ஆட்சியாளர் நெஞ்சங்களில் ஆழப் பதியவேண்டிய ஒரு செய்யுளும் ஆம்.)

நெல்லும் உயிர் அன்றே; நீரும் உயிர் அன்றே;
மன்னன் உயிர்த்தே மலர்தலை உலகம்;
அதனால் யான்உயிர் என்பது அறிகை
வேன்மிகு தானை வேந்தற்குக் கடனே.

உலக உயிர்களைக் காப்பது நெல்லும் நீரும் மட்டும் அன்று. பரந்த இவ்வுலகம் வேந்தனின் முறையான காவற்சிறப்பாலேயே செவ்விதாக நிலைபெறுவதனால் அரசனே உண்மையாக உலகுக்கு உயிர் ஆவான். அதனால் வேலால் மிக்க படையுடைய வேந்தனுக்கு 'தானே உலக நல்வாழ்வின் உயிர்ப்பாக விளங்க வேண்டுபவன்' என உணர்ந்து அதற்கேற்ப மக்களைப் பேணி நடப்பதே கடமையாகும்.

187. ஆண்கள் உலகம்

பாடியவர்: ஔவையார் **திணை:** பொதுவியல். **துறை:** பொருண்மொழிக் காஞ்சி.

(ஆடவரது ஒழுக்கமே உலகமேம்பாட்டிற்கு அடிப்படை என்பது இது. மிகச் சிறந்த செய்யுள்.)

நாடா கொன்றே; காடா கொன்றோ;
அவலா கொன்றோ; மிசையா கொன்றோ;
எவ்வழி நல்லவர் ஆடவர்
அவ்வழி நல்லை; வாழிய நிலனே!

நாடானால் என்ன, காடானால் என்ன? மேடானால் என்ன, பள்ளமானால் என்ன? எவ்விடத்தே ஆடவர் நல்லவராக விளங்குகின்றனரோ, அவ்விடத்திலே நிலனே, நீயும் நன்றாக விளங்குவாய். நிலத்தைப் பொறுத்ததன்று வாழ்வும் தாழ்வும்; அவ்வந் நிலத்து வாழ் ஆடவரைப் பொறுத்ததே என்பது இது. (ஆள்வோர் சிலர் தம்குறையை நாட்டின் மீதேற்றிக் குறைகூற 'நாட்டிலுள்ள ஆண்களின் குறைபாடே அது' என உரைக்கிறார் புலவர்.)

188. மக்களை இல்லோர்!

பாடியவர்: பாண்டியன் அறிவுடை நம்பி. **திணை:** பொதுவியல். **துறை:** பொருண்மொழிக் காஞ்சி.

(மக்கட்பேற்றின் சிறப்பைக் கூறும் சிறந்த செய்யுள் இது.)

படைப்புப்பல படைத்துப் பலரோடு உண்ணும்
உடைப்பெருஞ் செல்வர் ஆயினும் இடைப்படக்
குறுகுறு நடந்து ,சிறுகை நீட்டி

இட்டும் தொட்டும், கவ்வியும், துழந்தும்
நெய்யுடை அடிசில் மெய்பட விதிர்த்தும்,   5
மயக்குறு மக்களை இல்லோர்க்குப்
பயக்குறை இல்லைத் தாம் வாழும் நாளே.

பலவற்றையும் படைத்துப் பலரோடும் அமர்ந்து உண்ணும் 'உடைமை' எனப்படும் பெருஞ்செல்வம் பெற்றவராயினும் என்ன? மெல்லமெல்லக் குறுகுறு நடந்து சென்று சிறிய கையை நீட்டி உண்கலத்து நெய்யுடைச் சோற்றிலே இட்டும் அக்கையாலேயே பெற்றோரைக் கட்டிக் கொண்டும் வாயாற் கவ்வியும் கையால் துழாவியும் தம் மேலெல்லாம் சிதறியும் அக் குறும்புகளால் உணவு வீணாகிறதே என்ற நினைவை மயக்கிப் பெற்றோரை இன்பத்தால் மகிழச் செய்யும் மக்கள், இல்லாதவர்க்குத் தம் வாழ்நாளெல்லாம் பயனற்ற நாட்களே.

189. உண்பதும் உடுப்பதும்

பாடியவர்: மதுரைக் கணக்காயனார் மகனார் நக்கீரனார். **திணை:** பொதுவியல். **துறை:** பொருண்மொழிக் காஞ்சி.

(செல்வத்துப் பயனே ஈதலென்பதை வலியுறுத்தும் செய்யுள் இது.)

தெண்கடல் வளாகம் பொதுமை இன்றி
வெண்குடல் நிழற்றிய ஒருமை யோர்க்கும்,
நடுநாள் யாமத்தும் பகலும் துஞ்சான்
கடுமாப் பார்க்கும் கல்லா ஒருவற்கும்
உண்பது நாழி; உடுப்பவை இரண்டே;   5
பிறவும் எல்லாம் ஓரொக் கும்மே;
அதனால் செல்வத்துப் பயனே ஈதல்;
துய்ப்பேம் எனினே தப்புந பலவே.

'உலக முழுதும் பொதுமையன்று; என் ஒருவனது தனிஉரிமையே' எனக் கூறி ஒரு குடைக்கீழ் ஆண்டுவரும் அரசர்க்கும் இரவும் பகலும் துயிலாது விரைந்து செல்லும் விலங்குகளை வேட்டையாட விரும்பிக் காத்திருக்கும் கல்லாத வறியோனுக்கும் உண்ணப்படும் பொருள் நாழித்தானியமே; உடுக்கப்படுபவை அரை ஆடை! மேலாடை என இரண்டே! இவைபோலப் பிற உடல் உள்ளத் தேவைகளும் ஒன்றாகவே விளங்கும். அதனால் செல்வத்துப் பயனாவது அஃதற்ற வறியவர்க்கு உவந்து கொடுத்தல்; யாமே துய்ப்பேம் என்றாலோ இவ்வாறு எண்ணித் துய்க்கத் தவறினவர் வாழ்வுகளே இவ்வுலகிற் பலவாகும்.

190. எலி முயன்றனையர்

பாடியவர்: சோழன் நல்லுருத்திரன். **திணை:** பொதுவியல். **துறை:** பொருண்மொழிக் காஞ்சி.

(வலியுடையோரின் நடப்பை வலியுறுத்திப் பாடிய செய்யுள் இது.)

விளைபதச் சீறிடம் நோக்கி, வளைகதிர்
வல்சி கொண்டு அளைமல்க வைக்கும்
எலிமுயன் றனைய ராகி உள்ளதம்
வளன்வலி உறுக்கும் உளம் இலாளரோடு
இயைந்த கேண்மை இல்லா கியரோ!
கடுங்கண் கேழல் இடம்பட வீழ்ந்தென
அன்று அவண் உண்ணா தாகி, வழிநாள்
பெருமலை விடரகம் புலம்ப, வேட்டெழுந்து
இருங்களிறு ஒருத்தல் நல்வலம் படுக்கும்
புலிபசித் தன்ன மெலிவில் உள்ளத்து
உரனுடை யாளர் கேண்மையொடு
இயைந்த வைகல் உளவா கியரோ!

சிறியதொரு விளைவயலைக் கண்ணுற்றதும் அங்குள்ள நெற்கதிர்களைத் திருடிக் கொண்டு சென்று எலி தன் வளையுள் நிறைக்கும். இவ்வாறு செல்வத்தையும் தமக்கென இறுகப்பற்றிச் சேமித்துப் பதுக்கி வைத்து வாழ்பவரின் நட்பு இல்லாது போக கொடிய காட்டுப்பன்றி தன் இடப்பக்கத்தே தானே இறந்து வீழ்ந்துகிடப்பினும் அன்று தான் அதனை உண்ண எண்ணாது பெரிய களிறு வலப்பக்கத்தே வீழ்ந்திறக்குமாறு வீழ்த்தி உண்பதே புலியின் இயல்பு. அத்தகைய தறுகண்மை உடையவர் நட்போடு பொருந்திய நாட்கள் உளவாக! (தன் முயற்சியால் அறவழியில் பெற்று உண்பதே சிறந்தது என்பது இது)

191. நரையில ஆகுதல்!

பாடியவர்: பிசிராந்தையார். **திணை:** பொதுவியல். **துறை:** பொருண்மொழிக் காஞ்சி .

(கோப்பெருஞ்சோழன் வடக்கிருந்தான். அவன்பாற் சென்றார் பிசிராந்தையார். அவரைக் கண்ட அவனோடிருந்த சான்றோருட் சிலர் 'கேட்கும் காலம் பலவாலோ? நரைநுமக்கு இல்லையாலோ?' என்றனர். அவர்க்கு அவர் கூறிய செய்யுள் இது. செவ்விய வாழ்வு எவ்வாறு அமைதல் வேண்டும் என்பதன் விளக்கமும் இச்செய்யுள்.)

'யாண்டுபல வாக நரையில ஆகுதல்
யாங்கு ஆகியர்? என வினவுதிர்'' ஆயின்
மாண்டஎன் மனைவியொடு மக்களும் நிரம்பினர்;
யான்கண் டனையர் என் இளையரும்; வேந்தனும்
அல்லவை செய்யான், காக்கும்; அதன் தலை
ஆன்றுஅவிந்து அடங்கிய கொள்கைச்
சான்றோர் பலர்யான் வாழும் ஊரே.

'நுமக்குச் சென்ற ஆண்டுகளோ பலவாயின; இருந்தும் நரையில்லை. யாதலையும் உடையீரே; எவ்வாறு இந்நிலை பெற்றீரோ?' எனக் கேட்போரே; மாட்சியுடையவள் என் மனைவி; மக்களோ அறிவு நிரம்பியவர்; ஏவலரோ யான் காண்பது போன்றே எதனையுங் காணும் இயல்பினர்; எம் அரசனும் அறமல்லவை செய்யானாக முறையே காத்து வருகின்றனன்; இவற்றிற்கும் மேலாகக் கல்வியால் நிறைந்து அதற்கேற்பப் புலனுணர்வுகளை அவித்து உயர்ந்த குறிக்கோளினரான சான்றோர் பலர் யான் வாழும் ஊரின் கண்ணே வாழ்கின்றனர். ('அதனால் எனக்குக் கவலையற்ற வாழ்க்கை அமைந்தது; யானும் நரையற்றேன்' என்கிறார் புலவர். பாண்டியன் அறிவுடை நம்பியின் செங்கோன்மைத் திறத்தை இவர் போற்றலும் காண்க)

192. பெரியோர் சிறியோர்

பாடியவர்: கணியன் பூங்குன்றன். **திணை:** பொதுவியல். **துறை:** பொருண்மொழிக் காஞ்சி.

('ஆர் உயிர் முறைவழிப் படூஉம்' என்னும் உறுதியை நயமாகக் கூறும் செய்யுள் இது.)

யாதும் ஊரே யாவரும் கேளிர்;
தீதும் நன்றும் பிறர்தர வாரா;
நோதலும் தணிதலும் அவற்றோ ரன்ன;
சாதலும் புதுவது அன்றே; வாழ்தல்
இனிதுஎன மகிழ்ந்தன்றும் இலமே; முனிவின்
இன்னா தென்றலும் இலமே; 'மின்னொடு
வானம் தண்துளி தலைஇ, ஆனாது
கல்பொருது இரங்கும் மல்லற் பேர்யாற்று
நீர்வழிப் படூஉம் புணைபோல ஆருயிர்
முறைவழிப் படூஉம்' என்பது திறவோர்
காட்சியின் தெளிந்தனம் ஆகலின், மாட்சியின்
பெரியோரை வியத்தலும் இலமே;
சிறியோரை இகழ்தல் அதனினும் இலமே.

எவ்வூராயினும் அஃது எம் ஊரே! யாவராயினும் அவர் எம் உறவினரே! தீதும் நன்றும் நோதலும் தணிதலும் பிறரால் வருவதன்று; நம்மாலேயே விளைவதாம். சாதலோ இவ்வுலகிலே புதிய செய்தியன்று. வாழ்தலே இனிது என மகிழ்தலும் வெறுத்து அதனை இன்னாதென ஒதுக்குதலும் இல்லோம். பேரியாற்று நீரிலே செல்லும் மிதவைபோல எம் அரிய உயிரானது முறையாகச் சென்று கரைசேரும் என்பதனைத் துறவுடையோர் காட்சியினால் தெளிந்தோம். எனவே செல்வத்தாற் பெரியாரை மதித்தலும் செய்யோம்; சிறியோரை இகழ்தலும் செய்யோம். அவரவர் ஒழுக்கம் ஒன்றையே யாமும் கருதுவோம்.

193. ஒக்கல் வாழ்க்கை!

பாடியவர்: ஓரேருழவர். **திணை:** பொதுவியல். **துறை:** பொருண் மொழிக் காஞ்சி.

(ஒக்கல் வாழ்க்கையின் அமைதியை விளக்கி உரைக்கும் செய்யுள் இது.)

அதள்எறிந் தன்ன நெடுவெண் களரின்
ஒருவன் ஆட்டும் புல்வாய் போல,
ஓடி உய்தலும் கூடும்மன்;
ஒக்கல் வாழ்க்கை தட்குமா காலே.

புடைத்து வைத்த தோல்போலத் தோற்றமளிக்கும் களர் நிலமேனும் தனியாக நிற்கும் ஒரு மான் வேடனைத் தப்பிப் பிழைத்து ஓடுவதுபோல யானும் நலமுடன் கவலையின்றி வாழ்ந்திருப்பேன். ஆனால் சுற்றத்தோடு கூடி வாழும் இல்வாழ்க்கையோ என்னை ஓடவும் விடாமல் உய்யவும் விடாமல் காலைத் தளையிட்டு நிறுத்தி விடுகின்றதே!

194. முழவின் பாணி!

பாடியவர்: பக்குடுக்கை நன்கணியார். **திணை:** பொதுவியல். **துறை:** பெருங்காஞ்சி.

(நிலையாமையைக் கருதிச் சொல்லுதல் பொருளாக விளங்கலின் பெருங்காஞ்சி ஆயிற்று. 'இதன் இயல்பு உணர்ந்தோர் இனியதாகச் செய்து கொள்க' என உரைப்பது அவர் வீட்டின்பத்திற்கு ஆவனவாய நெறிகளை மேற்கொள்க என்பது ஆம்.)

ஓரில் நெய்தல் கறங்க ஓரில்
ஈர்ந்தண் முழவின் பாணி ததும்பப்

புணர்ந்தோர் பூவணி அணியப் பிரிந்தோர்
பைதல் உண்கண் பனிவார்பு உறைப்பப்
படைத்தோன் மன்ற அப் பண்பி லாளன்!
இன்னாது அம்ம இவ் வுலகம்;
இனிய காண்க இதன் இயல்புணர்ந் தோரே

இவ்வுலகமே மிகவும் இன்னாதது. அம்மம்ம! ஒரு வீட்டிலே ஓர் உயிர் பிரிந்து செல்லச் சாப்பறை ஒலிக்கின்றது; இன்னொரு வீட்டிலோ இனவளர்ச்சிக்குக் கால்கோளான மணவாழ்வில் ஈடுபடுத்தும் மங்கல முழவோசை முழங்க மணந்த மகளிர் பூவணிகின்றனர். மற்றோரில்லிலோ கணவரைப் பிரிந்த மகளிர் கண்ணீர் சோரக் கலங்குகின்றனர். இவ்வாறு மகிழ்வும் துயரமும் ஒருசேரப் படைத்துவிட்டனன் பண்பிலாளனான படைப்பவன். எனவே இவ்வியல்பு உணர்ந்த யாவரும் இன்னாதனவற்றை சிந்தனையினின்றும் ஒதுக்கி இனியனவற்றை மட்டுமே கண்டு மகிழ்வாராகுக!

195. எல்லாரும் உவப்பது!

பாடியவர்: நரிவெரூஉத் தலையார். **திணை:** பொதுவியல். **துறை:** பொருண்மொழிக் காஞ்சி.

('நல்லது செய்தல் ஆற்றீராயினும் அல்லது செய்தல் ஓம்புமின்; அதுதான் எல்லோரும் உவப்பது; அன்றியும் நல்லாற்றுப் படூஉம் நெறியும் அதுவே, என உரைத்தலால் பொருண்மொழிக் காஞ்சி ஆயிற்று. காஞ்சித் திணைத்துறைகளுள் 'கழிந்தோர் ஒழிந்தோர்க்குக் காட்டிய முதுமைக்கு' இளம்பூரணர் எடுத்துக் காட்டுவர் (தொல் புறத் சூ. 19))

பல்சான் றீரே! பல்சான்றீரே!
பயனில் மூப்பின் பல்சான் றீரே!
கணிச்சிக் கூர்ம்படைக் கடுந்திறல் ஒருவன்
பிணிக்கும் காலை இரங்குவிர் மாதோ;
நல்லது செய்தல் ஆற்றீர் ஆயினும்
அல்லது செய்தல் ஓம்புமின்; அதுதான்
எல்லாரும் உவப்பது; அன்றியும்
நல்லாற்றுப் படூஉம் நெறியுமார் அதுவே.

அமைந்த குணங்கள் பலவும் உடையீர்! மீன்முள்போன்ற நரைமுதிர்ந்த கன்னங்களையும் உடையீர்! பயனற்று முதிரும் மூப்பினையும் உடையீர்! கடுந்திறலுடன் மழுப்படையோடு வரும் கூற்றுவன் பாசத்தால் கட்டி இழுத்துச் செல்லுங்காலத்தே நீர் நும் நிலைக்கு இரங்குவீர்! நல்வினைகள் செய்யாமாட்டீ

ராயினும் தீவினைகளையாவது செய்யாது விலக்குங்கள். நும்மை யாவரும் புகழ்வதற்கும் நும்மை நல்வழியிலே செலுத்தி உய்யுமாறு செய்வதற்கும் அதுவே ஏற்ற வழியாகும்.

196. குறுமகள் உள்ளிச் செல்வல்!

பாடியவர்: ஆவூர் மூலங்கிழார். **பாடப்பட்டோன்:** பாண்டியன் இலவந்திகைப் பள்ளித் துஞ்சிய நன்மாறன். **திணை:** பாடாண். **துறை:** பரிசில் கடாநிலை.

(பாடாண் திணைத் துறைகளுள் 'கொடார்ப் பழித்த'ற்கு இளம்பூரணர் எடுத்துக் காட்டுவர். அதுவே பொருத்தம் ஆகும். (தொல். புறத். சூ. 29))

ஒல்லுவது ஒல்லும் என்றலும் யாவர்க்கும்
ஒல்லாது இல்லென மறுத்தலும் இரண்டும்
ஆள்வினை மருங்கின் கேண்மைப் பாலே;
ஒல்லாது ஒல்லும் என்றலும் ஒல்லுவது
இல்லென மறுத்தலும் இரண்டும் வல்லே;
இரப்போர் வாட்டல் அன்றியும் புரப்போர்
புகழ்குறை படூஉம் வாயில் அத்தை
அனைத்தா கியர் இனி; இதுவே எனைத்தும்
சேய்த்துக் காணாது கண்டனம்; அதனால்
நோயிலர் ஆகநின் புதல்வர்; யானும்
வெயிலென முனியேன் பனியென மடியேன்
கல்குயின் றன்னஎன் நல்கூர் வளிமறை
நாணலது இல்லாக் கற்பின் வாணுதல்
மெல்லியல் குறுமகள் உள்ளிச்
செல்வம் அத்தை சிறக்க நின் நாளே!

தம்மால் இயன்ற பொருளை மனம் ஒப்பிக் கொடுத்தலும் அப்படித் தர இயலாதபோது இல்லையெனக் கூறுதலும் தாளாண்மை உடையார்பால் உள்ளனவே. இயலாததனை இயலும் என்றலும் இயன்றதனையும் இல்லையென மறுத்தலும் இரப்போரை மெலிவித்தலும் 'ஈயும் இயல்பு இலாரோ இவர்' எனப் புகழ் குறைபடச் செய்து விடுவதாம். நீ என்பாற் பெய்தலும் அவ்வாறே ஆயிற்று. இதுவரை காணாத ஒன்றை இன்று கண்டனன். வெயிலோ பனியோ எதனையும் பொருளாக்காது கல்லாகிக் கரையாது நிற்கும் என் வறுமையோடு நாணல்லாது வேறில்லாத என் கற்புடைய மனைவியின் நிலையை நினைந்து

நானும் போகின்றேன். நின் வாழ்நாள் சிறப்பதாக! நோயற்று நின் புதல்வர் வாழ்வாராக! (புலவர் மனம் நொந்து சொல்லுதல் இது)

197. நல்குரவு உள்ளுதும்!

பாடியவர்: கோனாட்டு எறிச்சலூார் மாடலன் மதுரைக் குமரனார். பாடப்பட்டோன் சோழன் குராப்பள்ளித் துஞ்சிய பெருந்திருமாவளவன். **திணை:** பாடாண். **துறை:** பரிசில் கடாநிலை.

(பரிசில் வேட்டுப் பாடுகின்ற செய்யுள் இது. 'உணர்ச்சி இல்லோர் உடைமை உள்ளோம்' என்று உரைக்கும் பண்பை இதன்கண் காண்க.)

வளிநடந் தன்ன வா அய்ச் செலல் இவுளியொடு
கொடிநுடங்கு மிசைய தேரினர் எனா அக்
கடல்கண் டன்ன ஒண்படைத் தானையொடு
மலைமாறு மலைக்குங் களிற்றினர் எனாஅ
உரும் உடன் றன்ன உட்குவரு முரசமொடு
செருமேம் படூஉம் வென்றியர் எனா அ
மண்கெழு தானை; ஒண்பூண் வேந்தர்
வெண்குடைச் செல்வம் வியத்தலோ இலமே;
எம்மால் வியக்கப் படூஉ மோரே
இடுமுள் படப்பை மறிமேய்ந்து ஒழிந்த
குறுநறு முஞ்ஞைக் கொழுங்கண் குற்றடகு
புனபுல வரகின் சொன்றியொடு பெறூஉம்,
சீறூர் மன்னர் ஆயினும்; எம்வயின்
பாடறிந்து ஒழுகும் பண்பி னோரே;
மிகப்போர் எவ்வம் உறினும் எனைத்தும்
உணர்ச்சி யில்லோர் உடைமை யுள்ளேம்;
நல்லறி வுடையோர் நல்குரவு
உள்ளுதும் பெரும! யாம் உவந்து நனி பெரிதே!

பெருமானே! நாற்படை வளமும் செல்வமும் மிகுந்த பேரரசர் எனினும் எங்களை மதியாத அவரை யாமும் மதிப்பதில்லை. வரகஞ்சோறு தந்து எமக்கு ஊட்டும் சிற்றூர் வேந்தராயினும் அவர் எம்மிடத்துச் செய்யும் முறையை அறிந்து நடக்கும் குணமுடையவர் ஆயின் அவரையே யாம் பாராட்டுவோம். அறிவிலார் செல்வம் இரவலர்க்குப் பயன்படாது. ஆதலால் எவ்வளவு வறுமையுற்றாலும் அதனை நினையோம். அதனினும் நல்லறிவுடையோர் வறுமையுறின் அவரையே பெரிதாக எண்ணி அவர் வாழ யாமும் வாழ்த்துவோம்.

198. மறவாது ஈமே!

பாடியவர்: வடமவண்ணக்கண் பேரிசாத்தனார். **பாடப்பட்டோன்:** பாண்டியன் இலவந்திகைப் பள்ளித் துஞ்சிய நன்மாறன். **திணை:** பாடாண். **துறை:** பரிசில் கடாநிலை.

('மாற! மறவாது ஈமே' எனப் பரிசில் வேட்டுப் பாடுகின்றனர். 'பெருங்கடல் நீரினும் மாக்கடன் மணலினும் வானத்து உறையினும் புகன்ற செல்வமொடு புகழ் இனிது விளங்கி நீடு வாழிய' எனவும் வாழ்த்துகின்றனர்.)

''அருவி தாழ்ந்த பெருவரை போல
ஆரமொடு பொலிந்த மார்பின் தண்டாக்
கடவுள்சான்ற கற்பின் சேயிழை
மடவோள் பயந்த மணிமருள் அவ்வாய்க்
கிண்கிணிப் புதல்வர் பொலிக'' என்று ஏத்தித்
திண்தேர் அண்ணல் நிற்பா ராட்டிக்,
காதல் பெருமையின் கனவினும் அரற்றும்என்
காமர் நெஞ்சம் ஏமாந்து உவப்ப
ஆல் அமர் கடவுள் அன்னநின் செல்வம்
வேல்கெழு குருசில்! கண்டேன்; ஆதலின்
விடுத்தனென்; வாழ்க நின் கண்ணி! தொடுத்த
தண்டமிழ் வரைப்பு அகம் கொண்டி யாகப்,
பணித்துக் கூட்டுண்ணும் தணிப்பருங் கடுந்திறல்
நின்னோ ரன்னநின் புதல்வர், என்றும்
ஒன்னார் வாட அருங்கலம் தந்து, நும்
பொன்னுடை நெடுநகர் நிறைய வைத்தநின்
முன்னோர் போல்க; இவர் பெருங்கண் ணோட்டம்!
யாண்டும் நாளும் பெருகி, ஈண்டுதிரைப்
பெருங்கடல் நீரினும், அக்கடல் மணலினும்
நீண்டுஉயர் வானத்து உறையினும், நன்றும்,
இவர்பெறும் புதல்வர்க் காண்தொறும், நீயும்,
புகன்ற செல்வமொடு புகழ்இனிது விளங்கி,
நீடு வாழிய! நெடுந்தகை; யானும்
கேளில் சேஎய் நாட்டின், எந்நாளும்
துளிநசைப் புள்ளின்நின் அளிநசைக்கு இரங்கி நின்
அடிநிழல் பழகிய வடியுறை;
கடுமான் மாற! மறவா தீமே.

தேர்வேந்தனே! கனவிலும் நின் புகழையே பிதற்றிப் பரிசில் பெறும் அன்பினால் வந்தவன் யான். நின் புதல்வரையும் வாழ்த்தி

ஆலமர் செல்வன் போன்ற நின் திரண்ட செல்வத்தையுங்
கண்டேன்; போய் வருகின்றேன். நின் கண்ணி வாழ்க!
தமிழகமனைத்தையும் பகைவரையழித்துக் கொள்ளைகொண்டு
வரும் வலியுடையவர் நின் மைந்தர். பிறர் செல்வம் எல்லாம்
பற்றிக் கொணர்ந்த நின் முன்னோர் போன்ற கண்ணோட்டம்
உடையவரே இவரும். கடல் மணலினும் மழைத்துளியினும்
மிகுந்த நாள் இவர் பெறும் பிள்ளைகளைக் காணுந்தோறும்
செல்வமும் புகழும் பெற்று நீ இனிதாக வாழ்க! பெருந்தகையே!
உறவற்ற வேற்று நாட்டிலே மழைத்துளி விரும்பிய
வானம்பாடிபோல நின் வள்ளமைக்கு விரும்பி வந்தேன்.
நின்பால் பழகிய அடிப்படையை மனங்கொண்டு வாழ்வேன்.
மாறனே! எனக்கும் தகுந்த பரிசில்களை நீயும் வழங்கி
விடுப்பாயாக பெருமானே!

199. கலிகொள் புள்ளினன்!

பாடியவர்: பெரும்பதுமனார். திணை: பாடாண். துறை: பரிசில்
கடாநிலை.

(பரிசிலை விரும்பிப் பாடிய செய்யுள்: ஆதலின் பரிசில்
கடாநிலைத் துறை ஆயிற்று. பாடப்பட்டோன் பெயர்
விளங்கவில்லை.)

கடவுள் ஆலத்துத் தடவுச்சினைப் பல்பழம்
நெருநல் உண்டனம் என்னாது பின்னும்
செலவு ஆ னாவே கலிகொள் புள்ளினம்;
அனையர் வாழியோ இரவலர்; அவரைப்
புரவுஎதிர் கொள்ளும் பெருஞ்செய் ஆடவர்   5
உடைமை ஆகும் அவர் உடைமை;
அவர் இன்மை ஆகும் அவர் இன்மையே.

நேற்றுண்டோமே என அமையாது, பல்பழம் நிரம்பிய
ஆலமரத்தினை நோக்கிப் பின்னும் பின்னும் செல்வன புள்ளினம்.
அவை போல்பவரே இரவலர். அவரைப் புரந்து காப்பவர்
செல்வம் அவர் செல்வமாகி உதவும். அவர் வறியராயின்
இரவலரும் வறுமையால் துயருறுவதன்றி வேறு யாதும்
வழியின்று.

200. பரந்தோங்கு சிறப்பின் பாரி மகளிர்!

பாடியவர்: கபிலர். பாடப்பட்டோன்: விச்சிக்கோன். திணை:
பாடாண். துறை: பரிசில். குறிப்பு: பாரி மகளிரைக் கொண்டு
சென்ற காலத்துப் பாடியது.

(இம் மகளிரை யாம் தரக் கொள்வாயாக என்று கூறலால்
'பரிசிற்றுறை' ஆயிற்று.)

பனிவரை நிவந்த பாசிலைப் பலவின்
கனி கவர்ந்து உண்ட கருவிரற் கடுவன்
செம்முக மந்தியொடு சிறந்து சேண் விளங்கி,
மழைமிசை அறியா மால்வரை அடுக்கத்துக்
கழைமிசைத் துஞ்சும் கல்லக வெற்ப! 5
நிணந்தின்று செருக்கிய நெருப்புத்தலை நெடுவேல்
களங்கொண்டு கனலும் கடுங்கண் யானை,
விளங்குமணிக் கொடும்பூண் விச்சிக்கோவே!
இவரே'பூத்தலை அறாஅப் புனைகொடி முல்லை
நாத்தழும்பு இருப்பப் பாடா தாயினும், 10
கறங்குமணி நெடுந்தேர் கொள்க!' எனக் கொடுத்த
பரந்து ஓங்கு சிறப்பின் பாரிமகளிர்;
யானே பரிசிலன் மன்னும் அந்தணன்; நீயே
வரிசையில் வணங்கும் வாள்மேம் படுநன்;
நினக்குயான் கொடுப்பக் கொண்மதி; சினப்போர் 15
அடங்கா மன்னரை அடக்கும்
மடங்கா விளையுள் நாடுகிழ வோயே!

பலாக்கனியுண்ட கரிய விரல்களையுடைய கடுவன், தன் மந்தியுடன் மேகமும் அறியாத உயர்ந்த மலைமுகட்டிலுள்ள மூங்கிலுச்சியிலே துயிலும். அத்தகைய வளமான மலையை யுடைய வெற்பனே! நிணந்தின்ற நெடுவேலும் கொடிய கொல்யானையும் உடையோனே! விச்சிக்கோவே! கொடி முல்லை பாடிப் பரிசில் கேளாதாயினும் அதற்கும் 'கொள்க' எனச் சொல்லித் தன் தேரையே தந்து புகழ்பெற்ற தலைவனான வள்ளல் பாரியின் மகளிர் இவர்! யானோ பரிசிலன்; மேலும் அந்தணன்! நீயோ பகைவரை வென்று தாழ்விக்கும் வாள்வலிமை உடையவன். அதனால் அடங்கா மன்னரை அடக்கும் வன்மையும் மடங்கா விளையுளும் உடைய நாட்டின் வேந்தனே! இவரை யான் நினக்குத்தருகின்றேன்; கொண்டு இனிதே வாழ்வாயாக!

201. இவர் என் மகளிர்

பாடியவர்: கபிலர். பாடப்பட்டோன்: இருங்கோவேள். திணை: பாடாண். துறை: பரிசில். குறிப்பு: பாரி மகளிரை உடன்கொண்டு சென்ற காலத்துப் பாடியது.

('யான் தர இவரைக் கொண் மதி' என்று கூறுதலால் பரிசில் துறை ஆயிற்று.)

'இவர்யார்? என்குவை ஆயின் இவரே
ஊருடன் இரவலர்க்கு அருளித் தேருடன்
முல்லைக்கு ஈத்த செல்லா நல்லிசை,
படுமணி யானைப் பறம்பின் கோமான்
நெடுமாப் பாரி மகளிர்; யானே
தந்தை தோழன்; இவர் என் மகளிர்;
அந்தணன், புலவன், கொண்டுவந் தனனே;
நீயே வடபால் முனிவன் தடவினுள் தோன்றிச்
செம்புனைந்து இயற்றிய சேண்நெடும் புரிசை,
உவரா ஈகைத், துவரை ஆண்டு,
நாற்பத்து ஒன்பது வழிமுறை வந்த
வேளிருள் வேளே விறற்போர் அண்ணல்;
தாரணி யானைச் சேட்டிருங் கோவே!
ஆண்கடன் உடைமையின் பாண்கடன் ஆற்றிய
ஒலியற் கண்ணிப் புலிகடி மா அல்!
யான்தர இவரைக் கொண்மதி! வான்கவித்து
இருங்கடல் உடுத்தஇவ் வையகத்து அருந்திறல்
பொன்படு மால்வரைக் கிழவ! வென்வேல்
உடலுநர் உட்கும் தானைக்
கெடல் அருங் குரைய நாடுகிழ வோயே!

'ஊர் அனைத்தும் இரவலர்க்கு வழங்கி உயர்ந்தவன்; அணியோடும் தான் ஊர்ந்து வந்த தேரையும் முல்லைக்கு வழங்கியவன்; தொலையாத நற்புகழும் களிற்றுப் படையும் உடையவன், பறம்பிற் கோமான். அப் பாரியின் மகளிர் இவர். யானோ அந்தணன், புலவன். இவரை அழைத்து வந்தேன். இவர் தந்தையின் தோழன் யான்; ஆதலின் இவர்களும் என் மகளிரே ஆவர்.

நாற்பத்தொன்பது தலைமுறைகள் துவரையை ஆண்ட போர்மறமும் கொடையும் மிகுந்த வேளிர்களுள் ஒருவனே! வெல்போர்த் தலைவனே! பெரிய இருங்கோவேளே! பாணர்க்கு உதவும் கடப்பாட்டினை உணர்ந்து உதவும் புலிகடிமாலே! வலியுடைய பொன்விளையும் மலைக்கு உரியவனே! வெற்றிவேற் படைஞர்மிக்க பகைவரஞ்சும் கேடற்ற நாட்டவனே! கேள்: இவரை நினக்கு மணமுடித்துத் தருவேன்; மணந்து கொண்டு சிறப்புடன் வாழ்வாயாக.

சொற்பொருள்: 3. தேருடன் முல்லைக்கு ஈத்த - தேரை ஏறுதற்கு ஏற்பச் சமைத்த அணியோடும் முல்லைக்கு வழங்கிய 9. வடபால் முனிவன் தடவினுள் தோன்றி - வடபக்கத்து முனிவருடைய ஓம குண்டத்தின்கண் தோன்றி: (இவனைச் சம்பு முனிவன் என்பர்)

202. கைவண் பாரி மகளிர்!

பாடியவர்: கபிலர். **பாடப்பட்டோன்:** இருங்கோவேள். **திணை:** பாடாண். **துறை :** பரிசில். **குறிப்பு:** இருங்கோவேள் பாரி மகளிரைக் கொள்ளானாக, அப்போது பாடியச் செய்யுள் இது. (கபிலரின் உள்ளம் மிகவும் நொந்து போயின நிலையைச் செய்யுள் காட்டுகின்றது.)

வெட்சிக் கானத்து வேட்டுவர் ஆட்டக்,
கட்சி காணாக் கடமா நல்லேறு
கடறுமணி கிளரச் சிதறுபொன் மிளிரக்,
கடிய கதழும் நெடுவரைப் படப்பை
வென்றி நிலைஇய விழுப்புகழ் ஒன்றி,
இருபால் பெயரிய உருகெழு மூதூர்க்,
கோடிபல அடுக்கிய பொருள் நுமக்கு உதவிய
நீடுநிலை அரையத்துக் கேடும் கேள் இனி
துந்தை தாயம் நிறைவுற எய்திய
ஒலியற் கண்ணிப் புலிகடி மா அல்!
நும்போல் அறிவின் நுமருள் ஒருவன்
புகழ்ந்த செய்யுள் கழா,அத் தலையை
இகழ்ந்ததன் பயனே ;இயல்தேர் அண்ணல்!
எவ்வி தொல்குடிப் படீஇயர்,மற்று,இவர்
கைவண் பாரி மகளிர் என்ற என்
தேற்றாப் புன்சொல் நோற்றிசின்; பெரும!
விடுத்தனென் வெலீ இயர் நின் வேலே! அடுக்கத்து
அரும்புஅற மலர்ந்த கருங்கால் வேங்கை
மாத்தகட்டு ஒள்வீ தாய துறுகல்
இரும்புலி வரிப்புறம் கடுக்கும்
பெருங்கல் வைப்பின் நாடுகிழ வோயே!

புகழ்பெற்ற நும் முன்னோரின் சிற்றரையும் பேரரையும் என்ற பழைய ஊர்கள் வெற்றி நிலைபெற்றுச் செல்வத்தாற் சிறந்தன வேனும் கழா அத் தலையாரென்னும் புலவரை நின் முன்னோன் ஒருவன் நின்போல் அறிவீனனாக இகழ்ந்ததனால் கேடுற்று அழிந்தன. புலிகடி மாலே! நின் முயற்சியுடன் நின் தந்தை தேடித் தந்த பொருளாலும் நிறைந்தவனே! பெருமலையிடத்து ஊர்களை

யுடைய நாட்டிற்கு உரியவனே! கேள் இவர் எவ்வி வேளின் பழைய குடியிலே சேர்ந்தவராகப் பாரிமகளிர் என்று நின்பாற் சொன்ன தெளியாத என் உரையைப் பொறுப்பாயாக. யான் சென்று வருவேன். வெல்க நின் வேல்!

சொற்பொருள்: கடிய கதழும் நெடுவரைப் படப்பை - விரைய ஓடும் மலைப்பக்கத்து *16.* நோற்றிசின் - பொறுப்பாயாக *19.* மாத்தகட்டு ஒள்வீ - கரிய புறவிதழையுடைய ஒள்ளிய பூ - தாய துறுகல் - பரந்த பொற்றைக்கல் *21.* வைப்பின் - ஊர்களை யுடைய.

203. இரவலர்க்கு உதவுக!

பாடியவர்: ஊன்பொதி பசுங்குடையார். **பாடப்பட்டோன்:** சேரமான் பாமுளூரெறிந்த நெய்தலங்கானல் இளஞ்சேட் சென்னி. **திணை:** பாடாண். **துறை:** பரிசில்.

(பரிசில் வேட்டுப் பாடுதலின் பரிசில் துறை ஆயிற்று.)

கழிந்தது பொழிந்தென வான்கண் மாறினும்,
தொல்லது விளைந்தென நிலம்வளம் கரப்பினும்,
எல்லா உயிர்க்கும் இல்லால், வாழ்க்கை;
இன்னும் தம்மென எம்மனோர் இரப்பின்
முன்னும் கொண்டிர் என நும்மனோர் மறுத்தல்
இன்னாது அம்ம; இயல்தேர் அண்ணல்!
இல்லது நிரப்பல ஆற்றா தோரினும்,
உள்ளி வருநர் நசையிழப்போரே;
அனை யையும் அல்லை, நீயே; ஒன்னார்
ஆர் எயில் அவர்கட்டு ஆகவும் 'நுமது' எனப்
பாண்கடன் இறுக்கும் வள்ளியோய்!
பூண்கடன் எந்தைய! நீ இரவலர் புரவே.

'கழிந்த காலத்துப் பெய்தேன்; இந்நாளிற் பெய்யேன், என மழை மாறினாலும் 'முற்காலத்து விளைந்தேன்' இக்காலத்து விளையேன்' என நிலம் விளைவு ஒழிந்தாலும் உயிர்கள் வாழாது மடியுமன்றோ! அதுபோல 'இன்னுந் தாரும்' என இரவலர் இரப்பின் முன் தந்தோம் எனல் நும்போல்வார்க்கு இனிதேயன்று. தேருடைய அண்ணலே! கேளாய் பரிசில் வேண்டி வருபவரினும் பரிசில் கொடாதவர் தம்மைப் பலர் தேடி வரும் புகழையும் இன்பத்தையும் இழந்தவராவர். இல்லையெனச் சொல்லுமளவு வறியவனும் அல்லன் நீ; பகைவர் அரண்களை வெல்லுமுன்பே வெற்றி பெறும் உறுதியால் இரவலர்க்கு நுமது என வழங்குபவனான நீ இனியும் இவ்வாறு கூறாது இரப்போரைப் பேணிக் காத்தலே முறை எனக் கொள்வாயாக.

சொற்பொருள்: *8.* உள்ளி வருநர் நசை இழப்போர் - அவராற் பரிசில் நினைந்து வரப்படுவார் கொடாராயின் அவ்விரப்போரால் நச்சப்படும் இன்பத்தை இழப்பார்.

204. அதனினும் உயர்ந்தது!

பாடியவர்: *கழைதின் யானையார்.* **பாடப்பட்டோன்:** *வல்வில் ஓரி.* **திணை:** *பாடாண்.* **துறை:** *பரிசில்.*

(ஈயேன் என்னும் இழிபினும் கொள் எனக்கொடுக்கும் உயர்பினும் நினக்குத் தக்கது அறிந்து செய்க என்று கூறியதாகக் கொள்க.)

ஈஎன இரத்தல் இழிந்தன்று; அதன்எதிர்
ஈயேன் என்றல் அதனினும் இழிந்தன்று;
கொள்எனக் கொடுத்தல் உயர்ந்தன்று அதன்எதிர்
கொள்ளேன் என்றல் அதனினும் உயர்ந்தன்று;
தெண்ணீர்ப் பரப்பின் இமிழ்திரைப் பெருங்கடல்
உண்ணார் ஆகுப, நீர்வேட் டோரே;
ஆவும் மாவும் சென்று உணக் கலங்கிச்,
சேறோடும் பட்ட சிறுமைத்து ஆயினும்,
உண்ணீர் மருங்கின் அதர்பல ஆகும்;
புள்ளும் பொழுதும் பழித்தல் அல்லதை
உள்ளிச் சென்றோர் பழியலர் அதனாற்
புலவேன் வாழியர் ஓரி! விசும்பின்
கருவி வானம் போல
வரையாது சுரக்கும் வள்ளியோய் நின்னே!

'ஒன்றைத் தா' என இரத்தல் இழிந்தது; அவ்வாறு இரந்தோர்க்கு 'ஈயேன்' என்று மறுத்தலோ அதனினும் இழிவு உடையதாகும். 'கொள்வாயாக' என ஒன்றைத் தானே விரும்பிக் கொடுத்தல் உயர்ந்ததும்; அவ்வாறு கொடுப்பினும் 'கொள்ளேம்' என்பது அதனினும் மிக உயர்ந்தது. தண்ணீர் வேட்கையினர் கடல்நீரை உண்ணார். ஆவும் மாவும் கலக்கிய சேற்றுநீர் எனினும் அத் தாழ்ந்த இடத்திற்குச் செல்லும் வழிகள் பலவாகும். இரவலர் பரிசில் பெறாதபோது தாம் நாடி வந்தவரைப் பழித்துப் பேசாது தாம் புறப்பட்ட நேரத்தையும் புள் நிமித்தத்தையுமே பழிப்பார். அதனால் நீ எனக்கு இல்லை என்றனை யேனும் நின்னை யான் வெறுப்பவன் அல்லேன். மழைபோல வழங்கும் ஓரியே, நீ நீடு வாழ்வாயாக!

சொற்பொருள்: *1.* புள்ளும்பொழுதும் பழித்தல் அல்லதை - புள் நிமித்தத்தையும் புறப்பட்ட நிமித்தத்தையும் பழித்தல் அல்லாது.

205.பெட்பின்றி ஈதல் வேண்டலம்!

பாடியவர்: பெருந்தலைச் சாத்தனார். **பாடப்பட்டோன்:** கடிய நெடுவேட்டுவன். **திணை:** பாடாண். **துறை:** பரிசில்.

(பரிசில் பொருளாகப் பாடியமையின் பரிசில் துறை ஆயிற்று. வேட்டுவன் பரிசில் நீட்டித்த போது புலவர் பாடிய செய்யுள் இது.)

முற்றிய திருவின் மூவர் ஆயினும்
பெட்பின்றி ஈதல் யாம் வேண டலமே
விறற்சினம் தணிந்த விரைபரிப் புரவி
உறுவர் செல்சார்வு ஆகிச் செறுவர்
தாளுளம் தபுத்த வாள்மிகு தானை
வெள்வீ வேலிக் கோடைப் பொருந!
சிறியவும் பெரியவும் புழைகெட விலங்கிய
மான்கணம் தொலைச்சிய கடுவிசைக் கதநாய்
நோன்சிலை, வேட்டுவ நோயிலை யாகுக!
ஆர்கலி யாணர்த் தரீஇய கால் வீழ்த்துக்
கடல்வயிற் குழீஇய அண்ணலங் கொண்மூ
நீரின்று பெயரா ஆங்குத் தேரொடு
ஒளிறுமறுப்பு ஏந்திய செம்மற்
களிறின்று பெயரல பரிசிலர் கடும்பே.

மூவேந்தரே எனினும் எம்மைப்பேணி மதியாது கொடுப்பின் அதனை யாம் வேண்டுவேம் அல்லேம். அஞ்சி வந்து அடைந்த பகைவர்க்கோர் புகலிடமாயும், எதிர்த்து வந்தவரைக் கொன்று அழிக்கும் வாள்வலியுடையவனாயும் விளங்கும் முல்லைவேலிக் கோடைமலைத் தலைவனே! சிறிய பெரிய புழைகளிலிருந்து மான் கூட்டத்தைக் கலைக்கும் கடலைச் சார்ந்த முகிலினங்கள் நீர் முகந்தன்றிமீளா; அதுபோலப் பரிசிலர் சுற்றம் கோடுயர்ந்த களிறுகளை வழங்கிப் போற்றினாலன்றித் திரும்பிச் செல்லாது என அறிவாயாக!

சொற்பொருள்: 3.விறல்சினம் தணிந்த - வென்றியால் உளதாகிய சினம் தீர்ந்த 4. உறுவர் செல் சார்பு ஆகி - அஞ்சி வந்து அடைந்த பகைவர்க்குச் செல்லும் புகலிடமாய் 5. செறுவர் தாள் உளம் தபுத்த - அவ்வாறன்றிப் போர் செய்யும் பகைவருடைய முயற்சியையுடைய கிளர்ந்த உள்ளத்தைக் கெடுத்த 6. வெள்வீ வேலிக் கோடைப் பொருந - வெள்ளிய பூவையுடைத்தாகிய முல்லை வேலியையுடைய கோடை என்னும் மலைக்குத் தலைவனே!

206. எத்திசைச் செலினும் சோறே!

பாடியவர்: ஔவையார். **பாடப்பட்டோன்:** அதியமான் நெடுமான் அஞ்சி. **திணை:** பாடாண். **துறை:** பரிசில்

(அதியமான் பரிசில் நீடித்த காலைப் பாடிய செய்யுள் இது. "எத்திசைச் செல்லினும் அத்திசைச் சோறே" என்னும் சொற்கள் ஔவையாரின் தன்னுறுதியை நன்கு காட்டுவனவாகும்.)

வாயி லோயே! வாயி லோயே!
வள்ளியோர் செவிமுதல் வயங்குமொழி வித்தித் தாம்
உள்ளியது முடிக்கும் உரனுடை உள்ளத்து
வரிசைக்கு வருந்தும் இப் பரிசில் வாழ்க்கைப்
பரிசிலர்க்கு அடையா வாயி லோயே!
கடுமான் தோன்றல் நெடுமான் அஞ்சி
தன்அறி யலன்கொல்? என்னறி யலன்கொல்?
அறிவும் புகழும் உடையோர் மாய்ந்தென
வறுந்தலை உலகமும் அன்றே; அதனால்
காவினெம் கலனே; சுருக்கினெம் கலப்பை;
மரங்கொல் தச்சன் கைவல் சிறாஅர்
மழுவுடைக் காட்டகத்து அற்றே;
எத்திசைச் செலினும், அத்திசைச் சோறே!

வாயிற் காவலனே! வள்ளன்மை உடையவர் செவிகளிலே விளங்கிய சொற்களை விதைத்துப் பரிசிற் பயன்கொண்டு தாம் நினைத்ததை முடிக்கும் வலிபெற்ற நெஞ்சமும் மேம்பாட்டினைப் பெற வருந்தும் இயல்பும் உடைய பரிசிலர்க்கு அடையாத வாயிலோனின் காவலனே! அஞ்சி தன் தரமறியானோ? அன்றி எம் தரமும் அறியானோ? அறிவும் புகழும் உடையவர் பசியால் இறந்தார் எனும் வறுமையுற்ற உலகம் அன்று இது . அதனால் இசைக்கருவிகள் கொண்ட எம் காவினைத் தூக்கினேம்; முட்டுக்களைக் கட்டினேம். மரந்துணிக்கும் தச்சனின் தொழில்வல்ல மக்கள் காட்டுக்குச் சென்றால் ஏதாவது ஒரு மரம் கிடையாது போகுமோ? அது போலப் பரந்த இவ்வுலகிலே எந்தத் திசையிலே சென்றாலும் அந்தத் திசையில் எமக்குச் சோறும் தட்டாது கிடைக்கும் என்று நின்வேந்தனிடம் அறிவிப்பாயாக.

சொற்பொருள்: 7. தன் அறியலன் கொல் - தன் தரம் அறியான் கொல்லோ; என் அறியலன் கொல் - என் தரம் அறியான் கொல்லோ. 8. மாய்ந்தென - இறந்தாராக. 10. சுருக்கினெம் கலப்பை - கட்டினேம் முட்டுக்களை; முட்டு - சில்லறைப் பொருள். 11.மரங்கொல் தச்சன் பயந்த - மரத்தைத் துணிக்கும் தச்சன் பெற்றெடுத்த.12. மழுவுடைக் கைவல் சிறார் அர் - மழுவையுடைய கைத்தொழில் வல்ல மகார்.

207. வருகென வேண்டும்!

பாடியவர்: பெருஞ்சித்திரனார். **பாடப்பட்டோன்:** இளவெளிமான். **திணை:** பாடாண். **துறை:** பரிசில்.

(வெளிமான் துஞ்சியபின் இவன் சிறிது கொடுப்பக் கொள்ளாது பாடிய செய்யுள் இது. பெரிதே உலகம்; பேணுநர் பலரே என்னும் சொற்கள் செறிவானவை.)

எழுஇனி; நெஞ்சம்! செல்கம்; யாரோ;
பருகு அன்ன வேட்கை இல்வழி,
அருகிற் கண்டும் அறியார் போல,
அகம்நக வாரா முகன் அழி பரிசில்
தாள் இலாளர் வேளார் அல்லர்?
வருகென வேண்டும் வரிசை யோர்க்கே
பெரிதே உலகம்; பேணுநர் பலரே;
மீளி முன்பின் ஆளி போல
உள்ளம் உள அவிந்து அடங்காது, வெள்ளென
நோவா தோன்வயின் திரங்கி,
வாயா வன்கனிக்கு உலமரு வோரே.

எம் நெஞ்சமே எழுந்திரு! யாம் போவோமாக யார் தாம் விருப்பமுடன் பாராது கண்டும் அறியார்போல் உள்ளத்தில் மகிழ்வின்றித் தரப்பட்ட பரிசிலை விரும்புவர்? 'வருக' என எம்மை எதிர்கொள்ளல் வேண்டும்! இத்தகைய தகுதிபடைத்த எம் போன்றார்க்கு உலகமும் பெரிது, எம்மை விரும்புபவரும் பலர். ஆதலால் யாளியை ஒத்த வலியுடையவனே! கண்டவர் அனைவர்க்கும் தெரியுமாறு எம்மைக் கண்டு இரங்கி அருளாதவனிடத்தே நின்று கேட்டு உள்ளூறக் கனியாத வலிய பழம்போன்ற அவன்பால் பரிசில் வேண்டார் எம் போன்றவர். நின் செய்கையைக் கண்டு எம் உள்ளம் அமைதியுடன் பணிந்தும் கிடவாது காண்.

சொற்பொருள்: 4. அகம்நக வாரா - உள்ளம் மகிழவாராத. முகனழி பரிசில் - தம் முகம் மாறித் தரப்பட்ட பரிசிலை. 5. தாளிலாளர் - பிறிதோரிடத்துச் செல்ல முயற்சியில்லாதோர். வேளாரல்லர் - விரும்பாரல்லர். 9.உள்ளம் உள் அவிந்து அடங்காது - உள்ளம் மேற்கோளின்றித் தணியாது.

208. வாணிகப் பரிசிலன் அல்லேன்!

பாடியவர்: பெருஞ்சித்திரனார். **பாடப்பட்டோன்:** அதியமான் நெடுமான் அஞ்சி. **திணை:** பாடாண். **துறை:** பரிசில்.

(கண்டு பாராட்டி வழங்காது பரிசில் மட்டும் கொடுத்து
அனுப்பியபோது பாடிய செய்யுள் இது. 'யானோர் வாணிகப்
பரிசிலேன் அல்லேன்' என்கிறார் புலவர்.)

'குன்றும் மலையும் பலபின் ஒழிய
வந்தனென் பரிசில் கொண்டனென் செலற்கு' என,
நின்ற என்நயந்து அருளி 'ஈது கொண்டு
ஈங்கனம் செல்க தான்' என என்னை
யாங்கு அறிந் தனனோ தாங்கரும் காவலன்? 5
காணாது ஈத்த இப்பொருட்கு யானோர்
வாணிகப் பரிசிலன் அல்லேன்; பேணித்
தினை அனைத்து ஆயினும் இனிது அவர்
துணை அளவு அறிந்து நல்கினர் விடினே.

பரிசில் கருதிக் குன்றும் மலையும் பல கடந்து வந்தேன்.
என்னை அன்புடன் உபசரித்து இப்பொருளைக் கொள்க என்று
சொல்லினனோ? என் திறனை எவ்வாறு அறிந்தான் இவன்?
என்னை அழைத்துக் காணாதே தந்த பொருள் இது. இதனைக்
கொண்டு செல்ல யானோர் வாணிகப் பரிசிலன் அல்லேன். என்
தகுதியறிந்து தரும் பரிசில் தினையளவேயாயினும் அதுவே
எனக்கு இனிது. இவ்வாறு தருவது இனிது அன்று காண்.

சொற்பொருள்: 5. தாங்கருங் காவலன் - பகைவரால் தடுத்தற்கரிய
வேந்தன். 6.காணாது ஈத்த இப்பொருட்கு - என்னை யழைத்துக்
காணாதே தந்த இப்பொருட்கு. 9. அவர் துணையளவறிந்து
நல்கினர்விடின் - அந்தப் பரிசிலரது கல்வி முதலாகிய பொருந்திய
எல்லையை அறிந்து கொடுத்து விடின்.

209. நல்நாட்டுப் பொருந!

பாடியவர்: பெருந்தலைச் சாத்தனார். **பாடப்பட்டோன்:** மூவன்.
திணை: பாடாண். **துறை:** பரிசில் கடாநிலை.

(மூவன் பரிசில் நீட்டித்தபோது பாடிய செய்யுள் இது. 'ஈயாய்
ஆயினும் இரங்குவேன் அல்லேன்; நோயிலை ஆகுமதி பெரும'
என்று மனம் வெதும்பிப் பாடுகின்றார் புலவர்.)

பொய்கை நாரை போர்வில் சேக்கும்
நெய்தல் அம் கழனி நெல் அரி தொழுவர்
கூம்புவிடு மென்பிணி அவிழ்ந்த ஆம்பல்
அகல் அடை அரியல் மாந்தித் தெண்கடல்
படுதிரை இன்சீர்ப் பாணி தூங்கும் 5
மென்புல வைப்பின் நன்னாட்டுப் பொருந!
பல்கனி நசைஇ, அல்கு விசும்பு உகந்து

பெருமலை விடர்அகம் சிலம்ப முன்னிப்
பழனுடைப் பெருமரம் தீர்ந்தெனக், கையற்றுப்
பெறாது பெயரும் புள்ளினம் போல, நின்
நசைதர வந்து நின்இசைநுவல் பரிசிலென்
வறுவியேன் பெயர்கோ? வாள்மேம் படுந!
ஈயாய் ஆயினும் இரங்குவென் அல்லேன்;
நோயினை ஆகுமதி; பெரும! நம்முள்
குறுநணி காண்குவ தாக நாளும்
நறும்பல ஒலிவரும் கதுப்பின், தேமொழித்,
தெரியிழை மகளிர் பாணி பார்க்கும்
பெருவரை அன்ன மார்பின்,
செருவெம் சேஎய்! நின் மகிழ் இருக் கையே!

பொய்கையிலே மேய்ந்த நாரை போரிலே வந்து உறங்கும். நெய்தல் நில வயல்களிலே நெல்லறுக்கும் உழவர், ஆம்பல் இலையிலே மதுவுண்டு, கடலலையின் தாளத்திற்கு ஏற்பக் குரவையாடி மகிழ்வர். அத்தகு ஊர்கள் நிறைந்த நல்ல நாட்டின் காவலனே! வானிலே நெடுந்தொலைவுக்குப் பறந்து பழமரம் தேடிச்சென்ற பறவையினம் மரத்தையடைய அது பழமற்றுவிடக் கண்டு வருந்தித் திரும்புவதுபோல நின்பால் பரிசில் கேட்டுவந்த யானும் வறிதே திரும்புவதோ? வாள் வல்ல மூவனே! மகளிர் விரும்பும் மார்பனே! எமக்கு ஏதும் தாராயாயினும் நின் நாளோலக்கத்தில் நீ நோயின்றி வாழ்க பெருமானே! நம்மிடையே நெருக்கம் இனியேனும் காண்பதாக!

சொற்பொருள்: *1.சேக்கும் - உறங்கும் போர்வு - நெற்கதிர்ப் போர்.4. அடை - இலை. அரியல் - மது. 5. பாணி தூங்கும் - தாளத்தோடும். குறுநணி - அணிய அணிமைய. 15. நம்முட் குறுநணி காண்குவதாக என்றது நீ என் மாட்டுச் செய்த அன்பின்மையை; அஃதாவது நாம் இருவர் அன்றிப் பிறர் அறியாது ஒழிவாராக என்னும் நினைவிற்று. பாணி - காலம்.*

210. நினையாதிருத்தல் அரிது!

பாடியவர்: பெருங்குன்றூர் கிழார். **பாடப்பட்டோன்:** சேரமான் குடக்கோச் சேரல் இரும்பொறை. **திணை:** பாடாண். **துறை:** பரிசில் கடாநிலை.

(சேரன் பரிசில் நீட்டித்தபோது புலவர் பாடியது இச்செய்யுள்.)

மன்பதை காக்கும்நின் புரைமை நோக்காது,
அன்புகண் மாறிய அறனில் காட்சியொடு,
நும்ம னோரும்மற்று இனையர் ஆயின்;

எம்மனோர் இவண் பிறவலர் மாதோ;
செயிர்தீர் கொள்ளை எம்வெங் காதலி 5
உயிர்சிறிது உடையள் ஆயின்; எம்வயின்
உள்ளாது இருத்தலோ அரிதே; அதனால்
அறனில் கூற்றம் திறனின்று துணியப்
பிறனா யினன்கொல்?இறீஇயர், என் உயிர்!' என
நுவல்வுறு சிறுமையள் பலபுலந்து உறையும் 10
இடுக்கண் மனையோள் தீரிய இந்நிலை
விடுத்தேன்; வாழியர் குருசில்! உதுக்காண்;
அவல நெஞ்சமொடு செல்வல்; நிற் கறுத்தோர்
அருங்கடி முனையரண் போலப்
பெருங்கை யற்ற என் புலம்புமுந் துறத்தே. 15

இறைவனே! இதோ பாராய்! மக்களைக் காக்கும் நின் போல்பவரே இவ்வாறு அருள் மறந்தினராயின் எம்போல் இரவலரே இனி இவ்வுலகில் பிறவாது ஒழிவாராக. குற்றமற்ற கொள்கையளான எம்மை விரும்பிய காதலியானவள் உயிரோடிருந்தாள் எனில் எம்மை நினையாதிருத்தல் அரிது. பிரிவால் வருந்தினவளாகக் கூற்றமும் இறந்தானோ? எம் உயிர் இன்னும் அழிகிலதே? எனப் பலபடப் பிரிவு நோயை வெறுத்துக் கூறுபவள் அவள். அவள் துயரத்தைத் தீர்க்க இப்போதே யான் செல்லுகின்றேன். நின்னை எதிர்த்தார் அணுகுவதற்கரிய காவலையுடைய அரணினைப் போலப் பெரிய செயலற்ற என் வறுமையை முன் போகவிட்டு நான் பின் செல்லுகின்றேன்! நீ தான் வாழ்வாயாக!

சொற்பொருள்: புரைமை - உயர்ச்சி. இணையர் ஆயின் - இதற்கு ஒத்த அறிவுடையராய் அருள் மாறுவராயின் 9. இறீஇயர் - கெடுவதாக. 11. தீரிய - தீர்க்கவேண்டி. இந்நிலை - இப்போதே 12. உதுக்காண் என்றது அச்செலவை 15. புலம்பு - வறுமை.

211. நாணக் கூறினேன்

பாடியவர்: பெருங்குன்றூர் கிழார். பாடப்பட்டோன்: சேரமான் குடக்கோச் சேரலிரும் பொறை. திணை: பாடாண். துறை: பரிசில் கடாநிலை.

(தம் நிலையைக் கூறிப் பரிசில் தருமாறு வேண்டுகின்றார் புலவர். அவன் பரிசில் தர நீட்டித்த போது பாடியதாகவும் கொள்ளலாம்.)

அஞ்சுவரு மரபின் வெஞ்சினப் புயலேறு
அணங்குடை அரவின் அருந்தலை துமிய,

நின்றுகாண் பன்ன நீள்மலை மிளிரக்,
குன்றுதூவ எறியும் அரவம் போல
முரசுஎழுந்து இரங்கும் தானையொடு தலைச்சென்று,
அரைசுபடக் கடக்கும் உரைசால் தோன்றல்! நின்
உள்ளி வந்த ஓங்குநிலைப் பரிசிலென்,
'வள்ளியை ஆதலின் வணங்குவன் இவன்' எனக்
கொள்ளா மாந்தர் கொடுமை கூற நின்
உள்ளியது முடித்தோய் மன்ற; முன்னாள்
கையுள் எதுபோல் காட்டி வழிநாள்
பொய்யொடு நின்ற புறநிலை வருத்தம்
நாணாய் ஆயினும் நாணக் கூறி என்
நுணங்கு செந்நா அணங்க ஏத்திப்.
பாடப் பாடப் பாடுபுகழ் கொண்டநின்
ஆடுகொள் வியன்மார்பு தொழுதெனன் பழிச்சிச்
செல்வல் அத்தை யானே வைகலும்,
வல்சி இன்மையின் வயின்வயின் மாறி,
இல்எலி மடிந்த தொல்சுவர் வரைப்பின்,
பா அல் இன்மையின் பல்பாடு சுவைத்து,
முலைக்கோள் மறந்த புதல்வனொடு
மனைத்தொலைந் திருந்தவென் வாள்நுதற் படர்ந்தே.

பாம்புகள் தலை துணிய இடிமுழக்குவது போன்று பகைவர் வலியழிய முழங்கும் முரசுடன் அவர் எதிர்நின்று வென்றழிக்கும் புகழ்சால் தோன்றலே! நீ வள்ளல்! எமக்குத் தாழ்ந்து பரிசில் நல்குவாய் என நினைத்து உயர்ந்த நோக்குடன் வந்த தகுதிமிக்க பரிசிலன் யான். எம்மை எதிரேற்றுக் கொள்ளாத மாந்தரது கொடுமையையும் நின்பால் கூறினேன். அதனைக் கேட்டும் நீ நினைத்ததையே செய்தாய். முதல் நாள் பரிசில் என் கையிலே வந்துவிட்டது போலவே காட்டினாய். பின்னர் அது பொய்யாகிப்போக யான் வருந்திய வருத்தத்திற்கு நீ வெட்கமும் படவில்லை. நின் புகழை யான் நாள்தோறும் பலபடியாகப் பாடப்பாடக் கேட்டு நாணமும் கொண்டாய். செம்மையும் ஆராய்ச்சியுமுடைய யான் என் நா வருந்தப் புகழ்ந்து புகழ்ந்து பாடினேன். முடிவில் வறிதாகவே திரும்புகின்றேன். உணவின்றி வருந்தி, மாறி மாறித் தோண்டி எலிகள் மடிந்த சுவருடைய என் வீட்டிலே பால் காணாது பால் குடிப்பதையே நிறுத்திவிட்ட பிள்ளையுடன் என்னை எதிர்பார்த்து வாடிநிற்பாள் என் மனைவி. அவளை நோக்கிப் போகின்றேன். நின் மார்பை வாழ்த்தியே செல்லுகின்றேன். நீ வாழ்க! (இகழ்ச்சியாக வாழ்த்தியது இது)

சொற்பொருள்: 4. துமிய - துணிய. அரவம் - முன்னது பாம்பு: பின்னது ஓசை 9. கொள்ளாமாந்தர் - எம்மை எதிரேற்றுக் கொள்ளாத மாந்தர். 12. புறநிலை - புறம் கடைநின்ற நிலை என்றும் ஆம் 14. நுணங்கு - நுண்ணிய ஆராய்ச்சி. 21.முலைக்கோள் மறந்த - முலை யுண்டலை வெறுத்த.

212. யார் உம் கோமான்?

பாடியவர்: பிசிராந்தையார். **பாடப்பட்டோன்:** கோப்பெருஞ் சோழன். **திணை:** பாடாண். **துறை:** இயன்மொழி.

(சோழனின் நல்லியல்பைச் சிறப்பித்துப் பாடிய செய்யுள். பொத்தியாரோடு நட்புக்கொண்டு விளங்கும் சோழனது மாண்பையும் கூறுகின்றனர்.)

'நுங்கோ யார்? என வினவின், எங்கோக்
களமர்க்கு அரித்த விளையல் வெங்கள்
யாமைப் புழுக்கின் காமம் வீட ஆரா,
ஆரற் கொழுஞ்சுடு அங்கவுள் அடாஅ
வைகு தொழின் மடியும் மடியா விழவின்
யாணர் நல்நாட் டுள்ளும், பாணர்
பைதல் சுற்றத்துப் பசிப்பகை யாகிக்
கோழி யோனே கோப்பெருஞ் சோழன்
பொத்தில் நண்பின் பொத்தியொடு கெழீஇ,
வாயார் பெருநகை வைகலும் நமக்கே

குற்றமற்ற நட்பினனாகப் பொத்தி என்னும் புலவனொடு நாடோறும் பேசி மகிழ்ந்து வாழ்பவன்; உறையூர் என்னும் படை வீட்டிடத்திலே பசிக்குப் பகைவனாகப் பாடிவரும் பாணரின் சுற்றத்திற்கு வழங்கி உதவுபவனாக இருக்கின்றவன்; மதுவை ஆமை இறைச்சியுடன் ஆசைதீர உண்டும் அமையாது ஆரல்மீனின் கொழுப்பான கறியைக் கன்னம் புடைக்க அடக்கிக்கொண்டு தம் தொழிலையும் மறந்து திரியும் உழவர் மலிந்த வளமிக்க சோணாட்டு மன்னவனாக விளங்குபவன், கோப்பெருஞ் சோழன். அவனே என் கோமான்!

சொற்பொருள்: 2. களமர் - உழவர் 3. யாமைப்புழுக்கின் - ஆமை இறைச்சியுடனே. காமம் வீட - வேட்கைதீர 4. ஆரற் கொழுஞ்சூடு - ஆரல் மீனின் சுடப்பட்ட இறைச்சி. கவுள் - கதுப்பு. அடா அ - அடக்கி 7. பைதல் - வருத்தம் 8. கோழி - உறையூர் 9.பொத்து - புகை; குற்றம். 10. வாய் - வாய்மை. நக்கு - மகிழ்ந்து.

213. நினையும் காலை!

பாடியவர்: புல்லாற்றூர் எயிற்றியனார். **பாடப்பட்டோன்:** கோப்பெருஞ் சோழன். **திணை:** வஞ்சி. **துறை:** துணை வஞ்சி.
குறிப்பு: கோப்பெருஞ் சோழன் தன் மக்கள்மேற் போருக்கு எழுந்தகாலைப் பாடிச் சந்து செய்தது.

('நின் மறவென்றியைக் கைவிடுக. உயிருக்கு உறுதிபயக்கும் ஒழுகலாற்றிற் செல்லுக' என்று அறிவுறுத்திச் சந்து செய்விக்கின்றனர் புலவர்.)

மண்டுஅமர் அட்ட மதனுடை நோன்தாள்,
வெண்குடை விளக்கும், விறல்கெழு வேந்தே!
பொங்குநீர் உடுத்த இம் மலர்தலை உலகத்து
நின்தலை வந்த இருவரை நினைப்பின்,   5
தொன்றுறை துப்பின்நின் பகைஞரும் அல்லர்
அமர்வெங் காட்சியொடு மாறுஎதிர்பு எழுந்தவர்:
நினையுங் காலை நீயும் மற்றவர்க்கு
அனையை அல்லை; அடுமான் தோன்றல்!
பரந்துபடு நல்லிசை எய்தி; மற்று நீ
உயர்ந்தோர் உலகம் எய்திப்; பின்னும்   10
ஒழித்த தாயம் அவர்க்கு உரித்து அன்றே;
அதனால் அன்னது ஆதலும் அறிவோய்; நன்றும்
இன்னும் கேண்மதி இசைவெய் யோயே!
நின்ற துப்பொடு நின் குறித்து எழுந்த
எண்ணில் காட்சி இளையோர் தோற்பின்,   15
நின்பெரும் செல்வம் யார்க்கு எஞ் சுவையே?
அமர்வெஞ் செல்வ! நீ அவர்க்கு உலையின்,
இகழுநர் உவப்பப் பழியெஞ் சுவையே;
அதனால் ஒழிகதில் அத்தை நின் மறனே! வல்விரைந்து
எழுமதி; வாழ்க நின் உள்ளம்! அழிந்தோர்க்கு,   20
ஏமம் ஆகும்நின் தாள்நிழல் மயங்காது
செய்தல் வேண்டுமால் நன்றே வானோர்
அரும்பெறல் உலகத்து ஆன்றவர்
விதும்புறு விருப்பொடு விருந்தெதிர் கொளற்கே.

வெண்கொற்றக் குடை நிழலில் அமர்ந்து உலகம் காத்து அருளும் புகழ்மிக்க வேந்தனே! நின்னோடு போர்க்கு வருபவர் பழைமையான பகைவராகிய சேரபாண்டியர் இருவரும் அல்லர். நினைத்துப் பார்த்தால் நீயும் அவர்க்குப் பகைவனே அல்லன். பகைவரை அழிக்கும் யானைகளை உடைய தலைவனே இவ்வுலகிலே புகழை நிறுத்தி நீ மறைந்தால், ஆட்சிக்கு உரியவர்

அவரேயன்றோ? அதனையும் நீ அறிந்தவனே! இன்னமும் கேள்: நின் புதல்வர் தோற்று வீழ்ந்தனரென்றே கொண்டாலும் அதன்பின்னர் நின் செல்வத்தை யாவருக்குத் தரப்போகின்றாய்? நீ தோற்றாலோ பழிதான் மிஞ்சும். ஆகவே நீ நின் முயற்சியை நிறுத்திவிடுக! நின் மறச்செயல் போதுமானது. இனி அறச்செயல்களால் புகழ் பெற முயல்க! எழுக கோமானே! வாழ்க நின் புகழ்!

சொற்பொருள்: 4. இருவரை - புதல்வர் இருவரை 5. தொன்று உறை - பழையதாய்த் தங்கப்பட்ட. பகைஞரும் - பகை வேந்தராகிய சேர பாண்டியரும். 6. அமர் வெங்காட்சியொடு - போரின்கண் விரும்பிய காட்சியுடனே 13. உயர்ந்தோர் உலகம் - தேவருலகம். 14. வெய்யோயே - விரும்புபவனே. 16. எஞ்சுவை - அவர்க்கு ஒழிய யாவர்க்குக் கொடுப்பை. 17. உலையின் - தோற்பின் 20. அழிந்தோர்க்கு - அஞ்சினோர்க்கு. 22. நன்று - நல்வினையை. மற்று: அசை தில் : விழைவின்கண் வந்தது.

214. நல்வினையே செய்வோம்!

பாடியவர்: கோப்பெருஞ்சோழன். **திணை:** பொதுவியல் **துறை:** பொருண்மொழிக் காஞ்சி.

(உயிருக்கு உறுதி தருவனவாகிய மெய்ந்நெறிகளின்பாற் செல்லுதலைப் பற்றி வலியுறுத்திக் கூறும் சிறந்த செய்யுள் இது. இசைநட்டுத் தீதில் யாக்கையொடு மாய்தலே சிறந்த வாழ்வு' என்கிறான் சோழன்.)

'செய்குவம் கொல்லோ நல்வினை!' எனவே
ஐயம் அறாஅர் கசடுஈண்டு காட்சி
நீங்கா நெஞ்சத்துத் துணிவுஇல் லோரே;
யானை வேட்டுவன் யானையும் பெறுமே;
குறும்பூழ் வேட்டுவன் வறுங்கையும் வருமே;
அதனால் உயர்ந்த தேட்டத்து உயர்ந்திசி னோர்க்குச்
செய்வினை மருங்கின் எய்தல் உண்டெனின்
தொய்யா உலகத்து நுகர்ச்சியும் கூடும்;
தொய்யா உலகத்து நுகர்ச்சி இல்லெனின்,
மாறிப் பிறப்பின் இன்மையும் கூடும்;
மாறிப் பிறவார் ஆயினும் இமயத்துக்
கோடுயர்ந் தன்ன தம்மிசை நட்டுத்
தீதில் யாக்கையொடு மாய்தல் தவத் தலையே.

'உள்ளத்திலே தெளிவற்றோர் 'நம்மாலும் நல்வினை செய்யக் கூடுமோ?' என்ற ஐயம் கொண்டு அதனின்றும் நீங்க வகை

யின்றித் துணிவற்றவராக மயங்குவர். யானை வேட்டைக்குப் போகும் உள்ள உரம் உடையவன் யானையையே எளிதாக வென்று வருவான். குறும்பூழ் வேட்டைக்குப்போக எண்ணி யவனோ அஃது எளிதே எனினும் ஏதும் கிடைக்கப் பெறாது வறிதே திரும்புதலும் கூடும். அதனால் உயர்ந்த குறிக்கோளுடன் கூடிய உயர்ந்தோராகவே விளங்குக! சுவர்க்கபோகம் உண்டென்றால் அவர்க்கு அதுவே உறுதியாகக் கிடைக்கும். அது இல்லையென்றால் மாறிமாறிப் பிறக்கும் பிறப்பாவது இல்லாமற் போகும். பல பிறவிகளும் இல்லையென்று சொல்வாராயின் இவ்வுலகிலே இமயம் போன்ற உயர்ந்த புகழாவது என்றும் நிலைநிற்கும். எனவே எவ்வகை யானும் நல்வினைகள் செய்தலே நன்று. (இறுதியாகப் புகழைச் சொன்னது அதுவே கண்கூடாக் காணுவதான உறுதிபற்றி யாகும்)

சொற்பொருள்: கசடு ஈண்டு - அழுக்குச் செறிந்த. 3. துணிவு இல்லோர் - தெளிவில்லாதோர். 5. குறும்பூழ் - காடை. 11. பிறவாராயினும் என்னும் உம்மை அசை நிலை; உம்மையன்றி ஓதுவாரும் உளர்.

215. அல்லற்காலை நில்லான்!

பாடியவர்: கோப்பெருஞ் சோழன். **திணை:** பாடாண். **துறை:** இயன்மொழி. குறிப்பு: சோழன் வடக்கிருந்தான்; பிசிராந்தையார் வருவார் என்றான்; 'அவர் வாரார்' என்றனர் சான்றோருட் சிலர்; அவர்க்கு அவன் கூறிய செய்யுள் இது.

('செல்வக் காலை நிற்பினும் அல்லற் காலை நில்லலன் மன்னே' என்று பிசிராந்தையார் கெழுமிய நட்பை எடுத்துக் கூறுகின்றான் சோழன்.)

கவைக்கதிர் வரகின் அவைப்புறு வாக்கல்
தாதெரு மறுகின் போதொடு பொதுளிய
வேளை வெண்பூ வெண்தயிர்க் கொளீஇ,
ஆய்மகள் அட்ட அம்புளி மிதவை
அவரை கொய்யுநர் ஆர மாந்தும்
தென்னம் பொருப்பன் நன்னாட்டு உள்ளும்
பிசிரோன் என்ப என் உயிர் ஓம் புநனே
செல்வக் காலை நிற்பினும்
அல்லற் காலை நில்லலன் மன்னே

"வரகரிசிச் சோற்றையும் அதனுடன் வேளையினது பூவை வெண்மையான தயிரிற் பெய்து சமைத்த புளித்த கூழையும் அவரை கொய்பவர் நிறைய உண்ணுகின்ற தென்னகத்துப்

பொதிய மலையிலே அம்மலைக்கு உரியவனான பாண்டியனின் நாட்டிலே என்னையே நினைத்துக் கொண்டிருப்பவனாக பிசிரோன் என்பவன் உள்ளான். என் உயிரைத் தன்னுயிராக எண்ணிப் பேணும் கலந்த நட்பினன் அவன். செல்வம் உள்ளபோது அவன் வாராது நின்றிருந்தாலும் என் உயிர்க்கு இன்னாமை நேரப்போகின்ற இந்நிலையில், இங்கு வாராது அவன் நிற்கவே மாட்டான். அறிவீராக சான்றோரே!''

சொற்பொருள்: 1. அவைப்பு - குற்றுதல். ஆக்கல் - வடிக்கப்பட்ட சோறு. 2. பொதுளிய - தழைத்த. 3. கொளீஇய - பெய்து. புளிமிதவை - புளிங்கூழ் 4. ஆர - நிறைய 6. பொருப்பு என்றது பொதியில் மலையை. மன்: அசைநிலை.

216. அவனுக்கும் இடம் செய்க!

பாடியவர்: கோப்பெருஞ் சோழன். **திணை:** பாடாண். **துறை:** இயன்மொழி. **குறிப்பு:** வடக்கிருந்த சோழன் பிசிராந்தை யாருக்கும் தன்னருகே இடன் ஒழிக்க என்று கூறிய செய்யுள் இது.

('பேதைச் சோழன்' என்று தன்னுடைய எளிமை தோன்றக் கூறும் செவ்வியைக் காண்க.)

```
"கேட்டல் மாத்திரை அல்லது யாவதும்
காண்டல் இல்லாது யாண்டுபல கழிய
வழுவின்று பழகிய கிழமையர் ஆயினும்
அரிதே தோன்றல்! அதற்பட ஒழுகல்' என்று'
ஐயம் கொள்ளன்மின் ஆரறி வாளீர்!                    5
இகழ்விலன்; இனியன்; யாத்த நண்பினன்;
புகழ்கெட வரூஉம் பொய்வேண் டலனே;
தன்பெயர் கிளக்கும் காலை, 'என் பெயர்
பேதைச் சோழன்' என்னும் சிறந்த
காதற் கிழமையும் உடையவன்; அதன் தலை,      10
பேதைச் சோழன்' என்னும், சிறந்த
இன்னதோர் காலை நில்லலன்;
இன்னே வருகுவன்; ஒழிக்க அவற்கு இடமே!
```

'கேள்வி அளவால் தானே அறிந்துள்ளீர். ஒரு போதும் நீங்கள் சந்தித்ததும் இல்லையே. பல ஆண்டுகள் பழகிய நேரடித் தொடர்பு இல்லாமலே உள்ளம் கலந்து பழகியவர் தாமே நீங்கள் இருவரும். இதனால் அவர் இங்கு இந்நிலையே வருவரென்பது எளிதல்ல' என்று கருதி நீங்கள் ஐயப்படாதீர்கள். நிறைந்த அறிவுடையவர்களே! அவன் என்றும் என்னை இகழாத இனிய பண்பினன். உள்ளம் கலந்த நண்பன். புகழ்கெட்டு வரும்

பொய்ம்மை வாழ்வை விரும்பாதவன். அவன் பெயரையே 'சோழன்' என்று கூறிக்கொள்ளுமளவு பேரன்பு உடையவன். இவ்வாறு யான் துயர் கொண்ட காலத்திலேயும் வாராது அங்கே நிற்கவே மாட்டான். இப்பொழுதே வருவான். அவனுக்கும் என்னுடனிருக்க இடம் ஒதுக்குங்கள்.

சொற்பொருள்: 1. கேட்டல், ஒழுகல் என்றது, தன்னுழை யிருந்த அறிவாளரை. 4. அதற்பட - அவ்வழுவாத கூற்றிலே பட; அவ்விறந்துபாட்டிலே பட என்று கூறினும் அமையும். 5. ஆர் அறிவாளீர் - நிறைந்த அறிவினையுடையீர். 11. இன்னதோர் காலை - இப்படி யான் துயரமுறுங் காலத்து.

217. நெஞ்சம் மயங்கும்

பாடியவர்: பொத்தியார். **திணை:** பொதுவியல். **துறை:** கையறுநிலை. **குறிப்பு:** கோப்பெருஞ் சோழன் சொன்னவாறே பிசிராந்தையார் அங்கு வந்தனர்; அதனைக் கண்டு வியந்த பொத்தியார் பாடிய செய்யுள் இது.

('நினைக்குங் காலை மருட்கை உடைத்தே' என்று அந் நிகழ்ச்சியைக் குறிப்பிடுகின்றார் புலவர். இருவரும் மாய்வது பற்றிய இரங்குதலும் தோன்றச் செய்யுள் அமைதலின் கையறுநிலை ஆயிற்று.)

நினைக்கும் காலை மருட்கை உடைத்தே,
எனைப்பெரும் சிறப்பினோடு ஈங்கிது துணிதல்;
அதனினும் மருட்கை உடைத்தே பிறன் நாட்டுத்
தோற்றம் சான்ற சான்றோன் போற்றி,
இசைமரபு ஆக நட்புக் கந்தாக, 5
இனையதோர் காலை ஈங்கு வருதல்;
'வருவன்' என்ற கோனது பெருமையும்
அது பழுது இன்றி வந்தவன் அறிவும்
வியத்தொறும் வியத்தொறும் வியப்பிறந் தன்றே!
அதனால் தன்கோல் இயங்காத் தேயத்து உறையும் 10
சான்றோன் நெஞ்சுரப் பெற்ற தொன்றிசை
அன்னோனை இழந்த இவ் வுலகம்
என்னா வதுகொல்? அளியது தானே!

பெருஞ் சிறப்புடன் வாழ்ந்த இம்மன்னன் வடக்கிருந்து உயிர்விட எண்ணினான். அதுவே வியப்பைத் தருவது. பிற நாட்டிலே வாழும் விளக்கமான சான்றோன், புகழே மேன்மையாகவும் நட்பே பற்றுக்கோடாகவும் கருதினவனாக இத் துயரமுள்ள காலத்திலே இங்கு வந்தானே, அஃது அதனினும்

வியப்புத் தருவது. இவ்வாறு 'அவன் வருவான்' எனச் சொல்லிய வேந்தனின் நட்புமிகுதியும் அது பழுதுபடாமல் வந்தவனது அறிவும் எண்ண எண்ணப் பெருவியப்பாக விளங்குகின்றன. ஆகவே தன் ஆட்சி செல்லாத இடத்திலுள்ள சான்றோன் நெஞ்சிலும் இடம்பெற்ற பெரும்புகழை உடையவனான பெரியோனை இழந்த இச் சோழ தேசம், எவ்வாறு துன்பங்களுக்கு இரையாகுமோ? அதுவே இரக்கத்தைத் தருகின்றது!

சொற்பொருள்: 1. மருட்கை - வியப்பு 4. தோற்றம் சான்ற - விளக்கம் அமைந்த 5. இசை மரபாக - புகழ் மேம் பாடாக. கந்து ஆக - பற்றுக் கோடாக. 6. காலை - இன்னாக் காலத்து. 8. அது பழுது இன்றி - அவன் சொல்லிய சொல் பழுது இன்றாக. 9. வியப்பு இறந்தன்று - வியப்பு செயலற்றது 11. தொன்று - பழைய. 13. என் ஆவது கொல் - இடும்பையுறுங்கொல்லோ? அளியதுதானே - அதுதான் இரங்கத் தக்கது.

218. சான்றோர் சாலார் இயல்புகள்!

பாடியவர்: கண்ணகனார்; நத்தத்தனார் எனவும் பாடம். திணை: பொதுவியல். துறை: கையறு நிலை. குறிப்பு: பிசிராந்தையார் வடக்கிருந்தார்; அதனைக் கண்டு பாடியது.

('சான்றோர் சான்றோர் பாலர் ஆப' என்று கூறினும், அவர் தம் சாவுக்கு இரங்கியமையே கருத்தாகலின், கையறு நிலை ஆயிற்று.)

பொன்னும், துகிரும், முத்தும், மன்னிய
மாமலை பயந்த காமரு மணியும்
இடைபடச் சேய ஆயினும் தொடை புணர்ந்து,
அருவிலை நன்கலம் அமைக்கும் காலை,
ஒருவழித் தோன்றியாங்கு என்றும் சான்றோர்
சான்றோர் பாலர் ஆப;
சாலார் சாலார் பாலர் ஆகுபவே.

பொன், பவளம், முத்து, மணி என்பன ஒவ்வொன்றும் வேறுவேறு தொலைவிடங்களிலேயே கிடைப்பன. ஆயினும் ஒன்றாகத் தொடுத்துக் கோவையாக்கும்போது ஓரிடத்திலே அணியாகிச் சிறப்படையும். அதுபோலவே சான்றோர் சான்றோர் பக்கமே சேர்வர்; சால்பில்லாதார் பக்கமே சால்பில்லாதார் சேர்வர். இதுவே உலகத்து இயல்பு. அதனையே இங்கும் கண்டோம்.

சொற்பொருள்: 1. மன்னிய - நிலைபெற்ற 2. காமரு - விரும்பத்தக்க 3. இடைபட - ஒன்றற்கொன்று இடை நிலம் பட. 7.

சாலார் - அறிவொழுக்கமின்மையான் அமைதியில்லாதார். சாலார் பாலர் - அமைதியில்லாதார் பக்கத்தார்.

219. உணக்கும் மள்ளனே!

பாடியவர்: கருவூர்ப் பெருஞ்சதுக்கத்துப் பூதநாதனார். **பாடப்பட்டோன்:** கோப்பெருஞ் சோழன். **திணை:** பொதுவியல். **துறை:** கையறுநிலை.

(சோழனும் பிறரும் வடக்கிருந்த காலத்து அவரைக் கண்ட புலவர் இரங்குவாராகக் கூறிய செய்யுள் இது. இவரும் பின்னர் வடக்கிருந்தனர்.)

உள்ளாற்றுக் கவலைப் புள்ளி நீழல்,
முழூஉ வள்ளூரம் உணக்கும் மள்ள!
பலவுதி மாதோ நீயே,
பலரால் அத்தை, நின் குறி இருந் தோரே.

ஆற்றிடைக் குறையுள் புள்ளிபட்ட மரநிழலிலிருந்து உடம்பாகிய தசையை வாட்டுகின்ற மாவீரனே! நின்னோடு கூடி வடக்கிருந்த சான்றோர் பலர். யானும் அவர்போல உடனிருக்க வாராது பிற்பட்டு வந்து இருப்பதற்கு வருந்துகின்றாயோ? *(தாம் பிற்பட வரநேர்ந்ததற்கு இவ்வாறு கூறி வருந்துகின்றனர் போலும்?)*

சொற்பொருள்: *1.*உள் ஆற்றுக் கவலை - யாற்றிடைக் குறையுள். புள்ளி - புள்ளிப்பட்ட மரம். *2.* முழூஉ வள்ளுமரம் - உடம்பாகிய முழுத்தசையை. உணக்கும் - வாட்டும். *3.* புலவுதி - யான் இதற்கு உதவாது பிற்பட வந்ததற்கு என்னை வெறுத்தி *4.* நின் குறியிருந்தோர் - நின் கருத்திற்கேற்ப நின்னோடு வடக்கிருந்தோர்.

220. கலங்கினேன் அல்லனோ!

பாடியவர்: பொத்தியார். **திணை:** பொதுவியல். **துறை:** கையறு நிலை. குறிப்பு: சோழன் வடக்கிருந்தான்; அவன்பாற் சென்ற பொத்தியார் அவனால் தடுக்கப்பட்டு உறையூர்க்கு மீண்டார்; சோழன் உயிர் நீத்தான். அவனன்றி வறிதான உறையூர் மன்றத்தைக் கண்டு இரங்கிப் பொத்தியார் பாடிய செய்யுள் இது.

பெருஞ்சோறு பயந்து, பல்யாண்டு புரந்த
பெருங்களிறு இழந்த பைதற் பாகன்
அதுசேர்ந்து அல்கிய அழுங்கல் ஆலை,
வெளில்பாழ் ஆகக் கண்டு கலுழ்ந்தாங்குக்
கலங்கினேன் அல்லனோ யானே பொலந்தார்த்

தேர்வண் கிள்ளி போகிய
பேரிசை மூதூர் மன்றங் கண்டே?

யானையின் உதவியால் சோற்றுக் கவலையின்றி வாழ்ந்து வந்த ஒரு பாகன் அவ் யானை இறந்து போகவும் அவ்வருத்தம் மிக அதனைக் கட்டியிருந்த கம்பம் வறிதே இருக்கக் கண்டு கண்கலங்கி நின்று துயருறுவான். அதே போன்று, சோழனே, எம்மைக் காத்துப் புரந்த நீ இருந்த உறையூர் மன்றத்தைக் கண்டு யானும் கண்கலங்கி நின்றேன் அல்லனோ?

சொற்பொருள்: *1.* சோறு பயந்து - சோற்றையுண்டாக்கி **2.** பைதல் - வருத்தம். அல்கிய - தங்கிய. *3.* ஆலை - கூடத்தின் கண். *4.* வெளில் - கம்பம். பாழ் ஆக - வறிதே நிற்க *7.* மன்றம் - செண்டுவெளி; அரண்மனையைச் சார்ந்த குதிரை ஏற்றம் பயிலும் இடம்; இதனை வையாளி வீதி என்பர். அழுங்கல் முன்புள்ள ஆரவாரமும் ஆம். இறந்த என்று சொல்லுதல் இன்னாமையால் 'போகிய' என்றார்.

221. வைகம் வாரீர்!

பாடியவர்: பொத்தியார். **பாடப்பட்டோன்:** கோப்பெருஞ்சோழன். **திணை:** பொதுவியல். **துறை:** கையறுநிலை குறிப்பு: சோழனது நடுகற்கண்டு பாடிய செய்யுள் இது.

(காஞ்சித் திணைத் துறைகளுள் 'மன் அடாது வந்த மன்னைக் காஞ்சிக்கு' நச்சினார்க்கினியர் எடுத்துக்காட்டுவர் (தொல் புறத் சூ. 24))

பாடுநர்க்கு ஈத்த பல்புக ழன்னே;
ஆடுநர்க்கு ஈத்த பேரன் பினனே;
அறவோர் புகழ்ந்த ஆய்கோ லன்னே;
திறவோர் புகழ்ந்த திண்நண் பினனே;
மகளிர் சாயல்; மைந்தர்க்கு மைந்து;
துகளறு கேள்வி உயர்ந்தோர் புக்கில்;
அனையன் என்னாது, அத்தக் கோனை
நினையாக் கூற்றம் இன்னுயிர் உய்த்தன்று;
பைதல் ஒக்கல் தழீஇ அதனை
வைகம் வம்மோ; வாய்மொழிப் புலவீர்!
'நனந்தலை உலகம் அரந்தை தூங்கக்,
கெடுவில் நல்லிசை சூடி
நடுகல் ஆயினன் புரவலன் எனவே.

பாடி வந்தவர்க்குக் கொடுத்த பெரும்புகழினை உடையவன்; கூத்தர்க்கு வழங்கிய அன்பினை உடையவன்; அறநெறி வழுவாது

ஆண்ட செங்கோலன்; சான்றோர் புகழ்ந்த திண்ணிய நட்பினன்; மகளிர்பால் மென்மையாகவும் வலியோர்பால் வலிமையோடும் நடப்பவன்; அந்தணர்க்கோர் புகலிடமாக விளங்கியவன்; அத்தகுதி உடையவனின் இனிய உயிரையும் சற்றும் கருதாது கூற்றம் கவர்ந்து விட்டதே! வாய்மையுடைய புலவர்களே! எல்லோரும் சேர்ந்து அக் கூற்றினை இகழ்வோம் வாரீர்! உலகம் துன்புறுமாறு கேடற்ற புகழ் நிறைய நடுகல்லாயினான் நம்மைப் பாதுகாப்பவன். அக் கூற்றினை நாமும் ஏசுவோம் வாரீர்!

சொற்பொருள்: *3.* ஆய்கோலன் - நீதிநூற்குத்தக ஆராய்ந்து நடத்திய செங்கோலையுடையவன். சாயல் - மென்மை யுடையவன். மைந்தர்க்கு - வலியையுடைய போரிடத்து; மைந்து - மிக்க வலிமை *6.* உயர்ந்தோர் - அந்தணர் *8.* நினையா - அவ்வாறு கருதாத. *9.* பைதல் ஒக்கல் - பையாப் புற்ற நமது சுற்றத்தை *12.* வாய்மொழி மெய்யுரை.

222. என் இடம் யாது?

பாடியவர்: பொத்தியார். **பாடப்பட்டோன்:** கோப்பெருஞ் சோழன். **திணை:** பொதுவியல். **துறை:** கையறு நிலை. **குறிப்பு:** தன் மகன் பிறந்தபின் சோழனது நடுகல் நின்ற இடத்திற்குச் சென்று தாமும் உயிர்விடத் துணிந்த பொத்தியார் 'எனக்கும் இடம் தா'' எனக் கேட்டுப் பாடியது இச் செய்யுள்.

'அழல் அவிர் வயங்கிழைப் பொலிந்த மேனி,
நிழலினும் போகா, நின் வெய்யோள் பயந்த
புகழ்சால் புதல்வன் பிறந்தபின் வா' என,
என் இவண் ஒழித்த அன்பி லாளா!
எண்ணாது இருக்குவை அல்லை;
என்னிடம் யாது? மற்று இசைவெய் யோயே?

'நின் காதல் மனைவி புகழ் அமைந்த பிள்ளையைப் பெற்ற பின் வா'! எனச் சொல்லி என்னை முன்னர்ப் போக்கியவனே! அன்று அன்பிலாளன் போலவே நீ கூறினாலும் நினக்கும் எனக்கும் உள்ள நட்பை எண்ணாது இருக்க மாட்டாய்! மகனும் பிறந்தான்; யானும் வந்தேன். புகழை விரும்புவோனே! என் இடம் யாது? அதனைச் சொல்வாயாக!

சொற்பொருள்: *1.* 'அழல் வயங்கு அவிர் இழை' எனக் கொண்டு கூட்டி தீயால் விளங்கிய ஒளியையுடைய ஆபரணம் எனப் பொருள் கொள்க. *4.* அன்பு இல் ஆள - உறவு இல்லாதவனே. *5.* எண்ணாது இருக்குவை அல்லை - நின்னோடு என்னிடை நட்பைக் கருதாது இருப்பையல்லை. *6.* என்னிடம் - எனக்குக் குறித்த இடம்.

223. நடுகல்லாகியும் இடங்கொடுத்தான்!

பாடியவர்: பொத்தியார். **பாடப்பட்டோன்:** கோப்பெருஞ் சோழன். **திணை:**பொதுவியல். **துறை:** கையறுநிலை.

(கல்லாகியும் இடங்கொடுத்தான் சோழன்; அதுகண்டு அவ்விடத்தே வடக்கிருந்தாரான பொத்தியார் பாடியது இது. 'நடுகல் ஆகியக் கண்ணும் இடங்கொடுத்து அளிப்ப' என்று கூறுவது அத் தெய்வீக நிலையைக் காட்டும்.)

பலர்க்கு நிழ லாகி, உலகம் மீக்கூறித்,
தலைப்போ கன்மையிற் சிறுவழி மடங்கி
நிலைபெறு நடுகல் ஆகியக் கண்ணும்
இடங்கொடுத்து அளிப்ப, மன்ற 'உடம்போடு
இன்னுயிர் விரும்பும் கிழமைத்
தொன்னட் புடையார் தம் உழைச் செலினே!

அருளோடு பலர்க்கும் நிழலாக நின்று உலகம் போற்ற வாழ்ந்தாய். அதனினும் சிறப்பாக வடக்கிருந்து உயிர்நீத்து நடுகல்லான பின்னரும் எமக்கு இடங்கொடுத்து அருளினாய்! உடம்பும் உயிரும் இணைந்ததுபோன்ற பழைய நட்புடையாரிடம் சேர்ந்தார், எவர்தாம் இவ்வாறு பெற்றனர்?

சொற்பொருள்: 1. மீக்கூறி - மிகுத்துச் சொல்லி. 2.தலைப் போகு அன்மையின் - உலகத்தையாளுந் தன்மை முடியச் செலுத்துதற்கு மறுமையை நினைத்தால் முடிவு போகாமையின் 5.கிழமை - உரிமை; அவன் நட்பினை வியந்து கூறியது. மீக்கூற எனத் திரிக்கப்பட்டது; ஆணை கூறி என்றும் ஆம்.

224. இறந்தோன் அவனே!

பாடியவர்: கருங்குழல் ஆதனார். **பாடப்பட்டோன்:** சோழன் கரிகாற் பெருவளத்தான். **திணை:** பொதுவியல். **துறை:** கையறுநிலை.

(கரிகாலன் இறந்தது குறித்துப் பாடிய கையறுநிலைச் செய்யுள் இது. அவன் செய்த வேள்வி பற்றிய விளக்கத்தையும் இச்செய்யுளுள் காணலாம்.

அருப்பம் பேணாது அமர்கடந் ததூஉம்;
துணைபுணர் ஆயமொடு தசும்புடன் தொலைச்சி,
இரும்பாண் ஒக்கல் கடும்பு புரந்ததூஉம்;
அறம் அறக் கண்ட நெறிமாண் அவையத்து,
முறைநற்கு அறியுநர் முன்னுறப் புகழ்ந்த
தூவியற் கொள்கைத் துகளறு மகளிரொடு,
பருதி உருவின் பல்படைப் புரிசை,

எருவை நுகர்ச்சி, யூப நெடுந்தூண்,
வேத வேள்வித் தொழில்முடித் ததூஉம்;
அறிந்தோன் மன்ற அறிவுடை யாளன்;
இறந்தோன் தானே; அளித்தஇவ் வுலகம்
அருவி மாறி அஞ்சுவரக் கருகிப்,
பெருவறம் கூர்ந்த வேனிற் காலைப்
பசித்த ஆயத்துப் பயன்நிரை தருமார்,
பூவாட் கோவலர் பூவுடன் உதிரக்
கொய்து கட்டு அழித்த வேங்கையின்
மெல்லியல் மகளிரும் இழைகளைந் தனரே!

பகைவர் அரண்களை அழித்தவன்; பாண் சுற்றத்திற்குப் பசிதீர உணவும் குடங்குடமாக மதுவும் உண்பித்து அருளாளனானவன்; மறைவிதிப்படி வேள்விகள் நடத்துவித்தவன்; அவன்தான் இறந்தான். வெம்மைமிக்க கோடைக்காலத்தில் கோவலர்கள் கொடுவாளால் தம் ஆநிரைகளுக்கு ஊட்டப் பூவும் தழையும் சேர உதிர்த்துவிட்ட வேங்கை மரத்தைப் போல அவன் உரிமை மகளிர் அணி இழந்து நிற்கின்றனர். இனி இவ்வுலகம் என்னதான் ஆகுமோ? இரங்கத்தக்கதே அதன் நிலை!

சொற்பொருள்: *1. அருப்பம் - அரிய அரண்கள். 2. தசும்பு - மதுக்குடங்கள். உடன் தொலைச்சி - சேர நுகர்ந்து 3. கடும்பு - சுற்றம் 4. அறக்கண்ட - தெளிய உணர்ந்த - தூஇயல் கொள்கை - தூய இயல்பை உடையதாகிய கற்பொழுக்கமாகிய கொள்கையை யுடைய. 7. பருதி - வட்டம். பல்படைப் புரிசை - பலபடையாகச் செய்யப்பட்ட மதிலால் சூழ்ப்பட்ட வேள்விச் சாலையுள் 8. எருவை நுகர்ச்சி யூப நெடுந்தூண் - பருந்து விழுங்குவதற்காகச் செய்யப்பட்டவிடத்து நாட்டிய யூபமாகிய நெடிய கம்பத்து. மன்ற - நிச்சயமாக 15. பூவாள் - கூர்மை பொருந்திய கொடுவாள்.*

225. வலம்புரி ஒலித்தது!

பாடியவர்: ஆலத்தூர்கிழார். **பாடப்பட்டோன்:** சோழன் நலங்கிள்ளி. **திணை:** பொதுவியல். **துறை:** கையறுநிலை.

('சோழன் நலங்கிளி கேட்குவன் கொல்? என இரங்கிக் கூறிய செய்யுள் இது.)

தலையோர் நுங்கின் தீஞ்சோறு மிசைய,
இடையோர் பழத்தின் பைங்கனி மாந்தக்,
கடையோர் விடுவாய்ப் பிசிரொடு சுடுகிழங்கு நுகர,

நிலமார் வையத்து வலமுறை வளைஇ
வேந்து பீடழித்த ஏந்துவேல் தானையொடு,
'ஆற்றல் என்பதன் தோற்றம் கேள் இனிக்
கள்ளி போகிய களரியம் பறந்தலை,
முள்ளுடை வியன்காட் டதுவே நன்றும்
சேட்சென்னி நலங்கிள்ளி கேட்குவன் கொல்? என
இன்னிசைப் பறையொடு வென்றி நுவலத்,
தூக்கணம் குரீஇத் தூங்கு கூடு ஏய்ப்ப
ஒருசிறைக் கொளீ இய திரிவாய் வலம்புரி
ஞாலங் காவலர் கடைத்தலைக்
காலைத் தோன்றினும் நோகோ யானே.

கிள்ளியினிடம் இருந்த படை மிகவும் பெரியது. ஒரு பனைமரத்திலே நுங்கு இருந்த காலத்து முன்னணி வீரர் அதனைக் கடக்கத் தொடங்கினால் இறுதியாக வருபவர் அதனைக் கடந்து செல்லும்போது பனங்கிழங்கினைச் சுட்டுத் தின்று செல்லுமளவு தொடர்ந்து செல்லும் அத்துணைப் பெரியது அது. அப்படையுடன் உலகை வலம்வந்து வெற்றி கண்ட அவன் நாடெல்லாம் அவன் இறந்த பின்னர் கள்ளியோங்கிக் களர்நிலமாகி முள்ளும் நிரம்பிப் புறங்காடாக மாறிவிட்டதே! முரசுடனே சேர்ந்து இன்று தூக்கணாங்குருவிக் கூடுபோலத் தூக்கப்பட்டிருப்பதையுங் கண்டேனே! அதே சங்கம் இன்றைய அரசனின் திருப்பள்ளி எழுச்சிக்காக முழங்குகின்றதே! அதைக் கேட்டும் இறந்துபடாது நொந்து கொள்ளும் அளவிலேயே நிற்கின்றேனே யான்!

226. இரந்து கொண்டிருக்கும் அது!

பாடியவர்: மாறோக்கத்து நப்பசலையார். **பாடப்பட்டோன்:** சோழன் குளமுற்றத்துத் துஞ்சிய கிள்ளிவளவன். **திணை:** பொதுவியல். **துறை:** கையறுநிலை.

(இறந்தோனது புகழினை அன்புற்று எடுத்துக் கூறுதல் கையறுநிலைத் துறையாகும். வளவனின் ஆண்மை மிகுதியையும் வண்மையினையும் வியந்து இரங்கிக் கூறியவாறாம். காஞ்சித்திணைத் துறைகளுள் 'கழிந்தோர் தே எத்துக் கழி படர் உறீ இ, ஒழிந்தோர் புலம்பிய கையறுநிலைக்கு இளம் பூரணரும் (புறத். சூ. *19*) 'மன் அடாது வந்த மன்னைக் காஞ்சிக்கு நச்சினார்க்கினியரும் எடுத்துக் காட்டுவர்))

செற்றன்று ஆயினும், செயிர்த்தன்று ஆயினும்,
உற்றன்று ஆயினும் உய்வின்று மாதோ;
பாடுநர் போலக் கைதொழுது ஏத்தி

இரந்தன்று ஆகல் வேண்டும் பொலந்தார்
மண்டமர் கடக்கும் தானைத்
திண்தேர் வளவற் கொண்ட கூற்றே.

உள்ளத்திலே அவனை ஒழிக்கக் கறுவு கொண்டதாயினும் வெளிப்பட எதிர்நின்று வெகுண்டும் கையொடு தீண்டி வருத்தியும் கூற்றம் அவனை எதிர்த்திருந்தால் அதுகூடப் பிழைத்து இருக்காது. பொன் மாலையினையும் எதிர்நின்று வெல்லும் ஆற்றல்மிக்க படையினையும் திண்ணிய தோளினையும் உடைய வளவனை அக் கூற்றம் பாடுவார்போலத் தோன்றித் தொழுது வாழ்த்தி இரந்துதான் அவன் உயிரைப் பரிசிலாகப் பெற்றுச் சென்றிருத்தல் வேண்டுமேயன்றி அவனை எதிர்நின்று வென்று எடுத்து ஏகியிருத்தல் இயலாது,

சொற்பொருள்: *1.* செற்றன்று ஆயினும் - தன் மனத்துள்ளே கறுவு கொண்டதாயினும். செயிர்த்தன்று ஆயினும் - வெளிப்பட நின்று வெகுண்டதாயினும். *2.* உற்றன்று ஆயினும் - உற்றுநின்று கையோடு மெய்தீண்டி வருத்திற் றாயினும். உய்வு இன்று - அதற்குப் பிழைத்தல் உண்டாகாது. *6.* கூற்று - எமன்.

227. நயனில் கூற்றம்!

பாடியவர்: ஆடுதுறை மாசாத்தனார். **பாடப்பட்டோன்:** சோழன் குளமுற்றத்துத் துஞ்சிய கிள்ளிவளவன். **திணை:** பொதுவியல். **துறை:** கையறுநிலை.

('கூற்றே இனி நின் பசியைத் தீர்ப்பார் யார்? விரகு இன்மையின் வித்து அட்டு உண்டனை' என இவனது ஆண்மையை வியந்து இரங்கிப் பாடுகின்றார் புலவர்.)

நனிபே தையே, நயனில் கூற்றம்!
விரகுஇன் மையின் வித்துஅட்டு, உண்டனை!
இன்னுங் காண்குவை, நன்வாய் ஆகுதல்;
ஒளிறுவாள் மறவரும், களிறும், மாவும்,
குருதியும் குரூஉப்புனற் பொருகளத்து ஒழிய,
நாளும் ஆனான் கடந்து அட்டு என்றும் நின்
வாடுபசி அருத்திய வசைதீர் ஆற்றல்
நின்னோர் அன்ன பொன்னிபற் பெரும்பூண்
வளவன் என்னும் வண்டு மூசு கண்ணி
இனையோற் கொண்டனை ஆயின்,
இனியார் மற்றுநின் பசிதீர்ப் போரே?

நன்றியில்லாத கூற்றமே! நீ மிகவும் பேதைமை உடையை. வித்தினை வித்திப் பெரும் பயன் விளைத்துக் கொள்ளும் ஊக்கம்

இல்லாமையால் அவ்வித்தையே குற்றி உண்டாய். இதுவே உண்மை என்பதை இன்னமும் காண்பாயாக. போர்க்களத்திலே பேராண்மையுடன் எதிர்வருவார் படைகளையெல்லாம் நின் பசிதீர்த்தற்கு ஊட்டினவன் அவன். வசையற்ற வலிய கொலைத்தொழிலில் நின்னை ஒத்த வல்லாளன் அவ்வளவன். அத்தன்மை உடைய அவனையுங் கொன்றனையே! இனி நின் பசி தீர்ப்பவர் தாம் யாவரோ? சொல்வாயாக!

சொற்பொருள்: *1. நயன்இல் - ஈரமில்லாத. 2.விரகு - உபாயம் வித்து - மேல் விளைந்து பயன்படும் விதையை. அட்டு - குற்றி. 3.வாய் ஆகல் - மெய்யாதல் 4.ஒளிறு - ஒளி விளங்கிய. மறவரும் - வீரரும். குரூஉப்புனல் நிறமுடைய அழகிய நீர். 8. நின்ஓர் அன்ன - நின்னை ஒத்த. நயன். நியாயமும் ஆம்.*

228. ஒல்லுமோ நினக்கே!

பாடியவர்: ஐயூர் முடவனார். **பாடப்பட்டோன்:** சோழன் குளமுற்றத்துத் துஞ்சிய கிள்ளிவளவன். **திணை:** பொதுவியல். **துறை:** ஆனந்தப் பையுள்.

(சுற்றத்தார் இரங்கிக் கூறுதலின் ஆனந்தப் பையுளாயிற்று. அவனுடலுக்குத் தாழி வனைதலைக் கண்டவர். அவனுடைய புகழின் பெருமையைக் குறித்து வியந்து அதனை அடக்குதற்குத் தாழி வனைதற்கு இயலுமோ என்கிறார். மன்னர்களைத் தாழியில் இட்டுப் புதைக்கும் மரபும் இதனால் அறியப்படும்.)

கலஞ்செய் கோவே! கலஞ்செய் கோவே!
இருள்திணிந் தன்ன குரூஉத்திரள் பருஉப்புகை
அகல் இரு விசும்பின் ஊன்றுஞ் சூளை,
நனந்தலை மூதூர்க் கலஞ்செய் கோவே!
அளியை நீயே; யாங்கு ஆகுவை கொல்?
நிலவரை சூட்டிய நீள்நெடுந் தானைப்
புலவர் புகழ்ந்த பொய்யா நல்இசை
விரிகதிர் ஞாயிறு விசும்பு இவர்ந் தன்ன
சேண்விளங்கு சிறப்பின் செம்பியர் மருகன்
கொடிநுடங்கு யானை நெடுமா வளவன்
தேவர் உலகம் எய்தினன்; ஆதலின்
அன்னோற் கவிக்கும் கண்ணகம் தாழி
வனைதல் வேட்டனை ஆயின், எனையதூஉம்
இருநிலம் திகிரியாப் பெருமலை
மண்ணா வனைதல் ஒல்லுமோ நினக்கே?

விரிகதிர் ஞாயிறு விசும்பிலே செல்வதுபோல உலகெங்கும் நிலவிப் புகழவும் பட்டவன், செம்பியர் மரபினனான கிள்ளி வளவன். அவன் மிகவும் பெரியவன். அவன் தேவருலகம் எய்தினான் என அவன் உடலினை அடக்கம் செய்யத் தாழி வனைதலை விரும்பி முனைகின்றனை! கலம் வனையும் வேட்கோவனே! நின்னால் அது ஒருபோதும் இயலாது. நில வட்டமே சக்கரமாகவும் மேருமலையே மண்ணாகவும் கொண்டு வனைந்தாலன்றி அப்பெருந்தகையானைக் கவிக்கும் தாழியை நின்னால் வனைதல் முடியவே முடியாது.

சொற்பொருள்: *1.* கலம் - அடுகலம். *2.* குரூஉத்திரள் நிறமுடைத்தாய்த் திரண்ட. *3.* **ஊன்றும்** - சென்று தங்கும் *4.* நனந்தலை - அகன்ற இடம். *6.* சூட்டிய - பரப்பிய.

229. மறந்தனன் கொல்லோ?

பாடியவர்: கூடலூர் கிழார். **பாடப்பட்டோன்:** கோச்சேரமான் யானைக்கட்சேஎய் மாந்தரஞ்சேரல் இரும்பொறை. **திணை:** பொதுவியல். **துறை:** கையறுநிலை. குறிப்பு: அவன் இன்ன நாளில் துஞ்சுமென அஞ்சி அவன் அவ்வாறே துஞ்சியபோது பாடியது.

('அஞ்சினம் எழுநாள்; வந்தன்று இன்றே' என்று வரும் செய்யுள் அடியையும் கருதுக. 'மேலோர் உலகத்து மகளிர்க்கு உறுதுணையாகித் தன்துணை ஆயம் மறந்தனன்' என்று கூறுவதும் காண்க. 'அச்சமும் உவகையும் எச்சமின்றி நாளும் புள்ளும் பிறவற்றின் நிமித்தமும் காலங் கண்ணிய ஓம்படை' என்னும் பாடாண்திணைத் துறைக்குக் காட்டுவர் இளம்பூரணனார் (தொல் புறத். சூ. *30*))

ஆடு இயல் அழல் குட்டத்து
ஆர்இருள் அரை இரவில்
முடப்பனையத்து வேர்முதலாக்
கடைக்குளத்துக் கயம்காயப்,
பங்குனி உயர் அழுவத்துத்,
தலை நாள்மீன் நிலைதிரிய,
நிலை நாள்மீன் அதன் எதிர் ஏர் தரத்
தொல் நாள்மீன் துறைபடியப்,
பாசிச் செல்லாது ஊசித் துன்னாது,
அளக்கர்த்திணை விளக்காக,
கனைஎரி பரப்பக் கால் எதிர்பு பொங்கி,
ஒருமீன் வீழ்ந்தன்றால் விசும்பி னானே;
அதுகண்டு யாமும் பிறரும் பல்வேறு இரவலர்

பறைஇசை அருவி நல்நாட்டுப் பொருநன்
நோயிலன் ஆயின் நன்றுமன் தில்லென,
அழிந்த நெஞ்சம் மடியுளம் பரப்ப,
அஞ்சினம்; எழுநாள் வந்தன்று இன்றே;
மைந்துடை யானை கைவைத்து உறங்கவும்,
திண்பிணி முரசம் கண்கிழிந்து உருளவும்,
காவல் வெண்குடை கால்பரிந்து உலறவும்,
கால்இயல் கலிமாக் கதி இன்றி வைகவும்,
மேலோர் உலகம் எய்தினன்; ஆகலின்
ஒண்தொடி மகளிர்க்கு உறுதுணை ஆகித்,
தன்துணை ஆயம் மறந்தனன் கொல்லோ
பகைவர்ப் பிணிக்கும் ஆற்றல், நசைவர்க்கு
அளந்து கொடை அறியா ஈகை
மணிவரை அன்ன மாஅ யோனே?

வானத்திலே இருந்து ஓர் எரிநட்சத்திரம் கீழ்நோக்கி வீழ்ந்தது கண்ட யாமும் பிற இரவலரும் 'எம் வேந்தன் நோயுடையவனாகாது இருந்தானாயின் நன்று' என உள்ளங்கலங்கி அச்சங் கொண்டோம். அவ்வாறு யாங்கள் அஞ்சிய ஏழாவது நாளிலே அவன் வாழ்நாளும் முடிந்தது. பகைவரைப் பிணித்து வெற்றி கொள்ளும் வளமிகுந்த மலைநாட்டு வேந்தன்; விரும்பி வந்தவர்க்கு அளந்து கொடுத்தலையும் அறியாது வழங்கும் வண்மையன்; எம்மைத்தான் மறந்தான்; தனக்குத் துணையாகிய காதன் மகளிரையும் மறந்து சென்றுவிட்டனன் போலும்!

சொற்பொருள்: *1.* ஆடு - மேடராசி. அழல் குட்டத்து - கார்த்திகை நாளின் முதற்காலின் கண் *.3* . முடப்பனையத்து - முடப்பனை போலும் வடிவுடைய அனுட நாளில். 5. உயர் அழுவத்து - முதற் பதினைந்தின் கண். 6. தலை நாண்மீன் - உச்சமாகிய உத்தரம். 7. நிலை நாண்மீன் - அதற்கு எட்டாம் மீனாகிய மூலம். 8.தொன்னாண்மீன் - அந்த உத்தரத்திற்கு முன்சொல்லப்பட்ட எட்டாம் மீனாகிய மிருகசீரிடமாகிய நாண்மீன். பாசி - கீழ்த்திசை. ஊசி - வடதிசை. *10.*அளக்கர்த்திணை - கடலாற் சூழப்பட்ட பூமி.

230. நீ இழந்தனையே கூற்றம்!

பாடியவர்: அரிசில்கிழார். **பாடப்பட்டோன்:** அதியமான் தகடூர் பொருது வீழ்ந்த எழினி. **திணை:** பொதுவியல். **துறை:** கையறுநிலை.

('வீழ்குடி உழவன் வித்துண்டாற் போலக் கூற்றுவன் அதியனின் உயிரைக் கொண்டனன்' என்று கூறுகின்றார் புலவர்.)

கன்று அமர் ஆயம் கானத்து அல்கவும்,
வெங்கால் வல்பலர் வேண்டுபுலத்து உறையவும்,
களம்மலி குப்பை காப்பில வைகவும்,
விலங்குபகை கடிந்த கலங்காச் செங்கோல்,
வையகம் புகழ்ந்த வயங்குவினை ஒள்வாள்,
பொய்யா எழினி பொருதுகளம் சேர
ஈன்றோர் நீத்த குழவி போலத்;
தன் அமர் சுற்றம் தலைத்தலை இனையக்,
கடும்பசி கலக்கிய இடும்பைகூர் நெஞ்சமொடு
நோய் உழந்து வைகிய உலகிலும் மிக நனி
நீ இழந் தனையே அறனில் கூற்றம்!
வாழ்தலின் வரூஉம் வயல்வளன் அறியான்,
வீழ்குடி உழவன் வித்துஉண் டாஅங்கு
ஒருவன் ஆருயிர் உண்ணாய் ஆயின்,
நேரார் பல்லுயிர் பருகி,
ஆர்குவை மன்னோ அவன் அமர் அடு களத்தே.

காட்டிலே மேயும் ஆனினத்திற்கு பிற விலங்கினங்கள் துயர் செய்யாதது; வெம்மைமிக்க சுரத்தின் இடைவழிகளிலும் தங்கிச் செல்ல வசதி உடையது; களத்திலே நெற்பொலி காவலின்றிக் கிடக்கும் தன்மையது; இத்தகு ஆட்சிநலம் உடையவன்; எதிர்நின்று தடுக்கும் பகையையும் வெல்லும் ஆற்றலுடையவன்! இவ்வாறு நிலம் கலங்காத நல்லாட்சியும் உலகம் புகழ்ந்த பேராண்மையும் சொற்பிறழா வாய்மையும் உடைய எழினியும் போரிலே பொருது வீழ்ந்தான். தாயற்ற சிறுகுழவி தான் சேர்ந்த உறவினர் இடந்தோறும் பசியால் ஓயாது அழுது வருந்துவது போல அவனை இழந்ததால் நாடெங்கணும் வருந்துகிறது. உலகத்தின் வருத்தத்திலும் அறமில்லாத கூற்றுவனே, நின் வருத்தந்தான் பெரிது. வித்தினை விதைத்து அதனால் வரும் வருவாயை நினையாது அதனையே உண்ணும் உழவனைப் போலப் பகைவர் பலரையும் போர்க்களத்திலே கொன்று நினக்குத் தரும் அவனைக் கொன்ற நீயும் பெரிதும் அறியாமை உடையை ஆவாய்!

சொற்பொருள்: *1.* அல்கவும் - பிறிதொன்றால் ஏதம் இன்றிக் கிடப்பவும் *2.* வம்பலர் - வழிப்போவார். *12.* வாழ்தலின் வரூஉம் - வாழ்தல் ஏதுவாக வரும். *13.* வீழ்குடி - தளர்ந்த குடியையுடைய *15* பருகி ஆர்குவை - பருகி நிறைவை மன்: கழிவின்கண் வந்தது.

231. புகழ் மாயலவே!

பாடியவர்: ஔவையார். **பாடப்பட்டோன்:** அதியமான் நெடுமான் அஞ்சி. **திணை:** பொதுவியல். **துறை:** கையறுநிலை.

('ஞாயிறு அன்னோன் புகழ் மாயலவே என்று கூறுகின்றார். அதியமானின் சிறப்பினை இது நன்றாகக் காட்டும்.)

எரிபுனக் குறவன் குறையல் அன்ன
கரிபுற விறகின் ஈம ஒள் அழல்,
குறுகினும் குறுகுக; குறுகாது சென்று
விசும்ப உற நீளினும் நீள்க; பசுங்கதிர்த்
திங்கள் அன்ன வெண்குடை

ஒண் ஞாயிறு அன்னோன் புகழ் மாயலவே!

எரிசுட்ட தினைக் கொல்லையிலே குறவன் தறித்ததுண்டம் போன்று கரிந்த புறத்தை உடைய விறகு அடுக்கிய ஈமத் தீயிலே அஞ்சியின் உடல் உள்ளது. இனி அந்த ஈமத்தீ அவன் உடலைச் சிதையாமல் சிறுகினும் சிறுகுக: அல்லது சிறிதாகாது வானம் முட்டச் சென்று நீண்டாலும் நீள்க. ஆயின் திங்களன்ன வெண் கொற்றக் குடையுடைய ஞாயிறன்ன அஞ்சியின் புகழோ என்றும் அழியாதது! (தம் நண்பனின் உடலை எரியூட்டக் கண்ட ஔவையார் கசிந்து பாடியது இது.)

232. கொள்வன் கொல்லோ!

பாடியவர்: ஔவையார். **பாடப்பட்டோன்:** அதியமான் நெடுமான் அஞ்சி. **திணை:** பொதுவியல். **துறை:** கையறுநிலை. **திணை:** தும்பை **துறை:** பாண்பாட்டும் ஆம்.

(நாடுடன் கொடுப்பவும் கொள்ளாதோன், நாரரி சிறுகலத்து உகுப்பவும் கொள்வன் கொல்லோ? என்று அவனது நடுக்கல்லைக் கண்டு பாடுகின்றார்.)

இல்லா கியரோ, காலை மாலை!
அல்லா கியர் யான் வாழும் நாளே!
நடுகல் பீலி சூட்டி நார்அரி
சிறுகலத்து உகுப்பவும் கொள்வன் கொல்லோ-
கோடு உயர் பிறங்குமலை கெழீஇய

நாடு உடன் கொடுப்பவும் கொள்ளா தோனே?

கோடுகள் உயர்ந்த மலைகள் செறிந்த நாடு முழுவதையும் கொடுப்பினும் அதனை ஏற்றுக் கொள்ளாத பண்பாளன் அவன். அவனுக்காக நடுகல்லை நாட்டி அதற்குப் பீலியுஞ் சூட்டி நாராலரிக்கப்பட்ட மதுவையும் சிறிய கலத்திலே

படைக்கின்றீர்களோ? அதனை அவன் ஏற்றுக்கொள்வானோ-? அவனோ மறைந்தான். காலையும் மாலையும் இனி இல்லையாகுக! என் வாழ்நாளும் இனி இல்லாது மறைவதாகுக!

233. பொய்யாய்ப் போக!

பாடியவர்: வெள்ளெருக்கிலையார். **பாடப்பட்டோன்:** வேள் எவ்வி. **திணை:** பொதுவியல். **துறை:** கையறுநிலை.

('விழுப்புண் பட்டு எவ்வி மாய்ந்த நிலைக்கு இரங்கிக் கூறிய செய்யுள் இது.)

பொய்யா கியரோ! பொய்யா கியரோ!
பாவடி யானை பரிசிலர்க்கு அருகாச்
சீர்கெழு நோன்றாள் அகுதைகண் தோன்றிய
பொன்புனை திகிரியின் பொய்யா கியரோ!
இரும்பாண் ஒக்கல் தலைவன் பெரும்பூண்,
போர் அடு தானை, எவ்வி மார்பின்
எஃகு உறு விழுப்புண் பல' என
வைகுறு விடியல் இயம்பிய குரலே.

பாணச் சுற்றத்திற்கு ஒரு பெருந் தலைவனான அந்த எவ் வியது மார்பின்கண், 'போரிலே வேல்தைத்துப் பட்ட புண்கள் பல' என வைகறை விடியலிலே சொல்லுகின்றீர்களே. அவ்வார்த்தை பொய்யாகிப் போக! யானைகளைப் பரிசிலர்க்குத் தரும் வள்ளலான அகுதை இடத்திலே இருந்தது பொன் புனைந்த ஆழி என்ற சொற்களைப் போல, அச்சொற்களும் பொய்யாகிப் போகுமாக! (அகுதை எவ்வியால் போரில் வெல்லப்பட்டவன்.)

சொற்பொருள்: *3.* நோன்றாள் - வலிய முயற்சியை 4.திகிரியின் - ஆழிபோல. திகிரி என்றது திகிரி தைத்தது என்ற பிறந்த வார்த்தையை. பொன் - இரும்பு . *8.* வைகுறு - சொல்லிய வார்த்தை.

234. உண்டனன் கொல்?

பாடியவர்: வெள்ளெருக்கிலையார். **பாடப்பட்டோன்:** வேள் எவ்வி. **திணை:** பொதுவியல். **துறை:** கையறுநிலை.

('பலரோடும் உண்டலை மரீஇயோன் பிண்டம் யாங்கு உண்டனன் கொல்?' என இரங்குகின்றனர்.)

நோகோ யானே? தேய்கமா காலை!
பிடி அடி அன்ன சிறுவழி மெழுகித்,
தன் அமர் காதலி புன்மேல் வைத்த

இன்சிறு பிண்டம் யாங்குஉண் டனன் கொல்-
உலகுபுகத் திறந்த வாயில்
பலரோடு உண்டல் மரீஇ யோனே?

பிடியானையின் காலடிபோன்ற சிறிய இடத்தினளவாக மெழுகி, அவன் காதலி, இனிய சிறு பிண்டத்தைப் புல் பரப்பி அதன்மேல் வைத்துள்ளனளே! உலகோர் யாவரும் வந்து புகுமாறு திறந்த வாயிலுடன் பலரோடும் கலந்து உண்பதையே பண்பாகக் கொண்டவன் அவன். எவ்வாறு இதனை அவன் உண்பானோ? இதற்கு யான் ஏன் நோகின்றேன்? என் மிகுதி வாழ்நாளும் இன்னே அழிவதாக! (எவ்வியின் சோறளித்த பெருமையும் இறந்தார்க்குப் பிண்டமிடுதல் என்னும் மரபும் காண்க.)

சொற்பொருள்: *1.* மாகாலை - வாழக் கடவ மிக்கநாள். தேய்க - மாய்வதாக *2.* பிடியடி அன்ன - பெண் யானையின் அடிச்சுவட்டை ஒத்த.

235. அருநிறத்து இயங்கிய வேல்!

பாடியவர்: ஔவையார். **பாடப்பட்டோன்:** அதியமான் நெடுமான் அஞ்சி. **திணை:** பொதுவியல். **துறை:** கையறுநிலை.

('இனிப் பாடுநரும் இல்லை! பாடுநர்க்கு ஒன்று ஈகுநரும் இல்லை' என்று வாடி வருந்துகின்றார் புலவர். வஞ்சித்துணைத் துறைகளுள் 'இன்னனென்று இரங்கிய மன்னை' என்பதற்கு இளம்பூரணர் காட்டுவர் (தொல். புறத். சூ. 19))

சிறியகட் பெறினே எமக்கீயும்; மன்னே!
பெரிய கட் பெறினே,
யாம் பாடத், தான்மகிழ்ந்து உண்ணும்; மன்னே!
சிறுசோற் றானும் நனிபல கலத்தன் மன்னே!
பெருஞ்சோற்றாலும் நனிபல கலத்தன் மன்னே!
என்பொடு தடிபடு வழியெல்லாம் எமக்கீயும்; மன்னே!
அம்பொடு வேல்நுழை வழியெல்லாம் தான்நிற்கும்மன்னே!
நரந்தம் நாறும் தன்கையால்
புலவு நாறும் என்தலை தைவரும் மன்னே!
அருந்தலை இரும்பாணர் அகன் மண்டைத் துளையுரீஇ
இரப்போர் கையுளும் போகிப்
புரப்போர் புன்கண் பாவை சோர
அஞ்சொல் நுண்தேர்ச்சிப் புலவர் நாவில்
சென்றுவீழ்ந் தன்று அவன்
அருநிறத்து இயங்கிய வேலே!

ஆசாகு எந்தை யாண்டு உளன் கொல்லோ?
இனிப் பாடுநரும் இல்லை; பாடுநர்க்கு ஒன்று ஈகுநரும் இல்லை
பனித்துறைப் பகன்றை நறைக்கொள் மாமலர்
சூடாது வைகியாங்குப் பிறர்க்கு ஒன்று
ஈயாது வீயும் உயிர்தவப் பலவே!

ஐயகோ! அஞ்சியின் அரிய மார்பகத்தினிடத்தே தைத்த வேல் பாணரின் உண்கலங்களைத் துளையிட்டு இரப்பவர்கள் கைகளை ஊடுருவி அவர் சுற்றத்தினர் கண்ணொளியினை மழுங்கச் செய்து நுணுகிய அறிவாற் சிறந்தோர் நாவினிற் சென்று தைத்ததே! சிறிய அளவு மதுவே பெற்றால் அதனை எமக்கே அளித்து விடுவான்; பெரிய அளவு கிடைத்தாலோ யாம்பாட எமக்கு அளித்து அவனும் உண்பான். சிறுசோறு எனினும் பலரோடும் உண்பான். பெருஞ்சோறு எனினோ மிகப் பலரோடும் உண்பான். எலும்பும் தசையும் உடைய வேட்டைப்பொருள் எல்லாம் எமக்களித்து அம்பும் வேலும் நுழையும் போர்க்களம் எல்லாம் தானே மேற்கொள்வான். நரந்தம் நாறும் தன் கையால் புலால் நாறும் எம் தலையிலே அன்போடு தடவி மகிழ்வான். அவனோ பட்டனன்! எமக்குத் தந்தையாக விளங்கிக் காத்தவன் எங்கே உள்ளான்? இனிப் பாடுவார்க்கு ஒன்று தருவாரும் இல்லையே நீர்த்துறையின் கண் உள்ள பகன்றைப் பெரும்பூ எவர்க்கும் பயன்படாது கழிவதுபோல வறிதே மாய்ந்து போகும் உயிர்களே இனிப் பலவாகும்!

சொற்பொருள்: *10.* துளைஉரீ - துளையை உருவி *11.* கையுளும் போகி - கையுள்ளும் தைத்து உருவி *12.* பாவை சோர - பாவை ஒளி மழுங்க *13.* நுண்தேர்ச்சி - நுண்ணிய ஆராய்ச்சியையுடைய. *16.* ஆசு ஆகு - எமக்குப் பற்றாகிய. *18.* பகன்றை நறை கொள் மாமலர் - பகன்றையினது தேனைப் பொருந்திய பெரிய மலர் *19.* வைகியாங்கு - கழிந்தாற்போல *20.*பல - மிகப் பல.

236. கலந்த கேண்மைக்கு ஒவ்வாய்!

*பாடியவர்: கபிலர். **திணை:** பொதுவியல். **துறை:** கையறுநிலை குறிப்பு: வேள்பாரி துஞ்சியபின் அவன் மகளிரைப் பார்ப்பார்ப் படுத்து வடக்கிருந்தபோது பாடியது.*

(பாரியின் பிரிவைக் கபிலரால் பொறுக்கமுடியவில்லை. வடக்கிருந்து உயிர்துறக்க முற்பட்டார். 'உயர்ந்த பாலே நின்னோடு உடனுறைவு ஆக்குக' என்று வேண்டி வடக்கிருந்த தன்மையைப் போற்றல் வேண்டும்.)

கலை உணக் கிழிந்த முழவுமருள் பெரும்பழம்
சிலைகெழு குறவர்க்கு அல்குமிசைவு ஆகும்

மலைகெழு நாட! மா வண் பாரி
கலந்த கேண்மைக்கு ஒவ்வாய் நீ; எற்
புலந்தனை யாகுவை புரந்த யாண்டே
பெருந்தகு சிறப்பின் நட்பிற்கு ஒல்லாது
ஒருங்குவரல் விடா அது 'ஒழிக' எனக் கூறி
இனையை ஆதலின் நினக்கு மற்றுயான்
மேயினேன் அன்மை யானே; ஆயினும்
இம்மை போலக் காட்டி உம்மை
இடையில் காட்சி நின்னோடு
உடன் உறைவு ஆக்குக உயர்ந்த பாலே!

பெரிய பலாப்பழத்தைக் குரங்கு கிழித்து உண்ண அது கிழிந்த முழவுபோலக் காட்சி தரும். அதன் பெருமையால் அதுவும் குறவர்க்குச் சில நாளைக்கு இட்டுவைத்து உண்ணும் உணவாகும். அத்தகைய வளமிக்க மலைநாட்டின் வேந்தனே! மிகுந்த வண்மையுடைய பாரியே! எனக்கு உதவி என்னோடு பழகிய ஆண்டுகளிலெல்லாம் 'கலந்த நட்பிற்கு ஒவ்வாதவன் நீ' யென்றே என்னை வெறுத்தவனாக ஆகிவிட்டாய். பெருமைதங்கிய சிறந்த நட்பிற்கு ஒவ்வாமல், நீ இறந்த போது நின்னுடன் என்னையும் வரவிடாது 'இங்கே தவிர்க' எனச் சொல்லியும் சென்றாய். நினக்கு யான் பொருந்திய நட்பினன் இல்லையோ? இருப்பினும் இங்கிருந்தது போலவே அங்கும் இடைவிடாது நின்னுடன் இருந்து நின்னைக் கண்டு வாழும் நிலையை இனியேனும் எனக்குத் தருவாயாக.

237. சோற்றுப் பானையிலே தீ!

பாடியவர்: பெருஞ்சித்திரனார். **பாடப்பட்டோன்:** இளவெளிமான். **திணை:** பொதுவியல். **துறை:** கையறுநிலை.

(வெளிமானிடம் சென்றனர் புலவர். அவன் துஞ்ச, இளவெளிமான் சிறிது கொடுக்கின்றான். அதனைக் கொள்ளாது வெளிமான் துஞ்சியதற்கு இரங்கிப் பாடிய செய்யுள் இது.)

'நீ வாழ்க!' என்று யான் நெடுங்கடை குறுகிப்,
பாடி நின்ற பசிநாட் கண்ணே
'கோடைக் காலத்துக் கொழுநிழல் ஆகிப்
பொய்த்தல் அறியா உரவோன் செவிமுதல்
வித்திய பனுவல் விளைந்தன்று நன்று' என
நச்சி இருந்த நசைபழுது ஆக,
அட்ட குழிசி அழற்பயந் தா அங்கு,
'அளியர் தாமே ஆர்க என்னா

அறன் இல் கூற்றம் திறனின்று துணிய,
ஊழின் உருப்ப எருக்கிய மகளிர் 10
வாழைப் பூவின் வளைமுறி சிதற,
முதுவாய் ஒக்கல் பரிசிலர் இரங்கக்,
களி போகிய களரியம் பறந்தலை,
வெள்வேல்விடலை சென்றுமாய்ந் தனனே;
ஆங்கு அது நோயின்று ஆக ஓங்குவரைப் 15
புலிபார்த்து ஒற்றிய களிற்றுஇரை பிழைப்பின்,
எலிபார்த்து ஒற்றாது ஆகும்; மலிதிரைக்
கடல்மண்டு புனலின் இழுமெனச் சென்று
நனியுடைப் பரிசில் தருகம்
எழுமதி, நெஞ்சே! துணிபுமுந் துறுத்தே. 20

'நீடு வாழ்க!' என வாழ்த்தி யான் தலைவாயிலிலே வந்த காலம் பொருத்தமற்றது. கோடைக் காலத்துக் கொழு நிழலாகிப் பொய்த்தல் அறியாத அறிவுடை யோனின் செவிகளிலே விதைத்த பாடல் நன்கு பரிசிலாக விளையும் என்று விரும்பியிருந்த என் விருப்பமும் கெட்டது. சோறுண்ண நினைத்து சோற்றுப் பானையுள் கைவிட அங்கே எரி எழுந்தது போல அறமற்ற கூற்றமும் வெளிமானைக் கொண்டு போயிற்று! மகளிர் மார்பிலறைந்தும் வளைகளை முறித்தும் அழப், பரிசிலர் ஏங்க கள்ளி வளர்ந்த களர்நிலமாகிய பாழ்பட்ட புறங்காட்டினை அவன் சேர்ந்தான். கூற்றம் நோயின்றி வாழ்வதாக! புலி தனக்கு இரையாகக் களிற்றை வீழ்த்த முயன்று, அது தப்பிவிட்டால் எலியைப் பார்த்துப் பாயாது. நெஞ்சமே! துணிவினை முன்கொண்டு எழுவாயாக! கடல் மண்டு புனலின் மிகுதிபோல விரைந்துபோய் நல்ல மிகுந்த பரிசிலைக் கொண்டு நாமும் வருவோமாக.

சொற்பொருள்: 5. பழுது ஆகு - பயனில்லையாக. 7. குழிசி - பானை. அழல் பயந்தாங்கு - சோறு இன்றி எரி புறப்பட்டாற் போல 8. ஆர்க என்னா - உண்பாராக என்னாத 9. திறன் இன்று துணிய - கூறுபாடு இன்றாகி அவன் உயிரைக் கொள்ளத் துணிய. 13. கள்ளிபோகிய - கள்ளி ஓங்கிய. களரியம் பறந்தலை - களர் நிலமாகிப் பாழ்பட்ட புறங்காட்டின்கண். 15. அது நோய் இன்று ஆக - கூற்றம் நோயின்றி இருப்பதாக 16. ஒற்றிய - வீழ்ந்த 18. கடல் மண்டு புனலின் - மண்டிய ஆற்று நீர்போல.

238. தகுதியும் அதுவே!

பாடியவர்: பெருஞ்சித்திரனார். **பாடப்பட்டோன்:** இளவெளிமான். **திணை:** பொதுவியல். **துறை:** கையறுநிலை. (வெளிமான்

துஞ்சியமைக்கு வருந்திக் கூறியது இது. கரைகாண வியலாத் துயரத்தைக் 'கண்ணில் ஊமன் கடற் பட்டாங்கு' எனக் கூறுதலை கவனிக்க.)

கவிசெந் தாழிக் குவிபுறத்து இருந்த
செவிசெஞ் சேவலும் பொகுவலும் வெருவா,
வாய்வன் காக்கையும் கூகையும் கூடிப்
பேஎய் ஆயமொடு பெட்டாங்கு வழங்கும்
காடுமுன் னினனே, கட்கா முறுநன்;
தொடிகழி மகளிரின் தொல்கவின் வாடிப்
பாடுநர் கடும்பும் பையென் றனவே;
தோடுகொள் முரசும் கிழிந்தன கண்ணே;
ஆள்இல் வரைபோல் யானையும் மருப்புஇழந் தனவே;
வெந்திறல் கூற்றம் பெரும்பேது உறுப்ப,
எந்தை ஆகுதல் அதற்படல் அறியேன்;
அந்தோ! அளியேன் வந்தனென்; மன்ற
என்னா குவர்கொல், என் துன்னி யோரே?
மாரி இரவின், மரங்கவிழ் பொழுதின்,
ஆரஞர் உற்ற நெஞ்சமொடு, ஓராங்குக்
கண்இல் ஊமன் கடற்பட் டாங்கு,
வரையளந்து அறியாத் திரையரு நீத்தத்து,
அவல மறுசுழி மறுகலின்
தவலே நன்றுமன்; தகுதியும் அதுவே.

தாழியினுள் பிணத்தை இட்டு அதனைக் கவிழ்த்துப் புதைக்க அதன் மேற்புறத்தே காணப்படும் குவிபுறத்திலே கழுகுகளும் பொகுவல் எனும் புள்ளும் அண்டங்காக்கையும் கோட்டானும் கூடிப் பேயினத்தோடு தாம் விரும்பியவாறு எல்லாம் செய்யும் சுடுகாட்டை நோக்கிச் சென்றனன், வீரபானம் விரும்பும் வெளிமான்! அவனை இழந்து வளைகழிக்கப்பட்ட மகளிரைப் போலப் பாடுவாராது சுற்றமும் தம் ஒளி மங்கின. முரசுகளோ கண்கிழிந்தன. யானைகள் மருப்பிழந்து விட்டன. இவ்வாறு கூற்றம் கொடுந்துயர் செய்யுமெனவும் எம் தலைவனும் அதற்காற்றாது படுவான் எனவும் யானும் அறியேனே! அந்தோ! யான் உறுதியாக நம்பியன்றோ வந்தேன் எனது சுற்றம் எத்தகை துயரம் படுமோ? மழை இரவில் கடலிலே புயலிற்சிக்கி மரக்கலங் கவிழக் கண்ணும் பேச்சும் அற்றவன் (குருடும் ஊமையுமான ஒருவன்) கரைசேர வழி தெரியாது கூச்சலிடவும் இடமின்றி அமிழ்ந்து சாவதுபோலத் துன்பத்திலே சுழன்று வாடுவதினும் சாதலே நன்று. அதுதான் எம் போன்றார்க்குத் தகுதியுடையதும் ஆகும்.

சொற்பொருள்: 1. கவிசெந்தாழி - பிணம் இட்டுப் புதைக்கப்பட்ட கவிக்கப்பட்ட செய்ய தாழியினது. 2. பொகுவல் - பறவை வகை. 4. பெட்டாங்கு - விரும்பிய வழியே. 5. கள் காமுறுநன் - வீரபானத்தை விரும்புவோனாகிய வெளிமான். 7.பையென்றன - ஒளி மழுங்கின. 8. தோடு - தொகுதி 19. மன் கழிவின்கண் வந்தது.

239. இடுக சுடுக, எதுவும் செய்க!

பாடியவர்: பேரெயின் முறுவலார். பாடப்பட்டோன்: நம்பி நெடுஞ்செழியன். திணை: பொதுவியல். துறை கையறுநிலை.

(செழியனின் நிலைத்த புகழைக் கூறி 'அவன் தலையைப் புதைப்பதோ சுடுவதோ எதுவும் செய்வீராக' என்கின்றனர் புலவர். ஈற்றயலடி நாற்சீரான் வந்த வஞ்சிப்பா இது.)

தொடியுடைய தோள் மணந்தனன்;
கடி காவிற் பூச் சூடினன்;
தண் கமழுஞ் சாந்து நீவினன்;
செற் றோரை வழி தபுத்தனன்;
நட் டோரை உயர்பு கூறினன்;   5

வலியரென வழி மொழியலன்;
மெலியரென மீக் கூறலன்;
பிறரைத் தான் இரப்பறியலன்;
இரந் தோர்க்கு மறுப்பறியலன்;
வேந்துடை அவையத்து ஓங்குபுகழ் தோற்றினன்; 10
வருபடை எதிர் தாங்கினன்;
பெயர் படை புறங் கண்டனன்;
கடும் பரிய மாக் கடவினன்;
நெடுந் தெருவில் தேர் வழங்கினன்;
ஓங்கு இயல் களிறு ஊர்ந்தனன்;   15

தீஞ்செறி தசும்பு தொலைச்சினன்;
பாண் உவப்பப் பசி தீர்த்தனன்;
மயக்குடைய மொழி விடுத்தனன்; ஆங்குச்
செய்ப எல்லாம் செய்தனன் ஆகலின் -
இடுக ஒன்றோ! சுடுக ஒன்றோ!   20
படுவழிப் படுக, இப் புகழ்வெய்யோன் தலையே!

தொடியணிந்த இளமகளாரை மணந்தான். காவலையுடைய இளமரக்காவின் நறுமணங் கமழும் பூவைச்சூடினான். குளிர்ச்சிதரும் சாந்தைப் பூசினான். பகைத்தோரை கிளையோடும் அழித்தான். நண்பரை உயர்த்துப் பேசினான்;

வலியவரென்று அவரைப் போற்றியும் மெலியவரென்று அவரை இகழ்ந்தும் அறியான். பிறரிடம் இரந்து அறியான். இரந்தவர்க்கு மறுத்துக் கூறியும் அறியான். அரசர்கள் கூடிய அவையத்திலே தன் ஓங்கிய புகழை விளங்கக் காட்டினான். தன் நாட்டுமேல் வரும் படைகளைத் தன் எல்லையுட்புகாமல் தடுத்து புறமிட்டு ஓடுபவரிடம் புறக்கொடை கொள்வதன்றி அவரை வெருட்டி அழித்தலும் செய்யான். குதிரையை மன வேகத்தினும் விரைவாகச் செலுத்தினான். தேர் செலுத்தினான். களிறு செலுத்தினான். மதுக்குடங்கள் முற்றவும் தீருமாறு பலர்க்கும் வழங்கினான். பாணர் உவப்படையுமாறு அவர் பசியைப் போக்கினான். மயக்குடைய மொழிபேசாது தெளிந்த சொற்களே பேசினான். இவ்வாறு செய்ய வேண்டுவன அனைத்துமே செய்தனன் அவன். இன்றோ அவன் மறைந்தான்! இடுவீர்களோ, எரிப்பீர்களோ? அவன் தலையை நீவிர் எதுவும் செய்வீராக. அவன் புகழ் என்றும் எதனாலும் அழியாது இவ்வுலகிலேயே நிலைத்துநிற்கும் என்பது மட்டும் உறுதியாகும்!

சொற்பொருள்: *2.* கடிகாவில் - காவலையுடைய இளமரக் காக்களில் *13.* கடவினன் - மனத்தினும் விரையச் செலுத்தினான். *16.*தீஞ்செறி - இனிய செறிவையுடைத்தாகிய. தசும்பு தொலைச்சினன் - மதுவையுடைய குடங்களைப் பலர்க்கும் வழங்கித் தொலைவித்தனன்.

240. பிறர் நாடுபடு செலவினர்!

பாடியவர்: குட்டுவன் கீரனார். **பாடப்பட்டோன்:** ஆய். **திணை:** பொதுவியல். **துறை:** கையுறுநிலை.

('ஒள் எரி நைப்ப உடம்பு மாய்ந்தது, என்று வருந்துகின்றனர். 'காலன் என்னும் கண்ணிலி' எனக் காலனையும் நொந்து கூறுகின்றார்.)

ஆடு நடைப் புரவியும், களிறும், தேரும்,
வாடா யாணர் நாடும் ஊரும்
பாடுநர்க்கு அருகா ஆஅய் அண்டிரன்
கோடு ஏந்து அல்குல், குறுந்தொடி மகளிரொடு
காலன் என்னும் கண்ணிலி உய்ப்ப,
மேலோர் உலகம் எய்தினன் எனஅப்,
பொத்த அறையுள் போழ்வாய்க் கூகை,
'சுட்டுக் குவி' எனச் செத்தோர்ப் பயிரும்
கள்ளியம் பறந்தலை ஒருசிறை அல்கி,
ஒள்ளெரி நைப்ப உடம்பு மாய்ந்தது;

புல்லென் கண்ணர் புரவலர்க் காணாது,
கல்லென் சுற்றமொடு கையழிந்து, புலவர்
வாடிய பசியர் ஆகிப், பிறர்
நாடுபடு செலவினர் ஆயினர், இனியே.

போர்க்குதிரைகள், யானைகள், தேர்கள்,நாடு, ஊர்கள் ஆகியவற்றை மகிழ்வுடன் பாடுவார்க்கு அளித்த வள்ளல் ஆய் அண்டிரன். அவனையும் அவன் மகளிரையும் கண்ணோட்டமில்லாத கூற்றுவன் தேவருலகுக்குக் கொண்டு போயினன். அவன் உடம்பும் பேராந்தை 'சுட்டுக்குவி' என்பது போலச் செந்தாரைக் கூவும் கள்ளியம் புறங் காட்டின் ஒருபுறத்தே ஈமத்தீச் சுட மாய்ந்துவிட்டது. நீர் நிறைந்த கண்ணராகப் புலவர்கள் தம் சுற்றமொடு கலங்கியழுது பசி வாட்டுதலான் வேற்று நாடுகளை நோக்கிச் செல்லவும் தொடங்கி விட்டனர்!

சொற்பொருள்: *1. ஆடுநடை - தாளத்திற்கேற்ப நடக்கும் அசைந்த நடையையுடைய. 3. அருகா - குறைவு அறக் கொடுக்கும். 10. நைப்ப - சுட 11. புல்லென் கண்ணர் - பொலிவிழந்த கண்ணையுடையராய். 12. கையழிந்து - செயலற்று.*

241. விசும்பும் ஆர்த்தது!

பாடியவர்: உறையூர் ஏணிச்சேரி முடமோசியார். **பாடப்பட்டோன்:** ஆய். **திணை:** பொதுவியல். **துறை:** கையறுநிலை.

('அண்டிரனை வரவேற்க இந்திரனின் அரண்மனையில் முரசொலி எழுந்தது என அவன் மறைவை நயத்தோடு கூறுகின்றனர். 'நெடியோன்' என்னும் பெயரால் இந்திரனும் குறிக்கப்படுதலையும் காண்க.)

'திண்தேர் இரவலர்க்கு ஈத்த தண்தார்
'அண்டிரன் வரூஉம்' என்ன, ஒண்தொடி
வச்சிரத் தடக்கை நெடியோன் கோயிலுள்,
போர்ப்புறு முரசும் கறங்க
ஆர்ப்புஎழுந் தன்றால், விசும்பி னானே.

''திண் தேர்களாகவே இரவலர்க்கு அளித்தவன்; குளிர்ந்த மாலையையுடையவன்; ஆய்வள்ளல் வருகின்றான்'' என இந்திரன் கோயிலிலே முரசம் முழங்குவதால் வானத்திலும் இடியொலியாகிய பேரொலியும் எழுகின்றதே!

சொற்பொருள்: ஒண்தொடி - ஒள்ளியதொடி; இதனை வாகு வலயம் என்பர். *3.* நெடியோன் - இந்திரன் *4.* போர்ப்புஉறு - போர்த்தலுற்ற 5. விசும்பினான் - வானத்தின் கண்; உருபுமயக்கம்.

242. முல்லையும் பூத்தியோ?

பாடியவர்: குடவாயிற் கீரத்தனார். **பாடப்பட்டோன்:** ஒல்லையூர் கிழான் மகன் பெருஞ்சாத்தன். **திணை:** பொதுவியல். **துறை:** கையறுநிலை. குறிப்பு: குடவாயில் நல்லாதனார் பாடியது என்பதும் பாடம்.

(சாத்தன் மாய்ந்த பின்னர் முல்லையும் பூத்தியோ என முல்லை நோக்கி வருந்திக் கூறுகின்றனர்.)

இளையோர் சூடார்; வளையோர் கொய்யார்;
நல்யாழ் மருப்பின் மெல்ல வாங்கிப்,
பாணன் சூடான்; பாடினி அணியாள்
ஆண்மை தோன்ற ஆடவர்க் கடந்த
வல்வேற் சாத்தன் மாய்ந்த பின்றை
முல்லையும் பூத்தியோ, ஒல்லையூர் நாட்டே?

ஒல்லையூர் நாட்டிலே இளைய வீரர்கள் கண்ணி சூடாரா யினர். வளையணியும் மங்கல மகளிரும் மலர் கொய்யாராயினர். பாணனும் மலர் சூடானாயினன். பாடினியும் மலர் சூடாளாயினள். வலிய வேலோனான சாத்தன் இறந்ததனால் இவ்வாறு யாவருமே நல்லணி துறந்திருக்கும் வேளையிலே முல்லையே, நீ மட்டும் ஏன் பூக்கின்றனையோ?

243. யாண்டு உண்டுகொல்?

பாடியவர்: தொடித்தலை விழுத்தண்டினார். **திணை:** பொதுவியல். **துறை:** கையறுநிலை.

(இளமை கழிந்தது. அதன் கழிவை நினைந்து வருந்திக் கூறுகின்றனர். அதனால் இதுவும் கையறு நிலை ஆயிற்று. காஞ்சித் திணைத் துறைகளுள் 'கழிந்தோர் ஒழிந்தோர்க்குக் காட்டிய முதுமைக்கு நச்சினார்க்கினியர் எடுத்துக் காட்டுவர் (தொல் புறத் சூ. *24.*))

இனிநினைந்து இரக்கம் ஆகின்று; திணிமணல்
செய்வுறு பாவைக்குக் கொய்பூத் தைஇத்,
தண்கயம் ஆடும் மகளிரொடு கைபிணைந்து
தழுவுவழித் தழீஇத், தூங்கு வழித் தூங்கி,
மறைஎனல் அறியா மாயமில் ஆயமொடு
உயர்சினை மருதத் துறையுறத் தாழ்ந்து,
நீர்நணிப் படிகோடு ஏறிச் சீர்மிகக்,
கரையவர் மருளத் திரையகம் பிதிர,
நெடுநீர்க் குட்டத்துத் துடுமெனப் பாய்ந்து,
குளித்துமணற் கொண்ட கல்லா இளமை

அளிதோ தானே! யாண்டுண்டு கொல்லோ -
''தொடித்தலை விழுத்தண்டு ஊன்றி நடுக்குற்று,
இருமிடை மிடைந்த சிலசொல்
பெருமூ தாளரேம்'' ஆகிய எமக்கே?

இப்பொழுது நினைத்தாலும் எம் நிலையை நினைக்க நினைக்க எமக்கே இரக்கமாயிருக்கின்றதே! மணலிலே வண்டல் இழைத்து அங்கு வைத்து விளையாடும் வண்டல் பாவைக்குப் பூச்சூட்டிக் குளிர்ந்த பொய்கையிலே விளையாடும் மகளிரோடு கைகோர்த்து ஆடினோமே! அவர் தழுவத்தழுவி அசைத்தவிடத்து அசைத்து விளையாடினோமே! வஞ்சனை அறியாத எம்மொத்த இளைஞருடன் நீர்த்துறை அருகே தாழ்ந்த கிளையையுடைய மருதமரத்தில் ஏறி மடு நீருட்பாய்ந்து மூழ்கி அடியின் மணலை முகந்து காட்டினோமே! அவ் விளமைச் செயலை நினைந்தால் அதன் அறியாத நிலை பெறக்கூடுவதோ? எவ்விடத்து அதனினும் சிறந்த பருவம் உண்டு? பூணிட்ட தண்டினை ஊன்றி இருமல் இடையிடையே தொல்லைதரச் சிலசில வார்த்தைகளே பேசி வாடும் எமக்கும் அவ்விளமைநிலை இனிக் கிடைக்குமோ?

244. கலைபடு துயரம் போலும்!

(பாடினோர் பாடப்பட்டோர் யாவரெனத் தெரியாத வாறு இது அழிந்தது. பாடலும் உரையும் சிதைந்தே கிடைத்துள்ளன. தான் உறுகின்ற துன்பத்தைக் கலைமேல் வைத்துக் கூறியது இது. 'முசுக்கலையின் நீக்குதற்கு இரலி' என விசேடித்தனர். 'சாதல் என்பது இன்னாதாதலிற் பெரும் பிறிதாயின்றோ என்றான்' என்பன கிடைத்த உரைக் குறிப்புக்கள்.)

பாணர் சென்னியும் வண்டுசென்று ஊதா
விறலியர் முன்கையும் தொடியிற் பொலியா,
இரவலர் மாக்களும்...

இரவலரான இவர் பெரிதும் துன்பம் உற்றவர் என்பதும் தாம் உறுகின்ற துன்பத்தைக் கலையின்மேல் வைத்துக் கூறினர் என்பதும் தெரிகிறது. முன்பின் பாடல்களை நோக்கினால் பொதுவியல் திணையும் கையறுநிலைத் துறையும் கொண்ட பாடலாக இதுவுமிருந்திருக்கலாம். கிடைத்த இரண்டடியின் கருத்துக்கள் வள்ளல் ஒருவன் துஞ்ச அதற்கு இறங்கித் தாம் படும் துயரைக் காட்டிப் புலவர் கூறியதாகவே படுகிறது.

245. என்னிதன் பண்பே?

பாடியவர்: சேரமான் கோட்டம்பலத்துத் துஞ்சிய மாக்கோதை.
திணை: பொதுவியல். **துறை:** கையறுநிலை.

(அவன் பெருங்கோப்பெண்டு துஞ்சிய காலைப் பாடிய செய்யுள் இது.)

யாங்குப் பெரிது ஆயினும், நோய் அளவு எனைத்தே
உயிர்செகுக் கல்லா மதுகைத்து அன்மையின்?
கள்ளி போகிய களரியம் பறந்தலை
வெள்ளிடைப் பொத்தி விளைவிறகு ஈமத்து
ஒள்ளழற் பள்ளிப் பாயல் சேர்த்தி
ஞாங்கர் மாய்ந்தனள் மடந்தை
இன்னும் வாழ்வல் என் இதன் பண்பே!

கள்ளி வளர்ந்த புறங்காட்டிலே விறகு அடுக்கிய ஈமத்தின்கண் அழற்பாயலிலே அவளைக் கிடத்தினேன்; அம்மடவாள் மேலுலகம் போய்விட்டாள். என் துயரம் எவ்வளவு பெரிதாயினும் என் உயிரையும் போக்கி அவளுடன் சேர்க்கும் வலியற்றதாயிற்றே! இதன் பண்புதான் என்னே? (அவளோடு தானும் உயிர்விடவில்லையே எனக் கசிந்து வாடுகிறான் மன்னன்)

246. பொய்கையும் தீயும் ஒன்றே!

பாடியவர்: பூதப்பாண்டியன் தேவி பெருங்கோப்பெண்டு. **திணை:** பொதுவியல். **துறை:** ஆனந்தப் பையுள்.

('எமக்குப் பொய்கையும் தீயும் ஒரு தன்மைத்து' எனக் கணவன் இறப்புக்குப் பின் தீப்பாய்தற்கு முற்படலால் இத்துறை ஆயிற்று.)

பல்சான் றீரே! பல்சான் றீரே!
செல்கெனச் சொல்லாது ஒழிகென விலக்கும்
பொல்லாச் சூழ்ச்சிப் பல்சான் றீரே!
அணில்வரிக் கொடுங்காய் வாள்போழ்ந் திட்ட
காழ்போல் நல்விளர் நறுநெய் தீண்டாது,
அடைஇடைக் கிடந்த கைபிழி பிண்டம்,
வெள் என் சாந்தொடு புளிப்பெய்து அட்ட
வேளை வெந்தை, வல்சி ஆகப்
பரற்பெய் பள்ளிப் பாயின்று வதியும்
உயவற் பெண்டிரேம் அல்லேம் மாதோ;
பெருங்காட்டுப் பண்ணிய கருங்கோட்டு ஈமம்
நுமக்கு அரிது ஆகுக தில்ல; எமக்குஎம்
பெருந்தோள் கணவன் மாய்ந்தென அரும்புஅற
வள் இதழ் அவிழ்ந்த தாமரை
நள் இரும் பொய்கையும் தீயும் ஓரற்றே!

'நின் கணவனுடன் நீயும் செல்வாயாக?' என்று சொல்லாது என்னைத் தடுக்கின்ற பொல்லாத செயல்புரியும் பல்வேறு

சான்றோர்களே! வெள்ளரி விதைபோன்ற நெய்யற்ற நீர்ச்சோறு, எள்ளுத்துவை, புளி கூட்டிச் சமைத்த வேளை இலை ஆகியவற்றை உண்டும் பாயின்றிப் பருக்கைக்கற்கள் மேல் படுத்தும், கைம்மை நோற்கும் பெண்டிர் போன்றோர் அல்லேம் யாம்! ஈமப் படுக்கை நுங்களுக்கு அரிதாகத் தோன்றலாம். எம் கொழுநன் இறந்து பட்டனன்; ஆதலால் எமக்கு அத்தீயே தாமரைக் குளத்து நீர்போல இன்பந் தருவதாகும் என்று அறிவீர்களாக!

சொற்பொருள்: 4. அணில்வரிக் கொடுங்காய் - அணிலினது வரிபோலும் வரியையுடைய வளைந்த வெள்ளரிக்காய்.

247. பேரஞர்க் கண்ணள்!

பாடியவர்: மதுரைப் பேராலவாயர். **திணை:** பொதுவியல். **துறை:** ஆனந்தப் பையுள்.

(பெருங்கோப்பெண்டு தான் கருதியவாறே தீப்பாய்ந்து உயிர் நீத்தாள். அவளுடைய கற்புறுதி கண்ட புலவர் இவ்வாறு பாடுகின்றார். சிறிது நேரம் பிரிந்திருந்த போதும் தன் இன்னுயிர் நடுங்கும் தன்மையளாக இருந்த அவளது காதற் சிறப்பை நினைந்து போற்றுக.)

யானை தந்த முளிமர விறகின்
கானவர் பொத்திய ஞெலிதீ விளக்கத்து;
மடமான் பெருநிரை வைகுதுயில் எடுப்பி,
மந்தி சீக்கும் அணங்குடை முன்றிலில்,
நீர்வார் கூந்தல் இரும்புறம் தாழப்
பேரஞர்க் கண்ணள் பெருங்காடு நோக்கித்
தெருமரும் அம்ம தானே - தன் கொழுநன்
முழவுகண் துயிலாக் கடியுடை வியனகர்ச்
சிறுநனி தமியள் ஆயினும்
இன்னுயிர் நடுங்குந்தன் இளமைபுறங் கொடுத்தே!

முற்றத்தில் இழிந்து நீர் வடியும் கூந்தல் பின்புறத்திலே வீழப் பெரிதும் கலங்கிய கண்ணினை உடையவளாகப் புறங்காட்டைப் பார்த்துத் தேம்புகின்றனளே! அவளைக் காணுங்கள்! எந்நேரமும் வெற்றிமுரசம் ஒலிக்கும் தலைநகரின் உள்ளே சென்றுவரச் சிறுநேரம் அவன் பிரியுங்காலத்துத் தனித்திருப்பினும் உயிர் தளரும் காதல் மிக்கவள் அவள்! அவள் இளமை அனைத்தும் இப்போது அழிந்ததே! ஐயகோ!

சொற்பொருள்: 1. முளி - உலர்ந்த ஞெலிதீ - கடைந்து கொள்ளப்பட்ட எரியாகிய 9. சிறு நனி தமியள் ஆயினும் - மிகச்

சிறிது பொழுது தனித்திருப்பினும் 10. நடுங்கும் - தளரும். 'அம்ம' அசை.

248. அளிய தாமே ஆம்பல்!

பாடியவர்: ஒக்கூர் மாசாத்தனார். **திணை:** பொதுவியல். **துறை:**தாபதநிலை.

(காஞ்சித் திணைத் துறைகளுள் காதலன் இழந்த தாபத நிலைக்கு மேற்கோள் காட்டுவர் இளம்பூரணர் (தொல். புறத். சூ. 19))

அளிய தாமே சிறுவெள் ளாம்பல்!
இளையம் ஆகத் தழையா யினவே; இனியே
பெருவளக் கொழுநன் மாய்ந்தெனப் பொழுது மறுத்து
இன்னா வைகல் உண்ணும்
அல்லிப் படூஉம் புல் ஆயினவே.

யாம் இளமையோடிருந்த முன் காலத்திலே எம்மை அழகு செய்யும் தழையாக உதவின; இன்றோ எம் தலைவன் இறந்தானாக, உண்ணுங் காலமும் வெறுத்துத் துயரால் வாடுகின்ற எனக்கு, அல்லியிடத்து உண்டாகும் புல்லரிசியாக உதவுகின்றன, சிறுவெள் ஆம்பல். அதன் நிலையும் இரங்கத் தக்கதே!

சொற்பொருள்: தாபத நிலை - கணவன் இறந்தானென மனைவி கைம்மை நோன்பு நோற்றல் 1. அளிய - இரங்கத்தக்கன. 2. இளையம் ஆக - யாம் இளையேமாயிருக்க. தழையாயின - முற்காலத்துத் தழையாயுதவின. இனியே - இக்காலத்து. 3. பெருவளம் - பெரிய செல்வத்தையுடைய. பொழுது மறுத்து - உண்ணும் காலம் மாறி. 5. அல்லிப் படூஉம் - அல்லியிடத் துண்டாம்.

249. சுளகிற் சீறிடம்!

பாடியவர்: தும்பி சொகினனார்; தும்பிசேர் கீரனார் என்பதும் ஆம். **திணை:** பொதுவியல். **துறை:** தாபத நிலை.

(காஞ்சித் திணைத் துறைகளுள் ஒன்றான 'தாமே யேங்கிய தாங்கரும் பையுள், என்பதற்கு மேற்கோள் காட்டுவர் நச்சினார்க்கினியர் (தொல் புறத் சூ. 24 உரை))

கதிர்மூக்கு ஆரல் கீழ்ச் சேற்று ஒளிப்பக்,
கணைக்கோட்டு வாளை மீநீர்ப் பிறழ,
எரிப்பூம் பழனம் நெரித்துஉடன் வலைஞர்
அரிக்குரல் தடாரியின் யாமை மிளிரச்,
பனைநுகும்பு அன்ன சினைமுதிர் வராலொடு,

உறழ்வேல் அன்ன ஒண்கயல் முகக்கும்,
அகல்நாட்டு அண்ணல் புகாவே, நெருநைப்
பகல் இடம் கண்ணிப் பலரொடும் கூடி,
ஒருவழிப் பட்டன்று; மன்னே! இன்றே
அடங்கிய கற்பின்; ஆய்நுதல் மடந்தை,
உயர்நிலை உலகம் அவன்புக... வரி
நீறாடு சுளகின் சீறிடம் நீக்கி,
அழுதுல் ஆனாக் கண்ணள்,
மெழுகு ஆப்பி கண் கலுழ்நீ ரானே.

'அவனிருந்த நாளிலே பலர் கூட்டத்துடன் இருந்து பந்தி பந்தியாகச் சாப்பிட்டனரே! இன்றோ, அவன் கற்பு மனைவி கைம்மைக் கோலத்துடன் சுளகு போன்ற சிறு இடத்தைக் கண்ணீர் நனைப்ப அழுத கண்ணினளாகத் தன் கண்ணீரினாலே சாணத்தைக் கரைத்து மெழுகிச் சோறு வைக்கும் நிலையும் வந்ததே!

சொற்பொருள்: *1.* கதிர் மூக்கு - கதிர் முனைபோலும் மூக்கை யுடைய. 2. கணைக்கோட்டு - திரண்ட கோட்டையுடைய. *3.* எரிப்பூம் பழனம் - எரிபோலும் நிறத்தவாகிய தாமரைப் பூவையுடைய பொய்கைகளை. 5. பனை நுகும்பு - பனங் குருத்து.

250. மனையும் மனைவியும்!

பாடியவர்: *தாயங் கண்ணியார்.* **திணை:** *பொதுவியல்.* **துறை:** *தாபதநிலை.*

('கூந்தல் கொய்து குறுந்தொடி நீக்கி அல்லியுணவின் மனைவியோடு இனியே புல்லென்றனையால் வளங்கெழு திருநகர்' என்று அவள் நிலையை உரைக்கின்றனர்.)

குய்குரல் மலிந்த கொழுந்துவை அடிசில்
இரவலர்த் தடுத்த வாயிற் புரவலர்
கண்ணீர்த் தடுத்த தண்ணறும் பந்தர்க்
கூந்தல் கொய்து குறுந்தொடி நீக்கி,
அல்லி உணவின் மனைவியொடு இனியே
புல்என் றனையால் வளங்கெழு திருநகர்!
வான்சோறு கொண்டு தீம்பால் வேண்டும்
முனித்தலைப் புதல்வர் தந்தை
தனித்தலைப் பெருங்காடு முன்னிய பின்னே.

செல்வம் நிரம்பியிருந்த அழகிய நகரே! தீம்பால் வேண்டியழும் பருவத்தாராகிய புதல்வர் தம் தந்தை தனித்துச் சென்றுவிட்ட புறங்காட்டிற்கு வான்சோறு கொண்டு அடைந்தனர். இரவலரை

அடிசிலால் தடுத்து நிறுத்திய வாயிலையும் இரவலரின் கண்ணீரைத் தடுத்து அருளிய பந்தரையும் உடைய மனையே! மயிரைக் கொய்து வளையல்களைக் களைந்து அல்லியரிசி உணவு உண்ணும் அவன் மனையாளைப் போல நீயும் அவனில்லாதே பொலிவழிந்து விட்டனையே!

சொற்பொருள்: 4. கூந்தல் கொய்து - தலைமயிரைக் குறைத்து 5. அல்லி உணவின் - அல்லியரிசியாகிய உணவையுடைய. புல் என்றனை - பொலிவிழந்தாய்.

251. அவனும் இவனும்!

பாடியவர்: மாற்பித்தியார். **திணை:** வாகை. **துறை:** தாபத வாகை.

(மள்ளருள் ஒருவனாகத் திகழ்ந்தான்; பின்னர்த் துறவு பூண்டு விளங்கிய சிறப்பை வியந்து கூறுகின்றது செய்யுள். இவர் அவனைத் காதலித்தவர் போலும்.)

ஓவத் தன்ன இடனுடை வரைப்பிற்
பாவை அன்ன குறுந்தொடி மகளிர்
இழைநிலை நெகிழ்ந்த மள்ளற் கண்டிகும்
கழைக்கண் நெடுவரை அருவியாடிக்
கான யானை தந்த விறகின்
கடுந்தெறல் செந்தீ வேட்டுப்
புறந்தாழ் புரிசடை புலர்த்து வோனே?

ஓவியம் போன்ற அழகிய வீட்டிலே பாவைபோன்ற குறுந்தொடியணிந்த கன்னியரின் அணிகலன்கள் கழன்று விழுமாறு காதற்கனலை மூட்டிவிட்டுத் துயர் செய்தவனான இளைஞனை அன்று கண்டோம். அவனே இதோ மலையருவியிலே நீராடிச் செந்தீவேட்டு முதுகிலே தாழ்ந்து தொங்கும் சடையை உலர்த்திக் கொண்டிருப்பவன்! (காதல் தீயினை மூட்டியவனே பின்னர் இல்வாழ்வு பூணுதலை நீத்துத் துறவில் போகக்கண்டு, அவன்பால் கொண்ட மயக்கந் தீராதவரான இவர் இவ்வாறு பாடினர் போலும்! மாற்பித்தியார் என்ற பெயரின் அமைதியினையும் இதனால் காணலாம்)

252. அவனே இவன்!

பாடியவர்: மாற்பித்தியார். **திணை:** வாகை. **துறை:** தாபத வாகை.

(இதுவும் முன்செய்யுளைப் போன்றதே 'நாலிரு வழக்கின் தாபதப் பக்கம், என்பதற்கு இளம்பூரணர் எடுத்துக் காட்டுவர்(தொல். புறத். சூ. 16))

கறங்குவெள் அருவி ஏற்றலின், நிறம் பெயர்ந்து,
தில்லை அன்ன புல்லென் சடையோடு
அள்இலைத் தாளி கொய்யு மோனே
இல்வழங்கு மடமயில் பிணிக்கும்
சொல்வலை வேட்டுவன் ஆயினன் முன்னே.

இதோ காண்க! அருவி நீரை ஏற்பதால் தன் கருநிறம் மாறித் தில்லை இலைபோன்று நிறம் மாறிய சடையோடு கூடியவனாகச் செறிந்த இலையையுடைய தாளியிலே தளிர் கொய்கின்றானே, இவனேதான் முன்னர் இல்லங்களிலே வாழும் மயிலனைய இளங்கன்னியரைத் தன் காதன்மொழிகளாலே வலைப்படுத்தும் வேட்டைக்காரனாக விளங்கியவன்!

சொற்பொருள்: *2. தில்லை அன்ன - தில்லந்தளிர் போன்ற நீர்ப்பசையற்றது இவ்விலை. 3. தாளி - மரவகையென்றும் கொடிவகையென்றும் கூறுவர். வேடன் வலைவிரித்து மான் பிடிப்பதுபோலச் சொல்லால் வலைவீசிப் பெண்களை அகப்படுத்துதலின் 'சொல்வலை வேட்டுவன்' என்றார்.*

253. கூறு நின் உரையே!

பாடியவர்: குளம்பாதாயனார். **திணை:** பொதுவியல். **துறை:** முதுபாலை.

(கடத்திடைக் கணவனை இழந்தாளின் துயர்நிலை கூறுவது முதுபாலை ஆகும். 'வளையில் வறுங்கை யோச்சிக் கிளையும் ஓய்வமோ?' என அவள் புலம்பலில், நம் உள்ளமும் கலங்கு கின்றதனை ஓர்க.)

என்திறத்து அவலம் கொள்ளல் இனியே;
வல்வார் கண்ணி இளையர் திளைப்ப,
'நகா அல்' என வந்த மாறே எழாநெல்
பைங்கழை பொதிகளைந்து அன்ன விளர்ப்பின்,
வளைஇல், வறுங்கை ஓச்சிக்,
கிளையுள் ஓய்வலோ? கூறுநின் உரையே!

நின்னுடைய சேர்ந்த வலிய வாராற் கட்டப்பட்ட கண்ணியணிந்த பிற இளைஞர் எல்லாம் போரிலே கலந்து செயல் புரிகின்றனர். ஆயின் நீயோ, 'யானும் இவரோடு கூடி மகிழேன்' என்று அவரை வெறுத்து ஏகினாற்போலப் போரிடையிலே வீழ்ந்து இறந்துபட்டாய். என்பால் இனி வருத்தங் கொள்ளல் வேண்டா. இளமூங்கிலிலே பொதி கழன்றாற்போல நின் பிரிவால் என் கைவளைகள் கழன்றன. வளையற்ற அக் கைகளை உயர்த்திக் காட்டித் துடித்து நம் சுற்றத்தாரிடம் சென்று யான் யாது சொல்வேனோ? நின் கருத்தினைச் சொல்வாயாக!

சொற்பொருள்: 2. வல்வார் கண்ணி - வலிய வாராற் சுற்றப்பட்ட கண்ணியை உடைய. இளையோர் திளைப்ப - நின்னுடன் கூடிப் போந்த இளையோர் போரிடா நிற்ப.

254. ஆனாது புகழும் அன்னை!

பாடியவர்: கயமனார். **திணை:** பொதுவியல். **துறை:** முதுபாலை.

(இதுவும் முற்செய்யுளைப் போன்றதே 'அன்னை யாங்கு ஆகுவள் கொல்?' என எழும் வருத்தமிகுதி கல்மனத்தையும் கரைப்பதாகும்.)

இளையரும் முதியரும் வேறுபலம் படர,
எடுப்ப எழா அய், மார்பமண் புல்ல,
இடைச்சுரத்து இறுத்த, மள்ள! விளர்த்த
வளையில் வறுங்கை ஓச்சிக் கிளையுள்,
'இன்னன் ஆயினன், இளையோன்' என்று
நின்னுரை செல்லும் ஆயின் மற்று
முன்ஊர்ப் பழுனிய கோளி ஆலத்துப்,
புள்ளார் யாணர்த் தற்றே; என் மகன்
வளனும் செம்மலும் எமக்கு என நாளும்
ஆனாது புகழும் அன்னை
யாங்கு ஆ குவள்கொல்? அளியன் தானே!

போர் முடிந்து இளையோரும் முதியோரும் வேற்று நிலம் போய்விட்டனர். நீயும் அவரோடு போகவில்லையோ? நின்னைத் தேடி வந்த யான் எடுக்கவும் எழாது மார்பு தாயகத்து மண்ணைத் தழுவியவாறே கிடக்கக் களத்திலே கிடக்கின்றாயே? வளையலற்ற என் வெறுங்கையைக் காட்டி என் காதலன் இவ்வாறானான் என்றேனாயின் ஆல் பழுத்தால் வரும் பறவையினம் போலத்திரண்டு நின்னைக் காணவருவரே நம் சுற்றத்தினர் அதுதான் போக; 'என் மகனைக் காண்க. வளமும் தலைமையும் இனி எமக்கே, என்று நாடோறும் நின்னைப் புகழ்ந்து போற்றிய நின் தாய் இனி என்னாகுவளோ? ஐயகோ அவள் நிலைதான் பெரிதும் இரக்கமுடையதே!

சொற்பொருள்: *3. இறுத்த - மேம்பட வீழ்ந்த. மள்ள - இளையோய் 6. நின்னுரை - நின் இறந்துபாடு பற்றிய வார்த்தை. 7. முன்னூர் - ஊர் முன்னர். 8. புள் ஆர் - புள்ளுக்கள் மிகும். யாணர்த்தற்று - புது வருவாயையுடைய அத்தன்மைத்து. 9.செம்மலும் - தலைமையும். 12. அளியள் தான் - அவள் இரங்கத்தக்கவள் தான்.*

255. முன்கை பற்றி நடத்தி!

பாடியவர்: வன்பரணர். **திணை:** பொதுவியல். **துறை:**முதுபாலை.

(‘கூற்றும் என்போற் பெருவிதுப்புறுக’ என்று கூறிப் புலம்புகின்றாள் தலைவி. மிகச் சோகமான நிலை இது!)

ஐயோ! எனின்யான் புலி அஞ் சுவலே;
அணைத்தனன் கொளினே, அகன்மார்பு எடுக்கல்லேன்;
என்போல் பெருவிதிர்ப்பு உறுக, நின்னை
இன்னாது உற்ற அறனில் கூற்றே!
நிரைவளை முன்கை பற்றி
வரைநிழல் சேர்கம் - நடத்திசின் சிறிதே!

‘ஐயோ’ என்று கதறினால் புலி வந்து நின் உடலையும் கொண்டு போய்விடுமோ என அஞ்சுவேனே! அணைத்துத் தூக்கி எடுத்துச் செல்ல முயன்றால் நின் அகன்ற மார்பினை எடுக்கும் வலியும் எனக்கில்லையே! நின்னை இவ்வாறு செய்ததே கூற்றம்! அதுவும் என்னைப்போலவே பெருந்துயர் அடைக! அன்பே! வளைநிறைந்த என முன்கையைப் பற்றி எழுந்து நடந்து வருக; அதோ! அந்த மலைநிழலை நோக்கியாவது யாம் செல்லலாம்.

சொற்பொருள்: 6. வரைநிழல் சேர்கம் - யாம் மலையினது நிழற்கண்ணே அடைவோமாக - சிறிது நடத்திசின் - மெல்ல மெல்ல நடப்பாயாக.

256. அகலிதாக வனைமோ!

பாடியவர்: பெயர் தெரிந்திலது. **திணை:** பொதுவியல். **துறை:** முதுபாலை.

(‘சுரத்துவழி அவனோடு வந்த எமக்கும் சேர்த்து ஈமத்தாழியை அகலிதாக வனைமோ’ என்று கலஞ்செய் கோவைக் கேட்கிறாள் தலைவி.)

கலம்செய் கோவே! கலம்செய் கோவே!
அச்சுடைச் சாகாட்டு ஆரம் பொருந்திய
சிறுவெண் பல்லி போலத் தன்னொடு
சுரம்பல வந்த எமக்கும் அருளி,
வியன்மலர் அகன் பொழில் ஈமத் தாழி
அகலிது ஆக வனைமோ
நனந்தலை மூதூர்க் கலம்செய் கோவே!

வண்டிச் சக்கரத்திலே பொருந்திய பல்லியானது அதனோடும் சுழன்று நெடுந்தொலைவு செல்வதுபோல வாழ்வின் பல

இடர்ப்பாடுகளிலும் அவனோடு ஒட்டி இதுவரை வாழ்ந்து வந்தவள் யான். ஐயகோ! அவனும் இப்போது இறந்தான். வேட்கோவே! அவனுக்குச் செய்யும் ஈமத்தாழியைக் கொஞ்சம் அகலமாக வனைக! எனக்கும் அதனுள் இருக்க இடம் வேண்டுமன்றோ? (இதே கருத்துப்பட வரும் 278ஆம் பாடலையும் காண்க)

சொற்பொருள்: தன்னொடு சுரம்பல வந்த எமக்கும் - நெருநெல் நாளால் பலசுரமும் தன்னோடு கழிந்து வந்த எமக்கும் இடமாகும்படியாக.

257. செருப்பிடைச் சிறு பரல்!

பாடியவர்: பெயர் தெரிந்திலது. **திணை:** வெட்சி. **துறை:** உண்டாட்டு.

(மறவர், வெற்றி மேம்பாட்டினால் கள்ளுண்டு ஆடிக் களித்தல் இத்துறையாகும். வெட்சியுள் 'நோயின் துய்த்தல்' என்பதற்கு இளம்பூரணர் எடுத்துக் காட்டுவர். (தொல். புறத். சூ.3))

செருப்பு இடைச் சிறுபரல் அன்னன்; கணைக்கால்,
அவ்வயிற்று அகன்ற மார்பின், பைங்கண்,
குச்சின் நிரைத்த குரூ உமயிர் மோவாய்ச்,
செவிஇறந்து தாழ் தரும் கவுளன்; வில்லொடு,
யார்கொலோ அளியன் தானே? தேரின்
ஊர்பெரிது இகந்தன்றும் இலனே; அரண்எனக்
காடுகைக் கொண்டன்றும் இலனே; காலைப்,
புல்லார் இனநிரை செல்புறம் நோக்கிக்,
கையின் சுட்டிப் பைஎன எண்ணிச்
சிலையின் மாற்றி யோனே; அவைதாம்
மிகப்பல ஆயினும் என்னாம்? எனைத்தும்
வெண்கோள் தோன்றாக் குழிசியொடு
நாள் உறை மத்தொலி கேளா தோனே?

செருப்பிடையிலே அகப்பட்ட சிறு கல் செருப்பை அணிந்து செல்வார்க்குத் தீராத வேதனையைத் தருவது போலப் பகைவர்க்குத் தீராத தொல்லைகளைத் தருபவன்; திரண்ட கால்களும் அழகிய வயிறும் அகன்ற மார்பும் பசுமையான கண்களும் குச்சுப்புல் நிரைத்ததுபோன்ற தாடியும் காதளவு பரந்து முன்னே தாழ்ந்த கன்னங்களும் உடையவன்; வில்லோடு விளங்கும் இவன் யாரோகாண்? எண்ணிப் பார்த்தால் ஊரைவிட்டுப் பலகாலம் சென்றிருந்தவனும் அல்லன். பிறருக்கு

அஞ்சித் தனக்கு அரணாகக் காட்டிற் சென்று வாழ்பவனும் அல்லன். இன்று காலையேதான் பகைவர் ஆநிரை செல்லுமிடத்தைத் தன் கையினாற் சுட்டி மெல்ல எண்ணிக் கொண்டிருந்தான். அடுத்து அவர்தம் ஆற்றலைத் தன் கைவில்லால் அழித்தும் வென்றான். அவரது ஏராளமான ஆநிரைகளையும் கைப்பற்றிக் கொண்டு வந்தான். எனினும் அவனுக்கு என்ன பயன்? அனைத்தையும் பிறர்க்கு அப்படியே வழங்கிவிட்டானே? அதனால் பாலும் கரந்து காணான்; தயிர் கடையும் ஒலியும் அவன் இல்லிலே கேளாது; வறிதேயன்றோ அவன் இருக்கின்றான்! இரங்கத்தக்கதே அவன் நிலை! (இகழ்வதுபோலப் புகழ்ந்தது இது)

258. தொடுதல் ஓம்புமதி!

பாடியவர்: உலோச்சனார். **திணை:** வெட்சி. துறை உண்டாட்டு.

(மறவர் கள்ளுண்டு களித்தாடும் செய்திபற்றிக் கூறுவது இச் செய்யுள். 'இவன் நிரை கொள்ளச் செல்கின்றமை கண்டார் கள்விலையாட்டிக்குக் கூறியது' என்று கொள்க.)

முட்கால் காரை முதுபழன் ஏய்ப்பத்
தெறிப்ப விளைந்த தீங்கந் தாரம்
நிறுத்த ஆயம் தலைச்சென்று உண்டு
பச்சூன் தின்று பைந்நிணம் பெருத்த
எச்சில் ஈர்ங்கை விற்புறம் திமிரிப்
புலம்புக் கனனே புல்அணற் காளை;
ஒருமுறை உண்ணா அளவைப் பெருநிரை
ஊர்ப்புறம் நிறையத் தருகுவன்; யார்க்கும்
தொடுதல் ஓம்புமதி முதுகட் சாடி;
ஆதரக் கழுமிய துகளன்,
காய்தலும் உண்டு அக் கள்வெய் யோனே!

பகைவரின் ஆநிரை கவர்ந்தான். வரும் வழியிலே வேற்று நாட்டில் கந்தாரம் என்னும் கள் விற்பவரைக் கண்டான்; விலையாகப் பசுக்களைக் கொடுத்துக் கள்ளுண்டு களித்தான்; ஊனுண்டும் மகிழ்ந்தான். கைகழுவவும் நினையாது, எச்சிலை வில்லின் மேற்புத்திலே துடைத்தவாறே மீண்டும் பகைப்புலம் நோக்கிப் புறப்பட்டு விட்டான். அவனைக் காண்க! இங்கிருப்பவர் ஒருமுறை மதுவுண்டுவிடு முன்னர் இவ்வூர் நிறைய ஆநிரைகளைக் கவர்ந்து கொண்டு வருபவன் அவன். பிறர்க்கு வார்த்தது போதும்; எஞ்சிய கள்ளை அப்படியே வைத்திருப் பாயாக. ஆக்களைத் தெருவெல்லாம் தூசு எழக் கொணரும்

அவன் ஒருக்கால் வேட்கையுடையவனாக வந்து மதுவை விரும்புதலும் கூடும். அதனால் புளித்த பழைய கள்ளுள்ள சாடியைப் பாதுகாத்து அவனுக்காகப் பேணிவைப்பாயாக,

சொற்பொருள்: 2. தீம்கந்தாரம் - இனிய கந்தாரம் என்னும் பெயரையுடைய மதுவையுடைய வேற்றுப்புலத்து 3. நிறுத்த ஆயம் - தாம் கொண்டுவந்து நிறுத்திய நிரையை. 11. காய்தலும் உண்டு விடாய்த்தலும் உண்டு; விடாய்த்தல் - விடாய் கொள்ளுதல்.

259. புனை கழலோயே!

பாடியவர்: கோடை பாடிய பெரும்பூதனார். **திணை:** கரந்தை. **துறை:** செருமலைதல்(பிள்ளைப் பெயர்ச்சியுமாம்)

(வெட்சியார் உட்கச் செருச்செய்தல் இது அவரைப் பொருது கொன்றன்றிச் செல்லல் என்பதாம். 'ஆபெயர்த்துத் தருதலுக்கு' இளம்பூரணர் காட்டுவர்(புறத் சூ.5))

ஏறு உடைப் பெருநிரை பெயர்தரப் பெயராது,
இலைபுதை பெருங்காட்டுத் தலைகரந்து இருந்த
வல்வில் மறவர் ஒடுக்கம் காணாய்;
செல்லல், செல்லல்; சிறக்கநின், உள்ளம்;
முருகுமெய்ப் புலைத்தி போலத்
தாவுபு தெறிக்கும் ஆன்மேல்;
புடையிலங்கு ஒள்வாள் புனைகழ லோயே!

இடையிலே ஒளிவீசும் வாளுடன் வீரக்கழல் ஒலிக்க வரும் வீரனே! போகாதே, சற்றே நில்! ஆநிரை கவர்ந்தனர் மறவர்; நிரையோடு செல்லாது மீட்க வருவாரைக் குறித்துக் காட்டிலே எதிர்நோக்கிக் காத்துமிருக்கின்றனர். வெறியாடும் புலைச்சி போலத் தாவித்துள்ளும் ஆநிரைகளை மீட்டுக் கொள்ளக் கருதி அவரை எதிர்த்து நீ இப்போது போதல் வேண்டாம்.

சொற்பொருள்: 2. தலைகரந்திருந்த-தலைமறைந்திருந்த. 3. ஒடுக்கம் காணாய்-ஒடுங்கிய நிலையைக் கருதாய். 5. முருகு மெய்ப்பட்ட-தெய்வம் மெய்யின்கண் ஏறிய.

260. கேண்மதி பாண!

பாடியவர்: வடமோதங்கிழார். **திணை:** கரந்தை(பாடாண் திணையுமாம்) **துறை:**கையறுநிலை. செருவிடை வீழ்தல்; கையறு நிலையுமாம்; பாண்பாட்டுமாம்; பாடாண் பாட்டுமாம்.

(கரந்தை மறவனின் சிறப்பைக் பலபடியாகக் கூறிப் போற்றும் செய்யுள் இது. 'ஆபெயர்த்துத் தருதலுக்கு நச்சினார்க்கினியர்

எடுத்துக் காட்டுவர். 'பாண கேண்மதி' என்றலாற் பாண்பாட்டும் ஆயிற்று.)

வளரத் தொடினும் வெளவுபு திரிந்து,
விளரி உறுதரும் தீந்தொடை நினையாத்
தளரும் நெஞ்சம் தலைஇ; மனையோள்
உளரும் கூந்தல் நோக்கிக் களர
கள்ளி நீழற் கடவுள் வாழ்த்திப்
பசிபடு மருங்குலை, கசிபு, கைதொழா அக்,
'காணலென் கொல்?' என வினவினை வரூஉம்
பாண! கேண்மதி யாணரது நிலையே;
புரவுத் தொடுத்து உண்குவை ஆயினும் இரவுஎழுந்து
எவ்வம் கொள்வை ஆயினும், இரண்டும்,
கையுள போலும் கடிது அண் மையவே;
முன்ஊர்ப் பூசலின் தோன்றித் தன்னூர்
நெடுநிரை தழீஇய மீளி யாளர்
விடுகணை நீத்தம் துடிபுணை யாக,
வென்றி தந்து கொன்றுகோள் விடுத்து,
வையகம் புலம்ப வளைஇய பாம்பின்
வைஎயிற்று உய்ந்த மதியின், மறவர்
கையகத்து உய்ந்த கன்றுடைப் பல்லான்
நிரையொடு வந்த உரைய னாகி,
உரிகளை அரவ மானத், தானே
அரிதுசெல் உலகில் சென்றனன்; உடம்பே,
கானச் சிற்றியாற்று அருங்கரைக் கால் உற்றுக்,
கம்பமொடு துளங்கிய இலக்கம் போல
அம்பொடு துளங்க ஆண்டு ஒழிந் தன்றே;
உயர்இசை வெறுப்பத் தோன்றிய பெயரே,
மடஞ்சால் மஞ்ஞை அணிமயிர் சூட்டி
இடம்பிறர் கொள்ளாச் சிறுவழிப்
படஞ்செய் பந்தர்க் கல்மிசை யதுவே!

இடைச்சுரமெல்லாம் கடந்து பசியோடு 'நம் தலைவனைக் காணமாட்டோமா' என எதிர்வருவாரைக் கேட்டுக்கேட்டு வந்து கொண்டிருக்கின்ற பாணனே! கேள். நம் செல்வத்தின் நிலையினை அவன் நினக்குவிட்ட நிலத்தை உழுது விளைவித்து உண்பதும் அன்றி இரவலனாகவே திரிவதும் நின் கையிலேயே உள்ளது. பகைவர் நம் ஊர் ஆநிரை கவர அதனைத் தான் ஒருவனேயாக மீட்டுக் கொணர்ந்தானே, அவ்வீரனின் உயிரோ போய்விட்டது. அவனுடலோ சிற்றாற்றின் கரையிலே பகைவரது

அம்புகளால் துளைபட்டுக் குறியிலக்கம்போல அங்கேயே வீழ்ந்தது. அவன் பெயர் மயிற்பீலி சூட்டிப் பிறர் இடங் கொள்ளாத சிறு வழியிலே புடைவையால் செய்த பந்தலின் கீழ் நடப்பட்டிருக்கும் நடுகல்லிலே பொறிக்கப்பட்டு விளங்குவதும் அதோ காணாய்!

261. கழிகலம் மகடூஉப் போல!

பாடியவர்: ஆவூர் மூலங்கிழார். **திணை:** கரந்தை. **துறை:** கையறுநிலை.

(கரந்தை மறவர் பட்டு வீழ்ந்து நடுகல்லாகியது கண்டு இரங்கிக் கூறுவதாக அமைந்துள்ள செய்யுள்.)

அந்தோ! எந்தை அடையாப் பேரில்;
வண்டுபடு நறவின் தண்டா மண்டையொடு
வரையாப் பெருஞ்சோற்று முரிவாய் முற்றம்
வெற்றுயாற்று அம்பியின் எற்று? அற்று ஆகக்
கண்டனென் மன்ற; சோர்க என் கண்ணே!

வையங் காவலர் வளம்கெழு திருநகர்,
மையல் யானை அயாவுயிர்த் தன்ன
நெய்யுலை சொரிந்த மையூன் ஓசை
புதுக்கண் மாக்கள் செதுக்கண் ஆரப்
பயந்தனை, மன்னால், முன்னே! இனியே

பல்ஆ தழீஇய கல்லா வல்வில்
உழைக்குரற் கூகை அழைப்ப ஆட்டி
நாகுமுலை அன்ன நறும்பூங் கரந்தை
விரகு அறி யாளர் மரபிற் சூட்ட
நிரைஇவண் தந்து நடுகல் ஆகிய

வென்வேல் விடலை இன்மையின் புலம்பிக்,
கொய்ம்மழித் தலையொடு கைம்மையுறக் கலங்கிய
கழிகலம் மகடூஉப் போலப்
புல்என் றனையால் பல் அணி இழந்தே

எம் இறைவனின் பெரிய இல்லமே! நின் முற்றம் நீரற்ற ஆற்றிலே கிடக்கும் ஓடம்போலப் பொலிவழிந்து கிடக்கக் காண்கின்றேனே! மதுவுஞ் சோறும் வழங்கிவந்த சிறப்பெல்லாம் மறைந்தனவே! என்கண்மணிகள் சோர்ந்து வீழ்வதாக. நெய்சொரிந்த ஆட்டிறைச்சியைப் பொறித்து இரவலர் காண முன்பு சமைத்து வழங்கினான்;அதுவும் கழிந்தது. இன்றோ பகைவர் கவர்ந்த ஆநிரைகளை மீட்டுத்தந்த அப்போரிலே அவன் வீழ்ந்தான்; நடு கல்லும் ஆயினான்! இல்லமே! கைம்மைக்கோலம்

மேற்கொண்டு பொலிவழிந்து தோன்றும் அவன் மனைவியைப்
போல நீயும் நின் பொலிவு அனைத்தும் அழிந்தனையோ!

262. தன்னினும் பெருஞ் சாயலரே!

பாடியவர்: மதுரைப் பேராலவாயர். திணை: வெட்சி. துறை:
உண்டாட்டு (தலைத் தோற்றமுமாம்.)

('போராற்றி வரும் வெட்சித் தலைவனுக்கும் அவன்
மறவருக்கும் உண்டாட்டுச் செய்யுங்கள்' என வரும் செய்யுள்
இது. 'நுவல்வழித் தேற்றம்' என்னும் துறைக்கு இளம்பூரணரும்
(தொல் புறத். சூ.3) 'உண்டாட்டு' என்பதற்கு நச்சினார்க்கினியரும்
மேற்கோள் காட்டுவர்.)

நறவும் தொடுமின் விடையும் வீழ்மின்;
பாசுவல் இட்ட புன்காற் பந்தர்ப்
புனல்தரும் இளமணல் நிறையப் பெய்ம்மின்;
ஒன்னார் முன்னிலை முருக்கிப் பின்நின்று;
நிரையொடு வரூஉம் என்னைக்கு 5
உழையோர் தன்னினும் பெருஞ்சா யலரே.

பகைவர் தூசிப்படையை முறியடித்து முன்னேறும் தன்
படைக்குப் பின்னே அவர் நிரையினைக் கவர்ந்து வருகின்றான்
என் தலைவன். நிரைகொண்டு வருதலால் அவனினும் அவன்
படைமறவர் மிகவும் களைத்திருக்கின்றனர். அவர் களைப்
பினைப் போக்க மதுவைப் பிழியுங்கள்; ஆட்டுக் கடாக்களை
வெட்டுங்கள்; தழைவேய்ந்த புன்காற் பந்தர்க்கீழ் அவர் இருந்து
உண்டு மகிழ நீரோடு வந்து கிடக்கும் இளமணலை நிறையப்
பரப்புங்கள்.

263. களிற்றடி போன்ற பறை!

பாடியவர்... திணை: கரந்தை. துறை: கையறு நிலை.

(கல்லாகி நின்ற கரந்தை மறவனின் மறைவை நினைந்து
வருந்திக் கூறிய செய்யுள் இது. 'கண்டோர் கையற்றுக
கூறியதற்கும் நடப்பட்ட கல்லைத் தெய்வமாக்கி வாழ்த்தியதற்கும்
நச்சினார்க்கினியர் எடுத்துக் காட்டுவர் (தொல். புறத். சூ.5))

பெருங்களிற்று அடியின் தோன்றும் ஒருகண்
இரும்பறை இரவல! சேரி ஆயின்
தொழாதனை கழிதல் ஓம்புமதி; வழாது
வண்டுமேம் படூஉம் இவ் வறநிலை யாறே;
பல்லாத் திரள்நிறை பெயர்தரப் பெயர் தந்து, 5

கல்லா இளையர் நீங்க நீங்கான்
வில்லுமிழ் கடுங்கணை மூழ்கக்,
கொல்புனல் சிறையின் விலங்கியோன் கல்லே.

களிற்றடி போலத் தோன்றும் ஒருகண் பறையோடு வரும் இரவலனே! பகைவர் கவர்ந்த நிரையை மீட்டு வருகையில் வீரர் பலரும் பகைவர்க்கஞ்சி ஓடத் தான் ஒருவனே நின்று மீட்டுக் காத்தனன். கரையுடைக்கும் வெள்ளத்தினைத் தடுத்துக் காக்கும் அரண் என விளங்கினன். அம்புகள் விரைந்து சூழ அதனிலே மூழ்கி அவன் வீழ்ந்தனன். அக்கொடிய வழியிலே நிற்கும் அவ் வீரனது நடுகல்லைப் பார்! அவ் வழியாகப் போகின்றாயாயின் அதனைத் தொழாமல் போகாதிருப்பாயாக!

264. இன்றும் வருங்கொல்!

பாடியவர்: உறையூர் இளம்பொன் வாணிகனார். **திணை:** கரந்தை. **துறை:** கையறுநிலை.

(‘தலைவன் பட்டனன். இனிப் பாணரது கடும்பு வருமோ; வாராது ஒழியுமோ?’ எனக் கூறி வருந்தியது இது.)

பரலுடை மருங்கிப் பதுக்கை சேர்த்தி
மரல்வகுந்து தொடுத்த செம்பூங் கண்ணியொடு,
அணிமயிற் பீலி சூட்டிப் பெயர்பொறித்து
இனி நட் டனரே! கல்லும்; கன்றொடு
கறவை தந்து பகைவர் ஓட்டிய
நெடுந்தகை கழிந்தமை அறியாது
இன்றும் வருங்கொல் பாணரது கடும்பே?

கன்றுடனே கறவையையும் மீட்டுத் தந்தவன்; பகைமறவரை ஓடஓடவெருட்டிய நெடுந்தகை; அவனும் போரிலே பட்டான். அதனை அறிந்தும் பாணரது சுற்றம் இன்றும் வருமோ? பீலியும் கண்ணியும் சூட்டிப் பெயரும் பொறித்து, அவனுக்குக் கல்லையும் இப்போது நட்டுவிட்டனரே! (‘வருமோ’ என்றது, வாராது என்ற உறுதியாற் கூறியது)

265. வென்றியும் நின்னோடு செலவே!

பாடியவர்: சோணாட்டு முகையலூர்ச் சிறுகருந்தும்பியார். **திணை:** கரந்தை. **துறை:** கையறுநிலை.

(‘பரிசிலர் செல்வமும் வேந்தரது வென்றியும் நின்னோடு செல்லக் கல்லாயினையே, எனக் கூறி வருந்துகின்றார். ‘கடவுளாகியபின் கண்டது’ என உரைக்கும் நச்சினார்க்கினியர் (தொல். புறத். சூ. 5) இதனை நடுகல் வாழ்த்தாகக் கொள்வர்.)

ஊர்நனி இறந்த பார்முதிர் பறந்தலை,
ஓங்குநிலை வேங்கை ஒள்ளிணர் நறுவீப்
போந்தை அம் தோட்டின் புனைந்தனர் தொடுத்துப்,
பல்ஆன் கோவலர் படலை சூட்டக்,
கல்ஆ யினையே கடுமான் தோன்றல்!
வான்ஏறு புரையும் நின் தாள்நிழல் வாழ்க்கைப்
பரிசிலர் செல்வம் அன்றியும் விரிதார்க்
கடும்பகட்டு யானை வேந்தர்
ஒடுங்கா வென்றியும் நின்னொடு செலவே.

விரைந்த செலவைக் கொண்ட குதிரைகளையுடைய தலைவனே! இன்று ஊருக்குத் தொலைவிலே உள்ள புறங்காட்டிலே வேங்கைப் பூவைப் பனையோலையாலே அழகாகத் தொடுத்துப் பல ஆநிரைகளை உடைய கோவலர் சூட்டி மகிழ நீ நடுகல்லாகி விட்டனையே! பரிசிலர் செல்வம் மட்டுமோ நின் மறைவாற் போயிற்று; வேந்தரது யானைப் போர்தரும் வெற்றிச் சிறப்புத் தொழிலும் அன்றோ, இனி இல்லாது போயிற்று!

266. அறிவுகெட நின்ற வறுமை!

__பாடியவர்:__ பெருங்குன்றூர் கிழார். __பாடப்பட்டோன்:__ சோழன் உருவப்பஃறேர் இளஞ்சேட் சென்னி. __திணை:__ பாடாண். __துறை:__ பரிசில்கடாநிலை.

(சென்னி! என் நல்கூர்மையை வல்லே களைவாயாக எனக் கூறியதனால் இத்துறை ஆயிற்று. 'அறிவு கெட' நின்ற நல்கூர்மை என்று வறுமையின் கொடுமையைக் காட்டுகின்றார் புலவர்.)

பயங்கெழு மாமழை பெய்யாது மாறிக்,
கயங்களி முளியும் கோடை ஆயினும்,
புழற்கால் ஆம்பல் அகலடை நீழல்
கதிர்கோட்டு நந்தின் கரிமுக ஏற்றை
நாகுஇள வளையொடு பகல்மணம் புகூஉம்
நீர்திகழ் கழனி நாடுகெழு பெருவிறல்!
வான்தோய் நீள்குடை, வயமான் சென்னி!
சான்றோர் இருந்த அவையத்து உற்றோன்
ஆசாகு என்னும் பூசல்போல,
வல்லே களைமதி அத்தை - உள்ளிய
விருந்துகண்டு ஒளிக்கும் திருந்தா வாழ்க்கைப்
பொறிப்புணர் உடம்பில் தோன்றிஎன்
அறிவுகெட நின்ற நல்கூர் மையே!

வானம் பொய்க்க, நீர் நிலைகளிலே களிகள் வெடித்துத் தோன்றும் கடுமையான கோடை நாளிலும் நீர்வளமிகுந்த நாட்டினை உடையவனே! பெரிய வெற்றியும் உடையவனே! வானமுட்டும் நெடுங்குடையையும் வலிய குதிரையையும் உடைய சென்னியே! அறிவுடையோர் அவையிலே அஃதற் றான் ஒருவன் சென்று 'யானுற்ற துயருக்கு நீரே துணை' என்ன, அவர் விரைந்து அவன் துயரினைத் தீர்ப்பாரன்றே! ஐம்பொறியும் குறைவற்ற என் நல்லுடலுடன் தோன்றி உடலினால் ஆகும் பயன் கொள்ளாதவாறு வறுமை என்னைத் தடுக்கின்றதே! விருந்தினரைக் காண அவர்க்கு விருந்தூட்ட வகையற்று ஒளிந்து வாழ்கின்றேனே! என் அறிவும் கெட என்பால் நிலைத்துவிட்ட இந்த வறுமையைப் போக்கி எனக்கு அருளாயோ!

சொற்பொருள்: *1. களிமுளியும் - களியாய் முளியும் என்றது, நீர்நிலையில் நீர் வற்றியபின் உள்ள சேறும் களிமண்போல் இறுகி உலரும் தன்மையாகும் கோடை என்பதாம்.*

267. 268. இப்பாட்டுக்கள் கிடைத்தில

269. கருங்கை வாள் அதுவே!

பாடியவர்: ஔவையார். **திணை:** வெட்சி. **துறை:** உண்டாட்டு.

(வெட்சி மறவரது உண்டாட்டுப் பற்றிக் கூறும் செய்யுள் இது. 'கடிந்து மாறு பெயர்ந்தது இக் கருங்கை வாளே' எனத் தலைவனது போராண்மையையும் காட்டுகின்றனர்.)

குயில்வாய் அன்ன கூர்முகை அதிரல்
பயிலாது அல்கிய பல்காழ் மாலை
மையிரும் பித்தை பொலியச் சூட்டிப்,
புத்தகல் கொண்ட புலிக்கண் வெப்பர்
ஒன்று இரு முறையிருந்து உண்ட பின்றை,
உவலைக் கண்ணித் துடியன் வந்தெனப்
பிழிமகிழ் வல்சி வேண்ட, மற்றிது
கொள்ளாய் என்ப, கள்ளின் வாழ்த்திக்
கரந்தை நீடிய அறிந்துமாறு செருவின்
பல்லான் இனநிரை தழீஇய வில்லோர்க்,
கொடுஞ்சிறைக் குரூஉப்பருந்து ஆர்ப்பத்,
தடிந்துமாறு பெயர்த்தது, இக்கருங்கை வாளே!

வெம்மையான கள்ளை ஒருமுறைக்கு இருமுறையாக இருந்து மிகவும் உண்டனை! அதுபோது வெட்சிகொள்கவெனக்

கொட்டும் துடியின் ஒலி எழுந்தது. கேட்டு எழுந்த நீ வடித்த கள்ளினை ஏந்தி உண்கவென நிற்பார் வேண்டியும் அதனை வாழ்த்தி உடனே போருக்கு எழுந்தனை. கரந்தை யாரோ மிகப் பலர்; மறைந்திருந்தும் போர் செய்தனர். எனினும் அம் மறவர்கள் அனைவரையும் வெட்டி வெட்டி வீழ்த்தி, அவர் ஆநிரைகளைப் பற்றிக் கொண்டு நீ மீண்டனை என்றனர். பெருமானே! நீ அவரைத் தடிந்த வாள், பெரிதாக விளங்கும் இக் கைவாள்தானோ!

சொற்பொருள்: *1.* அதிரல் - புனலிக்கொடியினது; கொடி வகைகளில் கொடிப் புன்கு என்பதொரு கொடி; இதனைக் காட்டுமல்லிகை என்றும் கூறவர். நிரம்பப் பூவாது கொடியின் ஓரோவழிப் பூத்திருத்தலின் 'பயிலாது அல்கிய பூ' என்றார்.

270. ஆண்மையோன் திறன்!

பாடியவர்: கழாத்தலையார். **திணை:** கரந்தை. **துறை:** கையறுநிலை.

(கண்டார் தாயிடத்துச் சென்று சொல்லி வருந்தியதாக அமைந்த செய்யுள் இதுவாகும். 'வாள்மிசைக் கிடந்த ஆண்மையோன்' ஆகிய அவள் மகனைப் பற்றி அவன் மறைவைக் குறித்து இரங்கிக் கூறுகின்றனர்.)

பன்மீன் இமைக்கும் மாக விசும்பின்
இரங்கு முரசின், இனம்சால் யானை,
நிலந்தவ உருட்டிய நேமி யோரும்
சமங்கண் கூடித் தாம்வேட் பவ்வே
நறுவிரை துறந்த நாறா நரைத்தலைச்
சிறுவர் தாயே! பேரிற் பெண்டே!
நோகோ யானே; நோக்குமதி நீயே;
மறப்படை நுவலும் அரிக்குரல் தண்ணுமை
இன்னிசை கேட்ட துன்னரும் மறவர்
வென்றிதரு வேட்கையர் மன்றம் கொண்மார்,
பேரமர் உழந்த வெருவரு பறந்தலை
விழுநவி பாய்ந்த மரத்தின்,
வாண்மிசைக் கிடந்த ஆண்மையோன் திறத்தே.

தலை நரைத்தவளாகத் தோன்றுகின்ற இளையோரைப் பெற்ற முதுதாயே! பெருங்குடிப் பெண்டே! யானும் வருந்துகின்றேன். ஆயின் நீயே பாராய்; வெற்றி வேட்கையினரான மறவர் போர்க்கு அழைக்கும் உமை என்னும் பறையோசை கேட்டு மன்றம் கொள்ளப் போர்க்கு எழுந்து கடிதாகப் போரிட்ட

களத்தினைப் பாராய்! பெருங் கோடரியால் வெட்டுண்டு வீழ்ந்த பெருமரம்போல வாள்மேல் வீழ்ந்து கிடக்கின்றனனே நின் மகன்; ஆண்மைக்கு ஓர் இலக்கியமான மறவன்; அவன் திறத்தைக் காணாய்! தாயே! அது கண்டன்றோ முரசும் களிறும் உடைய முடிவேந்தர் மூவரும் களத்திலே ஒருங்குகூடிப் பொருதுபட்ட அவனை நினைந்து அன்பால் வருந்தி நின்றனர்!

சொற்பொருள்: *12.* விழுநவி பாய்ந்த - பெரிய கோடரியால் வெட்டப்பட்டு வீழ்ந்த. *13.* வாள்மிசைக் கிடந்த - வாளின்மேல் வீழ்ந்து கிடந்த. ஆண்மையோன் திறத்து - ஆண்மையை உடைய மறவனாகிய நின் மகன் திறத்தில்.

271. மைந்தன் மலைந்த மாறே!

பாடியவர்: வெறி பாடிய காமக்கண்ணியார். **திணை:** நொச்சி. **துறை:** செருவிடை வீழ்தல்.

(உழிஞைத் திணைத் துறைகளுள் ஒன்றான 'அகத்தோன் வீழ்ந்த நொச்சிக்கு' இளம்பூரணர் எடுத்துக் காட்டுவர் (தொல். புறத். சூ. 11))

நீரறவு அறியா நிலமுதற் கலந்த
கருங்குரல் நொச்சிக் கண்ணார் குரூஉத்தழை,
மெல் இழை மகளிர் ஐதகல் அல்குல்,
தொடலை ஆகவும் கண்டனம்; இனியே,
வெருவரு குருதியொடு மயங்கி, உருவுகரந்து,
ஒறுவாய்ப் பட்ட தெரியல் ஊன் செத்துப்
பருந்து கொண்டு உகப்பயாம் கண்டனம்
மறப்புகல் மைந்தன் மலைந்த மாறே!

அழகிய நிறமுடைய நொச்சித் தழையை இளமகளிர் விரும்பித் தழையாடையாக்கி அணிதலை முன்னரே யாம் கண்டனம். இப்போது நொச்சிமாலை சூடிப் போர்க்குவந்த இம் மறவனோ வாளால் வெட்டுப்பட்டு வீழ்ந்தனன். களத்திலே நிணந்தின்ன வந்த பருந்து, செந்நீரான் நனைத்த அந் நொச்சி மாலையினை நிணம் என்றே கருதி உயரத் தூக்கிப் பறந்து செல்வதையும் இன்று கண்டனம். மறம் செறிந்த மறவன் அணிந்ததனாலன்றோ அதற்கும் அப்பெருமை ஏற்பட்டது!

சொற்பொருள்: செருவிடை வீழ்தல் - அகழியையும் காவற் காட்டையும் காத்து இறந்த வீரருடைய வெற்றியைச் சொல்லுதல். 6.ஒறு வாய்ப்பட்ட தெரியல் - துணிபட்டுக் கிடந்த நொச்சி மாலையை. செத்து - கருதி 8.மறம்புகல் - மறத்தை விரும்பும்.

272. கிழமையும் நினதே!

பாடியவர்: மோசிசாத்தனார். **திணை:** நொச்சி. **துறை:** செருவிடை வீழ்தல்.

(அகத்தோன் வீழ்ந்த செயலைக் கூறுவது இது. 'சூடின நொச்சியைப் புகழ்ந்தது இது' என்பர் நச்சினார்க்கினியர் (தொல் புறத். சூ.13))

மணிதுணர்ந் தன்ன மாக்குரல் நொச்சி
போதுவிரி பன்மர னுள்ளும் சிறந்த
காதல் நன்மரம் நீ; நிழற் றிசினே!
கடியுடை வியன்நகர்க் காண்வரப் பொலிந்த
தொடியுடை மகளிர் அல்குலும் கிடத்தி;
காப்புடைப் புரிசை புக்குமாறு அழித்தலின்;
ஊர்ப்புறம் கொடா அ நெடுந்தகை
பீடுகெழு சென்னிக் கிழமையும் நினதே.

நொச்சியே! மலர் நிறைந்த பலவகை மரங்களினும் நீயே நன்மரமாக விரும்பும் தகுதியினை உடையை. தொடியணிந்த மகளிரின் இடையிலும் விளங்குகின்றாய்; கோட்டைக் காவல் மேற்கொண்டு நகரைக் கொள்ளக் கருதிவரும் பகைப்புலவீரரை அழிப்பவனாக, பகைவர்க்கு வீழாது நகரைக் காக்கும் மறவனின் தலையிலே கண்ணியாகவும் விளங்குகின்றாய். அதனால் தான் நீ 'காதல் நன்மர மாயினை' போலும்!

273. கூடல் பெருமரம்!

பாடியவர்: எருமை வெளியனார். **திணை:** தும்பை. **துறை:** குதிரை மறம்.

(தும்பைத் திணைக் குதிரைநிலைத் துறைக்கு நச்சினார்க்கினியர் எடுத்துக் காட்டுவர் (தொல் புறத் சூ. 17). குதிரை வீரனின் மறமாண்பை வியந்து போற்றலாற் குதிரை மறம் ஆயிற்று. இருதிறத்துப் படைகளுக்கும் இடையே நின்று அவன் போரிட்ட திறத்தை மிகவும் சுவையோடு செய்யுள் சொல்வது காண்க.)

மாவா ராதே; மாவா ராதே;
எல்லார் மாவும் வந்தன; எம்இல்
புல்லுளைக் குடுமிப் புதல்வற் றந்த
செல்வன் ஊரும் மாவா ராதே -
இருபேர் யாற்ற ஒருபெருங் கூடல்
விலங்கிடு பெருமரம் போல,
உலந்தன்று கொல்; அவன் மலைந்த மாவே?

குதிரை வாராதிருக்கின்றதே! குதிரை வாராதிருக்கின்றதே! எல்லார் குதிரைகளும் வந்தனவே! எமக்கு ஒரு புதல்வனைத் தந்த செல்வன், எம் கொழுநன், அவன் ஊர்ந்து வரும் குதிரை மட்டும் வரக் காணோமே! அவனைச் சுமந்து சென்ற குதிரை இரண்டு பேராறுகள் கூடும் இடத்திலே சிக்கிவிட்ட பெருமரம் போல இருபெரும்படைக்கும் இடைப்பட்டு அலைப்புண்டு வீழ்ந்து விட்டதே? (கணவனை வரக்காணாது கலுழ்வாள் அவன் குதிரை மட்டும் வரவில்லையே என ஏங்கும் ஏக்கம் இது)

274. நீலக் கச்சை!

பாடியவர்: உலோச்சனார். **திணை:** தும்பை. **துறை:** எருமை மறம்.

(தும்பைத் திணைத் துறைளுள் 'படையறுத்துப் பாழி கொள்ளும் ஏமம்' என்பதற்கு இளம்பூரணரும் நச்சினார்க் கினியரும் எடுத்துக் காட்டுவர். முதுகிட்ட தன் சேனையைக் கண்டு கொதித்தெழுந்து களத்தைத் தனதாகக் கொண்டு, பகைப்படையைத் தாங்கி நின்று அவர் பீடழித்து வெற்றி கொண்டும், தான் களத்தில் பட்டு வீழ்ந்தோனாகிய ஒரு மறவனின் மாண்பு கூறுவது இச் செய்யுள்.)

நீலக் கச்சைப் பூவார் ஆடைப்,
பீலிக் கண்ணிப் பெருந்தகை மறவன்
மேல்வரும் களிற்றொடு வேல்துரந்து; இனியே
தன்னும் துரக்குவன் போலும் ஒன்னலர்
எஃகுடை வலத்தர் மாவொடு பரத்தரக்,
கையின் வாங்கித் தழீஇ,
மொய்ம்பின் ஊக்கி மெய்க்கொண் டனனே!

பூத்தொழில் நிரம்பிய ஆடையுடன் நீலநிறக் கச்சையை இறுக்கிக் கட்டிப் பீலிக்கண்ணியும் சூடிப் போருக்குச் சென்றனன், பெருந்தகையாளனான மறவன். களத்திலே அவனைக் கொல்ல வந்த களிற்றின் நெற்றியிலே தன் கைவேலை எறிந்து அதனைக் கொன்று வீழ்த்தினான். அதுகண்ட பகைமறவன் ஒருவன் குதிரையோடு வேகமாக அவனை நோக்கி வந்தனன். அது கண்டும் அஞ்சானாகித் தன் கையாலேயே அவனைப் பற்றி இறுக்கி மேலே தூக்கி மோதி அவன் உடலை மண்ணில் வீழ்த்தினான். என்னே அவ்வீரனின் மற நெஞ்சம்!

சொற்பொருள்: *1.* பூவார் ஆடை - பூத்தொழில் செய்யப்பட்ட ஆடை 5.எஃகு உடை வலத்தர் - வேலை வலக்கரத்தில் ஏந்தின வராய். பரத்தர - பரந்துவரக் கண்டு.

275. தன் தோழற்கு வருமே!

பாடியவர்: ஒரூஉத்தனார். **திணை:** தும்பை. **துறை:** எருமை மறம்.

(இச்செய்யுளும் முன்னதைப் போன்றதே. பகைவரை எதிர்த்துநின்று போரிட்டுத் தளரும் தன் தோழனைக் காத்தற்கு விரைந்து சென்றோனாகிய ஒரு மறவனைப் பற்றிய செய்தி இது. 'ஒருவன் ஒருவனை உடைபடப் புக்குக் கூழை தாங்கிய எருமை' என்பதற்கு இளம்பூரணரும் *(தொல் புறத் சூ. 14)* 'தானை நிலைக்கு' நச்சினார்க்கினியரும் *(தொல் புறத் சூ.17)* எடுத்துக் காட்டுவர்.)

கோட்டம் கண்ணியும், கொடுந்திரை ஆடையும்,
வேட்டது சொல்லி வேந்தனைத் தொடுத்தலும்
ஒத்தன்று மாதோ, இவற்கே; செற்றிய
திணிநிலை அலறக் கூவை போழ்ந்து தன்
வடிமாண் எஃகம் கடிமுகத்து ஏந்தி,
"ஓம்புமின், ஓம்புமின் இவண்!" என ஓம்பாது
தொடர்கொள் யானையின் குடர்கால் தட்பக்,
கன்று அமர் கறவை மான;
முன்சமத்து எதிர்ந்ததன் தோழற்கு வருமே.

வளைந்த கண்ணியும், கடலலை போன்ற மெல்லிய ஆடையையும், மன்னன் விரும்புவது சொல்லி அவனைத் தன் வசப்படுத்தலும் ஆகிய இவையெல்லாம், அவனுக்கு ஏற்புடையன வன்று. ஆயின், பகைவரால் வளைக்கப்பட்டு சூழ்ந்து கொள்ளப் பட்ட முன்னணிப் போரிலேநிற்கும் தன் தோழனைக் காக்க, அவன் செல்வதைக் காணுங்கள். பகைவர் படையணியைப் பின்னிருந்து ஊடறுத்து, அவர் அஞ்சியலறிச் சிதைந்து ஓடுமாறு தன் வேலால் அவரை அழித்துக் கொண்டே செல்லுகின்றனன். 'இங்கேயே இவனைத் தடுத்து நிறுத்துக! நிறுத்துக!' எனப் பலர் கூறித் தடுக்க முயன்றனர். அதனையுங் கடந்து, சங்கிலி தொடர்ந்து கால்களைத் தளைக்கவும் தளராது முன்செல்லும் யானைபோன்று, குடர்கள் அவன் குதிரையின் கால்களைத் தளையிடவும் பொருட்படுத்தாது, கன்றை நோக்கி விரைந்து செல்லும் கறவைப் பசுவினைப் போலப், போர்க்களத்தின்கண் விரைந்து புகுந்து தோழனைக் காக்கச் செல்லும் அவன் தறுகண்மைதான் என்னே!

276. குடப்பால் சில்லுறை

பாடியவர்: மதுரைப் பூதன் இளநாகனார். **திணை:** தும்பை. **துறை:** தானைநிலை.

('குடப்பால் சில்லுறைப்போலப் படைக்கு நோய் எல்லாம்தான் ஆயினனே!' என, பகைப்படையினை இவன் சிதைத்த செவ்வியைப் பாடுகின்றார் புலவர். இத் தானைநிலைத் துறைக்கே இளம்பூரணனாரும் எடுத்துக் காட்டுவர் (தொல். புறத். சூ. *14.*))

நறுவிரை துறந்த நரைவெண் கூந்தல்,
இரங்காழ் அன்னை திரங்குகண் வறுமுலைச்
செம்முது பெண்டின் காதலஞ் சிறாஅன்,
மடப்பால் ஆய்மகள் வள்உகிர்த் தெறித்த
குடப்பால் சில்லுறை போலப்,
படைக்குநோய் எல்லாம் தான்ஆ யினனே.

மணப்பொருள்களை மறந்த, நரைத்து வெளிறிய தலைமயிரும், இரவமரத்தின் வித்தினைப் போல வற்றி உலர்ந்த கண்ணுடைய தனங்களும் உடையவள்; செம்மையான பண்புடன் முதுமையும் சேர்ந்து நிரம்பிய மறக்குலத் தாய். அவளுடைய காதல் மகன் அவன். அவன் போர்செய்யும் ஆண்மையைக் காணுங்கள். குடம் நிறைய இருக்கும் பாலிலே, ஆய்மகள் தன் நகத்தால் தெறிக்கும் ஒரு துளி உறை மோர், அக் குடப்பால் முழுமையையும் கலக்கிக் கெடுக்குமாறு போலப், பகைவர் பெரும்படைக்கும் அவன் ஒருவனே, மேல்விழுந்து கலக்கம் விளைவிக்கும் நோயாகித் தோன்றுகின்றானே! அவன் தறுகண்மைதான் என்னே!

277. சிதரினும் பலவே!

பாடியவர்: பூங்கணுத்திரையார். திணை: தும்பை, துறை: உவகைக் கலுழ்ச்சி.

(தன் சிறுவன் பகைவரது களிற்றைக் கொன்று, அச்செறு விடைத் தானும் மாய்ந்தனன் எனக் கேட்ட முதியோளான அவன் தாய் கொண்ட பெருமகிழ்ச்சியைக் கூறுகிறது செய்யுள். ஆனந்தக் கண்ணீர் உகுத்து நின்ற அந்தத் தாயின் நாட்டுப்பற்று ஒப்பற்றது! 'பேரிசை வாய்ந்த மகனைச் சுற்றிய சுற்றம், மாய்ந்த பூசன் மயக்கம்' என்னும் காஞ்சித் திணைத்துறைக்கு இளம்பூரணர் எடுத்துக் காட்டுவர் (தொல். புறத், சூ. *19.*))

**'மீன்உண் கொக்கின் தூவிஅன்ன
வால்நரைக் கூந்தல் முதியோள் சிறுவன்
களிறுஎறிந்து பட்டனன்' என்னும் உவகை
ஈன்ற ஞான்றினும் பெரிதே; கண்ணீர்
நோன்கழை துயல்வரும் வெதிரத்து
வான்பெயத் தூங்கிய சிதரினும் பலவே.**

மீனுண்ணும் கொக்கினது வெளிறிய இறகினைப் போல வெள்ளிய நரைத்த கூந்தலை உடையவள் இம்முதியோள். இவள் மகன் மிக்க இளையோனே! எனினும்,போரிலே அவன் தன்மேல் எதிர்த்து வந்த களிற்றைக் கொன்று, தானும் அப்போரிலே புண்பட்டு இறந்தனன். அது கேட்டனள் அவள். அவனை ஈன்ற பொழுதினும் பெருமகிழ்வு கொண்டனள். அவள் கண்களி லிருந்து நீர்த்துளிகள் பெருகின. வெதிர மலையிலே மூங்கிற் காட்டுள் மழைபெய்ய, அம்மூங்கில்களினின்றும் சொட்டும் துளிகளினும், அவள் சொரிந்த கண்ணீர்த் துளிகள் அவ்வேளை மிகுதியாயிருந்தன!

278. பெரிது உவந்தனளே!

பாடியவர்: காக்கை பாடினியார் நச்செள்ளையார். **திணை:** தும்பை. **துறை:** உவகைக் கலுழ்ச்சி.

(தன் மகன் வீர மரணம் அடைந்தான் எனக் கண்ட தாயின் உவகையும், சோகமும் ஒருசேரக் காட்டும் சிறந்த செய்யுள் இது. அவனைப் 'படையழிந்து மாறினன்' எனக் கேட்டதும், அவள் கொண்ட கொதிப்பையும் காணலாம்.)

''நரம்புஎழுந்து உலறிய நிரம்பா மென்தோள்
முளரிமருங்கின், முதியோள் சிறுவன்
படைஅழிந்து மாறினன்'' என்று பலர் கூற,
''மண்டுஅமர்க்கு உடைந்தனன் ஆயின், உண்டஎன்
முலைஅறுத் திடுவென், யான்'' எனச் சினைஇக்,
கொண்ட வாளொடு படுபிணம் பெயராச்
செங்களம் துழவுவோள், சிதைந்துவே றாகிய
படுமகன் கிடக்கை காணூஉ,
ஈன்ற ஞான்றினும் பெரிதுஉவந் தனளே!

நரம்புகள் புடைத்துத் தோன்ற, வற்றி உலர்ந்த தோள்களும், தாமரை இலைபோன்ற அடிவயிறும் உடைய முதியதாய் ஒருத்தி, அவள் 'தன் சிறுவன் படையினை விட்டுப் போரிலே புறங்கொடுத்து ஓடினான்' என்று அறியாதார் வந்து கூறக் கேட்டு மனக் கொதிப்படைந்தாள். ''அவ்வாறு அவன் புறங்கொடுத் தானாயின், அவனுக்குப் பாலூட்டி வளர்த்த என் முலையையே அறுத்து எறிவேன்''என்று வஞ்சினங்கூறிப் போர்க்களஞ் சென்றாள். கையில் வாளும் கொண்டவளாகப் பிணக்குவியலைத் தேடினாள். அப்போது, ஒருபால், அச்செங்களத்திலே சிதைந்து வேறாகி வீழ்ந்து கிடந்த அவள் மகனின் உடலைக் கண்டாள். அப்போது அவள் கொண்ட மகிழ்வு, அவனை அவள் பெற்ற பொழுது கொண்ட மகிழ்வினும் காட்டிற் பெரிதாயிருந்ததே!

279. செல்கென விடுமே!

பாடியவர்: ஒக்கூர் மாசாத்தியார். திணை: வாகை. துறை: மூதின் முல்லை.

(தன்னைப் பேணுதற்கு யாருமற்ற நிலையினும், தன் நாட்டைக் காப்பதற்குத் தன் சிறு மகனையும் களத்துக்கு அனுப்பி மகிழ்ந்தனள் ஒரு தமிழ்த்தாய். அவளுடைய வியத்தகு செயலின் விளக்கம் இச் செய்யுள். வெட்சித்திணைத் துறைகளுள், 'மறங்கடைகூட்டிய குடிநிலை மகளிர்' என்னும் துறைக்கு இளம்பூரணர் எடுத்துக் காட்டுவர் (தொல். புறத். சூ.4)

கெடுக சிந்தை; கடிதுஇவள் துணிவே;
மூதின் மகளிர் ஆதல் தகுமே;
மேல்நாள் உற்ற செருவிற்கு இவள்தன்னை,
யானை எறிந்து, களத்துஒழிந் தனனே;
நெருநல் உற்றசெருவிற்கு இவள்கொழுநன்   5
பெருநிரை விலக்கி, ஆண்டுப்பட் டனனே;
இன்றும் செருப்பறை கேட்டு, விருப்புற்று மயங்கி,
வேல்கைக் கொடுத்து, வெளிதுவிரித்து உடீஇப்,
பாறுமயிர்க் குடுமி எண்ணெய் நீவி,
ஒருமகன் அல்லது இல்லோள்,   10
'செருமுக நோக்கிச் செல்க' என விடுமே!

என்னே, இவள்தன் உள்ளத் துணிவு! அது கெடுவதாக நினைக்கவே அச்சம் தருகின்றதே! ''பழைய மறக்குடி மகள் இவள்' என்பதும் பொருத்தமானதே! முன்னர் நடந்த போரிலே இவள் தகப்பன் யானையை வென்று அதன் காரணமாகக் களத்திலே இறந்தனன். நேற்றைய சண்டையிலோ, இவள் கணவன் திரளான ஆநிரைகளைக் காத்து, அப்போரிலே இறந்தனன். இன்றும், போர்ப்பறை கேட்டுக் களத்திலே தன் குடிப்பிறந்தாரும், போரிட வேண்டுமென்று எண்ணி, அறிவுமயங்கிய இவள், என்ன செய்கிறாள்? ஒரே மகனின்றி வேறு பிள்ளைகள் இல்லாத இவள், அவன் குடுமிக்கு எண்ணெய் தடவி, வெள்ளாடை உடுத்துக் கையிலே வேலையும் எடுத்துக் கொடுத்துப் 'போர்முனை நோக்கிச் செல்க!' எனப் போகவிடுகின்றனளே! என்னே இவள் பண்பு! (உடீஇ, நீவி, கொடுத்து என்பன, அவன் மிக்க சிறு வயதுடையோன், களஞ்செல்லற்காகாச் சிறுவன் எனக் காட்டுவதாம்.)

280. வழிநினைந்து இருத்தல் அரிதே!

பாடியவர்: மாறோக்கத்து நப்பசலையார். திணை: பொதுவியல்.
துறை: ஆனந்தப் பையுள்.

(தலைவனை இழந்த காலத்து, அவனால் ஆதரிக்கப் பெற்ற பலரையும் குறித்து, அவர் நிலைக்கு இரங்கித் தலைவி வருந்து கின்றாள். ஆனால் அவள் இறந்து உடல்செலத் துணிந்தாள். ஆதலின், 'கழிகல மகளிர்போல வழிநினைந்திருத்தல் அரிதே' என்கின்றனள்.)

என்னை மார்பிற் புண்ணும் வெய்ய;
நடுநாள் வந்து தும்பியும் துவைக்கும்;
நெடுநகர் வரைப்பின் விளக்கும் நில்லா;
துஞ்சாக் கண்ணே துயிலும் வேட்கும்;
அஞ்சுவரு குராஅல் குரலும் தூற்றும்;
நெல்நீர் எறிந்து விரிச்சி ஓர்க்கும்
செம்முது பெண்டின் சொல்லும் நிரம்பா;
துடிய! பாண! பாடுவல் விறலி!
என்ஆ குவிர்கொல்? அளியிர்; நுமக்கும்
இவண்உறை வாழ்க்கையோ, அரிதே! யானும்
மண்ணுறு மழித்தலைத் தெண்ணீர் வாரத்
தொன்றுதாம் உடுத்த அம்பகைத் தெரியல்
சிறுவெள் ஆம்பல் அல்லி உண்ணும்
கழிகல மகளிர் போல்
வழிநினைந்து இருத்தல், அதனினும் அரிதே!

அவன் மார்பிலே பட்ட புண்ணோ பெரிதாயுள்ளது. வண்டுகள் வந்து மொய்க்கின்றனவாதலால், வீட்டிலே ஏற்றி வைத்த விளக்கும் எரியாது. அடிக்கடி அவிகின்றது, உறங்காது அவனருகே பலநாள் இருந்த என் கண்களோ தாமாகவே மூடுகின்றன. அதோ கூகையும் கூவுகின்றது. நெல்லும் நீரும் எறிந்து, இவன் பிழைப்பான் என்று சொல்லிய செம்முது பெண்டின் சொல்லும் குறைபாடாகின்றதே! துடி கொட்டு பவனே! பாணனே! விறலியே! இனி, நீங்கள் என்ன ஆவீர்களோ? இனி இங்கிருந்து வாழ்தல் நுமக்கு அரிது. மொட்டையிட்டு அல்லியரிசி உண்டு வாழும் கழிகல மகளிரைப்போலச், சாவின் வழியை எதிர்நோக்கிக் காத்திருத்தல் எமக்கு அரிது! அவன் இறப்பு நெருங்கிக் கொண்டே வருகிறது! யானும் அவனுடன் சாகப்போகிறேன்! நீங்கள் வேறிடம் சென்று வாழ்வீராக! (கணவன் சாவை நொடிக்குநொடி எதிர்நோக்கும் மனைவியின் துயர நெஞ்சத்தை இப்பாடலிலே காண்கிறோம்.)

281. நெடுந்தகை புண்ணே!

பாடியவர்: *அரிசில் கிழார்.* **திணை:** *காஞ்சி,* **துறை:** *பேய்க் காஞ்சி.*

('நெடுந்தகை புண்பட்டான்; அவனைப் பேய் தாக்காமற் படிக்குக் காப்போம்' என்று கூறுவதாக அமைந்த செய்யுள் இது.

வஞ்சித்திணைத் துறைகளுள், 'இன்னகை மனைவி பேஎய் புண்ணோன் துன்னுதல் கடிந்த தொடாஅக் காஞ்சி'க்கு இளம்பூரணர் எடுத்துக் காட்டுவர் (தொல்புறத். சூ.19))

தீங்கனி இரவமொடு வேம்புனைச் செரீஇ,
வாங்குமருப்பு யாழொடு பல்இயம் கறங்கக்
கைபயப் பெயர்த்து மைஇழுது இழுகி;
ஐயவி சிதறி, ஆம்பல் ஊதி,
இசைமணி எறிந்து, காஞ்சி பாடி,
நெடுநகர் வரைப்பின் கடிநறை புகைஇக்,
காக்கம் வம்மோ - காதலந் தோழி!
வேந்துறு விழுமம் தாங்கிய
பூம்பொறிக் கழற்கால் நெடுந்தகை புண்ணே!

இரவ இலையினையும் வேப்பிலையினையும் மனை இறைப்பிலே செருகுவோம். பல இசைகளும் யாழோடு முழங்குக, மெல்லக் கையைப் பெயர்த்துக் கண்ணுக்கு மை எழுதுவோம். ஆம்பற் குழலினை ஊதி, வெண்கடுகு சிதறி, மணிகள் இசை முழங்கக் காஞ்சிப் பண் பாடியாடுவோம். வீடெல்லாம் அகிற்புகை மணம் சேர்ப்போம். அன்புமிக்க தோழியே! வேந்தனுக்கு உற்ற துயர் தீர்த்தவன் அவன்; அவனே எம் தலைவன்! ஆனால், வீரக்கழல் முழங்கவரும் அவன், அப்போரிலே பெரும் புண்பட்டான். அவன் புண்ணுக்கு மருந்திட்டுக் கூற்றுவந்து கொண்டுபோகாதவாறு அவனை யாம் காப்போம் வருவாயாக!

282. புலவர் வாயுளானே!

பாடியவர்: *பாலை பாடிய பெருங்கடுங்கோ. திணையும் துறையும் தெரிந்தில.*

(தன் மன்னனுக்காகப் போரில் சிறந்த செயலாற்றி மடிந்த ஒரு மாமறவனை நினைந்து பாடிய செய்யுள் இது. 'புலவர் வாயுளான்' என்று அப்புகழாளனைக் குறிக்கின்றனர்.)

எஃகுஉளம் கழிய இருநில மருங்கின்
அருங்கடன் இறுத்த பெருஞ்செ யாளனை,
யாண்டுளனோ? வென, வினவுதி ஆயின்,
....
வருபடை தாங்கிக் கிளர்தார் அகலம்
அருங்கடன் இறுமார் வயவர் எறிய,
உடம்பும் தோன்றா உயிர்கெட் டன்றே
மலையுநர் மடங்கி மாறுஎதிர் கழியத்
....

அலகை போகிச் சிதைந்து வேறு ஆகிய
பலகை அல்லது, களத்துஒழி யாதே;
சேண்விளங்கு நல்லிசை நிறீஇ,
நாநவில் புலவர் வாய் உளானே.

பகைவர் எறிந்த வேல் நெஞ்சிலே பாய, இவ்வுலகிற் பிறந்த கடனை நாட்டுக்காக வீழ்ந்து தீர்த்துக் கொண்ட அப் பெருஞ் செயலாளன் எங்குள்ளான் எனக் கேட்பீராயின்.... எதிரிகள் புறமிட்டுத் திடுமென மாறி எதிர்த்தனர். அப்போது அவரை வெருட்டிச் சென்ற இவன் மார்பிலே படைக்கலன்கள் யாவும் தைத்தன. அதனால், கண்ணுக்குத் தோன்றும் உடலும், தோன்றா உயிரும் ஒருசேரச் சேர்ந்து கெட்டன. துண்டு துண்டாகச் சிதறிய அவனது கேடகந்தான் களத்திலே கிடக்கின்றது. அவனோ, திசையெங்கும் பரவும் நற்புகழை நிறுவிச் சொல்லாற்றல் மிக்க புலவர்களின் வாய்மொழியிலேயே நிலைத்து அமர்ந்து விட்டானே!

283. அழும்பிலன் அடங்கான்

__பாடியவர்:__ அடை நெடுங் கல்வியார், __திணை:__ தும்பை, __துறை:__ பாண்பாட்டு; (பாடாண் பாட்டும் ஆம்).

(மாய்ந்த வள்ளலை நினைந்து பாணர் வருந்திப் பாடியது போல அமைந்த செய்யுள்.)

ஒண்செங் குரலித் தண்கயம் கலங்கி
வாளை நீர்நாய் நாள்இரை பெறூஉப்
பெறாஅ உறையரா வராஅலின் மயங்கி
மாறுகொள் முதலையொடு ஊழ்மாறு பெயரும்
அழும்பிலன் அடங்கான் தகையும் என்றும்,
வலம்புரி கோசர் அவைக்களத் தானும்,
மன்றுள் என்பது கெட.... ஈனே பாங்கற்கு
ஆழ்சூழ் குவட்டின் வேல்நிறத்து இவங்க,
உயிர்ப்புறப் படாஅ அளவைத் தெறுவரத்,
தெற்றிப் பாவை திணிமணல் அயரும்,
மென்தோள் மகளிர் நன்று புரப்ப,
......................ண்ட பாசிலைக்
கமழ்பூந் தும்பை நுதல் அசைத் தோனே.

நீர் நாயானது குளத்திலே தன் நாளுணவு பெறச் சென்று வாளை மீனை நிறைய உண்டும் அமையாமல், வரால் மீனையும் பெறும் பொருட்டுத் தன்னினும் வலிய முதலையோடு போராடும் மறப்பண்புடைய 'அழும்பில்' என்னும் ஊர்க்கு உரியவன் அவன்!

பெரும்போர் ஆற்றும் கோசருடைய அவைக்களத்தே எனினும், தனக்குவிதித்த நடுவிடம் என்பதும் கருதானாகத் தன் தோழனைக் காக்கும் பொருட்டு, அவன் மேலெறிந்த பகைவர் வேல்களை, இடம்பெயர்ந்து சென்று, தான், தன் மார்பில் ஏற்று நின்றான். அப்போது குடத்தில் ஆர்க்கால்கள் சூழப் புதைந்து தோன்றும் வண்டிச் சக்கரம் போல, அவன் பரந்த மார்பில் வேல்கள் பாய்ந்தன. உயிர் ஊசலாடும் அளவில், மகளிர் அவன் புண்களை ஆற்ற முயன்று காத்து நின்றனர். சிறிது தெளிவுபெற்ற அவன், மீண்டும் போருக்கு எழும் எண்ணமுடன், தும்பைப்பூக் கண்ணியைத் தன் நெற்றியிலே கட்டினான்! என்னே அவன் மறநெஞ்சம்!

284. பெயர்புற நகுமே!

பாடியவர்: ஓரம் போகியார். **திணை:** தும்பை, **துறை:** பாண்பாட்டு.

(இதுவும் முன் செய்யுளைப் போன்றதே. வஞ்சித் திணைத் துறைகளுள், 'அழிபடை தட்டோர் தழிஞ்சி'க்கு இளம் பூரணரும் (தொல். புறத். சூ 7), 'வருவிசைப் புனலைக் கற்சிறை போல ஒருவன் தாங்கிய பெருமை' என்பதற்கு, நச்சினார்க்கினியரும் எடுத்துக் காட்டுவர்(புறத் சூ.13)

'வருகதில் வல்லே; வருகதில் வல்' என,
வேந்துவிடு விழுத்தூது ஆங்காங்கு இசைப்ப,
நூலரி மாலை சூடிக், காலின்,
தமியன் வந்த மூதி லாளன்,
அருஞ்சமம் தாங்கி, முன்னின்று எறிந்த
ஒருகை இரும்பிணத்து எயிறு மிறையாகத்
திரிந்த வாய்வாள் திருத்தாத்,
தனக்குஇரிந் தானைப் பெயர்புறம் நகுமே.

'விரைந்து வருக! விரைந்து வருக!' என, வேந்தனிட்ட தூதுவர் வந்து ஆங்காங்கே அழைக்க, நூலரிமாலை சூடிக் காலால் நடந்து, தான் ஒருவனாகவே வந்தான் அவ் வீரமறவன். அவன் வீரம் கேண்மின்! வருபவரை முன்னேறாதவாறு தடுத்து, முன்னின்று போராடிய பகைவரின் கொல்களிற்றை வெட்டி வீழ்த்தி, அங்கே பிணமாக்கினான். அதன் பற்களிலே சிக்கி வளைந்த தன் வாளை நிமிர்த்துக் கொண்டு அவன் திரும்பினான். அப்போது அவன் ஆற்றல் கண்டு எதிர் நிற்க அஞ்சிய பகைவன் ஒருவன் ஓடிக்கொண்டிருந்தது கண்டு, ஆங்கிருந்தே வீரநகை செய்து நின்றவனன்றோ அவன்!

285. தலைபணிந்து இறைஞ்சியோன்!

பாடியவர்: *அரிசில் கிழார்.* **திணை:** *வாகை.* **துறை:** *சால்பு முல்லை.*

(பகைவரக் கொன்று ஆரவாரித்த ஒரு மறவனின் சிறப்பைச் செய்யுள் எடுத்துக் கூறுகின்றது. அவன் இரவலர்க்கு வழங்கும் வள்ளன்மையும் கொண்டவன். ஆதலின், அவர் அவன் வெற்றியைக் குறித்து வருந்துகின்றனர். செய்யுளின் அமைதியை நோக்கினால், தகடூர் பொருது வீழ்ந்த அதியமான் நெடுமான் அஞ்சியைக் குறித்துப் பாடிய செய்யுள் இதுவெனலாம்.)

பாசறை யீரே! பாசறை யீரே!
துடியன் கையது வேலே: அடிபுணர்
வாங்குஇரு மருப்பின் தீந்தொடைச் சீறியாழ்ப்
பாணன் கையது தோலே; காண்வரக்
கடுந்தெற்று மூடையின்.....
வாடிய மாலை மலைந்த சென்னியன்;
வேந்துதொழில் அயரும் அருந்தலைச் சுற்றமொடு
நெடுநகர் வந்தென, விடுகணை மொசித்த
மூரி வெண்டோள்...............................
சேறுபடு குருதிச் செம்மலுக் கோஓ!
மாறுபடு நெடுவேல் மார்புளம் போக;
நிணம்பொதி கழலொடு நிலம் சேர்ந்தனனே;
அதுகண்டு, பரந்தோர் எல்லாம் புகழத் தலைபணிந்து
இறைஞ்சி யோனே, குருசில்! - பிணங்குகதிர்
அலமரும் கழனித் தண்ணடை ஒழிய;
இலம்பாடு ஒக்கல் தலைவற்குஓர்
கரம்பைச் சீறூர் நல்கினன் எனவே.

பாசறையிலுள்ளவர்களே, கேண்மின்! வேலும் கேடயமும் நம்பாலும் இருந்தென்ன? துடியனிடம் வேலையும் பாணனிடம் கேடயத்தையும் தந்துவிடுவோம். நெருங்க அடுக்கிய மூடைகளைப் போலப் பகைவரக் கொன்று குவித்தான் அவன், அவ்வெம்மையால், அவன் மாலையும் வாடிற்று. அதுகண்டு ஆற்றாரான பகைவர், அவன் மீது அம்பும் வேலும் எறிந்தனர். நகருக்கு வேந்துவர, உடன் வரும் மந்திரச் சுற்றம்போல, வேல் நெஞ்சைப் பிளந்து செல்லக் கணைகள் சூழத் தைத்தன. நிலம் குருதிச் சேறுபட அச்செம்மலும் நிலத்திலே வீழ்ந்தான். அதுகண்டு அங்கிருந்த சான்றோர் பலரும், அவனை 'நெற்கனிகள் அனைத்தும் பரிசிலர்க்கு வழங்கிப் பின் வந்த இரவலர்க்குக் கரம்பைச் சிற்றூரும் தந்த வள்ளல் இவன்' எனப் புகழத் தன் புகழ் கேட்டு நாணி, அவனது கவிழாத தலையும் அப்போது கவிழ்ந்து விட்டதே! அவனன்றோ வீர மறவன்!

286. பலர்மீது நீட்டிய மண்டை!

பாடியவர்: ஔவையார். **திணை:** கரந்தை. **துறை:** வேத்தியல்.

(அரசனது மேம்பாட்டைக் கூறுவது இத்துறை ஆகும். அரச குமரன் ஒருவன் களத்துப்பட்ட ஞான்று பாடியதாகக் கொள்க. தகடூர்ப் பெரும் போரிடை வீழ்ந்தோன் அவன் ஆகலாம்.)

வெள்ளை வெள்யாட்டுச் செச்சை போலத்
தன்னோர் அன்ன இளையர் இருப்பப்
பலர்மீது நீட்டிய மண்டை என் சிறுவனைக்
கால்கழி கட்டிலிற் கிடப்பித்
தூவெள் அறுவை போர்ப்பித் திலதே!

வெள்ளையுள்ளம் கொண்ட வெள்ளாட்டுத் கிடாய்களைப் போல, என் மகனான இவனை ஒத்த ஏவலிளைஞரான வீர மறவர் பல சூழ இருப்பினும், உண்டாட்டு நாளில் வேந்தன் பலருக்கும் வழங்கிய கள்ளினைத் தானும் பெற்ற இவன், அவரெல்லாம் போரிலே சென்றுபடத், தான் ஒருவன் மட்டுமே அவர்போல் களத்திலே மடிந்து செல்லாது, வெற்றியுடன் மீண்டும் வந்தான். வேந்தன் வழங்கிய கள் அத்தகைய ஒப்பற்ற நிலையைக் தந்ததே!

287. காண்டிரோ வரவே!

பாடியவர்: சாத்தந்தையார், **திணை:** கரந்தை. **துறை:** நீண்மொழி.

(வீரன் ஒருவன் களத்திலே நின்று, மாற்றாரை வென்று வருவதாகக் கூறும் சபதத்தை உரைப்பது இத் துறையாகும். வஞ்சித்திணைத் துறைகளுள் ஒன்றான, 'மாராயம் பெற்ற நெடுமொழி' என்பதற்கு இளம்பூரணர் எடுத்துக் காட்டுவர் தொல். புறத். சூ.7.))

துடி எறியும் புலைய!
எறிகோல் கொள்ளும் இழிசின!
கால மாரியின் அம்பு தைப்பினும்
வயல் கெண்டையின் வேல் பிறழினும் ,
பொலம்புனை ஓடை அண்ணல் யானை
இலங்குவாள் மருப்பின் நுதிமடுத்து ஊன்றினும்,
ஓடல் செல்லாப் பீடுடை யாளர்
நெடுநீர்ப் பொய்கை பிறழிய வாளை
நெல்லுடை நெடுநகர்க் கூட்டுமுதல் புரளும்,
தண்ணடை பெறுதல் யாவது? படினே;
மாசில் மகளிர் மன்றல் நன்றும்,
உயர்நிலை உலகத்து, நுகர்ப, அதனால்

வம்ப வேந்தன் தானை
இம்பர் நின்றும் காண்டிரோ, வரவே!

துடி எறிபவனே! எறிகோல் கொள்ளுபவனே! கேண்மின்: கார்கால மழைத்தாரைபோல அம்புகள் வந்து தைப்பினும், வயல்களிலே பிறழும் கெண்டை மீன்களைப் போல வேல்கள் மார்பிலே வந்து பாய்ந்து கிடந்தாலும், பொற்பட்டம் கட்டிய களிற்றுயானையானது தன் கொம்புகளால் குத்தித் தன் கால்களால் மிதித்தாலும், புறமிட்டு ஓட நினையாத பெருமை பொருந்திய வீரமறவர் இவர்! இவரெல்லாம் வளமுடைய மருதநிலை ஊர்களைப் பெற்று வாழ்வதிலே பயன் ஏதுமின்று; போரிலே வீழ்ந்து வீரசுவர்க்கம் எய்து வதே தமக்குச் சிறந்தது என விரும்புபவர் இவர். இவர்கள் போரிடப் போகின்றனர். புதிய வேந்தனின் படையும் அதோ வந்து கொண்டிருக்கிறது. இங்கிருந்தே, அவண் நிகழும் போரினை, நாமும் காணலாம் வருவீராக!

288. மொய்த்தன பருந்தே!

பாடியவர்: கழாத்தலையார். **திணை**: தும்பை, **துறை**: மூதின் முல்லை.

('முயக்கிடை ஈயாது பருந்தினம் மொய்த்தன' என்று களத்திற் பட்டுக் கிடந்த வீரனின் நிலையைக் கண்டு மகளிர் வருந்தியதாகக் கூறுகின்றனர். 'முரசம்' செய்யும் முறையைச் செய்யுள் காட்டுவதும் காண்க.)

மண்கொள வரிந்த வைந்நுதி மறுப்பின்
அண்ணல் நல்ஏறு இரண்டு உடன் மடுத்து,
வென்றதன் பச்சை சீவாது போர்த்த
திண்பிணி முரசம் இடைப்புலத்து இரங்க, 5
ஆர் அமர் மயங்கிய ஞாட்பின், தெறுவர
நெடுவேல் பாய்ந்த நாணுடை நெஞ்சத்து,
அருகுகை.................... மன்ற
குருதியொடு துயல்வரும் மார்பின்
முயக்கிடை ஈயாது மொய்த்தன, பருந்தே.

இரண்டு கொல்லேறுகளைத் தம்முள் போரிடச் செய்து, அதன்கண் வென்ற ஏற்றின் தோலால் மயிரும் சீவாது அமைத்த போர்முரசும் அதோ முழங்கிக் கொண்டிருக்கிறது. பெரும்போரும் நடந்து கொண்டிருக்கிறது. மிக்க வீரமுடன் போரிட்டான் மறவன் ஒருவன். ஆயினும், அவன் அறியாதவாறு, அவன் மார்பிலே வந்து தைத்தது பகைவர் விடுத்த நெடுவேல் ஒன்று. அது கண்டு தன்

நிலைக்கு நாணங் கொண்டவனே போலத் தலைகவிழ, நிலத்திலே குருதிவந்து சொட்டச் சாய்ந்தான். அவன் மனைவி அவன் பட்டதறிந்து வந்து அவன் மார்பைத் தழுவ முயன்றனள். அதற்கும் இடந்தராது, பருந்துகள் அப் புண்ணை மொய்த்தன. போரின் வெம்மைதான் எத்துணை கொடியது!

289. ஆயும் உழவன்!

பாடியவர்: *கழாத்தலையார்.* **திணை, துறை:** தெரிந்தில.

(வெட்சித் திணைத் துறைகளுள் 'மறங் கடை கூட்டிய குடிநிலை கூறியதற்கு' இளம்பூரணர் காட்டுவர் (தொல். புறத். சூ. 4); அவ்வாறு கொள்ளலும் பொருந்தும்.)

ஈரச்செவ்வி உதவின ஆயினும்,
பல்எருத் துள்ளும் நல்எருது நோக்கி,
வீறுவீறு ஆயும் உழவன் போலப்,
பீடுபெறு தொல்குடிப் பாடுபல தங்கிய
மூதி லாளர் உள்ளும், காதலின்
தனக்கு முகந்து ஏந்திய பசும்பொன் மண்டை,
'இவற்கு ஈக! என்னும்: அதுவும்அன் றிசினே:
கேட்டியோ வாழி - பாண! பாசறைப்,
'பூக்கோள் இன்று' அறையும்
மடிவாய்த் தண்ணுமை இழிசினன் குரலே?

கழனியிலே ஈரம் உழவு பருவமாகவே உளதென்றாலும், தன் எருதுகள் பலவற்றிலும் நல்ல எருதையே தேர்ந்தெடுத்து நாளேர் பூட்டி உழ எண்ணுவான் உழவன். அதுபோலப் பெருமைபெற்ற பழங்குடிப் பண்புகள் பலவும் நிரம்பிய மறக்குலத்தாரே எனினும், 'இவனே சிறந்தவன்' என, எம் புதல்வனைக் கருதித் தனக்கு முகந்து தருகின்ற மது நிரம்பிய பொற்கலத்தை, 'இவனுக்குத் தருக!' என்றனன் வேந்தன். அவனது பாசறையினின்றும் பாறை முழங்குகிறது. 'மறவரே, பூச் சூடுமின்' என, அது முழங்குவது கேட்டாயோ? பாணனே நீயும் வாழ்க!

290. மறப்புகழ் நிறைந்தோன்!

பாடியவர்: ஔவையார். **திணை:** கரந்தை. **துறை:** குடிநிலையுரைத்தல்

(தலைவனது குடியினது வழிவழி வருகின்ற மேம்பாட்டைக் கூறிப் போற்றுதலைக் காணலாம். 'உறைப்புழி ஓலை போல மறைக்குவன் பெரும, நின்னைக் குறித்து வருவேலே' என, அவ்வீரனது சிறந்த பேராண்மையை எடுத்துக் கூறுகின்றனர்.

தகடூர் போரில் அதியனுக்கு மெய்த்துணை நின்றான் ஒருவனது சிறப்பை இவ்வாறு பாடிப் பாராட்டினர் போலும்! 'தார்நிலையின்பாற் படும்' இது என்பர் நச்சினார்க்கினியர் தொல். புறத். சூ. 17)

இவற்குஈந்து உண்மதி, கள்ளே; சினப்போர்
இனக்களிற்று யானை இயல்தேர்க் குருசில்!
நுந்தை தந்தைக்கு இவன்தந்தை,
எடுத்துஎறி ஞாட்பின் இமையான், தச்சன்
அடுத்துஎறி குறட்டின், நின்று மாய் தனனே,
மறப்புகழ் நிறைந்த மைந்தினோன் இவனும்,
உறைப்புழி ஓலை போல
மறைக்குவன் - பெரும! நிற் குறித்துவரு வேலே.

வேந்தே! நின் பாட்டனுக்கு இவன் பாட்டன் மெய்க் காப்பாளனாயிருந்தவன். நின் பாட்டன்மீது பகைவர் எறிந்த வேலைத் தன் மார்பிலே தாங்கி, ஆர்க்காலோடு தச்சன் வடிக்கும் குடம்போல, வேல்கள்பாய மாய்ந்தவன் இவன் பாட்டன். இவனும் மறப்புகழ் நிறைந்த வலிமையுடையவன். கதிரவனின் வெம்மையான கதிர்கள் உறைக்கும் போது ஓலைக்குடை காத்தலைப் போல, நின்னைக் குறித்து வரும் வேலையும் மறைத்துக காக்கும் ஆண்மையாளன் இவன். ஆதலின், இவனுக்கே முதலில் கள்ளினைத் தருக! அதன் பின்பே நீயும் உண்பாயாக!

291. மாலை மலைந்தனனே!

பாடியவர்: நெடுங்கழுத்துப் பரணர். **திணை:** கரந்தை. **துறை:** வேத்தியல்.

(களத்தில் வீழ்ந்துபட்டான் ஒரு தலைவனுக்கு வருந்தி, இவன் உயர்வைப் பாடிய செய்யுள் இது. 'கொன்னுஞ் சாதல் வெய்யோன்' என, அவனது போர்விருப்ப மிகுதியை உரைத்தமை காண்க. 'கொடுத்தல் எய்திய கொடைமை' என்பதற்கு, நச்சினார்க்கினியர் எடுத்துக் காட்டுவர்.)

சிறாஅஅர்! துடியர்! பாடுவல் மகாஅஅர்;
தூவெள் அறுவை மாயோற் குறுகி
இரும்புள் பூசல் ஓம்புமின்; யானும்
விளரிக் கொட்பின், வெண்ணரி கடிகுவென்;
என்போற் பெருவிதுப்பு உறுக, வேந்தே-
கொன்னும் சாதல் வெய்யோற்குத் தன்தலை!
மணிமருள் மாலைசூட்டி, அவன்தலை
ஒருகாழ் மாலை தான்மலைந் தன்னே!

சிறுவர்களே! துடியர்களே! பாடல்வல்லோரே! ஓடுங்கள் ஓடுங்கள்! வெள்ளாடை அணிந்து, அதோ புண்பட்டு வீழ்ந்து கிடக்கும் கருநிறத்தோனான எம் தோழனை மொய்க்கும் பறவைகளை வெருட்டுங்கள். யானும், விளரி பாடி வெண்ணரிகளை வெருட்டுவேன், வேந்தன் பொருட்டு வெறிதாக உயிர் நீத்தான் அவன்! தன் மாலையை அவனுக்கு அணிந்து, அவன் மாலையைத் தான் அணிந்து, அந்நாள் போற்றிய வேந்தனும் அவன் நிலைகண்டு துயருறுவான்! எனவே, நீவிர் விரைந்து அவனிடத்தே செல்வீராக!

292. சினவல் ஓம்புமின்!

பாடியவர்: விரிச்சியூர் நன்னாகனார். **திணை:** வஞ்சி. **துறை:** பெருஞ்சோற்று நிலை.

(அரசன் தன் வீரருக்குப் பெருஞ்சோறளித்துப் பாராட்டுகின்றான். அவ்விடத்து, வீரஞ்செறிந்த ஒருவனைச் சுட்டிப் பாடிய செய்யுள் இது. 'எழுதரு பெரும்படை விலக்கி, ஆண்டு நிற்கும் ஆண் தகை' என, அப் பெருவீரனின் மறமாண்பைக் கூறுகின்றனர்.)

வேந்தற்கு ஏந்திய தீந்தண் நறவம்
யாம்தனக்கு உறுமுறை வளாவ, விலக்கி,
'வாய்வாள் பற்றி நின்றனன்' என்று,
சினவல் ஓம்புமின் சிறுபுல் லாளர்!
ஈண்டே போல வேண்டுவன் ஆயின்,
'என்முறை வருக' என்னான், கம்மென
எழுதரு பெரும்படை விலக்கி,
ஆண்டு நிற்கும் ஆண்தகை யன்னே.

சிறு புல்லாளரே! "வேந்தனுக்குத் தயாரித்த இனிய குளிர்ந்த மதுவை, யாம் இவனுக்கு ஏற்ற முறையிலே வளாவித் தருவதற்குள் பொறுக்காது சினந்து, தன் கைவாள் பற்றி நின்றான் இவன்" என்று சினம் அடையாதீர் இங்கே. நடந்தது போலவே, அவன் விரும்பினால், 'என் முறை வருக' என்று அமையாது, தானே விரைந்து முற்படச் சென்று நிற்கும் ஆற்றல் மிக்கவனன்றோ அவன்!

சொற்பொருள்: 2. உறுமுறை வளாவ - உற்ற முறை யாற் கலந்து கொடுக்க. 3. வாய்வாள் - தப்பாத வாள். 4.சினவல் ஓம்புமின்- இவனை வெகுளாது விட்டொழிவீராக 5. சிறுபுல்லாளர் - சிறிய புல்லாண்மையை உடையவர்களே.

293. பூவிலைப் பெண்டு!

பாடியவர்: நொச்சி நியமங்கிழார். **திணை:** காஞ்சி. **துறை:** பூக்கோட் காஞ்சி.

(வீரன் தான் கொள்ளும் திணைக்குரிய பூவைக் கொள்ளுதலைக் குறித்தது இத் துறையாகும். போர்ப்பறை கேட்டவுடன் புறப்படாமல், பூக்கோட் பறை அறையப்படும் காலத்து எல்லைவரையும் எவ்வீரரும் காலந்தாழ்த்து இரார் என்பதும் கருதுக! அவ்வாறு தாழ்த்துச் செல்வாரை 'நாணுடை மாக்கள்' என்கின்றனர். 'நாணம்' ஆண்மைக்கு ஏலாது என்பதனையும் இங்கே நினைக்கவும்.)

நிறப்புடைக்கு ஒல்கா யானை மேலோன்
குறும்பர்க்கு எறியும் ஏவல் தண்ணுமை
நாண்உடை மாக்கட்கு இரங்கும் ஆயின்,
எம்மினும் பேர்எழில் இழந்து, வினைஎனப்
பிறர்மனை புகுவள் கொல்லோ?
அளியள் தானே, பூவிலைப் பெண்டே!

குத்துக்கோலுக்கும் அமையாது காயும் கொடிய யானை மேலிருப்போன், அரண் சூழ்ந்த பகைவரை யழிக்க மறவர்களைப் போருக்கு அழைத்து காஞ்சிப் பூச்சூடி வருமாறு ஒலிக்கும் தண்ணுமை ஒலியும் கேட்டது. வீரர்கள் போர்க்கு எழுந்தனர். அவ்வொலி, நாணுடைய மாக்கட்கு இரங்குமாயின், எம் கணவன் போர்க்குச் செல்லப் பூச்சூடாது வருந்தும் எம்மினும், பூ வாங்குவாரின்றித் தன் எழில் குன்றி இரங்குக! என் வீட்டைப் போன்று பிறர் மனையும் வறிதே புகுந்து அவள் துயரேதான் அடைவாளோ? அவள்தான் இரக்கத்திற்குரியவள்!

சொற்பொருள்: 1. நிறப்புடைக் கொல்கா யானை மேலோன் - குத்துக் கோலைக் காய்தலையுடைய யானையின் மேலுள்ளானாகிய வள்ளுவன். 'நிறப்படைக்கு ஒல்கா யானை மேலோன்' எனப் பாடம் கொண்டு, குத்துக் கோற்கு அடங்காத யான மேலிருப்போனாகிய வள்ளுவன் எனவும் பொருள் கொள்வர்.

294. வம்மின் ஈங்கு!

பாடியவர்: பெருந்தலைச் சாத்தனார். **திணை:** தும்பை. **துறை:** தானை மறம்.

(இப்பாட்டு மறக்குடி மகள் ஒருத்தியை நோக்கி, ஒருவர் கூறியதெனக் கொள்க. தும்பைத்திணைத் துறைகளுள், 'தானை

நிலை'க்கு இளம்பூரணர் எடுத்துக் காட்டுவர். (தொல், புறத். சூ. 74.) அவள் கணவன் தனித்து நின்றே பகைவரை நடுக்கமுறச் செய்யும் பேராற்றல் மிக்கவன் என்பது விளங்கும். 'யாவரும் அரவுமிழ் மணியின் குறுகார்' என்றது, இவனது சிறப்பையும், பிறர் இவன்பாற் கொண்டிருந்த பேரச்சத்தையும் காட்டுவதாம்.)

வெண்குடை மதியம் மேல்நிலாத் திகழ்தரக்;
கண்கூடு இறுத்த கடல்மருள் பாசறைக் ,
குமரிப்படை தழீஇய கூற்றுவினை ஆடவர்
தமர்பிறர் அறியா அமர்மயங்கு அழுவத்து,
இறையும் பெயரும் தோற்றி, "நுமருள்
நாண்முறை தபுத்தீர் வம்மின், ஈங்கு" எனப்
போர்மலைந்து ஒருசிறை நிற்ப, யாவரும்
அரவுஉமிழ் மணியின் குறுகார்;
நிரைதார் மார்பின்நின் கேள்வனைப் பிறரே!

வானத்திலே வெண்குடை கவித்தாற் போலத் தோன்றிய மதியமானது நிலாவொளி வீசிக்கொண்டிருந்தது. பாசறையிலே கடல்போற் படைமறவர்கள் ஒருங்கே கூடியிருந்தனர். புதுமையாக வடித்துவந்த வேல் முதலியவற்றுடன் சிலர் களம் புகுந்தனர். அவ் வேளை, நின் கணவன், நிரைதார் மார்பினனாக, நுங்கள் வேந்தன் பெயரையும் புகழையும் தோற்றுவித்துப் பகைவருடன் பெரும்போர் செய்தான். மேலும், 'நும்மில் வாழ்நாள் முறை தீர்ந்தவர் யாவரோ அவரெல்லாம் இங்கே விரைந்து வம்மின்' என்று கூவி, எதிர்ப் படையினரை அழைத்தும் நின்றான். நாகரத்தினத்தைத் துணிந்து நெருங்குவதற்கு யாவரும் அஞ்சுவது போலவே, அவனையும் நெருங்க அஞ்சி, மலைத்து நின்றனர் பகை மறவர்!

295. ஊறிச் சுரந்தது!

பாடியவர்: ஒளவையார். **திணை:** தும்பை. **துறை:** உவகைக் கலுழ்ச்சி.

(களத்திலேயே வீழ்ந்து பட்டான் தன் மகன் என்று கேட்ட தாய், களத்திற் கிடந்த அவன் உடலைக் கண்டு, உவகையும் சோகமும் ஒருங்கே கொண்டு நின்றதைக் கூறுகின்றது செய்யுள். இதுவும் தகடூர்ப் பெரும்போரிடை ஒரு சம்பவத்தைக் குறித்தது ஆகலாம்.)

கடல்கிளர்ந்த கட்டூர் நாப்பண்,
வெந்துவாய் மடித்து, வேல்தலைப் பெயரித்,
தோடுஉகைத்து எழுதரூஉத் துரந்துஎறி ஞாட்பின்,

வருபடை போழ்ந்து வாய்ப்பட விலங்கி,
இடைப்படை அழுவத்துச் சிதைந்துவேறாகிய,
சிறப்புடை யாளன் மாண்புகண் டருளி,
வாடுமுலை ஊறிச் சுரந்தன
ஓடாப் பூட்கை விடலை தாய்க்கே.

போர்க்களத்திலே கூரிய வேலைக் கையிலே பற்றியவனாகப், பகைவரின் முன்னணிப் படையைப் பிளந்து இடையறுத்துச் சென்று அதனை அழித்தான், ஆற்றல் சிறந்த ஒரு வீரமறவன். அவ்வேளை, இடைப்பட்ட அக்களத்திலே பகைவர் அவனையுந் தாக்கி, அவனுடலைச் சின்னாபின்னமாகச் சிதைத்தும் விட்டனர். அஞ்சி ஓடாத கொள்கையாளனான அம்மாவீரனுடைய தாய், தன் மகன் புண்பட்டுக்கிடந்த நிலையைக் கண்டாள். அவனுடைய வீரத்தைக் கண்டு மகிழ்ந்தது அத் தாயுள்ளம். வற்றிய முலைகளிலே பால் ஊறிச் சுரந்தது! ('பெற்ற ஞான்றினும் பெரிது உவந்தனள்' என்பது இது.)

சொற்பொருள்: *1.* கட்டூர் நாப்பண் - பாசறையோடு கூடிய போர்க்களத்தின் நடுவில், 2. வெந்து - மனம் புழுங்கி. பெரிய - பெயர்த்து.

296. நெடிது வந்தன்றால்!

பாடியவர்: வெள்ளை மாளர். **திணை:** வாகை. **துறை:** ஏறாண் முல்லை.

(போர்க்குச் சென்றவரான ஏனை மறவர்கள் தம் இடத்தை அடைந்தனர். ஒருவன் தேரின் வருகை மட்டும் தாமதித்து வந்தது. அதனைக் கண்ட அவன் தாய் கூறுவதாக அமைந்த செய்யுள் இது. 'எல்லா மனையும் கல் என்றன' என்பது, பலர் புண்பட்டுத் திரும்பிய செய்தியைக் கூறும்; அதனால், அவன் தாய் வருத்தமிகுதி அடைந்தனள் என்பதும் விளங்கும்.)

வேம்புசினை ஒடிப்பவும், காஞ்சி பாடவும்,
நெய்யுடைக் கையர் ஐயவி புகைப்பவும்,
எல்லா மனையும் கல்லென் றவ்வே
வெந்துஉடன்று எறிவான் கொல்லோ
நெடிதுவந் தன்றால் நெடுந்தகை தேரே?

வேம்புசினை ஒடிப்பவும், காஞ்சி பாடவும், நெய் உடைய கையராக மனையோர் வெண்சிறு கடுகினைப் புகைப்பவுமாக, எல்லா வீடுகளிலும் கல்லென்ற ஆரவாரம் கேட்கிறது. அவன் தேர் மட்டும் நெடுநேரமாகியும் வரவில்லையே? ஒருவேளை இந்

நெடுந்தகை பகைவரை முற்றவும் அழித்து விட்டேதான் திரும்புவான் போலும்!

297. தண்ணடை பெறுதல்!

பாடினோர் பாடப்பட்டோன்: பெயர்கள் தெரிந்தில. திணை: வெட்சி. துறை: இண்டாட்டு.

(வீரன் ஒருவன் மதுவை உண்டு மனஞ் செருக்கிய செய்தியைக் கூறும் செய்யுள் இது. 'சீறூர்க் கோள் வேண்டேம்; தண்ணடை பெறுதலும் உரித்தே' என்னும் சொற்கள், அம்மறவனது மாண்பைக் காட்டுவன.)

பெருநீர் மேவல், தண்ணடை எருமை
இருமருப்பு உறழும் நெடுமாண் நெற்றின்
பைம்பயறு உதிர்த்த கோதின் கோல்அணைக்
கன்றுடை மரையாத் துஞ்சும் சீறூர்க்
கோள்இவண் வேண்டேம் புரவே; நார்அரி
நனைமுதிர் சாடி நறவின் வாழ்த்தித்,
துறைநனி கெழீஇக் கம்புள் ஈனும்
தண்ணடை பெறுதலும் உரித்தே, வைந்நுதி
நெடுவேல் பாய்ந்த மார்பின்,
மடல்வன் போந்தையின், நிற்கு மோர்க்கே!

"எருமையின் இரு கரிய கொம்புகளைப் போன்ற பயற்றங் கோதுகளை அணையாகப் பரப்பி, அதன்மீது கன்றினையுடைய மரைஆன் துஞ்சும் சிற்றூரினை வென்று பெறுதலை யாம் விரும்பேம். பன்னாடையால் வடிகட்டிப் பூக்களிட்டு முதிர்ந்த சாடிக் கள்ளினை வாழ்த்தித், துறையருகே புதல்களைச் சேர்ந்து கம்புட்கோழிகள் முட்டையிடும், நீர்வளமிக்க மருத நிலத்து ஊர்களை வென்று பெறுவதே எமக்கு உரியது" என்னுமாறு (மார்பிலே நெடுவேல் பாய்ந்தும் அசையாது பனைமரம்போல நிற்கும் மறவனுடைய நிலையைக் காணுங்கள்!

298. கலங்கல் தருமே!

பாடியவர்: ஆலியார், (ஆனியார், ஆவியார்). **திணை:** கரந்தை. **துறை:** நெடுமொழி.

(''நீ முந்து'' என்று பிறரை ஏவான்; தானே முற்பட்டுப் பகைவர் மேற்செல்வான்'' என்று ஒருவனது மறமாண்பைக் கூறுகின்றது செய்யுள். அவன் இன்னான் ஆகியது. 'நீமுந்து' என்னாமல், தானே முற்படச் சென்றதனால்; இதனால் அவ்வீரனின் மறமாண்பு விளங்கும்.)

எமக்கே கலங்கல் தருமே தானே
தேறல் உண்ணும் மன்னே; நன்றும்
நேரார் மன்ற வேந்தே; இனியே
வாய் மடித்து உரறி, 'நீ முந்து?' என் னானே.

தெளிந்த கள்ளைத் தான் பருகிச் சுவைமிக்க கலங்களை எமக்குத் தரும் இனிய பண்பினன். இப்போது, பகைவரின் காவலரண்களை முற்றுகையிட்டனவாக, இதழ்களை மடித்து முழக்கமிட்டு, 'நீ முந்திச் செல்' என்று எம்மை ஏவாது தானே முற்படச் செல்லுகின்றானே! இதுவோ அவன் அன்பு .

299. கலம் தொடா மகளிர்

பாடியவர்: பொன் முடியார். **திணை:** நொச்சி. **துறை:** குதிரை மறம்.

(தலைவனது குதிரையானது பகைப்படையினை ஊடறுத்துப் பாய்ந்து சென்ற அந்தச் சிறப்பினைக் கூறுகின்றது செய்யுள். மாற்றாரின் குதிரைகள் ஒதுங்கி நின்ற நிலையை, 'அணங்குடை முருகன் கோட்டத்துக் கலந்தொடா மகளிரது நிலைக்கு' உவமிக்கின்றனர் ஆசிரியர். இப் புலவரது காலத்தைக் கருதின், இச் செய்யுளும் தகடூர்ப் போரிடையே ஒரு நிகழ்ச்சியைக் குறிப்பதாகக் கொள்ளப்படுதல் பொருந்தும்.)

பருத்தி வேலிச் சீறூர் மன்னன்
உழுத்துஅதர் உண்ட ஓய்நடைப் புரவி,
கடல்மண்டு தோணியின், படைமுகம் போழ,
நெய்ம்மிதி அருந்திய, கொய்சுவல் எருத்தின்,
தண்ணடை மன்னர், தாருடைப் புரவி.
அணங்குஉடை முருகன் கோட்டத்துக்
கலம்தொடா மகளிரின் இகழ்ந்துநின் றவ்வே.

பருத்தி வேலி சூழ்ந்த சிறந்த ஊருக்குரிய மன்னனின், உழுத்த உமியைத் தின்று கொழுத்த நடையுடையதான குதிரையானது, கடலைக் கிழித்துச் செல்லும் தோணியைப் போலப் பகைவர் படைமுகத்தைக் கிழித்துச் செல்ல, நெய்யிட்ட உணவை உண்ட பகைமன்னரின் குதிரைகள் எல்லாம், முருகன் கோயிலிலே புகுந்த தூய்மையற்றார் கலந்தொடற்கு அஞ்சினராக ஒதுங்கி நிற்றலைப்போல, அஞ்சி ஒதுங்கி நின்றன, காணீர்!

300. எல்லை எறிந்தோன் தம்பி!

பாடியவர்: அரிசில் கிழார். **திணை:** தும்பை. **துறை:** தானைமறம்.

(களத்திற்குப் புறப்படுவான் ஒருவனை நோக்கிக் கூறிய செய்யுள் இது. 'நேற்று நின்னாற் கொல்லப்பட்டவனது தம்பி,

நின்னைக் கொல்வது குறித்த பெருஞ்சினத்துடன், நின்னையே தேடித் திரிகின்றான்' என்கின்றனர். 'குடிகோள் பற்றி வந்த வெகுளிக்குப் பேராசிரியர் இச்செய்யுளை எடுத்துக் காட்டுவர்(தொல். மெய்ப்பட்டியல் சூ.*10,*)

'தோல்தா; தோல்தா' என்றி; தோலோடு
துறுகல் மறையினும் உய்குவை போலாய்;
நெருநல் எல்லைநீ எறிந்தோன் தம்பி,
அகல்பெய் குன்றியின் சுழலும் கண்ணன்,
பேரூர் அட்ட கள்ளிற்கு
ஓர்இற்குஓரில் தேருமால் நின்னே.

'கேடத்தைக் கொண்டுவா! கேடயத்தைக் கொண்டு வா! என்று ஏன் வீணாகக் கத்துகின்றாய். கேடயத்தோடு துறுகல்லின் பின்னே நீ மறைந்து விட்டாலும் பிழைத்துப் போய் விடுவாயோ? நேற்றைய போரிலே நீ கொன்றாயே அவனுடைய தம்பி , அகலிலிட்ட குன்றிமணி போலச் சிவந்த கண்ணோடும், பேரூரிலே காய்ச்சிய கள் ஒரு வீட்டிலே இருப்பதறிந்த வேட்கையன், அங்குச் சென்று கலயந்தேடுவது போன்ற வெறியோடும், நின்னை வீடு வீடாகத் தேடியலைகின்றான். அதனாற் போரிட நினையாதே; ஓடிப் பிழைத்து உயிர் உய்வாயாக!

301. அறிந்தோர் யார்?

பாடியவர்: ஆவூர் மூலங்கிழார். **திணை:** தும்பை, **துறை:** தானை மறம்.

('வேந்தூர் யானைக்கு அல்லது ஏந்துவன் போலான் தன் இலங்கிலை வேலே' என, ஒரு மாவீரனது மாண்பைக் கூறுகின்றது செய்யுள், சோழன் குளமுற்றத்துத் துஞ்சிய கிள்ளி வளவனையோ, அல்லது பாண்டியன் இலவந்திகைப் பள்ளித் துஞ்சிய நன்மாறனையோ இச் செய்யுள் குறிப்பதுமாகலாம்.)

பல்சான்றீரே! பல்சான்றீரே!
குமரி மகளிர் கூந்தல் புரைய,
அமரின் இட்ட அருமுள் வேலிக்
கல்லென் பாசறைப் பல்சான் றீரே!
முரசுமுழங்கு தானைநும் அரசும் ஓம்புமின்!
ஒளிறு ஏந்துமருப்பின் நும் களிறும் போற்றுமின்!
எனைநாள் தங்கும்நும் போரே, அனைநாள்

எறியார் எறிதல் யாவணது? எறிந்தோர்
எதிர்சென்று எறிதலும் செல்லான்; அதனால்
அறிந்தோர் யார்? அவன் கண்ணிய பொருளே!
'பலரேம்' என்று இகழ்தல் ஓம்புமின்! உதுக்காண்
நிலன்அளப் பன்ன நில்லாக் குறுநெறி,
வண்பரிப் புரவிப் பண்புபா ராட்டி,
எல்லிடைப் படர்தந் தோனே; கல்லென
வேந்தூர் யானைக்கு அல்லது,
ஏந்துவன் போலான், தன் இலங்கிலை வேலே!

பல்சான்றீரே! குமரி மகளிர் கூந்தலைப்போல அடர்த்தியாக முள்வேலியிட்டு, அதனுள் பாசறையிலே இருக்கும் பல்சான்றீரே! முரசு முழங்கும் படையொடும் சேர்ந்து நும் அரசனைக் காத்துக் கொள்ளுங்கள்! எத்தனை நாட்கள்தாம் நுங்கள் பாசறை இங்கே இருந்துவிடும்? போருக்கு வராதவரோடு போரிடுதல் எங்கே உளது? தனக்கு நிகரற்றார் போரிட வந்து எதிர்த்தாலும் அவர்க்கு எதிராகப் போரிடான் எம் தலைவன். அவன் என்ன எண்ணியுள்ளானோ? அதனை அறிந்தார்தாம் யாவரோ? பலருடையோம் என்று தருக்கியும் அவனை இகழாதீர். இதோ பாருங்கள்! வேகமாகச் செல்லும் குதிரையேறி, இரவிற்குத் தன் இல்லம் சென்றுள்ளான். நுங்கள் வேந்தனுக்கு எதிராக அன்றி, அவன் தன் வேலைப் பிறர் மாட்டு எறியான். எனவே நாளைக் காலை நும் வேந்தை முதலிலே காத்திடுங்கள்; அற்றேல் ஓடி உய்யுங்கள்!

302. வேலின் அட்ட களிறு!

பாடியவர்: வெறிபாடிய காமக் கண்ணியார் (காமக் கணியார் எனவும் பாடம்.) **திணை:** தும்பை. **துறை:** குதிரை மறம்.

(நோக்கினர்ச் செகுக்குங் காளையாகிய ஒரு மாவீரனது போர்மலைந்த திறத்தை வியந்து கூறுகின்றனர். 'வேலின் அட்ட களிறு, பெயர்த்து எண்ணின்', 'வீண் இவர் விசும்பின் மீனும், தண் பெயல் உறையும் உறையாற்றவே' என்றும், இவனது மறச் செயலை வியந்து பாடுகின்றனர்.

வெடிவேய் கொள்வது போல ஓடித்
தாவுபு உகளும், மாவே; பூவே,
விளங்கிழை மகளிர் கூந்தற் கொண்ட
நரந்தப் பல்காழ்க் கோதை சுற்றிய
ஐதுஅமை பாணி வணர்கோட்டுச் சீறியாழ்க்
கைவார் நரம்பின் பாணர்க்கு ஒக்கிய,

நிரம்பா இயல்பின் கரம்பைச் சீறூர்;
நோக்கினர்ச் செகுக்கும் காளை ஊக்கி,
வேலின் அட்ட களிறு பெயர்த்து எண்ணின்
விண்ணிவர் விசும்பின் மீனும்,
தண்பெயல் உறையும், உறையாற் றாவே.

வளைத்திழுத்துப் பின்னர் விட்டுவிட்ட மூங்கிலைப்போல அவன் குதிரைகள் துள்ளித் தாவிச்செல்லும் வலியும் விரைவும் உடையன. விறலிகளுக்குப் பொற்பூக்கள் அளித்தான். பாணர்க்கு நரந்தம்பூ மாலைகள் வழங்கினான். ஆனால், இவன் சிற்றூர்களைப் பகைவர் கவர எண்ணிப் போருக்கு வந்த போதோ, கொல்களிறு போலச் சினந்தும் எழுந்தான். களத்திலே அவன் கொன்று குவித்த களிறுகளை எண்ணினால், அவை வானத்து மீன்களினும், கார் முகில் பொழியும் துளிகளினும் மிகுதியாகும் என்னலாமே.

சொற்பொருள்: *1* வேய்வெடி கொள்வதுபோல - வளைத்துவிட்ட மூங்கில் மேல்நோக்கி எழுவதுபோல. **6** கைவார் நரம்பின் பாணார்க்கு ஒக்கிய - கைவிரலால் நரம்பினை இயக்கிப் பாடுதலை யுடைய பாணார்கட்குக் கொடுக்கப்பட்ட, 7. நிரம்பா இயவின் கரம்பைச் சீறூர் - குறுகிய வழிகளையுடைய கரம்பைகள் நிறைந்த சிற்றூர்கள்.

303. மடப்பிடி புலம்ப எறிந்தான்!

பாடியவர்: எருமை வெளியனார் - **திணை:** தும்பை. **துறை:** குதிரை மறம்.

('எள்ளுநர்ச் செகுக்கும் காளை' யாகிய ஒருவன், தன் போர்க் குதிரை மேலோனாகச் சென்று, பகை வேந்தரது பீடழித்த சிறப்பைப் பாடுகின்றனர் புலவர்.)

நிலம்பிற கிடுவது போலக் குளம்குடைபூஉ
உள்ளம் அழிக்கும் கொட்பின் மான்மேல்
எள்ளுநர்ச் செகுக்கும் காளை கூர்த்த
வெந்திறல் எஃகம் நெஞ்சுவடு விளைப்ப
ஆட்டிக் காணிய வருமே; நெருநை,
உரைசால் சிறப்பின் வேந்தர் முன்னாக்,
கரைபொரு முந்நீர்த் திமிலின் போழ்ந்து , அவர்
கயந்தலை மடப்பிடி, புலம்ப,
இலங்கு மருப்பு யானை எறிந்த எற்கே.

நிலத்தைப் பிளந்துவிடுவது போலக் காற்குளம்பை ஊன்றிக் கொண்டு, காண்போர் நெஞ்சம் நடுங்க வரும் குதிரையின்

மேலே வருகின்றானே ஓர் வீரன், அவன், தன்னை இகழ்வாரைக் கொன்று அழிக்கும் மிக்க திறலினையுடையவன். தன்னை எதிர்த்தார் மார்புகளிற் கூரிய வேலைப் பாய்ச்சிக் கொன்று குவித்தவனாக, அதனைக் கையில் வெறியோடும் ஆட்டிக் கொண்டே வருகின்றான். நேற்றுப் புகழ்பெற்ற வேந்தர்களின் முன்னிலையிலேயே, கடலைப் பிளந்து செல்லும் படகுபோலப் படையணிகளைப் பிளந்து சென்று, அம்மன்னர்களின் கொல்களிறுகளைக் கொன்றுகுவித்த மாவீரன் அவன்! என்னை நோக்கி வருகின்ற அவனுடன், யான் செய்யப்போகின்ற சிறந்த போரையும் இனிக் காண்பீராக!

304. எம்முன் தப்பியோன்!

பாடியவர்: அரிசில் கிழார். **திணை:** தும்பை. **துறை:** குதிரை மறம்.

('என் முன்னோனைக் கொன்றவனின் தம்பியோடு, யான் நாளைப் போரிடுவேன்'என்றான் ஒரு மறவன்; அது கேட்டுப் பகையரசரது பாசறை, 'அவன் கூறியது இரண்டாகாது' என்று நினைத்து நடுங்கியதாம். இதுவும் தகடூர்ப் போரிடை ஒரு நிகழ்ச்சியாகலாம். 'புன் வயிறு அருத்தலுஞ் செல்லான்' என்பது, அவன் கொண்ட கடுஞ்சினத்தைக் காட்டுவதாகும்.)

கொடுங்குழை மகளிர் கோதை சூட்டி,
நடுங்குபனிக் களைஇயர் நாரரி பருகி,
வளிதொழில் ஒழிக்கும் வண்பரிப் புரவி
பண்ணற்கு விரைதி, நீயே; 'நெருநை
என்முன் தப்பியோன் தம்பியொடு, ஓராங்கு
நாளைச் செய்குவென் அமர்' எனக் கூறிப்
புன்வயிறு அருத்தலும் செல்லான், வன்மான்
கடவும் என்ப, பெரிதே; அது கேட்டு
வலம்படு முரசின் வெல்போர் வேந்தன்
இலங்குஇரும் பாசறை நடுங்கின்று;
'இரண்டா காது அவன் கூறியது' எனவே

ஏவலனே! மகளிர் கோதை சூடி, நின் குளிர் நடுக்கந்தீர நாராரியான கள்ளை வார்க்க, அதனை உண்டு, காற்றினும் கடிது செல்லும் குதிரையைத் தயார் செய்வாயாக. "நேற்று என் தமையனைக் கொன்றவனை, அவன் தம்பியோடும் கொல்வதற் கான போரை நாளை யானே செய்யப் போகின்றேன்" என்று கூறியவனாக, உணவும் கொள்ளாது, பல குதிரைகளையும் நன்கு ஆராய்ந்து கொண்டிருக்கிறான் ஒரு மாவீரன். அதனைக் கேட்ட பகையசரனும், அவன் பாசறையிலுள்ளாரும் 'அவன் சொன்னால்

அது இரண்டாகாது' என எண்ணி, மறுநாளை நினைந்து நடுநடுங்கியவராயினரே!

305. சொல்லோ சிலவே!

பாடியவர்: மதுரை வேளாசான். **திணை:** வாகை. **துறை:** பார்ப்பன வாகை.

(பார்ப்பான் சந்து சொல்லிக் கொண்ட வெற்றிச் சிறப்பைச் செய்யுள் கூறுகின்றது. 'அந்தணன் தூது சென்றதற்கு' (தொல். அகத். சூ. *28*) இளம்பூரணரும், 'தூதருரை கேட்ட அகத்து உழிஞையோன் திறம் கண்டோர் கூறியதற்கு' (தொல். புறத். சூ. *12*) நச்சினார்க்கினியரும் எடுத்துக் காட்டுவர்.)

வயலைக் கொடியின் வாடிய மருங்கின்,
உயவல் ஊர்திப், பயலைப் பார்ப்பான்
எல்லி வந்து நில்லாது புக்குச்,
சொல்லிய சொல்லோ சிலவே; அதற்கே
ஏணியும் சீப்பும் மாற்றி,
மாண்வினை யானையும் மணிகளைந் தனவே

வயலைக்கொடி போன்ற வாடிய இடையும், வருத்தமுடன் நடந்து செல்லும் இயல்பும் உடைய ஊர்தியிலே, இரவு நேரத்தில் வந்தான் ஒரு பயலைப் பார்ப்பான், வந்தவன், இரவென்று கருதி வெளியேயும் நில்லாது, நேராக மன்னனின் அரண்மனையுட் புகுந்து அவனையுங் கண்டான். கண்டவன், சொல்லிய சொற்கள் மிகமிகச் சிலவே. அதற்கே அப் பகை மன்னன் அஞ்சியவனாக, மதிலைக் கொள்ளுதலுக்கு ஆயத்தம் செய்திருந்த ஏணி சீப்பு ஆகியவற்றை நீக்கித் தன் யானைகளின் மணிகளையும் களைந்து விட்டனனே!

306. ஒண்ணுதல் அரிவை!

பாடியவர்: அள்ளூர் நன் முல்லையார். **திணை:** வாகை. **துறை:** மூதின் முல்லை.

(இது கண்டோர் கூற்று ஆகும். 'நடுகல் கை தொழுது பரவும்' என்றது, தன் குடிக்கண் மறப்போராற்றி நடுகல்லாயின முன்னோரைப் பரவுதும் என்றதாம். 'தன் தலைவன் வகை எய்துக' என்றாள், அவன் உறுதியாக வென்று வருவான் என்பதனால், கொற்றச் செழியனது அள்ளூரினர் இவர்.)

களிறுபொரக் கலங்கு, கழல்முள் வேலி
அரிதுஉண் கூவல், அங்குடிச் சீறூர்

ஒலிமென் கூந்தல் ஒண்ணுதல் அரிவை
நடுகல் கைதொழுது பரவும், ஒடியாது;
விருந்து எதிர் பெறுகதில் யானே; என்ஐயும்
மோ...................... வேந்தனொடு.
நாடுதரு விழுப்பகை எய்துக எனவே.

களிறுகள் பொருதி இடையிடையே சிதைந்த முள்வேலியும், மக்கள் அரிதாகவே வந்து உண்ணும் நீர்நிலையும் உடைய சிறிய ஊரிலே வாழ்ந்தாள் ஒரு மறக்குல இளையவள். போருக்குச் சென்ற அவள் கணவன், விரைந்து நாடுதரு பெரும்பகையை ஒழித்து வருதல் வேண்டுமெனத் தன் குடி முன்னோரின் நடுகற்களை, 'இடைவிடாது விருந்தினர் வரப் பெறுவேனாக யான்; என் கணவன், பகைவரை ஒழித்து விரைந்து வருக' என வேண்டுகின்றாள். அதனைக் காண்மின்!

307. யாண்டுளன் கொல்லோ!

பாடியவர்: பெயர் புலனாகவில்லை. **திணை:** தும்பை. **துறை:** களிற்றுடனிலை.

(தன்னாற் களத்தில் கொல்லப்பட்ட களிற்றுடன் ஒரு வீரன் தானும் மடிந்து வீழ்ந்த சிறப்பைக் கூறுவது இது. 'களிறு எறிந்து எதிர்ந்தோர் பாடு' என்பதற்கு இளம்பூரணார் எடுத்துக் காட்டுவர் (தொல். புறத் சூ. 14.) 'தன் நாட்டுக்காக நெஞ்சற வீழ்ந்த புரைமையோன் அவன்' ஆதலை நினைக்க.)

ஆசாகு எந்தை யாண்டுளன் கொல்லோ?
குன்றத்து அன்ன களிற்றொடு பட்டோன்;
வம்பலன் போலத் தோன்றும்; உதுக்காண்;
வேனல் வரிஅணில் வாலத்து அன்ன.
கான ஊகின் கழன்றுகு முதுவீ
அரியல் வான்குழல் சுரியல் தங்க,
நீரும் புல்லும் ஈயாது உமணர்
யாரும்இல் ஒருசிறை முடத்தொடு துறந்த
வாழா வான்பகடு ஏய்ப்பத், தெறுவர்
பேருயிர் கொள்ளும் மாதோ; அதுகண்டு
வெஞ்சின யானை வேந்தனும், 'இக்களத்து
எஞ்சலிற் சிறந்தது பிறிதொன்று இல்' எனப்,
பண்கொளற்கு அருமை நோக்கி
நெஞ்சற வீழ்ந்த புரைமை யோனே!

குன்று அனைய களிற்றோடு பொருது வீழ்ந்து கிடக்கின்றானே அவன் யார்? யாரோ அயலான்போலத் தோற்றுகிறானே! அதோ

பார்: புல்லும் நீரும் இன்றி, உப்பு வாணிகரால் கைவிடப்பட்டுச் சென்ற முடம்பட்ட எருமைக்கிடா, தன் அருகே பட்ட அனைத்தையும் தின்று தீர்க்குமாறு போல், அசையாது நின்று, வரும் பகைவரை எல்லாம் தீர்த்துக் கட்டுகின்றானே ஒருவன்! அவன் ஆற்றலைக் கண்டு அஞ்சிய பகை வேந்தனும், வெற்றிபெற்றுப் புலவர் பாடும் புகழ் பெறத் தன்னால் இயலாது எனக் கருதித் தன் நெஞ்சுறுதி நீங்கத் தானும் அவன் வேலால் பட்டு வீழ்கின்றானே! அவ்வாறு போர் புரியுந் தகுதியுடையோன் தான் என் கணவன்! அதனை நீயும் அறிவாயாக, தோழி!

308. நாணின மடப்பிடி!

பாடியவர் : கோவூர் கிழார். **திணை:** வாகை. **துறை:** மூதின் முல்லை.

('பகை வேந்தனது யானையின் முகத்திலே தன் கைவேலை எறிந்தான்; பகையரசன் எறிந்த வேல் இவன் மார்பைத் தாக்கிற்று; அதைப் பறித்து அவன் உறுத்துநோக்கப் பகைவரின் களிறுகள் எல்லாம் புறமுதுகிட்டனவாய் ஓடின' என்று கூறுகின்றது செய்யுள். தன் தலைவன் பட்டு வீழ்ந்ததையும் மறந்து, அவனது மறமேம்பாட்டை இப்படிப் போற்றுகிறாள் ஒரு பெண். 'ஆரமர் ஓட்டல்' என்னும் துறைக்கு நச்சினார்க்கினியர் (தொல். புறத். சூ.5)எடுத்துக்காட்டுவர்.)

பொன்வார்ந் தன்ன புரியடங்கு நரம்பின்,
மின்நேர் பச்சை, மிஞிற்றுக்குரற் சீறியாழ்
நன்மை நிறைந்த நயவருபாண!
சீறூர் மன்னன் சிறியிலை எஃகம்
வேந்துஊர் யானை ஏந்துமுகத் ததுவே;
வேந்துஉடன்று எறிந்த வேலை, என்னை
சாந்தார் அகலம் உளம்கழிந் தன்றே;
உளங்கழி சுடர்ப்படை ஏந்தி, நம் பெருவிறல்
ஓச்சினன் துரந்த காலை, மற்றவன்
புன்தலை மடப்பிடி நாணக்
குஞ்சரம் எல்லாம் புறக்கொடுத் தனவே.

பாணனே! இச் சிறந்த ஊர் மன்னனின் கைவேல், பகையரசன் ஏறிவந்த யானையின் முகத்திலே உள்ளது. அப்பெரு வேந்தன் சினந்து எறிந்த வேலோ, எம் இறைவனின் மார்பகத்தை - என்னைத் தழுவிய சாந்தணிந்த பரந்த மார்பகத்தை -ஊடுருவிச் சென்றது. மார்பில் தைத்த வேலை உள்ளக் களிப்புடன் பிடுங்கிக் கைக் கொண்டு உயர்த்துக் கொண்டே அவன் போரிட்டபோது,

அப் பகை வேந்தனும் பட்டுவீழ, அவன் யானைகள் எல்லாம் அவற்றின் மடப்பிடிகள் கண்டு நாணுமாறு புறங்காட்டி ஓடினவே! எம் தலைவனின் ஆண்மையை அதோ பாராய்!

309. என்னைகண் அதுவே!

பாடியவர்: மதுரை இளங்கண்ணிக் கௌசிகனார். **திணை:** தும்பை. **துறை:** நூழிலாட்டு.

(பகைவர் படையின் ஊக்கம் கெடும்படி செய்ததற்கு வல்லான் ஒரு மாவீரனைப் பற்றிச் செய்யுள் உரைக்கின்றது. அவன் முகத்தே தோன்றும் ஓர் ஒளி பகைவரை நடுங்கச் செய்வதாயிருந்தது என்கிறார். உள்ளத்தே தறுகண்மை உடையாரது முகத்தே இத்தகைய ஒளியுண்டாதல் இயல்பு.)

இரும்புமுகம் சிதைய நூறி, ஒன்னார்
இருஞ்சமம் கடத்தல் ஏனோர்க்கும் எளிதே;
நல்லரா உறையும் புற்றம் போலவும்,
கொல்ஏறு திருதரு மன்றம் போலவும்,
மாற்றருந் துப்பின் மாற்றோர், 'பாசறை
உளன்' என வெரூஉம், ஓர்ஒளி
வலன்உயர் நெடுவேல் என்னைகண் ணதுவே.

படைக் கருவிகளின் முனைமழுங்கப் பகைவரைத் தாக்கிக் கொன்று குவித்துப் போரிட்டுப் போரிலே வெல்லுதல் ஏனையோர்க்கும் எளிதேயாம். ஆனால், நல்ல பாம்பு வாழும் புற்றைப் போலவும், கொல்லேறு திரிகின்ற மன்றம் போலவும், வலியுடைய மாற்றாரும் 'இவன் பாசறையின்கண் உள்ளான்' என எண்ணி வெருவி நடுங்குகின்றனரே! அத்தகைய புகழானது, வெற்றி வேலினை உயர்த்து விளங்கும் எம் தலைவன் ஒருவனிடமேதான் உள்ளதேயாகும்!

310. உரவோர் மகனே!

பாடியவர்: பொன் முடியார். **திணை:** தும்பை. **துறை:** நூழிலாட்டு.

(குழந்தைப் பருவத்தில் சிறுகோற்கு அஞ்சியோடியவன், இளமைப் பருவத்தில், களத்திலே மறப்போர் ஆற்றிப் புண்பட்டு வீழ்ந்து புகழ்பெற்ற நிலையை வியந்து போற்றுகின்றது செய்யுள். பகைவர் படை படும்படி தன் மார்பிற் றைத்திருந்த வேலைப்பறித்து எறியும் மறவனைப் புகழ்வது இத்துறை என்பர்.)

பால்கொண்டு மடுப்பவும் உண்ணான் ஆகலின்,
செறாஅது ஒச்சிய சிறுகோல் அஞ்சி,

உயவொடு வருந்தும் மன்னே! இனியே
புகர்நிறங் கொண்ட களிறட்டு ஆனான்,
முன்நாள் வீழ்ந்த உரவோர் மகனே!
உன்னிலன் என்னும் புண்ஒன்று அம்பு
மான்உளை அன்ன குடுமித்
தோல்மிசைக் கிடந்த புல்அண லோனே.

முன்னே பெரும் போரிட்ட ஆண்மையினனாகக் களத்திலே வீழ்ந்துபட்ட வலியோடையோனாகிய எம் காதற் கொழுநனின் மகனன்றோ இவன்! குழந்தைப் பருவத்திலே பாலுண்ணாது முரண, சினந்தவளைப்போலச் சிறுகோலை எடுப்பினும் அஞ்சி உடனே உண்ணும் இயல்பினன்தான்.

ஆனால், இன்றோ, களிறுகளைக் கொன்றும் அமையாது, அப் போரிலே மார்பகத்து அம்புபட்டுக் கேடகத்தின்மேல் வீழ்ந்து கிடந்தவனை எடுத்து, 'ஐயோ! மார்பில் அம்பு தைத்துள்ளதே?'' என வருந்தினேன். அவனோ, 'அதை யான் அறியேனே!'' என்றான். உரவோர் மகன் அன்றோ அவன்!

311. சால்பு உடையோனே!

பாடியவர்: ஔவையார். **திணை:** தும்பை. **துறை:** பாண்பாட்டு.

(பாணர், பெரும் போராற்றி மடிந்தானாகிய வீரன். ஒருவனுக்குச் சாப்பண்ணைப் பாடித் தம் கடன் கழித்தலாகிய பொருளில் விளங்குவது இச்செய்யுள். தலைவனின் மறமேம்பாடும் காட்டப் பெறுகின்றது. 'அண்ணற்கு ஒருவருமில்லை' என்று வருந்தும் நிலையையும் உணர்க.)

களர்ப்படு கூவல் தோண்டி, நாளும்,
புலைத்தி கழீஇய தூவெள் அறுவை;
தாதுஎரு மறுகின் மாசுண இருந்து,
பலர்குறை செய்த மலர்த்தார் அண்ணற்கு
ஒருவரும் இல்லை மாதோ, செருவத்துச்
சிறப்புடைச் செங்கண் புகைய வோர்
தோல்கொண்டு மறைக்கும் சால்புடை யோனே.

உவர்நிலத்திலே கிணறு தோண்டி, தினமும் புலைத்தி வைத்துத் தருகின்ற தூய வெள்ளாடையை அணிந்து செல்வானேனும், பூந்தாது படிந்த மன்றத்திலே, அவ்வாடைகளும் அழுக்குப்படிய, அதனைக் கருதாதும் இருந்து, பலரது குறையையும் கேட்டு வேண்டியன செய்து உதவுபவனான, மலர்மாலை யணிந்த அண்ணல் எம் தலைவன்! அவன், போர்க்கு எழுந்து செல்லுங் காலத்திலேயோ, துணையாக ஒருவரும் இல்லையாகவும்,

அருட்சிறப்புடைய கண்கள் சினத்தால் அழல் எழக் கேடயங் கொண்டு, பகைவர் படைகளினின்றும் தானே தன்னைக் காத்துக் கொள்ளும் பேராற்றல் மிக்க பெருந்தகையாளனும் அவனே காண்!

312. காளைக்குக் கடனே!

பாடியவர்: பொன்முடியார். **திணை:** வாகை. **துறை:** மூதின் முல்லை.

(கடமை உணர்வோடு வாழ்ந்தவர் பழந்தமிழ்க் குடியினர் ஆவர். அவர்கள் ஒவ்வொருவரும் ஆற்றிய கடமைகளைப் பற்றிய விளக்கமாகச் செய்யுள் அமைகின்றது. ஒரு மறக் குடித் தாயின் மனநிலை விளக்கமாகவும் அமைந்துள்ளது.

ஈன்று புறந்தருதல் என்தலைக் கடனே;
சான்றோன் ஆக்குதல் தந்தைக்குக் கடனே;
வேல்வடித்துக் கொடுத்தல் கொல்லற்குக் கடனே;
நன்னடை நல்கல் வேந்தற்குக் கடனே;
ஒளிறுவாள் அருஞ்சமம் முருக்கிக்,
களிறுஎறிந்து பெயர்தல் காளைக்குக் கடனே.

என் முதன்மையான கடமை - பெற்று வளர்த்து வெளியே அனுப்புதல். தந்தையின் கடமையோ சான்றோனாக ஆக்குதல். வேல் வடித்துத் தருதல் கொல்லனின் கடமை. நல்ல முறையிலே அவனுக்குப் போர்ப்பயிற்சி முதலியவை அளித்தல் வேந்தனின் கடமை. இவ்வளவு கடமைகளையும் பிறர் செய்ய, ஒளிர்கின்ற வாளினைப் போர்க்களத்திலே சுழற்றிக் கொண்டே, போரிலே அஞ்சாது நின்று வென்று, பகை மன்னர் களிற்றையும் கொன்று, மீண்டு வருதல், வளர்ந்த காளையான அவன் கடமையாகும். இதனை அறிவீராக!

313. வேண்டினும் கடவன்!

பாடியவர்: மாங்குடி மருதனார். **திணை:** வாகை. **துறை:** வல்லாண் முல்லை.

(தலைமகனின் வல்லாண்மையைப் போற்றுகிறது. 'வேந்தன் சீர்ல் சிறப்பு எடுத்துரைத்த'லுக்கு நச்சினார்க்கினியர் எடுத்துக் காட்டுவர். (தொல். புறத். சூ. 5.)

அத்தம் நண்ணிய நாடுகெழு பெருவிறல்
கைப்பொருள் யாதொன்றும் இலனே; நச்சிக்
காணிய சென்ற இரவன் மாக்கள்

களிறொடு நெடுந்தேர் வேண்டினும், கடவன்;
உப்பொய் சாகாட்டு உமணர்காட்ட
கழிமுரி குன்றத்து அற்றே,
எள் அமைவு இன்று; அவன்உள்ளிய பொருளே.

கடல் எல்லைவரை பரவிய பெருநாட்டின் வேந்தன் அவன். என்றாலும் கூட, அவனிடம் கைப்பொருள் என்று குறிப்பிட்ட யாதொன்றும் இல்லாதவனாகவே உள்ளனன். அவனைக் காணச்சென்ற இரவலர்க்குக் களிறும் தேரும் வேண்டினாலும் தந்துவிடும் தகுதியுடையவன் அவன். உப்பினை வண்டி வண்டியாகக் கொண்டு செல்லும் உமணரது அளங்களிலே காணப்படும் குன்றைப் போன்று, என்றும் குறைவின்றி வருவதும் போவதுமாயிருப்பதே அவன் விரும்பும் பொருளுமாகும்.

314. மனைக்கு விளக்கு!

பாடியவர்: ஐயூர் முடவனார். **திணை:** வாகை. **துறை:** வல்லாண் முல்லை.

(ஒரு மறவனது வல்லாண்மையைச் சிறப்பிக்கிறது செய்யுள். முனைக்கு வரம்பாகிய வென்வேல் நெடுந்தகையாளன் அவன், நிறையழிந்து எழுதரு தானைக்குத் தானே சிறையாக விளங்கும் சிறப்பினனும் அவன். அவனைப் பாராட்டுகின்றனர் புலவர்.)

மனைக்கு விளக்காகிய வாள்நுதல் கணவன்,
முனைக்கு வரம்பாகிய வென்வேல் நெடுந்தகை,
புன்காழ் நெல்லி வன்புலச் சீறூர்க்
குடியும் மன்னுந் தானே; கொடியெடுத்து
நிறையழிந்து எழுதரு தானைக்குச்
சிறையும் தானே - தன் இறைவிழு முறினே.

அவ்வீரன் யாவனோ எனின், மனைக்கு விளக்கமாகத் திகழ்கின்றனளே அவ்வொளி பொருந்திய நுதலுடையாள், அவளுடைய கணவன் அவன். வேல்நுனிக்கே எல்லையெனும் படியாகக் கூரிய வெற்றிவேலினைக் கைக்கொண்டு வருபவன் அவன். மறவர் பலர் வாழ்ந்து நடுகல் ஆயின தழைமலிந்த புறங்காடும், புல்லிய வித்துடைய நெல்லியும் விளங்கும் வன்புலச் சிற்றூரிலே வாழ்பவன். அவர்கள் குடும்பமும் புகழ் நிறைந்தது. அவனும், வேந்தனுக்குப் பகைவரால் துயரம் என்றால், தானே கொடியினை உயர்த்து, நிறையடங்காது எழுந்து வரும் பகைவரின் பெருந்தானையையும் எதிர்நின்று தடுத்து நிறுத்தும் ஆற்றல் மிக்கவன்!

315. இல்லிறைச் செரீஇய ஞெலிகோல்!

பாடியவர்: ஔவையார். **பாடப்பட்டோன்:** அதியமான் நெடுமான் அஞ்சி. **திணை:** வாகை. **துறை:** வல்லாண் முல்லை.

(பாட்டுடைத் தலைவனின் பெயர் 'நெடுமான் அஞ்சி' (3) என வருவது காண்க. படைமுகத்திலே அவன் தோன்றும் நிலையை இல்லிறைச் செரீஇய ஞெலிகோலுக்கு ஒப்பிடுகின்றனர்.)

உடையன் ஆயின் உண்ணவும் வல்லன்;
கடவர் மீதும் இரப்போர்க்கு ஈயும்
மடவர் மகிழ்துணை நெடுமான் அஞ்சி;
இல்லிறைச் செரீஇய ஏஞலிகோல் போலத்
தோன்றாது இருக்கவும் வல்லன்; மற்றதன்
கான்றுபடு கனைஎரி போலத்
தோன்றவும் வல்லன் தான் தோன்றுங் காலே.

உணவு இருந்தால், அதனைத் தன்பால் வருபவர்க்கு உவப்புடன் ஈந்து உண்ணவும் வல்லவன்; வேண்டாதாராயினும், மடவரேயாயினும், இரவலராகவரின் ஈத்து, அவர்கள் மகிழ அவர்களுக்குத் துணையாகவும் விளங்குபவன் நெடுமான் அஞ்சி. வீட்டிறைப்பிலே செருகிய தீக்கடை கோலினைப் போலத் தன் ஆண்மை தோற்றாது அவருடன் விளங்கவும் வல்லவன். பகைவர் போரிடத்தே தோன்றினால், அக் கடை கோலிலிருந்து புறப்படும் எரிபோலத் தோன்றி, அவரை அழிக்கவும், வல்லவன் அவன். *(கடவர் - தன்னைக் கடந்தவர்; அயலார்; மடவர் - அறியாமை யுடையோர்; பெண்பாலர் எனினும் ஆகும்.)*

316. சீறியாழ் பணையம்

பாடியவர்: மதுரைக் கள்ளிற் கடையத்தன் வெண்ணாகனார். **திணை:** வாகை. **துறை:** வல்லாண் முல்லை.

(மறக்குடித் தலைவன் ஒருவனது கொடையாண்மையையும், படையாண்மையையும் போற்றிக் கூறுகின்றது செய்யுள். 'மறவன் ஆரமர் ஓட்டல் கூறியது' என்பர் நச்சினார்க்கினியர்(தொல். புறத்.சூ.5)))

கள்ளின் வாழ்த்திக், கள்ளின் வாழ்த்திக்
காட்டொரு மிடைந்த சீயா முன்றில்,
நாட்செருக்கு அனந்தர்த் துஞ்சு வோனே!
அவன்எம் இறைவன்; யாம்அவன் பாணர்;
நெருநனை வந்த விருந்திற்கு மற்றுத் தன்
இரும்புடைப் பழவாள் வைத்தனன்; இன்றுஇக்

கருங்கோட்டுச் சீறியாழ் பணையம்; இதுகொண்டு
ஈவது இலாளன் என்னாது, நீயும்
வள்ளி மருங்குல் வயங்குஇழை அணியக்,
கள்ளுடையக் கலத்தேம் யாம்மகிழ் தூங்கச்,
சென்றுவாய் சிவந்துமேல் வருக -
சிறுகண் யானை வேந்து விழுமுறவே.

யானைமீது வந்த பகையரசனை வென்று வாகை சூடிக் கள்ளினை வாழ்த்தித், தன் வீரருடன் உண்டு மகிழ்ந்து, விடியற்காலத்து வரையும் மதுவருந்திய மயக்கத்தால் முற்றத்திலே தூங்குகின்றானே, அவனேதான் எம் தலைவன்! யாம் அவன் பாணர்! நேற்று, வந்த விருந்தினர்க்கு ஏதும் இல்லையாகத் தன் பழைய புகழுடைய வாள்மீது கைவைத்தனன். இன்றோ, வெற்றி மயக்கத்தால் உறங்குகின்றனன். தருவானோ மாட்டானோ என்னாது நீயும் நின் விறலியும் அவன்பால் விரைந்து செல்வீராக. கள்ளுடைய கலத்தை ஏந்தும் நாம் மகிழ்வுற அவன் விறலியர்க்கு அணியும், நமக்குக் கள்ளுடன் சோறும் தருவான். செல்க! நும் வாய் சிவந்து வருக! ஐயம் ஏனோ? எம் யாழ் பணையம்!

317. யாதுண்டாயினும் கொடுமின்!

பாடியவர்: வேம்பற்றூர்க் குமரனார். **திணை**: வாகை. **துறை**: வல்லாண் முல்லை.

(துயில்கின்றான் ஒருவனுக்கு, 'அவன் யாது கேட்பினும் கொடுங்கள்' என்று உரைப்பதன் மூலம், அவனுடைய வல்லாண்மையைச் சிறப்பிக்கின்றது செய்யுள். அவன் விழித்தால் பகைவர் நாட்டை வென்று எதனையும் கொண்டு தருவான் என்பது கருத்து.)

வென்வேல்... நது
முன்றில் கிடந்த பெருங்களி யாளற்கு
அதளுண்டாயினும், பாய்உண்டு ஆயினும்,
யாதுண்டு ஆயினும், கொடுமின் வல்லே
வேட்கை மீளப.........
.............கும், எமக்கும், பிறர்க்கும்,
யார்க்கும், ஈய்ந்து, துயில்ஏற் பினனே.

முற்றத்திலே கிடக்கும் கள்ளுண்டு மயங்கிய இவனுக்கு தோலுண்டாயினும் பாயுண்டாயினும் வேறு எதுவுண்டாயினும் உடனே தருக. அதிற் கிடந்து அவன் வேட்கை தெளியட்டும். மயங்கும்வரை எமக்குக் கள்தரும் அவனோ எமக்கும் பிறர்க்கும் யார்க்கும் கொடுத்துக் கொடுத்து, அவர் சென்ற பின்னரே உறக்கங்கொள்ளும் இயல்பினனாவான்.

318. பெடையொடு வதியும்!

பாடியவர்: பெருங்குன்றூர் கிழார். **திணை:** வாகை. **துறை:** வல்லாண் முல்லை.

(வேந்தனுக்கு ஒரு துன்பம் என்றால், அதனைப் போக்க முன்னிற்கும் மறமேம்பாடு கொண்டவன் ஒருவனைக் கண்டபோது, சொல்லிய செய்யுள் இது. 'ஊர் பசித்தது' என்றது. அனைத்தையும் வந்தார்க்கு வழங்கிப் போக்கிய சிறப்பால் என்று காட்டற்காம்.)

கொய்யடகு வாடத், தருவிறகு உணங்க,
மயில் அம் சாயல் மாஅ யோளொடு
பசித்தன்று அம்ம, பெருந்தகை ஊரே-
மனைஉறை குரீஇக் கறையணற் சேவல்
பாணர் நரம்பின் சுகிரொடு, வயமான்
குரல்செய் பீலியின் இழைத்த குடம்பைப்,
பெருஞ்செய் நெல்லின் அரிசிஆர்ந்து, தன்
புன்புறப் பெடையொடு வதியும்
யாணர்த்து ஆகும் வேந்துவிழு முறினே.

கொய்த இலைகள் சமைப்பாரற்று வாடி வதங்குகின்றன. கொணர்ந்த விறகும் தீமூட்டுவாரின்றிக் கிடந்து காய்கின்றது. மயில் போன்ற சாயலும் மாமை நிறமும் உடைய நங்கையோடு விளங்கும் அப்பெருந்தகையின் ஊர் அவனுக்கு ஒரு துன்பமென்றால் பசியினால் பெரிதும் துன்புறும். ஆனால், அஃதின்றேல் ஊர்க் குருவிச் சேவல் நெல்லரிசியைப் பெரிய விளைவயலிலே தன் பெடையுடன் நிறைய உண்டு, மனையிறைப்பிலேயுள்ள தன் கூட்டிலே வந்து தங்கி மகிழும் அளவுக்குப் புதுவருவாய் உடையதாகவும் விளங்கும்.

319. முயல் சுட்டவாயினும் தருவோம்!

பாடியவர்: ஆலங்குடி வங்கனார். **திணை:** வாகை. **துறை:** வல்லாண் முல்லை.

('நெருநை ஞாங்கர் வேந்துவிடு தொழிலொடு சென்றனன்; நின் பாடினி மாலையணிய, வாடாத் தாமரை நினக்குச் சூட்டுவன்' எனத் தலைவனுக்கு அணுக்கனாகிய ஒருவன், வந்திரந்த பாணனுக்குத் தன் தலைவனது மேம்பாட்டைக் கூறுகின்றனன்.)

பூவற் படுவிற் கூவல் தொடிய
செங்கண் சின்னீர் பெய்த சீறில்

மூன்றில் இருந்த முதுவாய்ச் சாடி,
யாம் கஃடு உண்டென, வறிது மாசின்று;
படலை முன்றிற் சிறுதினை உணங்கல்   5
புறவும் இதலும் அறவும் உண்கெனப்
பெய்தற்கு எல்லின்று பொழுதே; அதனால்,
முயல்சுட்ட வாயினும் தருகுவோம்; புகுந்தது
ஈங்குஇருந் தீமோ முதுவாய்ப் பாண!
கொடுங்கோட்டு ஆமான்நடுங்குதலைக் குழவி   10
புன்றலைச் சிறாஅர் கன்றெனப் பூட்டும்
சீறூர் மன்னன் நெருநை ஞாங்கர்,
வேந்துவிடு தொழிலொடு சென்றனன், வந்து, நின்
பாடினி மாலை யணிய,
வாடாத் தாமரை சூட்டுவன் நினக்கே.   15

முதுவாய்ப் பாணனே! வளைந்த கொம்புகளை உடைய காட்டுப்பசுவின் இளங்கன்றைச் சிறுவர் தம் சிறுதேரிலே சேங்கன்றாகப் பூட்டி விளையாடும் சிறந்த இவ்வூரின் மன்னனாகிய எம் தலைவன், நேற்றுத்தான் வேந்தன் ஏவிய தொழிலை மேற்கொண்டு சென்றுள்ளான். அவன் வந்ததும், நின் பாடினி பொன்னரி மாலை அணியவும், நீ பொற்றாமரை சூடவும், வழங்கி மகிழ்வான். இப்பொழுதோ, செம்மண் நிலத்து ஊற்றிலே முகந்துவந்த நீர் கொஞ்சமாக முற்றத்திலே உள்ள பழஞ்சாடியின் அடிப்பகுதியிலே உள்ளது. தூய்மையான நீர் அது. பொழுதோ மறைந்துவிட்டது. முற்றத்திலுள்ள தினைச்சோறு புறாவும் இதலும் மிகவும் உண்பதற்காகச் சமைத்தது. அதுவும், சுட்ட முயலிறைச்சியும் உள்ளது. அதைத் தருகிறோம். இங்கு வந்து இருந்து உண்பாயாக.

320. கண்ட மனையோள்!

பாடியவர்: வீரை வெளியனார். திணை: வாகை. துறை: வல்லாண் முல்லை.

(வேட்டுவத் தலைவன் ஒருவனது இல்லக் கிழத்தியின் சால்பையும், அவன் சிறப்பையும் கண்டார் வியந்து போற்றுவதாக அமைந்த செய்யுள் இது. 'வேந்து தரு விழுக் கூழ் பரிசிலர்க்கு என்றும் அருகாது ஈயும் வண்மை உரைசால் நெடுந்தகையாளன்' அவனாதலையும் உரைக்கின்றது.)

முன்றில் முஞ்ஞையெடு முசுண்டை பம்பிப்,
பந்தர் வேண்டாப் பலர்தூங்கு நீழல்,
கைம்மான் வேட்டுவன் கனைதுயில் மடிந்தெனப்

தீர்தொழில் தனிக்கலை திளைத்துவிளை யாட
இன்புறு புணர்நிலை கண்ட மனையோள்
பார்வை மடப்பிணை தழிஇப், பிறிதோர்
கணவன் எழுதலும் அஞ்சிக், கலையே
பிணைவயின் தீர்தலும் அஞ்சி, யாவதும்
இல்வழங் காமையின், கல்லென ஒலித்து,
மான்அதட் பெய்த உணங்குதினை வல்சி
கானக் கோழியொடு இதல்கவர்ந்து உண்டென,
ஆர நெருப்பின், ஆரல் நாறத்
தடிவுஆர்ந் திட்ட முழுவள் ளூரம்
இரும்பேர் ஒக்கலொடு ஒருங்குஇனிது அருந்தித்,
தங்கினை சென்மோ, பாண! தங்காது
வேந்துதரு விழுக்கூழ் பரிசிலர்க்கு என்றும்
அருகாது ஈயும் வண்மை
உரைசால் நெடுந்தகை ஓம்பும் ஊரே.

முற்றத்திலே பலருங்கூடிப் படுத்துறங்கும் அளவு நிழல் தந்து நின்ற ஒரு பெரிய மரம்; அதன்மேல் முன்னைக்கொடியும் அடர்ந்து படர்ந்துள்ளது. வேறு பந்தர் வேண்டாது அதுவே முற்றத்தின் பந்தராக நிழல் செய்ய, அந்நிழலிலே யானை வேட்டையாடி வரும் வேட்டுவனான அவ்வீட்டின் தலைவன் கிடந்து உறங்கிக் கொண்டிருக்கிறான். பகல் வேளையிலும், தன் பிணைமேல் காதல் மிகுந்து, அதே நினைவாக வருந்தும் கலைமான், அதனோடுங் கூடி மகிழ்ந்து திளைத்துக் கொண்டிருந்தது. அந்நிழலின் ஒருபுறத்தே தன் கணவனை அழைக்க வந்த மனைவி, அது கண்டு, கணவன் அவற்றின் விளையாட்டால் எழுந்து விடுவானோ என அஞ்சி, செய்வதறியாது, தான் ஓசை எழ நடத்தலும் செய்யாதவளாக, ஒருபுறமாக அமைந்து நின்றனள்; அத்தகைய அருளுடைய இல்லத் தலைவியாதலின், பாணனே! நீ வருந்தாது அவன் வீடு செல்வாயாக. சென்றால், மான்தோலின்மேல் பரப்பிவைத் திருக்கும் தினையரிசியைக் கானக்கோழிகளும் இதலும் ஆரவாரித்துத் தின்பனபோல, நீயும் நின் சுற்றத்துடன் சுட்ட இறைச்சியும் ஆரல் மீனும் ஒருங்கே கூடியிருந்து தின்று மகிழலாம். அங்கேயே தங்கிச் செல்வாயாக! மேலும், வேந்தன் அவன் செயலுக்கு மகிழ்ந்து தரும் பெருஞ் செல்வத்தைப் பரிசிலர்க்குக் குறையாது கொடுக்கும் வண்மையும் உடையவன் அவன். புகழ்பெற்ற அந் நெடுந்தகை ஆட்சி செய்யும் ஊர் அதுவே. செல்க! நின் பசியும் தொலைக!

321. வன்புல வைப்பினது!

பாடியவர்: உறையூர் மருத்துவன் தாமோதரனார். **திணை:** வாகை. **துறை:** வல்லாண் முல்லை.

(போரை விரும்புதலையுடைய தலைவன் ஒருவனின் கொடையாண்மையினையும், வல்லாண்மையினையும் போற்றுகின்றனர் புலவர்.)

பொறிப்புறப் பூழின் போர்வல் சேவல்
மேந்தோல் களைந்த தீங்கொள் வெள்ளென்
சுளகிடை உணங்கல் செவ்வி கொண்டு உடன்
வேனிற் கோங்கின் பூம்பொகுட் டன்ன
குடந்தைஅம் செவிய கோட்டெலி யாட்டக்,
கலிஆர் வரகின் பிறங்குபீள் ஒளிக்கும்,
வன்புல வைப்பி னதுவே - சென்று
தின்பழம் பசியி.... னனோ பாண
வாள்வடு விளங்கிய சென்னிச்
செருவெங் குருசில் ஓம்பும் ஊரே.

முற்றத்திலே இனிப்புச்சேர்ந்த வெள்ளெள்ளை இடித்துச் சுளகிலே காயவைத்திருந்தனர். பூழ்ப்பறவைச் சேவல் ஒன்று அதனைக் கவர்ந்து உண்டு, கோங்கம் பூவின் இதழ் போன்ற வளைந்த செவியினையுடைய வரப்பு எலியினைப் போய் வெருட்டியது. அதற்கஞ்சிய எலி வரகின் தோகையிலே சென்று ஒளித்தது. அத்தகைய புன்செய் வளமிக்கது, போரிட்டுப் போரிட்டு வடுபட்ட வாளோடு விளங்கும் வெற்றி வீரனான சென்னி என்னும் போர்வெம்மை கொண்ட தலைவன் காத்து அளிக்கும் ஊர். பாணனே! அங்குச் சென்றால், நீயும் நின் துயர் தீர்ந்து பயன் பெறலாம்.

322. கண்படை ஈயான்!

பாடியவர்: ஆவூர்கிழார். **திணை:** வாகை. **துறை:** வல்லாண் முல்லை.

('வேந்தர்க்குக் கண்படை ஈயா வேலோன்' எனத் தலைவனது ஆண்மையைச் சிறப்பிக்கின்றனர். 'கரும்பின் எந்திரஞ் சிலையின்' என்று, கரும்பு ஆலைபற்றிய செய்தியையும் இச்செய்யுளால் அறிகின்றோம்.)

உழுதூர் காளை ஊழ்கோடு அன்ன
கவைமுள் கள்ளிப் பொரிஅரைப் பொருந்திப்
புதுவரகு அரிகால் கருப்பை பார்க்கும்

புன்தலைச் சிறாஅர் வில்லெடுத்து ஆர்ப்பின்,
பெருங்கண் குறுமுயல் கருங்கலன் உடைய   5
மன்றிற் பாயும் வன்புலத் ததுவே;
கரும்பின் எந்திரம் சிலைப்பின், அயலது,
இருஞ்சுவல் வாளை பிறழும் ஆங்கண்,
தண்பணை யாழும் வேந்தர்க்குக்
கண்படை ஈயா வேலோன் ஊரே!   10

உழவு காளையின் கொம்பினைப் போன்ற கவறுபட்ட முள்ளுடைய வள்ளியின் பொரிந்த அடிப்பாகத்தில் இருந்து கொண்டே, விளைந்த புதுவரகினை அரியும் வயல் எலியினைப் பிடிக்கக் கருதி எதிர்பார்க்கும் சிறுவர், அதுகண்ட மகிழ்வினால், வில்லினை எடுத்து ஒலிப்பர். அவ்வொலி கேட்டு, வேலிப் புறத்திலே வாழும் குறுமுயல்கள், கருமையான புறத்தினையுடைய மட்கலங்கள் உடையுமாறு மன்றிலே பாய்ந்து ஓடும். அத்தகைய வன்புலத்தின் கண்ணே உள்ளது அவன் ஊர். கரும்பினைப் பிழியும் எந்திரம் ஒலி செய்ய, அவ்வொலி கேட்டு, அதன் அயலேயுள்ள நீர் நிலைகளிலே வாளைமீன்கள் பிறழும், குளிர்ந்த மருதநிலத்து ஊர்களை ஆளும் வேந்தர்க்குக் கண்ணுறக்கம் கொள்ளாது கவலைமிகும் அச்சத்தைத் தரும் வேல் வீரனின் ஊர் அது. (சிறுவர் வில்லொலிக்கு முயல்கள் நடுங்குவதுபோல, அவனுக்குப் பகைவர் நடுங்கிக் கண்ணுறங்காதாராவர் என்பது கருத்து.)

323. உள்ளியது சுரக்கும் ஈகை!

பாடியவர், பாடப்பட்டோர் பெயர்கள் தெரிந்தில. திணை: வாகை. துறை: வல்லாண் முல்லை.

("கறையடி யானைக்கு அல்லது உறை கழிப்பறியா வேலோன்" என, ஒருவனது வல்லாண்மையைப் போற்றுகின்றது செய்யுள்.)

புலிப்பாற் பட்ட ஆமான் குழவிக்குச்
சினங்கழி மூதாக் கன்றுமடுத்து ஊட்டும்
கா............க்கு
உள்ளியது சுரக்கும் ஓம்பா ஈகை,
வெள்வேல் ஆவம்ஆயின், ஒள்வாள்
கறையடி யானைக்கு அல்லது
உறைகழிப் பறியா, வேலோன் ஊரே.   5

புலியிடத்திலே அகப்பட்டு இறந்தது ஒரு மான்பிணை. அதன் கன்றுக்குக் காட்டிடுள்ள ஒரு முதிய கறவைப்பசு

இரக்கங்கொண்டு, பாலூட்டி வளர்த்தது. அதேபோலப் பரிசிலர்க்கு அவர் வறுமையால் வந்து வேண்டியவையெல்லாம் அருளுடன் தந்து அவர்களைப் பேணுபவன் அவன். தள்ளாத ஈகையும் உடையவன். எனினும், போரின்கண் களிற்று யானைகளைக் கொல்வதற்கல்லாது வேல் எடுக்காத வீரம் உடையவனும் ஆவான்.

324. உலந்துழி உலக்கும்!

பாடியவர்: ஆலத்தூர் கிழார். திணை: வாகை. துறை: வல்லாண் முல்லை.

('வலம்படு தானை வேந்தர்க்கு, உலந்துழி உலக்கும் நெஞ்சறி துணை' எனத் தலைவனுடைய மற மேம்பாட்டையும், 'பாணரொடிருந்த நாணுடை நெடுந்தகை' என அவனது கொடை மேம்பாட்டையும் கூறுகின்றது செய்யுள். 'வேந்தற்குத் துணையாகச் செல்வோரைக் கூறியதற்கு' மேற்கோள் காட்டுவர் நச்சினார்க்கினியர் (தொல். புறத். சூ.5))

வெருக்கு விடையன்ன வெருள்நோக்குக் கயந்தலைப்
புள்ளூன் தின்ற புலவுநாறு கயவாய்,
சிறியிலை உடையின் சுரையுடை வால்முள்
ஊக நுண்கோற் செறித்த அம்பின்,   5

வலாஅர் வல்வில் குலாவரக் கோலிப்,
பருத்தி வேலிக் கருப்பை பார்க்கும்
புன்புலம் தழீஇய அங்குடிச் சீறூர்க்,
குமிழ்உண் வெள்ளைப் பகுவாய் பெயர்த்த
வெண்காழ் தாய வண்காற் பந்தர்,   10

இடையன் பொத்திய சிறுதீ விளக்கத்துப்,
பாணரொடு இருந்த நாணுடை நெடுந்தகை,
வலம்படு தானை வேந்தற்கு
உலந்துழி உலக்கும் நெஞ்சறி துணையே.

ஆண் வெருகு (காட்டுப் பூனை) போன்று, வெருண்டு நோக்கும் பெருந்தலையும், பறவை இறைச்சிகளைத் தின்று புலவு நாறும் பெரிய வாயும் உடைய வேட்டுவச் சிறுவர்கள், தம்முள் துணைவரோடும் சேர்ந்து எலி வேட்டை ஆடச் செல்வர். ஊக நுண்கோலிலே வளாரை நாணாகப் பூட்டி, உடைமரத்தின் முள்ளினை அம்பாக வைத்துப் பருத்திக் காட்டு வேலிப்புறத்திலே எலிக்குக் குறி பார்த்திருப்பவர் அவர். அத்தகைய புன்செய் நிலங்கள் சூழ்ந்தன அவன் ஊர். குடிமக்களும் மிகவும் நல்லவர்கள், அவ்வூரிலே, வெள்ளாட்டுப் பிழுக்கைகள் சிதறிக்

கிடக்கும் பந்தரின் அடியிலே, இடையன் ஏற்றிவைத்த சிறுதீயின் ஒளியிலே, பாணரோடும் உடன் இருக்கின்றனன் அவன். (வீட்டை விட்டு வெளியே ஆட்டுக்கிடையை மேற்பார்க்கச் சென்றவிடத்தும் பாணரை உபசரித்தான் என்பது கருத்து.) அவ்வளவு அமைதியாக இருக்கும் அவன், வெற்றிச் சிறப்புடைய படையணிகள் கொண்ட வேந்தனுக்கு ஏதாவது துன்பம் என்றால், அதனைத் தனக்கு வந்தது போலவே கருதி, உடனே போருக்குத் தானும் எழும் மனங்கலந்த துணைவனும் ஆவான்.

325. வேந்து தலைவரினும் தாங்கும்!

பாடியவர்: உறையூர் முதுகண்ணன் சாத்தனார். **திணை:** வாகை. **துறை:** வல்லாண் முல்லை.

('வேந்து தலைவரினும் தாங்கும் தாங்கா ஈகை நெடுந்தகை' எனத் தலைவனது ஆண்மைத்திறனைப் போற்றுகின்றது செய்யுள். வேட்டையிற் கிடைத்த முள்ளம்பன்றியையும் உடும்பையும் அறுத்துப் பலருக்கும் பகுத்துக் கொடுக்கும் பண்பையும் காணலாம்.)

களிறுநீ றாடிய விடுநில மருங்கின்
வம்பப் பெரும்பெயல் வரைசொரிந்து இறந்தெனக்
குழிகொள் சின்னீர் குராஅல் உண்டலின்,
சேறுகிளைத் திட்டகலுழ்கண் ஊறல்
முறையின் உண்ணும் நிறையா வாழ்க்கை,
முளவுமாத் தொலைச்சிய முழுச்சொல் ஆடவர்
உடும்பிழுது அறுத்த ஒடுங்காழ்ப் படலைச்
சீறில்முன்றில் கூடுசெய் திடுமார்
கொள்ளி வைத்த கொழுநிண நாற்றம்
மறுகுடன் கமழும் மதுகை மன்றத்து,
அலந்தலை இரத்தி அலங்குபடு நீழல்,
கயந்தலைச் சிறாஅர் கணைவிளை யாடும்
அருமிளை இருக்கை யதுவே - வென்வேல்
வேந்துதலை வரினும் தாங்கும்,
தாங்கா ஈகை, நெடுந்தகை ஊரே.

களிறுகள் நீராடிய ஊற்றுக்கு அருகாமையிலுள்ள பூமியிலே பெரும் அடைமழை பெய்து வெறித்தாற்போலக், குழி குழியாக நீர் தேங்கி நிற்க, அதனைப் பசுக்கள் உண்ணும். அதனால் எங்கும் சேறுபடும். அச் சேற்றிற்கு அருகாமையில் உள்ள ஊற்றுநீரையே முறைமுறையாகச் சென்று முகந்து உண்பதுடன், பன்றியை வெல்லும் ஆற்றலும் உடையவர் வேட்டுவர். அவ்வாறு தாம்

கொன்றுவந்த பன்றித் தசையை அறுத்துப் படலைச் சிறு முற்றத்திலே தமக்குள் பங்கு வைத்துத் தின்பதற்காக நெருப்பிலே வாட்டிக் கொண்டிருப்பர். அத்தகைய நிணநாற்றம் தெருவெல்லாம் கமழ்வது அவன் ஊர். அங்கே, மன்றத்து இரத்திமர நிழலிலே பெரிய தலையையுடைய சிறுவர்கள் கணை எய்து விளையாடிக் கொண்டும் இருப்பர். கடத்தற்கரிய காவற்காடுகள் சூழ்ந்ததும், வெற்றிவேலைக் கொண்டு மூவேந்தரும் தம் பெரும்படைகளுடன் ஒருங்கே வரினும் தாங்கும் ஆற்றலுடையதும் அவ்வூர். அதுவே, குன்றாத ஈகை உடையவனான எம் நெடுந்தகையின் பேரூர் ஆகும்.

326. பருத்திப் பெண்டின் சிறு தீ!

பாடியவர்: தங்கால் பொற்கொல்லன் வெண்ணாகனார். **திணை:** வாகை. **துறை:** மூதின் முல்லை.

(மறக்குடி மகளிரது கொடைப் பண்பையும் அவர் தலைவர்களது மறப்பண்பையும் வியந்து போற்றுகின்றது செய்யுள். 'அண்ணல் யானை அணிந்த பொன் செய் ஓடைப் பெரும் பரிசிலன்' என்றதனால், அவன் பகையரசனது பட்டத்து யானையையும், அஃதூர்ந்து வந்தானாகிய அவனையும் கொன்ற சிறப்பினன் என்பது அறியப்படும்.)

ஊர்முது வேலிப் பார்நடை வெருகின்
இருட்பகை வெரீஇய நாகுஇளம் பேடை
உயிர்நடுக் குற்றுப் புலாவிட் டரற்றச்,
சிறையும் செற்றையும் புடையநள் எழுந்த
பருத்திப் பெண்டின் சிறுதீ விளக்கத்துக்,
கவிர்ப்பூ நெற்றிச் சேவலின் தணியும்
அருமிளை இருக்கை யதுவே- மனைவியும்,
வேட்டச் சிறாஅர் சேட்புலம் படராது,
படமடைக் கொண்ட குறுந்தாள் உடும்பின்
விழுக்குநிணம் பெய்த தயிர்க்கண் மிதவை,
யாணர் நல்லவை பாணரொடு, ஓராங்கு
வருவிருந்து அயரும் விருப்பினள்; கிழவனும்
அருஞ்சமம் ததையத் தாக்கிப் பெருஞ்சமத்து
அண்ணல் யானை அணிந்த
பொன்செய் ஓடைப் பெரும்பரி சிலனே.

இரவிலே வெருகுக்கு (காட்டுப் பூனை) அஞ்சிய இளம் பேடையொன்று உயிர் நடுக்குற்றுத் தொண்டைவறளக் கூவ, அவ்வேளையிலே பருத்திநூற்கும் பெண்டு பஞ்சிற் கலந்திருக்கும்

சிறையும் செற்றையும் புடைப்பதற்குச் சிறு அகல்விளக்கினை ஏற்றிக்கொண்டு எழுந்திருக்க, அவ்வொளியிலே, தன் அருகே தூங்கும் தன் சேவலைக்கண்டு அச்சம் தணியும். அத்தகைய இருக்கையான வீட்டிலுள்ள இல்லத் தலைவியானவள், வேட்டுவச் சிறுவர்கள் நெடுந்தொலைவு செல்லாமல் மடுக்கரையிலேயே பிடித்துக் கொண்டுவந்த உடும்பின் இறைச்சியைச் சமைத்துத் தயிரோடு கூழையும் பிற நல்ல உணவுப் பொருள்களையும் செய்து, பாணரோடு கலந்து உண்ணவேண்டும் என்ற விருப்பம் கொண்டிருப்பவள். அவள் கணவனும், அரிய போரில் பகைவர் அழியுமாறு தாக்கி, அப்பெரும்போரிலே வேந்தர்களின் கொல்யானைகள் அணிந்து வந்த பொற்பட்டங்களைப் பறித்து வந்து, அவற்றைப் பரிசிலர்க்கு வழங்கி மகிழும் வீரமும் ஈகையும் உடையவனாவன். ஆதலின், அங்கேயே செல்க பாணனே!

327. வரகின் குப்பை!

பாடியவர்: பெயர் தெரிந்திலது. **திணை:** வாகை. **துறை:** மூதின் முல்லை.

('வரகு கடன் இரக்கும் நெடுந்தொகை, அரசு வரின் தாங்கும் வல்லாளன்' என்பது, சிறந்த ஓவியமாகும். 'புல்லா வாழ்க்கை வல்லாண் பக்கம்' என்பதற்கு 'இளம்பூரணரும், அரும்பகை தாங்கும் ஆற்றல்' என்பதற்கு நச்சினார்க்கினியரும் மேற்கோள் காட்டுவர் (தொல். புறத். சூ. 18., சூ. 21)

எருது கால் உறாஅது, இளைஞர் கொன்ற
சில்விளை வரகின் புல்லென் குப்பை,
தொடுத்த கடவர்க்குக் கொடுத்த மிச்சில்
பசித்த பாணர் உண்டு, கடை தப்பலின்,
ஒக்கல் ஒற்கம் சொலியத் தன்னூர்ச்
சிறுபுல் லாளர் முகத்தவை கூறி,
வரகுகடன் இரக்கும் நெடுந்தகை
அரசுவரின் தாங்கும் வல்லா ளன்னே.

எருதுகளின் காலால் மிதித்து எடுக்காது, இளைஞர்கள் தாமே மிதித்து எடுத்த விளைவுகுறைந்த வரகுக் குவியலில் கொடுக்கவேண்டிய கடமையுடையோர்க்குக் கொடுத்தது போக எஞ்சியதைப் பசியோடு வந்த பாணர்க்கு வழங்க, அவரும் கொண்டு சென்றனர். அதன்பின், அவனைச்சார்ந்த சுற்றத்தினர் பசியால் வாடாது காக்கும் பொருட்டுத் தன்னூரிலுள்ள மனவிரிவு அற்றவரிடம் சென்று, தனக்கு வேண்டும் வரகின்

அளவினைக் கூறிக் கடனாகத் தர வேண்டிக் கேட்டுநிற்கும் இயல்புடையவன் அத்தலைவன். பெருவேந்தர் போரிலே எதிர்த்து வந்தாலும் தடுத்து வெல்லும் வல்லாண்மை உடையவனும் அவன் ஆவான்.

சொற்பொருள்: *3.* தொடுத்த கடவர்க்கு - தொடர்ந்து வளைத்துக் கொண்ட கடன்காரர்க்கு எனவும் உரைப்பர். **4.** கடைதப்பலின் - வெளியேறினாராகப் புறங்கடை வறிதாகலின், **5.** ஒற்கம் சொலிய - வறுமையைக் களைய வேண்டிய.

328. ஈயத் தொலைந்தன!

பாடியவர்: பெயர் தெரிந்திலது. **திணை:** வாகை. **துறை:** மூதின் முல்லை.

('வரகும் தினையும் உள்ளவை எல்லாம் இரவன் மாக்களுக்கு ஈயத் தொலைந்தன' எனத் தலைவனது கொடையாண்மை போற்றப் படுகின்றது. 'களவுப் புளி' என்று புளிப்புத்தரும் களாப்பழத்தின் பயனையும் கூறினார்.)

....டைமுதல் புறவு சேர்ந்திருந்த
புன்புலச் சீறூர் நெல்விளை யாதே;
வரகும் தினையும் உள்ளவை யெல்லாம்
இரவன் மாக்களுக்கு ஈயத் தொலைந்தன;
............டமைந்த தனனே;
அன்னன் ஆயினும், பாண! நன்றும்
வள்ளத் திடும்பால் உள்ளுறை தொட.....
களவுப் புளியன்ன விளை.........
.... வாடூன் கொழுங் குறை
கொய்குரல் அரிசியொடு நெய்பெய்து அட்டுத்,
துடுப்பொடு சிவணிய களிக்கொள் வெண்சோறு
உண்டு, இனி திருந்தபின்..........
...........தருகுவென் மாதோ -
தாளி முதல் நீடிய சிறுநறு முஞ்ஞை
முயல்வந்து கறிக்கும் முன்றில்,
சீறூர் மன்னனைப் பாடினை செலினே,

தாளிமரத்தில் படர்ந்துள்ள சிறிய மெல்லிய முன்னைக் கொடியை முயல் வந்து கறிக்கும் முற்றங்களையுடைய ஊரின் மன்னன் அவன். அவனைப் பாடிச் செல்க பாணனே! முல்லை நிலத்தைச் சார்ந்த அவ்வூரிலே நெல்லோ விளையாது; விளைந்த வரகும் தினையும் உள்ளவை முழுதும் இரவலர்க்குக் கொடுத்துத் தீர்ந்தன....... அத்தகையோனும். பாணனே! உறையிட்ட தயிரும்

தொடரிப்பழமும் புளித்த கள்ளும்......... வெந்த தசைத் துண்டங்களுடனே, அரிசியுடன் நெய்யுங் கலந்து சமைத்துத் துடுப்பால் கிளறிக் களிப்புத்தரும் வெண்சோறும் தருவான். அவற்றைப் பசிதீர உண்டு இருந்த பின்னர்..... தருவான்.

சொற்பொருள்: *8 களவுப் புளியன்ன விளை - களாப் பழத்தின் புளிப்புப் போலப் புளிப்பு ஏறிய. 10. கொய்குரல் அரிசியொடு - கொய்யப்பட்ட கதிரிடத்துண்டான அரிசியொடு. 11 துடுப்பொடு சிவணிய - துடுப்பால் துழாவப் பட்ட.*

329. மாப்புகை கமழும்!

பாடியவர்: *மதுரை அறுவை வாணிகன் இளவேட்டனார்.* **திணை:** *வாகை.* **துறை:** *மூதின் முல்லை.*

புலவர் புன்கண் நோக்காது, இரவலர்க்கு அருகாது ஈயும் வண்மையாளனாகிய தலைவனைப் போற்றுகிறது செய்யுள். 'கல் நட்டுக் கால் கொண்டதற்கு' நச்சினார்க்கினியர் எடுத்துக் காட்டுவர் (தொல். புறத். சூ. 5.))

இல்லடு கள்ளின் சில்குடிச் சீறூர்ப்
புடைநடு கல்லின் நாட்பலி யூட்டி,
நன்னீர் ஆட்டி, நெய்ந்நறைக் கொளீஇய,
மங்குல் மாப்புகை மறுகுடன் கமழும்,
அருமுனை இருக்கைத்து ஆயினும், வரிமிடற்று
அரவு உறை புற்றத்து அற்றே; நாளும்
புரவலர் புன்கண் நோக்காது, இரவலர்க்கு
அருகாது ஈயும் வண்மை,
உரைசால் நெடுந்தகை ஓம்பும் ஊரே.

வீட்டிலேயே தமக்கு வேண்டிய கள்ளை வடித்துக் கொள்ளும் சிலசில குடியினரே வாழ்வது; ஊரின் புறத்திலே நடுகல்லுக்குப் பலியூட்டி நன்னீர் ஆட்டி, நெய் விளக்கு ஏற்றுவதால் எழும் புகை, மேகம் போலப் படர்ந்து தெருவெல்லாம் மணக்கும் சிறப்புடையது; அத்தகைய முதன்மையுடைய குடியிருப்பு அது. என்றாலும், அவன் வாழ்தலால் அரவு உறையும் புற்றினைப் போலப் பகைவர் நெருங்கவும் அச்சம் ஊட்டக் கூடியதாயிற்று. எந்நாளும் புலவர்கள் தமக்கு வண்மையுடையோன்; புகழ்பெற்ற நெடுந்தகை; அவன் காத்து வருவதும் அவ்வூர் ஆகும்.

330. ஆழி அனையன்!

பாடியவர்: *மதுரைக் கணக்காயனார் .* **திணை:** *வாகை.* **துறை:** *மூதின் முல்லை.*

(பகைப்படைஞரின் முனைகெட, ஏந்துவாள் வலத்தன் ஒருவனாகித், தன்னிறந்து வாராமை விலக்கிய, மாண்புடை மறவனின் சிறப்பைக் கூறுகின்றது செய்யுள். வஞ்சித் திணைத் துறைகளுள், 'வருவிசைப் புனலைக் கற்சிலைபோல, ஒருவன் தாங்கிய பெருமை' க்கு இளம்பூரணர் எடுத்துக் காட்டுவர் (தொல். புறத். சூ. 7.))

வேந்துடைத் தானை முனைகெட நெரிதர
ஏந்துவாள் வலத்தன் ஒருவன் ஆகித்
தன்இறந்து வாராமை விலக்கலின், பெறுங்கடற்கு
ஆழி அனையன் மாதோ; என்றும்,
பாடிச் சென்றோர்க்கு அன்றியும் வாரிப்
புரவிற்கு ஆற்றாச் சீறூர்த்
தொன்மை சுட்டிய வண்மை யோனே.

தன் வேந்தனின் படைமுனையானது, பகைவர் தாக்குதலால் உடைந்து போவது கண்டு, வலக்கையிலே வாள் ஏந்தியவனாக, ஒருவன் விரைந்து சென்று, தன்னைக் கடந்து பகைவர் எவரும் மேல் வாராதவாறு தடுத்து நின்று பெரும் போரிட்டுக் காத்தனன். அலையெறிக்கும் பெருங்கடலுக்குக் கரைபோன்று விளங்குபவன் அவன். பாடிச் சென்றவர்களுக்கு வேண்டுவன வழங்குதலும் அல்லாமல், அவர்க்கு இறையிலியாக நிலங்களுந் தந்து காக்கும் சிறந்த ஊரின் தலைவன் அவன். அதுமட்டுமன்று, தன் குடியின் பழம் பெருமையைக் குறித்துப் பேசி, அதனினும் மிகுதியாக வழங்கும் வண்மையும் உடையவன் அவன்! அவன்பால் நீயும் செல்க.

331. இல்லது படைக்க வல்லன் !

பாடியவர்: உறையூர் முதுகூத்தனார்; (உறையூர் முதுகூற்றனார் எனவும் பாடம்.) **திணை:** வாகை. **துறை:** மூதின் முல்லை.

(கொடுத்தலிலே களிகொள்ளும் ஒரு மாண்புடை மறக்குடிப் பெரியோனது பண்பின் ஓவியமாகத் திகழ்வது இச் செய்யுள். 'இல்லது படைக்கவும் வல்லன்' என்பது, அவனது சிறப்பைக் காட்டுவதாம்.)

கல்லறத்து இயற்றிய வல்லுவர்க் கூவல்
வில்லோர் வாழ்க்கைச் சீறூர் மதவலி
நனிநல் கூர்ந்தனன் ஆயினும், பனிமிகப்,
புல்லென் மாலைச் சிறுதீ ஞெலியும்
கல்லா இடையன் போலக், குறிப்பின்

இல்லது படைக்கவும் வல்லன்; உள்ளது
தவச்சிறிது ஆயினும் மிகப்பலர் என்னாள்,
நீள்நெடும் பந்தர் ஊண்முறை ஊட்டும்
இற்பொலி மகடூஉப் போலச், சிற்சில
வரிசையின் அளக்கவும் வல்லன்; உரிதினின்
காவல் மன்னர் கடைமுகத்து உகுக்கும்
போகுபலி வெண்சோறு போலத்
தூவவும் வல்லன், அவன் தூவுங் காலே.

செங்கல்களை அறுத்துக் கட்டிய உப்புநீர்க் கிணறும், வில்லின் பயனாக அமைந்த வாழ்க்கையும் உடைய சீறூர் அவன் ஊர். மதவலியுடைய அவன், பெரிதும் வறுமையுற்றாலும், பனிமிகுந்து நடுக்கம் விளைக்கும் காலத்திலே கையுடன் நெருப்பு இல்லாது போயினும், தீக் கடைந்து நெருப்பு உண்டாக்கிக் கொள்ளும் இடையரைப்போல, நினைத்தால் இல்லாததைப் படைத்துக் கொள்ளவும் வலிமையுடையவன் ஆவான். உள்ளது மிகச் சிறியதாயினும், மிகப் பலர் வந்தனரே என்றுஞ் சொல்லாது, நீண்ட நெடும் பந்தர்க்கீழ் அனைவரையும் அமர்த்தி, அனைவருக்கும் பகிர்ந்து ஊட்டி மகிழ்விப்பவள், அவன் இல்லிலே விளங்கும் அவன் மனைவி. அவளைப் போலவே, அவனும், இல்லாதபோது சிற்சில அவரவர் தகுதிநோக்கிக் கொடுப்பவன்; வரையாது வழங்குதற்கேற்ற செல்வவளம் அவனிடம் மிகுந்தால், காவல் மன்னர் கடைமுகத்திலே கொட்டும் வெண் சோற்றுப் பலியினைப் போல. வருபவர் யாவர்க்கும் வரையாது தூவவும் வல்லவன் ஆவன் ஆவான்.

சொற்பொருள்: *1 கல் அறுத்து இயற்றிய - செங்கற்களை ஒழுங்காக அறுத்துக் கட்டிய; வல்லுவர்க் கூவல் - வலிய உவர்நீர் ஊறும் கிணறுகள். 2. வில்ஏர் வாழ்க்கை சீறூர் மதவலி - வில்லைக் கொண்டு வேட்டமாடி வாழும் வாழ்க்கையையுடைய சீறூர்க்கு உரியவனாகிய மிக்க வலிமையுடைய தலைவன்.*

332. வேல் பெருந்தகை உடைத்தே!

பாடியவர்: *விரியூர் நக்கனார்.* **திணை:** *வாகை.* **துறை:** *மூதின் முல்லை.*

(வல்லான் மறவன் ஒருவனது குரம்பைக் கூரையுட் கிடக்கும் வேலினைச் சுட்டி, அதன் சிறப்பை வியந்து கூறுவது போல, அவன் மேம்பாட்டை உரைக்கின்றனர். பாடாண் திணைத் துறைகளுள் ஒன்றான, மாணார்ச் சுட்டிய வாள் மங்கலத்திற்கு இளம்பூரணாரும் (தொல். புறத். சூ. 30.). உழிஞைத் திணைத்

துறைகளுள் ஒன்றான, 'வென்ற வாளின் மண்ணல்' என்பதற்கு நச்சினார்க்கினியரும் எடுத்துக் காட்டுவர். (தொல். புறத். சூ. 13))

பிறர்வேல் போலா தாகி, இவ்வூர்
மறவன் வேலோ பெருந்தகை உடைத்தே
இரும்புறத் நீறும் ஆடிக், கலந்து இடைக்
குரம்பைக் கூரைக் கிடக்கினும் கிடக்கும்,
மங்கல மகளிரொடு மாலை சூட்டி,
இன்குரல் இரும்பை யாழொடு ததும்பத்,
தெண்ணீர்ப் படுவினும் தெருவினும் திரிந்து,
மண்முழுது அழுங்கச் செல்லினும் செல்லும்; ஆங்கு,
இருங்கடல் தானை வேந்தர்
பெருங்களிற்று முகத்தினும் செலவு ஆனதே,

இவ்வீரத் தலைவனாகிய மறவனின் கைவேல் பிற வீரர்களின் வேல்போல்வதன்று. இலைப்புறம் புழுதிபடிந்து குடிலின் இறைப்பிலே செருகப்பட்டுக் கிடந்தாலும் கிடக்கும்; இன்றேல், தெளிந்த நீர்மடுவில் நீராட்டப்பெற்று, மாலை சூட்டப்பெற்று, மங்கல மகளிர் வாழ்த்த, யாழோடு பல்லிசை முழங்க, ஊர்வலம் வந்து, பகைவர் நாடு நடுங்கப் போர் முனைக்குச் சென்றாலும் செல்லும். அங்கும், கடல் போன்ற பெரும்படை வேந்தர் ஊர்ந்துவரும் பட்டத்துக் களிற்றியானையின் முகத்திலே பாய்ந்து அதனைக் கொல்வதினும் தப்பாது சென்று பாயும். (யானையைக் கொல்வது எனவே, யானைமேலிருப்போரையும் கொல்வது என்றதாகும்.)

333. தங்கினிர் சென்மோ புலவீர்!

பாடியவர்: பெயர் தெரிந்திலது. **திணை:** வாகை. **துறை:** மூதின் முல்லை.

(அனைத்தும் கொடுத்துத் தீர்ந்த காலத்தும், தன் இல்லை நாடி வந்த இரவலர்க்கு, விதைத் தினையை உணவாக்கி அளிக்கும் மனைவியது சிறப்பினைக் கூறுகிறது செய்யுள். 'வேந்து தலைவரினும் உண்பது அதுவே' என, அம்மறவனது மேம்பாட்டையும் உரைக்கின்றனர்.)

நீருள் பட்ட மாரிப் பேருறை
மொக்குள் அன்ன பொகுட்டுவிழிக் கண்ண,
கரும்பிடர்த் தலைய, பெருஞ்செவிக் குறுமுயல்
உள்ளூர்க் குறும்புதல் துள்ளுவ உகளும்
தொள்ளை மன்றத்து ஆங்கண் படரின்

'உண்க' என உணரா உயவிற்று ஆயினும்,
தங்கினிர் சென்மோ, புலவீர்! நன்றும்,
சென்றதற் கொண்டு, மனையோள் விரும்பி,
வரகும் தினையும் உள்ளவை எல்லாம்
இரவல் மாக்கள் உணக்கொளத் தீர்ந்தெனக்,
குறித்துமாறு எதிர்ப்பை பெறாஅ மையின்,
குரல்உணங்கு விதைத்தினை உரல்வாய்ப் பெய்து,
சிறிது புறப்பட்டன்றோ விலலே; தன்னூர்
வேட்டக் குடிதொறுங் கூட்டு...............
.... உடும்பு செய்
பாணி நெடுந்தோ் வல்லரோடு ஊரா,
வம்பணி யானை வேந்துதலை வரினும்,
உண்பது மன்னும் அதுவே;
பரிசில் மன்னும், குருசில்கொண் டதுவே.

மன்றத்து வளைப்புறங்களிலே குறுமுயல்கள் துள்ளி விளையாடும் அவனூருக்குச் செல்லுங்கள். 'உண்க' எனச் சொல்லி உபசரிக்கும் நிலையற்ற போதிலும் அங்கே தங்கிச் செல்லலாம் புலவர்களே! சென்றதனால் நுமக்கு நன்மையே. உள்ள வரகும் தினையும் இரவன்மாக்கள் உண்டு உண்டு தீர்ந்தன. புது விளைவும் வரவில்லை; ஆயினும் கதிர் கொய்து உலர்த்தி வைத்த வித்தினையேனும் உரலிற் பெய்து குத்தி நுமக்கு உணவு தருவாளேயன்றி, எம் தலைவனின் இல்லாள் இல்லையென்று கூறி நும்மைப் பசியோடும் செல்ல விடாள். வேட்டுவக் குடியினர் அனைவருமே இவ்வாறு உதவுபவர்தாம். உடும்புத் தோலாற் செய்த கைச்சரடு கொண்ட தேர்வீரர் சூழ்ந்துவரக் கச்சணிந்த யானையூர்ந்து வரும் வேந்தனே தன்பால் வந்தாலும், அவனுக்கும் அதனையே உண்பிப்பவர் அவர். அவன் முயற்சியால் பெற்ற செல்வமெல்லாம் பரிசிலர்க்கு வழங்குவதற்கேயாகும். (புறநானூற்று 157 ஆவது பாடலுடன் காணும்போது, இதுவும் ஏறைக்கோனைக் குறமகள் இளவெயினி பாடியதாகக் கருதுவர்.)

334. தூவாள் தூவான்!

பாடியவர்: மதுரைத் தமிழக் கூத்தனார். **திணை:** வாகை. **துறை:** மூதின் முல்லை.

(மறக்குடி ஒன்றின் தலைவனது மறமாண்பைப் போலவே, அவன் மனைவியது இரவலரோம்பும் இல்லற மாண்பும் சிறப்புற்றிருந்த நிலையைக் கூறுகின்றது செய்யுள்.)

காமரு பழனக் கண்பின் அன்ன
தூமயிர்க் குறுந்தாள் நெடுஞ்செவிக் குறுமுயல்,

புன்றலைச் சிறாஅர் மன்றத்து ஆர்ப்பின்,
படப்புஒடுங் கும்மே.... பின்பு........
........னூரே மனையோள்
பாணர் ஆர்த்தவும், பரிசிலர் ஓம்பவும்,
ஊணொலி அரவமொடு கைதூ வாளே;
உயர்மருப்பு யானைப் புகர்முகத்து அணிந்த
பொலம்......................ப்
பரிசில் பரிசிலர்க்கு ஈய,
உரவேற் காளையும் கைதூ வானே.

சண்பங்கோரையின் கதிர்போலும் மயிரடங்கிய குட்டையான கால்களையுடைய குறுமுயல்கள், மன்றிலே விளையாடும் சிறுவரின் விளையாட்டு ஒலியைக் கேட்டு அஞ்சி, வைக்கோற் போரிலே சென்று பதுங்கும்......... அவ்வூர்த் தலைவன் மனைவியோ, பாணர்க்கும் பரிசிலர்க்கும் ஓயாது உணவு அளிக்க, அவர் உண்ணும் ஒலியொடு தானும் கை ஓயாதவளாயினள். உயர்ந்த கோட்டினையுடைய, புள்ளி முகத்துப் பகைவரது களிற்று யானையின் பொறப்பட்டங்களைப் பரிசிலர்க்கு வழங்கி வழங்கி, அவள் கணவனான காளையும் கை ஓயாதவனாயினான்.

335. கடவுள் இலவே!

பாடியவர்: மாங்குடி கிழார். **திணை:** வாகை. **துறை:** மூதின் முல்லை.

(மலை நாட்டுத் தலைவன் ஒருவனது சிறப்பைக் கூறுகின்றது செய்யுள். 'களிறு எறிந்து வீழ்ந்தெனக் கல்லே பரவினல்லது, நெல் உகுத்துப் பரவும் கடவுளும் இலவே' என்றது, வீரவழிபாட்டில் அக் குடியினர்க்கிருந்த பற்றின் மிகுதியைக் காட்டுவதாகும்.)

அடலருந் துப்பின் ....
............குருந்தே முல்லை யென்று
இந்நான் கல்லது பூவும் இல்லை;
கருங்கால் வரகே, இருங்கதிர்த் தினையே,
சிறுகொடிக் கொள்ளே, பொறிகிளர் அவரையோடு
இந்நான் கல்லது உணாவும் இல்லை;
துடியன், பாணன், பறையன், கடம்பன், என்று
இந்நான் கல்லது குடியும் இல்லை;
ஒன்னாத் தெவ்வர் முன்னின்று விலங்கி,
ஒளிறுஏந்து மருப்பின் களிறுஎறிந்து வீழ்ந்தெனக்
கல்லே பரவின் அல்லது,
நெல்உகுத்துப் பரவும் கடவுளும் இலவே

குரவு தளவு குருந்தம் முல்லை என்ற நான்கு வகையன்றி வேறு சிறந்த பூக்கள் கிடையா. வரகு, தினை, கொள், அவரை என்பனவன்றி வேறு சிறந்த உணவுப் பொருள்கள் கிடையா. துடியன், பாணன், பறையன், கடம்பன் இவரையன்றிச் சிறந்த குடிகள் கிடையா. பகைவர் படைகளின் முன்னின்று மேலெதிர் வராதவாறு தடுத்து, அவர் கொல்களிற்றை வென்று, தாமும் வீழ்ந்து நடுகல்லாயினவரின் நடுகல்லைத் தொழுவதன்றி, நெல்லும் பூவும் சொரிந்து வழிபடச் சிறந்த கடவுளும் வேறு கிடையா. (இவை எல்லாம், புலவர் குறித்துப் பாடும் காட்டுத் தலைவன் நாடு பற்றியவையாகும்.)

சொற்பொருள்: 1. அடல் அருந்துபின் - வெல்வதற்கரிய வலிமையுடைய. 5. பொறி கிளர் - வரிகள் விளங்குகின்ற. 9 ஒன்னாத் தெவ்வர் - மனம் ஒன்னாத பகைவர். முன்னே விளங்கி - அஞ்சாது நின்று அவர் மேற்செலவைக் குறுக்கிட்டுத் தடுத்து.

336. பண்பில் தாயே!

பாடியவர்: பரணர். **திணை:** காஞ்சி. **துறை:** மகட்பாற் காஞ்சி.

(வேந்தனுக்கு மகண்மறுத்தலால் அடுத்துப் பெரும்போர் நிகழும் என்றிருந்த நிலையைக் கண்டாரான பரணர், அப்பெண்ணின் தாயை நொந்துகொள்வது போலக் கூறிய செய்யுள் இது. 'தகை வளர்த்து எடுத்த நகையொடு, பகை வளர்த்திருந்த பண்பில் தாய் என்கிறார் புலவர். அவர்களது இடையே சந்து செய்து மணத்தை முடித்தாளில்லையே என்பது கருத்து.)

வேட்ட வேந்தனும் வெஞ்சினத் தினனே;
கடவன கழிப்பு இவள் தந்தையும் செய்யான்;
ஒளிறுமுகத்து ஏந்திய வீங்குதொடி மருப்பின்
களிறும் கடிமரம் சேரா; சேர்ந்த
ஒளிறுவேல் மறவரும் வாய்மூழ்த் தனரே;
இயவரும் அறியாப் பல்லியம் கறங்க,
அன்னோ, பெரும்பே துற்றன்று, இவ் வருங்கடி மூதூர்;
அறன்இலள் மன்ற தானே - விறன்மலை
வேங்கை வெற்பின் விரிந்த கோங்கின்
முகைவனப்பு ஏந்திய முற்றா இளமுலைத்
தகைவளர்த்து எடுத்த நகையொடு,
பகைவளர்த்து இருந்த இப் பண்புஇல் தாயே.

வந்து கேட்டானே வேந்தன், அவனும் வெஞ்சினத்தினன். இவன் தந்தையோ காலாகாலத்தில் செய்யவேண்டுவதைச்

செய்யாது செயல்மறந்து சினந்தான். களிறுகள் கடிமரத்திலே அமையாது சீறி நின்றன. மறவரும் சினந்து இதழ் மடித்தனர். இவ்வாறு, இவள் தந்தையும் இவளை வேட்டுவந்த அவனும் போர்க்கு எழுந்தனர். பல்லியம் முழங்கும் அப் பழநகரிலே ஒரே கலக்கம் நிறைந்தது. தன் மகளை வளர்த்துப் பருவமாக்கியதுடன், கூடவே பகையையும் வளர்த்த தாயானவள், பண்பும் அறனும் இல்லாதவளாவள். (பெண்ணின் பேரழகே இத்துணைக்குங் காரணமாயிற்று என்றது இது.)

மகட்பாற் காஞ்சியாவது, நின்மகளைத் தருக என்னும் அரசனோடு மாறுபட்டு நிற்றல். கலம்பகங்களில் இத்துறை "மறம்" என்னும் உறுப்பாய் அமைத்துக் கூறப்படுகின்றது.

337. இவர் மறனும் இற்று!

பாடியவர்: கபிலர். திணை: காஞ்சி. துறை: மகட்பாற் காஞ்சி.

('நின் மகளைத் தருக' என்னும் மன்னனோடு மாறுபட்டு எதிர்த்து நிற்றலைக் கூறுவது இத்துறை. 'யாராகுவர்கொல் இவளை மணப்பவர்'' எனக் கூறி இரங்குகின்றனர் புலவர். மணம் பேசி வந்தனர் அனைவரையும் மறுத்துப் போக்கிய தலைவனது மேம்பாட்டையும் கூறுகின்றனர். 'கபில நெடு நகர்' என வருவது (11) கபிலரது ஊர் போலும்! இது சிந்தனைக்கு உரியது.)

```
ஆர்கலி யினனே, சோணாட்டு அண்ணல்;
கவிகை மண்ணாள் செல்வ ராயினும்,
வாள்வலத்து ஒழியப் பாடிச் சென்றாஅர்
வரல்தோறு அகம் மலர......
ஈதல் ஆனா இலங்குதொடித் தடக்கைப்          5
பாரி பறம்பின் பனிச்சுனை போல,
காண்டற்கு அரிய ளாகி, மாண்ட
பெண்மை நிறைந்த பொலிவோடு, மண்ணிய
துகில்விரி கடுப்ப நுடங்கித், தண்ணென
அகிலார் நறும்புகை ஐதுசென்று அடங்கிய     10
கபில நெடுநகர்க் கமழும் நாற்றமொடு,
மனைச்செறிந் தனளே, வாணுதல்; இனியே.
அற்றன் றாகலின், தெற்றெனப் போற்றிக்,
காய்நெல் கவளம் தீற்றிக் காவுதொறும்
கடுங்கண் யானை காப்பன் அன்றி,            15
வருத லானோர் வேந்தர்; தன்னையர்
பொருசமம் கடந்த உருகெழு நெடுவேல்
குருதிபற்றி வெருவரு தலையர்;
```

மற்றுஇவர் மறனும் இற்றால்; தெற்றென
யாரா குவர்கொல் தாமே - நேரிழை
உருத்த பல் சுணங்கு அணிந்த
மருப்புஇள வனமுலை ஞெமுக்கு வோரே?

ஆரவாரஞ் செய்யும் வீரக் கழல் புனைந்தவன்தான் சோழ நாட்டு மன்னன். மண்ணாளும் செல்வரே என்றாலும் எதிர்த்து வெற்றி கொள்ள எண்ணாதது பாரியின் மலை. வாளைவிட்டு விட்டுக் கவிந்த கையினராகப் பாணரைப் போல் அகம் மலர்ந்து கொடுத்து மகிழ்பவனே பாரி. எனினும், பகைவரால் காணவும் இயலாதது பறம்பின் பனிச்சுனை. அச்சுனைபோலக் காண்பதற்கு அரியவாயினள் அவளும். பெண்மை நிறைந்து மாட்சிமைப்பட்ட தன் பொலிவோடு, அவ்வாணுதல் இவ்விடத்தையே அடைத்துக் கிடந்தனள். நிலை இவ்வாறாகவே, வந்த வேந்தர் போரிட முனைந்தவராகக் காடுகளிலே தங்கித் தம் போர் யானைகளைக் கவளம் ஊட்டிப் பேணுவாராயினர். பாரி பால் மீண்டும் வேட்டு வரவே எண்ணவில்லை. இவளுடைய அண்ணன்மாரோ பொருசமம் பல கடந்த வெற்றிவேலைத் தாங்கிப் பகைவரின் குருதி தோய்ந்த தலைகளைக் கையிலே நாளும் கொண்டவராயினர், என்னே, இவர் வீரம், இருந்தவாறு! இவ்வாறு வேட்டு வருபவரோடெல்லாம் மறுத்துப் போர் செய்தால், இவளை அணைந்து வாழவரும் மணவாளர்தாம் யாவரோ? தெளிவாகக் கூறுக!

338. ஓரெயின் மன்னன் மகள்!

பாடியவர்: குன்றூர் கிழார் மகனார். **திணை:** காஞ்சி. **துறை:** மகட்பாற் காஞ்சி. **சிறப்பு:** நெடுவேள் ஆதனுக்கு உரிய போந்தைப் பட்டினத்தைப் பற்றிய குறிப்பு.

(ஓரெயின் மன்னனது ஒரு மடமகளை மணம் பேசிவந்த பலரும், இசைவு பெறாது வறிதே திரும்பியது கண்டு பாடிய செய்யுள் இது. மூவேந்தர் வரினும், 'வணங்கார்க்கு ஈகுவேன் அல்லன்' எனக் கூறியிருந்த தந்தையது தகைமையையும் உரைக்கின்றனர்.)

ஏர் பந்த வயல், நீர் பரந்த செறுவின்
நெல்மலிந்த மனைப், பொன் மலிந்த மறுகின்,
படுவண்டு ஆர்க்கும் பன்மலர்க் காவின்,
நெடுவேள் ஆதன் போந்தை அன்ன,
பெருஞ்சீர் அருங்கொண் டியளே; கருஞ்சினை
வேம்பும் ஆரும் போந்தையும் மூன்றும்

மலைந்த சென்னியர், அணிந்த வில்லர்,
கொற்ற வேந்தர் வரினும்' தன்தக
வணங்கார்க்கு ஈகுவன் அல்லன் - வண்தோட்டுப்
பிணங்கு கதிர்க் கழனிநாப்பண், ஏமுற்று
உணங்குகலன் ஆழியின் தோன்றும்
ஓர்எயில் மன்னன் ஒருமட மகளே!

முற்றிய கதிர்கள் தம்முள்ளே பின்னிக்கிடக்கும் விளை வயல்களின் நடுவே, கம்பீரமாகக் கடல் நடுவே விளங்கும் கப்பல்போல விளங்கும் ஒரே அரணுக்கு உரியவனான அம்மன்னனின் ஒரே மகள். பெருஞ்செல்வத்திற்கு உரியவள். ஏர் பரந்த வயலும், நீர் நிறைந்த தெருக்களும், நெல் மலிந்த மனையும், அழகு நிறைந்த தெருக்களும், வண்டு ஒலிக்கும் பூங்காக்களும் உடைய ஊரினள். நெடுவேள் ஆதனின் போந்தை நகரைப் போன்ற பெருஞ்சீரும், பகைவரை வென்று பெற்ற திறைப் பொருள்களும் உடையவள். அவளை வேட்டு வருவோர் வேம்பும் ஆத்தியும் போந்தையும் சூடிய மூவேந்தரேயாயினும் அவர் மலைந்த சென்னியும், அணிந்த வில்லும் உடைய கொற்றவேந்தரே எனினும், தன் தகுதிக்கு ஏற்ப வணங்கிக் கேட்டாலன்றி, அவள் தந்தை அவளை அவர்க்கும் தருவானல்லன். (தந்தையின் ஊர்வளமும் மறமும் மகட்கும் உடையதாகச் சொல்லப்பட்டது. 'மூவேந்தர்க்கே தாரானாயின் நீ எம்மாட்டோ?' என்றது இது.))

339. வளரவேண்டும் அவளே!

பாடியவர்: பெயர் தெரிந்திலது. **திணை:** காஞ்சி. **துறை:** மகட்பாற் காஞ்சி.

(முறஞ்செவி யானை வேந்தர், மறங் கெழு நெஞ்சம் கொண்டு ஒளித்தோளாகிய ஒரு கன்னியைப் பலரும் மணம் பேசி வந்து திரும்பிய நிலையைக் குறித்துப் பாடிய செய்யுள் இது.)

வியன்புலம் படர்ந்த பல்ஆ நெடுஏறு
மடலை மாண்நிழல் அசைவிடக் கோவலர்
வீததை முல்லைப் பூப்பறிக் குந்து;
குறுங்கோல் எறிந்த நெடுஞ்செவிக் குறுமுயல்
நெடுநீர்ப் பரப்பின் வாளையொடு உகளுந்து;
தொடலை அல்குல் தொடித்தோள் மகளிர்
கடல் ஆடிக் கயம் பாய்ந்து,
கழி நெய்தற் பூக் குறூஉந்து;

பைந்தமிழை துயல்வருஞ் செறுவிறற்
....லத்தி
வளரவேண்டும், அவளே, என்றும் -
ஆரமர் உழப்பதும் அமரிய ளாகி,
முறஞ்செவி யானை வேந்தர்
மறங்கெழு நெஞ்சங் கொண்டொளித் தோளே.

ஆனேறுகள் புல்மேய்ந்து மரநிழல்களிலே தங்கி அசையிட்டவாறு நின்றன. கோவலர் முல்லைப் பூவைப் பறிக்க எறிந்த குறுங்கோல் கண்டு அஞ்சிய குறுமுயல், கழனிகளில் உகளும் வாளை மீன்களோடு சேர்ந்து துள்ளித் தாவிச் சென்றன. அவ்வூரவளான மேகலையும் தொடியும் அணிந்த ஓர் இளமகள், கடல் நீராடி, கானற் சோலையின் கயத்திலே பாய்ந்து, கழுநீர்ப் பூக்களையும் பறித்துக்கொண்டு பசிய தழையாடையும் சுற்றியவளாக, வயலைப் போலச் செழுமையுடன் வருகின்றாள். அவள் என்றும் வளரவேண்டும். ஆனால், அவளோ, தனக்காகப் போர் நடப்பதை விரும்புவாளாயினளே! யானைகளையுடைய வேந்தரின் போர்மறம் நிரம்பிய நெஞ்சைத் தன்னுள்ளே கொண்டு, பெண்போலக் காட்டி ஒளித்துக் கொண்டு மிருக்கின்றாளே!

340. அணித்தழை நுடங்க!

பாடியவர்: பெயர் தெரிந்திலது. **திணை:** காஞ்சி. **துறை:** மகட்பாற் காஞ்சி.

(தந்தை, 'பெருங்கை யானை கரந்தையஞ் செறுவிற் பெயர்க்கும் பெருந்தகை மன்னர்க்குத் தன் மகளை வரைந்திருந்தனன்; அதனால், அவன் அவளைப் பிறர்க்குத் தர மறுப்பவே, அவளும் பலகாலம் மணமாகாதிருந்தனள்; இதனைக் குறித்துக் கூறுகிறது செய்யுள்.)

அணித்தழை நுடங்கஓடி, மணிப்பொறிக்
குரலம் குன்றி கொள்ளும் இளையோள்,
மாமகள்.............................
..........லென வினவுதி, கேள், நீ
எடுப்பவெ............................
...................மைந்தர் தந்தை
இரும்பனை அன்ன பெருங்கை யானை
கரந்தையஞ் செறுவின் பெயர்க்கும்
பெருந்தகை மன்னர்க்கு வரைந்திருந் தனனே.

அணியாக விளங்கும் தழையாடை அசைய ஓடியோடிச், செம்மையும் புள்ளியும் தவழுங் குன்றிமணிகளைத் தொகுத்து வரும் இளையோன் காண்மின்! இவள் ஒரு பெரிய இடத்துப் பெண்போலும்! யார் மகளோ எனக்கேட்கிறாயோ நீ? கேள்: இவள் தமையன்மார் படைக்கலங்களை எடுத்தால், அதற்கு எதிராக எவரும் படை எடுக்க அஞ்சுவர். இவள் தந்தையோ, பகைவர் யானைப்படைகளைத் தான் ஒருவனாகவே கரந்தைக்கொடி நிறைந்த விளைவயலிலே நின்று வென்ற, பெருந்தகையாளனான ஓர் அரசிளைஞனுக்கு, இவளை வரைந்தும் இருக்கின்றான். (எனவே, ஏன் இவள் குறித்து எண்ணுகின்றாய்? என்பது கருத்து.)

341. இழப்பது கொல்லோ பெருங்கவின்!

பாடியவர்: பரணர். திணை: காஞ்சி. துறை: மகட்பாற் காஞ்சி.

(ஒரு கன்னியை வேட்டு வந்தான் ஓர் அரசகுலத்து இளைஞன். அவளுக்காகப் போர்க்களமும் புகுந்தான். 'அவன் வென்று அவளை மணப்பானோ! அன்றி வாரா உலகம் புகுவானோ' என்று இரங்கிக் கூறுகின்றது செய்யுள். 'நொச்சித் திணைத் துறைகளுள் ஒன்றாகிய, 'மகண் மறுத்து மொழிதலுக்கும்' இதன் பொருளமைதி பொருத்தம் உடையது காண்க.)

வேந்துகுறை யறவுங் கொடாஅன், ஏந்துகோட்டு
அம்பூந் தொடலை அணித்தழை அல்குல்,
செம்பொறிச் சிலம்பின் இளையோன் தந்தை,
எழுவிட்டு அமைத்த திண்நிலைக் கதவின்
அரைமண் இஞ்சி நாட்கொடி நுடங்கும்
....
புலிக்கணத் தன்ன கடுங்கண் சுற்றமொடு,
மாற்றம் மாறான், மறலிய சினத்தன்,
'பூக்கோள்' என ஏஎய்க், கயம்புக் கனனே;
விளங்குஇழைப் பொலிந்த வேளா மெல்லியல்,
சுணங்கணி வனமுலை, அவளொடு நாளை
மணம்புகு வைகல் ஆகுதல் ஒன்றோ -
ஆரமர் உழக்கிய மறம்கிளர் முன்பின்,
நீள் இலை எஃகம் மறுத்த உடம்பொடு
வாரா உலகம் புகுதல் ஒன்று - எனப்
படைதொட் டனனே, குருசில்; ஆயிடைக்
களிறுபொரக் கலங்கிய தண்கயம் போலப்,

பெருங்கவின் இழப்பது கொல்லோ,
மென்புனல் வைப்பின்இத் தண்பணை ஊரே!

வேந்தன் வந்து இரந்தும் கொடாது, இவள் தந்தையோ 'போர்க்கு எழுக' எனத் தன் படைஞருக்கு ஆணையிட்டவனாகத் தானும் நீராடச் சென்றுள்ளனன். போர்க்கான முயற்சிகள் பலவும் நிகழ்கின்றன. இவளை நாடிவந்த வேந்தனோ, "ஒன்று நாளைப் போரில் இவள் தந்தையை வென்று இவளை மணந்து அணைவேன்; அல்லது போர்ப்புண் பட்டு மீண்டு வராத உலகம் புகுவேன்" என்று வஞ்சினம் கூறித், தன் படையொடும் நகரை முற்றுகை யிட்டனன். களிறுகள் தம்முட் பொருது நீராடக் கலங்கிய குளம்போல, இவ்விருவரும் போரிடும் அறியாமையால், வளமிக்க இவ்வூரும் நாளை தன் அழகை இழந்து விடுமோ?

342. வாள்தக உழக்கும் மாட்சியர்!

பாடியவர்: அரிசில் கிழார். திணை: காஞ்சி. துறை: மகட்பாற் காஞ்சி.

(இளைஞன் ஒருவன், ஓர் அரச கன்னியைக் கண்டு காதல் கொண்டனன், 'அவளுக்காக முன்னர்ப் போரிட்டு வந்தோர் பலர்; அவர்கள் அனைவரையும் வென்றனர் அவள் அண்ணன்மார்; அவளையோ நீயும் விரும்பினை' என, அவனுக்கு அறிவுரை சொல்லுவது போல அமைந்துள்ளது செய்யுள்.)

கானக் காக்கைக் கலிச்சிறகு ஏய்க்கும்
மயிலைக் கண்ணிப் பெருந்தோட் குறுமகள்,
ஏனோர் மகள் கொல் இவள்?' என விதுப்புற்று,
என்னோடு வினவும் வென்வேல் நெடுந்தகை;
திருநயத் தக்க பண்பின் இவள் நலனே
பொருநர்க்கு அல்லது, பிறர்க்கு ஆகாதே;
பைங்கால் கொக்கின் பகுவாய்ப் பிள்ளை
மென்சேற்று அடைகரை மேய்ந்துஉண் டதற்பின்,
ஆரல் ஈன்ற ஐயவி முட்டை,
கூர்நல் இறவின் பிள்ளையொடு பெறூஉம்,
தண்பணைக் கிழவன் இவள் தந்தையும்; வேந்தரும்
பெறாஅ மையின் பேரமர் செய்தலின்,
கழிபிணம் பிறங்கு போர்பு அழிகளிறு எருதா,
வாள்தக வைகலும் உழக்கும்
மாட்சி யவர், இவள் தன்னை மாரே.

'அண்டங் காக்கைச் சிறகுபோன்ற கரிய விழியுடையாள்; பெருந்தோளினளான இளையவள்; இவள் யார் மகளோ?' என,

அவள் மேல் ஆசையுற்று என்னிடம் கேட்கின்றாய் நெடுவேலை உடையவனே! கேள்; திருமகளும் விரும்பும் பண்பு நிறைந்த இவள் நலன், படை மறவர்க்கல்லது பிறர்க்குக் கிடைப்பதன்று. மருதநிலத்தலைவனான இவள் தந்தையும், மகள் மறுத்தலாற் சினந்த வேந்தரும் நடத்திய போர்களோ பல. இவளைப் போரிலே வென்று பெறுவதும் எளிதன்று. நெற்போர் போலக் கொன்று குவித்த பகைவர் சடலங்களைப் போர்மிதிக்கும் எருதுகள்போலக் களிறுகள் துவைத்துச் செல்ல, வாள் கொண்டு நாளும் வாளுழவு செய்யும் மாட்சியுடையவர் இவள் தமையன்மார். எனவே, ஆசையை விட்டு அகன்று செல்வாயாக!

343. ஏணி வருந்தின்று!

பாடியவர்: பரணர். திணை: காஞ்சி. துறை: மகட்பாற் காஞ்சி.

(அழகிய இளங்கன்னி ஒருத்தியை வேட்டு வந்தோர் பலர். அவர் கொண்டு குவித்த பரிசப் பொருட்கள் அளவில. ஆயினும், அவள் தந்தையோ அவளைத் தருதற்கு இசைந்தான் அல்லன். 'இனி இவ்வூர்தான் வரும் போரால் வருந்தும் போலும்' என இரங்குவது செய்யுள்.)

'மீன் நொடுத்து நெல் குவைஇ
மிசை யம்பியின் மனைமறுக் குந்து!
மனைக் கவைஇய கறிமூ டையால்
கலிச் சும்மைய கரைகலக் குந்து
கலந் தந்த பொற் பரிசம்
கழித் தோணியான் கரைசேர்க் குந்து;
மலைத் தாரமும் கடல் தாரமும்
தலைப் பெய்து வருநர்க்கு ஈயும்
புனலங் கள்ளின் பொலந்தார்க் குட்டுவன்
முழங்கு கடல் முழவின் முசிறி யன்ன,
நலஞ்சால் விழுப்பொருள் பணிந்து கொடுப்பினும்,
'புரையர் அல்லோர் வரையலள், இவள்' எனத்
தந்தையும் கொடாஅன் ஆயின்- வந்தோர்,
வாய்ப்ப இறுத்த ஏணி ஆயிடை
வருந்தின்று கொல்லோ தானே - பருந்துஉயிர்த்து
இடைமதில் சேக்கும் புரிசைப்
படைமயங்கு ஆரிடை நெடுநெல் ஊரே?

'குட்டுவனின் முசிறி நகரத்தை யொத்த பெருஞ் செல்வத்தைப் பணிந்துவந்து கொடுப்பினும், ஒருக்காலும் உயர்ந்தோர்

அல்லாதவரை மணந்து கொள்ளாள்' எனச் சொல்லி, அவள் தந்தை, அவர்க்குத் தர இசையான் ஆயினான். பெண் கேட்டு வந்தவரோ, அதுகேட்டுப் பொறாது சினந்து, அரணை வெல்லும் பொருட்டுச் சார்த்திய ஏணிகளுடன் முற்றுகை யிட்டுள்ளனர். இவ்வூர் மதிற்காவலரும் படையேந்தி வீரமுடன் திகழ்கின்றனர். இந்நகர்க்கும், இருபுறத்து வேந்தர்க்கும் நேரும் இடையூறு கருதியோ, மதிற்புறத்திற் சார்த்திய ஏணியும் அதோ வருந்திச் சாய்கின்றது?

344. இரண்டினுள் ஒன்று!

பாடியவர்: அடைநெடுங் கல்வியார். **பாடப்பட்டோன்:** பெயர் தெரிந்திலது. **திணை:** காஞ்சி, **துறை:** மகட்பாற் காஞ்சி. (திணை, வாகையும்; துறை, மூதின் முல்லையும் கூறப்படும்.)

(பரிசப் பொருளைப் பெற்று இவளை மணவேள்வியில் தருவதனால் இவ்வூர் வளம் பெறுமோ? அல்லது இவள் தந்தை மறுத்தலால், இனிப் போர்க்கள மாகித்தான் தொல்லையுறுமோ? என்று கூறி வருந்துகிறார் புலவர்.)

செந்நெல் உண்ட பைந்தோட்டு மஞ்ஞை,
செறிவளை மகளிர் ஓப்பலின், பறந்தெழுந்து,
துறைநணி மருதத்து இறுக்கும் ஊரொடு,
நிறைகால் விழுப்பொருள் தருதல் ஒன்றே;
புகைபடு கூர்எரி பரப்பிப் பகைசெய்து,
பண்பில் ஆண்மை தருதல் ஒன்றோ,
இரண்டினுள் ஒன்றா காமையோ அரிதே,
காஞ்சிப் பனிமுறி ஆரங் கண்ணி
கணிமே வந்தவள் அல்குல்அவ் வரியே.

இவளை அடைய வேண்டுமாயின், நீவிர் செய்யக்கூடியன இரண்டுள் ஒன்றே! நெல் கவர்ந்துண்ணும் மயிலினத்தைச் செறிவளை மகளிர் வெருட்ட, அது பறந்து எழுந்து துறைக்கு அண்மையிலிருக்கும் மருதமரத்திலே தங்கும் வளமான ஊர்களையும், சிறந்த பொன்களையும் இவள் தந்தையிடம் தந்து இவளை வேண்டிப் பெறுவது ஒன்று; அன்றிப் பகை செய்தவராக, ஊர்களிலே எரிபரப்பி அருட்பண்பிலாத பேராண்மை காட்டி வென்று வசப்படுதல் மற்றொன்று. இருவரும் வளமும் போர் மறமும் மிகுந்தாரானதால் இரண்டினுள் ஒன்று ஆகுதலும் அரிதே! எனவே எண்ணிச் செய்வீராக!

345: பன்னல் வேலிப் பணை நல்லூர்!

பாடியவர்: அடைநெடுங் கல்வியார். **பாடப்பட்டோன்:** பெயர் தெரிந்திலது. **திணை:** காஞ்சி. **துறை:** மகட்பாற் காஞ்சி.

('செல்வத்தை வேண்டார்; 'நிரல் அல்லோர்க்குத் தரல்இல்' எனப் போர்வேட்டு வஞ்சினம் கூறிக் காத்திருக்கின்றனர் இவள் தமையன்மார்; இனி இவ்வூர்தான் என்னாகுமோ? என வருந்துகின்றார் புலவர்.)

களிறு அணைப்பக் கலங்கின, காஅ;
தேர்ஓடத் துகள் கெழுமின, தெருவு;
மா மறுகலின் மயக்குற்றன, வழி;
கலங் கழாஅலின், துறை கலக்குற்றன:
தெறல் மறவர் இறை கூர்தலின்
பொறை மலிந்து நிலன் நெளிய,
வந்தோர் பலரே, வம்ப வேந்தர்,
பிடிஉயிர்ப் பன்ன கைகவர் இரும்பின்
ஓவுறழ் இரும்புறம் காவல் கண்ணிக்,
கருங்கண் கொண்ட நெருங்கல் வெம்முலை,
மையல் நோக்கின்,தையலை நயந்தோர்
அளியர் தாமே; இவள் தன்னை மாரே;
செல்வம் வேண்டார், செருப்புகல் வேண்டி,
'நிரல்அல் லோர்க்குத் தரலோ இல்' எனக்
கழிப்பிணிப் பலகையர், கதுவாய் வாளர்;
குழாஅங் கொண்ட குருதி அம் புலவோடு
கழாஅத் தலையர் கருங்கடை நெடுவேல்
இன்ன மறவர்த் தாயினும், அன்னோ!
என்னா வதுகொல் தானே-
நன்னல் வேலிஇப் பணைநல் லூரே!

கருங்கண் கொண்ட, நெருங்கிய வெம்மையான மார்பகங்களும், கண்டார் மயங்கும் நோக்கும் உடைய இப்பெண்ணினை விரும்பினோர் பெரிதும் இரங்கத் தக்கவர்களே! இவள் தமையன்மார். 'தமக்கு ஒப்பானவர் அன்றிப் பிறருக்குத் தருவதில்லை' என்ற உறுதிகொண்டு, பிறர் வந்து பெரும் பொருள் தரவும் மறுத்தனர். அவர் சினந்து எழத், தாமும் கேடயந் தாங்கி, வாள் கையேந்திப் போர்க்கும் எழுந்தனர். இடைவிடாது நேரும் போர்களால் கேடயமும் வாளும் தாங்கியும், புலாலும் குருதியும் நாறும் கழுவாத தலையுடைய நெடுவேல் ஏந்தியும் போரிடும் வீரர்கள் இவ்வூரினுள் நிறைந்துள்ளனர். எனினும், படையெடுத்து

வந்தவரோ வேந்தர் பலர். அவர் மறவர் வந்து பாடியிட்டுத் தங்குதலால் சுற்றுப்புற நகரெல்லாம் பாழ்பட்டன. ஐயோ! பருத்தி வேலி சூழ்ந்த இப்பணை நல்லூர் என்னாகுமோ? அறிந்திலனே!

346. பாழ் செய்யும் இவள் நலனே!

பாடியவர்: *அண்டர் மகன் குறுவழுதி.* **திணை:** *காஞ்சி.* **துறை:** *மகட்பாற் காஞ்சி.*

('இவள் நலன் பெரும் பாழ் செய்யும்' என்று கூறுகின்றது செய்யுள்; இது பலருக்கும் மகளைத் தர மறுத்துப் போரை எதிர்நோக்கியிருந்த தலைவனது ஊரைப் பற்றி இரங்கிக் கூறியது ஆகும்.)

பிற......ளே பால் என மடுத்தலின்
ஈன்ற தாயோ வேண்டாள் அல்லள்;
கல்வியென் என்னும் வல்லாண் சிறாஅன்;
ஒள்வேல் நல்லன் அதுவாய் ஆகுதல் -
அழிந்தோர் அழிய, ஒழிந்தோர் ஒக்கல்
பேணுநர்ப் பெறாஅது விளியும்
புன்தலைப் பெரும்பாழ் செய்யும் இவள் நலனே.

'நினக்குத் தெரியாது; இப் பாலையும் உண்க' என இன்றும் தன் மகளுக்கு ஊட்டுபவளாதலின், இவள் தாயும் இவள்பால் பெருவிருப்பம் உடையவளன்றி, அறிவினள் அல்லள். வல்லாண்மை உடையவனான இவள் தமையனோ, சிறந்த படைப் பயிற்சியும், அறிவும் நிரம்பியவனாவான். 'யானும் ஒரு கல்வியேன்'என்று சொல்லும் பணிந்த இயல்பும் உடையவன். ஒளிபொருந்திய வேலுடன் பேராற்றலிலும் சிறந்தவன் இவள் தந்தை. 'அழிந்தவர் போக இருந்தவர் எம் சுற்றம்' என்ற போர் மறம் உள்ளவர் இவனது மந்திரச் சுற்றத்தினர். அதனால், இவள் அழகு இவ்வூர் ஆடவர் பலரையும் அழித்தலால், நாட்டைக் காப்பவரே எவரும் இல்லாது போக பேணுவாரற்ற வெறும் பாழிடமாகவே இதனை ஆக்கிவிடும் போலும்!

347. வேர் துளங்கின மரனே!

பாடியவர்: *கபிலர்.* **திணை:** *காஞ்சி.* **துறை:** *மகட்பாற் காஞ்சி.*

(வேந்தர்கள் வந்து ஊரை முற்றினர்; அவரது போர் யானைகளைப் பிணித்தலால், ஊரிடத்து மரங்கள் வேர் துளங்கின எனக் கூறி அம் மகளுக்கு அவள் தந்தை ஏற்ற மணவாளனை

நாடிப் பிறரை மறுத்தொதுக்கிய செய்தியைக் கூறுகின்றார் கபிலர்.)

உண்போன் தான்நறுங் கள்ளின் இடச்சில
நாவிடைப் பஃறேர் கோலச் சிவந்த
ஒளிறுஒள் வாடக் குழைந் தபைந் தும்பை,
எறிந்துஇலை முறிந்த கதுவாய் வேலின்,
மணநாறு மார்பின், மறப்போர் அகுதை
குண்டுநீர் வரைப்பின், கூடல் அன்ன
குவைஇருங் கூந்தல் வருமுலை சேப்ப
....
என்னா வதுகொல் தானே?......
விளங்குறு பராரைய வாயினும், வேந்தர்
வினைநவில் யானை பிணிப்ப,
வேர்துளங் கினநம் ஊருள் மரனே.

இறைச்சியும் மதுவும் உண்பான் ஒருவன், துணுக்கைகள் பல்லிடைச் சிக்க, நாவினால் துழாவி எடுத்தனன். அதனால் அந் நாவும் சிவந்தது. ஒளிபொருந்திய சிறந்த வாள்கொண்டு வெம்மையான போர் செய்தலாற் சிவந்த தும்பை மாலையினையும், பகைவர்மீது எறிந்து வடுப்பட்ட வேலினையும், சாந்தணிந்த மார்பினையும் உடையவன் மறப்போர் வல்ல 'அகுதை'. அம் மன்னனது கூடல்நகரின் கண்ணுள்ள ஆழ்ந்த நீர் நிலைகளைப் போன்று கருத்தடர்ந்த கூந்தலுடையாள் இவள், இவளது தனங்கள் சிவக்குமாறு தழுவி மகிழ்பவன் யாவனோ? தந்தையும் மகட்கொடை நேராது போர்க்கு எழுந்தனனே! நம் ஊர் மரங்கள் வலுவுள்ள பெருமரங்களாயினும், பகை வேந்தர் பாடியிட்டுத் தம் கொல்யானைகளைக் கட்டுதலால் வேர் கிளம்பினவே! என்னாகுமோ இனி?

348. பெருந்துறை மரனே!

பாடியவர்: பரணர். **திணை:** காஞ்சி. **துறை:** மகட்பாற் காஞ்சி.

(ஒரு கன்னியின் பெற்றோர், வந்து கேட்ட ஓர் அரசிளைஞனுக்கு அவளைத் தர மறுத்தனர். அதன் காரணமாக அவன் அவ்வூரை முற்றுகை இட்டனன்.' 'களத்தில் வென்று இவளை மணப்பேன்' என்று சூளும் உரைத்தனன். கன்னியின் பெற்றோரும் போருக்குத் தயாராயினர். இருதிறத்துப் படையணிகளும் கோட்டைக்கு உள்ளும் புறமுமாகப் பரவின. அதனைக் கண்ட புலவர் பாடிய செய்யுள் இது. 'இவள் தாய்

இவளைப் பெறாதிருந்தால் நன்றாயிருக்குமே!'' என்கின்ற அவருடைய சோகத்தின் மிகுதி இதனாற் புலனாகும்.)

வெண்ணெல் அரிஞர் தண்ணுமை வெரீஇக்,
கண்மடற் கொண்ட தீந்தேன் இரியக்,
கள்ளரிக்கும் குயம், சிறுசின்
மீன் சீவும் பாண் சேரி,
வாய்மொழித் தழும்பன் ஊணூர் அன்ன,
குவளை உண்கண் இவளைத், தாயே,
ஈனா ளாயினள் ஆயின், ஆனாது
நிழல்தொறும் நெடுந்தேர் நிற்ப, வயின்தொறும்,
செந்நுதல் யானை பிணிப்ப,
வருந்தல மன்னம் பெருந்துறை மரனே.

நெல்லறுக்கும் உழவர் தண்ணென்ற ஒலியோடு தண்ணுமையை ஒலிக்க, அதுகேட்டு மூங்கிற்கணுவிலே தேனடை கொண்டிருந்த ஈக்கள் அஞ்சிப் பறந்து ஓடின. அதனால், அஞ்சாது தேனை வடித்து உண்ணும் குயவர் சேரி ஒருபால்; சிறுசிறு மீன்களைப் பிடித்து உண்டு வாழும் பாண்சேரி ஒரு பால்; இவ்வாறு வளம் மிகுந்து விளங்குவது வாய்மொழி தவறாத தழும்பனின் ஊணூர். அவ்வூர்க் குளத்தில் மலர்ந்த குவளை மலர் போன்ற மையுண்ட கண்ணினளான இவளை, இவள் தாய் பெற்றிருக்காமலேயே இருந்திருக்கக் கூடாதோ? மரநிழல் தோறும் நெடுந்தேர்கள் நிற்கின்றன. நீர்த்துறைக் கரைப் பெருமரங்களில் யானைகளைக் கட்ட அம்மரங்கள் வேர் கிளம்பி வருந்துகின்றன. இவ்வாறு, பகைவர் புகுந்து பாழ்படுத்தும் நிலை இவளாலன்றோ இவ்வூர்க்கு ஏற்பட்டது!

349. ஊர்க்கு அணங்காயினள்!

பாடியவர்: மதுரை மருதனிள நாகனார். **திணை:** காஞ்சி. **துறை:** மகட்பாற் காஞ்சி.

('அவள், தான் பிறந்த ஊர்க்கே அணங்காயினள்' என வருந்துகின்றனர் புலவர். 'கடிய கூறும் வேந்தே: தந்தையும் நெடிய அல்லது பணிந்து மொழியலனே' என்றும் நொந்தும் கொள்ளுகின்றனர். பாரியது பறம்பு முற்றுகையை இச் செய்யுள் நினைபடுத்துகின்றது. 'பெருஞ்சிக்கல் கிழான் மகட்கொடை மறுத்தது இது' என்பர், ஆசிரியர் இளம்பூரணர் (தொல். புறத். சூ. 19))

நுதிவேல் கொண்டு நுதல்வியர் தொடையாக்,
கடிய கூறும் வேந்தே; தந்தையும்
நெடிய அல்லது பணிந்துமொழி யலனே;
இஃதுஇவர் படிவம் ஆயின், வைஎயிற்று,
அரிமதர் மழைக்கண், அம்மா அரிவை,
மரம்படு சிறுதீப் போல,
அணங்கா யினள், தான் பிறந்த ஊர்க்கே.

வேல்முனை கொண்டு நெற்றி வியர்வையைத் துடைத்தவாறே வேந்தனும் கடுமையான வார்த்தைகளைக் கூறி நின்றான். இவள் தந்தையும் பேச்சை இழுத்துக்கொண்டே போனானேயன்றி, அவன் விருப்பத்திற்கு இணங்கிப் பேசாதவன் ஆயினான். இதுவே, இவ்விருவரும் மேற்கொள்ளும் நிலையானால், அவன் கூரிய பற்களும், அரிபரந்து மதர்த்து குளிர்ந்த கண்களும், மாமை நிறமும் உடைய இவள், இவ்வூர்க்குக் கேடுதரப் பிறந்தவளே யாவள். காட்டுப் பெருமரத்திலே பட்ட சிறுதீ அக்காட்டையே அழிப்பது போல, இவளே இவ்வூரை அழிக்கும் அணங்காயினளே!

350. வாயிற் கொட்குவர் மாதோ!

பாடியவர்: மதுரை ஓலைக்கடைக் கண்ணம் புகுந்தார் ஆயத்தனார். **திணை:** காஞ்சி. **துறை:** மகட்பாற் காஞ்சி.

(தலைவன் ஒருவன், தன் மகளை வேந்தர்குடி இளைஞனுக்குத் தர மறுத்தனன். அடுத்து அவர் படையோடு வந்து முற்றுவர்; போருக்கு வந்தெய்தும் என்பவற்றை நினைத்துப் புலவர் நொந்தவராக கூறிய செய்யுள் இது. 'வடிவேல் எஃகிற் சிவந்த உண்கண்' என்னும் உவமை நயத்தை உணர்ந்து இன்புறுக. பகைவரை எறிதலால் குருதிக் கறை படிந்த வேல் அதுவென அவர்தம் மறமேம்பாட்டையும் இது உணர்த்தும்.)

தூர்ந்த கிடங்கின், சோர்ந்த ஞாயில்,
சிதைந்த இஞ்சிக், கதுவாய் மூதூர்
யாங்கா வதுகொல் தானே, தாங்காது
படுமழை உருமின் இறங்கு முரசின்
கடுமான் வேந்தர் காலை வந்து, எம்
நெடுநிலை வாயில் கொட்குவர் மாதோ;
பொருதாது அமருவர் அல்லர்; போர் உழந்து
அடுமுரண் முன்பின் தன்னையர் ஏந்திய
வடிவேல் எஃகின் சிவந்த உண்கண்,

தொடிபிறழ் முன்கை, இளையோன்
அணிநல் லாகத்து அரும்பிய சுணங்கே.

அடுபோரிலே முன்னணியில் நிற்பவரான இவள் தமையன் மார், தம் கையில் ஏந்திய வடித்த வேலின் இலைபோன்று, நீண்ட சிவந்த மையுண்ட கண்களும், தொடியணிந்த முன்கையும் உடையவள் இக் கன்னி. இவளது மார்பிலே சுணங்குகள் அரும்பின; மணப்பருவமும் வந்துவிட்டது. இடிமுழங்கும் முரசமும், விரைந்து செல்லுங் குதிரையும் உடைய வேந்தர்கள், நாளைக்காலையே வந்து எமது நெடுநிலை வாயிலிலே சுற்றத் தொடங்கி விடுவர். அவர் வேட்டது போல் இவளைத் தராமல் இருந்தால், போரிடாது வறிதே செல்வாரல்லர் அவர். இப்போதே, இதுவரை நடந்த போர்களினால் தூர்ந்த அகழியும் தளர்ந்த ஞாயிலுமாகப் பகைவரால் அழிவு எய்தி விளங்கும் இப் பழையவூர், இனியும் என்ன ஆகுமோ?

சொற்பொருள்: *1. தூர்ந்த கிடங்கின் - தூர்ந்துபோன அகழியினையும்; சோர்ந்த ஞாயில் - தளர்ந்த மதிலுறுப்பினையும். 2. சிதைந்த இஞ்சி - வடிந்த மதிலையுமுடைய. கதுவாய் மூதூர் - பகைவர் செய்த அழிவால் வடுப்பட்ட பழையவூர்.*

3. தாங்காது யாங்காவது கொல் - போரைத் தாங்காது ஆகலின் என்னாகுமோ?

351. தாராது அமைகுவர் அல்லர்!

பாடியவர்: மதுரைப் படைமங்க மன்னியார். **திணை:** காஞ்சி. **துறை:** மகட்பாற் காஞ்சி.

('வேந்தர், இவள் நலம் தாராது அமைகுவர் அல்லர்' என்று கூறி, அதனால் வந்தெய்தும் போரையும், அழிபாடுகளையும் நினைந்து வருந்துகின்றார் புலவர். எயினனின் 'வாகை' என்னும் ஊரது வளத்தையும் செய்யுள் உணர்த்துகின்றது.)

படுமணி மருங்கின் பணைத்தாள் யானையும்
கொடிநுடங்கு மிசைய தேரும், மாவும்,
படைஅமை மறவரொடு துவன்றிக் கல்லெனக்,
கடல்கண் டன்ன கண்அகன் தானை
வென்றுஎறி முரசின் வேந்தர், என்றும்,
வண்கை எயினன் வாகை அன்ன
இவள்நலம் தாராது அமைகுவர் அல்லர்;
என்ஆ வதுகொல் தானே - தெண்ணீர்ப்

பொய்கை மேய்ந்த செவ்வரி நாரை
தேம்பொருள் மருதின் பூஞ்சினை முனையின்,
காமரு காஞ்சித் துஞ்சும்
ஏமம்சால் சிறப்பின், இப்பணைநல் லூரே?

யானைகளும், தேரும், குதிரைகளும், படைமறவரோடும் நெருங்கிக் கல்லென்ற ஒலியோடு முழங்கும் கடல்போல வரும் தானைக்கு உரிய முரசு முழங்கும் மூவரும், வள்ளல் எயினனின் வாகைநகர் போன்ற இவளது பெறுதற்கரிய நலத்தினை இவள் தந்தை தராது மறுப்பின், அமைந்து வாளாது இரார். பொய்கையின் மீன்களை மேய்ந்த நாரையானது மருதமரத்தின் கிளைகளிலே தங்க விரும்பவில்லையானால், காஞ்சி மரத்திலாவது சென்று உறங்கும் காவற் சிறப்புடைய வளமிக்க இம்மருதநிலத்து ஊர், இனி என்னவாகுமோ?

352. தித்தன் உறந்தை யன்ன!

பாடியவர்: பரணர். **திணை:** காஞ்சி. **துறை:** மகட்பாற் காஞ்சி. **குறிப்பு:** இடையிடைச் சிதைவுற்ற செய்யுள் இது. **சிறப்பு:** தித்தன் காலத்து உறந்தையின் நெல் வளம்.

('மகள் தர மறுத்தலால் வந்தெய்தும் பகைவரது முற்றுகையை நினைந்து வருந்திக் கூறும் செய்யுள் இதுவும்.)

தேஎங் கொண்ட வெண்மண் டையான்,
வீ..............கறக்குந்து;
அவல் வகுத்த பசுங் குடையான்,
புதன் முல்லைப் பூப்பறிக் குந்து;
ஆம்பல் வள்ளித் தொடிக்கை மகளிர்
குன்று ஏறிப் புனல் பாயின்
புற வாயால் புனல்வரை யுந்து;
..............நொடை நறவின்
மாவண் தித்தன் வெண்ணெல் வேலி
உறந்தை அன்ன உரைசால் நன்கலம்
கொடுப்பவும் கொளாஅ னெ......
........ர்தந்த நாகிள வேங்கையின்,
கதிர்த்துஒளி திகழும் நுண்பல் சுணங்கின்
மாக்கண் மலர்ந்த முலையள்; தன்னையும்
சிறுகோல் உளையும் புரவிெ..................
....யமரே.

வெண்ணல் வேலியாக நாற்புறமும் சூழ்ந்துள்ள, வள்ளல் தித்தனுக்கு உரித்தான வளமிக்க உறையூரையே கொடுத்தாற்

போல, ஏராளமான அணிகலன்களைக் கொடுப்பவும், இவள் தந்தை பெற்றுக்கொண்டு தன் மகளை அவ்வேந்தன் மகனுக்குக் கொடுப்பானல்லன். இவளோ, கொத்துக் கொத்தாய் பூத்த வேங்கைப்பூவின் தாதுக்களைப் போலத் தன் மார்பகம் சுணங்குகளால் நிறையக், கருங்கண்ணுடன் விளங்கும் முலைகளையும் உள்ளவள்; இவள் தமையனும் குதிரைகளுடன் போராடும் மாவீரன்! இவளை மணப்பவர் தாம் யாவரோ?

353. 'யார் மகள்?' என்போய்!

பாடியவர்: காவிரிப்பூம்பட்டினத்துக் காரிக்கண்ணனார். **திணை:**காஞ்சி. **துறை:** மகட்பாற் காஞ்சி.

('இவள் யார் மகளோ?' அவளது கவினால் தன் சிந்தை தளர்ந்த தலைவன் ஒருவன் கேட்கின்றான். அவனுக்கு, அவளைப் அரிதெனக் கூறுவாராக, அவளது அண்ணன்மாரின் மறமேம் பாட்டை உரைப்பது இச்செய்யுள். 'அஞ்சுதக உடையர் இவள் தன்னைமார்' என்கின்றார் புலவர்.)

ஆசில் கம்மியன் மாசறப் புனைந்த
பொலஞ்செய் பல்காசு அணிந்த அல்குல்,
ஈகைக் கண்ணி இலங்கத் தைஇத்,
தருமமொடு இயல்வோள் சாயல் நோக்கித்
தவிர்த்த தேரை, விளர்த்த கண்ணை
வினவல் ஆனா வெல்போர் அண்ணல்!
'யார் மகள்?'' என்போய் - கூறக் கேள்! இனிக்
குன்றுகண் டன்ன நிலைப்பல் போர்பு
நாள்கடா அழித்த நனந்தலைக் குப்பை
வல்வில் இளையர்க்கு அல்குபத மாற்றாத்
தொல்குடி மன்னன் மகளே! முன்நாள்
கூறி வந்த மாமுது வேந்தர்க்கு
...
..........உழக்கிக் குருதி ஓட்டிக்,
கதுவாய் போகியநுதிவாய் எஃகமொடு,
பஞ்சியும் களையாப் புண்ணர்.
அஞ்சுதகவு உடையர், இவள் தன்னை மாரே!

பொன்மணி பல புனைந்த மேகலையும், பொற்கண்ணியும் ஒப்பனை செய்துகொண்டு, மணல் மேட்டிலே நடந்து செல்லும் இவள் சாயலை நோக்கி அறிவழிந்து, தேரையும் நிறுத்தி கண்ணும் வெளுத்துத் தோன்றுகின்றாய். கேட்கக் கேட்க அமையாத

போர்வெற்றிச் சிறப்புடையவனான அண்ணலே! இவள் யார் மகள் என்கின்றனையோ? சொல்வேன் கேள்; குன்றுபோற் குவித்த நெல்லை, வல்வில் இளையரான போர் மறவர்க்கு நாளுணவாக நல்கும் பெரும் படைத்துணையினையுடைய பழங்குடி மன்னனின் மகள் இவள்! முன்னொரு சமயம் இம்மகளை வேட்டுவந்த நிறைவுடைய வேந்தர்க்கு நேர்ந்ததை நீ அறிவாய். போர்க்களத்திலே செந்நீர் ஆறாக ஓடிற்று. இவள் தமையன்மாரோ, வாய் மடிந்து வடுபட்ட கூர்வாய் வாளுடன், இன்னமும் புண்ணிலிட்ட பஞ்சினை நீக்காதவராகக் கண்டார் அஞ்சும் தகைமையுடன் விளங்குகின்றனர் - அறிவாயாக.

சொற்பொருள்: ஆசு இல் கம்மியன் - குற்றமற்ற பொற்கொல்லன். 8.நிலைப்பல போர்பு - நிலையினையுடைய பல நெற் போர்களை, 9. நாள்கடா அழித்த - நாட்காலையில் அழித்துக் கடாவிடப்பட்ட; கடாவிடல் - பிணை கட்டியடித்தல். நனந்தலைக் குப்பை - அகன்றவிடத்துக் குவிந்த நெல்லை.

354. நாரை உகைத்த வாளை!

பாடியவர்: பரணர். **திணை:** காஞ்சி. **துறை:** மகட்பாற் காஞ்சி.

('மான் பிணை அன்ன மகிழ்பட நோக்கை உடைய மடந்தை இவள். ஆயின், அந் நோக்குதான் இவ்வூரையே அழிக்கும் போலும்' என்று வருந்திக் கூறுகின்றார் ஆசிரியர்.)

அரைசுதலை வரினும் அடங்கல் ஆனா
நிரைகாழ் எஃகம் நீரின் மூழ்கப்
புரையோர் சேர்ந்தெனத் தந்தையும் பெயர்க்கும்;
வயல்அமர் கழனி வாயிற் பொய்கைக்,
கயலார் நாரை உகைத்த வாளை
புனலொடு மகளிர் வளமனை ஒய்யும்
ஊர்கவின் இழப்பவும் வருவது கொல்லோ
சுணங்கு அணிந்து எழிலிய அணந்துஏந்து இளமுலை;
வீங்குஇறைப் பணைத்தோள், மடந்தை
மான்பிணை யன்ன மகிழ்மட நோக்கே?

'முடிவேந்தரே படையெடுத்து வரினும் அடங்காததான நிறைந்த காம்பணிந்த வேலினை நீர்ப்படை செய்வதற்காகச் சான்றாண்மையுடைய சிறந்த வீரர்கள் வந்து சேர்ந்தனர்' எனக் கூறி, இவள் தந்தையும் செல்கின்றனனே! வயற்புறத்திலுள்ள குளத்திலே கயல்மீனைத் தின்றும் அமையாத நாரையானது,

வாளை மீனைத் துரத்த, அதனை நீராடும் மகளிர் பற்றித் தம் வீட்டுக்குக் கொண்டுவரும் வளமிக்கது இவ்வூர். இவ்வூரின் அழகுகெடப் போரும் வந்துவிடுமோ? எல்லாம், சுணங்கு அணிந்து உயர்ந்து அண்ணாந்த இளைய முலைகளையும், பெருத்த தோள்களையும் உடைய இம் மடந்தையின் மான்பிணையன்ன மகிழ்ந்த மடநோக்கின் விளைவே யன்றோ! இனி யாதாகுமோ?

355. ஊரது நிலைமையும் இதுவே!

பாடியவர்: பெயர் தெரிந்திலது. **திணை:** காஞ்சி. **துறை:** தெரிந்திலது. முற்றக் கிடையாது போயின செய்யுள் இது.

(அழிவெய்திய ஓர் ஊரினது நிலையினைக் கூறுகின்றன கிடைத்தவரை உள்ள பகுதி.)

மதிலும் ஞாயில் இன்றே; கிடங்கும்,
நீஇர் இன்மையின், கன்றுமேய்ந்து உகளும்;
ஊரது நிலைமையும் இதுவே;

...

மதில்களும் கொத்தளங்களும் சிதைந்தன. அகழ்களும் நீரின்றிப் போயினமையின் அங்கு எஞ்சிய சேற்றிலே முளைத்த புல்லைக் கன்றுகள் மேய்ந்து திரிகின்றன. முன்னைய போருக்குப் பின் ஊரின் நிலைமை இதுவே. இவற்றை எண்ணாது இவள் தந்தையும் மயங்கி இருக்கின்றான். இவள் தமையன்மாரும் அவ்விதமே!

356. காதலர் அழுத கண்ணீர்

பாடியவர்: தாயங்கண்ணனார். **திணை:** காஞ்சி. **துறை:** பெருங்காஞ்சி.

(காட்டை வாழ்த்துதலின் மூலம், உலகின் நிலையாமையைக் கூறுகின்றது செய்யுள். அதனால், பெருங்காஞ்சி என்று கொள்க. 'காடு வாழ்த்து' என்னும் துறைக்கு இளம்பூரணர் எடுத்துக் காட்டுவர். (தொல். புறத். சூ. 10.) மணிமேகலையுள் வரும் சக்கரவாளக் கோட்டம் உரைத்த காதையின் பகுதிகளோடு ஒப்பிட்டுக் கண்டு, இதன் பொருட்செறிவையும் உணர்ந்துபோற்றுக.)

களரி பரந்து, கள்ளி போகிப்,
பகலும் கூஉம் கூகையொடு, பிறழ்பல்
ஈம விளக்கின், பேஎய் மகளிரொடு

அஞ்சுவந் தன்று, இம் மஞ்சுபடு முதுகாடு
நெஞ்சமர் காதலர் அழுத கண்ணீர்
என்புபடு சுடலை வெண்ணீறு அவிப்ப,
எல்லார் புறனும் தான்கண்டு, உலகத்து
மன்பதைக் கெல்லாம் தானாய்த்
தன்புறம் காண்போர்க் காண்புஅறி யாதே.

களர் நிலம் பரந்து, கள்ளிகள் மிகுந்து, பகலினும் கூகைகள் கூவுமாறு இருள் அடர்ந்து, பிளந்த வாயுடைய பேய்மகளும் ஈமத்தீயும் நிறைந்து, புகை படர்ந்த இம்முதுகாடு, மனங் கலந்த காதலர்கள் அழுது அழுது பெருக்கிய கண்ணீரால், சுடலையிலே வெந்து நீரான சாம்பலை அவிக்கவுமாக விளங்குகிறது. தன்னை எதிர்த்த எல்லாரையும் வெற்றி கண்டு, உலக உயிர்களுக் கெல்லாம் தானே முடிவிடமாய் விளங்குவது; தன்னைப் புறங்கண்டு மீள்வோரை என்றும் கண்டறியாதது அது. (மகள் மறுத்தலால் நேரும் பேரழிவினைக் காட்ட முதுகாட்டைப் பற்றிக் கூறுவது இது.)

357. தொக்குயிர் வெளவும்!

பாடியவர்: பிரமனார். **திணை:** காஞ்சி. **துறை:** பெருங்காஞ்சி.

(இது நிலையாமைபற்றி மிகவும் திட்பமாக எடுத்துக் கூறுகின்றது. 'வாழுங் காலத்தில் தானே புகழ்தரத் தகுவன செய்யாதவன், சாகும்காலத் தெல்லையில் வருந்துவது ஏனோ?' என்கின்றனர். 'இக்கரை நின்று இவர்ந்து உக்கரை கொளல்' என்றது, வீட்டுலகப் பேறுபற்றிய சிந்தனையின் பழமையை வலியுறுத்தும்.)

குன்றுதலை மணந்த மலைபிணித் தியாத்தமண்,
பொதுமை சுட்டிய மூவர் உலகமும்,
பொதுமை இன்றி ஆண்டிசி னோர்க்கும்,
மாண்ட வன்றே ஆண்டுகள்; துணையே
வைத்த தன்றே வெறுக்கை;
.....................................ணை
புணைகை விட்டோர்க்கு அரிதே, துணைஅழத்
தொக்குஉயிர் வெளவுங் காலை,
இக்கரை நின்று இவர்ந்து உக்கரை கொளலே.

இவ்வுலகம் பொதுமை என்று சுட்டிப் பேசிய மூவேந்தர் நாடும் பொதுமையறத் தாம் ஒருவரே ஆண்ட பெரு வேந்தருக்கும், வாழ்நாட்கள், இறுதியிலே முடிவுதான் எய்தின.

அவர் திரண்ட செல்வமும் அதனைத் தடுக்கும் துணையாக அமையவில்லை. அதனால், அறச்செயல் ஒன்றே புகழினை நிலைநிறுத்தும் சிறந்த துணையாகும் என உணர்க. அந்தத் துணையாகிய பணியை விட்டவர்க்கு நிலைத்த பேறு கிடைப்பது என்றும் அரிதாகும். வாழ்க்கைத் துணையான இல்லாள் அழுதரற்றக் கூற்றம் வந்து உயிரினைக் கவர்ந்து செல்லுங் காலத்திலே, இவ்வுலகிலே உடலையொழித்துப் புகழால் நிலைபெறுவதற்கு அஃதொன்றே வழியாகும்!

358. விடாஅள் திருவே!

பாடியவர்: வான்மீகியார். **திணை:** காஞ்சி. **துறை:** மனையறம், துறவறம்.

(துறவறத்தின் சால்பை எடுத்துக் கூறி, அதனை மேற்கொள்ளுதற்கு ஏலாதவரே இல்லறத்தினை மேற்கொள்ளற்கு உரியர் என்பதும், அதனை ஆற்றுதற்குச் செல்வம் இன்றி யமையாதது என்பதும் கூறுகின்றது செய்யுள். இச் செய்யுளின் பொருளமைதி இராமனின் துறவை நினைவுபடுத்துவதனையும் நினைத்து உணர்ந்து இன்புறுக.)

    பருதி சூழ்ந்தஇப் பயங்கெழு மாநிலம்
    ஒருபகல் எழுவர் எய்தி யற்றே!
    வையமும் தவமும் தூக்கின், தவத்துக்கு
    ஐயவி யனைத்தும் ஆற்றாது; ஆகலின்,
    கைவிட்டனரே காதலர்; அதனால்
    விட்டோரை விடாஅள், திருவே;
    விடாஅ தோர்இவள் விடப்பட் டோரே.   5

கதிரவனைச் சுற்றிவரும் இவ் வளம்செறிந்த மாநிலம் ஒரு பகல் நேரத்திலும் எழுவரைத் தலைவராகக் கொள்ளும் நிலையாமையினை உடையது. உலகும் தவமும் ஆகிய இரண்டினையும் ஆராய்ந்தால், தவத்திற்கு ஐயவி போன்றது உலகவாழ்வான இல்லறம். தவஞ்செய்தலும் இயலாதது ஆதலின், காதலர்கள் அதனைக் கைவிட்டு உலக வாழ்விலே இல்வாழ்வு மேற்கொண்டனர். அதனால், துறவறத்தை விட்ட இல்லறத்தாரையே உலக இன்பந்தரும் செல்வமும் விடாமல் சேர்ந்திருக்கும். அஃதன்றி, வாழ்வை வெறுத்தலை விடாதோர்பால் செல்வமும் சேராது; அவர் இன்புறுவதும் இலர்.

இப்பாடலின் கருத்து இராமாயணக் கதையைக் குறிக்கும் என்பர் சில ஆராய்ச்சியாளர்கள்.

359. நீடு விளங்கும் புகழ்!

பாடியவர்: கரவட்டனார். பாடப்பட்டோன்: அந்துவன் கீரன். திணை: காஞ்சி. துறை: பெருங்காஞ்சி.

(தலைவனுக்கு நிலையாமையின் தன்மையை உணர்த்தி, அதனால், கொடையாற் புகழ்பெற்று உய்யுமாறு அறிவுறுத்துகின்றார் புலவர். 'ஆண்டு நீ பெயர்ந்த பின்னும், ஈண்டு நீ எய்திய புகழ் நீடு விளங்கும்' என்கிறார்; சிறந்த உறுதி இது.)

பாறுபடப் பறைந்த பன்மாறு மருங்கின்,
வேறுபடு குரல வெவ்வாய்க் கூகையோடு
பிணந்தின் குறுநரி நிணம்திகழ் பல்ல,
பேய் மகளிர் பிணம்தழூஉப் பற்றி,
விளர்ஊன் தின்ற வெம்புலார் மெய்யர்   5
களரி மருங்கில் கால்பெயர்த் தாடி,
ஈம விளக்கின் வெருவரப் பேரும்
காடுமுன் னினரே, நாடுகொண் டோரும்!
நினக்கும் வருதல் வைகல் அற்றே;
வசையும் நிற்கும்; இசையும் நிற்கும்;   10
அதனால் வசைநீக்கி இசை வேண்டியும்,
நசை வேண்டாது நன்று மொழிந்தும்,
நிலவு கோட்டுப் பலகளிற் றொடு,
பொலம் படைய மா மயங்கிட,
இழைகிளர் நெடுந்தேர் இரவலர்க்கு அருகாது   15
'கொள்' என விடுவை யாயின், வெள்ளென
ஆண்டுநீ பெயர்ந்த பின்னும்,
ஈண்டுநீடு விளங்கும், நீ எய்திய புகழே!

நாடுகொண்ட பெருமன்னரும் முடிவிலே முதுகாட்டையே அடைந்தனர். நினக்கும் அது வருதல் உறுதியேயாகும். இவ்வுலகிலே ஒருவன் செய்த வசையும் இசையுமே நிற்பன. அதனால், வசையை நீக்கி இசையையே விரும்புவாயாக. கைக்கூலி வேண்டாது நன்றே சொல்வாயாக. களிறும், குதிரையும், தேரும் இரவலர்க்கு 'வரையாது கொள்க' எனத் தருவாயாக. தந்தால், நீ இடுகாடு அடைந்த பின்னும், நீ எய்திய புகழானது, இவ்வுலகத்திலே நெடுங்காலம்வரை நிலைத்து நிற்கும்!

சொற்பொருள்: 1. பாறுபடப் பறைந்த - கெட்டுத் தேய்ந்து அழிந்த; பல்மாறு மருங்கின் - பல சுள்ளிகள் கிடக்கின்ற பக்கத்தில். 2. வெவ்வாய்க் கூகையொடு - வெவ்விய வாயையுடைய

கூகையொடு கூடி. 17. பின்னும் - மேலுலகத்துச் சென்ற பின்னரும்.

360. பலர் வாய்த்திரார்!

பாடியவர்: சங்க வருணர் என்னும் நாகரியார். **திணை:** காஞ்சி. **துறை:** பெருங்காஞ்சி.

(செல்வத்தின் நிலையாமையையும், வாழ்க்கையின் நிலையாமையையும் உணர்த்தி, அறநெறி வாழ்விற் செல்லுமாறு வலியுறுத்த முற்படுகின்றார் புலவர்.)

பெரிது ஆராச் சிறு சினத்தர்
சில சொல்லால் பல கேள்வியர்,
நுண் ணுணர்வினாற் பெருங் கொடையர்
கலுழ் நனையால் தண் தேறலர்
கனி குய்யாற் கொழுந் துவையர்,
தாழ் உழந்து தழூஉ மொழியர்
பயன் உறுப்பப் பலர்க்கு ஆற்றி
ஏம மாக இந்நிலம் ஆண்டோர்
சிலரே; பெரும! கேள் இனி; நாளும்
பலரே தகைஅஃது அறியா தோரே!
அன்னோர் செல்வமும் மன்னி நில்லாது;
இன்னும் அற்று, அதன் பண்பே; அதனால்
நிச்சமும் ஒழுக்கம் முட்டிலை; பரிசில்
நச்சுவர் கையின் நிரப்பல் ஓம்புமதி; அச்சுவரப்
பாறுஇறை கொண்ட பறந்தலை, மாகத
கள்ளி போகிய களரி மருங்கின்,
வெள்ளில் நித்த பின்றைக் கள்ளொடு
புல்லகத்து இட்டசில்லவிழ் வல்சி,
புலையன் ஏவப் புன்மேல் அமர்ந்துண்டு,
அழல்வாய்ப் புக்க பின்னும்,
பலர்வாய்த்து இராஅர், பகுத்துஉண் டோரே?

ஆராத பெருஞ்சினமன்றி எளிதே மாறும் சிறுசினம் உடையவரும், சில சொல்லிப் பல கேட்கும் அறிவு உடையோரும், கலங்கிய கள்ளினைக் கனிந்த தாளிதத் தோடுங்கூடிய கொழுந்துவையோடு பிறர்க்கு அளிப்பவரும், பணிவும் பணிந்த சொல்லும் உடையவரும் ஆகிப் பலர்க்குப் பயன்விளைக்கும் செயல்களைச் செய்து, இவ்வுலகத்திற்கோர்

புகலிடமாக இருந்து அரசாண்டோர் மிகச் சிலரே யாவர். பெருமானே! நீயும் இனிக் கேட்பாயாக; அதனை அடைய வழி அறியாதவர்தாம் பலராவர். அத்தகையோர் செல்வமும் நிலைத்து நில்லாது. இன்றும் செல்வத்தின் பண்பு அதுவே. அதனால், நாள்தோறும் ஒழுக்கத்தில் குறையாது வாழ்வாயாக. பரிசிலர் விரும்பி வந்தால், அவர் குறையற நிறைவுசெய்தலைப் பாதுகாப்பாயாக! இடுகாட்டில் பலர் வெந்து சாம்பராவதையும் அவருக்குப் புன்மேற் சிறு பிண்டம் வைக்கப்படுவதையும், கண்டபின்னும், பலர் பகுத்துண்டு வாழும் செவ்வியையும், அதனால் வரும் புகழையும் வாய்த்தவரா யில்லையே!'

பெரிதுண்டலால் நோயும், கழிசினத்தால் தீமையும் உண்டாதலால், ''பெரிதாராச் சிறு சினத்தார்'' என்றார். பகைவரும் விரும்பும் மொழியும் சொல்லுமுடையர் என்பார் ''தழுஉ மொழியர்'' என்றார். 'தகை' என்றதைப் 'பெருந்தகை' என விளியாக்கினும் அமையும்.

361. முள் எயிற்று மகளிர்!

(பாடியவர், பாடப்பட்டோர், திணை, துறை தெரிந்தில. அறஞ் செய்து வாழ்ந்து மறைந்தானாகிய ஒரு தலைவனின் சால்பினை வியந்து போற்றிக் கூறுகின்றது செய்யுள். நிலையாமையை உணர்த்தி, அதனால் அறநெறி நிற்றலை வற்புறுத்துவதும் இது.)

கார்எதிர் உருமின் உறறிக் கல்லென,
ஆருயிர்க்கு அலமரும் ஆராக் கூற்றம்!
நின்வரவு அஞ்சலன் மாதோ; நன்பல
கேள்வி முற்றிய வேள்வி அந்தணர்க்கு,
அருங்கலம் நீரொடு சிதறிப் பெருந்தகைத்
தாயின் நன்று பலர்க்கு ஈத்துத்,
தெருணடை மாகளிறொடு தன்
அருள் பாடுநர்க்கு நன்கு அருளியும்,
உருள்நடைப் பஃறேர் ஒன்னார்க் கொன்றுதன்
தாள் சேருநர்க்கு. இனிது ஈத்தும்,
புரி மாலையர் பாடி னிக்குப்
பொலந் தாமரைப் பூம் பாணரொடு
கலந் தளைஇய நீள்இருக் கையால்
பொறையொடு மலிந்த தற்பின், மான்நோக்கின்
வில்என விலங்கிய புருவத்து, வல்லென,
நல்கின் நாஅஞ்சும் முள்எயிற்று, மகளிர்
அல்குல் தாங்கா அசைஇ, மெல்லென

கலங்கலந் தேறல் பொலங்கலத்து ஏந்தி,
அமிழ்தென மடுப்ப மாந்தி, இகழ்விலன்,
நில்லா உலகத்து நிலையாமை நீ
சொல்ல வேண்டா தோன்றல், முந்துஅறிந்த
முழுதுஉணர் கேள்வியன் ஆகலின், விரகினானே.

கார்காலத்து இடிபோல உருமிக்கொண்டு வந்து, அருமையான உயிர்களைக் கவர்ந்துசெல்லத் துடிதுடிக்கும் கூற்றமே! எம் தலைவனாகிய இவன், நீ வருவது கண்டும், நினக்கு அஞ்சான் என்றறிவாயாக! வேள்விமுற்றிய அந்தணர்க்கு அருங்கலம் பலவும் தந்தனன். தாயினும் நன்றாகப் பலருக்கும் உதவினன். பாடிவரும் பாணருக்குக் குதிரையும் களிறும் வழங்கினன். பகைவரை வென்று பெற்ற திறைப் பொருளைத் தன்னை அடைந்தார்க்கு எல்லாம் அளித்தனன். பாடினிக்குப் பொன்னரி மாலையும், பாணர்க்குப் பொற்றாமரைப் பூவும் தந்தனன். தன்னோடு கலந்த அன்பினளான தன் காதலி தரும் மதுவை 'அமிழ்தம்' என மாந்திக் களித்தனன். இகழ்வதற்குரியன எதுவுமே அவன் செய்திலன், நில்லா உலகம் இது; நிலையாமை உடையது' என்று நீ சொல்லல் வேண்டாம். அவனே அதனை உணர்ந்து, இங்கே தன் புகழை நிலை நிறுத்தி, அது நிலைபெற்று நிற்குமாறும் செய்து விட்டனன். வாழ்க அவன்!

362. உடம்பொடுஞ் சென்மார்!

பாடியவர்: சிறுவெண்டேரையார். **திணை:** பொதுவியல். **துறை:** பெருங்காஞ்சி.

(நிலையாமையை வலியுறுத்தி, அறநெறி பேணுதலைப் பற்றி அறிவுறுத்துவது செய்யுள்.)

ஞாயிற்று அன்ன ஆய்மணி மிடைந்த
மதியுறழ் ஆரம் மார்பில் புரளப்;
பலிபெறு முரசம் பாசறைச் சிலைப்பப்,
பொழிலகம் பரந்த பெருஞ்செய் ஆடவர்
செருப்புகன்று எடுக்கும் விசய வெண்கொடி
அணங்குஉருத் தன்ன கணங்கொள் தானை,
கூற்றத் தன்ன மாற்றரு முன்பன்,
ஆக்குரல் காண்பின் அந்த ணாளர்
நான்மறை குறித்தன்று அருளாகா மையின்
அறம்குறித் தன்று; பொருளா குதலின்

மருள் தீர்ந்து, மயக்கு ஒரீஇக்,
கைபெய்த நீர் கடற் பரப்ப,
ஆம் இருந்த அடை நல்கிச்
சோறு கொடுத்து, மிகப் பெரிதும்
வீறுசால் நன்கலம் வீசி நன்றும்,
சிறுவெள் என்பின் நெடுவெண் களரின்,
வாய்வன் காக்கை கூகையொடு கூடிப்
பகலும் கூவும் அகலுள் ஆங்கண்,
காடுகண் மறைத்த கல்லென் சுற்றமொடு
இல்என்று இல்வயின் பெயர; மெல்ல
இடஞ்சிறிது ஒதுங்கல் அஞ்சி,
உடம்பொடும் சென்மார், உயர்ந்தோர் நாட்டே.

ஒளிசெய்யும் மணிகள் செறிந்த ஆரம் மார்பிலே கிடந்து புரள, வீரப் போர்முரசம் பாசறையிலே முழங்க, பெருஞ்செயலாற்றால் மிக்க தமிழ் மறவர் 'போர் போர்' என்று சொல்லி எடுத்த கொற்ற வெண்கொடியானது, அணங்கு போன்று காணும் பகைவரை வருத்த கூற்றம் படையொடும் வந்தாற் போலப் பகைவர் மேற்செல்லும் எம் தலைவனைக் காணுங்கள்! அவன் செயல் அருளாகாது. ஆகையால் நான்மறைகளில் குறிக்கப்படுவதும் அன்று. புறத்துறையான பொருள் ஆகலின், ஒழுக்கநூல்களில் குறித்துள்ளதும் அன்று. அந்தணர்க்கு அவன் ஈந்து வார்த்த நீரோ கடல் நீரளவு இருக்கும். இரவலர்க்கு ஊரும் சோறும் கொடுத்துப் பல கலன்களும் தந்தனன். எல்லாம் எதற்காக? இடுகாட்டிலே தனக்கும் இடம் மெல்லத்மெல்லத் தயாராகி வருவதை உணர்ந்து, உயர்ந்தோர் நாட்டிற்குப் புகழ் உடம்போடு செல்வதற்கே, அவன் இவையெல்லாம் செய்தனன் என அறிவீராக!

சொற்பொருள் *6* . அணங்கு உருத்தன்ன - வருத்தம் செய்யும் தெய்வம் கோபித்து வந்தாற்போன்ற. *11*. மன் - வியப்பு. மயக்கு ஒரீஇ- அவ் வியப்புக் காரணமாகத் தோன்றும் மயக்கத்தையும் போக்கி.

363. உடம்பொடு நின்ற உயிரும் இல்லை!

பாடியவர்: ஐயாதிச் சிறுவெண்டேரையார். **திணை:** பொதுவியல். **துறை:** பெருங்காஞ்சி.

('மாற்றருங் கூற்றம் சாற்றிய பெருமை'க்கு இளம் பூரணரும் (தொல். புறத். சூ. 19) 'வீடேதுவாக வனறி வீடுப்பற்று நெறிக்கட் செல்லும் நெறியேதுவாகக் கூறிய'தற்கு நச்சினார்க்கினியரும்

(தொல். புறத். சூ.24) எடுத்துக் காட்டுவர். 'வாயுறை வாழ்த்து' என்பதற்கு நச்சினார்க் கினியர், 'இளம்பூரணர், பேராசிரியர் என்னும் மூவருமே எடுத்துக் காட்டுவர் *(தொல்.புறத். சூ.107; 112))*

இருங்கடல் உடுத்தஇப் பெருங்கண் மாநிலம்
உடைஇலை நடுவணது இடைபிறர்க்கு இன்றித்
தாமே ஆண்ட ஏம்மகாவலர்
இடுதிரை மணலினும் பலரே; சுடுபிணக்
காடுபதி யாகப் போகித், தத்தம்
நாடு பிறர்கொளச் சென்றுமாய்ந் தனரே;
அதனால் நீயும் கேண்மதி அத்தை! வீயாது
உடம்பொடு நின்ற உயிரும் இல்லை!
மடங்கல் உண்மை மாயமோ அன்றே;
கள்ளி ஏய்ந்த முள்ளியம் புறங்காட்டு,
வெள்ளில் போகிய வியலுள் ஆங்கண்,
உப்பிலாஅ அவிப்புழுக்கல்
கைக்கொண்டு, பிறக்கு நோக்காது,
இழி பிறப்பினோன் ஈயப் பெற்று,
நிலங்கல னாக, இலங்குபலி மிசையும்
இன்னா வைகல் வாரா முன்னே,
செய்ந்நீ முன்னிய வினையே,
முந்நீர் வரைப்பகம் முழுதுடன் துறந்தே.

இந்தப் பரந்த மாநிலத்தை, இடையிலே உடையிலை அளவு இடமும் பிறர்க்கு இன்றித் தாம் ஒருவராகவே ஆண்டு வந்த காவல் மன்னர்கள் கடற்கரை மணலினும் பலராவர். அவரெல்லாம், முடிவில் தம் நாடு பிறர்க்கு உரிமையாக, இடுகாடே பதியாகச் சென்று மாய்ந்தனர். அதனால், நீயும் கேள்; அழியாது என்றும் உடலோடு நிலைத்திருக்கும் உயிரென ஒன்றுமே கிடையாது. இது தெளிந்த உண்மை. மாயம் எதுவும் இதில் இல்லை. இடுகாட்டிலே நீயும் சென்று, சேரும் முன்னே, நின் நாடு ஆளும் இச்சையை மறந்து, புகழ்பெற்று உய்வதற்கு ஆவனவற்றை இன்றே செய்யத் தொடங்குவாயாக!

364. மகிழ்கம் வம்மோ!

பாடியவர்: கூகைக் கோழியார். **திணை:** பொதுவியல். **துறை:** பெருங்காஞ்சி.

(நிலையாமை கூறி அறநெறி மேற்கொள்ளலை வலியுறுத்துகின்றது செய்யுள். 'உண்டும் தின்றும் இரப்போர்க்கு ஈய்ந்தும் மகிழ்கம் வம்மோ' என்று அழைக்கின்றார் புலவர்.)

வாடா மாலை பாடினி அணியப்
பாணன் சென்னிக் கேணி பூவா
எரிமருள் தாமரைப் பெருமலா தயங்க,
மைவிடை இரும்போத்துச் செந்தீச் சோத்திக்,
தாயங் கனிந்த கண்ணகன் கொழுங்குறை
நறவுண் செவ்வாய் நாத்திறம் பெயர்ப்ப
உண்டும், தின்றும், இரப்போர்க்கு ஈய்ந்தும்
மகிழ்கம் வம்மோ, மறப்போ ரோயே!
அரிய வாகலும் உரிய பெரும!
நிலம்பக வீழ்ந்த அலங்கல் பல்வேர்
முதுமரப் பொத்தின் கதுமென இயம்பும்
கூகைக் கோழி ஆனாத்
தாழிய பெருங்கா டெய்திய ஞான்றே.

மறப்போர் வல்ல எம் தலைவனே! பாடினி பொன்னரி மாலை யணியவும், பாணன் பொற்றாமரைப்பூச் சூடவும், ஆட்டுக்கிடாவை நெருப்பிலிட்டுப் பக்குவமாக வெந்த இறைச்சியும் கள்ளும் உண்டு, அவர்தம் நாவின் திறமெல்லாம் காட்டிப் பாட, நாளும் உண்டும் தின்றும் இரவலர்க்குந் தந்தும் மகிழலாம் வருக! இறந்தோர் உடல்களை இட்டுப் புதைத்ததும், முதுமரப் பொந்திலே கூகைக்கோழி இருந்து கூவுவதுமான இடுகாட்டை அடைந்தபின், இஃதெல்லாம் செய்வதற்கு அரியன, பெருமானே; இதனை நீ அறிவாயாக!

சொற்பொருள்: *12. கூகைக்கோழி* - பேராந்தை; கோட்டான் என்பர். கூகை கூவுதலை "பொத்த வரையுட் பேழ்வாய்க் கூகை சுட்டுக் குவி எனச் செத்தோர்ப் பயிரும் (புறம் 240) என்றலும் காண்க.....*13.* தாழி. பிணங்களைக் கவிக்கும் தாழி; இதனை முதுமக்கள் தாழி என்பர்.

365. நிலமகள் அழுத காஞ்சி!

பாடியவர்: மார்க்கண்டேயனார். **திணை:** காஞ்சி. **துறை:** பெருங்காஞ்சி.

('நிலையாமையை மிகவும் அழுத்தமாக வலியுறுத்துகின்றது இச் செய்யுள். 'விலைநலப் பெண்டிரிற் பலர் மீக் கூற' என்பது,

அவர்தம் ஒழுகலாற்றைக் காட்டும். 'நிலமகள் அழுத காஞ்சி' என்பது சிறந்த கற்பனை.)

மயங்குஇருங் கருவிய விசும்புமுக னாக;
இயங்கிய இருசுடர் கண்எனப், பெயரிய
வளியிடை வழங்கா வழக்கரு நீத்தம்,
வயிரக் குறட்டின் வயங்குமணி யாரத்து
பொன்னந் திகிரி முன்சமத்து உருட்டிப்,
பொருநகர்க் காணாச் செருமிக முன்பின்
முன்னோர் செல்லவும், செல்லாது, இன்னும்
விலைநலப் பெண்டிற் பலர்மீக் கூற,
உள்ளேன் வாழியர், யான்' எனப் பன்மாண்
நிலமகள் அழுத காஞ்சியும்
உண்டென உரைப்பரால், உணர்ந்திசி னோரே.

''வான்முகத்திலே, சுடரும் மதியமும் இரு கண்களாகக் கொண்டு, இடையே காற்று எங்கும் நிலவும் இந் நிலமகளாகிய என்னை நீத்து, மணியாரம் பூண்டு ஆட்சிச்சக்கரம் நடத்திய போர் வெற்றியாற் சிறந்தவரான, எனக்கு வாழ்வளித்த நின் முன்னோர் பலரும் சென்றனர். யானும் அவருடன் செல்லாது, பலரும் இகழ்ந்து பேசுவதும் கருதாது, விலைநிலப் பெண்டிர் போல எந்நாளும் வாழ்கின்றேனே!'' என்று, நிலமகளும் அழுகின்றனள். உலகவாழ்வின் நிலையாமையை உணர்ந்தோர் இவ்வாறுதாம் உரைப்பார்கள்! அதனால், தலைவனே! 'புகழால் இங்கு என்றும் நிலைத்தற்கு உரியனவற்றைக் கருதிச் செய்வாயாக! ('விலைநலப் பெண்டிர் போல உள்ளேன் யான்' என்பதை, அவர் தம்மையே கூறியதாகக் கொண்டு, 'என்றும் பதினாறு வயது' மார்க்கண்டர் இவரே எனவும் கூறுவர்.)

366. மாயமோ அன்றே!

பாடியவர்: கோதமனார். பாடப்பட்டோன் தரும புத்திரன். **திணை:** காஞ்சி. **துறை:** பெருங்காஞ்சி.

('அறவோன் மகனே! மறவோர் செம்மால்!' எனத் தரும புத்திரனைக் குறிப்பிட்டு விளிக்கின்றார் இவர். பாரதத் தலைமகனே இவன் என்பதனை இது காட்டும். இதனால், இச் செய்யுளின் காலப் பழமையும், செந்தமிழின் காலப் பெரும் பழமையும் விளங்கும்.)

விழுக்கடிப்பு அறைந்த முழுக்குரல் முரசம்
ஒழுக்குடை மருங்கின் ஒருமொழித் தாக,
அரவுஉறி உருமின் உரறுபு சிலைப்ப,

ஒருதா மாகிய பெருமை யோரும்,
தம்புகழ் நிறீஇச் சென்றுமாய்ந் தனரே;   5
அதனால், அறவோன் மகனே! மறவோர் செம்மால்!
............................உரைப்பக் கேண்மதி;
நின் ஊற்றம் பிறர் அறியாது;
பிறர் கூறிய மொழி தெரியா,
ஞாயிற்று எல்லை ஆள்வினைக்கு உதவி;
இரவின் எல்லை வருவது நாடி,   10
உரை.................
உழவொழி பெரும்பகடு அழிதின் றாங்குச்,
செங்கண் மகளிரொடு சிறுதுளி அளைஇ,
அங்கள் தேறல் ஆங்கலத்து உகுப்ப,   15
கெடல் அருந் திருவ...............
மடை வேண்டுநர்க்கு இடை அருகாது,
அவிழ் வேண்டுநர்க்கு இடை அருளி
விடை வீழ்த்துத் சூடு கிழிப்ப,
நீர்நிலை பெருத்த வார்மணல் அடைகரைக்
காவு தோறும்....................
மடங்கல் உண்மை மாயமோ அன்றே.

உலக முழுவதும் தமது ஒரு மொழியே வைத்து உலகாண்ட பெருவேந்தரும், தம் புகழை மட்டுமே இங்கே நிறுத்திவிட்டுத் தாம் மறைத்துவிடத்தான் செய்தனர். அதனால், அறவோன் மகனே! மறவோர் செம்மால்! சொல்வதைக் கேள்! நின் வலியைப் பிறர் அறியாது அடக்கமுடனும், பிறர் கூறியவற்றை நன்கு தெளிந்தும் வாழ்வாயாக! இரவின் எல்லை வருகின்றது என உணர்ந்து பகலும் முயற்சிகள் அனைத்தும் நடக்க உதவுவாயாக! இரவிலே நின் மனைவியுடன் அவள் தரும் தேறலை மாந்தி ஆர்வமுடன் இன்புறுவாயாக. உழுதுவரும் பகடு வீட்டுக்கு வந்ததும் ஆவலுடன் வைக்கோலை உண்பதுபோல, நின் முயற்சியால் வருவதைப் பிறர்க்கு உதவி எஞ்சியதை நீ உண்க! ஊன் வேண்டுவார்க்கு ஊனளித்தும், சோறு கேட்பார்க்குச் சோறளித்தும், புகழ் பெற்று வாழ்வாயாக! "நீர்நிலை பெருத்த வார் மணல் அடைகரையிலே காவு கொடுக்கக் கொண்டுவரப் பட்ட ஆட்டுக் கிடாய்கள் வீழ்வதுபோல' நாமும் உயிரிழப்பது உண்மை என்றும் உணர்வாயாக!

சொற்பொருள்: 1. கடுப்பு - குறுந்தடி. 2. ஒழுக்கு - ஒழுக்கம். 3. சிலைப்ப - முழங்க, 4. ஊற்றம் - வலி. 13. அழி - வைக்கோல், 19. சூடுகிழிப்ப - சூட்டுக்கோலிட்டுத் தசை வாட்டப்பட்ட.

367. வாழச் செய்த நல்வினை!

பாடியவர்: ஔவையார். சிறப்பு: சேரமான் மாரி வெண்கோவும், பாண்டியன் கானப்பேர் தந்த உக்கிரப் பெருவழுதியும், சோழன் இராசசூயம் வேட்ட பெருநற்கிள்ளியும் ஒருங்கிருந்தாரைப் பாடியது. திணை: பாடாண். துறை: வாழ்த்தியல்.

(சோழன் இயற்றிய யாகத்திற்கு அவ்விருபெரு வேந்தரும் வந்திருந்தனர்; மூவரும் ஒருங்கே அமர்ந்திருந்த நிலை கண்டு, ஔவையார் அவரை வாழ்த்துகின்றனர். 'வாழச் செய்த நல்வினை அல்லது, ஆழுங்காலைப் புணை பிறிதில்லை' என்னும் அறவாக்கு, மிகவும் போற்றிக் கொளத் தக்கது.)

நாகத் தன்ன பாகார் மண்டிலம்
தமவே யாயினும் தம்மொடு செல்லா;
வேற்றோர் ஆயினும் நோற்றோர்க்கு ஒழியும்;
ஏற்ற பார்ப்பார்க்கு ஈர்ங்கை நிறையப்
பூவும் பொன்னும் புனல்படச் சொரிந்து, 5
பாசிழை மகளிர் பொலங்கலத்து ஏந்திய
நாரறி தேறல் மாந்தி, மகிழ் சிறந்து'
இரவலர்க்கு அருங்கலம் அருகாது வீசி,
வாழ்தல் வேண்டும், இவண் வரைந்த வைகல்,
வாழச் செய்த நல்வினை அல்லது, 10
ஆழுங் காலைப் புணைபிறிது இல்லை;
ஒன்று புரிந்து அடங்கிய இருபிறப் பாளர்
முத்தீப் புரையக் காண்தக இருந்த
கொற்ற வெண்குடைக் கொடிதேர் வேந்திர்;
யான்அறி அளவையோ இவ்வே; வானத்து 15
வயங்கித் தோன்றும் மீனினும் இம்மெனப்
பரந்து இயங்கும் மாமழை உறையினும்,
உயர்ந்து சமந்தோன்றிப் பொலிக, நும் நாளே!

'நிலவுலகம் தம்முடையதே' என்று, ஆள்வோர் எந்நாளும் சொல்வதற்கில்லை. இதற்கு அயலவரேயாயினும் வலி மிகுந்தவரானால் இஃது அவர்பால் சேர்ந்துவிடும். அதனால், பார்ப்பார்க்கு அவர் வந்து இரந்து நிற்கும்போது, பூவும் பொன்னும் நீருடன் வார்த்துத் தருக. மகளிர் பொற்கலத்திலே ஏந்தித் தரும் தேறலை உண்டு மகிழ்ந்து, வரும் இரவலர்க்கு அருங்கலம் குறையாது வழங்கி வாழ்க! ஆராய்ந்தால், இவ்வுலகில்

உயிரோடு இருக்கும் வரையும் புகழுடம் புடன் இங்கே நிலைத்து வாழச் செய்யும் நல்வினைகளன்றி, வேறு எதுவும் நமக்குத் துணையாக உதவாது. இரு பிறப்பாளர் செய்யும் யாகத்தைக் கண்டவராக இங்கிருக்கும், கொற்ற வெண்குடைக் கொடித்தேர் வேந்தரே! யான் அறிந்தவரை வாழ்வின் இலக்கணம் இதுவே யாகும். வானத்து மீனினும், வீழும் மாமழையின் துளிகளினும் நெடுநாள் நும் வாழ்நாள் விளங்குவதாக!

368. பாடி வந்தது இதற்கோ?

பாடியவர்: கழாத் தலையார். **திணை:** வாகை. **துறை:** மறக்களவழி. **பாடப்பட்டோன்:** சேரமான் குடக்கோ நெடுஞ்சேரலாதன். குறிப்பு: இவன், சோழன் வேற்பஃறடக்கைப் பெருநற் கிள்ளியோடும் போர்ப்புறத்துப் பொருது, களத்து வீழ்ந்தனன். அவன் உயிர் போகா முன்னர், அவனைக் களத்திடைக் கண்ட புலவர் பாடியது இச் செய்யுள்.

(அரசனை வேளாளனாக உவமித்துக் கூறியதனால் இத்துறை ஆயிற்று. அந்நிலையினும் அவனிடம் இரக்கும் புலவரின் நிலையையும், அதனை அப்போதும் கொடுத்த சேரனின் தகுதியையும் போற்றிக் கொள்க.

களிறு முகந்து பெயர்குவம் எனினே,
ஒளிறுமழை தவிர்க்கும் குன்றம் போலக்,
கைம்மா எல்லாம் கணையிடத் தொலைந்தன;
கொடுஞ்சி நெடுந்தேர் முகக்குவம் எனினே;
கடும்பரி நன்மான் வாங்குவயின் ஒல்கி
நெடும்பீடு அழிந்து, நிலம்சேர் தனவே;
கொய்சுவல் புரவி முகக்குவம் எனினே,
மெய்நிறைந்த வடுவொடு பெரும்பிறி தாகி,
வளிவழக் கறுத்த வங்கம் போலக்
குருதியம் பெரும்புனல் கூர்ந்தனவே; ஆங்க
முகவை இன்மையின் உகவை இன்றி,
இரப்போர் இரங்கும் இன்னா வியன்களத்து,
ஆள்அழிப் படுத்த வாளேர் உழவ!
கடாஅ யானைக் கால்வழி யன்னவென்
தெடாரித் தெண்கண் தெளிர்ப்ப வொற்றிப்
பாடி வந்த தெல்லாம், கோடியர்
முழவுமருள் திருமணி மிடைந்தநின்
அரவுறழ் ஆரம் முகக்குவம் எனவே.

களிறுகளை வேண்டிப் பெறலாம் என்றாலோ, குன்றுகள் போல அவையெல்லாம் அம்புபட்டு இறந்துகிடக்கின்றன. தேர்கள் வேண்டலாம் என்றாலோ, குதிரைகள் இறக்கச் சிதைந்து மண்ணிலே கிடக்கின்றன. குதிரைகள் பெறலாம் எனிலோ, அவை வாளால் வெட்டப்பட்டு வீழ்ந்து கிடக்கின்றன. இவ்வாறு, பரிசிலர் பெறத்தக்கன எதுவும் இன்றி அனைத்தையும் அழித்து நிற்கும் வாளேர் உழவனே! தடாரிப் பறையை அறைந்து, யான் நின்னைப் பாடி வந்ததெல்லாம், நின் மார்பிலே அணிந்துள்ள அரவைப்போன்ற ஆரத்தைப் பரிசில் பெறும் பொருட்டாகத் தானோ?

369. போர்க்களமும் ஏர்க்களமும்!

பாடியவர்: பரணர். பாடப்பட்டோன். சேரமான் கடலோட்டிய வெல்கெழு குட்டுவன். **திணை:** வாகை. **துறை:** மறக்களவழி.

(போர்க்களத்தை ஏர்க்களத்தோடு ஒப்புமைப்படுத்திப் பாடுகின்றார் புலவர். அரசனை உழவனாகக் கூறுகின்றனர். குட்டுவனது வள்ளன்மையும் சிறப்பும் செய்யுளால் நன்றாக விளங்கும். இவனே சேரன் செங்குட்டுவனாதல் வேண்டும் என்பதும் அறிதல் வேண்டும்.)

இருப்புமுகம் செறிந்த ஏந்தெழில் மருப்பின்,
கருங்கை யானை கொண்மூ வாக,
நீண்மொழி மறவர் எறிவனர் உயர்த்த
வாள்மின் னாக, வயங்குகடிப்பு அமைந்த
குருதிப் பலிய முரசுமுழக் காக,
அரசராப் பனிக்கும் அணங்குறு பொழுதின்,
வெவ்விசைப் புரவி வீசுவளி யாக,
விசைப்புறு வல்வில் வீங்குநாண் உகைத்த
கணைத்துளி பொழிந்த கண்ணகன் கிடக்கை,
ஈரச் செறுவயின் தேர்ஏ ராக,
விடியல் புக்கு, நெடிய நீட்டி, நின்
செருப்படை மிளிர்ந்த திருத்துறு பைஞ்சால்,
பிடித்தெறி வெள்வேல் கணையமொடு வித்தி,
விழுத்தலை சாய்த்த வெருவரு பைங்கூழ்ப்,
பேய்மகள் பற்றிய பிணம்பிறங்கு பல்போர்பு,
கணநரி யோடு கழுதுகளம் படுப்பப்
பூதங் காப்பப் பொலிகளந் தழீஇப்,

பாடுநர்க்கு இருந்த பீடுடை யாளா!
தேய்வை வெண்காழ் புரையும் விசிபிணி
வேய்வை காணா விருந்தின் போர்வை
அரிக்குரல் தடாரி உருப்ப ஒற்றிப்
பாடி வந்திசின் பெரும; பாடான்று
எழிலி தோயும் இமிழிசை யருவிப்,
பொன்னுடை நெடுங்கோட்டு, இமையத் தன்ன
ஓடை நுதல, ஒல்குதல் அறியாத்
துடியடிக் குழவிய பிடியிடை மிடைந்த
வேழ முகவை நல்குமதி,
தாழா ஈகைத், தகைவெய் யோயே!

இருப்புப்பூண் பூட்டிய மருப்பினையுடைய யானைகள் மேகமாகவும், மறவர்கள் ஓங்கிய வாள் மின்னலாகவும், முரசுகள் இடிமுழக்கமாகவும், விரைந்து செல்லும் குதிரைகள் காற்றாகவும், வில்லிலிருந்து பாய்ந்து வரும் கணைகள் மழைத்துளி பொழிவது போலவும் அரசர்கள் போரிடும் பொழுதிலே அங்கே விளங்கும் குருதி வீழ்ந்து சேறாகிப்போன அக்களத்திலே, தேர் ஏராகச் சுற்றி, நின் படைவீரர் சால் பிடித்து வேலும் கணையமும் கொண்டு வித்தி, விழுத்தலை சாய்ந்த கொடுங்களம் என்னே! அதன்கண் பாடுவோர்க்கு அருளுடன் இருந்து உதவும் பெருமை யுடையோனே! தடாரிப்பறை முழக்கி நின்னை நாடி யான் வந்தேன். என் வறுமை தீரக் கன்றும் பிடியும் விரவிய, இமையம் போன்று உயர்ந்த களிறுகளைப் பரிசிலாக நல்குவாயாக!

370. பழுமரம் உள்ளிய பறவை!

பாடியவர்: ஊன்பொதி பசுங்குடையார். **பாடப்பட்டோன்:** சோழன் செருப்பாழி இறிந்த இளஞ்சேட் சென்னி. **திணை:** வாகை. **துறை:** மறக்களவழி.

(இதுவும் போர்க்களத்து நிகழ்ச்சிகளை ஏர்க்களத்து நிகழ்ச்சிகளோடு ஒப்புமை காட்டி, அரசனை உழவனாகப் பாடிய செய்யுள் ஆகும். சோழனிடம் களிற்றைப் பரிசிலாகக் கேட்கின்றார் புலவர். 'களங் கிழவோய்' என்றது வென்றவன்

சோழன் என்பதனை விளக்கும், களத்தினது உரிமை வென்றோனுக்கே ஆதலால்.)

..................................வி,
நாரும் போழும் செய்துண்டு, ஓராங்குப்
பசிதினத் திரங்கிய இரும்பே ரொக்கற்கு
ஆர்பதம் கண்ணெண மாதிரம் துழைஇ,
வேர்உழந்து உலறி, மருங்கு செத்து ஒழியவந்து,
அத்தக் குடிஞைத் துடிமருள் தீங்குரல்
உழுஞ்சில்அம் கவட்டிடை இருந்த பருந்தின்
பெடைபயிர் குரலொடு இசைக்கும் ஆங்கண்
கழைகாய்ந்து உலறிய வறங்கூர் நீள்இடை,
வரிமரல் திரங்கிய கானம் பிறபடப்,
பழுமரம் உள்ளிய பறவை போல,
ஒண்படை மாரி வீழ்கனி பெய்தெனத்,
துவைத்தெழு குருதி நிலமிசைப் பரப்ப,
விளைந்த செழுங்குரல் அரிந்து, கால் குவித்துப்
படுபிணப் பல்போர்பு அழிய வாங்கி
எருதுகளி றாக, வாள்மடல் ஓச்சி
அதரி திரித்த ஆளுகு கடாவின்,
அகன்கண் தடாரி தெளிர்ப்ப ஒற்றி,
வெந்திறல் வியன்களம் பொலிக! என்று ஏத்தி
இருப்புமுகம் செறித்த ஏந்துஎழில் மருப்பின்
வரைமருள் முகவைக்கு வந்தெனன்; பெரும;
வடிநவில் எஃகம் பாய்ந்தெனக், கிடந்த
தொடியுடைத் தடக்கை ஓச்சி, வெருவார்
இனத்துஅடி விராய வரிக்குடர் அடைச்சி
அழுகுரற் பேய்மகள் அயரக், கழுகொடு
செஞ்செவி எருவை திரிதரும்,
அஞ்சுவரு கிடக்கைய களங்கிழ வோயே!

பகைவரைக் கொன்று அழித்தவனாகப், போர்க்களத்திலே பேய்மகள் குரவையாடப், பருந்தும் கழுகும் இருந்து பிணங்களைத் தின்ன, வெற்றியாற் சிறந்தவனாக வீற்றிருக்கும் மன்னர் பெருமானே! என் சுற்றமும் யானும் பசியால் உழன்று மருங்கு செத்து ஒழிய வந்து நின்னை வேண்டுகின்றோம். எமக்கு இரும்பு முகம் செறித்த ஏந்து எழில் மருப்பினை உடைய களிறு

ஒன்று தருக. பழுமரம் உள்ளி வரும் பறவையைப்போல் நின்னை நாடி வந்தவரன்றோ யாம். எமக்குத் தவறாது தந்து அருள்வாயாக!

371. பொருநனின் வறுமை!

பாடியவர்: கல்லாடனார். பாடப்பட்டோன்: பாண்டியன் தலையாலங்கானத்துச் செருவென்ற நெடுஞ்செழியன். திணை: வாகை. துறை: மறக்களவழி.

(தலையாலங்கானத்தே வெற்றி வாகை சூடியவனாக நின்ற பாண்டியனைப் பரிசில் வேட்டுப் பாடுகின்றார் புலவர். பின்தேர்க் குரவைக்கு (21-27 அடிகள்)மேற்கோள் காட்டுவர் இளம்பூரணனார்.)

அகன்றலை வையத்துப் புரவலர்க் காணாது
மரந்தலைச் சேர்ந்து பட்டினி வைகிப்,
போதவிழ் அலரி நாரின் தொடுத்துத்
தயங்குஇரும் பித்தை பொலியச் சூடிப்
பறையொடு தகைத்த கலப்பையென், முடிவுவாய்   5
ஆடுறு குழிசி பாடின்று தூக்கி,
மன்ற வேம்பின் ஒண்பூ உறைப்பக்,
குறைசெயல் வேண்டா நசைஇய இருக்கையேன்,
அரிசி இன்மையின் ஆரிடை நீந்திக்,
கூர்வாய் இரும்படை நீரின் மிளிர்ப்ப,   10
வருகணை வாளி....... அன்பின்று தலைஇ,
இரைமுரசு ஆர்க்கும் உரைசால் பாசறை,
வில்லேர் உழவின்நின் நல்லிசை உள்ளிக்,
குறைத்தலைப் படுபிணன் எதிரப், போர் அழித்து
யானை எருத்தின் வாள்மட லோச்சி.   15
அதரி திரித்த ஆள்உகு கடாவின்,
மதியத் தன்னஎன் விசியுறு தடாரி
அகன்கண் அதிர, ஆகுளி தொடாலின்,
பணைமருள் நெடுந்தாள், பல்பிணர்த் தடக்கைப்
புகர்முக முகவைக்கு வந்திசின் - பெரும;   20
களிற்றுக்கோட் டன்ன வாலெயிறு அழுத்தி,
விழுக்கொடு விரைஇய வெண்ணிணச் சுவையினள்
குடர்த்தலை மாலை சூடி, 'உணத்தின
ஆனாப் பெருவளம் செய்தோன் வானத்து
வயங்குபன் மீனினும் வாழியர், பல' என,   25

உருகெழு பேய்மகள் அயரக்,
குருதித்துக ளாடியகளம்கிழ வோயே!

இவ்வுலகமெங்கும் சுற்றினேன். புரவலரைக் காணாது ஏங்கி வாடிப் பட்டினியோடு ஒரு மரத்தடியிலே வந்து சேர்ந்தேன். போதவிழ்ந்த மலர்களை நாரிலே தொடுத்துத் தலையிலே அழகுறச் சூட்டிக் கொண்டேன். பறையோடு சேர்ந்த இசைக்கருவிகள் அடங்கிய பையுடன் இருந்தேன். சமையற் கலத்தை மெல்ல எடுத்து வைத்தும் வேப்பம்பூ உதிரவும் அரிசி ஏதும் இன்மையால் எதுவும் செய்ய விரும்பாது இருந்தேன். பொருளாசை ஒன்றே மிகுந்தது. அதன்பின், பலவழிகளும் கடந்து, பாசறைக்கண்ணே நீ தங்கினை என அறிந்து, இங்கே நின்பால் வந்தேன். பகைவரை அழித்து நீ பெற்ற வெற்றியும், களத்திலே நீ அவர்க்குச் செய்த அழிவும் கண்டேன். தடாரிப் பறையை முழக்கியவனாக வந்த எனக்குக் களிறாகிய பரிசிலைத் தருவாயாக! நின்னால் பெருவிருந்து ஊட்டப் பெற்றதனால் உளமகிழ்ந்த பேய்மகளுங் கூட, 'வானத்து மீனினும் பல்லாண்டு வாழ்க நீ' என வாழ்த்துகின்ற பெருமையுடையவனே! வாழ்க நீ!

372. ஆரம் முகக்குவம் எனவே!

பாடியவர்: மாங்குடி கிழார். பாடப்பட்டோன்: தலையாலங் கானத்துச் செருவென்ற பாண்டியன் நெடுஞ்செழியன். திணை: வாகை. துறை: மறக்கள வேள்வி.

(பாண்டியனின் களவென்றிச் சிறப்பைப் போற்றிப் பாடுவது இச் செய்யுள். 'புலவுக் களம் பொலிய வேட்டோய், நின் நிலவுத் திகழ் ஆரம் முகக்குவம் எனவே' என்று, பரிசிலும் வேண்டுகின்றார் புலவர்.)

விசிபிணித் தடாரி விம்மென ஒற்றி,
ஏத்தி வந்த தெல்லாம் - முழுத்த
இலங்குவாள் அவிரொளி வலம்பட மின்னிக்
கணைத்துளி பொழிந்த கண்கூடு பாசறைப்,
பொருந்தாத் தெவ்வர் அரிந்ததலை அடுப்பின், 5
கூவிள விறகின் ஆக்குவரி நுடங்கல்,
ஆனா மண்டை வன்னியந் துடுப்பின்,
ஈனா வேண்மாள் இடந்துழந்து அட்ட
மாமறி பிண்டம் வாலுவன் ஏந்த
"வதுவை விழவின் புதுவோர்க்கு எல்லாம் 10

வெவ்வாய்ப் பெய்த பூதநீர் சால்க'' எனப்
புலவுக்களம் பொலிய வேட்டோய்! நின்
நிலவுத்திகழ் ஆரம் முகக்குவம் எனவே.

மின்னென வாள்கள் ஒளிவீச, அம்புகள் மழைபோலப் பொழிய, பாசறைக்கண்ணே இருக்கும் வேந்தனே! பொருந்தாத தெவ்வரின் தலையாகிய அடுப்பிலே கூவிளம் விறகிட்டு எரித்து ஆக்கும் கூழிலே, வரிக்குடர்கள் பிளந்து பொங்க, வன்னிமரக் கொம்பிலே மண்டை ஓட்டைச் செறுகி துழாவிச் சமைத்த நிணச்சோற்றைப் பேய்மகள் ஏந்திக் கொற்றவைக்குப் படைக்க, திருமண விழாவிலே விருந்தினர்க்கு நீர் வார்த்துப் பரிசில் வழங்குவது போலக் களவேள்வி செய்த பெருமானே! தடாரி ஒலித்து நின்னிடம் வந்ததெல்லாம், நின் நிலவொளி வீசும் முத்தாரத்தைப் பரிசிலாகப் பெறும் பொருட்டே யாகும்!

373. நின்னோர் அன்னோர் இலரே!

பாடியவர்: கோவூர்கிழார், **பாடப்பட்டோன்:** சோழன் குராப்பள்ளித் துஞ்சிய கிள்ளி வளவன். **திணை:** வாகை. **துறை:** மறக்களவழி; ஏர்க்கள உருவகமும் ஆம்.

(அரசனை உழவனோடு ஒப்பிட்டுப் பாடியதனால் மறக்கள வழி ஆயிற்று. போர்க்களத்தை ஏர்க்களத்தோடு உவமித்தலால் ஏர்க்கள உருவகமும் ஆம். இடையிடையே சிறிது சிதைந்து போயின செய்யுள் இது.)

**உருமிசை முழக்கென முரசம் இசைப்பச்,
செருநவில் வேழம் கொண்மூ ஆகத்,
தேர்மா அழிதுளி தலைஇ, நாம் உறக்
கணைக்காற் றெடுத்த கண்ணகன் பாசறை,
இழிதரு குருதியொடு ஏந்திய ஒள்வாள்
பிழிவது போலப் பிட்டைஊறு உவப்ப,
மைந்தர் ஆடிய மயங்குபெருந் தானைக்,
கொங்குபுறம் பெற்ற கொற்ற வேந்தே!
...................................தண்ட மாப்பொறி
மடக்கண் மயில்இயல் மறலி யாங்கு
நெடுஞ்சுவர் நல்லில் புலம்பக் கடைகழிந்து,
மென்தோள் மகளிர் மன்றம் பேணார்,
புண்ணுவ ....
...........அணியப் புரவி வாழ்கெனச்,
சொல்நிழல் இன்மையின் நன்னிழல் சேர,
நுண்பூண் மார்பின் புன்றலைச் சிறாஅர்**

அம்பழி பொழுதில் தமர்முகம் காணா,
..................................ற் றொக்கான
வேந்துபுறங் கொடுத்த வீய்ந்துகு பறந்தலை,
மாட மயங்கெரி மண்டிக் கோடிறுபு
உரும்எறி மலையின் இருநிலம் சேரச்
சென்றோன் மன்ற சொெ......
..................ண்ணறிநர் கண்டுகண் அலைப்ப,
வஞ்சி முற்றம் வயக்கள னாக,
அஞ்சா மறவர் ஆட்போர்பு அழித்துக்
கொண்டனை பெரும! குடபுலத்து அதரி;
பொலிக அத்தை நின்ப ணைதனற..... எம்!
விளங்குதிணை, வேந்தர் களந்தொறுஞ் சென்று,
''புகர்முக முகவை பொலிக!'' என்று ஏத்திக்
கொண்டனர் என்ப பெரியோர்; யானும்
அங்கண் மாக்கிணை அதிர ஒற்ற,
..............லெனாயினுங் காதலின் ஏத்தி
நின்னோர் அன்னோர் பிறரிவண் இன்மையின்,
மன்னெயில் முகவைக்கு வந்திசின், பெரும!
பகைவர் புகழ்ந்த ஆண்மை, நகைவர்க்குத்
தாவின்று உதவும் பண்பின், பேயொடு
கணநரி திரிதரும் ஆங்கண், நிணன் அருந்து
செஞ்செவி எருவை குழீஇ,
அஞ்சுவரு கிடக்கைய களங்கிழ வோயே.

முரசுகள் இடிபோல முழங்க, களிறுகள் மேகங்கள்போல் நிறைய, தேருங் குதிரையும் அழிந்து துளியாகி வீழ்ந்து கெட, காற்றெனும் கணைகள் பாய்ந்து வீசுகின்ற பரந்த பாசறையை உடையவனே! குருதிவடியும் ஒள்வாள் பகைவர் உடல்களைப் பிழிவதுபோல ஊடறுத்துச் சிதைக்க, வீரர் போர்வெறியுடன் போரிட்ட பெருந்தன்மையுடன் கொங்கையரசு களத்திலே புறங்கண்ட வேந்தனே! மயில்கள் அசைவதுபோல நின் பகைவர்நாட்டு மகளிர் தத்தம் கணவர் போர்ப்புண் பட்டது காண வந்து, களத்தில் நிற்கும் மாவீரனாகிய நின் நிழல் சேர்கின்றனரே! அவர் புதல்வர், தாம் தொடுத்து எய்து ஆடிய அம்புதீரச் செய்து தரும் சுற்றத்தார் எவரையும் காணாமல் வருந்துகின்றனரே! போர்க்களத்திலே வாளோடு தாக்காமல் ஊர்சுட்டு எரிக்கும் எரிபோல நெருங்கிக் களிறுகளும் அழியுமாறு அதற்குப் பஞ்சிடுவோரும், அதன் கொடுமை கண்டு

வருந்துகின்றனரே! வஞ்சி நகரின் முற்றமே களமாக மாறிற்றே! அஞ்சா மறவரை அழித்துக் குடநாட்டின்கண் கடாவிட்டனையே! நின் போர்க்களம் சிறப்பதாக! 'வேந்தனின் போர்க்களம் பாடி, யானைப் பரிசில் பெற்றோம்' எனச் சொல்வர் பெரியோர். அது கொண்டு, யானும் தடாரி கொட்டி, நின் ஒப்பார் பிறர் இல்லாததனால், நின்பால் வந்தேன். பெருமானே! நீ பகைவர்பால் கவர்ந்த பொருள்களைப் பரிசிலாகக் கொள்ள விரும்பினேன். பகைவரும் புகழும் ஆண்மையும் நண்பர்க்கு உதவும் நற்பண்பும் உடையவனே! பேயும் கணங்களும் நரியும் திரிகின்ற இக்களத்திலே, ஊன் தின்று சிவந்த செவியுடைய கழுகுகளும் கூடிக் காணவும் அச்சந் தருகின்றனவே! இத்தகைய கொடிய போர்க்களத்தை உரிமையாகக் கொண்டவனே! எமக்கும் பரிசில் அருள்வாயாக!

374. அண்டிரன் போல்வையோ ஞாயிறு?

பாடியவர்: உறையூர் ஏணிச்சேரி முடமோசியார். **பாடப்பட்டோன்:** ஆய் அண்டிரன். **திணை:** பாடாண். **துறை:** பூவைநிலை.

('ஞாயிற்றினும் சிறந்தவன் ஆய் அண்டிரன்' என எடுத்துக் கூறிப் போற்றுகின்றது செய்யுள். 'புலிப்பல் தாலிப் புன்றலைச் சிறா அர்' என்றது, தமிழ்க்குடிச் சிறுவர்கள் புலிப்பல் தாலி சூடியிருக்கும் மரபினை விளக்கும்.)

கானல் மேய்ந்து வியன்புலத் தல்கும்
புல்வாய் இரலை நெற்றி யன்ன,
பொலம்இலங்கு சென்னிய பாறுமயிர் அவியத்
தண்பனி உறைக்கும் புலரா ஞாங்கர்,
மன்றப் பலவின் மால்வரைப் பொருந்தி, என்
தெண்கண் மாக்கிணை தெவிர்ப்ப ஒற்றி,
இருங்கலை ஓர்ப்ப இசைஇக், காண்வரக்
கருங்கோற் குறிஞ்சி அடுக்கம் பாடப்,
புலிப்பற் றாலிப் புன்றலைச் சிறாஅர்
மான்கண் மகளிர், கான்தோ அகன்றுஉவா
சிலைப்பாற் பட்ட முளவுமான் கொழுங்குறை,
விடர்முகை அடுக்கத்துச் சினைமுதிர் சாந்தம்,
புகர்முக வேழத்து மருப்பொடு, மூன்றும்,
இருங்கேழ் வயப்புலி வரிஅதள் குவைஇ,
விரிந்துஇறை நல்கும் நாடன், எங்கோன்,

கழல்தொடி ஆஅய் அண்டிரன் போல,
வண்மையும் உடையையோ! ஞாயிறு?
கொன்விளங் கூதியால் விசும்பி னானே!

காட்டிலே மேய்ந்துவிட்டு வீட்டுக் கொல்லைப்புறத்திலே வந்து நிற்கும் மானின் நெற்றிமயிர் போன்று, எம் சென்னியிலே பொற்றாமரை சூடி விளங்கின மயிர்களும் அடங்கிப் பணியுமாறு தண்பனி பெய்யும் புலர்காலை வேளையிலே, மன்றத்துப் பலவின் பெரிய அடியிலே பொருந்தியிருந்து, கிணைப்பறையின் ஒலியுடனே சேர்ந்து, குறிஞ்சி மரஞ்செறிந்த மலைப்பக்கத்தைப் புகழ்ந்து பாடினேன். அதைக் கேட்டுப் புலிப்பல் தாலியணிந்த சிறுவரைப் பெற்ற மான்கண் மகளிர்க்குக் கணவர்கள் வந்தனர். வந்தவர், புலித்தோலின் மேலே முள்ளம்பன்றித் தசையும், சந்தனமும், யானைத் தந்தமும் குவித்து உபசரித்து அளித்தனர். அத்தகைய அருள் விளங்கும் - நாட்டிற்கு மன்னன், எம் கோமானான ஆய் அண்டிரன். ஞாயிறே! விசும்பிலே நீயும் விளங்குகின்றனையே! இவ் ஆய் அண்டிரனைப் போல நீயும் வள்ளன்மை உடையையோ? இல்லை காண்!

375. பாடன்மார் எமரே!

பாடியவர்: உறையூர் ஏணிச்சேரி முடமோசியார். **பாடப்பட்டோன்:** ஆய் அண்டிரன். **திணை:** பாடாண். **துறை:** வாழ்த்தியல்.

(ஆயின் கொடைவென்றியைப் போற்றிக் கூறி, 'புலவர் புக்கலாகி நிலவரை நிலீஇயர்' என வாழ்த்துகின்றார் புலவர். 'பீடின்று பெருகிய திருவிற் பாடின் மன்னர்' எனக் கொடைக் குணம் அற்றோரைக் கூறுவதும் கருதுக.)

அலங்குகதிர் சுமந்த கலங்கற் சூழி
நிலைதளர்வு தொலைந்த ஒல்குநிலைப் பல்காற்
பொதியில் ஒருசிறை பள்ளி யாக
முழாவரைப் போந்தை அரவாய் மாமடல்
நாரும் போழும் கிணையொடு சுருக்கி,
ஏரின் வாழ்நர் குடிமுறை புகாஅ,
'ஊழ்இரந்து உண்ணும் உயவல் வாழ்வைப்
புரவுஎதிர்ந்து கொள்ளும் சான்றோர் யார்?' எனப்
பிரசம் தூங்கும் அறாஅ யாணர்,
வரையணி படப்பை, நன்னாட்டுப் பொருந!
பொய்யா ஈகைக் கழல்தொடி ஆஅய்!
யாவரும் இன்மையின் கிணைப்பத், தாவது,

பெருமழை கடல்பரந் தாஅங்கு, யானும்
ஒருநின் உள்ளி வந்தனென்; அதனால்
புலவர் புக்கில் ஆகி, நிலவரை
நிலீஇயர் அத்தை, நீயே! ஒன்றே
நின்னின்று வறுவிது ஆகிய உலகத்து,
நிலவன் மாரோ, புரவலர்! துன்னிப்
பெரிய ஓதினும் சிறிய உணராப்
பீடின்று பெருகிய திருவின்,
பாடில் மன்னரைப் பாடன்மார் எமரே!

'உழவர் இல்லந்தோறும் வீடு வீடாகச் சென்று இரந்து உண்ணும் இரவன் மாக்கள் ஆயினேம். எம்மைப் பாதுகாத்தலை அருளொடும் மேற்கொள்ளும் சான்றோர் யார்?' எனத் தேன்கூடுகள் தூங்கும் புதுவருவாய் மிக்க மலை நாட்டுப் பொருநனே! நின்னை நாடி வந்தோம். பொய்யா ஈகையும் கழல் தொடியும் உடைய நல்லநாட்டிற்கு உரிய ஆய்வேளே! கிணையைக் கொட்டிப் பரவுதற்கேற்ப எம்மைப் புரந்து ஆதரிப்போரோ வேறு எவரும் இலர். ஆதலின், அங்கு நின்றும் கெடாமல் கடலை நோக்கி மேகங்கள் செல்வதுபோல ஒப்பற்ற நின்னையே நாடி வந்தோம். நீ ஒருவனே புலவர்க்குப் புகலிடமாவாய்! நிலவுலகம் உள்ளவரை நீ இன்பமுடன் வாழ்வாயாக! நீ இல்லையானால் இவ்வுலகமே புலவராகிய எம்மைப் பொறுத்தவரையில் வறுமையுற்றதாகி விடும். புலவரும் நீ இல்லாத உலகத்தில் வாழ்வாரோ? பெரிதாகப் புகழ்ந்து பாடினும் சிறியராகி, எங்கள் தன்மையை உணராத செல்வம் உடைய மன்னரே நாட்டிற் பெருகியுள்ளனர். அவரை ஒரு பொருட்டாக மதித்து, எம் புலவர் இனிப் பாடார் என்றும் நீ அறிவாயாக!

376. கிணைக்குரல் சொல்லாது

பாடியவர்: புறத்திணை நன்னாகனார். **பாடப்பட்டோன்:** ஓய்மான் நல்லியாதன். **திணை:** பாடாண். **துறை:** இயன் மொழி.

(அரசனது கொடுத்தலிற் சிறந்தோனாக விளங்குதலாகிய இயல்பு மேம்பாட்டை எடுத்துக் கூறிப் போற்றுகின்றது செய்யுள். பாணரது வறுமை நிலையையும் இதனாற் காணலாம்.)

விசும்பு நீத்தம் இறந்த ஞாயிற்றுப்
பசுங்கதிர் மழுகிய சிவந்துவாங்கு அந்தி
சிறுநனி பிறந்த பின்றைச் செறிபிணிச்

சிதாஅர் வள்பின்என் தடாரி தழீஇப்
பாணர் ஆரும் அளவை, யான்தன்
யாணர் நல்மனைக் கூட்டுமுதல் நின்றனென்!
இமைத்தோர் விழித்த மாத்திரை, ஞெரேரெனக் ,
குணக்குஎழு திங்கள் கனைஇருள் அகற்றப்,
பண்டுஅறி வாரா உருவோடு, என்அரைத்
தொன்றுபடு துளையோடு பருஇழை போகி
நைந்துகரை பறைந்தஎன் உடையும் நோக்கி,
விருந்தினன் அளியன், இவன்' எனப் பெருந்தகை
நின்ற முரற்கை நீக்கி; நன்றும்
அரவுவெகுண் டன்ன தேறலொடு, சூடுதருபு,
நிரயத் தன்னஎன் வறன்களைந் தன்றே,
இரவி னானே, ஈத்தோன் எந்தை;
அற்றை ஞான்றினோடு இன்றின் ஊங்கும்,
இரப்பச் சிந்தியேன், நிரப்படு புணையின்;
உளத்தின் அளக்கும் மிளிர்ந்த தகையேன்;
நிறைக்குலப் புதவின் மகிழ்ந் தெனனாகி,
ஒருநாள், இரவலர் வரையா வள்ளியோர் கடைத்தலை,
ஞாங்கர் நெடுமொழி பயிற்றித்,
தோன்றல் செல்லாது, என் சிறுகிணைக் குரலே.

ஞாயிறு மறைந்து சிலபோது கழிந்தபின், அவனுடைய நன்மனை நெற்கரிசையின் அடியிலே நின்று, தடாரிப் பறையை இசைத்துப் பாடினேன். இமைத்தகண் விழிக்கும் அளவிலே விரைவாக இருள்நீங்கக் கிழக்கே மதியமும் எழுந்தது. என் நிலையை அறிய முடியாதவாறு மாறியிருந்த என் உருவத்தையும், நைந்து கிழிந்த என்று கந்தல் உடையையும் அவன் கண்டான். 'விருந்தினன், அளியன் இவன்' என உணர்ந்தான். என் கைத்தாளத்தைத் தான் வாங்கிக் கொண்டு, கள்ளும் சூடான இறைச்சியும் தந்து, என் வறுமை தீரச் செல்வமும் அவ்விரவிலேயே வழங்கி, என் துயர் தீர்த்தான். அவனே என் தலைவன்! என்வறுமை தீர்த்த தெப்பமாக அவன் விளங்கினான். ஆகவே, அன்றோடு இனியும் பிறர்பாற் சென்று இரப்பதை யான் சிந்தித்தும் அறியேன். பிறர் உள்ளத்தில் நிகழ்வனவற்றை உள்ளத்தாலேயே அளந்தறியும் புலமைச் செவ்வியுடையேன் யான். நிறைகுளத்தின் வாயிடம் போல மகிழ்ந்தது என் உள்ளம். இரவலர் வரையாத வள்ளியோரின் கடைத்தலையிலே நின்று, அவர் புகழ் பாராட்டி ஒன்றைப் பெற என் மனம் இனிமேல்

இசையாது! என் கிணைப் பறையின் ஓசையும் இனிமேல் ஒலிக்காது!

377. நாடு அவன் நாடே!

பாடியவர்: உலோச்சனார். பாடப்பட்டோன்: சோழன் இராசசூயம் வேட்ட பெருநற் கிள்ளி. திணை: பாடாண். துறை: வாழ்த்தியல்.

(தமக்கு உதவியோனாகிய வேந்தன் நெடிது வாழ்கவென வாழ்த்திப் பாடிய செய்யுள் இது. ''பிறர்க்கு உவமம் தானல்லது, தனக்கு உவமம் பிறர் இல்லென'' என, உயர்ந்தோரை உரைப்பது நயப்பாடு உடையதாகும்.)

பனி பழுநிய பல்யாமத்துப்
பாறு தலை மயிர் நனைய,
இனிது துஞ்சும் திருநகர் வரைப்பின்
இனையல் அகற்ற என் கிணைதொடாக் குறுகி,
'அவி உணவினோர் புறங் காப்ப,
அற நெஞ்சத்தோன் வாழ, 'நாள்' என்று,
அதற் கொண்டு வரல் ஏத்திக்
''கரவு இல்லாக் கவிவண் கையான்
வாழ்க!'' எனப் பெயர் பெற்றோர்
பிறர்க்கு உவமம் தான் அல்லது
தனக்கு உவமம் பிறர்இல், என
அது நினைத்து, மதி மழுகி,
ஆங்கு நின்ற எற் காணூஉச்
'சேய் நாட்டுச் செல் கிணைஞனை!
நீபுரவலை எமக்கு' என்ன,
மலைபயந்த மணியும், கடறுபயந்த பொன்னும்,
கடல் பாய்ந்த கதிர் முத்தமும்,
வேறுபட்ட உடையும், சேறுபட்ட தசும்பும்,
கனவிற் கண்டாங்கு, வருந்தாது நிறப,
நனவின் நல்கியோன், நசைசால் தோன்றல்;
நாடுஎன மொழிவோர் அவன் நாடென மொழிவோர்
வேந்தென மொழிவோர், 'அவன் வேந்தென' மொழிவோர்;
.........பொற்கோட்டு யானையர்
கவர் பரிக் கச்சை நன்மான்
வடி மணி வாங்கு உருள
...........நல்தேர்க் குழுவினர்,
கதழிசை வன்க ணினர்,

வாளின் வாழ்நர், ஆர்வமொடு ஈண்டிக்,
கடல்ஒலி கொண்ட தானை
அடலவெங் குருசில்! மன்னிய நெடிதே!

பனியிலே கிடந்து உறங்கியதனால் தலை நனைந்தவனாக, அவன் இனிதே உறங்கும் செல்வ மனையிடத்தே, என் வறுமையின் வருத்தம் நீங்கக் கருதிச் சென்றேன். என் தடாரி இசையையும் முழக்கினேன். அவனைப் பலரும் வாழ்த்தவும், அவன் அவரையெல்லாம் வரவேற்கவும், அவருக்கு வழங்கவுமாகத் தனக்கு ஒருவரும் நிகரற்றோனாக விளங்கினான். அந்த ஆரவாரத்தைக் கண்ட யான், பலரும் பாராட்டக் கேட்டுக் கேட்டு, அவன் பெருமை என் புலமைக்கும் அளவு கடந்து விளங்கக் கண்டு, மதிமயங்கி நின்றேன். என்னை அவன் கண்டான். 'தொலை நாட்டிலிருந்து வந்த கிணைஞனே! நீ பெறப்பட்ட மணியும், காடு தந்த முத்தமும்,வேறு வகையான உடைகளும், கள் குடமும், செல்வங்களும் நல்கினான். கனவிற் கண்டது போல, நனவிலே அத்துணையும் அவனால் தரப்பெற்று, என் வறுமையும் தீர்ந்தவனாவேன். நாடு என்று புகழ்ந்து பேசத்தக்கது அவன் நாடே என்பார். வேந்தரிற் சிறந்தோனும் அவனே என்பார். அன்பு நிறைந்த தோன்றலான அவன், கடல்போலப் பெருக்கமுடைய களிறுகள், தேர்கள், குதிரைகள், வேல் மறவர், வாள் மறவர், விற்படைஞர் ஆகிய தானைப் பெருக்கமும் உடையவன். போரிலே வெற்றியை விரும்பும் அத்தகைய எம் தலைவன், நெடிது வாழ்வானாக!

378. எஞ்சா மரபின் வஞ்சி!

பாடியவர்: ஊன்பொதி பசுங்குடையார். **பாடப்பட்டோன்:** சோழன் செருப்பாழி எறிந்த இளஞ்சேட்சென்னி. **திணை:** பாடாண். **துறை:** இயன்மொழி.

(அரசன் அளித்த பெருஞ் செல்வத்தைப் பெற்ற புலவரின் குடும்பத்தார் அடைந்த அநுபவத்தை நயமாகக் கூறி, அவனது கொடை இயல்பைப் போற்றுகின்றார் புலவர்.

தென் பரதவர் மிடல் சாய,
வட வடுகர் வாள் ஒட்டிய
தொடையமை கண்ணித் திருந்துவேல் தடக்கைக்
கடுமா கடைஇய விடுபரி வடிம்பின்,
நற்றார்க் கள்ளின், சோழன் கோயில்,
புதுப்பிறை யன்ன சுதைசெய் மாடத்துப்
பனிக்கயத் தன்ன நீள்நகர் நின்று, என்
அரிக்கூடு மாக்கிணை இரிய ஒற்றி,

எஞ்சா மரபின் வஞ்சி பாட,
எமக்கென வகுத்த அல்ல, மிகப்பல
மேம்படு சிறப்பின் அருங்கல வெறுக்கை
தாங்காது பொழிதந் தோனே; அதுகண்டு,
இலம்பாடு உழந்தஎன் இரும்பேர் ஒக்கல்
விரல்செறி மரபின செவித்தொடக் குநரும்,
செவித்தொடர் மரபின விரற்செறிக் குநரும்,
அரைக்கமை மரபின மிடற்றியாக் குநரும்,
மிடற்றமை மரபின அரைக்குயாக் குநரும்,
கடுந்தெறல் இராமன் உடன்புணர் சீதையை
வலித்தகை அரக்கன் வௌவிய ஞான்றை,
நிலஞ்சேர் மதர்அணி கண்ட குரங்கின்
செம்முகப் பெருங்கிளை இழைப்பொலிந் தாஅங்கு,
அறாஅ அருநகை இனிதுபெற் றிகுமே
இருங்கிளைத் தலைமை எய்தி,
அரும்படர் எவ்வம் உழந்ததன் தலையே.

தென் பரதவரின் குறும்புகள் அடங்கி ஒடுங்கவும், வடவடுகரின் வாளால் தமிழகத்துக்கு நேர்ந்த கேடுகள் நீங்கவும், அவரை ஒடுக்கி மேம்பட்டவன் இவன்! இச்சோழனின் நெடுநகரிலே, வெண்சுதை மாடத்தின் முற்றத்திலே நின்று, என்னுடைய இணைய இயக்கி எஞ்சா மரபினனான சோழனின் வஞ்சிச் சிறப்பைப் போற்றிப் பாடினேன். எமக்கென இயற்றப்படாத, அரசர்க்கே உரிய நல்ல அணிகலன்கள் பலவற்றையும், அவன் எமக்கு ஏராளமாக அளித்தான். அதனைக் கொண்டு, என் சுற்றத்தாரிடம் சென்று கொடுத்தேன். அவர்கள் கண்டு திகைத்தனர். விரலில் அணிவன செவியினும், செவியில் அணிவன விரலினும், அரைக்குரியன கழுத்திலும், கழுத்திற் குரியன இடையிலுமாக மாறிமாறி அவர்கள் அணிந்தனர். அவரது செயலைக் கண்டவர் கண்டெடுத்த குரங்கினம் அணிந்ததென' இராமாயணக் கதையிலே சொல்லப்படும் தன்மை போலிருந்தது அந்தக் காட்சி! என் சுற்றத்தின் வறுமையும் அத்துடன் தொலைந்தது! அவர் முகத்திலே நகையும் அரும்பிற்று.

379. இலங்கை கிழவோன்!

பாடியவர்: புறத்திணை நன்னாகனார். **பாடப்பட்டோன்:** ஓய்மான் வில்லியாதன். **திணை:** பாடாண். **துறை:** பரிசில்.

(பரிசில் பெற்ற புலவர் அவனைப் போற்றிப் பாடுகின்றனர். 'இலங்கை கிழவன்' என, இவன் குறிக்கப் பெறுகின்றான்.)

யானே பெறுக, அவன் தாள்நிழல் வாழ்க்கை;
அவனே பெறுக, என் நாஇசை நுவறல்,
நெல்லரி தொழுவர் கூர்வாள் மழுங்கின்,
பின்னை மறத்தோடு அரியக், கல்செத்து,
அள்ளல் யாமைக் கூன்புறத்து உரிஞ்சும்
நெல்லமல் புரவின் இலங்கை கிழவோன்
வில்லி யாதன் கிணையேம்; பெரும!
'குறுந்தாள் ஏற்றைக் கொளுங்கண் அவ்விளர்,
நறுநெய் உருக்கி, நாட்சோறு ஈயா,
வல்லன், எந்தை, பசிதீர்த் தல்' எனக்
கொன்வரல் வாழ்க்கைநின் கிணைவன் கூறக்,
கேட்டதற் கொண்டும் வேட்கை தண்டாது,
விண்தோய் தலைய குன்றம் பிற்பட..,
......ரவந்தனென், யானே -
தாயில் தூவாக் குழவிபோல, ஆங்கு அத்
திருவுடைத் திருமனை, ஐதுதோன்றுகமழ்புகை
வருமழை மங்குலின் மறுகுடன் மறைக்கும்
குறும்படு குண்டகழ் நீள்மதில் ஊரே.

நெல்லரிகின்ற தொழுவர், தம் வாளின் கூர்மையானது மழுங்கினால், அதனால் சோர்ந்துவிடாது, சேற்றிலே கிடக்கும் ஆமையின் முதுகிலே தம் அரிவாளைத் தீட்டும் நெல்வயல் நெருங்கிய மாவிலங்கையின் தலைவன் வில்லியாதன். அவனுடைய கிணையேம் யாம். 'நெய்யிலே பொரித்த பன்றித் தசையும் சோறும் இரவன்மாக்களுக்கு என்றும் தந்து பசி தீர்ப்பவன் அவன்' என்று, புலர் காலையிலே வந்து பாடும் நின் கிணைப்பொருநன் சொல்லினன். அதனைக் கேட்டதுமே நின்னைக் காண வேண்டுமென்னும் அவா மிகுந்தவனானேன். தாயிடத்திலே பாலுண்ணத் தாவிவரும் குழந்தைபோல, நின்பால் பரிசு பெறும் ஆசை ஏவ இங்கே வந்தேன். நின் திருமனைக்கண் இரவலர்க்கு அமுது அளிக்க உணவாக்க எழுந்த புகை, மேகம்போல வானை மறைக்கின்றது. அரணை அடுத்த அகழியும் நீண்ட மதிலும் உடைய நின் ஊர்க்கு வந்தேன். எனக்கும் உதவுக பெருமானே!

380. சேய்மையும் அணிமையும்

பாடியவர்: கருவூர்க் கதப்பிள்ளை. **பாடப்பட்டோன்:** நாஞ்சில் வள்ளுவன். **திணை:** பாடாண். **துறை:** இயன்மொழி.

(தென்னவர் மறவனாகத் திகழ்ந்தவன் இவன். இவனது கொடையும், மறமும் ஆகிய இயல்பு நலங்களை வியந்து பாடுகின்றார் புலவர்.)

தென் பவ்வத்து முத்துப் பூண்டு
வட குன்றத்துச் சாந்தம் உரீஇ.
...................ங்கடல் தானை,
இன் னிசைய விறல் வென்றித்
தென் னவர் வய மறவன்,
மிசைப் பெய்தநீர் கடல்பரந்து முத்தாகுந்து
நாறிதழ்க் குளவியொடு கூதளம் குழைய,
தேறுபெ.......... த்தந்து,
தீஞ்சுளைப் பலவின் நாஞ்சிற் பொருநன்;
துப்புஎதிர்ந் தோர்க்கே உள்ளாச் சேய்மையன்;
நட்புஎதிர்ந் தோர்க்கே அங்கை நண்மையன்;
வல்வேல் கந்தன் நல்லிசை யல்ல,
.... த்தாரப் பிள்ளையஞ் சிறாஅர்;
அன்னன் ஆகன் மாறே. இந்நிலம்
இலம்படு காலை ஆயினும்,
புலம்பல்போ யின்று. பூத்தஎன் கடும்பே.

தென்கடல் முத்தும், வடகுன்றத்துச் (பொதியமலை) சாந்தமும், கடல்போன்ற தானையும், புகழ்போன்ற ஆண்மையும், வெற்றிச் சிறப்பும் உடைய பாண்டியரின் படைத்தலைவன்! மழை நீர் கடற்குள் சென்று முத்தமாகும்; மண மிக்க மலைமல்லிகை யோடு கூதாளியும் தழைத்து விளங்கும்; தீஞ்சுளைப் பலாமரங்கள் எங்கும் நிறைந்திருக்கும் நாஞ்சில் நாட்டின் தலைவன். பகைவராக எதிர்த்தவர்க்கோ அணுக இயலாத வலியுடையவன். நட்பாக வந்து அணுகு வோர்க்கோ உள்ளங்கை போல உதவும் தன்மையன். வலிய வேலினைக் கைக்கொண்ட கந்தனைப் போன்ற ஆண்மையும், சிறுவில் கொண்டு விளையாடும் பிள்ளைகளைப் போன்ற தெளிந்த கபடற்ற உள்ளமும் உடையவன்! இவ்வுலக மக்கள் எல்லாம் வறுமையால் வருந்துங் காலத்திலும், என் சுற்றம் இனி எந்நாளும் வருந்துதலே கிடையாது!

381. கரும்பனூரன் காதல் மகன்!

பாடியவர்: புறத்திணை நன்னாகனார். **பாடப்பட்டோன்:** கரும்பனூர் கிழான். **திணை:** பாடாண். **துறை:** இயன்மொழி.

(கரும்பனூரன் வேங்கட நாட்டைச் சார்ந்தவன். கொடையிற் சிறந்தவன். அவனியல்பைச் போற்றுகின்றது செய்யுள்.)

ஊனும் ஊனும் முனையின் இனிதெனப்
பாலிற் பெய்தவும், பாகிற் கொண்டவும்
அளவுபு கலந்து, மெல்லிது பருகி,
விருந்துஉறுத்து, ஆற்ற இருந்தென மாகச்
'சென்மோ, பெரும! எம் விழவுடை நாட்டு?'' என,
யாம்தன் அறியுநமாகத்' தான் பெரிது
அன்புடை மையின், எம்பிரிவு அஞ்சித்
துணரியது கொளாஅ வாகிப், பழம்ஊழ்த்துப்,
பயம்பகர் வறியா மயங்கரில் முதுபாழ்ப்
பெயல்பெய் தன்ன, செல்வத்து ஆங்கண்
ஈயா மன்னர் புறங்கடைத் தோன்றிச்
சிதாஅர் வள்பின் சிதர்ப்புறத் தடாரி
ஊன்சுகிர் வலந்த தெண்கண் ஒற்றி,
விரல்விசை தவிர்க்கும் அரலையில் பாணியின்
இலம்பாடு அகற்றல் யாவது? புலம்பொடு
தெருமரல் உயக்கமும் தீர்க்கும்வெம்; அதனால்,
இருநிலம் கூலம் பாறக், கோடை
வருமழை முழக்கு இசைக்கு ஓடிய பின்றைச்
சேயை யாயினும், இவணை யாயினும்,
இதற்கொண்டு அறிநை; வாழியோ, கிணைவ!
சிறுநனி, ஒருவழிப் படர்க' என்றோனே - எந்தை,
ஒலிவெள் அருவி வேங்கட நாடன்;
உறுவரும் சிறுவரும் ஊழ்மாறு உய்க்கும்
அறத்துறை அம்பியின் மான, மறப்பின்று,
இருங்கோள் ஈராப் பூட்கைக்
கரும்பன் ஊரன் காதல் மகனே!

ஊனும் சோறும் வெறுத்து, இனிது எனப் பாலிலே பெய்தனவும் பாகிலே கலந்தனவுமுள்ள பானக வகைகளைக் கலந்து, மெதுவாகப் பருகி விருந்து உண்டு, அவன் காட்டிலே நெடுநாள் இருந்தோம். எம் நாட்டிலே விழா ஒன்று வரவும், 'பெருமானே! எம் விழாவுடைய நாட்டிற்குச் செல்கின்றோம்' என்றனம். எம்பால் பேரன்பு உடையவனான அவன், அது கேட்டு, எம் பிரிவுக்கு அஞ்சினான். ''ஈயாத மன்னர் புறங் கடையிலே நின்று நீர் நுமது துன்பம் போக்குவதாவது? புலம்பொடு நும் வருத்தத்தையும் என்றும், யாமே போக்குவோம்! வறண்ட காலத்தில் தொலைவிலிருந்தாலும் சரி, இந்நாட்டிலேயே இருந்தாலும் சரி, இங்கே உடனே வந்து சேர்ந்து விடுவீராக'

என்று, அன்புடன் கூறினான். வேங்கட மலைநாட்டுக்கு உரிய கரும்பனூரனின் காதல் மகன்; பெரியவராயினும் சிறியவராயினும் அவரைக் கரைசேர்த்து உதவும் படகினைப் போன்றவன்; உறுதியான குறிக்கோளும் விலக்கப்படாத கொள்கையும் உடையவன் அவன்.

382. கேட்டொறும் நடுங்க ஏத்துவேன்!

பாடியவர்: கோவூர் கிழார். **பாடப்பட்டோன்:** சோழன் நலங்கிள்ளி. **திணை:** பாடாண். **துறை:** கடைநிலை.

(நலங்கிள்ளிபாற் சென்று தம்மைப்பற்றிய வறுமையின் நிலையைக் கூறி, அதனைப் போக்குதற்கு ஏற்ற பரிசிலைத் தந்து உதவுமாறு கேட்டு நிற்கின்றார் புலவர். வினவி நிற்றலின் கடைஇ நிலை ஆயிற்று.)

கடல் படை அடல் கொண்டி,
மண் டுற்ற மலிர் நோன்றாள்,
தண் சோழ நாட்டுப் பொருநன்,
அலங்கு உலை அணி இவுளி
நலங் கிள்ளி நசைப் பொருநரேம்;
பிறர்ப் பாடிப் பெறல் வேண்டேம்
அவற்பாடுதும், 'அவன் தாள் வாழிய!என;
நெய் குய்ய ஊன் நவின்ற
பல் சோற்றான், இன் சுவைய
நல்குரவின் பசித் துன்பின்நின்
முன்நாள் விட்டமூதறி சிறாஅரும்,
யானும், ஏழ்மணி யங்கேள், அணிஉத்திக்,
கட் கேள்விக், கவை நாவின்
நிறன்உற்ற, அராஅப் போலும்
வறன்ஒரீஇ, வழங்கு வாய்ப்ப,
விடுமதி அத்தை, கடுமான் தோன்றல்!
நினதே, முந்நீர் உடுத்தஇவ் வியன்உலகு, அறிய;
எனதே, கிடைக்காழ் அன்ன தென்கண் மாக்கிணை
கண்ணகத்து யாத்த நுண்அரிச் சிறுகோல்
எறிதொறும் நுடங்கி யாங்கு, நின் பகைஞர்
கேட்டொறும் நடுங்க, ஏத்துவென்,
வென்ற தேர், பிறர் வேத்தவை யானே.

'கடற்படை யாற்றலால் கொண்ட பெரும் பொருள் நிரம்பிய பெருவலியுடையோன் தண் சோழநாட்டுப் பொருநன்: அசையும்

தலையாட்டம் அமைந்த குதிரைகளை உடையவன் அவன். அவன் விரும்பும் பொருநரேயாம். பிறரைப் பாடி எதனையும் பெறுவதை வேண்டேம். ''அவன் தாள் வாழிய' என அவனையே பாடுவோம். நீயும் அவன்பாற் செல்க. நெய்யிலே பொரித்த, ஊன் கலந்த பலவகையான இனிய சுவை மிகுந்த சோற்றை நினக்கும் நின் பசி நீங்கத் தருவான்' என்று சொல்லினர் நின் பொருநர். பெருமானே! கடுமான் தோன்றலே! அதனால், நின்னை நாடி வந்த யானும், சுற்றமும், எம் பசி ஒழிந்து, பிறர்க்கும் வழங்கி மகிழுமாறு வேண்டிய பரிசில்கள் தந்து எம்மை அனுப்புவாயாக. கடல் சூழ்ந்த இவ்வுலகம் யாம் அறிந்தவரை நினதேயாம். என்னுடையதேயான இத் தடாரிப்பறையினை நுண்ணரிச் சிறுகோலால் யான் அடிக்குந்தோறும் தடாரியின் கண் நடுங்குவது காணாய். இதுபோன்று பிற வேந்தரது அவையிலும் சென்று, அவருங்கேட்டு நடுங்குமாறு நின் புகழைச் சொல்லி யானும் நின்னைப் போற்றுவேன்.

383. வெள்ளி நிலை பரிகோ?

பாடியவர்: மாறோக்கத்து நப்பசலையார். **பாடப்பட்டோன்:** பெயர் தெரிந்திலது. (கடுந்தேர் அவியனென ஒருவனை உடையேன்' என்று குறித்தது கொண்டு, அவனைப் பாடியதாகக் கொள்ளலும் பொருந்தும்.) **திணை:** பாடாண். **துறை:** கடைநிலை.

(அரசனின் கடை வாயிலின்கண் நின்று, அவனருளை வேண்டிப் பாடுகின்றார் புலவர். 'வெள்ளியது நிலை எவன் பரிகோ?' என்றது, சுக்கிரனின் மாறுபட்ட நிலைமையால் வாழ்க்கை நிலை மாறும் என்று காட்டுதலைக் காண்க.)

ஒண்பொறிச் சேவல் எடுப்ப ஏற்றெழுந்து,
தண்பனி உறைக்கும் புலரா ஞாங்கர்,
நுண்கோல் சிறுகிணை சிலம்ப ஒற்றி,
நெடுங்கடை நின்று, பகடுபல வாழ்த்தித்
தன்புகழ் ஏத்தினெ னாக, ஊன்புலந்து.

அருங்கடி வியன்நகர்க் குறுகல் வேண்டிக்,
கூம்புவிடு மென்பிணி அவிழ்த்த ஆம்பல்,
தேம்பாய் உள்ள தங்கமழ் மடர்உளப்
பாம்புஉரி அன்ன வடிவின, காம்பின்
கழைபடு சொலியின் இழைஅணி வாரா

ஒண்பூங் கலிங்கம் உடீஇ, நுண்பூண்
வசிந்துவாங்கு நுசுப்பின், அவ்வாங்கு உந்திக்,
கற்புடை மடந்தை தற்புறம் புல்ல,

எற் பெயர்ந்த நோக்கி......................
....கற்கொண்டு:
அழித்துப் பிறந்தென னாகி, அவ்வழிப்
பிறர், பாடுபுகழ் பாடிப் படர்பு அறி யேனே;
குறுமுலைக்கு அலமரும் பால்ஆர் வெண்மறி,
நரைமுக வூகவொடு, உகளும், சென..................
...........................கன்றுபல கெழீஇய
கான்கெழு நாடன், நெடுந்தேர் அவியன், என
ஒருவனை உடையேன் மன்னே, யானே;
அறான், எவன் பரிகோ, வெள்ளியது நிலையே?

சேவல் கூவ எழுந்து, பனியிலே நனைந்தவனாகப், புலர் காலை வேளையிலே, என் கிணையை மீட்டி, அவன் நகரின் தலை வாயிலிலே நின்று, அவன் பகடுகள் பலவும் வாழ்த்தி, அவன் புகழைப் பாடினேன். என் வறுமையும், ஊன் புலந்து தோன்றும் உடல்நலிவும் தீர, அவன்பாற் பரிசில் வேண்டி, அவன் நகருள்ளும் சென்றேன். தேன் போன்ற கள்ளின் தெளிவை மடாரிலே வார்த்து உண்ணவும், பாம்புத்தோல்போன்றும், மூங்கிலின் உட்புறத்தே தோன்றுவது போன்றும் வெள்ளையான, மெல்லிய இழைவரிசை அறியாவாறு நெய்யப்பட்ட ஒள்ளிய பூவேலை செய்யப்பட்டதுமான ஆடையை உடுத்தவனாக, நுண்பூண் வசிந்து வாங்கு நுசுப்பும், அத்தகைய அழகிய உந்தியும் உடைய கற்புடைய மடந்தையான மனைவி புறத்தே அணைத்துக் கிடக்கே, மெல்லணையிலே அவன் உறங்கிக் கொண்டிருந்தான். என் குரல் கேட்டு வந்து என்னைப் பார்த்தான். என் வறுமை நீங்கிற்று. பழைய வாழ்வை அழித்துப் புதுவாழ்வு பெற்றவனேபோல உருமாறினேன். ஆட்டுக்குட்டியும் குரங்குக்குட்டியும் கலந்து விளையாடும் மூங்கில் செறிந்த கானக நாடனாகிய அவியனை எனக்குத் தலைவனாக உடையேனாயினேன். அவன் தன் கடமையினின்றும் தவறான்; வெள்ளி பிறழ, நாடே பஞ்சத்தால் வாடினும், இனி யான் வருந்தேன்!

384. நெல் என்னாம்! பொன் என்னாம்!

பாடியவர்: புறத்திணை நான்னாகனார் **பாடப்பட்டோன்:** கரும்பனூர் கிழான். **திணை:** பாடாண். **துறை:** கையறு நிலை.

(கரும்பனூர் கிழான் வழங்கிய கொடையை நினைந்து, மீண்டும் அவனை நாடிச் சென்றவர், அவன் கோயில் வாயிலிடத்தே நின்று, இவ்வாறு போற்றிப் பாடுகின்றனர்.)

மென் பாலான் உடன் அணைஇ,
வஞ்சிக் கோட்டு உறங்கும் நாரை
அறைக் கரும்பின் பூ அருந்தும்;
வன் பாலான் கருங்கால் வரகின்
....
அங்கண் குறுமுயல் வெருவ, அயல
கருங்கோட்டு இருப்பைப் பூ உறைக் குந்து;
விழவின் றாயினும், உழவர் மண்டை
இருங்கெடிற்று மிசையொடு பூங்கள் வைகுந்து;
கிணையேம் பெரும!
....
நெல்என்னாம், பொன் என்னாம்,
கனற்றக் கொண்ட நறவு என்னாம்,
....மனை என்னா அவை பலவும்,
யான் தண்டவும்,தான் தண்டான்,
நிணம் பெருத்த கொழுஞ் சோற்றிடை
மண் நாணப் புகழ் வேட்டு
நீர் நாண நெய் வழங்கிப்,
புரந்தோன் எந்தை; யாம்எவன்தொலைவதை,
அன்னோனை உடையேம் என்ப; இனி வறட்கு
யாண்டு நிற்க வெள்ளி, மாண்ட
உண்ட நன்கலம் பெய்து நுடக்கவும்,
வந்த வைகல் அல்லது,
சென்ற எல்லைச் செலவுஅறி யேனே!

வயல்களிலே மீனுண்டு மேய்ந்த வஞ்சிமரக் கிளையிலே தங்கி உறங்கும் நாரையானது, முற்றிய கரும்பின் பூந்தாதுகளைத் தின்று கொண்டிருக்கும், வரகினை அறுத்த புன்செய் நிலத்திலே, குறும்புகழ் எலியைப் பிடிக்கச் செய்யும் ஆரவாரத்தால், குறுமுயல்கள் வெருவி இருப்பை மரத்துக் கொம்பிலே தாவ, ஆங்குள்ள பூக்கள் உதிரும். விழா நாட்கள் அல்லவேனும், உழவரது உண்கலத்திலே கெளிற்றுமீன் கறியும் கள்ளும் நிறைந்திருக்கும். அத்தகைய நாட்டிற்கு உரியவனான கரும்பனூரனுக்கு வேண்டியவர் யாங்கள். நெல்என்ன, பொன் என்ன, கள் என்ன, எம்மனையில் இல்லாத இவையுடன் பலவும் யாம் வேண்டத் தட்டாது, அவன் குறைவறத் தந்து எம்மை ஆதரித்தான். ஊன்மிகுதியான கொழுத்த உணவிலே, பிறர்

நாணுமாறு, புகழை விரும்பிய அவன், நீரும் நாணுமாறு நீரினும் மிகுதியாக நெய்யினைப் பெய்தான், எம்மைக் காத்த எம் தலைவன் அவன் ஒருவனே. அவனை, யாம் இனி வருந்தித் தொலைவதும் இல்லை. இனி, வறட்சி உண்டாக்கும் பொருட்டு வெள்ளியும் பிறழ்க; அது பற்றி யாம் கவலையுறுவதுமில்லை. உண்ட நன்கலத்தை நீர் பெய்து கழுவவும், தின்ற பல்லிடையே சிக்கிய ஊனைத் தோண்டவுமாகக் கழிந்து சென்ற நாட்கள்தாம் எவ்வளவினவோ? அவற்றை யாமும் அறியோமே!

385. காவிரி அணையும் படப்பை!

பாடியவர்: கல்லாடனார். **பாடப்பட்டோன்:** அம்பர் கிழவன் அருவந்தை. **திணை:** பாடாண். **துறை:** வாழ்த்தியல்.

('நல் அருவந்தை, வேங்கட விறல்வரைப் பட்ட, ஓங்கல் வானத்து உறையினும் பலவாக வாழியர்' என வாழ்த்துகின்றார் புலவர். அவனுடைய வள்ளன்மைச் செவ்வியையும் போற்றுகின்றார்.)

வெள்ளி தோன்றப், புள்ளுக்குரல் இயம்ப,
புலரி விடியல் பகடுபல வாழ்த்தித்
தன்கடைத் தோன்றினும் இலனே;பிறன் கடை,
அகன்கண் தடாரிப் பாடுகேட்டு அருளி,
வறன்யான் நீங்கல் வேண்டி,என்அரை
நிலந்தினச் சிதைந்த சிதா அர் களைந்து,
வெளியது உடீஇ, என் பசிகளைந் தோனே;
காவிரி அணையும் தாழ்நீர்ப் படப்பை
நெல்விளை கழனி அம்பர் கிழவோன்
நல்அரு வந்தை, வாழியர்; புல்லிய
வேங்கட விறல்வரைப் பட்ட
ஓங்கல் வானத்து உறையினும் பலவே!

புலர்காலை வேளையிலே, அவன் வீட்டு வாயிலுக்குக் கூட யான் சென்று நின்று அறியேன். பிறர் வீட்டின் வாயிலிலே நின்று பாடிய என் தடாரிக்குரல் கேட்டு, அருளோடு அவனே என்னை நாடி வந்தான். வந்து, யான், வறுமையினின்றும் நீங்குதலை விரும்பி, என் கந்தலைக் களைந்து வெள்ளையாடை உடுப்பித்து, என் பசியையும் போக்கினான். காவிரி பாயும் தாழ்ந்த நிலப் பாங்கிலுள்ள தோட்டங்களும், செந்நெற் கழனிகளும் உடைய

அம்பர் நகருக்கு உரியவனான நல்ல அருவந்தை அவனே! வேங்கடமலையிலே தங்கி வீழ்ந்த மழைத்துளியினும் பல ஆண்டுகள், அவன் வாழ்வானாக!

386. வேண்டியது உணர்ந்தோன்!

பாடியவர்: கோவூர் கிழார். **பாடப்பட்டோன்:** சோழன் குளமுற்றத்துத் துஞ்சிய கிள்ளிவளவன். **திணை:** பாடாண். **துறை:** வாழ்த்தியல்.

('யாம் வேண்டியது உணர்ந்தோன் தாள் வாழிய' என வாழ்த்துகின்றனர். வெள்ளியாகிய கோளின் நிலை மாற்றங்களால் நாட்டில் வறுமை ஏற்படும் என்பதனை இச் செய்யுளால் அறிகின்றோம்.)

நெடு நீர நிறை கயத்துப்
படுமாறித் துளிபோல,
நெய் துள்ளிய வறை முகக்கவும்,
சூடு கிழித்து வாடுஊன் மிசையவும்,
ஊன் கொண்ட வெண் மண்டை
ஆன் பயத்தான் முற்று அழிப்பவும்,
வெய்து உண்ட வியர்ப்பு அல்லது,
வெய் தொழிலான் வியர்ப்பு அறியாமை
ஈத்தோன் எந்தை, இசைதனது ஆக;
வயலே, நெல்லின் வேலி, நீடிய கரும்பின்
பாத்திப் பன்மலர்ப் பூத்த துப்பின;
புறவே, புல்லருத்து பல்லா யத்தான்,
வில்இருந்த வெங்குறும் பின்று;
கடலே, கால்தந்த கலன் எண்ணுவோர்
கானற் புன்னைச் சினைநிலைக் குந்து;
கழியே, சிறுவெள் உப்பின் கொள்ளை சாற்றி,
பெருங்கல் நன்னாட்டு உமண்ஒலிக் குந்து;
அன்னநன் னாட்டுப் பொருநம், யாமே;
'பொரா அப் பொருந ரேம்
குணதிசை நின்று குடமுதற் செலினும்
குடதிசை நின்று குணமுதற் செலினும்
வடதிசை நின்று தென்வயிற் செலினும்
தென்திசை நின்று குறுகாது நீடினும்

யாண்டும் நிற்க, வெள்ளி யாம்
வேண்டியது உணர்ந்தோன் தாள்வா ழியவே!

நீர் நிலையிலே வீழ்கின்ற மழைத் துளிகளைப்போல நெய்யிலே கிடந்து துள்ளிய கறிவறுவல்களை உண்ணவும், சூட்டுக்கோல் கிழித்துப் பக்குவப்படுத்திய இறைச்சியைத் தின்னவும், ஊன் கொண்டிருந்த கலத்திலே பசும்பால் நிரம்பி வழியவும், சூடாக நிறைய உண்டதால் வியர்ப்புத் தோன்றாவதவாறு, புகழ் தனதே யாகுமாறு அவன் வழங்கினான். அவன் நாடு வளமிக்கது. வயல்கள், நெல்சூழ்ந்த கரும்புப் பாத்தியிலே நீர்ப்பூக்கள் நிறைய விளங்கும். காடுகள், புல்லருந்தும் பல் பகை ஆநிரைகளுடனும், வில்லேந்திய காவல்காக்கும் வீரர்களுடனும் விளங்கும். கடற்கரையிலே நின்று, காற்றினால் இயக்கப்பட்டுக் கரைவந்து சேரும் கலன்களை எண்ணுவோரால், புன்னை மரங்களின் பூங்கொத்துக்கள் உதிர்ந்து வீழும். உப்பங்கழிகளைச் சார்ந்த இடங்கள் சிறுவெள் உப்பினை விலைகூறி விற்றுவரும் உமணரின் ஆரவாரத்தில் நிறைந்திருக்கும். அத்தகைய சோழவள நாட்டுப் பொருநர் யாம். போரிடாத பொருநர் யாம். வெள்ளி எங்கும் நிற்க! யாம் வேண்டியது உணர்ந்து ஈபவன் அவன். அதனால், யாம் இதுபற்றி ஏதும் எண்ணுவதில்லேம்; வாழ்க, அவன் தாள்கள்!

387. சிறுமையும் தகவும்!

பாடியவர்: குண்டுகட் பாலியாதனார். **பாடப்பட்டோன்:** சேரமான் சிக்கற்பள்ளித் துஞ்சிய செல்வக்கடுங்கோ வாழியாதன் **திணை:**பாடாண். **துறை:**வாழ்த்தியல்.

(தன் பெருமையின் தகவு நோக்கி ஈத்து உவந்த சோழனை வாழ்த்துகின்றார் புலவர். 'ஊழி வாழி பூழியர் பெருமகன்' என்று நாவாரப் போற்றி வாழ்த்துதல் காண்க.)

வள் உகிரவயல் ஆமை,
வெள் அகடு கண் டன்ன,
வீங்கு விசிப் புதுப் போர்வைத்
தெண்கண் மாக்கிணை இயக்கி, "என்றும்
மாறு கொண்டோர் மதில் இடறி,
நீறு ஆடிய நறுங் கவுள
பூம்பொறிப் பணை எருத்தின,
வேறு வேறு பரந்து இயங்கி,

வேந்துடை மிளை அயல் பரக்கும்,
ஏந்துகோட்டு இரும்பிணர்த் தடக்கைத்,
திருந்து தொழிற் பல பகடு
பகைப்புல மன்னர் பணிதிறை தந்து, நின்
நகைப்புல வாணர் நல்குரவு அகற்றி,
மிகப் பொலியர், தன் சேவடியத்தை!''என்று
யா அன் இசைப்பின், நனிநன்று எனாப்,
பலபிற வாழ்த்த இருந்தோர் தங்கோன்!
மருவ அன்நகர் அகன் கடைத்தலைத்,
திருந்துகழல் சேவடி குறுகல் வேண்டி,
வென் றிரங்கும் விறன் முரசினோன்!
என் சிறுமையின்,இழித்து நோக்கான்.
தன் பெருமையின் தகவு நோக்கிக்,
குன்று உறழ்ந்த களி றென்கோ;
கொய் யுளைய மா என்கோ;
மன்று நிறையும் நிரை என்கோ;
மனைக் களமரொடு களம் என்கோ;
ஆங்கவை கனவுஎன மருள, வல்லே, நனவின்
நல்கி யோனே, நகை சால் தோன்றல்
ஊழி வாழி, பூழியர் பெருமகன்!
பிணர் மருப்பு யானைச் செருமிகு நோன்தாள்
செல்வக் கடுங்கோ வாழி யாதன்
ஒன்னாத் தெவ்வர் உயர்குடை பணிந்து, இவன்
விடுவர் மாதோ நெடிதோ நில்லாப்
புல்லிலை வஞ்சிப் புறமதில் அலைக்கும்
கல்லென் பொருநை மணலினும், ஆங்க ண்
பல்லூர் சுற்றிய கழனி
எல்லாம் விளையும் நெல்லினும் பலவே.

'வயலாமையின் வெள்ளை அடிவயிறு போன்ற தடாரிப் பறையை இயக்கிச் சென்று, நின் கொல்களிறுகளால் பகை வேந்தரை அழித்து, அவர் திறை தரவும், அதனைக் கொண்டு புலவர்களின் வறுமை அகற்றிய நின் திருவடிகள் மிகவும் பொலிவதாக' என்று இசைத்தேன். பிற மன்னர் பலரும் வாழ்த்த அருளும் தலைவனாக இருந்தனன் அவன். கடைத்தலையில் திருவடி பெயர்வதற்கும் வெற்றிமுரசம் முழங்கும் பெருமை உடையோன் அவன். என் சிறுமை கண்டும் இழித்து

நோக்கினான் அல்லன். தன் பெருமையின் தகுதிக்குத் தக்கவாறே என்னை நோக்கினான். குன்று உறழ்ந்த களிறு என்போனோ? கொய் உளையினையுடைய குதிரை என்பேனோ? மன்று நிறையும் ஆநிரை என்பேனோ? மனைக் களமர் மன்று நிறையும் ஆநிரை என்பேனோ? கனவோ என இவ்வாறு யான் மருளுமாறு அனைத்தும் நனவிலேயே வழங்கினான் அவன். அன்பு நிறைந்தவன் அச் சேரமான்; பூழியர் பெருமகன்; யானைப் போர்வல்ல செல்வக் கடுங்கோ வாழியாதன்! பகைவரும் அவன் மறங்கேட்டு அஞ்சித் தம் குடை தாழ்த்துப் பணிந்து திறைதர வரும் கூட்டம், வஞ்சி மதிற்புறத்தையே அலைக்கின்றதே! பொருநையாற்று மணலினும், அந்த ஆற்றுப் பாய்ச்சலால் கழனிகளில் விளையும் நெற்களினும், பலவாகிய ஊழிகள் அவன் வாழ்வானாக!

388. நூற்கையும் நா மருப்பும்!

பாடியவர்: *மதுரை அளக்கர் ஞாழார் மகனார் மள்ளனார்.* **பாடப்பட்டோன்:** *சிறுகுடிகிழான் பண்ணன்.* **திணை:** *பாடாண்.* **துறை:** *இயன்மொழி.*

(பண்ணனது இயல்பு மேம்பாடுகளை நயமுடன் எடுத்துக் கூறுகின்றது செய்யுள்)

வெள்ளி தென்புலத்து உறைய, விளைவயல்
பள்ளம், வாடிய பயன் இல் காலை,
இரும்பறைக் கிணைமகன் சென்றவன், பெரும்பெயர்
சிறுகுடி கிழான் பண்ணன் பொருந்தித்,
தன்நிலை அறியுநன் ஆக, அந்நிலை
இடுக்கண் இரியல் போக, உடைய
கொடுத்தோன் எந்தை, கொடைமேந் தோன்றல்
நுண்ணூல் தடக்கையின் நாமருப் பாக,
வெல்லும் வாய்மொழிப் புல்லுடை விளைநிலம்
பெயர்க்கும் பண்ணற் கேட்டிரோ; அவன்
வினைப்பகடு ஏற்ற மேழிக் கிணைத்தொடா,
நாடொறும் பாடேன் ஆயின், ஆனா
மணிகிளர் முன்றில் தென்னவன் மருகன்,
பிணிமுரசு இரங்கும் பீடுகெழு தானை
அண்ணல்யானை வழுதி,
கண்மா றிலியர் என் பெருங்கிளைப் புரவே!

பள்ளத் தாக்கின்கண் அமைந்த விளைவயலும் நீரற்று வறண்ட பஞ்சகாலத்தில், தடாரியை இசைத்துச் சென்று, ஒரு பொருநன், சிறுகுடிகிழான் பண்ணனை அடைந்தான்; தன் நிலையை அறிவித்தான்; அப்பொழுதே அவனுடைய துயரம் முற்றும் தீருமாறு வேண்டியன கொடுத்தான் அவன். அவனே எம் தலைவனும் கொடையால் மேம்பட்ட தோன்றலுமான பண்ணன். நூலறிவே கையாகவும், தம் செந்நாவே மருப்பாகவும் வெல்லும் வாய்மொழிப் புலவர்களுக்கு, வரப்பிற் புல்மலிந்த விளைநிலங்களை அளிக்கும் எம் பண்ணனைக் குறித்துக் கேட்டீர்கள். அவனுடைய உழவு எருதுகளையும் உயர்வினையும் பொருளாகக்கொண்டு, கிணைகொட்டி நாடோறும் யான் பாடுவேன். பாடேனாயின், மணி விளங்கும் முற்றத்துத் தென்னவன் வழியினன், முரசு முழங்கும் தானையன் ஆகிய பெருமைமிக்க வழுதியும், என் சுற்றத்தைப் புரந்து அருள் செய்யாது போவானாகுக!

389. நெய்தல் கேளன்மார்!

பாடியவர்: கள்ளில் ஆத்திரையனார். **பாடப்பட்டோன்:** ஆதனுங்கன். **திணை:** பாடாண். **துறை:** இயன்மொழி.

(ஆதனுங்கனின் கொடை இயல்பினைப் போற்றித் தமக்கும் உதவி செய்து அருளுமாறு கேட்கின்றார் புலவர்.)

'நீர் நுங்கின் கண் வலிப்பக்
கான வேம்பின் காய் திரங்கக்,
கயங் களியும் கோடை ஆயினும்
ஏலா வெண்பொன் போருறு காலை,
எம்மும் உள்ளுமோ பிள்ளை அம் பொருநன்!
என்றுஈத் தனனே, இசைசால் நெடுந்தகை;
இன்றுசென்று எய்தும் வழியனும் அல்லன்;
செலினே, காணா வழியனும் அல்லன்;
புன்தலை மடப்பிடி இனையக், கன்றுதந்து,
குன்றக நல்லூர் மன்றத்துப் பிணிக்கும்,
கல்லிழி அருவி வேங்கடங் கிழவோன்,
செல்வுழி எழாஅ நல்லேர் முதியன்!
ஆத னுங்கன் போல, நீயும்
பசித்த ஒக்கல் பழங்கண்ட வீட,
வீறுசால் நன்கலம் நல்குமதி, பெரும!

ஐது அகல் அல்குல் மகளிர்
நெய்தல் கேளன்மார், நெடுங்கடை யானே!

‘நீர்நிறைந்த நுங்கின் கண்கள் கல்லாகி வலுப்பட்டுப் போக, வேம்பின் காய்கள் உலர்ந்துபோக, கயங்கள் நீர் வற்றி உலர்ந்து களிப்பட விளங்கும் கோடையேயாயினும், பிள்ளையம் பொருநனே! நீ என்னை நினைத்து வருக’ என்று கூறிக் கொடுத்தான், புகழால் மேம்பட்ட நெடுந்தகையான் ஆதனுங்கன். இன்று சென்று அவனைக் காண வழியில்லை. அவன் இருந்து சென்றால், காணாத நிலையினனும் அல்லன். யானைக் கன்றுகளை மன்றத்திலே பிணிக்கும் குன்றக நல்லூர் தலைவனே! வேங்கடமலைக்கு உரியவனே! மனம்போன போக்கில் செல்லாது நன்றின்பாலேயே செல்லும் நல்லேர் முதியனே! ஆதனுங்கனைப் போலவே, நீயும் பசித்த என் சுற்றத்தின் துயரம் நீங்கச் சிறந்த அணிகலன்களை வழங்குவாயாக. பெருமானே! நின் இல்வாழ்வு மகளிர் நின் முற்றத்திலே நெய்தற்பறை முழங்கக் கேளாதார் ஆகுக!

390. காண்பறியலரே!

பாடியவர்: ஔவையார். பாடப்பட்டோன்: அதியமான் நெடுமான் அஞ்சி. திணை: பாடாண். துறை: இயன்மொழி.

(அஞ்சியின் ஈத்துவக்கும் இயல்பு மேம்பாட்டை எடுத்துக் கூறி, அவனைப் போற்றுகின்றது செய்யுள். ‘திருமலர் அன்ன புதுமடி’ என்பது, அக் காலத்தையே நெசவுத் தொழிலின் முன்னேற்ற நிலையை நமக்குக் காட்டும்.)

அறவை நெஞ்சத்து ஆயர், வளரும்
மறவை நெஞ்சத்து தாய்இ லாளர்,
அரும்பலர் செருந்தி நெடுங்கான் மலர்கமழ்,
விழவணி வியன்களம் அன்ன முற்றத்து,
ஆர்வலர் குறுகின் அல்லது; காவலர்
கனவிலும் குறுகாக் கடியுடை வியன்நகர்,
மலைக்கணத்து அன்ன மாடம் சிலம்ப, வென்
அரிக்குரல் தடாரி இரிய ஒற்றிப்
பாடி நின்ற பன்னாள் அன்றியும்,
சென்ற ஞான்றைச் சென்றுபடர் இரவின்,
வந்ததற் கொண்டு, நெடுங்கடை நின்ற
புன்தலைப் பொருநன் அளியன் தான் எனத்,

தன் உழைக் குறுகல் வேண்டி, என் அரை
முதுநீர்ப் பாசி அன்ன உடைகளைந்து,
திருமலர் அன்ன புதுமடிக் கொளீஇ,
மகிழ்தரல் மரபின் மட்டே அன்றியும்,
அமிழ்தன மரபின் ஊன்துவை அடிசில்
வெள்ளி வெண்கலத்து ஊட்டல் அன்றி,
முன்னூர்ப் பொதியில் சேர்ந்த மென்நடை
இரும்பேர் ஒக்கல் பெரும்புலம்பு அகற்ற,
அகடுநனை வேங்கை வீகண் டன்ன
பகடுதரு செந்நெல் போரொடு நல்கிக்,
'கொண்டி பெறுக!' என் றோனே; உண்துறை
மலைஅலர் அணியும் தலைநீர் நாடன்,
கண்டாற் கொண்டுமனை திருந்தடி வாழ்த்தி,

....

வான் அறி யலவென் பாடுபசி போக்கல்;
அண்ணல் யானை வேந்தர்
உண்மையோ, அறியலர், காண்பறி யலரே!

ஆயரும் சிறுகுடியினரும் கூடி விழாக் கொண்டாடும், செருந்திமலர் நிறைந்த மன்றம்போன்ற அஞ்சியின் அரண்மனை முற்றத்தினை ஆர்வலர் சேர இயலுமேயன்றி, அவனைப் பகைத்த காவலரோ கனவிலும் அடைதல் அரிது. அத்தகைய காவலுடைய பெருநகரிலே, குன்றுகள் போன்ற அவனது மாடங்கள் எதிரொலிக்க, என் தடாரியை அறைந்து அவன் புகழைப் பாடி நின்றேன்.பல நாட்களுமன்று; யான் சென்ற அன்றே, அன்று இரவிலேயே, யான் வந்ததை உட்கொண்ட அவன், தன்பால் வருவதற்காக, முதுநீர்ப் பாசிபோன்ற என் உடையினைக் களைந்து, திருமலரன்ன புதுமடி உடுத்தச் செய்தனன். சென்று கண்டேனாக, மகிழ்வுதரும் கள்ளும் அமிழ்துபோன்ற ஊன் துவை அடிசிலும் வெள்ளிவெண் கலத்தே ஊட்டினான். அன்றியும், ஊருக்கு முன்புறப் பொதியிலில் பசித்திருந்த என் சுற்றத்தாரின் பசி தீரும் பொருட்டுப் போரொடு செந்நெல்லும் அளித்தான். இவை எல்லாம் பெறுக!' என்றும் கூறினான். அண்ணல் யானை வேந்தனது உள்ளத்தையும், அவனைக் காண்பதையும் அறியாதவரே, கண்ட பிறரைக் கொண்டு அவர் அடி வாழ்த்தித் துயருற்று, 'மழையும் பெய்திலதே' என்று வாடுவோராவர்.

391.வேலி ஆயிரம் விளைக!

பாடியவர்: *கல்லாடனார்.* **பாடப்பட்டோன்:** *பொறையாற்றுக் கிழான்.* **திணை:** *பாடாண்.* **துறை:** *கடை நிலை.*

(பொறையாற்றுக் கிழானின் வாயிற் கடையிலே நின்று' 'கண்டு வந்திசின் பெரும; எமக்கும் உதவுக' என்று வேண்டி, 'துளி பதன் அறிந்து பொழிய, வேலி ஆயிரம் விளைக நின் வயலே' என வாழ்த்துகின்றார் புலவர்.)

தண்துளி பலபொழிந்த எழிலி இசைக்கும்
விண்டு அனைய விண்தோய் பிறங்கல்
முகடுற உயர்ந்த நெல்லின் மகிழ்வரப்
பகடுதரு பெருவளம் வாழ்த்திப் பெற்ற
திருந்தா மூரி பரந்துபடக் கெண்டி
அரியல் ஆர்கையர் உண்டு இனிது உவக்கும்
வேங்கட வைப்பின் வடபுலம் பசித்தென,
ஈங்குவந்து இறுத்தஎன் இரும்பேர் ஒக்கல்
தீர்கை விடுக்கும் பண்பின் முதுகுடி
நனந்தலை மூதூர் வினவலின்,
'முன்னும் வந்தோன் மருங்கிலன், இன்னும்
அளியன் ஆகலின், பொருநன் இவன்' என,
நின்னுணர்ந்து அறியுநர் என் உணர்ந்து கூறக்,
காண்கு வந்திசிற் பெரும, மாண்தக
இருநீர்ப் பெருங்கழி நுழைமீன் அருந்தும்
ததைந்த தூவியம் புதா அஞ் சேக்கும்
துதைந்த புன்னைச் செழுநகர் வரைப்பின்,
நெஞ்சமர் காதல் நின் வெய் யோளொடு,
இன்துயில் பெறுகதில் நீயே; வளஞ்சால்
துளிபதன் அறிந்து பொழிய,
வேலி ஆயிரம் விளைக நின் வயலே!

வேங்கட மலைக்கு வடக்கேயுள்ள நாடுகள் வறட்சி கொள்ள, ஆங்கு நெற்களம் வாழ்த்திப்பெற்ற நெல்லுடனும் ஊனும் கள்ளும் உண்டு களித்த என் சுற்றத்துடனும், இங்கே வந்து தங்கினேன். இங்கிருந்து நீங்கி, வேறு வளநாடு தேடிச் செல்ல எண்ணிப், பழங்குடி நிறைந்த பழநகரிலே சென்று கேட்டேன். நின்னை உணர்ந்து அறிந்தவரான சிலர், என்னைக் கண்டு, 'முன்பே வந்தான்! இன்னும் வறுமையுடையான்; அளிக்கத் தக்கவனே' என உணர்ந்து கூறினர். அது கொண்டு நின்னைக் காண வந்தேன். பெருமானே! நீ நின் நெடுமனையின்கண் நின் இல்லாளோடு

இனிதே வாழ்வாயாக! நின் நாட்டிலே பதம் அறிந்து மழை பொழிய, நின் நிலங்கள் வேலிக்கு ஆயிரமாக நெல் விளைவதாக! எனக்கும் அருளிக் காப்பாயாக!

392. அமிழ்தம் அன்ன கரும்பு!

பாடியவர்: ஔவையார். **பாடப்பட்டோன்:** அதியமான் நெடுமானஞ்சி மகன் பொகுட்டெழினி. **திணை:** பாடாண். **துறை:** கடை நிலை.

(அதியர் கோமானின் நெடுங்கடை நின்று பாடிய செய்தியைக் கூறுகிறது செய்யுள். 'அந்தரத்து அரும் பெறல் அமிழ்தம் அன்ன கரும்பு இவண் தந்தோன்' என, இவன் குடி முன்னோரின் சிறப்பையும் இவனுக்கு உரைத்துப் போற்றுகின்றனர்.)

மதி ஏர் வெண்குடை அதியர் கோமான்
கொடும்பூண் எழினி, நெடுங்கடை நின்று, யான்
பசலை நிலவின் பனிபடு விடியல்,
பொருகளிற்று அடிவழி யன்ன, என்கை
ஒருகண் மாக்கிணை ஒற்றுபு; கொடாஅ
உருகெழு மன்னர் ஆர்எயில் கடந்து,
நிணம்படு குருதிப் பெரும்பாட்டு ஈரத்து,
அணங்குடை மரபின் இருங்களந் தோறும்,
வெள்வாய்க் கழுதைப் புல்இனம் பூட்டி,
வெள்ளை வரகும் கொள்ளும் வித்தும்
வைகல் உழவ! வாழிய பெரிது, எனச்
சென்றுயான் நின்றனெ னாக, அன்றே,
ஊருண் கேணிப் பகட்டு இலைப் பாசி
வேர்புரை சிதா அர் நீக்கி, நேர்கரை
நுண்ணூற் கலிங்கம் உடீஇ, உண்' எனத்
தேட்கடுப்பு அன்ன நாட்படு தேறல்
கோண்மீன் அன்ன பொலங்கலத்து அளைஇ,
ஊண்முறை ஈத்தல் அன்றியும் கோண்முறை
விருந்திறை நல்கி யோனே அந்தரத்து
அரும்பெறல் அமிழ்த மன்ன
கரும்பு இவண் தந்தோன் பெரும்பிறங் கடையே

நிலவு போன்ற வெண் கொற்றக்குடை நீழல் செய்யும் அதியர் கோமான் பொகுட்டு எழினியின் நெடிய கடை வாயிலிலே, பனிபெய்யும் விடியற்கலை நேரத்திலே, கிணைப் பறையை ஒலித்து நின்றேன். 'திறை கொடாத மன்னரின் மதில்களை

வஞ்சனையின்றிப் பொருது அழித்துப், போர்க் களத்திலே கடும் போரியற்றிக், கழுதை பூட்டி உழுது, கவடியும் வேலும் விதைக்கும் இடையறாத போர் வெற்றி நிறைந்த வேந்தனே! நீ நெடிது வாழ்வாயாக' என்று வாழ்த்தினேன். அப்பொழுதே, ஊருணி நீரிற் படர்ந்திருக்கும் பாசிவேர் போன்று கிழிந்த என் கந்தல் உடையைக் களைந்துவிட்டு, நேர் கரையும் மெல்லிய நூலால் அமைந்ததுமான தூய உடையைத் தந்து உடுப்பித்துப், புளிப்பேறிய கள்ளினை வள்ளத்திலே பெய்து அளித்தனன். அன்றியும், முறைப்படி ஊட்டியும் மகிழ்வித்தனன். பிறநாட்டிலிருந்து கரும்பை இந்நாட்டிற்குக் கொணர்ந்தோனின் வழித்தோன்றலான எழினியே இவ்வாறு செய்தனன். அவன் வாழ்க!

393. பழுங்கண் வாழ்க்கை!

பாடியவர்: நல்லிறையனார். **பாடப்பட்டோன்:** சோழன் குளமுற்றத்துக் துஞ்சிய கிள்ளி வளவன். **திணை:** பாடாண். **துறை:** கடைநிலை.

('சோழனின் அருள் உள்ளச் செவ்வியைப் பாடுகம்' என்று கூறிப் பாடுகின்றார் புலவர். 'போதுவிரி பகன்றைப் புதுமலர் அன்ன அகன்று மடி கலிங்கம் உடீஇச் செல்வமும் கேடின்று நல்குமதி பெரும!' என்று பாடுகம் என்கின்றனர்.)

பதிமுதற் பழகாப் பழங்கண் வாழ்க்கைக்
குறுநெடுந் துணையொடும் கூமை வீதலிற்,
குடிமுறை பாடி, ஒய்யென வருந்தி,
அடல்நசை மறந்த எம் குழிசி மலாக்கும்
கடன் அறி யாளர் பிறநாட்டு இன்மையின்,
'வள்ளன் மையின் எம் வரைவோர் யார்?' என
உள்ளிய உள்ளமொடு உலைநசை துணையா,
உலகம் எல்லாம் ஒருபாற் பட்டென,
மலர்தார் அண்ணல்நின் நல்லிசை உள்ளி,
ஈர்ங்கை மறந்தஎன் இரும்பேர் ஒக்கல்
கூர்ந்த எவ்வம் வீடக், கொழுநிணம் கிழிப்பக்,
கோடைப் பருத்தி வீடுநிறை பெய்த
மூடைப் பண்டம் மிடைநிறைந் தன்ன,
வெண்நிண மூரி அருள, நாளுற
ஈன்ற அரவின் நாவுருக் கடுக்கும்என்

தொன்றுபடு சிதா அர் துவர நீக்கிப்,
போதுவிரி பகன்றைப் புதுமலர் அன்ன,
அகன்றுமடி கலிங்கம் உடீஇச் செல்வமும்
கேடின்று நல்குமதி, பெரும! மாசில்
மதிபுரை மாக்கிணை தெளிர்ப்ப ஒற்றி 20
ஆடுமகள் அல்குல் ஒப்ப வாடிக்,
கோடை யாயினும் கோடி...
காவிரி புரக்கும் நன்னாட்டுப் பொருந!
வாய்வாள் வளவன் வாழ்க! எனப்
பீடுகெழு நோன்தாள் பாடுகம் பலவே. 25

சோறு சமைப்பதையே மறந்த எம் பானையை, மீண்டும் மலரச்செய்யும் கடமையை அறிந்த புரவலர் எவரும் பிற நாடுகளில் இல்லாத காரணத்தால், 'வள்ளன்மையோடு எம்மை வரைந்து உதவுவோர் யாவரோ?' என நினைத்த நெஞ்சத்தோடு, உலகமெல்லாம் ஒருவழிப் பட்டதென்று பேரரசு ஆளும் நின்னையே துணையாக நம்பி வந்தேம். மலர்த்தார் அணிந்த அண்ணலே! நின் புகழைக் கேட்டேம். 'ஈரமான கை' என்பதையே மறந்த எம் பெருஞ்சுற்றம் அடைந்த கொடுந்துயர் தீருமாறு உதவுக. கொழுத்த இறைச்சியைத் துண்டித்துக் கோடைப் பஞ்சு நிறைந்த மூடை போன்று எம் வயிறு நிறையுமாறு ஊன் தருவாயாக. பாம்பு நாக்குப்போலப் பழைமையாகிக் கிழிந்து போன எம் கந்தல் உடையை நீக்கிப் பகன்றைப் பூப்போன்ற மெல்லாடையைத் தந்து, நிறைந்த செல்வமும் அருள்வாயாக, பெருமானே! ஆடு மகளின் ஒட்டிய இடையைப் போல, நாடெல்லாம் வளங்குறைந்து கோடையாயின காலத்தும், காவிரி நீர் சுரந்து காக்கும் வளநாடான சோழநாட்டின் தலைவனே! தப்பாத வாட்படையை உடைய கிள்ளிவளவன் வாழ்வானாக!" என்று, எந்நாளும் நின் பெருமை பொருந்திய திருவடிகளையே யாம் போற்றிப் பாடுவோம்!

394. என்றும் செல்லேன்!

பாடியவர்: கோனாட்டு எறிச்சிலூர் மாடலன் மதுரைக் குமரனார். **பாடப்பட்டோன்:** சோழிய ஏனாதி திருக்குட்டுவன். **திணை:** பாடாண். **துறை:** கடைநிலை.

(இரந்து நின்றவருக்கு வெஞ்சின வேழம் நல்கினன். அதனைக் கொண்டு என் செய்வது என அஞ்சி நிற்க, அது சிறிதெனக்

கருதினரோ எனக் கருதித் தன் செயலுக்கு நாணியவனாகப்
பிறிதுமோர் பெருங் களிறு நல்கியவன் இவன். 'இனி அவனிடம்
என்றும் செல்லேன்' என, இவனது கொடை மேம்பாட்டை
வியந்து பாடுகின்றார் புலவர். இதனைப் 'பொருநராற்றுப்
படைக்கு' இளம்பூரணர் காட்டுவர்(தொல். புறத். சூ. 30))

சிலையுலாய் நிமிர்ந்த சாந்துபடு மார்பின்,
ஒலிபுனற் கழனி வெண்குடைக் கிழவோன்,
வலிதுஞ்சு தடக்கை வாய்வாள் குட்டுவன்
வள்ளிய னாதல் வையகம் புகழினும்
உள்ளல் ஓம்புமின், உயர்மொழிப் புலவீர்! 5
யானும், இருள்நிலாக் கழிந்த பகல்செய் வைகறை,
ஒருகண் மாக்கிணை தெளிர்ப்ப, ஒற்றிப்,
பாடுஇமிழ் முரசின் இயல்தேர்த் தந்தை
வாடா வல்சி பாடினேன் ஆக,
அகமலி உவகையொடு அணுகல் வேண்டிக் 10
கொன்றுசினந் தணியாப் புலவுநாறு மருப்பின்
வெஞ்சின வேழம் நல்கினன், அஞ்சி
யான் அது பெயர்த்தனென் ஆகத், தான் அது
சிறிதென உணர்ந்தமை நாணிப், பிறிதும்ஓர்
பெருங்களிறு நல்கி யோனே; அதற்கொண்டு, 15
இரும்பேர் ஒக்கல் பெரும்புலம்பு உறினும்,
'துன்னரும் பரிசில் தரும்' என
என்றும் செல்லேன் அவன் குன்றுகெழு நாட்டே!

வில் பயிற்சி மிகுந்ததால் நிமிர்ந்து விளங்குவதும், சாந்தம்
பூசியதுமான மார்பினை யுடையவன்; நீர்வள மிக்க கழனிகளும்,
கொற்ற வெண்குடையும் உரிமையாகக் கொண்டவன்;
வலிமையெல்லாம் புகலிடமாகக் கொண்ட பெரிய கையினையும்,
தப்பாத வாளினையும் உடையவன்; அவனே குட்டுவன்
என்பான். வையகம் அவனை 'வள்ளல்' என்று புகழினும், உயர்
மொழிப் புலவர்களே! அவனிடம் செல்லலாம் என
நினையாதீர்கள். யான் ஒரு நாள் காலையில் அவன்பால்
சென்றேன். வாடாத வஞ்சிப்பண் பாடினேன். அவனும் உள்ளம்
மகிழ்ந்தவனாக வெஞ்சின வேழம் ஒன்றை எனக்கு நல்கினான்.
அதனை யான் வேண்டாமென அவன் பால் திருப்பவும், 'அது
சிறிது' எனக் கருதினேன் எனக் கொண்டு நாணினவனாக,
மற்றுமோர் பெருங்களிற்றினையும் தந்தான். அதன் பின்னர், என்
சுற்றம் எத்துணையளவு துயரம் கொண்டாலும், அவன்பால் ஒரு
நாளும் யான் செல்லவே மாட்டேன்.

395. அவிழ் நெல்லின் அரியல்!

பாடியவர்: மதுரை நக்கீரர். பாடப்பட்டோன்: சோழநாட்டுப் பிடவூர்கிழார் மகன் பெருஞ்சாத்தன். திணை: பாடாண். துறை: கடைநிலை.

(சாத்தனிடம் சென்று தாம் பெற்ற பரிசிலை வியந்து பாடுகின்றார் நக்கீரர், "தன் மனைப் பொன்போல் மடந்தை கையைக்காட்டி, 'இவனை என்போற் போற்று' என்றனன் என்று, அவனது பெருஞ்சால்பை நினைந்து பூரிப்படைகின்றது புலவரின் நெஞ்சம்.)

```
மென் புலத்து வயல் உழவர்
வன் புலத்துப் பகடு விட்டுக்
குறு முயலின் குழைச் சூட்டொடு
நெடு வாளைப் பல் உவியல்
பழஞ் சோற்றுப் புக வருந்திப்,                    5
புதல் தளவின் பூச் சூடி,
அரில் பறையாய் புள்ளோப்பி,
அவிழ் நெல்லின் அரியலா ருந்து;
மனைக் கோழிப் பைம்பயி ரின்னே,
கானக் கோழிக் கவர் குரலொடு,                   10
நீர்க் கோழிக் கூப்பெயர்க் குந்து;
வே யன்ன மென் தோளால்,
மயில் அன்ன மென் சாயலார்,
கிளிகடி யின்னே;
அகல் அள்ளற் புள்இரீ இ யுந்து;                 15
ஆங்கப், பலநல்ல புலன் அணியும்
சீர் சான்ற விழுச் சிறப்பின்,
சிறுகண் யானைப் பெறலருந் தித்தன்
செல்லா நல்லிசை உறந்தைக் குணாது,
நெடுங்கை வேண்மான் அருங்கடிப் பிடவூர்         20
அறப்பெயர்ச் சாத்தன் கிளையேம், பெரும!
முன்னாள் நண்பகல் சுரன் உழந்து வருந்திக்
கதிர்நனி சென்ற கனையிருள் மாலைத்,
தன் கடைத் தோன்றி, என் உறவு இசைத்தலின்,
தீங்குரல்... கின் அரிக்குரல் தடாரியொடு,       25
ஆங்கு நின்ற எற்கண்டு
சிறிதும் நில்லான், பெரிதுங் கூறான்,
அருங்கலம் வரவே அருளினன் வேண்டி,
```

ஐயென உரைத்தன்றி நல்கித், தன்மனைப்
பொன்போல் மடந்தையைக் காட்டி, இவனை
என்போல் போற்று' என்றோனே; அதற்கொண்டு
அவன் மறவ லேனே, பிறர்உள்ள லேனே;
அகன் ஞாலம் பெரிது வெம்பினும்,
மிக வானுள் எரி தோன்றினும்,
குள மீனோடும் தாள் புகையினும்,
பெருஞ்செய் நெல்லின் கொக்குஉகிர் நிமிரல்
பசுங்கண் கருனைச் சூட்டொடு மாந்தி,
'விளைவுஒன்றோ வெள்ளம் கொள்க!' என,
உள்ளதும் இல்லதும் அறியாது,
ஆங்கு அமைந் தன்றால்; வாழ்க, அவன் தாளே!

வயலிலே உழும் உழவர்கள் காடுகளிலே பகடுகளை மேய விட்டுவிட்டுச், சூடான முயற்கறியும் வாளைமீனைப் பலவகை யாகப் பக்குவப்படுத்திய கறிகளும் பழஞ்சோற்றுடன் உண்டு, தளவப்பூச் சூடிக்கொண்டு, அரிப்பறையால், புள்கடிந்து, நெல்லிலிருந்து வடிக்கப்பட்ட கள்ளினை அருந்தி மகிழ்வர். மனைக் கோழியின் குரலுக்குக் கானக்கோழி பதிற்குரல் எழுப்பும்; நீர்க்கோழியும் கூப்பிடும். சிறுபெண்கள் கிளி யோட்ட அதனால் நீர்ப்பறவைகள் கலைந்து பறக்கும். அத்தகைய நல்லபல விளை நிலங்களையும், களிறுகளையும் உடைய தித்தனின் உறந்தை நகர்க்குக் கிழக்கிலே உள்ளது பிடவூர். அது வள்ளன்மையுடைய வேண்மானுக்கு உரியது. அவ்வூரில் உள்ள, அறத்தால் புகழ்பெற்ற சாத்தனுக்கு வேண்டியவர் யாங்கள்! முன்னொரு நாள், 'பெருமானே! என மாலைப் போதில் தடாரி ஒலித்து அவன் வாயிலில் நின்றேன். என்னைக் கண்ட அவன் சிறிது காலமும் தாழ்த்தாது, பேசவும் செய்யாது, மனைக் கண்ணுள்ள தன்மனைவியை அழைத்து 'என்னைப்போலக் கருதி இவனைப் பேணுக!' என்றான். அத்தகைய அன்பிற் சிறந்தானை என்றும் மறவேன். பிறரை நினைக்கவும் செய்யேன். 'உலகமெங்கும் பசியால் வாடித்துயரம் அடைந்த காலத்தினும், கொக்கு நகம்போன்ற சோறும், சூடான இறைச்சியும், அளவற்றுத்தந்து உதவுகின்ற அவன் வாழ்க!' எனச் சான்றோர் வாழ்த்துவர். உள்ளதும் இல்லதும் என்று ஏதும் பாராது, வரையாது வழங்குபவன் அவனே யாவன்! அவன் திருவடிகள் வாழ்க!

396. பாடல்சால் வளன்!

பாடியவர்: மாங்குடி கிழார். **பாடப்பட்டோன்:** வாட்டாற்று எழினியாதன். **திணை:** பாடாண். **துறை:** கடைநிலை.

(எழனியாதனின் அருள் செறிந்த கொடைப் பண்பின் சால்பை வியந்து பாடுகின்றார் புலவர். மிகச் சுவையான செய்யுள் இது.)

கீழ் நீரால் மீன் வழங்குந்து;
மீநீரான், கண்ணன்ன, மலர்பூக் குந்து;
கழிசுற்றிய விளை கழனி,
அரிப் பறையாற் புள் ளோப்புந்து;
நெடுநீர் கூஉம் மணல் தண்கால்
மென் பறையாற் புள் இரியுந்து;
நனைக் கள்ளின் மனைக்கோசர்
தீந் தேறல் நறவு மகிழ்ந்து
தீங்குரவைக் கொளைத்தாங் குந்து;
உள்ளி லோர்க்கு வலியா குவன்,
கேளி லோர்க்குக் கேளா குவன்
கழுமிய வென்வேல் வேளே;
வளநீர் வாட்டாற்று எழினி யாதன்
கிணை யேம், பெரும!
கொழுந் தடிய சூடு என்கோ?
வள நனையின் மட்டு என்கோ?
குறு முயலின் நிணம் பெய்தந்த
நறுநெய்ய சோறு என்கோ?
திறந்து மறந்து கூட்டு முதல்
முகந்து கொள்ளும் உணவு என்கோ?
அன்னவை பலபல...
....வருந்திய
இரும்பேர் ஒக்கல் அருந்தி எஞ்சிய
அளித்து உவப்ப, ஈத்தோன் எந்தை;
எம்மோர் ஆக்கக் கங்கு உண்டே;
மாரி வானத்து மீன் நாப்பண்,
விரி கதிர வெண் திங்களின்,
விளங்கித் தோன்றுக, அவன் கலங்கா நல்லிசை!
யாமும் பிறரும் வாழ்த்த, நாளும்
நிரைசால் நன்கலன் நல்கி,
உரைசெலக் சுரக்க அவன் பாடல்சால் வளனே!

மருதவளமிக்க நாட்டிடையிலே, கள்நிறைந்த வீட்டினராக வாழும் கோசர் மதுவுண்டு குரவையோடும் ஒலிமுழங்கும். அந் நீர்வளமிக்க வாட்டாற்றிற்கு உரியவன் எழினியாதன் என்பவன். அவன் பகைவரை அழிக்கும் வன்மையோனாகவும் விளங்குபவன். வெல்லும் வேலினையுடைய வேளிரின் தலைவன் அவன். யாம் அவனுடைய கிணைப்பொருநராவேம். பெருமானே! அவன் அளித்த சூட்டிறைச்சியினைச் சொல்வேனோ? அவன் தந்த கள்ளைச் சொல்வேனோ? முயற்கறியிலே ஆக்கித்தந்த நெய்ச்சோற்றை சொல்வேனோ! நெற்கரிசையைத் திறந்துவிட்டு வேண்டுமளவு முகந்து கொள்ளுக என்றானே, அதனைச் சொல்வேனோ? எதனைச் சொல்வேன்? அவ்வாறு அவன் தந்தனவோ பலப்பல. என் சுற்றம் பசி தீர்ந்து இன்புற, அருளோடு, மீண்டும் மீண்டும் கொடுத்த அருளாளன் அவன். அவன், புகழ் விண்மீன்களுக்கு நடுவே விளங்கும் நிலவுபோல விளங்குக! புலவர் போற்றிப் பாடும் உயர்வு உடைய' அவன் செல்வமும் நாளும் பெருகுக!

397. தண் நிழலேமே!

பாடியவர்: எருக்காட்டூர்த் தாயங் கண்ணனார். **பாடப்பட்டோன்:** சோழன் குளமுற்றத்துத் துஞ்சிய கிள்ளி வளவன். **திணை:** பாடாண். **துறை:** பரிசில் விடை; கடைநிலை விடையும் ஆம்.

(வளவனிடம் பரிசில் பெற்றுச் செல்வார் அந்த நன்றி யுணர்வின் செறிவோடு சொல்லிய செய்யுள் இது. இரவலனின் கந்தையைப் போக்கித் தன் அறையிலிருந்த புகை விரிந்தன்ன பொங்கு துகில் உடீஇனன் என்றால், வளவனின் மனக் கசிவை என்னென்பது.)

வெள்ளியும் இருவிசும்பு ஏர்தரும்;புள்ளும்
உயர்சினைக் குடம்பைக் குரல்தோற் றினவே;
பொய்கையும் போதுகண் விழித்தன;பையச்
சுடரும் சுருங்கின்று,ஒளியே பாடெழுந்து
இரங்குகுரல் முரசமொடு வலம்புரி ஆர்ப்ப,
இரவுப் புறங்கண்ட காலைத் தோன்றி,
எஃகு இருள் அகற்றும் ஏமப் பாசறை,
வைகறை அரவம் கேளியர்! பலகோள்
செய்தார் மார்ப! எழுமதி துயில்!' எனத்,
தெண்கண் மாக்கிணை தெளிர்ப்ப ஒற்றி,
நெடுங்கடைத் தோன்றி யேனே; அது நயந்து,
'உள்ளி வந்த பரிசிலன் இவன்' என,

நெய்யுறப் பொரித்த குய்யுடை நெடுஞ்சூடு,
மணிக்கலன் நிறைந்த மணநாறு தேறல்,
பாம்புரித் தன்ன வான்பூங் கலிங்கமொடு,   15
மாரியன்ன வண்மையின் சொரிந்து,
வேனில் அன்ன என் வெப்பு நீங்க,
அருங்கலம் நல்கி யோனே; என்றும்,
செறுவிற் பூத்த சேயிதழ்த் தாமரை,
அறுதொழில் அந்தணர் அறம்புரிந்து எடுத்த   20
தீயொடு விளங்கும் நாடன், வாய்வாள்
வலம்படு தீவிற் பொலம்பூண் வளவன்
எறிதிரைப் பெருங்கடல் இறுதிக்கண் செலினும்,
தெறுகதிர்க் கனலி தென்திசைத் தோன்றினும்,
என்னென்று அஞ்சலம் யாமே; வென்வேல்
அருஞ்சமம் கடக்கும் ஆற்றல்; அவன்
திருந்துகழல் நோன்தாள் தண்ணிழ லேமே!   25

'பலவகைப்பட்ட செய்தொழில் மலிந்த மாலையணிந்த மார்பனே! வைகறையிலே எழுகின்ற பல்வகை அரவமும் கேளாய்; ஏமப்பாசறையில் இன்னமும் துயில்கின்றனையே! துயில் எழுக வேந்தே!' என்று, ஒருநாள் புலர்காலைப் போதிலே, அவன் பாசறைக்கண் சென்று, தடாரி கொட்டி நின்றேன். 'நம்மை நினைந்து வந்துசேர்ந்த இரவலன் இவன்' என்று சொல்லி, நெய்யிலே பொரித்த தாளிதத்துடன் கூடிய சூடான இறைச்சியையும், கள்ளுத் தெளிவினையும் உண்ணத் தந்தான். பூவேலை செய்யப்பட்ட மெல்லிய ஆடையினையும் தந்தான். என் வறுமை தீருமாறு மழைபோலச் செல்வங்களையும் வழங்கினான். அருங்கலன் பலவும் தந்தான். வாட்படை கொண்டுதப்பாது பகைவரை வென்று பெற்ற பொன்னால் ஆகிய அணிகலன் பல பூண்டு விளங்குபவன் அவன். ஆகவே, ஊழி வந்து உலகமே அழியினும், 'என்னே?' என்று யாம் அஞ்சுவேம் அல்லேம். வளவனின் நிழலில் அன்றோ யாம் இருக்கின்றோம்! எமக்கென்ன குறை இனி?

398. துரும்புபடு சிதா அர்!

பாடியவர்: திருத்தாமனார். பாடப்பட்டோன்: சேரமான் வஞ்சன்.
திணை: பாடாண். துறை: கடைநிலை.

(சேரமானின் அரண்மனை வாயிலில் நின்று, அவனைப் போற்றிப் பாடிப் பரிசில் வேண்டுகின்றார் புலவர். அவன் விரைந்து வந்து அவரை அன்புடன் வரவேற்று உபசரித்து அந்தப்

பெருந்தகைமையால் இவர் உள்ளம் பெரிதும் களி கொள்ளுகின்றது அந்தக் களிப்போடு பாடிய செய்யுள் இது.)

மதிநிலாக் கரப்ப, வெள்ளி ஏர்தர,
வகைமாண் நல்லில்...
பொறிமலர் வாரணம் பொழுது அறிந்து இயம்ப,
பொய்கைப் பூமுகை மலரப் பாணர்
கைவல் சீறியாழ் கடன் அறிந்து இயக்க
இரவுப் புறம்பெற்ற ஏம வைகறைப்,
பரிசிலர் வரையா விரைசெய் பந்தர்
வரிசையின் இறுத்த வாய்மொழி வஞ்சன்,
நகைவர் குறுகின் அல்லது,பகைவர்க்குப்
புலியினம் மடிந்த கல்லளை போலத்,
துன்னல் போகிய பெரும்பெயர் மூதூர்,
மதியத்து அன்னஎன் அரிக்குரல் தடாரி,
இரவுரை நெடுவார் அரிப்ப வட்டித்து,
'உள்ளி வருநர் கொள்கலம் நிறைப்போய்!
தள்ளா நிலையை யாகியர் எமக்கு' என,
என்வரவு அறீஇச்,
சிறிதிற்குப் பெரிது உவந்து,
விரும்பிய முகத்த னாகி, என் அரைத்
துரும்புபடு சிதா அர் நீக்கித், தன் அரைப்
புகைவிரிந் தன்ன பொங்குதுகில் உடீஇ,
அழல்கான் றன்ன அரும்பெறல் மண்டை,
நிழல் காண் தேறல் நிறைய வாக்கி,
யான் உண அருளல் அன்றியும், தான்உண்
மண்டைய கண்ட மான்வறைக் கருனை,
கொக்கு உகிர் நிமிரல் ஒக்கல் ஆர,
வரையுறழ் மார்பின், வையகம் விளக்கும்,
விரவுமணி ஒளிர்வரும், அரவுஉறழ் ஆரமொடு,
புரையோன் மேனிப் பூந்துகில் கலிங்கம்
உரைசெல அருளி யோனே,
பறைஇசை அருவிப் பாயல் கோவே!

பாயல் மலைக்கு உரியவன் அவன். தன்பால் வந்து வேண்டும் பரிசிலர்க்கு வரையாது வழங்கும் வாய்மொழி வஞ்சன் அவனே! அவனுடைய பெருமைபொருந்திய மூதூர் இரவலர் எளிதாகச் செல்லக்கூடியதே யல்லாது, பகைவர்க்குப் புலி கிடந்து உறங்கும் மலைக்குகைபோல நெருங்கவும் அச்சம் தருவது. அவ்வூர்க்குச்

சென்றேன். "பரிசிலர் கொள்கலம் நிரம்ப அரிய பொருள்கள் பலவும் வழங்குபவனே! எனக்கும் உதவுக" என்றேன். என் கந்தல் உடையை நீக்கித் தானணிந்திருந்த ஒத்த உயர்ந்த ஆடையை எனக்கு உடுப்பித்தான். வெம்மையுடன் வறிதாயிருந்த என் கலத்திலே தெளிந்தகள்ளினை நிறைய வார்த்து, உண்ணச் செய்தான். அது மட்டுமன்று; வறுத்த மான்கறியையும் கொக்குநகம் போன்ற முனைமுறியாத அரிசிச் சோற்றையும் என் சுற்றத்தார்க்கும் எனக்கும் உவப்புடன் அளித்தான். மேலும், தன் மார்பிலே அணிந்திருந்த விலைமதிக்க முடியாத ஆரத்தையும், தன் மேலே போர்த்திருந்த பூந்துகிலையும் வழங்கினான். வாழ்க அவன் புகழ்!

399. கடவுட்கும் தொடேன்!

பாடியவர்: ஐயூர் முடவனார். **பாடப்பட்டோன்:** தாமான் தோன்றிக்கோன். **திணை:** பாடாண். **துறை:** பரிசில் விடை.

(தோன்றிக் கோனிடம் பரிசில் பெற்றுச் செல்பவர், அவன் கொடை மேம்பாட்டைப் போற்றிக் கூறிய செய்யுள் இது. வறுமையிலிருந்து வாழ்விற்கு மாறிய வகைமையைச் செய்யுள் தெளிவாகக் கூறுகின்றது.)

அடுகள் முகந்த அளவா வெண்ணெல்
தொடிமாண் உலக்கைப் பரூஉக்குற் றரிசி
காடி வெள்ளுலைக் கொளீஇ நீழல்
ஓங்குசினை மாவின் தீங்கனி நறும்புளி,
மோட்டிரு வரா அல் கோட்டுமீன் கொழுங்குறை,
செறுவின் வள்ளை சிறுகொடிப் பாகல்,
பாதிரி யூழ்முகை அவிழ்விடுத் தன்ன,
மெய்களைந்து, இனனொடு விரைஇ...
மூழ்ப்பப் பெய்த முழு அவிழ்ப் புழுக்கல்
அழிகளிற் படுநர் களியட வைகின்,
பழஞ்சோறு அயிலும் முழங்குநீர்ப் படப்பைக்
காவிரிக் கிழவன், மாயா நல்லிசைக்
கிள்ளி வளவன் உள்ளி, அவன் படர்தும்;
செல்லேன் செல்லேன், பிறர்முகம் நோக்கேன்;
நெடுங்கழைத் தூண்டில் விடுமீன் நொடுத்துக்,
கிணைமகள் அட்ட பாவற் புளிங்கூழ்
பொழுதுமறுத் துண்ணும் உண்டியேன், அழிவுகொண்டு,
ஒருசிறை இருந்தேன்; என்னே! இனியே,

அறவர் அறவன், மறவர் மறவன்,
மள்ளர் மள்ளன், தொல்லோர் மருகன்,
இசையிற் கொண்டான், நசையமுது உண்க' என,
மீப்படர்ந்து இறந்து, வன்கோல் மண்ணி
வள்பரிந்து கிடந்தஎன் தெண்கண் மாக்கிணை
விசிப்புறுத்து அமைந்த புதுக்காழ்ப் போர்வை,
அலகின் மாலை ஆர்ப்ப வட்டித்துக்,
கடியும் உணவென்ன கடவுட்கும் தொடேன்;
'கடுந்தேர் அள்ளற்கு அசாவா நோன்சுவல்
பகடே அத்தை யான் வேண்டிவந்தது' என,
ஒன்றியான் பெட்டா அளவை, அன்றே
ஆன்று விட்டனன் அத்தை; விசும்பின்
மீன்பூத் தன்ன உருவப் பன்னிரை
ஊர்தியொடு நல்கி யோனே; சீர்கொள
இழுமென இழிதரும் அருவி,
வான்தோய் உயர்சிமைத் தோன்றிக் கோவே.

கைக்குத் தலரிசிச் சோறும், புளிக்குழம்பும், வரால் இறைச்சியும், சுறாமீனின் கொழுத்த கறியும், வள்ளைக் கீரையும், பாகற்காயும், அவ்வவற்றின் இனத்தொடு கலந்து மூடி, ஆவியிலே சமைத்த சோறு உண்பவர் சோணாட்டு உழவர். அந் நாட்டிலே என் மனைவி தூண்டிலிட்டு மீன் பிடித்து விற்று ஆக்கித்தந்த புளிங்கூழைக் காலம் தவறியே உண்ணும் வழக்கமுடைய யான், மனம் வருந்தியவனாக ஓரிடத்திலே இருந்தேன். அப்போது அங்கு வந்த சிலர், "அறவோர்க்கு அறவோன்; மறவருள் சிறந்த மறவன்; மள்ளருள் சிறந்த மள்ளன்; பழம்பெருமை வாய்ந்த தொல்குடியிற் பிறந்தவன்; அவன் நின் புகழ்கேட்டு நின்பால் அன்புடையவனாகி விட்டான். நீ இனி விரும்புவதைப் பொறுவாயாக" என்றனர். அதுகேட்டு விரைந்து என் கிணையையும் கொண்டவனாகத் தெய்வத்தையும் வழிபடாது அவன்பாற் சென்றேன். 'வண்டி சேற்றில் அழுந்தினாலும், அதனை இழுத்துச் செல்வதிலே தளராத வலிமையுடைய பகடு ஒன்று தருக' என வேண்டினேன். அவனோ, அத்துடன் ஆநிரைகளும் எருதுகளும் வண்டிகளும் கணக்கற்றன தந்தான். அத்தகையான் தோன்றிக் கோன்; அவன் வாழ்க!

400. உலகு காக்கும் உயர் கொள்கை!

பாடியவர்: கோவூர் கிழார். **பாடப்பட்டோன்:** சோழன் நலங்கிள்ளி. **திணை:** பாடாண். **துறை:** இயன்மொழி.

('தன் பகை கடிதல் அன்றியும், சேர்ந்தோர் பசிப்பகை கடிதலிலும் வல்லன்' என்று கிள்ளியின் கொடைச் சிறப்பைப் போற்றுகின்றது செய்யுள்.)

மாக விசும்பின் வெண் திங்கள்
மூவைந்தான் முறை முற்றக்,
கடல் நடுவண் கண்டன்ன என்
இயம் இசையா, மரபு ஏத்திக்
கடைத் தோன்றிய கடைக் கங்குலான்
பலர் துஞ்சவும் தான் துஞ்சான்,
உலகு காக்கும் உயர் கொள்கை,
கேட்டோன், எந்தை என் தெண்கிணைக் குரலே;
கேட்டற் கொண்டும், வேட்கை தண்டாது:
தொன்றுபடு சிதா அர் மருங்கு நீக்கி,
மிகப் பெருஞ் சிறப்பின் வீறுசால் நன்கலம்
............................லவான
கலிங்கம் அளித்திட்டு என் அரை நோக்கி,
நாரரி நறவின் நாள்மகிழ் தூங்குந்து;
போ தறியேன், பதிப் பழகவும்,
தன்பகை கடிதல் அன்றியும் சேர்ந்தோர்
பசிப்பகை கடிதலும் வல்லன் மாதோ;
மறவர் மலிந்ததன்
கேள்வி மலிந்த வேள்வித் தூணத்து
இருங்கழி இழிதரும் ஆர்கலி வங்கம்
தேறுநீர்ப் பரப்பின் யாறு சீத்து உய்த்துத்,
துறைதெறூம் பிணிக்கும் நல்லூர்,
உறைவின் யாணர், நாடுகிழ வோனே!

தன் பகைவரைப் போரிலே வெல்லுதலும் அல்லாமல் நாட்டை வருத்தும் பசியாகிய பகையையும் ஓட்ட வல்லவன் அவன். மறவர் மலிந்தது அவன் படை. கடலிலிருந்து வரும் வங்கம், ஆறுகளின் வழியாகச் சென்று, துறைதோறும் நின்று நின்று வாணிகம் பெருக்கிச் செல்லும் நல்லூர்கள் பல நிறைந்தன அவன் நாடு. இனிதாகத் தங்கியிருப்பதற்கு ஏற்ற பல புதுப்புது வருவாய்களையும் உடையது அது. அவனைக் கண்டு, பரிசில்

பெறும் அவாவினால், ஒருநாள் இரவின் கடையாமத்திலே அவன் அரண்மனையின் முற்றத்தில் நின்று, தடாரிப் பறையை இசைத்துப் பாடினேன். அந்த நேரத்தில் பலரும் உறங்கிக் கொண்டிருக்கவும், அவன் மட்டும் உறங்காதிருந்தான். என் கிணைக் குரலின் ஒலியைக்கேட்ட அவன் விரைந்து வந்தான். என் பீற்றல் உடையைப் போக்கிப் புதிய நல்லாடை அணிவித்தான். விலைமதிக்க இயலாத ஆபரணங்களையும் எனக்கு அளித்தான். உணவும் பன்னாடையால் அரிக்கப்பட்ட நறவும், அதன்பின் நாள்தோறும் உண்டு மகிழ்ந்தேன். நாள் போவதும் உணராதே அவன் ஊரிலேயே நெடுநாள் தங்கி விட்டேன். என்னே அவன் வள்ளன்மை! வாழ்க அவன்!

புறநானூறு மூலமும்
புலியூர்க் கேசிகனின் தெளிவுரையும்
முற்றுப்பெற்றன

புறநானூற்றுச் செய்யுட்களைப் பாடினோர் வரலாறு

(எண்-பாட்டின் எண்)

அடை நெடுங் கல்வியார் 283, 344, 345

அளவு கடந்த கல்வியால் பெருஞ் சிறப்புப் பெற்றிருந்தவர் இவர். இவராற் பாடப் பெற்றோரும் இவர் காலத்தவரும் இன்னார் என்பது விளங்கவில்லை. இவர் பாடியுள்ள மகட்பாற காஞ்சிச் செய்யுட்கள் பொருள் பொதிந்தன. 'தம் தங்கையை அளித்தற்குப் பரிசமாகச் செல்வத்தை வேண்டாராய்ச் செருப்புகலை வேண்டுவார் அண்ணன்மார்; இனி இப்பணை நல்லூர் என்னாவது கொல்' என்று இரங்கும் செய்யுள் *(345)* அக்காலத்து மறக்குடித் தலைவர்களது மறமேம்பாட்டை நன்கு காட்டுவதாகும். அண்ணன்மார்க்குத் தம் தங்கையிடமிருந்த பேரன்பும் விளங்கும்.

அண்டர் மகன் குறுவழுதியார் 346

இவர் பாண்டியர் குடியினர், மற மேம்பாடும், அறிவுச் செறிவும் கொண்டவர். 'கனைத்த நெய்தற் கண்போல் மாமலர் எனவும் *(அகம் 150)* கண்ணென மலர்ந்த மாயிதழ்க் குவளை எனவும் *(அகம் 228)* மகளிர் கண்ணழகைக் கவினுறக் கூறியவர். 'கல்வியேன் என்னும் வல்லாண்சிறா அன்' என்னும் செறிந்த வாக்கு இவருடைய நுட்பமான புலமைத் திறத்தைக் காட்டும். அண்டர் தந்தை பெயர்; வழுதி இவர் குடிப் பெயர்; குறுமை உருவத்தை ஒட்டியது.

அரிசில் கிழார் 146, 230, 281, 285, 300, 304, 342

'அரிசில்' என்னும் ஊரைச் சார்ந்த வேளாண் மரபினர் இவர். கல்விச் செறிவும் ஆட்சித் திறனும் ஒருங்கே அமையப் பெற்றவர். பதிற்றுப்பத்தில் எட்டாம் பத்தைப் பாடிச் சேரமான் தகடூர் எறிந்த பெருஞ்சேரல் இரும்பொறை யிடம் ஒன்பது நூறாயிரம் காணம் பரிசில் பெற்று அவன் அமைச்சராகவும் பொறுப்பேற்றுத் திகழ்ந்தவர். குறுந்தொகைச் செய்யுள் ஒன்றும் *(193)* தகடூர் யாத்திரையுட் சில செய்யுட்களும் இவர் பெயரான் வழங்கும். வையாவிக் கோப்பெரும் பேகனையும் அதியமான் தகடூர் பொருது வீழ்ந்த எழினியையும் சேரமானையும் இவர் போற்றியும்

பாடியுள்ளனர். இதனால் அவர்களைப் பாடியோரான கபிலர், பரணர், பெருங்குன்றூர் கிழார், பொன் முடியார், ஔவையார் போன்ற பெரும் புலவர்களின் காலத்திலே இருந்தவர் என்று கொள்ளலாம்.'' நின் அருங்கல வெறுக்கை அவை பெறல் வேண்டேம் அடுபோர்ப் பேக, அருந்துயர் உழக்கும் நின்திருந்திழை அரிவை தண் கமழ் கோதை புனைய வண்பரிநெடுந்தேர் பூண்க நின் மாவே'' என்று (புறம்146) கூறும் பெருமிதங் கொண்டவர் இவர். சேரனுடன் அவன் அமைச்சராக விளங்கினாலும் தகடூர்ப் பெரும் போரில் வீழ்ந்த அதியனின் மறமேம்பாட்டையும் கொடைச் சிறப்பையும், மனிதாபிமானத்தையும் வியந்து பாடிப் போற்றவும் இவர் தயங்கியதில்லை. கூற்றுவன் அதியனுயிரைக் கொண்ட செயலானது, வீழ்குடி 'உழவன் வித்து உண்டாங்கு' பேதைமை மிகுந்த செயல் என்று (புறம் 230) கூறுகின்றார் இவர். அதியனின் களமேம்பாடு இதனால் நன்கு விளங்கும்.

அள்ளூர் நன்முல்லையார் 306

குறுந்தொகையுள் பத்துப் பாக்களும் அகநானூற்று 46 அம் செய்யுளும் இவர் பாடியனவாம். பாண்டி நாட்டு அள்ளூரினர் இவர். 'நன்முல்லை' என்னும் இவரது பெயரால் இவரோர் பெண்பாற் புலவர் என்பது விளங்கும். அள்ளூர் கொற்றச் செழியனுக்கு உரியதாக மிக்க வளமுடன் அந்நாளில் விளங்கியது. அவர் நமக்கு அன்னையும் அத்தனும் அல்லவோ' எனத் தலைவனைப் பற்றித் தலைவி கூறுவதாக (குறு. 93) இவர் பாடியுள்ளது பெரிதும் செப்பமுடைய தாகும். 'கட்கின் புதுமலர் முட்பயந்தாங்கு இனிய செய்த நம் காதலர்; இன்னா செய்தல் நோம் என் நெஞ்சே' (குறு 202) எனவும் நயமுற இவர் கூறுவர். இச் செய்யுள் 'தன் காதலனுக்கு வெற்றிச் சிறப்பையும் வேந்து அளிக்கும் செல்வத்தையும் தருதற்குரிய போர் வருகவென்று ஒரு தலைவி தன் முன்னோரின் நடுகல்லை தொழுது பரவுகின்றாள்' எனக் கூறுகின்றது. அக்கால மறக்குடி மகளின் மறச்செல்வி நிரம்பிய உள்ளத்தைக்காட்டும் சிறந்த விளக்கம் இதுவாகும்; இவரது நாட்டுப் பற்றையும் இது விளக்கும்.

ஆடுதுறை மாசாத்தனார் 227

வடவெள்ளாற்றங் கரையிலிருந்த 'ஆடுதுறை' யினர் இவர். 'மாசாத்தன்' என்னும் பெயர் இவரை வணிகச் சாத்தினர் எனவும் ஐயனார் பெயரைக் கொண்டவர் எனவும் காட்டும். இச் செய்யுள் ஒன்றே இவர் பாடியதாகக் கிடைத்துள்ளது. இதன்கண் குளமுற்றத்துத் துஞ்சிய கிள்ளி வளவனின் சாவுக்கு இரங்கியவராகக் கூற்றின் பேதைமைச் செயலை இகழ்வார் போல

'நனி பேதையே நயனில் கூற்றம்... இனியார் மற்று நின் பசிதீர்ப் போரே?' என இவர் பாடியுள்ளனர். அவனால் ஆதரிக்கப் பெற்றவர் இவர் ஆகலாம்.

ஆலங்குடி வங்கனார் 319

பரத்தையர் உறவுகொண்ட தலைமகனைக் குறித்துத் தலை மகள் உரைப்பதாக இவர் பாடியுள்ள நற்றிணைச் செய்யுள் மிக்க சுவையுடைய தாகும். 'நின் மாணிழை மகளிரை எம்மனைத் தந்து நீ தழீஇயினும் அவர் தம் புன்மனத்து உண்மையோ அரிதே; அவரும் பைந்தொடி மகளிரொடு சிறுவர்ப் பயந்து நன்றசான்ற கற்பொடு, எம்பாடு ஆதல் அதனினும் அரிதே' *(நற் 330)* எனக் கூறுவதாக உரைப்பார் இவர். சோழரது உறையூர் அவையத்து அறங்கெடாத நிலையையும் *(400)* தலைவன் வேந்து வினைகொண்டு சென்றிருந்த காலத்தும் அவன் மனைவி வரும் இரவலரைப் பேணும் செவ்வியையும் *(புறத் 319)* இவர் செய்யுட்களாற் காணலாம். 'வங்கனார்' என்னுஞ்சொல் கடல் வாணிபஞ் செய்துவந்த குடியைச் சார்ந்தவர் இவர் எனக் காட்டுவது மாகும்; அன்றி வங்கத்திருந்து வந்து தமிழ் நாட்டில் வாழ்ந்தாரும் இவர் ஆகலாம்.

ஆலத்தூர் கிழார் 34, 36, 69, 225, 342

ஆலத்தூரைச் சேர்ந்த வேளாண் குடியினரான இவர் அக்காலத் தமிழ்மக்களது பண்பு நலங்களைச் செறிவோடு எடுத்துக் கூறுகின்றனர். சோழன் குளமுற்றத்துத் துஞ்சிய கிள்ளி வளவனுக்கு அறத்தாறு நுவலும் செய்யுள் *(34)* மிக்க பொருட்செறிவு உடையதாகும். வளவனின் வள்ளன் மையையும் மறமேம்பாட்டையும் இவர் தெளிவாக எடுத்துக் காட்டியுள்ளார். சோழன் நலங்கிள்ளியின் படைப்பெருக்கத்தை இவர் எடுத்துக் கூறுகின்ற திறம் இவரது புலமைக்குச் சான்று பகரும்; அவனுடைய படைப்பெருக்கத்தையும் காட்டும் *(புறம் 225)*; வேந்தற்கு உறுதுணையாகச் செல்லும் தலைவனைப்பற்றிய செய்யுளும்*(324)* அத் தலைவனது மறமேம்பாட்டையும் வள்ளன்மையும் தெளிவுறக்காட்டுவதாகும்.

ஆலியார் 298

சோணாட்டு ஒரு பகுதியாகிய ஆலி நாட்டினர் இவர். 'உணவளிக்கும் தலைவன், போருக்கு முந்திச் செல்க என்று ஏவுவான் அல்லன்' என ஒரு மறவன் கூறி வருந்துவதாக விளங்குகின்றது இச்செய்யுள். இச்செய்யுளின் அமைதியைக் கொண்டு இதனைப் பாடிய இவரையும் மறக்குடிப் பிறந்தாருள் ஒருவர் என்றே கொள்வர்.

ஆவூர் கிழார்322

வேளாண் குடியிற் பிறந்த தெளிந்த மூதறிவாளர் இவர். வன்புலத்தானாகிய ஒரு தலைவனின் வல்லாண்மையைச் சிறப்பித்து இச்செய்யுளில் இவர் கூறுகின்றார். கள்ளியின் முள்ளுக்கு உழுதூர் காளையின் ஊழ்கோட்டை உவமித்துள்ள உவமைத் திறம் நயத்தற்குரியது ஆகும். இயற்கையை ஊன்றி உணரும்இவரது இயல்பும் இதனாற் புலனாகும்.

ஆவூர் மூலங்கிழார் 38, 40, 166, 177, 178, 196, 261, 301

இவரும் ஆவூர் வேளாண் குடியினரே யாவர். மூலவோரையிற் பிறந்ததனாலே 'மூலங்கிழார்' எனப் பெயர் பெற்றனர். சோழன் குளமுற்றத்துத் துஞ்சிய கிள்ளிவளவனது சிறப்புக்களை இவர் மிகவும் அருமையாகப் பாடியுள்ளனர். சோணாட்டுப் பூஞ்சாற்றூர்ப் பார்ப்பான் கௌணியின் விண்ணந்தாயனையும், மல்லி கிழான் காரியாதியையம், பாண்டியன் இலவந்திகைப் பள்ளித் துஞ்சிய நன்மாறனையும் பாடிப் பரிசில் பெற்றவர் இவர் ஆவர். தலைவனை இழந்த இல்லத்தின் பொலிவிழந்த நிலையைக் 'கொய்ம்மழித் தலையொடு கைம்மையுறக் கலங்கிய கழிகல மகடூஉப் போலப் புல்லென்றனையாற் பல்லணி இழந்தே' (புறத் *261*) என உவமித்துக் கூறுகின்றனர். வேந்தூர் யானைக்கல்லது ஏந்துவன் போலான் தன் இலங்கிலை வேலே' என மறவன் ஒருவனைக் குறித்துக் கூறுவது, அக்காலப் படைமறவரது மறமேம்பாட்டையும் தறுகண்மையினையும் நன்கு காட்டுவதாகும் (புறம் *301*).

இடைக்காடனார் 42

இடைக்காட்டினர் இவர்; கபிலர் காலத்தவர். சோழன் குளமுற்றத்துத் துஞ்சிய கிள்ளிவளவனை, இவர், இச்செய்யுளிற் போற்றுகின்றார். 'மலையின் இழிந்து மாக்கடல் நோக்கி, நிலவரை இழிதரும் பல்யாறு போலப் புலவர் எல்லாம் நின் நோக்கினரே என வளவனது கொடைத் திறனைச் சிறப்பித்துப் பாடுகின்றார் இவர். இவரது அகத்திணைச் செய்யுட்களுள் முல்லைத்திணைச் செய்யுட்கள் மிகுதி. அவற்றின் அமைவு இவரை ஆயர் குலத்து அறிஞர் எனக் காட்டுகின்றதும் காணக.

இடைக்குன்றூர் கிழார் 76, 77, 78, 79

இவர் பாடியுள்ளவாகக் கிடைத்தன இந்நான்கு செய்யுட்களேயாம். இவை பாண்டியன் தலையாலங்கானத்துச் செருவென்ற நெடுஞ்செழியனைப் போற்றிப் பாடியுள்ளவை யாகக் காணப்படுகின்றன. ஆகவே அவனைப் பாடிய மாங்குடி மருதனார் போன்றோர் காலத்தவரே இவரும் எனலாம்; அரசனது

வென்றிச் சிறப்பை இவற்றுள் 'வெல் போர்ச் செழியனும் வந்தனன்; எதிர்ந்த வம்ப மள்ளரோ? பலரே; பகல் தவச் சிறிதே; அதனால் எஞ்சுவர் கொல்லோ?' என்பது போல மிகச் செறிவோடு எடுத்துக் காட்டுகின்றார் இவர். 'இடைக் குன்று' என்னும் ஊரினர் இவர்; அவ்வூர் பாண்டி நாட்டது.

இரும்பிடர்த் தலையார்3

இவர் பாடியதாகக் கிடைத்தது இச் செய்யுள் ஒன்று மட்டுமே யாகும். இவரைக் கரிகால் வளவனின் அம்மான் என்பர். இருப்பினும் அவர் பாடியது பாண்டியன் கருங்கை ஒள்வாட் பெரும்பெயர் வழுதியை ஆகும். இதனால் இவரைப் பாண்டிய மரபினர் எனவும் சோழர் குடியோடு மகட்கொடை உடையவர் எனவும் கருதலாம். 'பெருங்கையானை இரும்பிடர்த் தலையிருந்து' என்னும் உவமை நயத்தால் இவர் இப்பெயர் பெற்றனர் என்பர். இவரது இயற்பெயர் தெரிந்தலது. இச் செய்யுளால் இவர் உரைக்கும் உறுதிப் பொருள்கள் மிக்க செப்பம் உடையன ஆகும். அவற்றைப் பேணியவர் இவர் என்பதும் இவரால் வளர்க்கப்பெற்ற கரிகாலன் புகழ் பெற்றமைக்கு அதுவே காரணம் என்பதும் விளங்கும்.

உலோச்சனார் 258, 274, 377

இவர் நெய்தல் நிலத்தைச் சார்ந்தவர்; நெய்தல் திணைச் செய்யுட்களை மிகுதியாகப் பாடியவர். 'அழிசூழ் படப்பைக் காண்டவாயில்... எம் அழுங்கல் ஊரே' என்னும் இவர்வாக்கால் *(நற் 38)* இவர் காண்டவாயில் என்னும் ஊரினர் எனலாம். சோழன் இராசசூயம் வேட்ட பெருநற்கிள்ளியைப் பாடியவர். இவராற் பாடப் பெற்றனவாகத் தொகை நூற்களுள் காணப்படுவன மொத்தம் *35* செய்யுட்கள். அவை அனைத்தும் நெய்தலின் செழுமையை நமக்குக் காட்டும் சொல்லோவியங்கள் ஆம். 'நீலக் கச்சைப் பூவார் ஆடைப் பீலிக் கண்ணிப் பெருந்தகை மறவன்' *(புறம் 274)* என அக்கால மறவனது உருவத்தையே நம் கண்முன் நிறுத்துகின்றார் இவர்.

உறையூர் இளம்பொன் வாணிகனார் 264

உலையூர்க்கண் பொன் வாணிகஞ் செய்து வந்தவர் இவர். இளமை பருவத்தைக் குறித்தது. மறமாண்பினனான ஒருவனது சிறப்பை இவர் செறிவோடு நமக்கு எடுத்துக் கூறுகின்றார்.

உறையூர் ஏணிச்சேரி முடமோசியார் 13, 127, 128, 129, 130, 131, 132, 133, 134, 135, 241, 374, 375

உறையூர் ஏணிச்சேரி என்னும் பகுதியைச் சார்ந்த பெரும்புலவர் இவர். சோமான் அந்துவஞ் சேரல் இரும்பொறை

சோழன் முடித்தலைக்கோப் பெருநற்கிள்ளி வேள் ஆய் அண்டிரன் ஆகியோரைப் பாடியவர். 'திருந்திய மொழி மோசி பாடிய' ஆயும் (புறம் 158) எனப் பெருஞ்சித்திரனார் கூறுகின்றார். ஆகவே இவரால் மிகுதியாப் பாடப்பெற்றவன் ஆய் வள்ளலே எனலாம். 'ஆடுமகள் குறுகின் அல்லது பீடு கெழு மன்னர் குறுகலோ அரிதே'(புறம் 128)என ஆயது பொதியிலை இவர் சிறப்பிக்கின்றார். 'காடும் ஆயைப் பாடிப் பரிசில் பெற்றதனாலோ இத்துணை யானைகளை உடைத்தாயிற்று!' எனப் பாடும் (புறத் 130) இவர்' ஆயின் கொடை நலத்தை வியந்து போற்றுகின்றார். 'தென் திசை ஆய் குடி இன்றாயின் இவ்வுலகமே நிலை பிறழும்' (புறம் 132) எனவும் இவர் புகழ்கின்றார். 'அறவிலை வாணிகள் ஆய் அலன்' (134) என அறத்திற்கு ஒரு தகுதியான நெறியை வகுத்தவர் இவர். ஆயின் மறைவுக்கு இரங்கிப் பாடிய இவரது செய்யுட்கள் உள்ளத்தை உருக்குவன ஆகும்.

உறையூர் மருத்துவன் தாமோதரனார் 60, 170, 321

உறையூரின்கண் மருத்துவராகவும் புலவராகவும் சிறப்புற்றிருந்தவர் இவர். சோழன் குராப்பள்ளித் துஞ்சிய பெருந்திருமாவளவனையும் பிட்டங்கொற்றனையும் இவர் பாடியுள்ளனர். காட்டகத்து வெண்ணிலவைக் கண்டதும், வளவனின் கொற்றக் குடைபோலும் எனக் கருதித் தொழுது போற்றியதாகக் கூறும்(புறம் 60) செய்யுள் நயமானது ஆகும். பிட்டங்கொற்றனின் வல்லாண்மையைக் கூறும் இவரது செய்யுளால் (புறம் 170)அக்காலத்துக் கொல்லரின் பட்டறையைப் பற்றிய செய்தியை நாம் அறியலாம்.

உறையூர் முதுகண்ணன் சாத்தனார் 27, 28, 29, 30, 325

முதுகண் என்பது அரசர்க்கு உசாத்துணைாக விளங்குவாரின் பட்டப்பெயர். ஆதலின் சாத்தனார் என்னும் இவர் அத் தகுதியோடு வாழ்ந்தவர் எனலாம். சோழன் நலங்கிள்ளியைப் பாடியவாக அமைந்த இச்செய்யுட்கள் ஆட்சிப் பொறுப்பில் உள்ளார் பேணவேண்டிய சிறந்த உறுதிப் பொருள்களைப் பற்றித் தெளிவாக எடுத்துக் கூறுகின்றன. அக்காலச் சோணாட்டின் வளமையும் கொடையினது மேம்பாடும் இவரால் அழகுறக் காட்டப் பெறுகின்றன. 'விழவிற் கோடியர் நீர்மை போல முறை முறை ஆடுநர் கழியும் இவ்வுலகத்துக் கூடிய நகைப்புறனாக நின் சுற்றம்; இசைப்புறனாக நீ நம்பிய பொருளே' (புறம் 29) என அரசனுக்கு அறவுரை கூறுகின்றார் இவர்.

உறையூர் முதுகூத்தனார் 331

உறையூரின்கண் கூத்தத் துறையில் பெரும்புலமை பெற்றோராகவும் தெளிந்த தமிழ்ப் புலவராகவும் விளங்கியவர் இவர். ஒரு மறவனது பசிதீர்க்கும் பண்புநலனை மிகவும் திட்பமாக இவர் எடுத்துரைக்கின்றனர். 'அவரோ வாரார்; முல்லையும் பூத்தன, (குறு221) எனத் தொடங்கும் கார்ப்பருவத்தின் வரவைக் கண்டு வருந்தும் தலைவியின் மனநிலையை நயமாக எடுத்துக் காட்டுகின்றனர்.

ஊன்பொதி பசுங்குடையார் 10, 203, 376, 378

இவர் பெயர்க் காரணம் தெரிந்திலது. ஊன் பொதிந்த பசுங்குடையினை இலக்கியச் சுவையோடு பாடியது பற்றி இப்பெயரினைப் பெற்றவராகலாம். சேரமான் பாமுளூர் எறிந்த இளஞ்செட் சென்னி, சோழன் நெய்தலங்கானல், இளஞ்சேட் சென்னி, சோழன் செருப்பாழி எறிந்த இளஞ்சேட் சென்னி ஆகியோரைப் பாடியவர் இவர். 'இளஞ்சேட் சென்னி' என்னும் பொதுப்பெயரையும் அதன் முன்பொருந்திய அடைமொழி களையும் நோக்கினால், இவை ஒருவனைக் குறித்ததெனக் கருதவும் படும். வள்ளல் ஒருவன் வழங்கிய அணிகளைத் தம் குடும்பத்தார் அணிந்து களித்த நிகழ்ச்சியை இவர் சுவையாக வருணிக்கின்றார். இராவணனால் கொண்டு போகப்பட்ட சீதை தன் நகைகளைக் கழற்றித் துகிலிற் கட்டிக் கீழே போட அதனை எடுத்த வானரங்கள் அவற்றை முறைமாறி அணிந்து கொண்டதைப் போன்று இருந்ததாம் (புறம் 378) அவர்கள் அணிந்து கொண்ட காட்சி.

எருக்காட்டூர்த் தாயங் கண்ணனார் 356, 397

அகநானூற்றுள் ஏழு செய்யுட்களும் குறுந்தொகையின் 391' நற்றிணையின் 219 ஆம் செய்யுட்களும் இவர் பாடியனவாக விளங்கும். எருக்காட்டூர் தஞ்சை மாவட்டத்து ஓர் ஊர் என்பர். இவர் சோழன் குளமுற்றத்துத் துஞ்சிய கிள்ளிவளவனைப் பாடியவர். அவனால் இவருக்குத் தாயமாக எருக்காட்டூர் அளிக்கப்பட்டதென்று கொள்ளலாம். கண்ணனார் இவரது இயற்பெயர். அகநானூற்றுச் செய்யுளில்(105) பல்வேல் எழினி என்பானையும் முசிறியை முற்றிக் கைக்கொண்டோனாகிய செழியன் ஒருவனையும் (அகம் 149) இவர் பாடியுள்ளார். ஓடியா விழவின் நெடியோன் குன்றத்தைப் பற்றியும் (அகம்149) வானவனின் கொல்லிக் குடவரையைப் பற்றியும், வால்நிணப் புகவின் வடுகர் தேஎத்தைப் பற்றியும் (அகம் 213) உறந்தையின் வளமையைப்பற்றியும் (அகம் 237) இவர் பாடியுள்ளனர். காடு

வாழ்த்தாகப் பாடியுள்ள செய்யுள் *(356)* நிலையாமையை மிகவும் அழகாக எடுத்துக் காட்டுவதாகும். 'அறுதொழில் அந்தணர் அறம் புரிந்து எடுத்த தீயொடு விளங்கும் நாடன்' எனச் சோழனை இவர் போற்றுவது அக் காலத்தினும் சோணாட்டில் இக் குடியினர் மிகுதியாக இருந்தமையைக் காட்டுவதாகும் (புறம் *397*). அவர் தம் குடிமரபு பேணுவாராக விளங்கிய சால்பும் அறியப்படும்.

எருமை வெளியனார் 273, 303

'எருமை மரம்' என்பது முதுகிட்ட தன் சேனைக்குப்பின் பகைவர் சேனையை அஞ்சானாய் நின்று சினத்துடன் போராற்றித் தடுத்து நிறுத்தும் ஓர் மறவனின் செயலைப் புகழ்ந்து கூறுதல். அதனில் வல்லவராயின்மை பற்றி இப் பெயர் பெற்றனர் போலும்! குதிரைமறத் துறையைச் சார்ந்த இவ்விரு செய்யுட்களிலும் அத்தகைய மாவீரனின் வீரத்தையே இவர் பாடுகின்றார். இவருடைய அகநானூற்றுச் செய்யுளும் *(73)* மிக்க கருத்துச் செறிவு உடையதாகும். மின்னலுக்குப் புனங்காப் போனின் கையிடத்திலுள்ள கனல்வாய்க் கொள்ளியின் விடுபொறியை உவமித்துள்ளனர் இவர் (அகம் *73*). ஆகவே மலைப் பகுதியைச் சார்ந்தவர் இவர் எனலாம்.

ஐயாதிச் சிறுவெண் டேரையார் 363

சிறுவெண் டேரையார் என்பாரினும் வேறுபடுத்த இவருக்கு 'ஐயாதி' என்னும் அடையினைத் தந்தனர் போலும். தவநெறி பூண்டு நெடுநாள் யோகத்தே இருந்தமை காரணமாகத் 'தேரையார்' என்று பெயர் பெற்றனரும் ஆகலாம். யாக்கையது நிலையாமையை உணர்த்தி வேந்தன் ஒருவனை அறநெறிக்கண் செலுத்தக் கருதிக் கூறிய 'அறிவுரைகளாக இச் செய்யுள் அமைந்துள்ளது. 'உடம்பொடு நின்ற உயிரும் இல்லை; மடங்கல் உண்மை மாயமோ அன்றே' என்கிறார் இவர். இது இவர் துறவுநெறி நின்றவர் என்பதனை வலியுறுத்தும்.

ஐயூர் முடவனார் 51, 228, 314, 339

ஐயூரினரான இவர் வேளாண் மரபினர். இவர் முடவனார் என்பது தாமான் தோன்றிக் கோனைச் சென்றடைந்து வண்டி யிழுத்தற்குப் பகடுவேண்டிப் பாடிய செய்யுளாற் புலனாகும்ட *(399)*. ஆதன் எழினியும், சோழன் குளமுற்றத்துத் துஞ்சிய கிள்ளி வளவனும், பாண்டியன் கூடகாரத்துத் துஞ்சிய மாறன் வழுதியும் இவராற் பாடப்பெற்றோர் ஆவர். கோசரின் செல்லூரது வளத்தை இவர் அருமையாகப் பாடியுள்ளனர் (அகம் *216*). இவருடைய பிற செய்யுட்கள் அகம் *216*; குறுந்தொகை *123,206,322*; நற்றிணை *206, 344* என்பன. அனைத்தும் சிறந்த இலக்கியச்சுவை உடையன

ஆகும். வழுதியின் ஆற்றலைக் கூறுவாராக, ''நீர் மிகின் சிறையும் இல்லை; தீ மிகின் மன்னுயிர் நிழற்றும் நிழலும் இல்லை; வளிமிகின் வலியும் இல்லை. ஒளிமிக்கு அவற்றோர் அன்ன சினப்போர் வழுதி'' என்று நுட்பமான கருத்தமைதியுடன் உரைக்கின்றார். போர் எதிர்ந்து வந்த பகைவரை எள்ளுவாராக செம்புற் றீயல் போல ஒரு பகல் வாழ்க்கைக்கு உலமருவோர்' என்கின்றார். நெடுமா வளவன் இறந்த ஞான்று தாழி வனையும் வேட்கோவிடம் கூறுவதுபோல அமைந்த செய்யுள், இவருடைய பெரும் புலமைக்குச் சான்றாகும்.

ஐயூர் மூலங்கிழார் 21

இவரும் ஐயூர் வேளாண் மரபினரே யாவர். மூலவோரையில் பிறந்தவர் போலும்! வேங்கைமார்பனை வென்று சிறப்புற்ற கானப்பேரெயில் கடந்த உக்கிரப் பெருவழுதியை இவர் போற்றிப் பாடியுள்ளார். இவர் ஔவையார் போன்ற பெரும்புலவர் காலத்தவர்; அவர்களையொத்த சான்றாண்மையும் புலமை நலமும் உடையவரும் ஆவர்.

ஒக்கூர் மாசாத்தனார் 248

புதுக்கோட்டைச் சீமையைச் சார்ந்த ஒக்கூரினர் இவர். மாசாத்தனார் என்பது இவரை வணிகர் குடியினர் எனக் காட்டும். இச் செய்யுள் கைம்மை நோன்பு பூண்டு ஒழுகும் மகளிரது வழக்கத்தை எடுத்துக்காட்டுகின்றது. இவருடைய அகநானூற்றுச் செய்யுள் பாலைநிலத்தின் தன்மையை நன்கு காட்டுவதாகும். மனையோளின் ஏக்கத்தையும் அது தீர வந்த தலைவனின் தேரையும் பற்றிப் பாணன் தன் தோழர்க்குக் கூறுவதாக அமைந்துள்ளது அச் செய்யுள் *(அகம். 14).*

ஒக்கூர் மாசாத்தியார் 279

இவர் பெண்பாலர். அகம் ***324, 384;*** குறுந் ***126,139,186,220,275*** என்னும் செய்யுட்களையும் செய்தவர். மறக்குடித் தாய் ஒருத்தியின் நாட்டுப்பற்றைக் காட்டும் சித்திரமாக அமைந்துள்ளது இச் செய்யுள். பழந்தமிழ் நாட்டுப் பெண்களும் எத்துணை நாட்டுப் பற்று உடையவராக விளங்கினர் என்பதனைக் காணற்கு இச்செய்யுளைப் பன்முறை கற்கவும் நாட்டுப்பற்றை வலியுறுத்த இதனை நாடெல்லாம் பரப்பவும் வேண்டும்.

ஒருசிறைப் பெரியனார் 127

இவர் நாஞ்சில் வள்ளுவனையும் அவன் நாட்டு மலைவளத்தையும் விளக்கிப் பாடுகின்றனர். குறுந்தொகையின் ***272*** ஆம் செய்யுளும் நற்றிணையின் ***121*** ஆம் செய்யுளும் இவர்

பாடியனவாக விளங்குவன. குறக்குலக் கன்னியது கடைசிவந்த கண்ணுக்கு அவள் அண்ணன்மார் கலைமானை அம்பெய்து கொன்று, குருதியோடு பறித்த செங்கோல் வாளியின் மாறுகொண்ட நிலையை உவமிக்கின்றனர் (குறு. 272). 'கலிமா வண்பரி தயங்க எழீஇத் தண்பெயற் தான்யாற்றிடுமணற் கரைபிறக் கொழிய, எல்விருந் தயரும் மனைவி மெல் இறைப் பணைத்தோள் துயிலமர் போயே' (நற் 121) எனப் பாடிய சிறப்பினால் 'ஒரு சிறை' எனப் பெயர் பெற்றனர் போலும்! 'பெரியன்' தகுதிபற்றி அமைந்த பெயர்.

ஒரூஉத்தனார் 275

பகைப் படையை ஊடறுத்துச் சென்று தன் தோழனைக் காக்க முயல்கின்ற மாவீரன் ஒருவனின் செயலை வியந்து போற்றுகின்றது செய்யுள். அவன் சென்ற விரைவினைக் 'கன்றமர் கறவை போல' என நயமுடன் கூறுகின்றார் இவர்.

ஒல்லையூர் தந்த பூதப்பாண்டியன் 71

புதுக்கோட்டைச் சீமையைச் சார்ந்த ஒலியமங்கலம் அக்காலத்தே ஒல்லையூர் என வழங்கிற்று. அதன் தலைவனை வென்ற சிறப்பினால் இவர் இப்பெயர் பெற்றனர் ஆகலாம்.'பூதப் பாண்டியன் ' இவர் பெயர். தென் பாண்டிப் பகுதியிலுள்ள 'பூதப் பாண்டி' என்னும் ஊர் இவ்வரசனது நினைவாக எழுந்ததாகலாம். இவர் களத்தில் வென்றாலும் பெரும்புண்பட்டு உயிர் துறக்க இவர் மனைவியான பெருங்கோப்பெண்டு சான்றோர் தடுத்தும் அவரை மறுத்துக் கூறித் தீப்பாய்ந்தனள். இதனை அவள் செய்யுட்கள் காட்டும். 'பொதியிற் செல்வன் பொலந்தேர்த் திதியன், இன்னிசை இயத்திற் கறங்கும் கன்மிசை யருவிய காடு (அகம் 5) என இவர் அழகுறப் பாடுகின்றனர். இவர் நண்பர்கள் மையற் கோமானும், மாவனும், மன்னெயில் ஆந்தையும், உரைசால் அந்துவஞ் சாத்தனும் ஆதன் அழிசியும் வெஞ்சின இயக்கனும் உளப்படப் பிறரும் ஆவர். இவர் கூறும் வஞ்சினம் இவரது மறமாண்பையும், காவற் சிறப்பையும் புலப்படுத்தும் .

ஓரம்போகியார் 284

ஐங்குறுநூற்றுள் மருதம்பற்றிய நூறு செய்யுட்களைளயும் கனிந்த கனிச்சுவையொடு பாடியவர் இவர். மற்றும் அக நானூற்று 286,316 ஆம் செய்யுட்களையும், குறுந்தொகையின் 10,70,122,127,384 ஆம் செய்யுட்களையும் நற்றிணையின் 20,360 ஆம் செய்யுட்களையும் செய்தவர் இவர். 'பெரியோர் ஒழுக்கம்' பற்றிய விளக்கமாக இவரது அகநானூற்றுச் செய்யுள் விளங்குகின்றது (286). ஆதன் எழினி, அவினி, சோழன் கடுமான்

கிள்ளி, பாண்டியன், மத்தி, விராஅன் என்னும் தலைவர்களையும் இவர் பாடியுள்ளனர். ஐங்குறு நூற்றுச் செய்யுட்களுள் வேட்கைப்பத்துச் செய்யுட்கள் ஒவ்வொன்றும் சிறந்த பல சொற்றொடர்களைக் கொண்டு விளங்குகின்றன. 'நெற்பல பொலிக, பொன் பெரிது சிறக்க; 'விளைக வயலே, வருக இரவலர்; பால் பல ஊறுக, பகபல சிறக்க; பசியில்லாகுக, பிணி சேண் நீங்குக'; அறம்நனி சிறக்க, அல்லது கெடுக; அரசு முறை செய்க களவு இல்லாகுக' என வருவன காண்க. வேழப் பத்து களவன் பத்து, தோழிக்கு உரைத்த பத்து, புலவிப் பத்து, தோழிக் கூற்றுப் பத்து, கிழத்தி கூற்றுப்பத்து, புனலாட்டுப் பத்து என வரும் ஒவ்வொன்றுமே சொற்சுவை பொருட்சுவை மலிந்தன ஆகும். இயற்கையை நுட்பமாகக் கண்டு சுவையோடு செய்யுட்களில் அமைத்துச் செழுந்தமிழ் வளத்தைப் பெருக்கியவர் இவர். வெற்றிகொண்ட மாவீரனின் செயலாக இவர் அமைத்துள்ள இச் செய்யுள் மறக்குடி மகனின் மனச் செருக்கை நன்றாகக் காட்டுவதாகும் (புறம் 284)

ஓரேருழவர் 193

ஓர் ஏர் உழவனை உவமை கூறிய சிறப்பால் இப்பெயர் பெற்றனர். இல்லறத்தை வெறுத்துக் கூறுதலால், இவரைத் துறவு பூண்டவர் எனக் கருதலாம்.

ஔவையார் 87, 104, 140, 187, 206, 231, 232, 235, 255, 269, 286, 290, 295, 311, 315, 367, 390, 392

இவர் பாணர் மரபினர். அதியமான் நெடுமான் அஞ்சி யோடு நட்புப் பூண்டு பலகாலம் அவன் அவையில் வாழ்ந்திருந்து, அவனையும் பிறரையும் பாடியவர். அக்காலத்துப் புலவர்களிடையேயும் அரசர்களிடையேயும் பெருமதிப்புப் பெற்றுத் திகழ்ந்தவர். இவருடைய செய்யுட்கள் எளிமை, செறிவு, பொருள் நுணுக்கம், உள்ளப் பிணிப்பு ஆகியவற்றாற் சிறந்தன. அதியமான், தொண்டைமான் நாஞ்சில் வள்ளுவன் சேரமான் மாரி வெண்கோ, பாண்டியன் கானப் பேரெயில் கடந்த உக்கிரப் பெருவழுதி, சோழன் இராசசூயம் வேட்ட பெருநற் கிள்ளி, அதியமான் மகன் பொகுட்டெழினி என்னும் பலரையும் பாடியவர். பெண்பாலாராயினும் தெய்வப் புலவர் என்னும் கீர்த்தியோடு வாழ்ந்தவர். அகநானூறு, குறுந்தொகை, நற்றிணை என்னும் தொகை நூற்களிலும் இவரது செய்யுட்கள் காணப்படும். இவர் வரலாறும் செய்யுட்களும் தனியாக ஆய்ந்து இன்புற வேண்டியனவாகும்.

கடலுள் மாய்ந்த இளம்பெரு வழுதி 182

இவர் பாண்டியர் குடியினர். 15 ஆவது பரிபாடற் செய்யுள்களையும் இச் செய்யுளையும் செய்தவர். பரிபாடற் செய்யுள் திருமாலைக் குறித்தது ஆகும். இளமைப் பருவத்தையும் பெருமை புலமைச் சால்பையும் குறிக்கத் தரப்பட்டனவாகலாம்; ‘கடலுண் மாய்ந்த’ என்பது, இவர் கடற்செலவிற் சென்றபோது ஏற்பட்ட துயரச் செயலின் நினைவாக இவருக்குப் பின்னாளில் தரப்பட்டதாகும். ‘எவ்வயின் உலகத்துந் தோன்றி அவ்வயின் மன்பது மறுக்கத் துன்பங்களைவோன்’ எனத் திருமாலைப் போற்றும் இவர், ஒன்றே பலவாகவும், பலவும் ஒன்றாகவும் விளங்கும் இறைமைச் செவ்வியையும் எடுத்துக் கூறுகின்றார்.

‘புகழ் எனின் உயிரும் கொடுக்கு வர்;
பழி எனின் உலகுடன் பெறினும் கொள்ளலர்’

என மாட்சியுடையோரின் தன்மையை இப் புறநானூற்றுச் செய்யுள் காட்டுகின்றது. அத்தகைய மாட்சி அமைந்தவர் இவர் எனவும் கருதலாம்.

கண்ணகனார் 218

இச் செய்யுளோடு நற்றிணை 79 ஆம் செய்யுளும் இவர் பாடியனவாக வழங்கும். இவர் கோப்பெருஞ் சோழன் காலத்தவர். பரிபாடலின் 21 ஆம் செய்யுளுக்கு இசைவகுத்தவர் என்பதனால் சிறந்த இசைவல்லாராக விளங்கியவர் எனலாம். பிசிராந்தையார் கோப்பெருஞ் சோழனோடு வடக்கிருந்தார். அவருடைய ஒப்பற்ற அன்புச்செறிவு இவரைக் கவர்ந்ததனால் எழுந்த செய்யுள் இது. என்றும் சான்றோர் சான்றோர் பாலர் ஆப; சாலார் சாலார் பாலர் ஆகுபவே’ என்று உலக மக்களின் இயல்பைத் திட்பமாகக் கூறியுள்ளார் இவர்.

கணியன் பூங்குன்றனார் 192

இச் செய்யுளோடு நற்றிணையின் 226 ஆம் செய்யுளும் இவர் பாடியதாக வழங்கும். ‘பூங்குன்றம்’ இராமநாதபுரக் கோட்டத்து எல்லைக்குள் பண்டிருந்த ஓர் ஊர் ஆகும். அவ்வூரவர் இவர் கணிதத்தில் வல்லவராயினமை பற்றிக் ‘கணியன்’ என்னும் அடைமொழி பெற்றனர். பயனுடைய பொருளையும் அளவறிந்தே கொள்ளல் அறிவுடைமை; அஃதன்றி அப் பொருளே அழியக் கொள்ளல் பேதைமையாகும். இதனை ‘மரஞ்சா மருந்தும் கொள்ளார்; மாந்தர் உரஞ்சாச் செய்யார் உயர்தவம்; வளங்கெடப் பொன்னுங் கொள்ளார் மன்னர்’ எனத் தெளிவுறக் கூறியவர் இவர் (நற் 226). ‘யாதும் ஊரே யாவரும்

கேளிர்' எனத் தொடங்கிச் சிறந்த உறுதிப்பொருள்களை இச்செய்யுளிலும் இவர் எடுத்துரைக்கின்றனர்.

கபிலர் 8, 14, 105 - 111, 311, 124, 200 202, 236, 337, 347

இவர் அந்தணர்; வேள் பாரியின் உளங்கலந்த நண்பர்; துறவு வாழ்வினை மேற்கொண்டு வாழ்ந்தவர். பாண்டிநாட்டுத் திருவாதவூரில் பிறந்தவர். 'புலன் அழுக்கற்ற அந்தணாளன்' என (புறம் 126) மாறோக்கத்து நப்பசலையார் இவரைப் போற்றுவர். இவர் அருளியனவாகத் தொகை நூற்களுள் காணப்படுவன 278 செய்யுட்கள். குறிஞ்சித் திணைச் செய்யுட்கள் செய்வதில் மிகுதியான ஈடுபாடுகொண்டவர். ஆதலால் இவருடைய செய்யுட்கள் பலவும் அத்திணைச் செய்யுட்களாகவே காணப்படும். கபில முனிவர், தொல் கபிலர், கபிலதேவ நாயனார் ஆகியோர் வேறு; இவர் வேறு. ஆரிய அரசன் பிருகதத்தனுக்குத் தமிழினிமையை எடுத்துக் கூறுமாற்றால் குறிஞ்சிப் பாட்டைச் செய்தவர் இவர். இவராற் பாடப் பெற்றோர் ஓரி, செல்வக் கடுங்கோ வாழியாதன், சேரமான் மாந்தரஞ் சேரல் இரும் பொறை, நள்ளி, திருமுடிக்காரி, மலையன், விச்சிக்கோன், வையாவிக் கோப்பெரும் பேகன், வேள் பாரி என்போராவர். இவர்களுள், பாரியின் பண்பைப் பற்றி இவர் பாடிய பாடல்களே மிகுதியானவை. அவை இவரது சால்பையும் பாரி வள்ளலது சால்பு மிகுதியையும் தமிழகத்தே என்றும் நிலைக்குமாறு நிலைபெறச் செய்தவை ஆகும். இவருடைய வரலாறு மிகவும் விரிவானது. பாரிக்குப் பின் பாரி மகளிர்க்குத் தாமே தந்தையெனும் பொறுப்பினை ஏற்று அவரை நல்லவாழ்வில் அமைக்க இவரடைந்த துயரங்கள் பல. முடிவில் அவரைப் பார்ப்பார்பால் அடைக்கலமாக ஒப்பித்துவிட்டுத் தாமும் வடக்கிருந்து உயிர்நீத்துத் தம் நண்பனான பாரியுடன் சென்று சேர்ந்தவர் இவர். மூவேந்தரும் வஞ்சகமாகப் பாரியைக் கொன்றது கண்டு உள்ளம் வெதும்பி வெதும்பி இவர் பாடிய செய்யுட்கள் நம்மையும் சோகக் கடலுட் செலுத்துவனவாகும். சேரமான் செல்வக் கடுங்கோ வாழியாதன் இவருடைய பத்துச் செய்யுட்களையும் கேட்டு அளவிறந்த களிப்பு அடைந்தான். அவன் அளித்த பரிசில் நூறாயிரம் காணம் பொன்னும் நன்றா என்னும் குன்றேறி நின்று தன் கண்ணிற் கண்ட நாடெல்லாமும் ஆம். எனினும், அவற்றைத் தாமும் பிறருக்கு நல்கி இன்புற்று மீண்டும் பரிசிலராகவே வாழ்ந்தவர் இவர். இவருடைய குறிஞ்சிப் பாட்டும், குறிஞ்சிக் கலிச் செய்யுட்களும் இயற்கை வளத்தையும், குறிஞ்சித் திணை ஒழுக்கத்தையும் எழிலுறக் காட்டுகின்றன. அன்றியும் சிறந்த பொருட்செறிவு கொண்ட பல

தொடர்களையும் அவை தம்முட் கொண்டவையாக விளங்குகின்றன.

கயமனார் 254

அகநானூற்றுள் 12; குறுந்தொகையுள் 4; நற்றிணையுள்6; ஆகியவை இவர் செய்த பிற செய்யுட்கள். 'பாசடை நிவந்த கணைக்கால் நெய்தல் இனமீன் இருங்கழி ஓதம் மல்குதொறும், கயமூழ்கு மகளிர் கண்ணின் மாறும்' (குறு9) எனக் கூறிய உவமைநயம் பற்றி இப்பெயர் பெற்றனர் என்பர். 'அன்னிகுறுக்கைப் பறந்தலைத் திதியன் தொன்னிலை முழுமுதல் துமியப் பண்ணிய செய்தியை. இவர் கூறுகின்றார் (அகம் 145). இவர் செய்யுட்களுட் பலவும் பாலைத்திணை பற்றியனவாகவும் பொருட்செறிவுடனும் விளங்குகின்றன.

கருங்குழலாதனார் 7, 224

சோழன் கரிகாற் பெருவளத்தானைப் பாடியவர் இவர். ஆதனார் இவர் பெயர்; கருங்குழல் என்பது குழலின் கருமை பற்றி அமைந்ததாகலாம். 'கருமை' என்பது பருவமுதிர்ச்சிக் கண்ணும் நரை கொள்ளாதிருந்த சிறப்பு. வளவனின் போர் மறத்தையும் அவன் இறந்த ஞான்று அவன் மகளிர் கொண்ட துயர மிகுதியையும் பாடியுள்ளனர். 'கோவலர் பூவுடன் உதிரக் கொய்து கட்டழித்த வேங்கையின் மெல்லியல் மகளிரும் இழை களைந்தனரே' என்று கூறுவது, மிக்க துயரம் தருவதாகும்.

கருவூர்க் கதப்பிள்ளை 330

இவர் பெயர் கதப்பிள்ளையார் எனவும் வழங்கும். இவர் கருவூர்ப் புலவர்கள் பலருள் ஒருவர். குறுந்தொகையின் 64,265, 380, 135 ஆம் செய்யுட்களும் இச்செய்யுளும் இவர் செய்தனவாக வழங்கும். நாஞ்சில் வள்ளுவனாகிய தென்னவன் வயமறவனின் சிறப்பை மிக்க நயமுடன் பாடியுள்ளார். 'துப்பு எதிர்ந்தோர்க்கே உள்ளாச் சேய்மையன்; நட்பு எதிர்ந்தோர்க்கே அங்கை நண்மையன்' என்று அவனைக் குறிப்பிடுகிறார். இவருடைய குறுந்தொகைச் செய்யுட்களும் மிக்க சுவையுடையனவாகும். காந்தள் முகையை வண்டு வாய்திறக்க அது இதழவிழ்ந்ததாய் அவ்வண்டுக்கு இடம்விட்டு அமைகின்றது. இதனைத் 'தாமறி செம்மைச் சான்றோர்க் கண்ட கடனறி மாக்கள் போல இடன்விட்டு இதழ் தளையவிழ்ந்து' என்று கூறியவர் இவர்.

கருவூர்க் கதப்பிள்ளைச் சாத்தனார் 168

கருவூர்க் கந்தப்பிள்ளைச் சாத்தனார் எனவும் இவர் பெயர் காணப்படும். கதப்பிள்ளையின் புதல்வர் இவர் எனலாம்.

சாத்தனார் இவரது பெயர். அகநானூற்று *309* ஆம் செய்யுளையும், நற்றிணை *343* ஆம் செய்யுளையும் பாடியவர் இவர். இவராற் பாடப்பெற்றவன் 'பிட்டங்கொற்றன்' என்பான் ஆவன். பிட்டங் கொற்றன் குதிரைமலைக்கு உரியவன் என்பதும் வள்ளன்மையும் மறமாண்பும் உடையவன் என்பதும் இவர் செய்யுளாற் புலனாகின்றன; 'வையக வரைப்பிற் றமிழகம் கேட்ப' எனத் 'தமிழகம்' என்னும் பொதுச்சொல் தமிழ் கூறும் நிலப்பகுதிகட்கு இவரால் தரப்பெற்றிருப்பதனை இச் செய்யுளாற் காணலாம். 'நெடுவீழ்' இட்ட கடவுள் ஆலத்து மக்கள் தெய்வங்கட்கு பலியிட்டுப் போற்றும் அந்நாளைய வழக்கத்தை இவரது நற்றிணைச் செய்யுள் காட்டுகின்றது. இவ்வாறே 'தெய்வஞ் சேர்ந்த பராரை வேம்பிற் கொழுப்பா எறிந்து குருதி தூஉய்ப் புலவுப் புழுக்கு உண்ணும்' பண்டை மறவர்களையும் 'இவரது அகநானூற்றுச் செய்யுள் நமக்குக் காட்டுகின்றது.

கருவூர்ப் பெருஞ்சதுக்கத்துப் பூதநாதனார் 291

கோப்பெருஞ் சோழன் வடக்கிருந்த காலத்து அவனைப் பாடிய செய்யுள் இதுவாகும். அவனால் ஆதரிக்கப் பெற்று அவன்பால் அன்பு கொண்டு அவன் வடக்கிருந்து உயிர் துறந்த காலத்து அவனோடு தாமும் வடக்கிருந்து உயிர் நீத்த பலருள் இவரும் ஒருவர் எனலாம். சதுக்கப் பூதத்தின் பெயரைக் கொண்டவர் இவர். சதுக்கப்பூதத்தைப் பற்றிச் சிலப்பதிகாரம் விளக்கமாகக் கூறுவது காண்க.

கல்லாடனார் 23, 25, 371, 385, 391

அகநானூற்று *9, 83, 113, 171, 199, 209, 333*ஆம் செய்யுட்களையும் குறுந்தொகை *260, 269*ஆம் செய்யுட்களையும் செய்தவர் இவர். 'கல்லாடம்' என்னும் ஊரினர் இவராகலாம். தொல்காப்பிய உரையாசிரியரான, கல்லாடரும் கல்லாடம் என்னும் நூலை இயற்றியோரும் இவரினும் வேறானவர் ஆவர். பதினோராம் திருமுறையுள் வரும் திருக்கண்ணப்ப ஆவர். திருமறத்தைச் செய்தவர் மற்றும் ஒரு கல்லாடர் தேவர். இவ்வூர் எந்தப்பகுதியில் உள்ளதென்று தெரியவில்லை. 'கல்லாடத்துக் கலந்து இனிது அருளி' என வரும் மணிவாசகர் திருவாக்கால் அது ஒரு புகழ்பெற்ற சிவத்தலமாகும் என்று கருதலாம். பாண்டியன் தலையாலங் கானத்துச் செருவென்ற நெடுஞ்செழியனின் புகழை இவர் விளங்கப் பாடியுள்ளார். அவன் காலத்துப் பெருமக்களோடு பெரு நட்புப் பூண்டு செழுந்தமிழ் வளர்த்த சீரியோர் இவர் என்று அறிதல் வேண்டும். பிரிந்து சென்றானாகிய தலைவன் தன் நெஞ்சம் தலைவியையே நினைந்து வருந்தி அது சென்று 'அவளைத் தழுவியதோ' எனக் கூறுவதாக விளங்கும் செய்யுள்

(அகம்9) இவரது புலமைத் திறத்தையும் காதலர்களது உளத்தன்மையையும் நன்கு காட்டுவனவாகும். புல்லியது வேங்கடத்தைப் பற்றியும் கோசர்களது நெய்தற்பகுதி நன்னாடு பற்றியும், பாணனது நன்னாட்டைப் பற்றியும், களங்காய்க் கண்ணி நார்முடிச் சேரல் வாகைப் பறந்தலைப் போரில் நன்னனைக் கொன்றழித்தது பற்றியும் முள்ளூர் மன்னனான காரி, கொல்லிக் கோமானான ஓரியைக் கொன்று, அவன் நாட்டைச் சேரலர்க்கு ஈத்தது பற்றியும், கொல்லிப் பாவையின் நலன் பற்றியும் தொண்டையரைப் பற்றியும், நெடுஞ்செழியன் போராண்மை பற்றியும் இவராற் பாடப்பட்ட செய்திகள் அக்காலத்தைய பல வரலாற்றுச் செய்திகளை நமக்குக் காட்டுவனவாகும்.

கழா அத் தலையார் 62, 65, 270, 288, 289, 368

கழா அத்தலை என்னும் ஊரினர் இவர். சேரமான் குடக்கோ நெடுஞ்சேரலாதனும் சோழன் வேற்பஃறடக்கைப் பெருவிறற் கிள்ளியும், போர்ப்புறத்துப் பொருது வீழ்ந்தனர். அதனைக் குறித்து இவர் பாடிய செய்யுள் அக்கால வேந்தரது மறப்பண்பை விளக்குவதாகும் (புறம் 62). சேரமான் பெருஞ்சேரலாதன் சோழன் கரிகாற் பெருவளத்தானோடு பொருது புறப்புண் பட்டனன்; அதனால் நாணி வடக்கிருந்து உயிர் நீத்தனன். அவன் வடக்கிருந்த நிலையை இவர் பாடுவாராக, 'மறத்தகை மன்னன் வாள்வடக்கிருந்தனன், ஈங்கு நாள்போற் கழியல ஞாயிற்றுப் பகலே (புறம் 65) என்று கூறி இரங்குகின்றார். போர் முரசம் செய்யும் மரபினை 288 ஆவது புறப்பாட்டு விளக்குகின்றது. போர்க்களத்திலே விளங்கிய அழிபாட்டு அவலத்தை இவரது 368 ஆவது செய்யுள் எடுத்துக் காட்டுகின்றது.

கழைதின் யானையார் 204

இவர் வல்வில் ஓரியைப் பாடியவர்; 'மூங்கிலைத் தின்னும் யானையைக் குறித்து நயமாக உவமித்துப் பாடிய சிறப்பால் இப் பெயரைப் பெற்றனர் போலும், ஈயென இரத்தல் இழிந்தன்று; அதன் எதிர் ஈயேன் என்றல் அதனினும் இழிந்தன்று; கொள் எனக் கொடுத்தல் உயர்ந்தன்று; அதன் எதிர் கொள்ளேன் என்றல் அதனினும் உயர்ந்தன்று, எனக் கொடைக்கண்ணும் ஒரு சீரிய நெறியைக் கண்டு கூறியவர் இவர் ஆவர்.

கள்ளில் ஆத்திரையனார் 175, 339

தொண்டை நாட்டுக் 'கள்ளில்' என்னும் ஊரினர் இவர். 'ஆதிரை' ஓரையிற் பிறந்தவர் போலும்! அதனால் இப்பெயர் பெற்றனர் எனலாம். வேங்கடங் கிழவோனாகிய ஆதனுங்கனை

இவர் போற்றிப் பாடியுள்ளார். மோரியர் தம் தேர் செல்லும் பொருட்டாக மலைகளிடையே அமைத்த பாதைபற்றிய செய்தியை (புறம் 175) இவர் கூறுகின்றனர். கள்ளிற் கேளிர் ஆர்த்திய உள்ளூர்ப்பானை தந்த பஞ்சியங் குறுங்காய் ஓங்கிரும் பெண்ணை நுங்கொடு பெயரும் ஆதியருமனின் மூதூரைப் பற்றியும் இவர் குறிப்பிடுகின்றார் (குறு 293). 'கள்ளிற் கேளிர்' என்னும் சொன்னயத்தால் 'கள்ளில்' என்னும் அடைமொழியைப் பெற்றனர் இவர் எனலும் பொருந்தும்.

காக்கை பாடினியார் நச்செள்ளையார் 278

ஆடுகோட்பாட்டுச் சேரலாதனைப் பதிற்றுப் பத்துள் ஆறாம் பத்திற் பாடி, ஒன்பது காப்பொன்னும் நூறாயிரம் காணமும் பெற்ற சிறப்பினர் இவர். பெயரமைதி கொண்டு இவரைப் பெண்பாலர் எனக் கொள்வர். 'விருந்து வரக்கரைந்த காக்கையது பலியே' (குறு 210) எனத் தம் கொழுநர் வரவை முற்பட அறிவித்த காக்கைக்கு மகளிர் பலியிட்டுப் போற்றும் செய்தியை நயம்படக் கூறினமையின், இவ் அடை மொழி பெற்றனர் என்பர். தன் மகன் படையழிந்து மாறினன் எனக் கேட்டுச் சினந்து எழுந்தாளான ஒரு மறக்குல மூதாட்டி களஞ்சென்று, அவனுடல் களத்திலே சிதைந்து வேறாகிக் கிடந்த தன்மையைக் கண்டதும் அவனைப் பெற்ற பொழுதினும் பெரிதாக உவப்படைந்தனளாம். அத்தாயின் நாட்டுப் பற்றை இச் செய்யுளில் (புறம் 278) மிகவும் செறிவோடு அமைத்துக் காட்டியுள்ளார் இவர்.

காரி கிழார் 6

இவர் வேளாண் குடியைச் சேர்ந்தவர். இவராற் பாடம் பெற்றோன் பாண்டியன் பல்யாக சாலை முதுகுடுமிப் பெருவழுதி என்பான் ஆவன். பாண்டியனுக்குச் சிறந்த உறுதிப் பொருள் களைக் கூறுவதுடன், அவனுடைய வென்றி மேம்பாட்டையும் சிறப்பித்து இச்செய்யுளிற் பாடியுள்ளனர். 'காரி' என்பது ஓர் ஊர் போலும். அவ்வூரினர் இவர் எனலாம். 'வென்றி எல்லாம் வென்று அகத்து அடக்கிய தண்டா ஈகைத் தகைமாண் குடுமி' என்னும் சொற்கள் அந் நாளிற் பாண்டிய மண்டலத்தின் சீரும் சிறப்பும் விளங்கிய மேதகு நிலையைக் காட்டுவனவாகும். 'பணியியரத்தை நின் குடையே முனிவர் முக்கட் செல்வர் நகர் வலஞ் செயற்கே' என்றதனால் இவர் சிவநெறியாளர் என்பதும், அந்நாளிலும் சிவபிரான் உருவை ஊர்வலமாகக் கொண்டு சென்று போற்றும் விழாக் கோள் நிகழ்ந்ததென்பதும் அறியப்படும்.

காவட்டனார் 359

இச் செய்யுளையும் அகநானூற்று 378 ஆம் செய்யுளையும் பாடியுள்ளவர் இவர். இவராற் பாடப்பெற்றோன் அந்துவன் கீரன்

என்போன் ஆவன். வாடைக் காற்றை 'வடந்தை' என்பவர் இவர். வசையும் நிற்கும்; இசையும் நிற்கும்; அதனால் வசைநீக்கி இசை வேண்டியும்; நசை வேண்டாது நன்று மொழிந்தும்; இரவலர்க்கு வழங்கியும் நீ வாழ்ந்தால் இவ்வுலகத்தே நின் புகழ் நெடிது விளங்கும் என்கின்றார் இவர் (புறம் 359).

காவற்பெண்டு 86

சோழன் போர்வைக் கோப்பெருநற் கிள்ளியின் செவிலித் தாயாராக விளங்கி அறிவாற்றலும் புலமைச் செறிவும் கொண்டிருந்தவர் இவர் ஆவர். இச் செய்யுள், மறக்குடித்தாய்மார் அக்காலத்தே கொண்டிருந்த உள்ளத் திண்மையையும் நாட்டுப் பற்றையும் எடுத்துக் காட்டுவதாகும். 'புலிசேர்ந்து போகிய கல்லளை போல ஈன்ற வயிறோ இதுவே; தோன்றுவன் மாதோ போர்க்களத்தானே' என்னும் வாக்கு, வீரத் தாய்மாரின் உள்ளச் சீர்மைக்கு விளக்கம் ஆகும்.

காவிரிப்பூம் பட்டினத்துக் காரிக் கண்ணனார் 57, 58, 169, 171, 353

அகம் 107,123,285 குறுந் 297, நற் 237 என்னுஞ் செய்யுட்களையும், இவ்வைந்து செய்யுட்களையும் பாடியவர் இவர். 'கல்லா நீண்மொழிக் கதநாய் வடுகர்' என இவர் அக்காலத்து வடுகரின் வாழ்க்கை நிலையைக் கூறுவர். உண்ணாமையால் வாட்டமுற்று ஆடியசைந்து செல்லும் யானையை, உண்ணாமையின் உயங்கிய மருங்கின் ஆடாப் படிவத்து ஆன்றோர் போல வரைசெறி சிறுநெறி நிரையுடன் செல்லும் கான யானை' என மிகவும் சுவையோடு கூறுவர் இவர். புகாரின் சிறப்பை விளக்குவார் போலப் பொருளின் பாலும் காதலியின்பாலும் மாறிமாறிச் செல்லும் மனவியல்புடைய ஒருவனைப் பற்றிக் கூறுமிடத்து 'இரவொடு வந்து கோதையொடு பெயரும் பெருங்கடல் ஓதம் போல ஒன்றிற் கொள்ளாய் சென்று தரு பொருட்கே' எனக் கனிவோடு கூறுவர். வானத்தே எழுந்த மேகத்திரளைக் குறிப்பாருக்கு வள்ளல் ஆய் அண்டிரனின் யானைக் கொடைச் செறிவு நினைவில் எழுகின்றது. 'அண்டிரன் புரவு எதிர்ந்து தொகுத்த யானை போல உலகம் உவப்ப ஏர்தரும் வேறுபல் உருவின் மழையே (நற்றிணை 237)' என்கின்றார். பாண்டியன் இலவந்திகைப்பள்ளித் துஞ்சிய நன்மாறனைப் பாடிய இச்செய்யுள் சந்து செய்யும் நுட்பமான அறிவாற்றலுக்கு எடுத்துக் காட்டாக விளங்குவதாகும்.

ஒன்றுபட்டு ஒருங்கிருந்தாரான சோழன் குராப்பள்ளித் துஞ்சிய பெருந் திருமாவளவனையும் பாண்டியன் வெள்ளி

யம்பலத்துத் துஞ்சிய பெருவழுதியையும் கண்டு பாராட்டிப் பாடிய செய்யுள் (58) மிக்க கருத்துச் செறிவு கொண்டது ஆகும். பாண்டியனின் சிறப்பை மிகவும் செப்பமாக இவர் எடுத்துக் கூறுகின்றார். 'இவனே நெல்லும் நீரும் எல்லார்க்கும் எளியவென, வரைய சாந்தமும், திரைய முத்தமும் இமிழ் குரல் முரசம் மூன்றுடன் ஆளும் தமிழ் கெழு கூடல் தண்கோல் வேந்தே' என்னும் வாக்கிலேதான் எவ்வளவு நயப்பாடும் பொருட் செறிவும் விளங்குகின்றன! ஈத்து உவக்கின்ற பண்பு உடையவர்கள் மலிந்திராத இவ்வுலகத்துத் தன்மை இவரைப் பெரிதும் வருத்தியிருக்கிறது. பலரையும் பாடிப் போற்றி யாதும் பெறாதே நொந்து வாடி மெலிந்திருக்கின்றார் இவர். இந்தச் சோர்வும் ஏக்கமும் பிட்டடங்கொற்றனைப் பாடும்போது வெளிப்படுகின்றன. 'ஈவோர் அரிய இவ்வுலகத்து வாழ்வோர் வாழ, அவன், தாள் வாழியவே (புறம் 171) என்று வாழ்த்துகின்றார் இவர். காரிக்கண்ணனார் என்னும் பெயருக்குப் பலர் மிகுதியாக விளக்கந் தருவர்; ஆயின் கருமைப் பொலிவு மிகுதியாகப் பெற்றிருந்த கண்களை, உடைமையினாலே இப் பெயர் இவருக்கு அமையலாயிற்று எனக் கொள்ளுதலே பொருத்தமாவது ஆகும்.

குடபுலவியனார் 18, 19

இவர் போர்க்களத்து ஆற்றலைப் பாடுவதில் மிகவும் வல்லவராக விளங்கியவர். இவராற் பாடப்பெற்றோன் பாண்டியன் நெடுஞ்செழியன் ஆவான். தலையாலங்கானத்து எழுவர் நல்வலம் கடந்தோய்' என வருவதனால் (புறம் 19) இவன் தலையாலங்கானத்துச் செருவென்ற நெடுஞ்செழியனே எனலாம். அவனுக்கு அறநெறி உணர்த்துவாராக 'உண்டி கொடுத்தோர் உயிர்கொடுத்தோரே, உண்டி முதற்றே உணவின் பிண்டம், உணவெனப்படுவது நிலத்தோடு நீரே, நீரும் நிலனும் புணரியோர் ஈண்டு உடம்பும் உயிரும் படைத்திசினோரே (புறம் 18)' என்று ஓர் அரசு மேற்கொண்டு பேணவேண்டிய முதற்கடமையை வலியுறுத்துகின்றார் இவர். மாங்குடி மருதனார், போன்ற பெரும் பேராசிரியன்மாரின் நக்கீரனார் காலத்து விளங்கிய இவர் குடபுலத்திலிருந்து வந்து மதுரைச் சங்கத்தே வீற்றிருந்து தமிழாய்ந்து வந்தமையால் இப் பெயரைப்பெற்றனர் போலும்.

குடவாயிற் கீரத்தனார் 242

அகநானூற்றுள் 10உம்; குறுந்தொகையுள் 3உம்; நற்றிணையுள் 4உம்; ஆக 17 செய்யுட்களுடன் இச் செய்யுளையும் செய்தவர் இவர். குடவாயில் சோணாட்டுள்ள ஓர் ஊர். தேர்வண் சோழர்

குடந்தை வாயில் (நற் 879) என இவரே அதனை உரைப்பர். ஒல்லையூர் மகன் பெருஞ்சாத்தன் இறந்த பின்பு அவன் பிரிவுக்கு இரங்கியவராக இவர் செய்துள்ள இச்செய்யுள் மிகவும் உருக்கமானது ஆகும். முல்லையும் பூத்தியோ ஒல்லையூர் நாட்டே' என்று வெதும்புகின்றார் இவர். பாலைத்திணைப் பாடல்களைச் சுவையோடு பாடியுள்ளவர் இவர். தாய் மகளைக் கடுமையான காவலுக்கு உட்படுத்துவாள் என்பதனை, 'கொற்றச் சோழர் குடந்தை வைத்த நாடுதரு நிதியினும் செறிய, அருங்கடிப் படுக்குவள்அறனில் ஆயே' என்று கூறும் இவர் அக்காலச் சோழரது பெருநிதி வளத்தையும் உரைக்கின்றார். நன்னன், ஏற்றை, அத்தி, கங்கன், கட்டி, புன்றுறை, வடுகர், கொங்கர், மழவர், பெரும்பெயர் வழுதி, எவ்வி என்னும் பலரையும் பற்றிய குறிப்புக்களை இவர் செய்யுட்களுட் காணலாம். வாகை நெற்றுக் கோடைக் காற்றால் அசைப்புண்டு ஒலிப்பதற்கு 'அரியார் சிலம்பின் அரிசியின் ஆர்ப்பை' உவமித்தவர் இவர் (குறுந் 369). நெய்தல் கண்போலப் பூத்துக் கிடக்கும் (நற் 27) என்றும் கூறுவர். இவ்வாறு உவமை நயமும், பொருட்சிறப்பும் வரலாற்றுச் செய்திகளும் கொண்டு விளங்கும் செவ்விய செய்யுட்களைச் செய்தவர் இவராவர். விரிவாக ஆராய வேண்டிய சிறப்பினை உடையன இவரது செய்யுட்கள்.

குட்டுவன் கீரனார் 240

குட்டு நாட்டினர் இவர்; சங்கறுக்கும் தொழிலைக் கொண்டோரான 'கீரர்' குடியினர். வேணாட்டு வேள் ஆய் அண்டிரனைக் குறித்த கையறுநிலைச் செய்யுள் இது. இவன் இறந்ததனால் 'புலவர்கள் புல்லெனும் கண்ணராகிப் புரவலர்க் காணாது, தம் கல்லென்னும் சுற்றமொடு கையழிந்து வாடிய பசியினராகிப் பிறர் நாடுபடுசெலவினர் ஆயினர்' என்கின்றார் இவர். இதனால் ஆய் வள்ளலைச் சார்ந்து வாழ்ந்து வந்தாரான புலவர்களது பெருக்கமும் நன்கு அறியப்படும்.

குண்டுகட் பாலியாதனார் 387

சினையாலும் இடத்தாலும் வந்த பெயர் இது என்பர். சேரமான் சிக்கற்பள்ளித் துஞ்சிய செல்வக் கடுங்கோ வாழியாதனைப் போற்றிப் பாடுகின்றார் இவர். அவனது வள்ளன்மைச் செவ்வியைச் செய்யுள் மிகவும் நன்கு விளக்குகின்றது. அவனை 'மறமேம்பாடு உடையோன்' எனவும் 'கொடை மடம் உடையோன்' எனவும் மிகத் தெளிவாக ஓவியப்படுத்துகின்றார் இவர். இவரது மற்றொரு செய்யுள் நற்றிணை 220ஆம் செய்யுள் ஆகும். 'என் சிறுமையின் இழித்து

நோக்கான் தன் பெருமையின் தகவு நோக்கி' வழங்கியோன், எனச் சேரமானது பண்பைப் பாராட்டுகின்றார் இவர். கபிலரால் பாடப்பெற்ற சேரமான் செல்வக் கடுங்கோ வாழியாதனும் இவனும் ஒருவனே என்றும் கருதலாம்.

குளம்பாதாயனார் 253

அரசனால் தரப்பட்ட இறையிலி நிலத்துக்கு உரிமை கொண்டவராதலினானான் இப் பெயரைப் பெற்றனர் போலும். தாயம் - உரிமை; தாயனார் - உரிமை உடையவர். கணவனைக் களத்திலே இழந்துவிட்டாளான மறக்குடி இளமகள் ஒருத்தியின் துயரமிகுதியை உருக்கத்துடன் புலப்படுத்துகின்றது இவரது செய்யுள். 'எழா அ நெற் பைங்கழை பொதிகளைந் தன்ன விளர்ப்பின் வளையில் வறுங்கை ஓச்சிக் கிளையுள் ஓய்வளோ கூறுநின் உரையே' எனக் கேட்கின்ற அவலக் குரலின் ஏக்கம் நம் உள்ளத்தினும் எதிரொலிப்பதாகும்.

குறமகள் இளவெயினியார் 157

இவருடைய பெயரின் அடை இவரைக் குறக்குலத்தலைவன் ஒருவனின் மகளெனக் காட்டுவதாகும். இதனாற் பண்டைத் தமிழகத்தே வாழ்ந்த குறக்குடியினரும் சிறந்த கல்விநலமும் பண்புச் செவ்வியும் உடையவராக விளங்கினர் என்பதும் விளங்கும். அவர் மகளிரே சிறந்த செய்யுள் செய்யும் அளவிற்குப் பெரும் புலமைபெற்று விளங்கினர் எனலாம். நற்றிணையின் 357ஆம் செய்யுளைச் செய்தவரான குறமகள் குறியெயினியாரும் இதனை வலியுறுத்துஞ் சான்றாவர். இவர் ஏறைக்கோன் என்னும் தம் குலத்தலைவனது தலைமைச் சிறப்பை வியந்து பாடுகின்றார். 'நும்மோர்க்குத் தகுவன அல்ல' என்று இவர் கூறுவதனால் சிலர் ஏறைக்கோனின் தகுதியைப் பற்றிக் குறைகூறப் பெறாத இவர் அவருக்கு அறிவு கொளுத்துவாராகத் தம் தலைவனின் பெருமையை எடுத்து உரைக்கின்றனர் எனலாம்.

குறுங்கோழியூர் கிழார் 17, 20, 22

இவர் வேளாண் குடியினர். 'கோழி' என்பது உறையூரைக் குறிப்பது. 'குறுங்கோழியூர்' என்பது அதனைச் சார்ந்து விளங்கிய ஒரு பகுதியெனக் கூறலாம். இவராற் பாடப்பெற்றோன் சேரமான் யானைக்கட் சேய் மாந்தரஞ் சேரல் இரும்பொறை என்பவனாவன். இவ்விரும்பொறையது ஆட்சிச்சிறப்பை வியந்து மிகமிக அருமையாகப் பாடியுள்ளார் இவர். பாண்டியன் தலையாலங்கானத்துச் செருவென்ற நெடுஞ்செழியனால் சிறைப்படுத்தப்பட்டிருந்த இவன் தப்பிச் சென்று மீண்டும் அரசுக்

கட்டிலில் அமர்ந்து சிறப்பெய்தினான் என்பர். 'ஐம்பூதங்களின் திறனை அளந்து அறிந்தாலும் நின் திறனை அளந்து அறிவாரில்லை; நின் நிழலில் வாழ்வோர் 'திருவில் அல்லது கொலைவில் அறியார்; நாஞ்சில் அல்லது படையும் அறியார்; நின்னாட்டு வயவுறு மகளிர் வேட்டு உண்ின் அல்லது பகைவர் உண்ணா அருமண்ணினை; அம்பு துஞ்சும் கடியரணால் அறம் துஞ்சும் செங்கோலையே' எனவெல்லாம் போற்றுகின்றார் இவர். நிற்பாடிய வயங்கு 'செந்நாப் பிறரிசை நுவலாமை ஓம்பாது ஈயும் ஆற்றல் எங்கோ' என இவனது கொடை மேம்பாட்டையும் கூறுகின்றார். இதனால் இவனது மறமும் அறமும் அருளும் ஒருங்கே நிலவிய உயர் நிலையை நாம் அறிந்து இன்புறலாம்.

குன்றூர் கிழார் மகனார் 338

இச்செய்யுளையும் நற்றிணையின் *332*ஆம் செய்யுளையும் பாடியவர் இவர். இவராற் பாடப்பெற்றோன் யாவன் என அறியுமாறில்லை. ஆனால் கன்னியின் பேரெழிலுக்கு நெடுவேளாதனின் போந்தை நகரத்து எழில் வளத்தை உவமித்தலால் அவனைப் பாடினரெனவும் கொள்வர். 'ஓர் எயிலே உடையானாகிய ஒரு மன்னன் தன் மடமகளைத் தன்னை வணங்கார்க்கு ஈகுவான் அல்லன் எனக்கூறி, அவனது பெருமையையும், அவன் மகளது எழிலையும் அவனைத் தர மறுத்தலால் வரும் போரையும் நம் கண்முன் நிறுத்துகின்றார் இவர். 'குன்றூர்' என்னும் ஊர்கள் தமிழகத்துப் பலவாகும். 'போந்தை' என்னும் பெயரையும் பிறவற்றையும் கருதினால் இவ்வூர்ச் சேரநாட்டுப் பழையவூர்களுள் ஒன்றெனக் கருதலாம்.

கூகைக் கோழியார் 364

மயனாத்துள்ள பழைய மரப்பொந்துகளிலிருந்து பிறர் அஞ்சு மாறு குரலெழுப்பும் கூகைக் கோழியைப் பற்றிக் குறிப்பிட்ட நயத்தினைக் கருதி இவரை இவ்வாறு குறிப்பிட்டனர். இவர் இயற்பெயர் தெரிந்திலது. 'எரிமருள் தாமரைப் பெருமலர்' என்பது சுவையான உவமையாகும். 'செத்தால் அநுபவிப்பது அரிது; அதனால் உண்டும் தின்றும் இரப்போர்க்கு ஈந்தும் மகிழ்தும் வம்மோ' என ஒருதலைவனை அழைத்து அவனுக்கு நிலையாமையைக் கூறி அறநெறியில் நிற்குமாறு அறிவுரை கூறுகின்றார் இவர்.

கூடலூர் கிழார் 229

இவர் மலைநாட்டுக் கூடலூரைச் சேர்ந்தவர். கோச் சேரமான் யானைக்கட்சேய் மாந்தரஞ் சேரல் இரும்பொறையைப் பாடியவர். அதனாற் குறுங்கோழியூர் கிழாரும் இவரும் ஒரு

காலத்தவர் எனலாம். குறுந்தொகையுள் *166, 167,214* ஆம் செய்யுட்களைப் பாடியவரும் இவரே. 'மாந்தைப் பட்டினத்தின் வளமை *(குறு 166)*; தன் கணவன் தான் துழந்தட்ட தீம்புளிப்பாகரை இனிதென உண்டலைக் கண்டு அடுக்களைப் புகை படிந்த கண்களோடும் கழாது உடுத்த கலிங்கத்தோடும் நின்றுகளிக்கும் இல்லுறை தெய்வத்தின் மேம்பாடு*(குறு 167)*' ஆகியவற்றை இனிதாகக் காட்டுபவர் இவராவர். ஐங்குறு நூற்றை இவ்விரும்பொறையின் வேண்டுகோட்கு இணங்கத் தொகுத்தவரும் இவராவர். ஒரு விண்மீன் வீழ்ச்சியைக் கண்டு இன்ன நாளில் சேரமான் இறப்பான் எனக் கணக்கிட்டு அது தவறாது அவன் இறக்கவும் அது குறித்து இரங்குவராகப் பாடிய செய்யுள் *(புறம்.229)* இதுவாகும். இது இவரது சோதிடப் புலமையையும் காட்டுவதாகும். இன்றும் விண்மீனின் இறக்கங் காணல் தீமை பயக்கும் என்று கூறுவர். இந்த நம்பிக்கை பண்டும் நிலவியதென இதனால் அறிகின்றோம். அளந்து கொடை அறியா ஈகை மணி வரையன்ன மாஅ யோனே' என்று இரும்பொறையைப் போற்றுகின்றார் இவர்.

கோடை பாடிய பெரும்பூதனார் 258

இவரது இயற்பெயர் பூதனார் என்பது; பெருமை இவரது பருவத்தையும் 'கோடை பாடிய' என்பது இவர் பெரிதும் பாடிய செய்யுட்களின் இயல்பையும் காட்டுவனவாகும். 'முருகக் கடவுளது ஆவேசங் கொண்ட மகளிர் துள்ளியோடுவது போல் மான் தாவித் துள்ளும்' என்று கூறுகின்ற இவரது வாக்கு சிறந்த சொல்நயம் உடையதாகும்.

கோப்பெருஞ் சோழன் 241, 215, 216

குறுந்தொயின் *20, 53, 129, 147* ஆகிய செய்யுட்களையும் பாடியுள்ளவர் இவர் என்று அறிகின்றோம். தன் காதலன் தன்னைப் பிரிந்ததற்கு வருந்திய ஒரு காதலி பாடியதாக அமைந்துள்ள இவரது செய்யுள்*(குறு 20)* இவரது புலமைச் சிறப்பை நன்கு காட்டுவதாகும். பேரரசனாகவும் அதேசமயத்தில் பெரும் புலவராகவும் பெருவள்ளலாகவும் திகழ்ந்தவர் இவர். காதலியது நெற்றிக் கவினுக்குக் கடல் நடுவே தோன்றும் நிலவை உவமித்திருப்பது பெரிதும் இன்புறற்கு உரியதாகும்*(குறு 129)*. பிசிராந்தையாரின் பேரன்பைப் பாராட்டிய இவரது செய்யுள், இவரது உள்ளச் சால்பை நன்கு விளக்கும். 'செல்வக் காலை நிற்பினும்' அல்லற் காலை நில்லலன்' என்று கூறும் உறுதியும் அது அவ்வாறே வாய்த்ததும் பெரிதும் வியத்தற்குரியன வாகும். வாழவின் குறிக்கோளை வரையறுத்தானாக இவன் கூறிய செய்யுள் இவனது தெளிந்த மனத்தியல்பை நமக்கு விளக்கும்

(புறம் 214). இத்தகைய தமிழ்ச் சான்றோர் ஆட்சிநடாத்திய தனாலே புறநானூற்றுக் காலத்தே செந்தமிழ் நலம் சிறப்புற்று ஓங்கியது என்றும் நாம் அறிதல் வேண்டும்.

கோவூர் கிழார் 31, 32, 33, 41, 44, 45, 46, 47, 68, 70, 308, 373, 382, 386, 400

இவர் வேளாண் மரபினர்; கோவூரைச் சார்ந்தவர். சோழவரசர் களால் பெரிதும் போற்றப் பெற்றவர். 'நீ வருதலும் உண்டெனன்று அலமந்து நெஞ்சு நடுங்கு அவலம் பாயத் துஞ்சாக் கண்ண வடபுலத் தரசே' எனச் சோழன் நலங்கிள்ளியின் வெற்றிச் சிறப்பு வடநாட்டாரையும் கதி கலங்கச் செய்வதாயிருந்த செய்தியை இவர் கூறுகின்றார் *(புறம் 31)*. ஏழெயிற் கோட்டையை வென்ற நலங்கிள்ளியது வெற்றிச் சிறப்பையும் *(33)* இவர் பாடியுள்ளார். சோழன் குளமுற்றத்துத் துஞ்சிய கிள்ளிவளவனைப் பாடுவாராகக் 'காலனும் காலம் பார்க்கும்; பாராது வேலீண்ட தானை விழுமியோர் தொலைய வேண்டிடத்து அடூஉம் வெல்போர் வேந்தே' என அவனது மறமேம்பாட்டை உரைக்கின்றார். சோழன் நலங்கிள்ளி தம்பி மாவளத்தான். ஆவூரை முற்றியிருந்த காலத்து அடைத்திருந்த நெடுங்கிள்ளியை நோக்கி நினது எனத் திறத்தல்; மறவை ஆயின். 'அறவை ஆயின் போரொடு திறத்தல்' வேண்டும் என வற்புறுத்தும் இவரது செய்யுள், இவரது பண்பையும் இவரது பெருநிலையையும் காட்டுவதாகும். சோழன் நலங்கிள்ளி உறையூரை முற்றுகையிட்டிருந்தான்; உள்ளே அமைந்து அடைந்திருந்தான் நெடுங்கிள்ளி; இருவரது பகைமையையும் எள்ளுவாராக இவர் பாடிய செய்யுள் மிகவும் திட்பஞ் செறிந்ததாகும். 'குடிப்பொருள் அன்று நும்செய்தி' என்று இடித்துரை பகரும் மனவலியும் சால்பும் இவரிடம் விளங்கியமை காண்கிறோம். எந்நிலையினும் தமிழறிந்தாரைப் போற்றும் தமிழரசரின் பண்பையும் அது கேட்டுப் பகைவிட்டு நட்புப் பூண்ட அவ்வரசரது நிலைமை காட்டுவதாம். மலையமானின் மக்களை யானைக்கு இடுங்காலத்துப் பாடி உய்யக் கொண்ட செய்யுளும் இளந்தத்தனைக் காத்தற்குப் பாடிய செய்யுளும் அரசரும் தவறிய காலத்து அவருக்கு அறநெறி காட்டி அவரைத் திருத்தும் இவருடைய உயர்வையும் அவ்வரசருக்கு இவர்பாலிருந்த நன்மதிப்பையும் காட்டுவனவாகும். சோழன் நலங்கிள்ளி, சோழன் குளமுற்றத்துத் துஞ்சிய கிள்ளிவளவன். சோழன் நெடுங்கிள்ளி, சோழன் குராப்பள்ளித் துஞ்சிய கிள்ளிவளவன் என்னும் பல சோழகுல வேந்தரையும் இவர் பாடியுள்ளனர். இவருடைய செய்யுட்கள் வரலாற்று முதன்மை கொண்டவை; அத்துடன் அக் காலத்தைய புலவரது பெருமிதநிலையை விளக்குபவையும் ஆகும்.

கோனாட்டு எறிச்சலூர் மாடலன் மதுரைக் குமரனார் 54, 61, 167, 180, 197, 304

கோனாட்டு எறிச்சிலூரினரான இவர் மதுரைக் கண் வீற்றிருந்து தமிழ்பாடிப் புகழ் பெற்றோர் ஆவர். இவராற் பாடப்பெற்றோர் சேரமான், குட்டுவன் கோதை, சோழன் இலவந்திகைப் பள்ளித் துஞ்சிய நலங்கிள்ளி சேட்சென்னி, ஏனாதி திருக்கிள்ளி, ஈர்ந்தூர் கிழான் தோயன் மாறன், சோழன் குராப்பள்ளித் துஞ்சிய பெருந்திருமா வளவன், சோழிய ஏனாதி திருக்குட்டுவன் முதலியோர் ஆவர். வஞ்சப் புகழ்ச்சியாகச் செய்யுள் செய்வதில் வல்லவர் இவர். 'புலி துஞ்சு வியன் புலத்தற்றே, வலி துஞ்சு தடக்கை அவனுடை நாடே' எனவும் 'மலைந்தோர் வாழக் கண்டன்றும் இலமே, தாழாது திருந்தடி பொருந்த வல்லோர் வருந்தக் காண்டல் அதனினும் இலமே' என நயமாகப் பாடியவர் இவர். 'நின் பகைவர் நின்னைக் காணின் புறங் கொடுத்தலால் ஊறு அறியா மெய்யாக்கையோடு கண்ணுக்கு இனியர்: செவிக்கு இன்னார்; நீயோ வாள் வாய்த்த வடுவாழ் யாக்கையொடு கேள்விக்கு இனியை கட்கு இன்னாய்' என உவமித்துப் பாடும் புலமைத்திறம் பெரிதும் போற்றற்கு உரியதாகும். 'மிகப் பேர் எவ்வம் உறினும் எனைத்தும் உணர்ச்சி இல்லோர் உடைமை உள்ளேம்; நல்லறிவு உடையோர் நல்குரவு உள்ளுதும், எனக் கூறும் இவர் அத்தகைய பண்பினைப் பேணி வாழ்ந்தவர் எனலாம். 'சோழிய ஏனாதி திருக்குட்டுவனைப் பாடிப் பரிசில் வேண்ட அவன் ஒரு வெஞ்சின வேழத்தை நல்கினனாம்; அதற்கு அஞ்சி இவர் அதனைப் பெறாது மறுத்தனராம்; அவனோ அது சிறிதென உணர்ந்தனர்போலும் என நாணினவனாகப் பிறிது மோர் பெருங்களிறு தந்தனனாம்; இவ்வாறு யானைகளையே அவன் தருதலால் எத்துணை வறுமைவரினும் அவனிடத்தே பரிசில் கேட்டு யான் செல்லேன்' என்கிறார் இவர். அவனது கொடையைப் பழிப்பதுபோல அவனது கொடைமடத்தை வியந்து பாடிய செய்யுள் இது வாகும் (394).

சங்க வருணர் என்னும் நாகரியர் 360

இவர் பாடியுள்ள இச் செய்யுள் பெருங்காஞ்சித் துறைச் செய்யுட்கள் பலவற்றுள்ளும் சிறந்த பொருட்செறிவு உடையதாகும். தந்துமாறன் என்னும் தலைவன் ஒருவனுக்கு உலகின் நிலையாமையை எடுத்துக்கூறிப் பகுத்துண்டு பல்லுயிர் ஓம்பிப் புகழோடு வாழும் சிறந்தஅறத்தையும் இவர் உணர்த்து கின்றார். 'நாகரியர்' என்னும் சொல் இவரது நாட்டையும் 'சங்க வருணர்' என்பது இவரது மேனி வண்ணத்தையும் காட்டுவன.

நாகர் நாட்டிலிருந்து வந்து தமிழ் கற்றுப் புலமை பெற்ற ஒரு தவநெறிச் செல்வர் இவர் எனலாம்.

சாத்தந்தையார் 80, 81, 82, 287

'சாத்தந்தை' என்னும் சொல் சாத்தனின் தந்தை எனப் பொருள்படுவது ஆகும். புகழ்பெற்ற அச் சாத்தனார் யாவரோ அறியோம். கண்ணஞ் சேந்தனாரின் தந்தை இவர் என்றும் கூறுவர். போர்வைக் கோப் பெருநற் கிள்ளியைப் பாடியவர் இவர். இவருடைய புறநானூற்று 80,81,82 ஆம் செய்யுட்கள் மற்போர்க் காட்சியை விளக்குவனவாகும். ஒரு மறவன் கூறும் நீண்மொழியாக அமைந்த செய்யுள் (287) அவனது மறமேம்பாட்டையும் உள்ளத் துணிவையும் காட்டும்.

சிறுவெண்டேரையார் 362

ஐயாதிச் சிறுவெண்டேரையார்(புறம்363) என்பாரும் இவரும் ஒருவரே என்பர். இச் செய்யுளும் பெருங்காஞ்சிச் செய்யுளே ஆகும்.

சீத்தலைச் சாத்தனார் 59

இச் செய்யுளும் அகநானூற்றுள் ஐந்தும், குறுந்தொகையுள் ஒன்றும் நற்றிணையுள் மூன்றும் இவர் பாடியனவாக வழங்கும். சீத்தலை என்னும் ஊரினர் இவர். 'சாத்தனார்' இவர் பெயர்; அது குடிப்பெயர். 'இன்னே வருதும் எனத் தெளிந்தோர், இன்னிள வேனிலும் வாரார்' என வருந்தும் தலைவியை இவர் மிகவும் அருமையாக நமக்கு அறிமுகப் படுத்துகின்றார்(229). பாண்டியன் சித்திர மாடத்துத் துஞ்சிய நன்மாறனைப் பாடிய இச் செய்யுளில் (புறம் 59) அவனைப் பகைவருக்கு அவரை அழித்தலால் ஞாயிறு போன்றோனாகவும் இரவலருக்கு அவரைக் காத்தலால் திங்கள் போன்றோனாகவும் உவமித்துப் பாடி இன்புறுகின்றனர் இவர். சொல்லழகும் பொருட்செறியுவும் கொண்ட சிறந்த செய்யுள் இது. இவரே செங்குட்டுவனிடம் கண்ணகி மதுரையை எரித்த செய்தியைச் சொன்னவர்; மணிமேகலைக் காப்பியத்தையும் செய்தவர்.

சேரமான் கணைக்கால் இரும்பொறை 74

இவன் சோழன் செங்கணானோடு திருப்போர்ப் புறத்துப் பொருது, அவனாற் பிடிக்கப்பட்டுக் குடவாயிற் கோட்டத்துச் சிறையிற் கிடந்தவன். அவ்வேளை ஒரு சமயம் நீர் வேட்கை மீதூரத் 'தண்ணீர் தருக' எனக் கேட்டான். காவலரோ உடனே தராது பின்னர்ச் சிறிது பொழுது கழிந்ததும் தந்தனர். அதனைப் பெற்றும் உண்ணானாக இச் செய்யுளைச் சொல்லிக் கீழே

வீழ்ந்தனன் என்பர். பெருநிலையில் வாழ்ந்தோனாகிய அவன் தன் நிலைமைக்கு வருந்திப் பாடிய இச் செய்யுள், அவனது பண்புச் செவ்வியை நன்கு காட்டுவதாகும். இச் சேரமானையும் இச் சோழனையும் பற்றிய பிற செய்திகள் யாதும் கிடைத்தில. இவனைச் சிறைமீட்கப் பாடிய செய்யுட்களே பொய்கையாரின் 'களவழி நாற்பது' என்பதும் கூறப் படுகின்றது பழங்குறிப்பு இவன் துஞ்சியதாகக் கூறுகின்றது.

சேரமான் கோட்டம்பலத்துத் துஞ்சிய மாக்கோதை 245

கணவனைப் பிரிந்த மனைவியின் துயரம் பெரிது. அதனைப் பலரும்பாடியுள்ளனர். இவனோ தன் தேவியின் மறைவுக்கு ஆற்றாது புலம்புகின்றான். இவனுடைய அன்புள்ளத்தின் செறிவு இதனாற் காணப்படும். 'ஞாங்கர் மாய்ந்தனள் மடந்தை; இன்னும் வாழ்தல் என்னிதன் பண்பே' எனத் தானும் அவளோடு சாவாது போயின நிலைக்குவருந்துகின்றான் இவன். பிரிவுத்துயரம் ஆணுக்கும் பெண்ணுக்கும் பொதுவென்ற சால்புக்கு இச் செய்யுள் ஒரு நல்ல எடுத்துக்காட்டு ஆகும்.

சோணாட்டு முகையலூர் சிறுகருந்தும்பியார் 181,265

இவர் சோணாட்டார்; முகையலூரினர். இச் செய்யுளில், கருகங்கண் எயிற்றி காதல் மகனொடு கான இரும்பிடிக்கன்று தலைக்கொள்ளும் பெருங் குறும்பு உடுத்த வன்புல இருக்கை' என நயமாகக் கூறியதனால், இப்பெயரைக் பெற்றனர் போலும். சிறுகருந்தும்பி - சிறிய கரிய யானைக்குட்டி. இவராற் பாடப் பெற்றோன் வலாஅர் கிழான் பண்ணன் என்பான். இவரது கையறுநிலைச் செய்யுள் அவனைக் குறித்துச் செய்யப்பட்ட தென்றே கருதவேண்டும்.

சோழன் குளமுற்றத்துத் துஞ்சிய கிள்ளிவளவன் 173

இவன் சோழ மன்னருள் ஒருவன். தன்னாட்டு வேளாண்குடிப் பெருமகனாகிய பண்ணன் என்பானின் சோற்றுக் கொடையை வியந்து இவன் பாடுகின்றான்; பாராட்டுகின்றான். அக்கால மன்னர்களது புலமைச் செறிவும் பண்புமேம்பாடும் இதனால் அறியப்படும். 'பசிப்பிணி மருத்துவன்' என அவனுக்கு உயரிய புகழ்ப் பெயரையும் சூட்டுகின்றான் இம் மன்னன்.

சோழன் நலங்கிள்ளி 73, 75

பகைவரை அழித்து வெற்றி கொள்வதாக வஞ்சினம் கூறுகின்றான் இவன்(73). இதனால் இவனது மறமேம்பாடு காணப்படும். ஆள்வோரது கடமைகளை விளக்கும் பொருள் செறிந்த செய்யுள் இவனது பிற செய்யுளாகும்(75). உயர்ந்தோர்

நாட்டாட்சி பெறின் அச் செல்வம் எவ்வாறு மக்களுக்குப் பயன்படும் என்பதனையும் சிறியோன் பெறின் எவ்வாறு சீர்கேடு அடையும் என்பதனையும் சிறப்புற விளக்குகின்றான் இவன்.

சோழன் நல்லுருத்திரன் 190

கலித்தொகையின் முல்லைக்கலியைப் பாடியவன் இவன் என்பர் சிலர். அதனைப் பாடியோரை நல்லுருத்திரனார் எனும் புலவர் எனக் கொள்வர் பலர். முயற்சி உடையாரது செயல் மேம்பாட்டை விளக்குகின்றது இச் செய்யுள் 'உருத்திரன்' எனும் பெயர் இவனது சிவனெறிச் சார்பைக் காட்டுவதும் ஆகலாம்.

தங்கால் பொற்கொல்லன் வெண்ணாகனார் 326

இவரது பெயர் பூட்கொல்லனார் எனவும் வழங்கும். பாண்டி நாட்டுத் திருத்தங்கால் இவரது ஊர்; 'பொற் கொல்லன்; தொழிலால் வந்த பெயர். அகநானூற்று *48,108,355;* குறுந்தொகை *217;* நற்றிணை *313* ஆம் செய்யுட்களும் இவர் பாடியனவாக விளங்கும்.இனி 'பொன்செய்கம்மியன் கைவினை கடுப்ப' என வரும் இவர் வாக்கு நயம் கொண்டு *(நற 313)* இவருக்குப் பொற்கொல்லன் எனப் பெயர் வந்ததாகலாம் எனவும் கொள்ளலாம். ஒரு மறக்குடியின் இல்லறஒழுக்கம் எவ்வாறு விளங்கிற்று என்பதனை எடுத்துக் காட்டுவதாக இவரது செய்யுள் அமைந்துள்ளது.

தாமப்பல் கண்ணனார் 43

சோழன் நலங்கிள்ளி தம்பி மாவளத்தானும் இவரும் வட்டுப் பொருவுழிக் கைக்கரப்ப வெகுண்டு வட்டுக் கொண்டு எறிந்தான் அவன். அவனைச் 'சோழன் மகனல்லை' என இவர் கூறவும் அவன் நாணியிருந்தான். அதுகண்டு அவன் பண்பைப் போற்றுவாராகப் பாடிய செய்யுள் இது. இது இவரைப் 'பார்ப்பார்' எனக் காட்டுகின்றது. 'தாமப்பல்' என்பது ஊர்ப்பெயர் ஆகலாம்.

தாயங் கண்ணனார் 356, 367

எருக்காட்டூர்த் தாயங் கண்ணனார் எனவும் இவர் பெயர் வழங்கும். அகநானூற்றுள் 7 செய்யுட்களையும் குறுந்தொகையுள் *319* ஆம் செய்யுளையும், நற்றிணையுள் *219* ஆம் செய்யுளையும் செய்தவர். சோழன் குளமுற்றத்துத் துஞ்சிய கிள்ளிவளவனின் வள்ளன்மையை இவர் பாடியுள்ளனர். காடு வாழ்த்தாக அமைந்துள்ள செய்யுள் *(326)* நிலையாமைப் பொருளை மிகவும் திட்பமாக விளக்குவதாகும்.

தாயங் கண்ணியார் 250

கைம்மை நோன்பு பற்றிய விளக்கமாக இச் செய்யுள் விளங்குகின்றது.

திருத்தாமனார் 398

சேரமான் வஞ்சன் என்பானது புகழை வியந்து போற்றி இவர் பாடியுள்ளார். வேறு குறிப்பு ஏதும் தெரிந்திலது.

தும்பிசேர் கீரனார் 249

இச் செய்யுளோடு குறுந்தொகையின் *61,315,316,320,392;* நற்றிணையின் *277* செய்யுளையும் பாடியவர் இவர். இவர் 'கீரர்' குடியைச் சேர்ந்தவர். குறுந்தொகை *392*ஆம் செய்யுள் மணிச்சிறைத் தும்பி! நன்மொழிக்கு அச்சம் இல்லை; அவர் நாட்டு அண்ணல் நெடுவரைச் சேறியாயின்' எனத் தும்பிவிடு தூதினை நயமாகப் பாடியதனால் இப்பெயர் பெற்றவர் எனலாம். நற்றிணைச் செய்யுளுள்ளும் *(277)* 'தும்பி!... அருஞ்சுரம் இறந்தோர்க்கு என் நிலை உரையாய்' என மீளவும் இவர் பாடியுள்ளனர்; 'காதலியின் ஏக்கம் மிகுதியாகின்றது. அவனைத் தழுவப் பெறேமாயினும் கேண்மை செய்தாவது இன்புறுவோம்' என அவனது குறையை மறந்து பழகுகின்றாள். இதற்கு 'தச்சன் செய்த சிறுமா வையம், ஊர்ந்து இன்புறா அர் ஆயினும் கையின் ஈர்த்து இன்புறா உம் இளையோர் போல' என இவர் உவமங்காட்டுவது இனிமைச் செறிவு கொண்டதாகும். மலையருவிக்குக் கடலிடையே நின்றும் எழுகின்ற மதியத்தை உவமித்தவர் இவர் (குறு *315*). 'நன்மொழிக்கு அச்சமில்லை' என்னும் வாக்கு அறச் செறிவு கொண்டதாகும் (குறுந் *392*). கேடகம் தாங்கிப் படைவீரர் வரிசையாகச் செல்லுவது போல மலைப்பகுதியிலே தேனடைகள் விளங்கும் என்கின்றார் இவர் (குறு*392*). கணவனை இழந்த மனைவி தன் கணவனை நினைந்து பிண்டம் வைக்க இடத்தை மெழுகுகின்ற காட்சியை 'அழுதலானாக் கண்ணள் மெழுகும் ஆப்பி கண்கலுழ் நீரானே' என்று உருக்கமுடன் கூறுவார் இவர் (புறம் *249*). இவ்வாறு இயற்கையை நயந்தோன்ற எடுத்துக் காட்டிக் கருத்துக்களைச் சுவையுடன் சொல்லும் திறனாளர் இவராவர்.

துறையூர் ஓடை கிழார் 136

இவர் வேளாண் குடியினர்; துறையூரினர்; இது கொற்கைத்துறை போலும். இவராற் பாடப்பெற்றோன் வேள் ஆய் என்பான் ஆவான். ஆகவே அவன் ஆதரவைப் பெற்று மொசியார் போன்ற பெரும்புலவருடன் கூடியிருந்து தமிழாய்ந்து சிறந்தவர் இவர் எனலாம். இச்செய்யுள் வறுமையால் இவரும் இவரைச் சார்ந்தோரும் கொண்டிருந்த அவல நிலையைக் காட்டுகின்றது. அது தீர்த்தவன் ஆய்வேள் என்பதும் அறியப்படும். அவனை வாழ்த்துபவர் 'தண்புனல் வாயில் துறையூர் முன்றுறை நுண்பல்

மணலினும் ஏத்தி உண்குவம், பெரும, நீ நல்கிய வளனே'என்று தம் ஊரையும் குறித்துள்ளனர்.

தொடித்தலை விழுத்தண்டினார் 243

'தொடித்தலை விழுத்தண்டு ஊன்றி, நடுக்குற்று விளங்கிய தெனத் தம் முதுமைப் பருவத்தை எடுத்துக் கூறிய நயம் பற்றி இப்பெயர் பெற்றனர். முதுமையில் இளமைக்கால நினைவுகளால் திளைக்கும் மனிதவியல்பை இச் செய்யுள் நன்கு காட்டுகின்றது. அக்காலத்து இளமைப் பருவத்து ஆண் மக்களது களியாட்டுக் களிற் சிலவற்றையும் இச் செய்யுளால் அறியலாம்.

தொண்டைமான் இளந்திரையன் 185

இவன் காஞ்சித் தொண்டைமான்களுள் ஒருவன். அரசனாகவும் வள்ளலாகவும் புலவனாகவும் திகழ்ந்தவன். நற்றிணையுள் 94,99,106 எனும் மூன்று செய்யுட்களையும் பாடியவன். பருவங்கண்டு ஆற்றாளாய தலைவியைத் தோழி பருவம் அன்று என்று வற்புறுத்துவதாக விளங்கும் செய்யுளில் (நற் 99) 'பிடவமும் கொன்றையும் கோடலும் மடவ; ஆகலின் மலர்ந்தன பலவே' என நயமாகப்பாடியுள்ளனர். இப் புறநானூற்றுச் செய்யுள் வாழ்விற்கான உறுதிப்பொருளைப் பற்றிக் கூறுவது. கடியலூர் உருத்திரங் கண்ணனார் பாடியுள்ள பெரும்பாணாற்றுப் படைக்குரிய பாட்டுடைத் தலைவன் இவனே. அதியமானுக்காக ஔவையார் சென்ற தூதும் இவனிடத்தேதான் எனலாம். இளந்திரையம் என்னும் நூல் இவனால் இயற்றப்பெற்றது என்று இறையனார் அகப்பொருள் உரையுள் நக்கீரர் கூறுவர். இவன் பெயரால் ஊர் ஒன்று ஏற்பட்டது எனவும் அதுதிரையனால் செய்யப்பட்டது பற்றித் திரையனதூர் என வழங்கப்படுவதாயிற்று எனவும் நன்னூலின் உரையாசிரியருள் ஒருவரான மயிலை நாதர் கூறுவர்.

நக்கண்ணையார் 83, 84, 85

இவர் பெண் பாலர்; பெருங்கோழி நாய்கன் மகள் இவள் எனவும் கூறுவர். இவன் உறையூர்க்கண் பெருநிலையிலே விளங்கிற பெருங்குடி வணிகருள் ஒருவன் போலும். அன்றி 'நாயகன்' என்னும் பட்டம் பெற்ற அரசகருமப் பணியாளருள் ஒருவனாகவும் இருக்கலாம். இவர் தித்தனின் மகனான போர்வைக் கோப் பெருநற் கிள்ளி என்னும் சோழகுலத்து இளவரசனைக் கண்டு காதலித்து அவனால் அக்காதல் ஏற்றுக் கொள்ளப்படாத நிலையிலும் அவனையே தம் தலைவனாகக் கொண்டு வாழ்ந்தவர் ஆவர் என்பர். அகநானூற்று 252ஆம் செய்யுளும் நற்றிணையின் 19, 87ஆம் செய்யுட்களும் இவர்

பெயரால் வழங்கும். பனிவார் கண்ணேனாகி, நோய் அட, எமியேன் இருத்தலையானும் ஆற்றேன்' எனவும் பெருங்குளம் காவலன் போல அருங்கடி அன்னையும் துயில் மறந்தனளே' எனவும் 'மரத்தில் தூங்கும் வாவற் பறவை பெருங்காட்டு நெல்லியம் புளிச்சுவையைக் கனவில் உண்டு இன்புறுவதுபோல' எனப் பிரிந்துபோய் தலைவனைக் கனவிற் கண்டு மகிழ்ந்த தலைவி, தன் நிலையைத் தோழிக்கு உரைக்கின்றாள் எனவும்' நயமாகச் செய்திகளைச் சொல்பவர் இவர். இப் புறப் பாட்டுக்கள் கிள்ளியின் மற்போரை மறைந்து நின்று கண்டு களித்தும், அவன் வெற்றியை விரும்பியும் நின்ற இவரது உள்ளக் கசிவை விளக்கிக் காட்டும்.

நக்கீரர் 56, 189, 395

இவர் கடைச் சங்கத் தலைவராக விளங்கியவர். மதுரைக் கணக்காயனார் என்பவரின் மகனார். பெரும் புலமையும், உலையா உள்ளமும் தெளிந்த அறிவு நலமும் ஒருங்கே அமைந்தவர். அகநானூற்றுள் 17 செய்யுட்களும் குறுந்தொகையுள் 8செய்யுட்களும் நற்றிணையுள் 7செய்யுட்களும் பத்துப்பாட்டுள் முதலாவதாகிய திருமுருகாற்றுப் படையும் ஏழாவதாகிய நெடுநல் வாடையும் இவர் பாடியனவாக விளங்குவன. இறையனாரகப் பொருளுக்கு இவரியற்றிய உரை மிகத் திட்பம் வாய்ந்தது. இவர் நக்கீரதேவ நாயனாருக்குப் பல நூறு ஆண்டுகட்கு முற்பட்டவர். பாண்டியன் தலையாலங் கானத்துச் செருவென்று நெடுஞ்செழியனையும் பாண்டியன் இலவந்திகைப் பள்ளித் துஞ்சிய நன்மாறனையும், முருகப் பெருமானையும் பாடியவர். முருகப் பிரானைப் பற்றிய மிகப் பழைமையானதும் மிகச் சிறப்பானதுமான திருமுகாற்றுப்படையினைப் பாடிய சிறப்பினர் இவரே. இவர் செய்யுட்கள் செழுமையும் இனிமையும் நிரம்பியன. இவர் வரலாறு மிகவும் விரிவானது. இச்செய்யுட் களுள் பாண்டியன் நன்மாறனைத் தேவர்களோடு ஒப்பிட்டுப் போற்றும் சிறப்பைக் காணலாம்(56) உண்பது நாழி உடுப்பவை இரண்டே! என்ற செறிவான அறவாக்கு இவருடையதே (189). பிடவூர் கிழான் மகன் பெருஞ் சாத்தனைப் பாடிய செய்யுள் மிகவும் பொருட்சிறப்பு உடையதாகும். இவர் செய்யுட்களும் வரலாறும் தனியாக ஆராய்ந்து இன்புறவேண்டிய சிறப்புடையனவாகும்.

நரிவெரூஉத் தலையார் 5, 195

நீங்காத நோயுடையரான இவர் சேரமான் கருவூறேறிய எள்வாட்கோப் பெருஞ்சேரல் இரும்பொறையைச் சென்றடைந்து

அவனால் நோயும் வறுமையும் அகல அவனவைக்கண் வீற்றிருந்து சிறப்புற்றனர் என்பது வரலாறு ஆகும். 'நரிவெரூஉத்தலை' என்பது இவரது தலையின் தோற்றத்தைக் குறித்து எனவும், ஊரைக் குறித்தது எனவும் இருவகையாக உரைப்பர். குறுந்தொகையின் 5,236 ஆம்செய்யுட்களும் இவர் பெயராலே வழங்கும். உறுதிப் பொருளைச் சேரனுக்கு உரைக்கும் செய்யுள் மிகவும் பொருட் செறிவு கொண்டதாகும். 'காவல் குழவி கொள்பவரின் ஓம்புமதி' என்று உரைக்கின்றார் இவர். அரசனுக்கு எதிராகச் சதி செய்தார்க்கு அறிவுறுத்துவாராக 'நல்லது செய்தல் ஆற்றீராயினும் அல்லது செய்தல் ஓம்புமின்'என்று சொல்வது அனைவரும் கொண்டு போற்றுதற்குரிய ஒழுக்கம் ஆகும்.

நல்லிறையனார் 393

இவராற் பாடப் பெற்றோன் சோழன் குளமுற்றத்துத் துஞ்சிய கிள்ளிவளவன் ஆவான். இறையனார் என்னும் பெயரோடு இவரது சீர்மை கருதி 'நல்' என்னும் அடைமொழியைத் தந்தனர் ஆகலாம். இவர் வறியராகப் பலர் பாற் சென்று சென்று நலிந்தவர் என்பது செய்யுளாற் புலனாகிறது. காவிரியால் வளம் மலிகின்ற சோணாட்டைக் 'காவிரிபுரக்கும் நன்னாட்டுப் பொருந' என்னுஞ் சொற்களால் நமக்கு வலியுறுத்துகின்றார் இவர். 'போதுவிரி பகன்றைப்புதுமலர் அன்ன அகன்றுமடி கலிங்கம்' என்று அக்காலத்தே நெசவுத் தொழிலில் தமிழ்நாடு பெற்றிருந்த சிறப்பையும் எடுத்துக் கூறுகின்றார்; சோழனது அருளார்ந்த கொடையுள்ளத்தையும் தெளிவாக உணர்த்துகின்றார்.

நன்னாகர் 176, 376, 379, 381, 384

இவர் புறத்திணைச் செய்யுட்களைச் செய்வதில் வல்லவர் . புறத்திணை நன்னாகனார் எனவும் இவர் பெயரைக் குறப்பிடுவர். ஓய்மான் நல்லியக் கோடனையும், ஓய்மான் வில்லியாதனையும் கரும்பனூர் கிழானையும் இவர் பாடியுள்ளனர். 'அவனைக் காணும் போடுதெல்லாம் காணாது கழிந்த என் பழைய வறுமை நாட்களை எண்ணி இரங்குவேன்' என இவர் நல்லியக் கோடனின் சிறப்பை அழகுற எடுத்துக் கூறுகின்றனர். விதியைப் 'பால்' என்பர் இவர். 'எந்தை உதவியதால்' அந்நாளினின்று இன்றுவரையும் இரப்பைப் பற்றியே சிந்தியேன்' என வில்லியாதனின் கொடைச் சிறப்பை இவர் போற்றுகின்றனர். 'மாவிலங்கை' என்னும் நகரம் தமிழகத்து எப்பகுதியின்கண் இருந்ததென அறியுமாறில்லை. கோதாவிரிக் கரையில் ஓர் நகர் பண்டிருந்தது என்பர்; ஆனால் ஓய்மான் என்பதனால் திண்டிவனப் பகுதியாகிய ஓய்மானாட்டு எல்லையுள்

எங்ஙாயினும் இவ்வூர் இருந்திருக்கும் எனலாம். குறுந்தொகைச் செய்யுட்களைச் செய்துள்ள நன்னாகையார் என்பர் இவர் உறவினர் போலும்.

நெட்டிமையார் 9, 12, 15

இவருக்கு இப்பெயர் உறுப்பால் வந்தது என்பர். இவரைப் பெண்பாலர் எனவும் கூறுவர். இவராற் பாடப்பெற்றோன் பாண்டியன் பலயாகசாலை முதுகுடுமிப் பெருவழுதி யாவான். அவனை வாழ்த்தும் இவர் 'நன்னீர்ப் பஃறுளி மணலினும் பலவே... வாழிய' என்கிறார். இதனால் குமரிக்கண்டத்தின் கடல்கோளுக்கு முற்பட்ட காலத்தினர் இவர் எனலாம். இவன் போரியற்றுதலிலும் அறநெறி பிறழாதவன் என்பதைச் செய்யுள் காட்டும் *(புறம்.9)* 'இன்னாவாகப் பிறர் மண் கொண்டு இனிய செய்தி நின் ஆர்வலர் முகத்தே' என்னும் வாக்கு *(12)* மிக்க நயமுடையது. இவன் யாகம் செய்தது பற்றியும் இவர் குறிப்பிடுகின்றார். இதனால் இவ் வழக்கம் பழங்காலத்திலேயே இங்கு புகுந்து விட்டதென்பது விளங்கும். இவருடைய செய்யுட்கள் திட்ப நுட்பம் செறிந்தவையாகும்.

நெடுங்கழுத்துப் பரணர் 291

பரணர் என்னும் பெயரோடு விளங்கிய இவருக்குத் தந்துள்ள அடைமொழி இவர் வேறொரு பரணர் என்பதனைக் காட்டும். உறுப்பின் அமைதியால் வந்தது இது. போரிடச் செல்வோர் 'தூவெள்ளறுவை உடுத்துச் செல்வர்' என்பதனை இச் செய்யுளால் அறியலாம். 'நெடுங்கழுத்து' என்பது சினையால் அமைந்த பெயரும் ஆகலாம்.

நெடும்பல்லியத்தனார் 64

இவர் பலவகை இசைக் கருவிகளையும் இயக்கத் தெரிந்தாராதலின் இப்பெயர் பெற்றனர் போலும். பாண்டியன் பல்யாகசாலை முதுகுடுமிப் பெருவழுதியை இவர் பாடியுள்ளனர். அக்காலத்தவர் எனலாம். இச் செய்யுள் விறலியாற்றுப் படைத் துறையைச் சார்ந்தது. நெடும்பல்லியத்தை எனக் குறுந்தொகை *178,203* செய்யுட்களைச் செய்தார் பெயர் குறிக்கப்படுகின்றது. அவர் இவரினும் வேறாகலாம்.

நொச்சி நியமங்கிழார் 293

நொச்சி நியமம் என்னும் ஊரைச் சார்ந்த வேளாண் குடியினர் இவர். அகநானூற்று *52* ஆம் செய்யுளும் நற்றிணையின் *17,208,209* ஆம் செய்யுட்களும் இவர் பெயரான் வழங்கும். இவருடைய அகப்பாட்டுக்கள் இனிதான பொருட்செறிவு கொண்டன.' வேங்கைப் பூவைப் பறிக்க விரும்பிய குறமகள், அது

ஏலாமையின் ,'வேங்கை வேங்கை' எனக் கூச்சலிட அது கேட்ட ஊரவர் கையிற் சிலையோடு அவ்விடம் நோக்கிப் புலி வந்தது போலும் எனக் கருதிப் போவாராயினர் (அகம் 52)' எனக் குறிஞ்சித் திணையில் சுவையான காட்சியை இவர் காட்டுகின்றனர். 'இன்னுயிர் கழிவதாயினும் நின் மகள் ஆய்மலர் உண்கண் பசலை காமநோயெனச் செப்பாதீமே' எனத் தலைமகள் சொல்வதாகக் கூறுவது அவரது குடிமரபு காக்கும் செவ்வியைக் காட்டுவதாகும். 'உயிரினும் சிறந்தது நாணம்' என நாணின் சிறப்பையும் உரைப்பர். பூக்கோள் காஞ்சியாக விளங்கும் இச்செய்யுள், பூக்கோட் பறையொலி எழுவதன் முன்பாகவே மறக்குடியினர் போர்க்கெழுந்து சென்றுவிடும் மறமாண்பினர் என்பதனையும் காட்டுவதாகும்.

பக்குடுக்கை நன்கணியார் 194

நன்கணியார் என்பது இவரது கணிதத்துறை ஆற்றலால் அமைந்த பெயர். 'பக்குடுக்கை என்பதற்கு மெய்ப்பையே உடையாகக் கொண்ட துறவிக்கோலத்தினர் என்பர். இச் செய்யுள் உலகத்து வாழ்க்கை நிலையாமையைப் பற்றி மிகவும் திட்பமுடன் எடுத்துக் கூறுகின்றது. படைத்தோனைப் ''பண்பிலாளன்'' எனக் கூறுவதும் கருதுக.

பரணர் 4, 63, 141, 142, 144, 336, 341, 343, 348, 352, 354, 369

இச் செய்யுட்களுடன் அகநானூற்றுள் 34 செய்யுட்களும் குறுந்தொகையுள் 16செய்யுட்களும் நற்றிணையுள் 12 செய்யுட்களும் பதிற்றுப்பத்துள் சேரன் செங்குட்டுவனைப் பற்றிய ஐந்தாம் பத்தும் பாடியவர் இவராவர். இவர் பாணர் மரபினர். கபிலர் காலத்தவர். இவராற் பாடப் பெற்றோர் பலர் சோழன் உருவப்பஃறேர் இளஞ்சேட்சென்னி, சேரமான் குடக்கோ நெடுஞ்சேரலாதன் சோழன் வேற்பஃறடக்கைப் பெருநற்கிள்ளி வையாவிக்கோப் பெரும்பேகன், சேரமான் கடலோட்டிய வெல்கெழு குட்டுவன் ஆகியோர் சிறப்பானவர்கள். பரணதேவ நாயனார் நெடுங்கழுத்துப் பரணர் என்போர் இவரினும் வேறானவர் ஆவர். இவர் வரலாறு விரிவானது. இவருடைய செய்யுட்களுள் அக்கால வரலாற்றுச் செய்திகள் பலவற்றைக் காணலாம். 'காவிரி செங்குணக்காக ஒழுகும்' என்பார் இவர். செழியனது கூடல் பொய்யா விழவினை உடையது எனவும் கூறுவர். இரவுக் குறிக்கு இடையூறுகளாக வருவனபற்றி இவர் அமைத்துள்ள செய்யுள் (அகம் 122). மிக்க சுவை உடையது ஆகும். கரிகால் வளவன் வாகைப் பறந்தலையில் ஒன்பது குடையும் நன்பகல் ஒழித்த போர் மறமேம்பாட்டைஇவர்

வாக்கால் அறியலாம் (அகம் 125). இவரைப் பற்றிய செய்திகளுட் பலவற்றை அகநானூறு தெளிவுரை, குறுந்தொகை தெளிவுரை ஆகிய நூற்களின் பின்னிணைப்புக்களுட் காண்க. கடற்பிறக் கோட்டிய செங்குட்டுவனைப் பாடிய பத்துச் செய்யுட்களுக்கும் பரிசிலாக உம்பற்காட்டு வாரியையும் அவன் மகன் குட்டுவன் சேரலையும் பெற்றுப் புகழ்பெற்றவர் இவர். பேகனின் கொடைமடத்தை வியந்து, 'உடாஅ போரா ஆகுதல் அறிந்தும் படாஅ மஞ்ஞைக்கு ஈத்த எங்கோ' என்பர் இவர் (புறம் 141). அவனை அவன் மனைவியோடு ஒன்றுபடுத்தப் பெருமுயற்சி எடுத்துக்கொண்டவர் இவர். பசித்தும் வாரேம்; பாரமும் இலமே' எனத் தம் நிலையைக் கூறுவதனால் (145) இவர் ஓரளவு செழுமையான வாழ்க்கையினர் எனலாம். மகட்பாற் காஞ்சித் துறையாக இவர் பாடிய செய்யுட்கள் (336, 341, 343, 348, 352, 354) மிகவும் கருத்தாழங் கொண்டன; படித்துப் படித்து இன்புறத் தக்கன.

பாண்டரங் கண்ணனார் 16

பாண்டரங்கம் என்பது கூத்து வகையுள் ஒன்றாகும்; கண்ணனார் என்னும் இவர் அக்கூத்தில் வல்லவராதலின் இப்பெயர் பெற்றனர் எனலாம். இவராற் பாடப் பெற்றோன் சோழன் இராசசூயம் வேட்ட பெருநற்கிள்ளி ஆவான். இவன் கானப் பேரெயில் கடந்த உக்கிரப் பெருவழுதி காலத்தவன். ஔவையாராற் பாடப்பெற்றவன். ஆதலின் இவரையும் அக்காலத்தவர் எனலாம். கிள்ளியின் களிற்றுப் படை பகைவேந்தரது நாட்டைக் கலக்கி வெற்றி கொண்ட சிறப்பை இச்செய்யுளில் இவர் பாடுகின்றார்.

பாண்டியன் அறிவுடைநம்பி 188

இவன் பாண்டியன் குடியினன். அறிவாற்றலிற் சிறந்தோனாதலின் இப்பெயரைப் பெற்றனன். மக்கட்பேறு வாழ்விற்கு எவ்வளவு முதன்மையானது' என்பதனை இவனது செய்யுளால் அறியலாம். இவனைப் பிசிராந்தையார் பாடியுள்ளனர் (184).

இவன் வரலாற்றுப் புகழ்பெற்ற பாண்டியருள் ஒருவன், தமிழகத்துப் படை யெடுத்து வந்து ஆரியப் படையினரை அழித்துப் புகழ்பெற்றவன். இவ்வாரியப் படையினர் மோரியர் ஆகலாம். இச்செய்யுளில் இவன் கல்வியின் சிறப்பைப் பற்றிய மிகவும் திட்பமான கருத்துக்களை எடுத்துக் கூறுகின்றான்.

பாண்டியன் தலையாலங்கானத்துச் செருவென்ற நெடுஞ்செழியன் 72

இவனும் புகழ்மிக்க பாண்டியருள் ஒருவன். பாடப்பட்டோர் வரலாற்றுள் இவனைப் பற்றிய பிற செய்திகளைக் காண்க. இச்

செய்யுள் இவன் போர்முகத்துக் கூறிய வஞ்சினம் ஆகும். 'கொடியன் எம் இறையெனக் கண்ணீர் பரப்பிக் குடிபழி தூற்றும் கோலேன் ஆகுக' என்பதிலிருந்து இவனது ஆட்சிச் சிறப்பை நாம் அறியலாம். பல்வகை மேம்பாடுகளும் ஒருங்கமையச் சிறப்புற்றிருந்தவன் இவன்.

பாரதம் பாடிய பெருந்தேவனார்: கடவுள் வாழ்த்து

இவர் பாரதக் கதையைத் தமிழிற் பாடியவர். அகநானூறு, புறநானூறு, ஐங்குறு நூறு, குறுந்தொகை, நற்றிணை ஆகிய தொகை நூற்களுக்குக் கடவுள் வாழ்த்துப் பாடியவர். இதனால் அத் தொகை நூற்கள் தொகுக்கப் பெற்ற காலத்தையோ அதற்குப் பிற்பட்ட காலத்தையோ சேர்ந்தவர் எனலாம்.

பாரி மகளிர் 112

பாரி வள்ளலின் மகளிர் இவர். தம் தந்தையது பிரிவாற் கலங்கி இவர் சொல்லியது இச் செய்யுள். ஐந்து அடிகளேயானாலும் அவற்றுள் விளங்கும் சோகம் அனைவரது உள்ளங்களையும் கசியச் செய்வதாகும். ஔவையார் இவரை மலையமானின் மக்கட்கு மணஞ்செய்து வைத்தனர் என்று தமிழ் நாவலர் சரிதையாற் காணலாம்.

பாலை பாடிய பெருங்கடுங்கோ 282

இவர் சேரருள் கடுங்கோ மரபினைச் சார்ந்தவர். பாலை பாடுவதில் வல்லவர். இவரே சேரமான் தகடூர் எறிந்த பெருஞ்சேரல் இரும்பொறை என்பாரும் உளர். அகநானூற்றுள் 12 செய்யுட்களும் கலித்தொகையிற் பாலைக்கலி பற்றிய செய்யுட்கள் 30உம் குறிந்தொகையுள் 10 செய்யுட்களும், நற்றிணையுள் 10செய்யுட்களும் இவர் பெயரான் வழங்கும். களத்திற் பட்டுவீழ்ந்த ஒரு மறமேம்பாட்டாளனை 'சேண் விளங்கும் நல்லிசை நிறீஇ, நாநவில் புலவர் வாயுளானே' என வியந்து கூறியவர் இவராவர்.

பிசிராந்தையார் 97, 184, 191, 212

இவற்றுடன் அகநானூற்று 308ஆம் செய்யுளும், நற்றிணையின் 91 ஆம் செய்யுளும் இவர் பெயரான் வழங்கும். பாண்டி நாட்டுப் 'பிசிர்' என்னும் ஊரினர் இவர். கோப்பெருஞ் சோழனின் உயிர்த் தோழர். அவன் வடக்கிருந்து உயிர்துறக்க முற்பட்டதறிந்து தாமும் அவனுடன் வடக்கிருந்து உயிர் விட்டவர். இவர் அறவொழுக்கத்தோடு வாழ்ந்தவர்; நரை திறை மூப்பைக் கடந்தவர்; மனைவி மக்களோடு சிறந்த முறையில் வாழ்ந்தவர். பாண்டியன் அறிவுடை நம்பியிடத்துச் சென்று அவனுக்கு

அரசநெறி யாதெனக் கூறியவர் (புறம் *184*). தமக்கு நரையில்லாதது எதனால் என்பதனை விளக்கும் இவரது செய்யுள் *(191)* மிகக் கருத்தாழம் கொண்டதாகும். இச்செய்யுள் அக்காலத்தப் பாண்டி நாட்டின் சிறந்த நிலையையும் காட்டுவ தாகும். கோப்பெருஞ் சோழனைப் பற்றிய செய்யுட்கள் இவரது நட்புள்ளச் சால்பினை நன்கு எடுத்துக் காட்டுவன.

பிரமனார் 357

இவர் பாடிய இச் செய்யுளும் இடையிடைச் சிதைந்துள்ளது. இவர் நிலையாமையை நன்கு உணர்ந்து வாழ்க்கையை வெறுத்துத் துறவற நெறியில் நின்றவர். பிரமத்தை (இறைவனை) உணர்ந்தவர் என்னும் சிறப்பால் இப் பெயரைப் பெற்றவர்.

புல்லாற்றூர் எயிற்றியனார் 213

இவர் புல்லாற்றூரினர்; எயினர் குடியினைச் சார்ந்தவர். கோப்பெருஞ் சோழன் தனக்கு மாறுபட்ட தன்மக்களை ஒழித்தற்குப் படையெடுத்த போது அவனுக்கு நிலையாமையின் உண்மையை உரைத்து அதனின்றும் விலக்கியவர். இதன் பின்னரே இவன் வடக்கிருந்தான் ஆகலாம். பிசிராந்தையார், பொத்தியார் போன்ற பெரும் புலவர்களின் காலத்தவர் இவர். 'எயிற்றியார்' எனவும் இவர் பெயர் வழங்கும்.

புறத்திணை நன்னாகனார்

நன்னாகனார் என்னும் தலைப்பில் இவரைப் பற்றிய குறிப்புக்களைக் காண்க.

பூங்கண் உத்திரையார் 277

இச்செய்யுளோடு குறுந்தொகையின் *48,171* ஆம் செய்யுட்களையும் செய்தவர் இவர். இவர் பெண்பாலர்; உத்திர ஓரையிற் பிறந்தவர் ஆகலாம்; 'பூங்கண்' உறுப்பால் வந்த அடைமொழி எனலாம். இச் செய்யுள் உவகைக் கலுழ்ச்சித் துறைச் செய்யுட்களுள் மிகவும் நயமுடைய செய்யுளாகும். முதியோள் கூந்தலது நரையினை, 'மீனுண் கொக்கின் தூவியன்ன வால் நரைக் கூந்தல்' என்பார். களிறு எறிந்து பட்டனன் மகன் என்னும்போது அம் முதுதாய் கொண்ட உவகைக்கு, 'ஈன்ற ஞான்றினும் பெரிதே உவகை' என்கின்றார். ஆனால் அடுத்து அவனை இழந்த துயரமும் வருத்த, அவள் கண்கள் நீரைச் சொரிந்தன. 'நோன் கழை துயல்வரும் வெதிரத்து வான்பெயத் தூங்கிய சிதரினும் பலவே, கண்ணீர், என அதனையும் உருக்கமுடன் கூறுகின்றார் இவர்.

பூதப்பாண்டியன் தேவி பெருங்கோப் பெண்டு 246

இவர் பூதப் பாண்டியனின் தேவியார் ஆவர். அவன் போர்க்களத்தே இறந்தானாகத் தாமும் எரியில் மூழ்கி உயிர்விடத் துணிந்தார் இவர். அதனைத் தடுக்க முயன்றனர் சான்றோர். அவர்க்கு இவர் கூறும் விடையாக அமைந்த இச் செய்யுள் இவரது கற்புத் திண்மையையும், புலமை நலத்தையும், உள்ளத் தெளிவையும் உணர்த்துவதாகும்.

பெருங்குன்றூர் கிழார் 147, 120, 121, 366, 348

அகநானூற்று 8ஆம் செய்யுளும் குறுந்தொகையின் 338 ஆம் செய்யுளும் நற்றிணையின் 5, 112, 119, 347ஆம் செய்யுட்களும், பதிற்றுப் பத்துள் குடக்கோ இளஞ்சேரல் இரும்பொறையைப் பாடிய பத்துச் செய்யுட்களும் (ஒன்பதாம் பத்து) இவராற் செய்யப் பெற்றனவாம். பெருங்குன்றூர் வேளாண் குடியினர் இவர். சிறந்த பெரும் புலமையும் தெளிவும் உடையவர். இவராற் பாடப் பெற்றோர் வையாவிக் கோப்பெரும் பேகன், சேரமான் குடக்கோச்சேரல் இரும்பொறை, சோழன் உருவப்பஃறேர் இளஞ்சேட் சென்னி என்போராவர். இவர்காலப் புலவர்கள் சிறு மேதாவியார், சேந்தம்பூதனார், அறிவுடையரனார், நல்லந்துவனார், மருதனிள நாகனார், நக்கீரனார், பரணர் முதலியோராவர்.

பெருங்கோழி நாய்கன் மகள் நக்கண்ணையார்

இவர் பெருங் கோழி நாய்கன் என்பாரின் மகள். போர்வைக் கோப் பெருநற் கிள்ளியைக் காதலித்தவர்; இவரைப் பற்றிய குறிப்புக்களை நக்கண்ணையார் என்ற பகுதியிற் காண்க.

பெருஞ்சித்தரனார் 158, 159, 160, 162, 163, 207, 208, 237, 238

சித்திரனார் இவர் பெயர்; பெருமை இவரது தகுதிநோக்கி அமைந்த சிறப்புப் பெயராகும். சித்திரை ஓரையிற் பிறந்தவர் ஆகலாம். வள்ளல் குமணனைப் பாடிப் போற்றி, அவனது தலைதந்த பெருங்கோடைப் பண்பை எடுத்துக் கூறி, அழியாப் புகழை நிலை பெறுத்தியவர் இவர். வெளிமான் துஞ்சியபின் இளவெளிமானிடம் சென்று அவனுக்கு அறிவுகொளுத்தக் குமணன் தந்த களிற்றை அவனது காவன் மரத்திற் கட்டி அவனுக்கு அறிவுரை வழங்கிய செயல் இவரது தறுகண்மையினைக் காட்டுவதாகும். அதியமான் நெடுமான் அஞ்சி, இவரைக் கண்டு பாராட்டாதே கொடுத்த பரிசிலை ஏற்கமறுத்து 'காணாது ஈத்த இப்பொருட்கு யானோர் வாணிகப் பரிசிலன் அல்லேன்' என்று கூறியவர் இவர். இதனால் இவரது புலமையுள்ளம் எத்துணைத் திண்மையானது என்பது விளங்கும்.

'புலி பார்த்து ஒற்றிய களிற்றிரை பிழைப்பின், எலி பார்த்து ஒற்றாதாகும் (புறம் 237)' என்ற உறுதியோடு வாழ்ந்தவர் இவர். பொருட் செறிவும் உள்ளத் தெளிவும் அமையச் சிறந்த செய்யுட்களைச் செய்தவர். வறுமையினும் தான் பெற்ற பிள்ளையை 'மறப்புலி உரைத்தும் மதியங்காட்டியும்' தேற்றும் தாயைக் காட்டும் இவரது செய்யுளால் இவர் குடும்பம் முதற்கண் வறுமையில் உழந்து வாடிய நிலையும் அதுகாலையும் பொறுமையோடு மக்களைப் பேணிய இவர் மனைவியது குடும்பப் பண்பும் விளங்கும்.

பெருந்தலைச் சாத்தனார் 151,164,165, 205, 209, 294

அகநானூற்றுள் இரண்டும், நற்றிணையுள் ஒன்றும் இவர் பாடிய பிற செய்யுட்கள். இவர் சாத்தனார் என்னும் பெயரினர்; பெருந்தலை என்பது தலைமை காரணமாக வந்த பெயராகலாம். தென்னவன் மறவனான கோடைப்பொருநனைப் பற்றி அகநானூற்றுச் செய்யுளுள் (13) இவர் மிகவும் அருமையாக எடுத்துக் கூறுகின்றார். மணலில் தலைவனின் தேர் ஒலியோடு வருதலை நயமாக, திரிமரக் குரலிசை கடுப்ப, வரிமணல் அலங்குகதிர்த் திகிரி யாழி போழ வருங்கொல் தோழி' என (அகம் 224) உவமித்தவர் இவர். கருவிளையின் மலர் காற்றிலாடுவதனை, 'ஆடுமயிற் பீலியின் வாடையொடு துயல் வர' என்றும் நயமாகக் கூறுவர். 'ஆடு நனி மறந்த' எனத் தொடங்கும் இவரது புறப்பாட்டு, இவரது வறுமை நிலையை விளக்கும். 'மன்னா உலகத்து மன்னுதல் குறித்தோர், தம் புகழ் நிறீ இத் தாம் மாய்ந்தனரே, என்னும் வாக்கு இவரதே யாகும் (புறம் 165). 'முற்றிய திருவின் மூவராயினும் பெட்பின்றி ஈதல் யாம் வேண்டலம்' என்பது, வறுமையினும் செம்மைமிக்க இவரது பண்பை உணர்த்தும் (புறம் 205).

பெரும் பதுமனார் 199

பதுமனார் என்பது இவர் பெயர்; பெருமை இவரது கல்வி நலத்தால் ஏற்பட்டது. குறுந்தொகையின் ஏழாவது செய்யுளும் நற்றிணையின் 2,109 ஆம் செய்யுட்களும் இவர் செய்தவாக வழங்கும். 'ஆரியர் கயிறாடு பலகையிற் கால் பொரக் கலங்கி' என்னும் வாக்கு (குறு7) இவரை ஆரியக் கூத்தருள் ஒருவர் எனக் காட்டும். இவ்வாறே காதலனைப் பிரிவுத் துயரால் நலியும் தலைவியது நிலையினை 'இம்மென இசைக்கும் வாடை இருள்கூர் பொழுதில் துளியுடைத் தொழுவில், துணிதல் அற்றத்து, உச்சிக் கட்டிய கூழை ஆவின் நிலையை (நற் 109) உவமானமாகக் காட்டுவர் இவர். இதனால் ஆக்களைப் பேணிக் காக்கும்

தன்மையை நன்கு அறிந்தவரும் இவராகலாம்.ஆலமரத்தைக் 'கடவுள் ஆலம்' என்பதனால், இவர் கல்லால நீழலின்கீழ் நால்வருக்கு அறமுரைத்த சிவபிரானை வழிபடும் மரபினர் ஆகலாம்.

பேய்மகள் இளவெயினியார் 11

இவர் பேயுருவத்தோடு நின்று பாலைபாடிய சேரமான் பெருங்கடுங்கோவைப் பாடியவர். இளவெயினியார் என்பது இவரது குடிப்பெயர். இளமையிலேயே இறந்து, பின் பேய்வடிவினைப் பெற்றனர் போலும், சேரமானின் மறத்திறத்தையும் கொடைத் திறத்தையும் இவர் போற்றிப் பாடியுள்ளனர். 'ஒவ்வொருவரும் இவனைப் பாடிப் பரிசில் பெற்றனர்; ஆயின் யானோ காணற்கு இயலாப் பேயுருவினளாதலின் யாதும் பெற்றிலேன்' என்று இரங்குவதுபோலப் பாடல் அமைந்திருப்பதையும் கவனிக்கவும்.

பேராலவாயார் 247, 262

இவரை மதுரைப் பேராவாயார் எனவும் உரைப்பர். ஆலவாயார் என்னும் பெயரோடு விளங்கும் இவரது இயற்பெயர் தெரிந்திலது. அகநானூற்று *88, 296* ஆம் செய்யுட்களும் நற்றிணையின் *51,361* ஆம் செய்யுட்களும் இவர் பெயரான் வழங்கும். பூதப்பாண்டியன் தேவி பெருங்கோப் பெண்டு தீப்பாய்ந்த காட்சியை இவரது செய்யுள் *(247)* மிக உருக்கமாக எடுத்துக் கூறுகின்றது 'குடுமி நெற்றி நெடுமரச் சேவல் தலைக்குரல் விடியல்' *(அகம் 87)* என வைகறை பற்றிக் கூறுவது சிறப்பானது. கொற்கைப் பொருநனான நெடுந்தேர்ச் செழியனின் கூடல்வளத்தையும் இவர் அழகாகப் பாடியுள்ளனர் *(அகம் 296)*. இவருடைய செய்யுட்களுள் இனிய காட்சிகள் பல மிகச்சுவையோடு பொருள் விளக்க எழுத்தாளப்பட்டிருக்கும் சிறப்பைக் காணலாம்.

பேரி சாத்தனார் 125, 198

வடமவண்ணக்கண் பேரிசாத்தனார் எனவும் இவர் பெயர் காணப்படும். அகநானூற்றுள் 5 குறுந்தொகையுள் 5 நற்றிணையுள் 8 செய்யுட்களையும் செய்தவர் இவர். கடலலையின் ஒலிக்கு முழவின் ஒலியை உவமித்த சிறப்பால் 'பேரி' என்னும் அடைமொழி பெற்றவர். இவரது இயற்பெயர் சாத்தனார் என்பது; வண்ணக்கண் என்பது அரச கருமத்துள் ஒன்று. 'கூவுங்கண்ணது எம் ஊர்' என நாட்டுப் பேச்சு வழக்கைத் தம் செய்யுளில் அமைத்துள்ளனர் *(அகம் 83)*. இவருடைய குறிஞ்சித்திணைச் செய்யுட்கள் மலைவளத்தினது மாண்பை

மிகமிக நன்றாக எடுத்துக் காட்டுவன. காதலரது கலந்த உறவைப் பல்படை நிவந்த வறுமையின் சேக்கைப் பருகுவன்ன காதலொடு திருகி, மெய்புகுவன்ன கைகவர் முயக்கத்து ஓருயிர் மாக்கள்' *(அகம் 305)* என இனிமையாக உரைத்தவர் இவர். கடலும் கானலும் தோன்றும் நிலையை இரவும் நிலவும் போல என உவமித்துள்ளனர் *(குறு 18)*. பொங்கு பிசிர் முழவிசைப் புணரி எழுதரும் உடைகடற் படப்பை எம் உறைவு இன் ஊர்க்கே' என உவமித்துள்ளனர்*(நற் 67)*. வில்லெறி பஞ்சிபோல மல்குதிரை வளிபொருவயங்கு பிசிர் பொங்கும் *(நற் 299)* எனப் பஞ்சு கொட்டுதலை எடுத்துக் காட்டி உவமித்துள்ளனர். 'பருத்திப் பெண்டின் பனுவல் அன்ன'என *(புறம் 125)* மீண்டும் பஞ்சு கொட்டுதலை உவமித்தனர். தேர்வண் மலையனைப் பாடிய செய்யுள் அவனது மறமேம்பாட்டை நன்கு விளக்கும் *(புறம்.125)* பாண்டியன் இலவந்திகைப் பள்ளித் துஞ்சிய நன்மாறனைப் பாடிய செய்யுள், கருத்தாழமும் சொன்னயமும் கொண்டதாகும். அவனை வாழ்த்தும் வாழ்த்தில் இவரது புலமைத்திறம் தெற்றெனப் புலப்படும் *(புறம் 128)*.

பேரெயின் முறுவலார் 229

முறுவலார் என்னும் இவர் பேரெயில் என்னும் சோழநாட்டு மூதுரைச் சேர்ந்தவர் ஆவர். எப்போதும் முறுவலோடு திகழ்ந்தமை காரணமாக முறுவலார் எனப் பெற்றனர் ஆகலாம். இவர் நம்பி நெடுஞ்செழியனைப் பாடிய இச்செய்யுளுள் அவனது இறப்பால் நொந்து போயின தம் மனநிலையை நன்கு காட்டுகின்றனர். அவனுடைய மேம்பாடுகள் அனைத்தும் நம் கண்முன் நிழலாடும் படி செய்து விடுகின்றார். இவருடைய குறுந்தொகைச் செய்யுள் *(17)* 'காமம் காழ்க் கொளின் ஆடவர் எதற்கும் துணிவர்' என்பதனை நன்றாக விளக்குவதாகும்.

பொத்தியார் 217, 220, 221, 222, 223

கோப் பெருஞ்சோழனின் உயிர்த்தோழர்களுள் இவரும் ஒருவர். பிசிராந்தையின் நட்பை வியந்து பாடிய செய்யுள் மிகவும் சிறப்பு வாய்ந்தது ஆகும். சோழனை இழந்த உறையூர் மன்றத்தைக் கண்டதும் கண் கலங்கி நின்றார் இவர். 'மகபெற்ற பின் வா' எனச் சோழனால் இருத்தப் பெற்று அவ்வாறே சென்று பின்னர் வந்து வடக்கிருந்து உயிர்துறந்த சிறப்பினர் இவர். சோழனின் நடுகல்லைக் கண்டு இவர் பாடிய கையறுநிலைச் செய்யுட்கள் கன்மனத்தையும் கனிவிப்பன.

பொய்கையார் 48, 49

இவற்றுடன் நற்றிணை 18ஆம் செய்யுளும் இவர் பெயரான் வழங்கும். இவர் சேரமான் கணைக்கால் இரும்பொறையின்

நண்பராக விளங்கியவர். மூவனின் வலியை அழித்த அவன் மறச்செயலை இவர் குறிப்பிடுகின்றார் (நற் 18). சேரமான் கோக்கோதை மார்பனைப் பாடிய செய்யுட்கள் இவை. இவை அவனது சிறப்பையும் அவன் நாட்டு வளத்தையும் உரைக்கின்றன. இவர் ஊர் தொண்டி என்பது 'கள்நாறும்மே கானலம் தொண்டி; அஃது எம் ஊரே' என்பதனால் அறியப்படும் (புறம் 48) சோழன் செங்கணானால் சிறைப்படுத்தப் பெற்றிருந்த கணைக்காலிரும் பொறையை மீட்கக் கருதி அவன்மேற் களவழி நாற்பது என்னும் நூலைச் செய்தவர். ஆனால் அச் சேரமானோ உண்ணும் நீர் கேட்டுக் காலம் தாழ்த்திப் பெற்றபோது உண்ணாது உயிர் துறந்தவன். அஃதறிந்து ஆராத் துயரத்தில் ஆழ்ந்தவர் இவர் என்பர். இவர் பாடியனவாக யாப்பருங்கல விருத்தி, பன்னிரு பாட்டியல் என்னும் நூல்களுட் சில சூத்திரங்களும் காணப் பெறுகின்றன. பொய்கைப் புறமாக இவரது இல்லமிருந்தது பற்றி இப் பெயரைப் பெற்றனர் போலும்; அல்லது பொய்கை போன்ற நிறைந்த அடங்கிய அறிவினராதலின் இப் பெயரைப் பெற்றனர் எனவும் கருதலாம்.

பொருந்தில் இளங்கீரனார் 83

அகநானூற்றுள் பாலைத்திணைச் செய்யுட்களாக விளங்குவன இரண்டும் (19, 351) இவரது புலமைச்செறிவைக் காட்டுவன வாகும். 'இளங்கீரன்' இவர் பெயர்; பொருந்தில் இவரது ஊர். பெயர் கீரர் குடியினராதலின் ஏற்பட்டது. பிரிந்துறையும் தலைவன் தன் நெஞ்சுக்குச் சொல்லியதாக வரும் அகச் செய்யுட்கள் தலைவரின் உளப்பாங்கை நன்றாகப் புலப் படுத்துவன. 'அழல் அகைந்தன்ன அங்குழைப் பொதும்பில் எனக் கூறிய (அகம் 315) நயம்பற்றிப் பொதும்பில் இளங்கீரனார் எனப் பெற்றனர் என்பாரும் உளர். சேரமான் மாந்தரஞ் சேரல் இரும்பொறையைப் பாடிய இச் செய்யுளில் கபிலரது சிறப்பையும் இவர் போற்றிப் புகழ்கின்றனர். அவர் காலத்துக்குப் பின்னரும் இருந்தவர் இவரென்பது இச் செய்யுளால் விளங்கும்.

பொன்முடியார் 299, 310, 312

இவர் சேரமான் தகடூர் எறிந்த பெருஞ்சேரல் இரும் பொறையின் காலத்தவர். தகடூர் யாத்திரை என்னும் நூலிலும் இவர் செய்தனவாகச் சில செய்யுட்களைக் காணலாம். குதிரை மறத்தை விளக்கும் இவரது செய்யுள் மிக்க செறிவு உடையது ஆகும்(புறம் 299). 'ஈன்று புறந்தருதல்' என்னும் செய்யுள் அக்காலத் தமிழர் சமுதாயத்தின் கடமை உணர்வைக் காட்டுவதாகும்.

மதுரை அளக்கர் ஞாழலார் மகனார் மள்ளனார் 388

மதுரையைச் சார்ந்த அளக்கர் ஞாழலாரின் மகனார் இவர்; மள்ளனார் இவர் பெயர்; மறவர் குடியினர். அகநானூற்றுள் 5 குறுந்தொகையுள் 2 நற்றிணையுள் 3 செய்யுட்களும் செய்தவர். இவருடைய செய்யுட்கள் உவமை நயம் மிக்கனவாகும். கொல்லிமலை சேரனுக்கு உரியதென்பது இவராற் கூறப்படும். சிறுகுடிகிழான் பண்ணனின் சிறப்பை இச்செய்யுள் காட்டுகின்றது (புறம் 388). விசும்பின் ஏறெழுந்து முழங்கினும், மாறு எழுந்து சிலைக்கும் கடாஅ யானை கொட்கும் பாசறைப் போர் வேட்டு எழுந்த மள்ளர் கையதை, கூர்வாட் குவிமுகம் சிதைய நூறி மானடிமருங்கிற் பெயர்த்த குருதி, வானமீனின் வயின் வயின் இயம்ப' (அகம் 144) என மள்ளரின் போராண்மையை நயமுடன் உரைத்ததனால் இப் பெயர் பெற்றனராதலும் பொருந்தும்.

மதுரை அறுவை வாணிகன் இளவேட்டனார் 329

அகநானூற்றுள் ஆறும், குறுந்தொகையுள் ஒன்றும் நற்றிணையுள் நான்கும் இவர் பாடிய பிற செய்யுட்கள். இவர் அறுவை வாணிகம் செய்து வந்தவர். இவருடைய அகப்பாட்டுக்கள் செறிவான இலக்கிய நயம் வாய்ந்தவை ஆகும். 'உரைசால் நெடுந்தகை ஓம்பும் ஊர்' என்று அதன் சிறந்த காவன் மேம்பாட்டையும் இவர் மிகவும் தெளிவாக எடுத்துக் கூறுவர்.

மதுரை இளங்கண்ணிக் கௌசிகனார் 309

'கௌசிகன்' என்னும் பெயரினர் இவர்; மதுரையில் வாழ்ந்தவர்; 'இளங்கண்ணி' என்பது மதுரையின் ஒரு பகுதியாக இருக்கலாம்; அன்றி 'முதுகண்' என்பதுபோல ஒரு பதவியாகவும் இருக்கலாம் என்பர். பகைவரைத் தன் தோற்ற மாத்திரத்தானே அஞ்சச் செய்து வென்றி கொள்ளும் பேரொளி கொண்டான் ஒரு மாமறவனை இச்செய்யுளில் இவர் நமக்கு அறிமுகப்படுத்துகின்றனர். அவன் பாசறைக் கண் உள்ளான் என்று அறிந்ததுமே, பகைவர் அஞ்சிக் கலங்கி ஓடத் தொடங்குவர் என்கின்றனர்.

மதுரை ஓலைக்கடைக் கண்ணம்புகுந்தார் ஆயத்தனார் 350

இவர் மதுரைக்கண் ஓலைக்கடை என்னும் பகுதியில் இருந்தவர் ஆகலாம். 'கண்ணம் புகுந்தார் ஆயத்தனார் என்னும் சொற்கள் மகளிர் ஆயத்துள் பலராலும் கண்டு காதலித்துப் போற்றுமளவு எழிலும் ஆற்றலும் கொண்டிருந்தவர் எனக் காட்டும் காரணப் பெயர். ஒரு தலைவனின் மகளை வேட்டு வந்தோர், தந்தை மறுப்பினும் போரிட்டாவது அவளை அடையாமற் போகமாட்டார் என்று கூறுகின்றார் இச்செய்யுளில்.

மகளிரது கடைசிவந்த கண்களுக்கு 'வடிவேல் எஃகிற் சிவந்த உண்கண்' என்று உவமித்துக் கூறும் நயத்தைக் காண்க.

மதுரைக் காணக்காயனார் 330

மதுரைக்கண் ஆசிரியத் தொழிலோராக இருந்தவர் இவர். நக்கீரனாரின் தந்தையார். மாற்றாரது மண்டி வரும் பெரும்படையினைத் தானே தமியனாக நின்று தடுத்து நிறுத்திப் 'பெருங்கடற்கு ஆழி அனைய' னாக விளங்கிய ஒரு மாவீரனை இச் செய்யுளால் நமக்குக் காட்டுகின்றார் இவர். அகநானூற்றுள் மூன்றும் நற்றிணையுள் ஒன்றும் இவர் செய்தபிற செய்யுட்கள். 'மறப்போர்ப் பாண்டியர் அறத்திற் காக்கும் கொற்கையும் பெருந்துறை முத்தின் அன்ன நகைப் பொலிந்து இலங்கும் எயிறு'; வேந்தமர்க் கடந்த வென்றி நல்வேல்; குருதியொடு துயல் வந்தன்ன நின் அரிவேய் உண்கண்' (அகம் 27); பலர் புகழ் திருவிற் பசும்பூண் பாண்டியன்; பல் செருக் கடந்த செல்லுறழ் தடக்கைக் கெடா அ நல்லிசைத் தென்னன், முத்துப்படு பரப்பின் கொற்கை முன்றுறை'' எனவரும் இவரது சொற்கள் இவரது புலமைச் செறிவையும் நாட்டுப் பற்றையும் நன்றாகக் காட்டுவன ஆகும்.

மதுரைக் கணக்காயனார் மகனார் நக்கீரனார்

இவரைப்பற்றிய குறிப்புக்களை நக்கீரனார் என்னும் தலைப்பின் கீழ்க் காண்க. இவர் வரலாறு விரிவானது; பழந்தமிழர் வரலாற்றின் பொற்கால வரலாறாக அமைவது.

மதுரைக் கள்ளிற் கடையத்தன் வெண்ணாகனார் 316

இச் செய்யுளையும் அகநானூற்று 170ஆம் செய்யுளையும் செய்தவர் இவர். மதுரையைச் சார்ந்தவர்; 'கள்ளிற் கடையத்தம்' மதுரையின் ஒரு பகுதியாகலாம். 'கள்ளில் ஆத்திரையனார்' என்னும் புலவரின் பெயரும் இதனைக் காட்டும்; சோணாட்டு ஊர் இதுவென்பாரும் உளர். 'நாகன் ' இவர் பெயர்; வெண்மை மேனிவண்ணம் பற்றியது. 'காக்கை கனவு காணும்' எனும் நயமாக உரைப்பவர் இவர் (அகம் 170). 'கள்ளின் வாழ்த்திக் கள்ளின் வாழ்த்தி' எனத் தொடங்கும் இச் செய்யுளால் இப் பெயரடை பெற்றனர் எனலும் பொருந்தும். வல்லாண் முல்லைத் துறைச் செய்யுளான இது பொருட்செறிவு கொண்டதாகும்.

மதுரைக் கூலவாணிகன் சீத்தலைச் சாத்தனார்

சீத்தலைச் சாத்தனார் என்னும் தலைப்பினைப் பார்க்கவும்.

மதுரைத் தமிழக் கூத்தனார் 334

'ஆரியக் கூத்து' 'தமிழ்க் கூத்து' என வழங்கிய இருவகைப் பண்டைக் கூத்துள் தமிழக் கூத்தாற் பெயர் பெற்றவர் இவர்.

இவருக்குக் கடுவன் மள்ளனார், நாகன் தேவனார் என்னும் இரு புதல்வர்களும் இருந்தனர்; அவர்களும் புலமையாற் சிறந்து விளங்கினர். இச்செய்யுள் பலவிடங்களிற் சிதைந்துள்ளது. இல்லறத்தாருள் தலைவனும் தலைவியுமாகிய இருவருமே இரவலரைப் பேணும் பெருஞ்சிறப்பினராகத் திகழ்ந்த செய்தியை இவர் செய்யுளால் அறியலாம்.

மதுரை நக்கீரர்

நக்கீரனார் என்னும் தலைப்பினைக் காண்க.

மதுரைப் படைமங்க மன்னியார் 351

மாற்றாரது படை மங்குமாறு பொருது வென்றதன் மாண்பினாலே இப்பெயரை பெற்றனர் எனலாம். எயினனுக்கு உரியதான வாகைப் பட்டினத்தின் சிறப்பினை இவர் கூறுகின்றனர். மகளைத் தர மறுத்துநின்ற ஒரு தலைவனது ஊரைச் சுற்றி முற்றுகையிட்டனர்; களத்தில் வென்று அவளைக் கொள்வேம் எனத் துணிந்தனர்; அந்த நிலையை நினைந்து 'பணை நல்லூர் என்னாவது கொல்?' என்று வருந்திப் பாடுகின்றார் இவர்.

மதுரைப் பேராலவாயர்

பேராலவாயர் என்னும் தலைப்பின் கீழ்க் காண்க.

மதுரைப் பூதன் இளநாகனார் 276

மதுரையைச் சார்ந்த பூதன் என்பாரின் மகனார் இவர். இளநாகனார் இவர் பெயர். பகைவருடைய பெரும் படையினைத் தான் ஒருவனாக நின்று கலக்கிய ஒரு மாவீரனது செயலை வியந்து 'மடப்பால் ஆய் மகள் வள்ளுகிர்த் தெறித்த குடப்பாற் சில்லுறை போலப் படைக்கு நோய் எல்லாம் தான் ஆயினனே' என்று கூறியுள்ளார் இவர்; சிறந்த உவமை இது.

மதுரை வேளாசான் 305

மதுரைக்கண் இருந்த வேளிர் குடியினருள் ஒருவர்; ஆசிரியத் தொழில் செய்து வந்தவர். பார்ப்பன வாகைத் துறையாக அமைந்த செய்யுள் இது. பார்ப்பான் தூது உரைத்துச் சென்ற சொல்லாட்சித் திறனை இச் செய்யுள் பாராட்டுகின்றது.

மருதன் இளநாகனார் 52, 55, 133, 139, 349

இவர் மதுரைக்கண் இருந்தவர்; மதுரை மருதன் இளநாகனார் எனவும் கூறப்பெறுபவர். அகநானூற்றுள் 23; கலித்தொகையுள் மருதம் பற்றிய செய்யுட்கள் 35; குறந்தொகையுள் 4; நற்றிணையுள் 12 ஆகியவும் இவர் பாடியனவாகக் காணப்பெறும். மருதத் திணைச் செய்யுட்கள் செய்வதில் இவர் வல்லவர். இறை

யனார் அகப்பொருளுக்கு உரை இயற்றியவருள் இவரும் ஒருவர். பாண்டியன் இலவந்திகைப் பள்ளித் துஞ்சிய நன்மாறனையும் நாஞ்சில் வள்ளுவனையும் இவர் பாடியுள்ளனர். "செந்தில் நெடுவேள் நிலைஇய காமர் வியன்துறைக் கடுவளி தொகுப்ப ஈண்டிய வடுவாழ் எக்கர் மணலினும் பலவாக வாழிய' என இவர் நன்மாறனை, வாழ்த்துகின்றார். இதனால் குமரனுக்கும் 'நெடுவேள்' என்னும் பெயர் உண்டென்று அறிகின்றோம். கலிகெழு கடவுள் கந்தங் கைவிடப் பலிகண் மாறிய பாழ்படு பொதியில் நரை மூதாளர் நாயிடங் குழிந்த வல்லின் நல்லகம்' எனக் (புறம் 56) கூறும் இவரது சொற்கள் அக் காலத்துப் பொதியிலையே நம் கண்முன் கொணர்ந்து நிறுத்துவனவாம். 'அறநெறி முதற்றே அரசின் கொற்றம், அதனால் நமரெனக் கோல் கோடாதும், பிறர் எனக் குணங் கொல்லாதும் ஓர் அரசன் விளங்கவேண்டும் என்று அறிவுறுத்துகின்றார் இவர் (புறம் 55). ஒரு கன்னியை அவளைப் பெற்றோர் தர மறுத்தலால், வந்தோர் போரிட அவ்வூரே அழிந்ததனை 'மரம்படு சிறுதீப்போல அணங்காயினள் தான் பிறந்த ஊர்க்கே' (புறம் 339) என்று கூறியவர் இவர். பரங்குன்றத்து முருகனை அந்துவன் பாடிய சிறப்பையும் இவர் வாணனது சிறப்பையும் இவர் குறித்துள்ளனர். பரசுராமர் செல்லூர்க்கண் யாகஞ் செய்த செய்தியை இவர் கூறுகின்றனர் (220). இவர் செய்யுட்கள் இயற்கை எழிலையும் மக்களது வாழ்வியலையும் சுவையாக எடுத்துக் காட்டும் ஒப்பற்ற ஓவியங்கள் ஆகும். ஏதிலாளன் கவலை கவற்ற ஒரு முலை அறுத்த திருமாவுண்ணி ' செய்தியைக் கூறியவரும் இவரே(நற் 216).

மாங்குடி மருதனார் 24, 26, 335, 372, 396

இவரை மதுரைக் காஞ்சிப் புலவர் எனவும் மாங்குடி கிழார் எனவும் உரைப்பர். தலையாலங்கானத்துச் செருவென்ற நெடுஞ்செழியனையும் வாட்டாற்று எழினியாதனையும் இவர் பாடியுள்ளனர். நெடுஞ்செழியன்மீது மதுரைக் காஞ்சி பாடியவர் இவரே. அகநானூற்றுள் ஒன்றும் குறுந்தொகையுள் மூன்றும் நற்றிணையுள் இரண்டும் இவர் பெயரான் வழங்கும் பிற செய்யுட்கள்.

'பொய்யறியா வாய்மொழியால் புகழ் நிறைந்த நன் மாந்தரொடு நல்லூழி அடிப்படரப் பலவெள்ளம் மீக்கூற உலகம் ஆண்ட உயர்ந்தோர்' எனப் பாண்டியன் மரபினரை இவர் கூறுவர். இவருடைய மதுரைக் காஞ்சிப் பாட்டு அக்காலத்தைய மதுரைமா நகரத்தின் சிறப்பையும் செவ்வியையும் பழந்தமிழ் மக்களின் வாழ்க்கை அமைதிகளையும் மிகத் தெளிவாக எடுத்துக்

கூறுவதாகும். 'நின் பகைவரும் தவஞ்செய்தார்; நினக்கு எதிரிட்டு வந்து களத்தே வீழ்ந்துபட்டு, உயர்நிலையுலகம் பெற்றனர் அன்றோ' என்று நெடுஞ்செழியனின் மறமாண்பை வியந்து பாடியவர் இவர்.

மார்க்கண்டேயனார் 365

இவர் செய்த இச்செய்யுளின் கருத்தமைதி இவரைச் சாவின்றி வாழ்பவரான மார்க்கண்ட முனிவர் என்று காட்டுவதாகக் கொள்வர். இச் செய்யுள் பெருங்காஞ்சித் துறைச் செய்யுட்களுள் தலைசிறந்த செய்யுள் ஆகும்.

மாறோக்கத்து நப்பசலையார் 37, 39, 126, 174, 226, 280, 383

கொற்கை சார்ந்த மாறோக்கம் என்னும் பகுதியைச் சார்ந்தவர்; பெண்பாலர். மகளிர்க்கு வந்தடையும் பசலை நோயை நயமுறக் கூறியதால் இப் பெயரைப் பெற்றனர் என்பர். இவராற் பாடப் பெற்றோர் சோழன் குளமுற்றத்துத் துஞ்சிய கிள்ளிவளவனும் மலையமான் திருமுடிக்காரியும் அவன் மகன் சோழியவேனாதி திருக்கண்ணனும் கபிலரும், அவியனும் ஆவர். கிள்ளி வளவனின் உயிரைக் கூற்றமும் 'பாடுநர் போலக் கைதொழுது ஏந்தி இரந்து பெற்றிருத்தல் வேண்டும்' என்று அவனிறந்தகாலைப் பாடியவர் இவர். இது அவனது மேம்பாட்டை நன்கு விளக்குவதாகும். கணவனை இழந்த இல்லத்தரசியின் கூற்றாக விளங்கும் செய்யுள் *(280)* மிகவும் திட்பம் வாய்ந்ததாகும்.

மாற்பித்தியார் 151,252

இவர் பெண்பாலர். தலைவன் ஒருவன் இவரைக் காதலித்துக் கைவிட்டுப் பின் துறவறம் பூண்டனன். அந்த நிலையை எண்ணிக் கலங்கியவராகச் செய்த செய்யுட்கள் இவை.

முரஞ்சியூர் முடிநாகராயர் 2

இவர் பெயருடையார் ஒருவர் தலைச்சங்கத்தில் வீற்றிருந்தனர் என்று இறையனாரகப் பொருள் உரையால் அறிகின்றோம். அவர் வேறு; இச் செய்யுளைப் பாடியவர் வேறு. இவர் பெருஞ்சோற்று உதியஞ்சேரலாதனைப் பாடியவர். ஐம்பெரும் பூதத்து இயற்கையைச் சேரனது ஆற்றலுக்கு இணைத்துக் காட்டிப் போற்றியவர் இவர். பாரதப் போரில் அனைவரும் வீழ்ந்துபடப் பெருஞ்சோற்று மிகுபதம் கொடுத்தவன் இவன் என்று இவர் கூறுகின்றனர். 'சிறுதலை நவ்விப் பெருங்கண் மாப்பிணை அந்தி அந்தணர் அருங்கடன் இறுக்கும் முத்தீவிளக்கிற்றுஞ்சும் பொற்கோட்டு இமயமும் பொதியமும் என்று இவர் கூறுவர். இதனால் வடவிமயம் முதலாகத் தெற்கண் பொதியத்து வரையும்

முனிவர்களும் அவர்களது தவமுயற்சிகளும் அக்காலத்தே நிகழ்ந்து வந்தன என்று அறியலாம்.

மோசி கீரனார் 50,154, 159, 186

அகநானூற்று 392, குறுந்தொகையின் 59,84 நற்றிணையின் 342 என்பவற்றையும் பாடியவர் இவர். 'மோசி' இவரது ஊரின் பெயர்; தென்பாண்டிச் சீமைக்கண் உள்ள தொண்டை நாட்டிலும் 'மோசூர்' என்றொரு சிற்றூர் உளது. இவர் கீரர் குடியினர். சேரமான் தகடூர் எறிந்த பெருஞ்சேரல் இரும்பொறையையும், கொண்கானங் கிழானையும், பாடியவர் இவர். உறையூர் ஏணிச்சேரி முடமோசியார் என்பாரது பெயரைக் கருதுமிடத்து 'மோசி' என்பதே பெயராகவும் இருக்கலாம் என்று கூறுவாரும் உளர். 'தாதுசெய் பாவை யன்ன தையல் மாதர் மெல்லியல் மடநல்லோள்' எனத் தலைவியை நயமுடன் வருணிப்பவர் இவர் (அகம்.392) ஆய் வேளின் பொதியில் வளத்தையும் இவர் போற்றுவர் (குறு 84). இவர் முரசு கட்டிலில் துஞ்சக் கவரி வீசிய காவலனைப் போற்றிப் பாடிய செய்யுள் இரும்பொறையின் தமிழிதயச் சால்பைச் சிறப்புற விளக்குவதாகும். 'நெருஞ்சிப் பூச் சுடரின் சுடரினை எதிர் கொள்ளும்' என்று கூறுவர் இவர் (புறம் 155). அரசனே உலகுக்கு உயிராவான் என்ற அறநெறியை விளக்கும், 'நெல்லும் உயிரன்றே' என்னும் ஒப்பற்ற புறச்செய்யுளை (புறம் 184) ச் செய்தவரும் இவரே.

மோசி சாத்தனார் 272

இவர் சாத்தனார் என்னும் பெயரினர். மோசி இவரது ஊராகலாம். செருவிடை வீழ்தல் துறையாக இவர் பாடிய இச் செய்யுள், நொச்சித் தழையை நடுவாக வைத்து நயமுறப் பாடப் பெற்றிருப்பதாகும்.

வடநெடுந் தத்தனார் 179

இவர் பெயர் வட நெடுந் தத்தனார் எனவும் வழங்கும். நாலை கிழவன் நாகன் என்னும் மறமேம்பாட்டாளனை இச் செய்யுளால் இவர் நமக்குக் காட்டுகின்றனர்.

வடமவண்ணக்கண் தாமோதரனார் 172

இவர் வடநாட்டிலிருந்து வந்து, தமிழகத்தில் வாழ்ந்து, தமிழ் கற்றுப் பெரும் புலவராக விளங்கியவர். 'வண்ணக் கண்' என்பது நாணய பரிசோதனை அலுவல். அதனைப் பார்த்தவர் இவர் எனலாம். இவராற் பாடப் பெற்றோன் பிட்டங் கொற்றன் என்பான் ஆவன். இவன் சேரரது ஆட்சிக்கு உட்பட்டிருந்த

குறுநிலத் தலைவருள் ஒருவன் என்பதனையும் இச்செய்யுளால் அறியலாம்.

வடமவண்ணக்கண் பேரிசாத்தனார்
பேரிசாத்தனார் என்னும் தலைப்பின் கீழ்க் காண்க.

வடமோதங் கிழார் 260
இச் செய்யுளையும் அகநானூற்று 317ஆம் செய்யுளையும் செய்தவர் இவர். இளவேனிற் காலத்தின் வரவினை மிகவும் அழகாகக் கூறுகின்றது இவரது அகப்பாட்டு.

வன்பரணர் 148, 149, 150, 152, 153, 255
இவர் பரணர், நெடுங்கழுத்துப் பரணர் என்பாரினும் வேறானவர். கண்டீரக்கோப் பெருநற் கிள்ளியையும் வல்வில் ஓரியையும் பாடியவர். கண்டீரக் கோவின் பெருந்தகைமையை மிகவும் அழகாக ஓவியப்படுத்திக் காட்டும் இவரது செய்யுள் (புறம் 150) மிகுந்த பொருட் செறிவு உடையதாகும்.

வான்மீகியார் 358
இவர் 'வான்மீகம்' என்னும் பெயரைப் பெற்றவர். புற்றுக் கவிந்து மூடும் அளவுக்குக் கடுந்தவர் இயற்றிவர். இச் செய்யுள் தவநெறியின் சிறப்பை எடுத்துக் கூறுகின்றது.

விரிச்சியூர் நன்னாகனார் 292
இவர் விரிச்சியூரினர்; இதனை விரிஞ்சிபுரம் என்று கருதுவர். வீரன் ஒருவனது தறுகண்மையை இச் செய்யுளில் மிகவும் அழகாக எடுத்துக் கூறியுள்ளனர் இவர்.

விரியூர் நக்கனார் 332
இவர் விரியூரினர். நக்கனார் இவர் பெயர். ஒரு வீரனது மறமாண்பை நயமாகக் கூறியுள்ளார் இவர்.

வீரை வெளியனார் 320
வீரை என்பது ஊரின் பெயர். வெளியனார் இவர் பெயர். வீரவ நல்லூர், வீராபுரம் என 'வீரை' என்ற பெயரிற் பல ஊர்கள் இக்காலத்தும் தமிழகத்தில் உள்ளன. ஒரு தலைவனுடைய இல்லக்கிழத்தி மனையறம் காக்கும் மாண்புச் செவ்வியை இச் செய்யுள் அருமையாக நமக்கு எடுத்துக் காட்டுகிறது.

வெண்ணி குயத்தியார் 66
'வெண்ணி' என்னும் ஊரிற் குயக்குடியில் தோன்றிய பெண்பாலர் இவர். சோழன் கரிகாற் பெருவளத்தானை இவர் பாடியுள்ளனர். 'புறப்புண் நாணி வடக்கிருந்த சேரன்' நின்னினும்

நல்லன்' என்று பாடும் இவர் தமிழரின் மறமாண்பை நமக்கு உணர்த்துகின்றனர்.

வெள்ளெருக்கிலையார் 233, 234

இவர் வேள் எவ்வியைப் பாடியுள்ளனர். அவன் இறந்த பின்னர் அவனுடைய பிரிவுக்கு இரங்கிப் புலம்புவாராக இவரியற்றிய செய்யுட்கள் மிக்க உருக்கந் தருவனவாகும்.

வெள்ளைக்குடி நாகனார் 35

இச் செய்யுளையும் நற்றிணையுள் *158,196* ஆம் செய்யுட்களையும் செய்தவர் இவர். இவராற் பாடப் பெற்றோன் சோழன் குளமுற்றத்துத் துஞ்சிய கிள்ளிவளவன் ஆவான். ஆட்சியாளர் உலகைக் காக்கவேண்டிய பொறுப்பை இச் செய்யுள் மிகவும் தெளிவாக எடுத்துக் கூறுகின்றது. 'மாரி பொய்ப்பினும்' வாரி குன்றினும் இயற்கை அல்லன செயற்கையின் தோன்றினும் காவலர்ப் பழிக்கும் கண்ணகன் ஞாலம்' என்ற நியதியை எடுத்துக் காட்டியவர் இவர்.

வெள்ளைமாளர் 296

இவர் பாடிய இச் செய்யுள் ஏறாண் முல்லைத் துறையினை நன்கு விளக்குவது ஆகும்.

வெறிபாடிய காமக் கண்ணியர் 317, 302

இவர் பெண்பாற் புலவருள் ஒருவர். தெய்வமேற்று வெறியாடலை அழகுறப் பாடியதனால் இப் பெயரைப் பெற்றவர் ஆகலாம். அகநானூற்று *22,98;* நற்றிணையின் *268*ஆம் செய்யுட்களையும் செய்வர்.

வேம்பற்றூர்க் குமரனார் 371

இவர் வேம்பற்றூரினர்; இவ்வூர் பாண்டி நாட்டது. 'குமரன்' என்னும் முருகப்பிரானது பெயரைக் கொண்டவர். அகநானூற்று *157* ஆம் செய்யுளும் இவர் பெயரான் வழங்கும்.

ஆசிரியர் பெயர்காணாப் பாடல்கள் 244, 256, 257, 297, 307, 323, 327, 328, 333, 339, 340, 355, 361

புறநானூற்றுச் செய்யுட்களுள் பாடப்பட்டோர் வரலாறு

(எண்-செய்யுள் எண்)

அகுதை 233, 347

இவன் மதுரை நகரத்தில் இருந்தவன்; பாண்டியர் படை மறவருள் ஒருவன்; இன்கடுங் கள்ளின் அகுதை களிற்றொடு

நன்கலன் ஈயும் நாள்மகிழ் இருக்கை' என வரும் அகநானூற்றுச் செய்யுட்குறிப்பால் இதனை அறியலாம். இவனைப் பாடிய புலவர்கள் கபிலர், கல்லாடனார், பரணர், மருதம் பாடிய இளங்கடுங்கோ வெள்ளெருக்கிலையார் முதலியோர் ஆவர். 'மணம் நாறு மார்பின் மறப்போர் அகுதை, (புறம் 347) என இவனது மறமாண்பினைச் சிறப்பித்துக் கூறியுள்ளார். பாண்டியருக்குப் போரிட்டு எவ்வி என்னும் தலைவனை வென்றவன் இவன். அவனுக்குரிய நீடூரையும் மிழலையையும் கைப்பற்றியவன். இவனது நாடு நெய்தலஞ் செறுவின் வளங்கெழு நன்னாடு(அகம் 113) எனக் குறிக்கப் பெற்றிருப்பதனால் அது கடற்கரை நாடாக ஆகின்றது. ஆகவே இவன் வாழ்ந்த கூடற்பட்டினம் கடற்கரையூர் என்பதனையும், பாண்டியரது கோநகராகிய மதுரையன்று என்பதனையும் அறிதல் வேண்டும். ஆய் எயினனின் மகளிர்கள், அவன் நன்னன் பொருட்டுப் பொருது இறந்தகாலத்துப் பட்ட துயரத்திற்கு ஆற்றாது, மிஞிலியை வென்று அவர் துயரைப் போக்கியவன் இவன். மீண்டும் இவனுக்கு ஒரு சமயம் துயரம் நேர்ந்தபோது, கோசர்கள் இவனுக்குத் துணையாக அமைந்து இவனைக் காத்தனர் (அகம் 113). இவன் சோழர்குடி நங்கையைப் பற்றியும் அகநானூற்றுள் (96) காணலாம். அவள் பெயரும் இவன் பெயரும் ஒன்றாக இருப்பது கொண்டு மயங்குதல் கூடாது.

அதியமான் தகடூர் பொருது வீழ்ந்த எழினி 230

இவன் அதியமான் குடும்பத்தைச் சார்ந்தவன். அதியமான் நெடுமானஞ்சியின் மகனான பொகுட்டெழினி வேறு; இவன் வேறு. இவனைப் பாடியவர் அரிசில் கிழார். இவன் தகடூர்ப் போரிலே வீழ்ந்துபட்ட காலத்து அரிசில் கிழார் பாடிய கையறுநிலைச் செய்யுள் இது. இதன்கண் இவனைப் பிரிந்ததனால் வாடிய சுற்றத்தின் அவலமிகுதியைக் கூறுவதுடன் 'வீழ்குடி உழவன் வித்து உண்டாங்கு கூற்றுவன் இவனுயிரைத் தன் அறியாமையால் உண்டனன்' எனவும் கூறுகின்றனர். அத்துணை மறமாண்பும் கொடை மாண்பும் பண்பு மேம்பாடும் கொண்டோனாக விளங்கியவன் இவன்.

அதியமான் நெடுமான் அஞ்சி 87, 95 - 97 - 101, 102 - 4, 158, 206, 208, 231 - 2, 235, 310, 315, 390

இவன் தகடூரிலிருந்து அரசாண்டவன்; குதிரை மலைத் தலைவன்; மழவர் கோமான்; கரும்பைத் தமிழ் நாட்டிற்குக் கொணர்ந்தோரின் வழிவந்தவன். உண்டோரை நெடுங்காலத்துக்கு உயிர் வாழ்ந்திருக்கச் செய்யும் தன்மையுடையதும் மிகமிக

அரிதாகவே கிடைப்பதுமான கருநெல்லிக் கனியைப் பெற்று அதனைத் தானுண்ணாது தண்தமிழ்ப் பெருமாட்டியாகிய ஔவைப் பெருமாட்டிக்குக் கொடுத்துப் புகழ்பெற்றவன். சேரர் குடும்பத்தைச் சார்ந்தவன். வள்ளல்களுள் ஒருவனான மலையமானைச் சோழர் துணையோடு வென்று புகழ் பெற்றவன். மற்றும் பலரையும் வென்று தன் மறமேம்பட்டால் பலரும் பொறாமை கொள்ளும் அளவுக்கு வாழ்ந்தவன் ஔவையார், பரணர், பெருஞ்சித்திரனார். பொன் முடியார், அரிசில் கிழார் என்னும் புலவர் பெருமக்கள் இவனைப் போற்றிப் பாடியுள்ளனர். இவனுடைய பெருகி வந்த புகழால் இவனை ஒழிக்கக் கருதியோர் பலர். அவருள் சேரமான் தகடூர் எறிந்த பெருஞ்சேரல் இரும்பொறை என்பான் இவனை வென்று தகடூரையும் அழித்தனன். தகடூர்ப் பெரும்போர் அந்நாளைத் தமிழகத்தையே பெரிதும் கலக்கியது "தகடூர் யாத்திரை" என்னும் ஒரு நூலே எழுவதற்கு காரணமாயிருந்தது. இவன் மிக்க வலிமையாளன் என்பதனை மிகவும் தெளிவாக, 'ஒருநாள் எட்டுத்தேரைச் செய்யும் தச்சன் ஒரு மாத முற்றும் கருதிச் செய்யப்பட்டதொரு தேர்க்காலை ஒப்பவன்' என்பார் ஔவையார்.'முழவுத் தோள் என்னை' எனவும் 'எழுமரம் கடுக்கும் தாள் தோய் தடக்கை, வழுவில் வன்கை மழவர்' பெரும' எனவும் பலவாறாகப் போற்றிப் பாடுவர் ஔவையார். 'நீல மணிமிடற்று ஒருவன் போல மன்னுக பெரும' என்று வாழ்த்தினார் ஔவையார்; அவர் வாக்கு பொய்யா வாக்கு. அதியனின் புகழ் என்றும் நின்று நிலவும். தகடூர் யாத்திரை என்னும் எம் நூலினுள் இவன் வரலாற்று விரிவைத் தெளிவாகக் காண்க.

அதியமான் நெடுமானஞ்சியின் மகன் பொகுட்டெழினி 96, 120, 392

இவன் கொடையும் வென்றியும் ஆகிய சிறப்புக்களை உடையவன். இவனைப் பாடியவர் ஔவையார்.'நெடியோய்! திங்கள் நாள்நிறை மதியத்து அனையை; இருள் யாவணதோ நின் நிழல் வாழ்வோர்க்கே?' என்று*(103)* இவனைப் போற்றுவர் ஔவையார். இவனுடைய போர் மறத்தையும் இவரே பாடியுள்ளனர். இதனால் தகடூரேது அழிவுக்குப் பின்னர் இவன் மீளவும் தன் நாட்டைப் புகழுடன் செப்பனிட்டு ஆண்டுவந்தவன் என்பது விளங்கும்.

அந்துவஞ் சாத்தன் 71

இவன் ஒல்லையூர் தந்த பூதப்பாண்டியனது நண்பர்களுள் ஒருவன்; அந்துவன் மகனாகிய சாத்தன் என்று அறியலாம்.

உரைசால் அந்துவஞ் சாத்தன்' என்று கூறும் பூதப்பாண்டியனது வாக்கு. இவனது புகழார்ந்த பெருநிலையைக் காட்டும்.

அந்துவன் கீரன் 359

அந்துவனின் மகனாகிய கீரன் என்பான் இவன்; இந்த அந்துவன் யாவன் எனத் தெரியவில்லை. பூதப்பாண்டியனால் போற்றப்பெற்ற அந்துவஞ் சாத்தனின் சகோதரனாக இவனைக் கொள்ளலாம் என்பர். காவட்டனாரின் இச் செய்யுள் இவனைப் பிறருக்கு உதவி இசையோடு விளங்குமாறு அறிவுறுத்துகின்றது. 'களிறும் தேரும் பரிசிலர்க்கு தருக' என்பதிலிருந்து இவன் ஒரு சிற்றரசனாக விளங்கியவன் என்பதும் அறியப்படும்.

அம்பர்கிழான் அருவந்தை 385

'அம்பர்' என்னும் ஊரினன் இவன்; வேளாண் குடியிற் பிறந்தவன். சோணாட்டைச் சார்ந்தவன். இவன் பெரிய நிலப்பரப்புக்கு உரியவனாகவும் தன்னை வந்து இரந்தாருக்கு வரையாது வழங்கிய புகழோனாகவும் திகழ்ந்தவன். இவனைப் பாடியவர் கல்லாடனார் ஆவர். ஆதலால் இவனையும் தலையாலங் கானத்துச் செருவென்ற நெடுஞ்செழியனின் காலத்தவன் என்று கூறலாம்.

அவியன் 583

இவன் ஒரு குறுநிலத் தலைவனாக விளங்கியவன் 'கான்கெழு நாடன்; கடுந்தேர் அவியன்' என இவனைக் குறிக்கின்றனர் மாறோக்கத்து நப்பசலையார் என்பவர். ஆகவே, காட்டு நாட்டைச் சார்ந்தவன் என்று கருதலாம். மாறோக்கம் கொற்கைப் பகுதியைச் சார்ந்த ஒரு பகுதி. இவனும் அப்பகுதியைச் சார்ந்தவன் என்பர் சிலர். அது பொருந்து மாறில்லை. சோழன் குளமுற்றத்துத் துஞ்சிய கிள்ளிவளவனும் மலையமான் திருமுடிக்காரியும் இவன் காலத்தவராவர். இனிக் 'கள்ளில்'என்னும் ஊருக்கு உரியவனான அவியன் ஒருவனைக் காவிரிப்பூம்பட்டினத்துக் காரிக் கண்ணனார் பாடியுள்ளனர். அது திருமுனைப்பாடி நாட்டுப் பகுதியைச் சார்ந்தது. அப் பகுதி ஊரினனே இவன் என்று கருதுதல் பொருந்தும். இவனைப் போன்ற இவனைப் போன்றே இவன் மனைவியும் சிறந்த புகழுடன் திகழ்ந்தவள் 'கற்புடை மடந்தை தற்புறம் புல்ல, மெல் அணைக் கிடந்தோன்' என்று இவனைப் போற்றுவதனால் அதனை அறியலாம்.

ஆதன் அழிசி 71

இவன் ஒல்லையூர் தந்த பூதப்பாண்டியன் நண்பருள் ஒருவன். அவனால் நன்கு மதிக்கப் பெற்றவன். ஆதன் என்பவனின் மகன்

ஆகலாம். கோசர் குலத் தலைவருள் ஒருவனுடைய பெயர்'ஆதன் எழினி' எனக் காணப்படுகின்றது (அகம் 216). இவனும் அவனும் உடன் பிறந்தாராக இருக்கலாம்; இது ஆராய்தற்குரியது. ஆர்க்காட்டுத் தலைவனாக ஒருவனை நக்கண்ணையாரும் பாடியுள்ளனர்.

ஆதனுங்கன் 175, 189

இவன் வேங்கடமலைப் பகுதிக்கண் ஒரு குறுநிலத் தலைவனாக விளங்கியவன். இவனைப் பாடியவர் கள்ளில் ஆத்திரையனார் என்பவர். இக்கள்ளில் திரு முனைப்பாடி நாட்டுப் பகுதியைச் சார்ந்தது என முன்னர்க் கூறினோம். இவன் சிறந்த அறவாளனாக விளங்கியவன்; இதனை இச் செய்யுட்களால் அறியலாம்.

ஆந்தை 71

இவன் ஒல்லையூர் தந்த பூதப்பாண்டியனது நண்பர்களுள் ஒருவன். வேறு செய்திகள் தெரிந்திலது. வெற்றிவேற் செழியனின் காலத்தவன் ஆகலாம். இவன் எயில் என்னும் கோட்டைக்கு உரியவனாகக் கூறப்படுகின்றான். எயிற் பட்டினம் பாண்டிய நாட்டு ஊர்களுள் ஒன்று.

ஆமூர் மல்லன் 80

இவன் முக்காவல் நாட்டு ஆமூரைச் சார்ந்தவன்: மற்றொழிலில் வல்லவன்; இவனைப் பொருது கொன்றவன் உறையூர் தித்தனின் மகனாகிய போர்வைக் கோப்பெருநற் கிள்ளி என்பவன். இவனது அழிவைப் பாடியவர் சாத்தந்தையார் என்னும் புலவர் ஆவர்.

ஆய் அண்டிரன் 127 - 36, 135, 240, 241, 374 - 5

இவன் வேளிருள் கொடையால் மேம்பட்ட தலைவர்சிலருள் ஒருவன்; பொதியில் மலைப்பகுதித் தலைவனாக விளங்கியவன். இரவலர்க்குக் கொடுத்து மகிழும் சிறந்த பண்பாளன். 'நீலநாகம் கலிங்கம், ஆலமர் செல்வற்கு அமர்ந்தனன் கொடுத்த' சிறப்பினன் நல்கிய உறையூர் ஏணிச்சேரி முடமோசியார், உமட்டூர் கிழார், மகனார் பரங்கொற்றனார், துறையூர் ஓடை கிழார், குட்டுவன் கீரனார், காவிரிப்பூம்பட்டினத்துக் காரிக்கண்ணனார், பரணர், பெருஞ் சித்திரனார், இடைக்கழி நாட்டு நல்லூர் நத்தத்தனார் முதலிய சான்றோர்கள் இவன் கொடையை வியந்து பாராட்டிப் பாடியுள்ளனர். இவனுடைய மறமாண்பும் வியத்தற்குரியது. அதனை 'ஆயின் மழை தவழ் பொதியில் ஆடுமகள் குறுகலாமேயன்றிப் பீடுகெழு மன்னர் குறுகல் அரிதாகும்' எனக் கூறப்படுவதனால் அறியலாம். 'தென்திசை ஆய்குடி இன்றாயிற் பிறழ்வது மன்னா இம் மலர்தலை உலகே' என இவன் குடியின் சிறப்பாலேயே உலகம் நிலை பெறுகின்றது என்றும் போற்றுவர்

(132). 'இம்மைச் செய்தது மறுமைக்கு ஆம் எனும் அறநிலை வாணிகன் ஆய் அலன் (135)' என்பது இவனுடைய கொடை மரபிற்குச் சிகரமாக விளங்குவதாகும்.

இயக்கன் 71

இவன் பூதப் பாண்டியனது நண்பர்களுள் ஒருவன். பெயர்க் காரணம் தெரிந்திலது. 'இயக்கர்' என்னும் இனத்தானாகவோ அல்லது களத்தே அயராது இயங்கும் இயக்கத்தானாக விளங்கியதனாலோ இப்பெயரைப் பெற்றவனாகலாம்.

இருங்கோவேள் 201 - 202

இவன் பழைதான வேளிர் குடியினருள் ஒருவன் 'புலி கடிமால்' என்னும் பெயரையும் கொண்டவன். வேள் பாரி மறைந்த பின்னர் அவன் மகளிரைக் கபிலர் இவன்பால் அழைத்துச் சென்று, 'அவரை மணந்து அவருக்கு வாழ்வளிக்குமாறு வேண்டவும் அதற்கிசையாது மறுத்தவன் இவன். சிற்றரையும்பேரரையும் என்னும் கோட்டைகளுக் குரியவன். கரிகாற் பெருவளத்தானால் வெற்றிக்கொள்ளப் பெற்றவருள் இவனும் ஒருவன். தலையாலங்கானப் பெரும் போரில் நெடுஞ்செழியனோடு பொருது தோற்றோடியவருள் ஒருவனும் இவன் ஆவான். கழா அத் தலையாரை இகழ்ந்து அவரால் பழிக்கப் பெற்ற குடியினன். இவனை எவ்வி பரம்பரையினன் எனவும் இவன் மரபினரே பிற்கால ஹோய்சாளர்கள் எனவும் உரைப்பார்கள்.

இளங் கண்டீரக்கோ 151

இவன் கண்டீரக்கோப் பெருநள்ளி என்னும் வள்ளலின் இளவல் ஆவான். பெருந்தலைச் சாத்தனார் இவன் குடிச் சிறப்பைப் பாராட்டியுள்ளனர். இவன் நண்பன் இளவிச்சிக் கோ என்பவன் ஆவான்.

இளங்குமணன் 165

இவன் குமண வள்ளலின் இளவல்; அவன்பாற் பகைகொண்டு அவனைக் காடுபோக்கி அவன் நாட்டைத் தான் கைக் கொண்டவன்; பெருந்தலைச் சாத்தனாரால் பின்னர்த் தெளிவுற்றுத் தன் முன்னோனின் பெருநிலையைப் போற்றிப் பகையொழிந்து திருந்தியவன்.

இளந் தத்தன் 47

ஒரு புலவர்; சோழன் நலங்கிள்ளியிடத்திருந்து உறையூர்க்குச் சென்ற காலத்து, ஒற்றுவந்தானென்று காரியாற்றுத் துஞ்சிய

நெடுங்கிள்ளியால் கருதிச் சிறையிடப்பட்டுக் கோவூர் கிழாரின் முயற்சியால் உயிர் தப்பியவர்.

இள விச்சிக்கோ 151

இவன் விச்சிக்கோவின் இளவல்; இளங் கண்டீரக் கோவின் நண்பன். இளவச்சிரக்கோ எனவும் இவன் பெயர் வழங்கும். இவன் பெண்கொலை புரிந்த நன்னனின் மரபிலே தோன்றியவன். ஆதலின் பழிகொண்ட குடியைச் சேர்ந்த வனாகச் சான்றோராற் பாடப்பெறாது விடுக்கப்பட்டவன்.

இள வெளிமான் 207, 237

இவன் வெளிமானின் இளவல். கொடைக் குணத்தை இவன் போற்றாதவன். அதனால் பெருஞ்சித்திரனாரால் அவமதித்துப் பாடப்பெற்ற பழியினைப் பெற்றவன்.

ஈர்ந்தூர்க்கிழான் தோயன் மாறன் 180

இவன் வேளாண் குடியினன்; அரசனுக்குப் படைத்துணை நின்றவன். தன் செல்வங்களைப் பிறருக்கு உதவுதலில் இன்பங் கண்டவன்; இவனைப் பாடியவர் கோனாட்டு எறிச்சிலூர் மாடலன் மதுரைக் குமரனார் ஆவார்.

எயினன் 351

இவன் வாகைப் பட்டினத்துக்கு உரியவன்; சிறந்த கொடையாளி; மதுரைப் படைமங்க மன்னியாராற் பாடப்பெற்றவன்; பரணராலும் புகழப்பெற்றவன். ஆய் எயினன் என்பானும் இவனும் ஒருவனே என்பர். பறவைகள்பால் அன்புடையவன். இவன் மிஞிலியோடு பொருது புண்பட்டு வீழ்ந்தபோது பறவையினம் சிறகராற் பந்தரிட்டு இவனைக் காத்தன(அகம்148. 181) போராற்றலில் முருகனைப் போன்றவன் இவன் என்பர். இவன் குடிப்பிறந்த 'நல்லினி' என்பாள், சேரமான் பெருஞ்சோற்று உதியன் சேரலாதனின் மனைவியாவாள்.

எவ்வி 24, 202, 233

இவன் மிழலைக் கூற்றத்தின் தலைவன்; கடற்கரைக் கண்ணதான 'நீழல்' என்னும் ஊருக்கு உரியவன். மாங்குடி கிழார், கபிலர், வெள்ளெருக்கிலையார் குடவாயிற் கீரத்தனார் முதலியோராற் பாடப்பெற்றவன், 'ஓம்பாஈகை மாவேள் எவ்வி' என இவனது பேராற்றலைச் சான்றோர் கூறுவர். இவன் வேளிர் குடியைச் சார்ந்தவன். இவன் இறந்த பின்னர், இவன் பெருமையைப் பாடியவர் வெள்ளெருக்கிலையார் ஆவர்.

எழினி 158, 230

இவன் கடையேழு வள்ளல்களுள் ஒருவன்; கூவிளம் கண்ணியை உடையோன்; குதிரைமலை இவனுடையது என்பர் இதனால் இவன் அதியமானின் முன்னோர்களுள் ஒருவன் எனவும், மழவர் குடியினன் எனவும், கருதலாம். தலையாலங்கானப் போரிலே தோற்று வீழ்ந்தவருள் இவனும் ஒருவன் என்றும் கூறப்படுகின்றது. 'மத்தி' என்பவன் சோழனின் ஏவலின்படி இவனைக் கொன்றதாகவும் இவன் பற்களைப் பறித்துவந்து வெண்மணி வாயிற் கோட்டைக் கதவிற் பதிந்து வைத்ததாகவும் கூறுவர்(அகம் 211). 'ஊராது ஏந்திய குதிரைக் கூர்வேற் கூவிளங் கண்ணிக் கொடும்பூண் எழினி' என இவனைக் கூறுவர், பெருஞ் சித்திரனார் (புறம் 158). இவனைத் தகடூர் பொருது வீழ்ந்த எழினி எனவும் கூறுவர் (புறம் 230). அதியமானின் மகனான பொகுட்டு எழினி வேறு; இவன் வேறு என்பர்.

ஏறைக்கோன் 157

இவன் குறவர் குடியிலே தோன்றியவன்; மலை நாட்டுப் பகுதி ஒன்றை ஆண்டுவந்த குறுநில மன்னன்; காந்தட்பூ மாலையை அணிபவன். இவனைப் பாடியவர் குறமகள் இளவெயினியார் ஆவர். இவனுடைய தகுதி மேம்பாடுகளை இச்செய்யுள் நன்றாக எடுத்துக் கூறுகின்றது. 'வேந்துடை அவையத்து ஓங்குபு நடத்தலும்' என்பதனால் மூவேந்தருள் ஒருவருக்கு உட்பட்டவன் இவன் என்பதும் விளங்கும். சேரர் படைத்தலைவருள் ஒருவனாகக் கருதப்படுகின்றவனும் குடவாயிற் கீரத்தனாரால் அகத்துள் (44) குறிக்கப் படுவோனுமான ஏற்றை என்பான் இவனாகலாம் என்பாரும் உளர்.

ஏனாதி திருக்கிள்ளி 167

இவன் சிறந்த கொடையாளியாகவும் போர் மறவனாகவும் திகழ்ந்தவன். கோனாட்டு எறிச்சலூர் மாடலன் மதுரைக் குமரனார் இவனைப் பாடியுள்ளனர். 'ஏனாதி' என்பது அரசகருமத் தலைவருள் சிறந்தார்க்கு அளிக்கப்பட்டதொரு சிறப்புப் பெயர்; அதனைப் பெற்றவன் இவன். இவனது மறமேம்பாட்டை இச்செய்யுள் விளக்கமாகவும் அருமையாகவும் எடுத்துரைக்கின்றது. சோழிய ஏனாதி திருக்குட்டுவனும் சோழன் குராப்பள்ளித் துஞ்சிய பெருந்திருமா வளவனும் சேரமான் குட்டுவன் கோதையும் இவன் காலத்திருந்தவர்களாவர்.

ஒல்லையூர்கிழார் மகன் பெருஞ்சாத்தன் 242, 243

இவன் ஒல்லையூர் வேளாண்குடியிற் பிறந்து சிறந்த மறமாண்பினனாகவும் கொடையாளியாகவும் திகழ்ந்தவன். குடவாயிற் கீரத்தனார், தொடித்தலை விழுத்தண்டினார் முதலியோர் இவனைப் பாடியுள்ளனர். இவன் கங்கன், கட்டி போன்றோர் காலத்தவன். 'ஒல்லையூர்' என்றது, ஒலிய மங்கலத்தினை; இது கோனாட்டிலுள்ளது 'வல்வேற் சாத்தன்' மாய்ந்த பின்றை, முல்லையும் பூத்தியோ ஒல்லையூர் நாட்டே என்று கேட்டு வருந்துகின்றார் புலவர் குடவாயிற் கீரத்தனார் *(242).*

ஓய்மான் நல்லியக் கோடன் 176,376

இவன் ஓய்மானாட்டை ஆண்டு வந்த ஒரு குறுநிலத்தலைவன். கடையேழு வள்ளல்களின் காலத்திற்குப் பிற்பட்டுப் பெருங் கொடையாளியாக விளங்கியவன் இவன். ஓய்மான் வில்லியாதன், ஓய்மான் நல்லியாதன் என்போர் இவன் குலத்து முன்னோராக விளங்கினர். இடைக்கழி நாட்டு நல்லூர் நத்தத்தனாரும் நன்னாகனாரும் இவனைப் பாடிய புலவர்களாவர். எயிற்பட்டினம், ஆமூர், வேலூர், கிடங்கில் என்னும் ஊர்கள் இவனுக்கு உரியனவாயிருந்தன. இடைக் கழி நாட்டு நல்லூர் நத்தத்தனாரின் சிறுபாணாற்றுப்படைக்குரிய பாட்டுடைத் தலைவன் இவனே. இவனுடைய சிறப்புக்களை அதனுட் கண்டு போற்றுக.

ஓய்மான் வில்லியாதன் 379

இவன் மாவிலங்கையின் தலைவனாக விளங்கியவன்; ஓய்மான்களின் மரபிலே தோன்றியவன். இவனைப் பாடியவர் புறத்திணை நன்னாகனார் ஆவர். புன்னாட்டுக்கு வடக்கிலுள்ள அருவா நாடும் அருவா வடதலை நாடும் ஆகிய பகுதியே மாவிலங்கை எனவும் அதன் தலைவன் இவன் எனவும் உரைப்பர். 'குறும்படு குண்டகழ் நீண் மதில் ஊர்' இவனது கோநகர் என்று கூறப்படுகின்றது. கரும்பனூர் கிழான் காலத்தவன் இவன் என்பதும் அறியப்படும்.

கடிய நெடு வேட்டுவன் 205

இவன் வேடர்கள் தலைவனாகவும் தமிழின்பம் துய்க்கும் ஆர்வத்தினனாகவும் பெருங் கொடையாளியாகவும் விளங்கியவன். பகைவர்களை அழிக்கும் பெருவல்லமையும் உடையவன். கோடை என்னும் மலைக்குத் தலைவன் என்பதனை, 'வெள்வீ வேலிக் கோடைப் பொருந' என வருவதனால் அறியலாம். இவனைப் பாடியவர் பெருந்தலைச்

சாத்தனார். அவர் குமணன், இளவிச்சிக்கோ, மூவன் முதலியோரைப் பாடியவர். அதனால் இவனையும் அவர்கள் காலத்தினனாகக் கருதலாம். இவரது அகநானூற்றுச் செய்யுள் *(அகம் 13)* 'வள்வாய் அம்பிற் கோடைப் பொருநன் பண்ணி தைஇய பயங்கெழு வேள்வி' பற்றிக் குறிப்பிடுகின்றது. இதனால் இவன் பெயரைப் 'பண்ணி' என்று கருதுதலும் பொருந்தும் எனலாம். இருவரையும் வேறானவராகக் கொள்ளலும் கூடும். இஃது ஆய்தற்கு உரியது.

கண்டீரக்கோப் பெருநள்ளி 148 - 50, 151, 158

இவன் கடையேழு வள்ளல்களுள் ஒருவன். தோட்டி மலைக்கும், அதனைச் சார்ந்த பகுதிகட்கும் உரியனவனாக விளங்கியவன். இவனைப் பாடியவர்கள் வன்பரணரும் பெருந்தலைச் சாத்தனாரும் ஆவர். மற்றும் கபிலர், காக்கை பாடினியார். நச்செள்ளையார், பரணர், பெருஞ்சித்திரனார் ஆகியோராலும் பாடப் பெற்றவன். 'உள்ளி வருநர் உலைவு நனிதீரத் தள்ளாது ஈயும் தகைசால் வண்மைக் கொள்ளார் ஓட்டிய நள்ளி*(158)*' என இவன் சிறப்பு போற்றப்படுகின்றது. *150* ஆவது செய்யுள் இவனை மிகமிக அருமையாக நமக்கு ஓவியப்படுத்திக் காட்டுகின்றது. காட்டிடத்தேயே இரவலர்க்கு உணவும் மார்பிற் கிடந்த ஆரமும், முன்கைக் கடகமும் தந்து உபசரித்தவன் இவன். "எந்நாடோ?" என நாடும் சொல்லான்; 'யாரீரோ?' எனப் பேருஞ் சொல்லான்'' என்று இவனது சிறந்த பண்பை வியக்கின்றார் புலவர். புகழ் வேண்டாத பெருங்கொடையாளி இவன்.

கண்ணகி 143-7

இவள் வையாவிக் கோமான் பேகனின் மனைவியாவாள். அவனால் ஒரு காலத்தே துறக்கப்பட்டு அதனால் பெரிதும் வாடி நலிந்தவள். இவள் நலிவைப் போக்குதற்கு உதவியவர்கள் கபிலர், பரணர், அரிசில்கிழார், பெருங்குன்றூர் கிழார் போன்ற பெருந்தமிழ்ச் சான்றோர்களாவர். ஒரு வள்ளலது இல்லத்து உறவில் களங்கம் ஏற்பட்ட போது புலவர்கள் அதனைப் போக்கப் பெரும்பாடுபட்டனர் என்று காட்டுவதற்காகவே இச் செய்யுட்களைப் புறநானூற்றுள் தொகுத்தனர் போலும். 'நின்னும் நின் மலையும் பாட, இன்னாது, இகுத்த கண்ணீர் நிறுத்தல் செல்லாள்; முலையகம் நனைப்பவிம்மி, குழல் இணைவதுபோல், அழுதனள் பெரிதே' என்று இந்த அம்மையின் பிரிவுத்துயரத்தை ஓவியமாக்கிக் காட்டுகின்றார் கபிலர். 'கலிமற் கலாவங் கால்குவித்தன்ன ஒலிமென் கூந்தற் கமழ்புகை கொளீஇத், தண்கமழ் கோதை புனைய, வண்பரி நெடுந்தேர் பூண்க நின்

மாவே' என்று கூறும் அரிசில்கிழார் இவள் நீராடாதும் பூச்சூடாதும் பொலிவிழந்து வாடியிருந்த நிலையை எடுத்துக் கூறுகின்றார். 'நெய்யோடு துறந்த மையிருங் கூந்தல்' என்று கூறுகின்றார் பெருங்குன்றூர் கிழார். இவ்வாறு கற்பறம் பேணிச் சான்றோர் பேகனது மனத்தை மாற்ற மீண்டும் அவனைப் பெற்றுமகிழ்ந்த பெருமாட்டி இவள்.

கந்தன் 380

கருவூர்க் கதப்பிள்ளை என்னுஞ் சான்றோர் நாஞ்சில் வள்ளுவனைப் பாடிய இச் செய்யுளில் இவனைப் பற்றிப் பாடுகின்றார். 'தீஞ்சுளைப் பலவின் நாஞ்சிற் பொருநன் நட்பெதிர்ந் தோர்க்கே அங்கை நண்மையன்; துப்பெதிர்ந் தோர்க்கே உள்ளாச் சேய்மையன்; வல்வேற் கந்தன்' என்கிறார். இதனால் இவனே நாஞ்சிற் பொருநன் என்னும் நாஞ்சில் வள்ளுவன் என்று கொள்வார் சிலர். சிலரோ இவனை அவனது முன்னோன் எனக் கருதுவர்.

கபிலர் 53,126,174

இவர் பெரும்புலவருள் ஒருவர்; இவர் வரலாற்றின் சிறு குறிப்பைப் பாடினோர் வரலாற்றுப் பகுதியிற் காணலாம். அச் செய்யுட்களுள் பொருந்தில் இளங்கீரனார் என்பவர் தாம் மாந்தரஞ்சேரல் இரும்பொறையைப் பாடிய செய்யுளில் 'செறுத்த செய்யுட் செய் செந்நாவின் வெறுத்த கேள்வி விளங்கு புகழ்க் கபிலன்' என *(53)* இவரைப் போற்றுகின்றனர். 'புலன் அழுகற்ற அந்தணாளன்' என்கிறார் நப்பசலையார் *(126)*; பொய்யா நாவிற் கபிலன் *(174)* எனவும் அவர் மீண்டும் போற்றுகின்றார். இவ்வாறு பிற்காலப் புலவரும் போற்றிய சிறப்பினைப் பெற்ற தமிழ்ச்சான்றோர் இவர் ஆவர்.

கரிகால் வளவன் 7, 65 - 6 224

சோழன் கரிகாற் பெருவளத்தான் என்னும் தலைப்பினைக் காண்க.

கம்பனூர் கிழான் 381 - 384

இவன் வேங்கடமலை நாட்டைச் சாந்தவன். புறத்திணை நன்னாகனாராற் பாடப் பெற்ற சிறப்பினன். ஓய்மான் நல்லியக்கோடன் காலத்தவன். இரவலரை, 'நிணம் பெருத்த கொழுஞ் சோற்றிடை, மண் நாணப் புகழ் வேட்டு நீர் நாண நெய் வழங்கிப் புரந்தோன்' இவன் ஆவன் *(384)*

காரியாற்றுத் துஞ்சிய நெடுங்கிள்ளி 44-6, 47

இவன் சோழன் குடியினன்; உறையூரில் இருந்தவன்; சோழன் நலங்கிள்ளிக்குப் பகைவன். இவனை 'நெடுங்கிள்ளி' எனவும்

குறிப்பர். இவனைப் பாடியவர் கோவூர் கிழார் என்னுஞ் சான்றோர் ஆவர். ஆவூர்க் கோட்டையில் இவன் அடைத்திருந்த போது இவனை முற்றுகையிட்டு வெற்றி பெற முயன்றான் நலங்கிள்ளி(44). இவனும் நலங்கிள்ளியும் உடன் பிறந்தவர்கள் (45). இவன் முடிவில் காரியாற்றுப் போரிலே களத்தில் வீழ்ந்து மடிந்தான்.

கானப்பேரெயில் கடந்த உக்கிரப் பெருவழுதி 21,67

இவன் கானப்பேரெயிலுக்கு உரியவனாக வேங்கை மார்பனை வென்ற சிறப்பினன்; மிகச் சிறந்த தமிழ்ப்பற்று உடையவன்; கடைச்சங்கம் இரீஇய பாண்டியருள் ஒருவன். இவன் முன்னிலையிலேயேதான் திருக்குறள் அரங்கேற்றப் பெற்றது. எட்டுத் தொகையுள் ஒன்றான அகநானூற்றைத் தொகுப்பித்தோன் இவன். இவனைப் பாடியவர்கள் ஐயூர் மூலங்கிழாரும் ஔவையாரும் ஆவர். சேரமான் மாவெண்கோவும், சோழன் இராசசூயம் வேட்ட பெருநற்கிள்ளியும் இவனும் நட்புடன் வாழ்ந்து வந்தனர்.

குமணன் 158 - 165

இவன் முதிரமலைக்குத் தலைவனாக விளங்கியவன். வந்தோர்க்கு வரையாது வாரி வழங்கிப் புகழ்பெற்ற பெருவள்ளல். தம்பியால் நாடு கொள்ளப்பட்டுக் காடு பற்றியிருந்த காலத்தும் தன்னை வந்திரந்த பெருந்தலைச் சாத்தனார்க்குத் தன் தலையைக் கொடுத்தற்கு விரும்பி வாளைத் தந்த மேன்மைக் கொடையாளி இவன். இவனைப் பாடியோர் பெருந்தலைச் சாத்தனார் என்போராவர்.

கொண்கானங் கிழான் 154,155, 156

இவன் கொண்கான நாட்டின் தலைவனாக விளங்கியவன்! வேளாண் மரபினன்; இவனைப் பாடியவர் மோசி கீரனார் ஆவர். கொண்கானத்து நன்னன் என்னும் ஒருவனைப் பாலை பாடிய பெருங்கடுங்கோ குறிப்பிடுவர். அவன் சேரர்களது படைத்தலைவர்களுள் ஒருவனாக விளங்கியவன். இச்செய்யுட்களுள் கொண்பெருங்கானத்துத் தலைவனாகிய இவனது எறிபடைக்கு ஓடா ஆண்மையினையும் கொடைச் சிறப்பினையும் மோசிகீரனார் போற்றியுள்ளனர்.

கோச்சேரமான் யானைக்கட்சேய் மாந்தரஞ்சேரல் இரும்பொறை 17, 20, 22, 33, 125, 229

இவனைக் குறுங்கோழியூர் கிழாரும், கூடலூர் கிழாரும், பொருந்தில் இளங்கீரனாரும் பாடியுள்ளனர். இவன்

செங்கோன்மையாளனாகவும் வண்மையாளனாகவும் மறத்தகை யாளனாகவும் திகழ்ந்தவன். பாண்டியன் தலையாலங்கானத்துச் செருவென்ற நெடுஞ்செழியனோடு பொருது தோற்றுக்கட்டுப் பட்டுப் பின் மீண்டும் நாடாண்டவன். சோழன் இராசசூயம் வேட்ட பெருநற்கிள்ளியோடு போரிட்டவன். சேரமான் மாந்தரஞ் சேரல் இரும்பொறை எனவும் இவன் பெயர் வழங்கும். தொண்டி இவனுக்கு உரிய பட்டினம். விளங்கில் ஊரார்க்குப் பகைவரல் வந்துற்ற துயரைப் போக்கியவன். கபிலரின் நண்பனாக விளங்கியவன். அதனாற் பாரிவள்ளலின் காலத்தவன் எனலாம். முருகப் பெருமான் சூரனை வெல்வது குறித்துப் பிணிமுகம் என்னும் போர்க்களிற்றின் மீது அமர்ந்தவனாகச் சென்றனன். இவன் சென்ற காட்சியைக் கண்டு வியந்தவர் இவனையும் முருகனோடு ஒப்பிட்டு 'யானைக்கட்சேய்' என்பாராயினர் போலும். பாண்டியனிடமிருந்து இவன் முயற்சியோடு தப்பிச் சென்று மீளவும் அரசு கட்டிலேறிச் சிறந்த வரலாற்றைக் (17) குறுங்கோழியூர் கிழார் பாடியுள்ளனர். இவனது காவற் சிறப்பையும் இவர் பாடியுள்ளனர் 'ஐம் பெரும் பூதத்து இயற்கையை அளந்தறியினும் அறியலாம்; நின்னை அளந்து அறிபவர் யாவர்? அறிவும் ஈரமும் பெருங் கண்ணோட்டமும் உடையாய்' என்கின்றனர் புலவர் (20). இவனாற் காக்கப் பட்ட நாட்டைப் போல்வதொரு இன்பநலம் செறிந்த நாடு புத்தேளுலகத்தும் இல்லை' எனவும் போற்றுகின்றனர் (22). இவன் சோழனோடு பொருது தோற்ற காலையிற் சோழர்க்குத் தேர்வண் மலையன் துணையாக அமைந்து வெற்றி தேடித் தந்தான் என்பர் (125). 'இவன் இன்ன நாளில் துஞ்சுவன்' என அஞ்சி அவ்வாறே இவன் துஞ்சிய போது வருந்திப் பாடிய செய்யுளில் கூடலூர் கிழார், இவனை இழந்ததனால் நாட்டுக்குற்ற அவலத்தை எடுத்துக் கூறுகின்றனர் (229).

கோப்பெருஞ் சோழன் 67, 191, 212, 7, 219, 223

இவன் உறையூரிலிருந்து ஆட்சி நடத்திய சோழ மன்னருள் ஒருவன். இவனைக் கருவூர்ப் பெருஞ்சதுக்கத்துப் பூதநாதனார், நத்தத்தனார், பிசிராந்தையார், புல்லாற்றூர் எயிற்றியனார், பொத்தியார் முதலியோர் பாடியுள்ளனர். புலவர்களோடு மிகமிக நட்புரிமை கொண்டு பழகிய பெருந்தகையாளன் இவன். மறமாண்பும், தமிழ்ச் செறிவும், கொடைப் பண்பும் கொண்டவன். இவன் மக்கள் இவனுக்குப் பகைவராயினர். அவரைப் பொருது அழிக்க முனைந்த இவனைச் சான்றோர் தடுத்துத் துறவு நெறிக்குச் செலுத்த முயன்றனர். ஆயின் இவனோ, வடக்கிருந்து உயிர் விடத் துணிந்தான். இஃதறிந்த பிசிராந்தையார்

தாமும் பாண்டிய நாட்டிலிருந்து புறப்பட்டு வந்து உடனமர்ந்து உயிர் நீத்தனர். பொத்தியாரும் உயிர்விடத் துணிய 'நீ மகன் பிறந்த பின் வா' என்றான் இவன். அவ்வாறே அவரும் வந்து இவனது நடுகல்லருகே அமர்ந்து உயிர் துறந்தனர். இவன் வரலாறு விரிவானது.

சிறுகுடிகிழான் பண்ணன் 70, 173, 388

கொற்றங் கொற்றனார், கோவூர் கிழார், செயலூர் இளம்பொன் சாத்தன் கொற்றனார், சோழன் குளமுற்றத்துத் துஞ்சிய கிள்ளிவளவன், மதுரை அளக்கர் ஞாழார் மகனார் மள்ளனார் முதலியோராற் பாடப் பெற்றவன் இவன். இவனுடைய சிறுகுடி காவிரிக்கு வடகரையில் இருந்தது. 'வென்வேல் இலைநிறம் பெயர ஓச்சி, மாற்றோர் மலைமருள் யானை மண்டமர் ஒழித்த கழற்கால் பண்ணன்' என இவனது மறச்செறிவை உரைப்பர் (அகம் *177*). இவனைப் 'பசிப்பிணி மருத்துவன்' எனப்போற்றுகின்றான் கிள்ளிவளவன் *(173)*.

சேரமான் அந்துவஞ்சேரல் இரும்பொறை 13

இவன் சேரமான்களுள் இரும்பொறை மரபினருள் ஒருவன். உறையூர் ஏணிச்சேரி முடமோசியாரின் நண்பன் இவன். சோழன் முடித்தலைக் கோப்பெருநற்கிள்ளி இவனது வஞ்சியை முற்றுகையிடப் போரில் வென்று சிறப்புற்றவன். தன் நகரையே முற்றிய பகைவனையும் அவனுக்கு ஆபத்தான நிலையில் அழிக்க நினையாது காத்துப் போகவிட்டவன்.

சேரமான் கடலோட்டிய வேல்கெழு குட்டுவன் 369

இவனைப் பரணர் பாடினர்; இவன் குட்ட நாட்டுச் சேரர் குடியினன். ஐந்தாவது பதிற்றுப் பத்தின் தலைவன். அதனைப் பாடிய பரணருக்கு உம்பற்காட்டு வாரியையும் தன் மகன் குட்டுவன் சேரலையும் பரிசிலாக வழங்கியவன். கடல் பிறக்கோட்டிய சேரன் செங்குட்டுவனும் இவனும் ஒருவனே என்பர். 'செருச்செய் முன்பொடு முந்நீர் முற்றி ஓங்குதிரைப் பௌவம் நீங்க ஓட்டிய நீர் மாண் எஃகம்' என இவன் கடலிடத்துப் பொருது பகைவரை ஓட்டியதனை அகநானூறு கூறும் (அகம் *212*). 'தாழா ஈகைத் தகை வெய்யோய்' என்று பரணர் இவனைப் போற்றித் தமக்குப் பரிசில் தருமாறு வேண்டுகின்றனர் *(369)*.

சேரமான் கடுங்கோ வாழியாதன் 8, 14, 337

இவன் சேரருள் இரும்பொறை மரபினன்; இக்காலக் கோவைப் பகுதிக்கண் விளங்கிய கடுங்கோ நாட்டை ஆண்டு

வந்தவன். பதிற்றுப்பத்துள் ஏழாம் பத்தின் பாட்டுடைத் தலைவன். அதனைப் பாடிய கபிலருக்கு நூறாயிரம் காணமும் 'நன்றா' என்னும் மலையேறிக் கண்ட நாடும் பரிசிலாக வழங்கியவன். 'ஓடுங்கா உள்ளத்து ஓம்பா வீகைக் கடந்தாடு தானைச் சேரலாதன்' இவனாவான் (புறம் *8*). கபிலரோடு இவன் கொண்டிருந்த உரிமை நட்பின் செறிவு, 'மெல்லிய வாமால் நும் கை' என இவன் கேட்டதும் அவர் சொல்லிய செய்யுளால் விளங்கும் (புறம் *14*). இவன் வஞ்சிக்கண் அரசு வீற்றிருந்தவன்; வரையாது வழங்கியவன். இவனைக் 'கல்லென் பொருநை மணலினும் ஆங்கட் பல்லூர் சுற்றிய கழனி எல்லாம் விளையும் நெல்லினும் பலவான' ஆண்டுகள் வாழ்கவென வாழ்த்துகின்றார் குண்டுகட் பாலியாதனார் *(387)*. இவன் சிக்கற்பள்ளி என்னும் இடத்தில் இறந்து, புகழால் என்றும் இருப்பவன்.

சேரமான் கருவூரேறிய ஒள்வாட் கோப்பெருஞ்சேரல் இரும்பொறை 5

இவன் சேரருள் இரும்பொறை மரபினன்; கொங்கு நாட்டுக் கருவூரிலிருந்து அரசோச்சியவன்; வாள் மறத்தால் இணையற்றோனாகத் திகழ்ந்தவன். நரிவெரூஉத் தலையாருக்கு அவரது பழைய நல்லுடம்பைக் கிடைக்குமாறு செய்து அவரால் போற்றப்பெற்ற பெருமைக்கு உரியவன்.

சேரமான் கணைக்கால் இரும்பொறை 74

இரும்பொறை மரபைச் சார்ந்த சேரருள் இவனும் ஒருவன். கணைய மரத்தைப் போன்ற வலிய கால்களை உடையவன் என்பதுபற்றி இப்பெயர் பெற்றவன். இவனைப் பற்றிப் பாடினோர் வரலாற்றுள் காண்க.

சேரமான் குட்டுவன் கோதை 54

இவனைப் பாடியவர் கோனாட்டு எறிச்சலூர் மாடலன் மதுரைக் குமரனார் ஆவர். இவன் கொடையாண்மையும் படையாண்மையும் உடையோனாக வாழ்ந்த சேரர் குலத்தாருள் ஒருவன். இவனுடைய மறமேம்பாட்டைக் குறிப்பவர் 'இடையன் சிறுதலை ஆயமொடு குறுகல் செல்லாப் புலிதுஞ்சு வியன் புலத்தற்றே, வலிதுஞ்சு கிடக்கையவனுடை நாடே' என்கின்றனர். இவன் குட்ட நாட்டுப்பகுதியை ஆண்டவன். இவன் சோழன் குராப்பள்ளித் துஞ்சிய பெருந் திருமாவளவன் காலத்தவன்.

சேரமான் குடக்கோச் சேரல் இரும்பொறை 210, 211

இவன் பெயர் குடக்கோச் சேரல் இளம்பொறை எனவும் வழங்கும். பதிற்றுப்பத்துள் ஒன்பதாம் பத்திற்குரிய பாட்டுடைத் தலைவன் இவன். பாடியவர் பெருங்குன்றூர் கிழார்.

சேரமான் குடக்கோ நெடுஞ்சேரலாதன் 62, 63, 368

இவன் சேரவரசர்களுள் குடநாட்டு அரசவழியைச் சார்ந்தவன் ஆகலாம். 'நெடுஞ்சேரலாதன்' என்னும் பெயரின் ஒற்றுமையைக் கருதி இவனையும் இமயவரம்பன் நெடுஞ்சேரலாதனையும் ஒருவனாகக் கருதுவார் சிலர். இவன் மறமாண்பும் தமிழன்பும் கொடைப்பண்பும் கொண்டவன். சோழன் வேற்பஃறடக்கைப் பெருநற்கிள்ளியோடு போர்ப் புறத்துப் போரிட்டவன் இவன். அக்களத்தில் இருவரும் வீழ்ந்தனர் என்பர் கழாத்தலையார், பரணர் முதலியோர். போர்க்களத்தில் பெரும் புண்பட்டுக் கிடந்த அந்நிலையினும் கூடத் தன்னைப் பாடிய கழாத்தலையாருக்குத் தன் மார்பிற் கிடந்த ஆரத்தை வழங்கிப் புகழ் பெற்றவன் இவன் என்பதனை அறிகின்றோம்(368).

சேரமான் கோக்கோதை மார்பன் 48-9

இவன் சிறந்த கொடையாளியாக விளங்கியவன்; தொண்டிப் பட்டினத்திலிருந்து அந்தப் பகுதிச் சேர நாட்டைக் காத்து வந்தவன். இவன் நாடு குறிஞ்சியும் மருதமும் நெய்தலுமாக ஒருங்கே மயங்கிக் கிடந்த நிலப்பகுதியாகும். இதனை 'நாடன் என்கோ' (புறம் 49) என்னும் செய்யுளால் அறிகின்றோம். பொய்கையாரும் நக்கீரனாரும் இவனைப் பாடியுள்ளனர்.

சேரமான் சிக்கிற்பள்ளித் துஞ்சிய செல்வக்கடுங்கோ வாழியாதன் 387

இவன் சிறந்த கொடையாளியாக விளங்கியவன்; சேரவரசருள் 'கடுங்கோ' மரபைச் சார்ந்தவன்; இரும்பொறை நாட்டுப் பகுதிக்கண் இருந்தவன். தன்னை வந்து இரந்தோரது சிறுமையை நோக்காது தன் பெருமையின் தகவுநோக்கிக் கொடுத்து இன்புற்றவன் இவன். செல்வக் கடுங்கோ வாழியாதனும் இவனும் ஒருவனே என்பர்.

சேரமான் கோட்டம்பலத்துத் துஞ்சிய மாக்கோதை 245

இவன் அருளாளனாக விளங்கியவன்; தன் மனைவி இறந்த தனால் பெரிதும் மனம் நொந்தவன்; அப்போது இவன் பாடிய செய்யுள் இது. 'ஞாங்கர் மாய்ந்தனள் மடந்தை;இன்னும் வாழ்வல் என்னிதன் பண்பே' என வருந்துகின்றான் இவன்.

சேரமான் தகடூர் எறிந்த பெருஞ்சேரல் இரும்பொறை 50

இவன் சேரமான்களுள் இரும்பொறை மரபைச் சேர்ந்தவன். சேரமான் செல்வக்கடுங்கோ வாழியாதனின் மகன். தகடூர்ப் பெரும்போரில் அதியமான் நெடுமான் அஞ்சியை அழித்தவன்; அதனாற் புகழ்பெற்றவன். இவன் காலத்தில் சேரரது செல்வாக்கு

உயரிய நிலையில் இருந்தது. பதிற்றுப் பத்துள் இவனைப் பாடியவர் (எட்டாம் பத்து) அரிசில்கிழார் என்னும் சான்றோர் ஆவர். அவருக்கு இவன் அளித்த பரிசில் வரலாற்றுப் புகழ் பெற்றது; "தானும் கோயிலாளும் புறம் போந்து நின்று கோயிலுள்ள வெல்லாம் கொண்மினென்று காணம் ஒன்பது நூறாயிரத்தொடு அரசுகட்டிலையும்" கொடுத்தனன். அது கண்டு வியப்பினால் மெய்ம்மறந்த அரிசில் கிழாரோ 'யாம் இரப்ப இதனை ஆள்க' என்று வேண்டி அரசை இவனிடம் தந்து தாம் அமைச்சுப் பூண்டார். மேலும் முரசுக்கட்டிலில் அறியாது துயின்ற மோசிகீரனாரைத் துன்புறுத்தாமல் அவர் துயில் எழுந்துணையும் கவரிவீசி நின்ற காவலன் இவன். இவ்வாறு தமிழறிந்தாரைப் போற்றி தமிழார்வத்தின் தனிப்பெருந் தலைவனாக விளங்கியவன் என்பதுடன் இவனே மாபெரும் தமிழ்ப் புலவனாகவும் திகழ்ந்தான். 'பாலை பாடிய பெருங்கடுங்கோ' இவனாதலே பொருந்தும். இவன் தம்பி 'இளஞ்சேரல் இரும்பொறை' என்பான்; அவனே 'மருதம் பாடிய இளங்கடுங்கோ' எனலும் பொருந்தும். தகடூர் யாத்திரையும் பிற செய்யுட்களும் இவன் புகழைப் பரப்புகின்றன. அரிசில் கிழாரும் மோசிகீரனாரும் இவனைப் பாடிய புலவர்கள் ஆவர்.

சேரமான் பாமுளூர் எறிந்த நெய்தலங்கானல் இளஞ்சேட் சென்னி 10, 203

இவன் நெய்தலங் கானற் பகுதியில் வாழ்ந்த சோழர் குடிச் சிற்றரசர்களுள் ஒருவன். 'இளஞ்சேட் சென்னி' இவன் பெயர். இப்பெயருடன் 'சோழன் உருவப் பஃறேர் இளஞ்சேட் சென்னி' என்பானையும், 'சோழன் செருப்பாழி எறிந்த இளஞ்சேட் சென்னி'யையும் காண்கின்றோம். சேரரது பாமுளூரை வென்ற சிறப்பால் இப் பெயரடை பெற்றனன் ஆகலாம். இவனைப் பாடியவர் ஊன்பொதி பசுங்குடையார் ஆவர். 'செய்து இரங்கா வினைச் சேண் விளங்கும் புகழ்' உடையவன் இவன். 'ஆரெயில் அவர் கட்டாகவும் நுமதெனப் பாண்கடன் இறுக்கும் வள்ளியோய்' என்று பாடுகின்றார் புலவர். இது இவனது வென்றி மேம்பாட்டைக் காட்டுவதாகும். வெற்றி பெறுவதில் அத்துணை உறுதிகொண்டவன் இவன். 'இளம் பெருஞ்சென்னி' என(அகம் 375) வருபவன் மற்றொருவன் ஆகலாம்.

சேரமான் பாலைபாடிய பெருங்கடுங்கோ 11, 282

இவன் கொடையாண்மையும் படையாண்மையும் கொண்டோனாகவும் சிறந்த தமிழ்ப் புலவனாகவும் விளங்கியவன். பாலைத்திணைச் செய்யுட்களை மிகவும்

இனிமையாகப் பாடுகின்ற ஆற்றல் பெற்றவன். இவனே தகடூர் எறிந்த பெருஞ்சேரல் இரும்பொறையாகலாம். 'ஆள்பவர் கலக்குற அலை பெற்ற நாடு' *(அகம்.313)* என, ஆள்பவரின் சீர்கேட்டால் நாடு துன்புறும் எனக் கூறியவன் இவன். இச் செய்யுட்களுள் பேய்மகள் இளவெயினி பாடியது*(11)* இவனது கொடைச் சிறப்பையும், போர் மறத்தையும் காட்டுவதாகும். களத்தில் மாண்ட வீரனின் நல்லிசையைக் கூறும் *(282)* இவனது செய்யுள் அரசர்க்கும் படைமறவர்க்கும் இடையே நிலவிய அன்புணர்வை விளக்குவதாகும்.

சேரமான் பெருஞ்சேரலாதன் 65, 66

இவன் சோழன் கரிகாற் பெருவளத்தான் காலத்தவன் என்று கூறப்படுகின்றது. அவனோடு போரிட்டுக் களத்திலே புறப்புண்பட்டதற்கு நாணங்கொண்டு வடக்கிருந்து உயிர் நீத்த செம்மையாளன் இவன். இவனுடைய இந்நிலையைக் கண்டு உள்ளம் நடுக்குற்ற கழா அத்தலையாரின் இச்செய்யுள் இவனது பண்பு மேம்பாட்டையும் புகழ்சால் மறமேம்பாட்டையும் நிலைநிறுத்துவதாகும். இவரே சேரமான் பெருநற்கிள்ளியும் போர்ப்புறத்துப் பொருது வீழ்ந்தனர் எனப் பாடுகின்றனர். ஆகவே, அவர்கள் காலத்தை ஒட்டியவன் இவனும் ஆகலாம். புறநானூற்று 288 ஆவது செய்யுளுள் 'ஆரமர் மயங்கிய ஞாட்பில் தெறுவர நெடுவேல் பாய்ந்த நாணுடை நெஞ்சத்து' எனக் கழாஅத் தலையார் குறிப்பிடுவது இவனையே எனலாம். வெண்ணிக் குயத்தியாரின் புறப்பாட்டும் *(66)* 'இவன் புறப்புண் நாணி வடக்கிருந்து மிகப் புகழ் உலகம் எய்தினான்' என்று கூறும்.

சேரமான் பெருஞ்சோற்று உதியஞ் சேரலாதன் 2

இவன் பாரதப் பெரும் போரின்கண் இருதிறத்துப்பெரும் படைக்கும் உணவளித்துப் பெரும்புகழ் பெற்றவன். இச் சிறப்பைச் சிலம்பு 'ஓரைவர் ஈரைம் பதின்மர் உடன் றெழுந்த போரில் பெருஞ்சோறு போற்றாது தானளித்த சேரன்' என்று கூறும். இவனைப் பாடியவர் முரஞ்சியூர் முடிநாகராயர்.

சேரமான் மாந்தரஞ்சேரல் இரும்பொறை 12, 20, 22, 53, 125, 229

கோச்சசேரமான் யானைக்கட்சேய் மாந்தரஞ் சேரல் இரும்பொறை என்னும் தலைப்பைக் காண்க. இவனைப் பாடியோர் குறுங்கோழியூர் கிழார், கூடலூர் கிழார், பொருந்தில் இளங்கீரனார் என்னும் சான்றோர் ஆவர். 'பலர்மேந் தோன்றிய கவிகை வள்ளல், நிறையருந்தானை வெல்போர் மாந்தரன், பொறையன் கடுங்கோ' எனப் பரணர் குறிப்பதும் இவனையே

(அகம் 142) எனக் கொள்வர். ஆகவே இவனை இரும்பொறை மரபினன் எனக் கொள்ளலாம்.

சேரமான் மாரி வெண்கோ 367

இவனைப் பாடியவர் ஔவையார். இவன் தன் காலத்தவரான பாண்டியன் கானப் பேரெயில் கடந்த உக்கிரப் பெருவழுதியுடனும் சோழன் இராசசூயம் வேட்ட பெருநற் கிள்ளியுடனும் நட்புபூண்டு வாழ்ந்தவன். சேரர் குலத்து அரசகுடியினருள் இவனும் ஒருவன் எனலாம்.

சேரமான் வஞ்சன் 398

இவன் சேரர்குடிச் சிற்றரசர்களுள் ஒருவன்; வள்ளன்மையிற் சிறந்தவன். 'பாயல்' என்னும் மலைப்பகுதியின் தலைவன். இவனைப் பாடியவர் திருத்தாமனார் என்னும் சான்றோர். 'வாய்மொழி வஞ்சன்' என்னும் சொற்கள் இவன் தன் சொற்களைப் பேணுகின்ற செயலில் வஞ்சங் கொண்டோனாக (தளராத உறுதி கொண்டோனாக) விளங்கியவன் எனக் காட்டும். இவன் இயற்பெயர் தெரிந்திலது.

சோணாட்டுப் பிடவூர்கிழான் மகன் பெருஞ்சாத்தன் 395

இவன் சோணாட்டான்: வேளாளன்; பிடவூர் கிழானின் மகன். இவன் பெயர் 'பெருஞ்சாத்தன்' என வழங்குவதிலிருந்து 'இளஞ்சாத்தன்' என இவனது இளவல் ஒருவனும் இருந்திருத்தல் கூடும் எனலாம். இவனைப் பாடியவர் மதுரை நக்கீரனார். இவன் புலவரைப் பேணிய சிறப்பு பெரிதும் வியத்தற்கு உரியது. 'தன்மனைப் பொன்போல்' மடந்தையைக் காட்டி இவனை 'என்போற் போற்று' என்றோன் என்று கூறுகின்றார் நக்கீரர். அதற்கண்டு 'அவன் மறவலேனே' 'பிறர் உள்ளலேனே' என்றும் அவர் கூறுகின்றார். அத்துணைச் சிறப்பினன் இவன்.

சோணாட்டு பூஞ்சாற்றூர்ப் பார்ப்பான் கௌணியன் விண்ணந் தாயன் 166

இவன் முடிகொண்டான் ஆற்றங்கரையில் இருந்த பூஞ்சாற்றூரினன். அரசனால் தாயமாகப் பெற்ற நிலத்திலிருந்து பெற்ற வருவாயைக் கொண்டு வேதநெறியைக் காத்து வந்தவன். இவனைப் பாடியவர் ஆவூர் மூலங்கிழார் என்னுஞ் சான்றோர் ஆவர். இவன் தமிழ்ப் புலவருக்கும் கொடுத்துக் கொடை யாளியாக விளங்கியவன் என்பது இச்செய்யுளால் அறியப்படும்.

சோழன் இராசசூயம் வேட்ட பெருநற்கிள்ளி 16,125,367,377

இவன் போராற்றலில் வல்லவன்; அத்துடன் வடவரசர் மரபின்படி இராசசூய வேள்வி இயற்றியவன். சேரமான் மாரி

வெண்கோவுடனும் பாண்டியன் கானப்பேரெயில்கடந்த உக்கிரப் பெருவழுதியுடனும் நட்புப்பூண்டு வாழ்ந்தவன். பாண்டரங் கண்ணனார், ஔவையார், உலோச்சனார், பேரி சாத்தனார் போன்ற பெரும் புலவர்களாற் பாடப்பெற்றவன். கடையேழு வள்ளல்களின் காலத்தவன். தேர்வண் மலையனின் துணையோடு சேரமான் மாந்தரஞ் சேரல் இரும்பொறையை வென்றவன். இந்த மாந்தரஞ் சேரலே சேரமான் யானைக்கட்சேய் மாந்தரஞ் சேரல் என்பர். பகைவரிடத்து இவன் எத்துணைக் கொடியவனாக நடந்து கொள்வான் என்பதனைப் பதினாறாம் செய்யுளாற் காணலாம். பிறர்க்கு உவமம் தானல்லது தனக்கு உவமம் பிறர் இல் என்னுமாறு புகழோடு வாழ்ந்து சிறந்தவன் இவன்.

சோழன் இலவந்திகைப் பள்ளித் துஞ்சிய நலங்கிள்ளி சேட்சென்னி 16

இவனைப் பாடியவர் கோனாட்டு எறிச்சிலூர் மாடலன் மதுரைக் குமரனார். எஃகு விளங்கு தடக்கை இயல்தேர்ச் சென்னி' என இவனை இவர் குறிப்பிடுவர். படைமறமும் கொடைமடமும் ஒருங்கே கொண்டு வாழ்ந்தவன் இவன்; பகைவரை அழித்தலிலும் அன்பரைக் காத்தலிலும் தவறாதவன்.

சோழன் உருவப்பஃறேர் இளஞ்சேட் சென்னி 4, 266

இவனே கரிகால் வளவனின் தந்தை என்பர். இவன் அழுந்தூர் வேளிடத்துப் பெண் கொண்ட சிறப்பினன். பரணரும் பெருங்குன்றூர் கிழாரும் இவனைப்பாடியுள்ளனர். கொடை வல்லோனாகவும், போர் வல்லோனாகவும் விளங்கிய சிறப்பினன். சேரமான் குடக்கோ நெடுஞ்சேரலாதன் கடையெழு வள்ளல்கள் ஆகியோர் காலத்தவன் இவன்.

சோழன் கரிகாற் பெருவளத்தான் 7, 65, 66

இவன் உருவப் பஃறேர் இளஞ்சேட் சென்னியின் மகனென்பதனைப் பொருநராற்றுப் படை கூறுவதனாற் காணலாம். அழுந்தூர் வேள் இவன் தாய்மாமன். இவன் நாங்கூர் வேளிடத்துப் பெண் கொண்டவன். பொருநராற்றுப் படைக்கும் பட்டினப் பாலைக்கும் பாட்டுடைத் தலைவன். இவன் வரலாறு விரிவானது. இவனைப் பாடியோர் கருங் குழலாதனார் வெண்ணிக் குயத்தியார், கடியலூர் உருத்திரங் கண்ணனார், கழாத்தலையார் முடத்தாமக் கண்ணியார் முதலியோராவர். இவன் காலத்திலேயே காவிரிக்குக் கல்லணை கட்டப்பெற்றது என்று வரலாற்றுச் செய்திகள் கூறுகின்றன. வெண்ணிப் பறந்தலையிற் சேரமான் பெருஞ்சேரலாதனையும் அவனுக்கு

உதவுதற் பொருட்டுத் துணையாக வந்த பாண்டியனையும் வெற்றி கொண்டவன். மற்றும் பல மன்னர்களையும் வென்று நிகரற்றோனாக விளங்கியவன். இமயம் வரை சென்று பல நாடுகளையும் தன்னடிக்குள் அடிப்படுத்தியவன். பகைவரை அழித்தலில் இரவும் பகலும் என்னாது போரிட்டு வெற்றி கொள்ளும் கடுஞ் சினத்தை உடையவன் இவன் (புறம் 7). இவனாற் புறப்புண்பட்ட சேரமான் பெருஞ்சேரலாதன் அதற்கு நாணியவனாக வடக்கிருந்து உயிர் நீத்தனன் (புறம் 65 66). பெருவளக் கரிகால் முன்னிலைச் செல்லார், சூடா வாகைப் பறந்தலை, ஆடுபெற, ஒன்பது குடையும் நன்பகல் ஒழித்த பீடில் மன்னர்' என இவனோடு வாகைப் பறந்தலையிற் போரிட்டுத் தோற்றாரைப் பற்றிப் பரணர் கூறுவர் (அகம் 125). இவன் மகள் ஆதிமந்தி என்றும் கூறப்படும்.

சோழன் குராப்பள்ளித் துஞ்சிய கிள்ளி வளவன் 58, 60, 197, 373

இவன் பெயர் 'பெருந்திருமா வளவன்' எனவும் வழங்கும். இவனைப் பாடியோர் உறையூர் மருத்துவன் தாமோதரனார். காவிரிப்பூம் பட்டினத்துக் காரிக்கண்ணனார், கோவூர் கிழார், கோனாட்டு எரிச்சலூர் மாடலன் மதுரைக் குமரனார் ஆகியோர் ஆவர். இவன் பாண்டியன் வெள்ளியம்பலத்துத் துஞ்சிய பெருவழுதியோடு நட்புக்கொண்டு வாழ்ந்தவன். கொடையாலும் போர்மறத்தாலும் சிறப்புற்று விளங்கியவன். இவன் கருவூர்ச் சேரனை அழித்து வெற்றி கொண்ட செய்தியைக் கோவூர் கிழார் கூறுகின்றார்(373).

சோழன் குளமுற்றத்துத் துஞ்சிய கிள்ளி வளவன் 34, 41, 42, 69, 70, 173, 226, 228, 386, 393, 397

இவன் படையாண்மை, கொடையாண்மை, சொல்லாண்மை ஆகிய மூன்றானும் சிறப்புற்று விளங்கியவன். இவனைப் பாடியோர் ஆடுதுறை மாசாத்தனார், ஆலத்தூர் கிழார், ஆவூர் மூலங்கிழார், இடைக்காடனார், ஐயூர் முடவனார், கோவூர்க்கிழார், தாயங் கண்ணனார், நல்லிறையனார் மாறோக்கத்து நப் பசலையார், வெள்ளைக்குடி நாகனார் முதலியோராவர். வெள்ளைக்குடி நாகனார் பாடிய செய்யுள் (புறம் 35) அரசாள் வோரின் கடமைகளை நன்றாக எடுத்துக் கூறுவதாகும். 'குடி புறம் தருகுவை யாயின் நின் அடி புறந்தருகுவர் அடங்காதோரே' என்று கூறும் அறிவுரை மிகச் சால்புடையது ஆகும். இவன் கருவூரை முற்றி வெற்றி கொண்டவன். 'செஞ் ஞாயிற்று நிலவு வேண்டினும் வெண்டிங்களுள் வெயில் வேண்டினும் வேண்டியது விளைக்கும்'

ஆற்றலை உடையவன் இவன் *(38)*. வஞ்சியையும் இவன் வென்று புகழ் பெற்றவன் *(39)*. இவன் நெல்வளத்தையும் பெருக்கியவன்; 'ஒரு பிடி படியும் சீறிடம் எழுகளிறு புரக்கும் நாடு கிழவோன்' இவன் ஆவன் *(40)*. சிறுகுடி கிழான் பண்ணனைப் பாடிய இவனது செய்யுள் இவனது புலமைச் சிறப்பைக் காட்டும் *(173)*. இவன் இறந்த பின்னர் இரங்கிப் பாடிய செய்யுட்கள் *(266,267,228)* இவனது சீர்சால் புகழைக் காட்டுவனவாகும்.

சோழன் செங்கணான் 74

இவன் திருப்போர்ப்புறப் போரிற் சேரமான் கணைக் காலிரும்பொறையை வென்று குடவாயிற் கோட்டத்துச் சிறையிட்டவன். பொய்கையார் பாடிய களவழி நாற்பதின் பாட்டுடைத் தலைவன்.

சோழன் செருப்பாழி எறிந்த இளஞ்சேட் சென்னி 370, 378

இவன் செருப்பாழி என்னும் கோட்டையை வென்றவன். மிக்க வீரரும் கொடையியல்பும் கொண்டவன். இவனைப் பாடியவர் ஊன் பொதி பசுங்குடையார் ஆவர்.

சோழன் நலங்கிள்ளி 27 - 33, 43 - 45, 47, 68, 73, 75, 225, 382, 400

இவன் சோழகுல மன்னருள் தமிழ்ப்புலமை உடையோராக விளங்கிய சிலருள் ஒருவன். பாண்டிய நாட்டிலிருந்த ஏழு பொன் கோட்டை என்னும் ஏழரண்களையும் அழித்துக் கைக்கொண்ட வெற்றி வீரன். தன் உடன்பிறந்தானோடு பகைகொண்டு அவனுக்குரிய ஆவூரையும் உறையூரையும் முற்றுகையிட்டுப் போர் செய்தவன். இவன் இளவலாக மாவளத்தான் என்பான் ஒருவன் விளங்கினான். இவனைப் பாடிய புலவர்கள் உறையூர் முதுகண்ணன் சாத்தனார். கோவூர் கிழார், ஆலத்தூர் கிழார் முதலியோராவர் ஆலத்தூர் கிழார் குளமுற்றத்துத் துஞ்சிய கிள்ளிவளவனைப் பாடியவர். இவனும் அந்தக் காலத்தவனாகலாம். இவர் இவனது படைப் பெருக்கத்தை மிகவும் நயமாக எடுத்துக் கூறுகின்றார். 'சேட்சென்னி நலங்கிள்ளி' 'தேர் வண்கிள்ளி' எனவும் இவன் பெயர் வழங்கும். உறையூர் முதுகண்ணன் சாத்தனார் இவனுக்கு நிலையாமையை உணர்த்தி அறவழியிற் செல்லுமாறு இவனைத் தூண்டினர். கோவூர் கிழாரும் இவனுக்குப் பல நல்லுரைகளைக் கூறினர். இவற்றால் அருளாளனாகவும் சான்றாண்மையாளனாகவும் மாறினான்; அரச நிர்வாகம் தக்கோனிடம் அமையும்போது அது புகழ் பெற்று விளங்குவதையும் தகாதவரிடம் சேரும்போது

அதனால் நாடே துயருற்று நலிதலையும் (புறம் 76) இவன் அருமையாக எடுத்துப் பாடியுள்ளனன். இவனுடைய மற்றொரு செய்யுள் (73). இவனது ஆண்மைநலத்தை விளக்குவதாகும். 'சோழன் நலங்கிள்ளி' என வரும் பாடினோர் வரலாற்றுப் பகுதியையும் பார்க்கவும்.

சோழன் நல்லுருத்திரன் 190

இவனைப் பற்றிப் பாடினோர் வரலாற்றுப் பகுதியுட் காண்க.

சோழன் நலங்கிள்ளி தம்பி மாவளத்தான் 43

இவன் நலங்கிள்ளியின் தம்பியாவான். இவனைப் பாடியவர் தாமப்பல் கண்ணனார். இச்செய்யுளில் இவனது பண்பு மேம்பாட்டை மிகவும் வியந்து போற்றிப் பாடுகின்றனர் புலவர் தாமப்பல் கண்ணனார்.

சோழன் போர்வைக்கோப் பெருநற்கிள்ளி 80-85

இவன் 'தித்தன்' என்னும் சோழனின் மகன், இவனைப் பாடியோர் சாத்தந்தையார், நக்கணையார் ஆகியோராவர். இவன் முக்காவனாட்டு ஆமூர் மல்லனோடு பொருது வெற்றி கொண்ட செய்தியைச் சாத்தந்தையார் கூறுகின்றனர். பெருங்கோழி நாய்கன் மகளான நக்கண்ணையார் இவன்பாற் காதல் கொண்டவர். அதற்கு இவன் ஆதரவு தாரானாயினும் தாம் இவனை மறவாதே வாழ்ந்தவர். அவரது செய்யுட்கள் இவனை அவர் விரும்பிய விருப்பத்தின் செறிவைக் காட்டுவனவாகும்.

சோழன் முடித்தலைக்கோப் பெருநற்கிள்ளி 13

பெருநற்கிள்ளி என்னும் பெயரையுடையவன் இவன்; பட்டத்து இளவரசனாதலின் முடிசூடுதலுக்கு உரியவனான தலைக்கோ என்னும் சிறப்புப் பற்றி முடித்தலைக் கோப் பெருநற்கிள்ளி எனப் பெயர் பெற்றனன். இவன் காலத்து வஞ்சி வேந்தனாக விளங்கியவன் அந்துவஞ் சேரல் ஆவான். அந்துவன் தமிழன்பன்; முடமோசியாரின் உயிர் நண்பன். இக் கிள்ளி அந்துவனோடு பகை கொண்டான். வஞ்சியை முற்றுகை யிட்டான். ஒரு சமயம் இவனூர்ந்த களிறு மதங்கொண்டது; கட்டுக் கடங்காது சென்று வஞ்சியுட் புகுந்தது. தனித்து வந்த அவனைக் கண்டு சினங்கொண்ட அந்துவனுக்கு அவன் யாவனென உரைத்து அவனைக் காத்துப் போக விடுமாறு சொல்லுகின்றார். அந்துவனும் அவ்வாறே செய்தருள அவன பெருந்தகைமை கண்ட இக்கிள்ளியும் தன் செயலுக்கு நாணியவனாக அவனோடு நட்புப் பூண்டு வாழ்ந்தனன்.

சோழன் வேற்பஃறடக்கைப் பெருநற்கிள்ளி 62-3, 368

இவன் வேற் போரில் வல்லவன்; பெருநற்கிள்ளி என்னும் பெயரினன். இவனைப் பாடியோர் கழாத்தலையாரும், பரணரும் ஆவர். இவன் சேரமான் குடக்கோ நெடுஞ்சேரலாதனோடு பொருது களத்தில் இறந்தனன்; சேரலாதனும் களத்தில் இறந்தனன்; இவ்வாறு இருவரும் பொருது மாய்ந்த செயலுக்குப் புலவர்கள் பெரிதும் வருந்தினர். போரின் அழிபாடுகளை நினைந்து கலங்கிப் பாடினர்.

சோழிய ஏனாதி திருக்குட்டுவன் 394

சோழர் படைத் தலைவருள் ஒருவன். மிக்க கொடையாளி; குட்ட நாட்டைச் சேர்ந்தவன். கோனாட்டு எறிச்சிலூர் மாடலன் மதுரைக் குமரனார் இவனைப் பாடியுள்ளனர். இவனது பெருங்கொடைச் சிறப்பை இச்செய்யுளால் அறியலாம். இவனைச் சோழன் குராப்பள்ளித் துஞ்சிய பெருந்திருமாவளவன் காலத்தவன் என்றும் கூறுவர்.

தந்துமாறன் 360

இவன் ஒழுக்கத்தாற் சிறந்தவன்; சிறந்த கொடையாளியாகவும் விளங்கியவன். இவன் பெயரால் இவனைப் பாண்டியர் குடியினருள் ஒருவனாகக் கருதலாம். இவனைக் காண வந்தவர் சங்க வருணர் என்னும் நாகரியர். அவர் இவனுக்கு மெய்ப் பொருள்களை எடுத்துக் கூறக் கேட்டு இன்புற்றவன் இவன்.

தருமபுத்திரன் 366

இவன் ஒரு சிற்றரசன் என்பர் சிலர். ஆயின் 'அறவோன் மகனே மறவோர் செம்மால்!' எனக் குறித்திருப்பதனைக் கருதியும் பாடியவர் 'கோதமனார்' என்பதை எண்ணியும் பஞ்சவர் முதல்வனான தருமபுத்திரனே இவன் என்றல் பொருந்தும் என உரைப்பர் சிலர். இதுவே பொருத்தமாகலாம். பாரதப்போருள் வெற்றிபெற்ற களிப்பிலே மூழ்கினானுக்கு நிலையாமையை அறிவுறுத்தி அறவாழ்விற் செல்லுமாறு அறிவுறுத்துகின்றார் முனிவர்.

தழும்பன் 348

இவன் ஊணூர்த் தலைவன்; வாய்மொழித் தழும்பன் என்று பெயர் பெற்றவன். அதனாற் கோசர் குலத்தவன் என்றும் கூறுவர். இவனைப் பாடியவர் பரணர்.

தாமான் தோன்றிக்கோன் 399

இவன் 'தோன்றி' என்னும் மலைக்குத் தலைவனாக விளங்கியவன். இவனைப் பாடியவர் ஐயூர் முடவனார். இவர்

பகடுவேண்டினர்; இவனோ ஊர்தியோடு பலவான பகடுகளையும் கொடுத்தனன். இவன் சோழன் குளமுற்றத்துத் துஞ்சிய கிள்ளி வளவனின் காலத்தவன்.

தித்தன் 80, 352, 395

இவன் உறையூரில் இருந்து வந்த சோழவரசருள் ஒருவன் நொச்சி வேலித் தித்தன் உறந்தை (அக 212)' என இவனது உறந்தை குறிக்கப்படும். இவன் மகன் போர்வைக் கோப்பெருநற்கிள்ளி என்பவன். மகனோடு யாது காரணத்தாலோ பகை கொண்டிருந்தவன் இவன். இவனைப் பாடிய புலவர் வடமவண்ணக்கண் பேரிசாத்தனார், சாத்தந்தையார், நக்கீரர் பரணர் முதலியோர் ஆவர்.

தேர்வண் மலையன் 125

இவன் சிறந்த மறமாண்பினன். சோழன் இராசசூயம் வேட்ட பெருநற்கிள்ளிக்குப் படைத் துணையாக அமைந்து சேரமானை வெல்ல உதவியவன். இவனைப் பாடியவர் வடமவண்ணக்கண் பேரிசாத்தனார் ஆவர். இவனே மலையமான் திருமுடிக்கிள்ளி எனவும் அவனுக்கு முன்னோன் இவன் எனவும் கருதுவர்.

தொண்டைமான் 95

காஞ்சி நகரைத் தலைநகரமாகக் கொண்டு அரசாண்ட மரபினரைச் சார்ந்தவன் இவன். இவன் பெயர் தொண்டை மான் இளந்திரையன் எனவும் வழங்கும். இவன் சிறந்த கொடையாளி; நல்ல தமிழ்ப் புலவனும் ஆவன். பெரும்பாணாற்றுப் படைக்குப் பாட்டுடைத் தலைவன் இவனே. சோழனுக்குப் பீலிவளை என்னும் நாகநாட்டு இளவரசிக்கும் பிறந்த காதல் மகன் இவனென்று வரலாறு உரைக்கும். இவனியற்றிய பாடல்கள் நற்றிணையுள் (194, 99, 106) மூன்று செய்யுட்களும்; புறநானூற்று 185ஆம் செய்யுளும் ஆகும். இவனைப்பற்றிய பல செய்திகளையும் பெரும்பாணாற்றுப்படை மிகவும் விளக்கமாகக் கூறுகின்றது. இளந்திரையம் என்னும் நூல் இவனால் இயற்றப் பெற்றது என்பர். இவனுக்கும் அதியமான் நெடுமான் அஞ்சிக்கும் பகைமை ஏற்பட்டபோது ஔவையார் இவன்பாற் சென்று இருவரையும் சமாதானமாகப் போகச் செய்தவற்கு விரும்பினார். அவ்வேளையில் இவன் தன் படைக்கலக் கொட்டிலை ஔவையாருக்குக் காட்ட அவர் அதுவே கருவாகக் கொண்டு அதியனின் மறமாண்பை இவனுக்கு நயமாக எடுத்துரைக் கின்றனர். அச் செய்யுள் இது.

நம்பி நெடுஞ்செழியன் 239

இவன் பாண்டியர் குலத்தவன். சிறந்த வீரன். இவனைப் பாடியவர் பேரெயின் முறுவலார் ஆவர். இச்செய்யுள் இவனது கொடைச் சிறப்பையும் வெற்றி மேம்பாட்டையும் விரிவாக எடுத்துக் கூறுகின்றது. இவன் மடிந்த ஞான்று செய்த இச்செய்யுளுள் 'செய்ப எல்லாம் செய்தனன்' என்று இவனைப் பற்றிக் கூறுகின்றனர். அத்துணை மேம்பாடுகளைப் பெற்றிருந்தவன் இவன்.

நன்னன் 151

இச் செய்யுளுள் *(151)* பெருந்தலைச் சாத்தனார் நன்னனது பழிச்செயலைப் பற்றிக் குறிப்பாக எடுத்துக் கூறுகின்றனர். இவன் பாழி பாரம் பிரம்பு மலைகளுக்கு உரியனவனாக விளங்கியவன். பெண் கொலை புரிந்தவன்' என்னும் பழியைப் பெற்றவன். இவனுடைய பாழி நகரிலே வேளிர் குலத்தார் தங்கள் செல்வங்களைப் பாதுகாப்பாக வைத்திருந்தனர்; அத்தகைய வலிமை உடையவன் இவன். இரணிய முட்டத்துப் பெருங்குன்றூர்ப் பெருங்கௌசிகனாரின் மலைபடுகடாம் என்னும் பாட்டுக்குரிய பாட்டுடைத் தலைவன் இவன் மகன் ஆகலாம் என்பர்.

நாஞ்சில் வள்ளுவன் 137-40, 380

இவன் நாஞ்சில் மலைப்பகுதியை ஆண்டுவந்தவன். சேரனுக்குத் துணைவலியாக விளங்கியவன். கொடைச்சிறப்பால் புகழ்பெற்றவன். ஔவையார், ஒருசிறைப் பெரியனார், மருதனிள நாகனார், கருவூர்க் கதப்பிள்ளை முதலியோரால் பாடப்பெற்றவன். 'உயர்சிமைய உழாஅ நாஞ்சிற் பொருந' என்று (159) கூறப்படுவதனால் இவன் மலைவளத்தாற் பெரிதும் சிறப்புடைய நாட்டை உடையோனாயிருந்தவன் எனலாம். சிறிது அரிசி வேண்டிய ஔவையாருக்கு 'இருங்கடறு வளைஇய குன்றத்து அன்னதோர் பெருங்களிறு நல்கியோன் இவன்' (புறம் 140).

நாலை கிழான் நாகன் 179

இவன் பாண்டியர் படைத் தளபதியருள் ஒருவன். வடம் நெடுந் தத்தனாரால் பாடப் பெற்றவன். இவனுடைய போர் வெற்றியையும் கொடைச் சிறப்பையும் இச் செய்யுள் கூறுகின்றது. நாலை - ஓர் ஊர்.

நெடுங்கிள்ளி 44-5, 47

இவன் சோழர் குடியினருள் ஒருவன். ஆவூரும் உறையூரும் இவனிடத்திலிருந்தன. சோழன் நலங்கிள்ளி அவற்றை

முற்றுகையிட்டுக் கைப்பற்ற முயன்றான். காரியாற்றுத் துஞ்சிய நெடுங்கிள்ளி எனவும் இவனைக்கூறுவர். இவனைப் பாடியவர் கோவூர் கிழார்.

நெடுவேளாதன் 338

இவனைப் பாடியவர் குன்றூர் கிழார் மகனார். இவன் பெயர் ஆதன்; இவன் வேளிர்குடித் தலைவருள் ஒருவன். இவன் போந்தைப் பட்டினத்துக்கு உரியவன். இவன் காலத்துப் போந்தை மிக்க வளமுடன் விளங்கியது என்பதனை இச் செய்யுளால் அறியலாம்.

பரதவர் 378

இவர் தென்திசைத் தமிழகத்தே வாழ்ந்தவர் ;கடலோடிகளாகக் கடல் வாணிபத்திலும் கடல்தரு பொருள்களை ஈட்டுவதிலும் ஈடுபட்டிருந்தவர். 'தென் பரதவர் போரேறே' எனக்கூறும் மதுரைக் காஞ்சி, இவர் பாண்டியரது மேலாட்சிக்கு உட்பட்டிருந்தவர் எனக் காட்டும். சோழன் செருப்பாழி எறிந்த இளஞ்சேட் சென்னியைப் பாடும் ஊன்பொதிபசுங்குடையார் இச்செய்யுளில் 'தென் பரதவர் மிடல் சாய' என்று அவனது வெற்றிச் சிறப்பைக் கூறுகின்றார் 'பரதவர்' என்பது இதனாற் பாண்டியர் குடியினரைக் குறித்ததும் ஆகலாம்; பாண்டியருக்கு மீனவர் என்று வழங்கும் பெயரையும் இங்கு கருதுக.

பாண்டியன் இலவந்திகைப் பள்ளித் துஞ்சிய நன்மாறன் 55, 57, 196, 198

இவன் தன் காலத்துப் பிறவரசரினும் மேம்பட்டு விளங்கிய சிறப்பினன். மதுரை மருதன் இளநாகனார் மதுரைக் கணக் காயனார் மகனார், நக்கீரனார், காவிரிப்பூம்பட்டினத்து காரிக் கண்ணனார், வடமவண்ணக்கண், பேரிசாத்தனார் முதலியோர் இவனைப் பாடியுள்ளனர். இவன் சோழன் குளமுற்றத்துத் துஞ்சிய கிள்ளிவளவன் காலத்தவன். இவன் காலத்துச் சேரமான் மாந்தரஞ் சேரல் இரும்பொறை ஆவான்.

பழையன்

இவன் பாண்டியர் மறவருள் ஒருவன். மோகூர்த் தலைவனாக விளங்கியவன் சோணாட்டுப். 'போஓர்' என்னும் கோட்டைத் தலைவனாகிய பழையன் வேறு; இவன்வேறு.

பாண்டியன் அறிவுடை நம்பி 18, 188

இவன் அறிவாற்றலாற் சிறந்தவன். பிசிராந்தையார் காலத்தில் இருந்தவன். பிசிராந்தையார் இவனுக்கு உரைத்த அறவுரைகள் மிகவும் செப்பம் உடையன. 'மக்கட்பேறு இல்லாத வாழ்வு ஒரு

வாழ்வாகாது' என்னும் பொருள் பட இவனுரைத்த செய்யுள் *(188)* மிக்க செறிவுடையது. பாடினோர் வரலாற்றுள்ளும் இவனைப்பற்றிக் காண்க.

பாண்டியன் கருங்கை ஒள்வாட் பெரும் பெயர் வழுதி 3

இவனைப் பாடியவர் இரும்பிடார்த் தலையார். இவனுடைய மறமேம்பாட்டையும் கொடைச் சிறப்பையும் அவர் பாடியுள்ளனர். 'கருங்கை' என்பது இவனது தோள்வலியால் அமைந்த சிறப்புப் பெயர் ஆகும்.

பாண்டியன் கானப்பேரெயில் கடந்த உக்கிரப் பெருவழுதி 12, 367

படைமுகத்திற் பெருஞ்சினத்தோடு செயல்படும் ஆற்றல் மிக்கவன். ஆதலின் 'உக்கிர' என்னும் சிறப்புப் பெயரைப் பெற்றனன் எனலாம். வேங்கை மார்பனுக்கு உரியதாயிருந்த காணப் பேரெயிலை வெற்றி கொண்டவன் இவன். சேரமான் மாரிவெண்கோவும் இராசசூயம் வேட்ட பெருநற்கிள்ளியும் இவன் காலத்துச் சேர சோழர்கள். திருக்குறள் இவன் முன்னர் அரங்கேற்றப் பெற்றது. இவனே அகநானூற்றைத் தொகுப்பித்தவன். இவனை ஐயூர் மூலங்கிழாரும் ஔவையாரும் பாடியுள்ளனர்.

பாண்டியன் கீரஞ்சாத்தன் 178

இவன் பெயர் பாண்டிக் குதிரைச் சாக்கையன் எனவும் வழங்கும். இவன் பாண்டியர் தளபதியருள் ஒருவன். 'உண்ணாராயினும் தன்னொடு சூளுற்று உண்மென இரக்கும் பெருமை பெயர்ச்சாத்தன்' என இவனது வண்மையை ஆவூர் மூலங்கிழார் போற்றுவர்.

பாண்டியன் கூடகாரத்துத் துஞ்சிய மாறன் வழுதி 51 - 1

இவன் பேராற்றல் பொருந்தியவன். 'நீர்மிகின் சிறையுமில்லை; தீமிகின் மன்னுயிர் நிழற்றும் நிழலுமில்லை; வளிமிகின் வலியும் இல்லை;ஒளிமிக்கு அவற்றோரன்ன சினப்போர் வழுதி' என்று இவனது மறமேம்பாட்டைக் கூறுவர்*(51)*. 'வடபுல மன்னர் வாட அடல் குறித்து இன்னா வெம்போர் இயல்தேர் வழுதி' என்று மருதனின் நாகனார் இவனைப் போற்றுவர் *(52)*. இவன் பெருங்கொடையாளனாகவும் மாவீரனாகவும் விளங்கியவன்.

பாண்டியன் சித்திரமாடத்துத் துஞ்சிய நன்மாறன் 59

இவனுடைய பேராற்றலை ஞாயிற்றின் ஆற்றலோடு ஒப்பிட்டுக் காட்டிப் போற்றுவார் சீத்தலைச் சாத்தனார். இவனது அருளுந் தன்மைக்குத் திங்களின் தன்மையை உவமை காட்டுவர்.

பாண்டியன் தலையாலங்கானத்துச் செருவென்ற நெடுஞ்செழியன் 76-9, 23 - 6, 72, 76 - 9, 371, 2

இவன் புகழ்மிக்க பாண்டியருள் ஒருவன். பாடினோர் வரலாற்றில் இவனைப் பற்றி வரைந்துள்ள குறிப்புக்களைப் பார்க்கவும்.

பாண்டியன் நெடுஞ்செழியன் 18, 19

தன்னைப் பகைத்து வந்தவரான எழுவரையும் வென்று மேம்பட்டவன் இவன். இவனுடைய போராண்மையையும் கொடைமாண்பையும் குடபுலவியனார் பாடியுள்ளனர்.

பாண்டியன் பல்யாகசாலை முதுகுடுமிப் பெருவழுதி 1, 9, 12, 15, 64

இவன் மறக்கள வேள்விகளோடு யாகங்களையும் செய்வித்தவன், வள்ளன்மையாற் சிறந்தவன். காரிகிழார், நெட்டிமையார் நெடும்பல்லியத்தனார் முதலியோராற்பாடப் பெற்றவன். வென்றி எல்லாம் வென்று அகத்து அடக்கிய தண்டா ஈகைத் தகைமாண் குடுமி(6) இவன். போர்க்களத்தே இவன் முதலில் போரிடற்கு ஆகாரை வெளியேறுமாறு எச்சரிப்பதனைக் காண்கின்றோம் (9). அவ்வாறு போக்கிய பின்னர் அறப்போர் செய்தவன் இவன்.

பாண்டியன் வெள்ளியம்பலத்துத் துஞ்சிய பெருவழுதி 58

இவன் குராப்பள்ளித் துஞ்சிய திருமாவளவன் காலத்தவன். அவனோடு நட்புக் கொண்டு வாழ்ந்தவன். 'தமிழ்கெழு கூடல்' தண்கோல் வேந்தனாகிய இவனைப் பாடியவர். காவிரிப்பூம் பட்டினத்துக் காரிக் கண்ணனார் ஆவர்.

பாரி 105-20, 158, 176, 236

முந்நூறு ஊர்களையுடைய பறம்பு நாட்டிற்கும் பறம்பு மலைக்கும் தலைவனாக விளங்கியவன் இவன்; வேளிர் குலத்தலைவன்; வாளாண்மையாலும் வள்ளன்மையாலும் தனக்குத் தானே நிகரென விளங்கியவன். மூவேந்தரும் ஒருங்கே முற்றுகையிட்டும் கைப்பற்ற இயலாத வலியமைந்த பறம்பின் தலைவன்; எனினும் அவரால் வஞ்சகமாக அழிக்கப்பட்டவன். இவனைப் பற்றிக் கபிலர் பாடிய செய்யுட்கள் கற்போர் உள்ளங்களைக் கலங்கச் செய்வன ஆகும். தமிழ் வரலாற்றில் ஒரு நிலையான சிறந்த இடத்தை தன் மேதகுபண்புகளால் பெற்று விளங்குபவன் இவன்.

பாரி மகளிர் 112, 200-202

பாரி வள்ளலின் பெண் மக்கள் இவர்; அவன் இறப்புக்குப் பின்னர் கபிலரின் ஆதரவால் பேணப்பட்டவர். இவர்கள் வரலாற்றுக் குறிப்புக்களைப் பாடினோர் வரலாற்றுள் காண்க.

பிசிராந்தையார் 67, 184 - 191, 212, 215-7

பாடினோர் வரலாற்றுக் குறிப்புக்களுள் இவரைப்பற்றிய செய்திகளைக் காண்க.

பிட்டங்கொற்றன் 168-72

இவன் மழவர் குடியினன்; குதிரை மலைக்கு உரியவன்; 'சேரர் படை முதலிகளுள் ஒருவன். கொடையாண்மை படையாண்மை களுட் சிறந்தவன். இவனைப் பாடியவர்கள் காவிரிப்பூம் பட்டினத்துக் காரிக்கண்ணனாரும், உறையூர் மருத்துவன் தாமோதரனாரும்! வடமவண்ணக்கன் தாமோதரனாரும் ஆவர். 'வடிநவில் அம்பின் வில்லேர் பெரும கைவள் ஈகைக் கடுமான் கொற்ற' என்று இவன் புகழ் கூறப்படும். இவனைப் பற்றிய வல்லாண் முல்லைத் துறைச் செய்யுள் மிக்க பொருட் செறிவு உடையது; இவனது சிறப்பை நன்றாகக் காட்டுவது.

புல்லி 385

இவன் வேங்கடமலைப் பகுதியில் இருந்தவன்; கள்வர் தலைவன். இரவலர்க்கு உதவுவதில் இணையற்றவன். கல்லாடனாரும், மாமூலனாரும் இவனைப் பாடியுள்ளனர். 'கழல்புனை திருந்தடிக் கள்வர் கோமான், மழபுலம் வணக்கிய மாவண் புல்லி' *(அகம் 61)*; 'பொய்யா நல்லிசை மாவண் புல்லி' *(அகம் 359)*; 'நெடுமொழிப் புல்லி' என இவன் புகழைச் சான்றோர் பாடுவர்.

பூதப்பாண்டியன் தேவி பெருங்கோப்பெண்டு 146, 147

பூதப் பாண்டியனின் தேவி இவர்; பாடினோர் வரலாற்றுப் பகுதியுள் இவரைப் பற்றிக் காண்க.

பேகன் 147-7, 158

இவன் வையாவிக் கோமான் பெரும் பேகன் என்னும் சிறப்பினை உடையவன். மயிலுக்குப் போர்வை நல்கிய கொடை மடத்தை உடையவன். ஆவியர் குடியினன். இவன் தன் மனைவியான கண்ணகியைப் பிரிந்து வாழ்ந்தவன்; சான்றோர் பலர் அறிவுரை கூறக்கேட்டு, மீண்டும் அவளோடு கூடி வாழ்ந்தவன். பரணர், கபிலர், வன்பரணர், அரிசில் கிழார், பெருங்குன்றூர் கிழார் முதலியோர் இவனைப் பாடியுள்ளனர். 'உடாஅ போரா வாகுதல் அறிந்தும், படாஅம் மஞ்ஞைக்கு ஈத்த எங்கோ' என்று பரணர் இவன் கொடையைப் பாடுவர். 'கைவள் ஈகைக் கடுமான் பேக' என்று கபிலர் பாராட்டுவர்.

பொகுட்டு எழினி 96, 102, 392

இவன் அதியமான் நெடுமான் அஞ்சியின் மகன்; இவனைப் பாடியவர் ஔவையார். தந்தையைப் போன்றே இவனும்

மறமேம்பாட்டிலும், கொடையாண்மையிலும் சிறப்புற்றவனாக விளங்கினான்.

மல்லிகிழான் காரியாதி 177

இவன் குட நாட்டைச் சார்ந்தவன்! ஒரு பகுதித் தலைவனாகப் புகழுடன் விளங்கியவன். இவனைப் பாடியவர் ஆவூர் மூலங்கிழார் ஆவர். பாண்டியன் குளமுற்றத்துத் துஞ்சிய கிள்ளிவளவன் காலத்தவன் இவன்.

மலையமான் சோழியவேனாதி திருக்கண்ணன் 174

மலையமான்களுள் ஒருவனான இவன், சோழர் படை முதலிகளுள் ஒருவனாகப் பணிசெய்து, ஏனாதிபட்டம் பெற்றுச் சிறந்து விளங்கியவன். இவனைப் பாடியவர் மாறோக்கத்து நப்பசலையார் ஆவர். ஆகவே, இவனைச் சோழன் குளமுற்றத்துச் துஞ்சிய கிள்ளிவளவன் காலத்தவன் எனலாம். இவனை மலையமான் திருமுடிக்காரியின் மகனெனவும் கொள்வர். இச்செய்யுளும் இதற்கு அரண் செய்வதாகும்.

மலையமான் திருமுடிக் காரி 121, 124, 160

இவன் பெண்ணையாற்றங்கரையிலுள்ள திருக்கோவலூரில் இருந்தவன்; முள்ளூர் மலைக்கு உரியவன். கடையேழு வள்ளல்களுள் இவனும் ஒருவன். பெருங் கொடையாளியாகவும், மறமேம்பாடு உடையோனாகவும் விளங்கியவன். இவன், சோழர்க்கும் சேரர்க்கும் படைத்துணையாக விளங்கி அவர்க்கு வெற்றிதேடித் தந்து புகழ்பெற்றவன். இவன் வரலாறு விரிவானது. இவனை அழித்தவன் அதிகமான் நெடுமான் அஞ்சியாவான். இவனைப் பாடியவர்கள் கபிலர், மாறோக்கத்து நப்பசலையார் ஆகியோ ராவர்.

மலையமான் மக்கள் 46

இவர்கள் மலையமானின் மக்கள்; சோழன் இவர்களைக் கொல்விக்க முயன்றபோது, அவனுக்கு அறவுரை கூறி, அவர்களைக் காத்தவர் கோவூர் கிழார் ஆவர்.

மாங்குடி மருதனார் 72

இவர் தமிழ்ச் சான்றோருள் ஒருவர். தலையாலங்கானத்துச் செருவென்ற பாண்டியன் நெடுஞ்செழியனால் பெரிதும் மதிக்கப்பட்டவர்.

மாவளத்தான் 43

இவன் சோழன் நலங்கிள்ளியின் தம்பி. தாமப்பல் கண்ணனாரோடு வட்டுப் பொருதவழி, அவன் கைகரப்ப

வெகுண்டு வட்டுக்கொண்டு எறிந்தான். அவர், 'நீ சோழன் மகன் அல்லை' என்றுசொல்ல, நாணமுற்று வருந்தினான். இவனுடைய மாண்பு மேம்பாட்டை அவர் இச்செய்யுளுள் வியந்து பாடுகின்றார்.

முக்காவனாட்டு ஆமூர் மல்லன் 80-82

இவன் முக்காவல் நாட்டு ஆமூரைச் சார்ந்தவன். மல்லனாக விளங்கியவன். உறையூர்ச் சோழன் தித்தனின் மகனாகிய போர்வைக்கோப் பெருநற்கிள்ளியோடு பொருது இறந்தவன். கிள்ளியின் இவ் வெற்றியைப் பாடியவர் சாத்தந்தையார்.

மூவன் 209

இவன் ஒரு குறுநில மன்னன். விரைந்து பரிசில் தராமை காரணமாகப் பெருந்தலைச் சாத்தனாரால் இகழ்ந்து பாடப்பெற்றவன். 'ஈயாயாயினும் இரங்குவேன் அல்லேன்; நோயிலை ஆகுமதி பெரும' என்று கூறி, இவனது குறைபாட்டை நினைந்து வருந்துகின்றார் புலவர். எனினும், 'செருவெஞ் சேஎய்' எனவும், 'நின் நசைதர வந்து' எனவும் இவனது சிறப்புக்களையும் கூறுகின்றனர். ஆகவே, 'காலந் தாழ்த்தவன்' புலவரைத் தக்கவாறு போற்றி விடுத்தனன் என்றே கொள்ளல் வேண்டும்.

வடிவம்பலம்ப நின்ற பாண்டியன் 9

இவன் கடலின் சீற்றத்தைத் தணிக்க 'முந்நீர்' விழாக் கண்டவன். 'முந்நீர் விழவின் நெடியோன்' என இவனை இச் செய்யுள் போற்றுகின்றது. 'ஆழி வடிவம்பலம்ப நின்றோன்'' எனப் பிறரும் கூறிப் போற்றுவர்.

வல்லார் கிழான் பண்ணன் 181

இவன் 'வல்லார்' என்னும் ஊருக்கு உரியவன், வேளாண் மரபினன். குறுநிலத் தலைவன். இவனைப் பாடியவர் சோணாட்டு முகையலூர்ச் சிறுகருந்தும்பியார் ஆவர். இவன் நாடு காட்டுப் பகுதியைச் சார்ந்திருந்தது என்பது செய்யுளால் விளங்கும்.

வல்வில் ஓரி 153-2, 158, 214

இவன் கடையேழு வள்ளல்களுள் ஒருவன். கொல்லி மலைக்கும், அதனையொட்டிய பகுதிகட்கும் தலைவனாக விளங்கியவன். இவன் பெயர் 'ஆதனோரி' எனவும் காணப்படும். இவன் வில்லாற்றலிற் சிறந்தவன். கொடையாண்மையிற் பெரியோன். எனினும், சேரர்க்கும் இவனுக்கும் பகைமை உண்டாகச் சேரர்க்காக மலையமான் திருமுடிக்காரி படையொடு வந்து இவனை அழித்தனன் என்பது வரலாறு. இவனைப் பாடியவர்கள் வன்பரணர், கழைதின் யானையார் ஆகியோர்.

வட்டாற்று எழினியாதன் 396

வட்டாற்றுத் தலைவன் இவன்; மாங்குடி கிழார் இவனைப் பாடியுள்ளனர்.

விச்சிக்கோன் 200

இவன் சிற்றரசருள் ஒருவன்; வேளிர் குடியினன். கபிலர் பாரிமகளிரை மணஞ்செய்து கொள்ளுமாறு வேண்டவும் மறுத்து, அவரால் மனம் நொந்து பாடப் பெற்றவன். குடக்கோச் சேரல் இரும்பொறையால் வெல்லப்பட்டு முடிந்தவன்.

வெளிமான் 162.237-8

இவன் கொடையாண்மையிற் சிறந்தவன். இவன் காலத்தவராக இருந்து, இவன் இறந்த பின்னரும் இவன் பிரிவுக்கு வருந்திப் பாடிய புலவர் பெருஞ்சித்திரனார் ஆவர்.

வேங்கை மார்பன் 21

இவன் கானப் பேரெயிலின் தலைவனாக விளங்கியவன்; உக்கிரப் பெருவழுதியால் வெல்லப் பட்டவன். இவனைப் பாடியவர் ஐயூர் மூலங்கிழார் ஆவர்.

வேள் எவ்வி 24, 202, 233-4

இவன் மிழலைக் கூற்றத்தின் தலைவன். மிகக் கொடையாளனாகவும், மறமாண்பினாகவும் திகழ்ந்தவன். 'எவ்வி இழந்த வறுமை யாழ்ப்பாணர், பூவில் வறுந்தலை போல' (*குறு. 19*) என இவனது கொடைச் சிறப்பைப் போற்றியுள்ளனர். மாங்குடி கிழார், கபிலர், வெள்ளெருக்கிலையார் முதலியோரால் போற்றிப் பாடப்பெற்றவன் இவன்; தலையாலங்கானத்து நெடுஞ்செழியனால் வெற்றி கொள்ளப்பட்டவருள் இவனும் ஒருவன்.

புறநானூற்றின் திணைகள்

(எண் - செய்யுள் எண்)

கரந்தைத் திணை

பகைவர் பசுக்கூட்டங்களைக் கைப்பற்றிச் சென்ற போது அவரை வென்று அவற்றை மீட்டுவருதல், ***259-261, 263 265, 286, 287, 290-291, 298.***

காஞ்சித் திணை

பகை அரசன் போருக்கு வந்து விடுகின்றான்; அப்போது ஓர் அரசன் காஞ்சிப் பூவைச் சூடிக்கொண்டு, தன் இடத்தைப் பாதுகாத்து நிற்றல். ***71-73, 281, 293, 336, 354, 356-360, 365, 366.***

கைக்கிளை திணை

ஒருதலைக் காமம். இது ஆண்பாற் கூற்று, பெண்பாற் கூற்று என இருவகைப்படும். ***83-85.***

தும்பைத் திணை

பகைவரோடு போர் செய்தலை நினைத்து தும்பைப் பூவைச் சூடிக் கொள்ளல். ***62, 63, 80, 87-90, 273-278, 283, 284, 288, 294, 295,300, 304, 307, 309-311.***

நொச்சித் திணை

மதிலைக் காக்கும் வீரர்கள் போர்பூச்சூடியிருத்தலைப் புகழ்வது, ***109-111, 271, 272, 299.***

பாடாண் திணை

ஒருவனுடைய கீர்த்தியும், வலியும், கொடையும், அளியும் ஆகிய இவற்றைத் தெரிந்து சொல்லுதல், ***2,3,5,6,8-15, 30, 32, 34, 35, 38-40, 48-50, 55, 56, 58, 59, 60, 64, 67-70, 91, 92, 95-97, 101-103, 105-108, 122-124, 126-142, 148-165, 168, 169, 171-173, 175-177, 184, 196-212 215, 216, 266, 367, 374-400.***

பெருந்திணை

பொருந்தாக் காமம். ***143-147***

பொதுவியல்

எல்லாத் திணைகளுக்கும் பொதுவாகிய இலக்கணங்களைக் கூறுவது. ***18,24,27-29, 65, 74, 75, 112-121, 182, 183, 185-195, 214, 217-243 245-250, 253-256, 280, 362-64.***

வஞ்சித் திணை

ஓர் அரசன் வஞ்சிப்பூவைத் தலையிலே சூடிப் பகைவருடைய பூமியைக் கைக்கொள்ள எண்ணுதல், ***4,7,16, 41,45-47, 57, 98, 100, 213, 292.***

வாகைத் திணை

வாகைப் பூவைத் தலையிலே சூடிப், பகைவரைக் கொன்று ஆரவாரித்தல், ***17, 19-22, 25, 26, 31, 33; 37, 42-44, 51-54, 61, 66, 76-79, 81, 82, 86, 93, 94, 98-100, 104, 125, 166-167, 170, 174, 178-181,251, 252, 279, 285, 290, 305-306, 308, 312-322, 336-335, 368-373.***

வெட்சித் திணை

வீரர்கள் அரசன் அருமதியைப் பெற்றேனும், பெறாமலேனும் போய்ப் பகைவர்களுடைய பசுக்களைக் கவர்தல். ***257, 258, 262, 269, 297.***

திணை மறைந்து போன பாடல்கள்: ***244, 267, 268, 282, 323-325, 355, 361.***

புறநானூற்றின் துறைகள்

அரச வாகை: அரசனது இயல்பை எடுத்துரைத்தல். (பு.வெ.மா. 157) அரசனது வெற்றியை உரைத்தல். *19-23, 25-6, 31, 33, 37; 42-4, 51-4, 61, 66, 76-9, 81-2, 93-4 98-100, 104, 125, 167-8*

ஆனந்தப் பையுள்: கணவன் இறந்த காலத்து மனைவி துன்புறும் நிலையைக் கூறுதல். (பு.வெ. மா. *266*) ஒருவன் இறந்தகாலச் சுற்றத்தார் துன்புறலும் இதன்கண் கொள்ளப்படும். *228-9. 246-7, 280.*

இயன்மொழி: அரசனின் இயல்பை உரைத்தல்: தலைவன் எதிர் சென்றேறி அவன் செய்தியையும், அவன் குலத்தோர் செய்தியையும் அவன்மேல் ஏற்றிப் புகழ்தல்; இஃது இயன்மொழிவாழ்த்து எனவும் கூறப்படும். *8-10, 12, 14-5, 17,22, 30, 32, 34, 38.9, 49, 60, 67, 92, 96-7, 102, 106-8. 122-4 128,32, 134, 137,142, 149.51, 153, 156-7, 158, 161-3, 175-7, 212, 215-6, 175-7, 212, 215-6, 376, 378, 380-381, 388-90, 400.*

உண்டாட்டு: மறவர் மதுவுண்டு மனக்களிப்பு அடைதலைக் கூறுதல் (பு.வெ. மா.*15*). *257-8, 259, 262, 297.*

உவகைக் கலுழ்ச்சி: வாளாற் புண்மிகந்த உடலையுடைய கணவனைக்கொண்டு, மனைவி அவனது வீரத்திற்கு மகிழ்ந்தாளாகக் கண்ணீர் சொரிதல். *277-8, 395.*

எருமை மறம்: முதுகிட்ட தன் படையணிக்குப்பின், பகைவர் சேனைக்கு அஞ்சானாய், மிகுந்த சினத்தோடு ஒருவன் நிற்றலைக் கூறுதல் (பு.வெ.*139*) *80 274-5.*

ஏர்க்கள உருவகம்: போர்க் களத்தை ஏர்க்களமாக உருவகம் செய்தல். ஏரோர் களவழியின்றிக் களவழித் தேரார் தோற்றிய வென்றி, *369, 373.*

ஏறாண் முல்லை: எதிரில்லாத படி ஆண்மைத் தன்மை மென்மேலும் பெருகா நின்ற குடியொழுக்கத்தினை உயர்த்துச் சொல்லுதல். (பு.வெ. மா.*176*) *36, 296.*

கடவுள் வாழ்த்து: யாராயினும் கடவுளருள் ஒருவரை உயர்த்துச் சொல்லுதல்.*1.*

கடைநிலை: வாயிற்கண் சென்று நிற்றலைக் கூறுதல்:

வினாவி நிற்றலும் ஆம்: *127, 282-4, 371-5, 398.*

கடைநிலை-விடை: தலைமகன் வாயிற்கண் நின்று விடை

கூறுதல்: விடைவிடுத்தல் பெறுதலும் ஆம். 397.

களிற்றுடனிலை: தன்னாற் கொல்லப்பட்ட யானை யுடன் ஒரு வீரன் தானும் வீழ்ந்து மடிதலைக் கூறுவது (பு.வெ.மா. 146) 307.

குடிநிலை உரைத்தல்: பழமையிலும் மறத்திலும் புகழ் பெற்ற குடியின் வரலாற்றைக் கூறுதல் (பு.வெ. 35) 290.

குடைமங்கலம்: அரசனது வெண்கொற்றக் குடையைப் புகழ்ந்து உரைத்தல் (பு.வெ. மா.102) 60

குதிரை மறம்: குதிரை வீரன் ஒருவனது மறத்தையோ, அவன் குதிரையின் மறத்தையோ கூறுதல் (பு.வெ. மா. 133) 273, 299, 302-4.

குறுங்கலி: வேறு மகளிரை விரும்பிய ஒருவனது காதல் கெடும்படி கூறுவது (பு.வெ. மா.34)2; ஒருவனால் துறக் கப்பட்ட மனைவியின் பொருட்டு அவன் பாற்சென்று 'அருள்க' என வேண்டுதல். (புறம்.143) 143-7.

கையறுநிலை: அரசனிறப்ப, அவனைச் சார்ந்தோர் அவ்விறந்துபாட்டை உரைத்தது தளர்தல் (புற. வெ. மா. 267); கழிந்து போன பொருளைக் குறித்து இரங்குதல் (புறநா.243): 65, 112-20, 217-27, 230-43 260-61, 263-5, 270.

கொற்றவள்ளை: அரசனுடைய வெற்றியைக் கூறி, அவன் பகைவரது நாட்டழிப்பையும் சொல்லி வருந்துதல். (பு.வெ.மா. 43); 4. 7,41, 98.

செருமலைதல்: ஆநிரை கவர்ந் தாரை நெருங்கி அவர் அஞ்சத்தக்க போரினை மேற்கொள்ளல் (பு.வெ. மா. 25); 259.

செருவிடை வீழ்தல்: அகழி யையும் காவற் காட்டையும் காத்து, அதனாற் சாவினைப் பெற்ற வீரனது வெற்றியைக் கூறுதல். (பு.வெ.மா.89); 271-2.

செவியறிவுறூஉ: பகைமையும் கெடுதலுமற்ற பெரிய எண் ணங்களை அரசனுக்கு உரைத்தல் (பு.வெ.மா. 221): அரசனிடம் காவன் முறை மையை எடுத்து உரைத்தல்; 2,3,5,6,35,40, 55,184.

தலைத்தோற்றம்: ஒரு வீரன் பகைப் புலத்தார் பசுக்களைக் கவர்ந்து வருதலறிந்த உறவினர் மகிழ்தலைக் கூறுதல் (பு.வெ. மா. 12); 262

தாபத நிலை: கணவன் இறப்ப, மனைவி கைம்மை ஏற்றிருக்கும் நிலையைக் கூறுதல்(பு.வெ. மா. 257): 143, 248-50.

தாபத வாகை: முனிவரது ஒழுக்கச் சிறப்பினை உரைப்பது (பு.வெ. மா. 168); 251-2.

தானைநிலை: இரு திறத்தாரும் தன் வீரத்தைக் கொண்டாடு மாறு, ஒரு வீரன் களத்திற் சிறப்பு எய்தி நிற்றலைக் கூறுதல்(பு.வெ. மா. 148): 276.

தானை மறம்: இருவகைப் படையினரும் தம்முட் பொருது மடியாவண்ணம், ஒரு வீரன் பாதுகாத்த ஆற்றலின் உயர்ச்சியைக் கூறுவது (பு.வெ.மா. 129); 87-90; 170,294, 300, 301.

துணைவஞ்சி: பிறரை வெல்லவோ, கொல்லவோ துணிந்து நிற்பான் ஒருவனுக்குச் சில கூறிச் சந்து செய்வித்தல் 36, 45-7, 57, 313.

தொகைநிலை: போர்க்களத்தே அனைவரும் ஒருங்கே மாய்ந்ததைக் கூறுதல் (பு.வெ. மா. 154): 62-3.

நல்லிசை வஞ்சி: பகைவரது இடங்கள் கெடும்படி சென்று விட்ட வீரனுடைய வெற்றியைச் சொல்லுதல் (பு.வெ.மா.60); 23.

நீண்மொழி: ஒரு வீரன் களத்திற் செய்த சபதத்தைக் கூறுவது; 287,368.

நூழிலாட்டு: ஒரு வீரன் பகைச் சேனை கெடுமாறு தன் மார்பைத் திறந்து, வேலைப் பறித்து எறிதல் (பு.வெ. மா. 142); 309-10.

நெடுமொழி: வஞ்சினம். 54, 170, 178, 298, 376.

பரிசில் கடாநிலை: பரிசில் வேட்டுப் புரவலன் பாற் சென்று அதனைப் புலப் படுத்தல்; 11, 101, 136, 139, 158-60, 164, 199, 196-9, 209-11, 266.

பரிசில் விடை: பரிசில் பெற வந்தான் ஒருவன், அதனைப் பெற்றாயினும் பெறாமலாயினும், பரிசில் அளிப்பவனை நோக்கிக் கூறும் விடை: அரசன் தன் புகழைக் கூறினார்க்குப் பரிசில் வழங்கி இன்பம் மிகும்படி அவர்கட்கு விடை கொடுத்தல் (பு.வெ.மா. 214); 140, 152, 162, 165,397, 399.

பரிசிற்றுறை: பரிசிலர், அரசன் முன்னே, தாம் பெறக் கருதியது இஃதெனக் கூறுதல். (பு.வெ.மா. 193); 126, 135, 137, 148, 154, 161, 163, 168, 200-208, 379.

பழிச்சுதல்: துதித்தல் 83-5.

பாடாண் பாட்டு: ஒருவனது ஆற்றலும், ஒளியும், ஈகையும், அருளும் என்னும் இவற்றை ஆராய்ந்து சொல்லுதல் (பு.வெ.மா. 189); 260, 283-4

பாண்பாட்டு: பெரும்போர் செய்து பட்ட வீரர்க்குச் சாப் பண்ணைப் பாடிப் பாணர் தம் கடன் கழித்தலைக் கூறுதல் (பு.வெ. மா. 137); 260, 283-4,311.

பாணாற்றுப்படை: மலை வழியிற் பாணனை வழிப் படுத்துதல்(பு.வெ. மா. 216); 68-70, 138, 141, 155, 180.

பார்ப்பன வாகை: கேட்கக் கடவன கேட்டுத் தலைமை பெற்றவனை, வேள்வியான் வெற்றியைப் பெருக்கியது (பு.வெ.மா.163); 166, 305.

பிள்ளைப் பெயர்ச்சி: புள் தடுக்கவும் அஞ்சாமல் போய்ப்

போரிட்ட வீரனுக்கு அரசன் தண்ணளி செய்தல்; 259.

புலவராற்றுப் படை: இரவலனைப் புரவலனிடம் வழிப்படுத்தல்; மிக்க அறிவாணைத் தேவர் களிடத்து வழிப்படுத்துதல் (பு.வெ.மா.230); 48-9, 141.

பூக்கோட் காஞ்சி: பூக்கோள் நிலை எனவும் வழங்கும். வீரன் தான் குறித்த போருக்குரிய அடையாளப் பூவைச் சூடுவது கூறுவது 293.

பூவை நிலை: மனிதரைத் தேவரோடு உவமித்துக் கூறுதல் 8, 56, 59, 374.

பெருங் காஞ்சி: நிலையாமையைக் கருதிச் சொல்லுதல் (பு.வெ.மா.270); 194, 357, 359-60, 362-6

பெருஞ்சோற்று நிலை: மிக்க சோற்றை வீரர் கொள்ளும்படி அரசன் கொடுத்தல் (பு.வெ.மா.48) 292.

பேய்க்காஞ்சி: போர்க்களத்துட் பட்டார்க்குப் பேய் மிகவும் அச்சமுறுத்துதல் (பு.வெ.மா.77); 281.

பொருண் மொழிக் காஞ்சி: தெளிந்த பொருளை எடுத்துச் சொல்லுதல்; உயிருக்கு உறுதிதரும் பொருள்களை எடுத்துரைத்தல்; 5, 24, 75, 121, 18-93, 195, 214.

மகட்பாற் காஞ்சி: நின்மகளைத் தருக என்பானோடு மாறுபட்டு நிற்றல் (பு.வெ.மா.84); 36-54, 316

மகண் மறுத்தல்: ஒரு வீரன் தம் மகளை வேண்டச் சிற்றரண் களிலுள்ளார் மறுத்துச் சொல்லுதல் (பு.வெ.மா.94); 109-11.

மழபுல வஞ்சி: பகைவரது புலத்தைக் கொள்ளையிட்டு, அவர்கள் வீடுகள் பாழ்படக் கவர்ந்த தொழிலைச் சொல்லுதல் (பு.வெ.மா. 50); அரசன் ஒருவன் பகைவரது நாட்டை அழித்தனைச் சொல்லுதல்; 7, 16, 31.

மறக் களவழி: அரசனை உழும் வேளாளனாக மிகுத்துச் சொல்லுதல் (பு.வெ.மா.159); 368-71, 373.

மறக்கள வேள்வி: பேய்கள் உண்ணுமாறு களவேள்வி செய்தல் (பு.வெ.மா. 160); 372

முதல்வஞ்சி: பழைய வரலாற்றையுடைய முன்னோரது நிலையைக் கூறுவது; இது முதுமொழி வஞ்சி யெனவும் வழங்கும் (பு.வெ.மா.48); 37.

முதுபாலை: காட்டிடத்துத் தன் கணவனை இழந்தாளான, ஒரு மடந்தையது தனிமையைச் சொல்லுதல் (பு.வெ.மா.254); 253-6.

முதுமொழிக் காஞ்சி: அறிவாளர் முடிந்த பொருளாகிய அறம் பொருள் இன்பத்தை அறியச் சொல்லுதல் (பு.வெ.மா.269); முப்பொருளி

னினது உறுதியாம் தன்மையை உரைத்தல்; 18, 27-9, 74.

மூதின் முல்லை: மறக்குடி மகளிர்க்கும் சின முண்டா தலை மிகுத்துக் சொல்லுதல் (பு.வெ.மா.175); 279, 288, 306, 308, 312.

வஞ்சினக் காஞ்சி: பகைவரைத் தாழ்வித்தற் பொருட்டு இவ்வாறு செய்வேன் என அரசன் ஒருவன் சொல்லிய கூறுபாட்டைச் சொல்லுதல் (பு.வெ.மா.6.) 71-73.

வல்லாண் முல்லை: வீரன் ஒருவனது வீட்டையும் ஊரையும் இயல்பினையும் சொல்லி, அவனது ஆண்மைத் தன்மையைத் தன்மைபெருகச் சொல்லு

தல் (பு.வெ.மா.177); 170, 172- 82, 313, 326-35.

வாண்மங்கலம்: அரசனுடைய வாளைப் புகழ்தல் (பு.வெ. மா. 223); 95

வாழ்த்தியல்: தலைவனை வாழ்த்தி உரைத்தல் 2, 3 ,6, 13, 91, 158, 367, 375, 377, 385-7.

வீறலியாற்றுப் படை: அரசனுடைய புகழைப் பாடும் பாடினியை வழிப்படுத்துதல் (பு.வெ. மா.219); 64, 103, 105, 133.

வேத்தியல்: வீரர் அரசனது மேம்பாட்டைக் கூறுவது! வேத்தியன் மலிபு எனவும் வழங்கும். (பு.வெ.மா. 34); 286, 291.

செய்யுள் முதற்குறிப்பு அகராதி

(எண்-செய்யுள் எண்)

அ

அகன் தலை 371
அஞ்சுவரு மரபின் 211
அடலருந் துப்பின் 335
அடிபுனை தொடுகழல் 83
அடுநை யாயினும் 36
அடுமகள் முகந்த 399
அணங்கு உடை நெடுங் 52
அணங்குடை அவுணர் 174
அணித்தழை நுடங்க 340
அத்தம் நண்ணிய 313
அதள் எறிந்தன்ன 193
அந்தோ எந்தை 261
அமரர்ப் பேணியும் 99
அரிமயிர்த் திரள் 11
அருப்பம் பேணாது 224
அருவி தாழ்ந்த 198
அருவி ஆர்க்கும் 168
அருளா யாகலோ 144
அரைசு தலைவரினும் 354
அலங்கு கதிர் சுமந்த 375
அலர்பூந் தும்பை 96
அழல் புரிந்த 29
அழல் அவிர் 222
அளிதோதானே 109
அளிதோ தானே பேர் இரும் 111
அளிய தானே 248
அற்றைத் திங்கள் 112
அறவை நெஞ்சத்து 390
அறுகுளத்து உகுத்தும் 142
அறையும் பொறையும் 118
அன்னச் சேவல் 67
அன்ன வாகநின் 146

ஆ

ஆசாகு எந்தை 307
ஆசில் கம்மியன் 353
ஆடு இயல் 229
ஆடுநடைப் புரவி 240
ஆடுநனி மறந்த 164
ஆர்கலியினனே 337
ஆர்ப்பு எழு கடலினம் 81
ஆரம் தாழ்ந்த 59
ஆவும் ஆனியற் 9
ஆன்முலை அறுத்த 34
ஆனா ஈகை 42
ஆனினங் கலித்த 138

இ

இம்மைச் செய்தது 134
இமிழ் கடல் வளைஇய 19
இரங்கு முரசின் 137
இரவலர் புரவலை 162
இருங்கடல் உடுத்த 363
இருப்பு முகம் 369
இரும்பனை வெண்தோடு 45
இரும்பு முகம் 309
இரும்பிடித் தொழுதி 44
இருமுந்நீர் 20
இல்லடு கள்ளின் 329
இல்லாகியரோ 232

இவ்வே பீலி	95	**எ**		
இவர் யார்?	201	எஃகு உளம்கழிய	282	
இவற்கு ஈந்து	290	எங்கோன் இருந்த	54	
இவன் யார் என்குவை	13	எந்தைவாழி	175	
இழையணிப் பொலிந்த	89	எமக்கே கலங்கல்	298	
இளையரும் முதியரும்	254	எருது கால்	327	
இளையோர் சூடார்	242	எருதே இளைய	102	
இன்கடுங் கள்ளின்	80	எருமை யன்ன	5	
இன்று செலினும்	171	எழுஇனி நெஞ்சம்	207	
இனி நினைந்து இரக்கம்	243	எறிபுனக் குறவன்	231	
		என் திறத்து அவலம்	253	
ஈ		என்னைக் கூரிஃது	85	
ஈண்டு நின்றோர்க்கும்	114	எண்ஐ புற்கை	84	
ஈஎன இரத்தல்	204	என்னை மார்பில்	280	
ஈரச் செவ்வி	289	எனைப்பல் யானையும்	63	
ஈன்று புறந்தருதல்	312			
		ஏ		
உ		ஏர்பந்த வயல்	338	
உடும்பு உரித்து	68	ஏற்றுக உலையே	172	
உடையன் ஆயின்	315	ஏற்று வலன் உயரிய	56	
உடைவளை கடுப்ப	90	ஏறுடைப் பெருநிறை	259	
உண்டால் அம்ம	182			
உண்போன்	347	**ஐ**		
உருகெழு ஞாயிற்று	160	ஐயோ எனின்	255	
உருமிசை	373			
உவவுமதி உருவின்	3	**ஒ**		
உழுதூர் காளை	322	ஒண்செங் குரலி	283	
உள்ளாற்றுக் கவலை	219	ஒண்பொறிச் சேவல்	383	
உற்றுழி உதவியும்	183	ஒருசார் ஆர்ப்ப	115	
		ஒருதலைப் பதலை	103	
ஊ		ஒருதிசை ஒருவனை	121	
ஊர்க்குறு மாக்கள்	94	ஒருநாட் செல்லலம்	101	
ஊர்நனி இறந்த	265	ஒருவனை ஒருவன்	76	
ஊர்முது வேலிப்	326	ஒல்லுவது ஒல்லும்	196	
ஊனும் ஊணும்	380			

ஒளிறுவாள் மன்னர்	177	களிறணைப்ப	345
ஒன்றுநன் குடையை	156	களிறு கடைஇய	7
ஒன்னார் யானை	126	களிறு நீராடிய	325
		களிறு பொரக்	306

ஓ

		களிறு முகந்து	368
ஓங்குமலைப் பெருவில்	55	கறங்குமிசை அருவிப்	148
ஓரில் நெய்தல்	194	கறங்குவெள் அருவி	252
ஓரை ஆயத்து	176	கன்முழை யருவி	147
ஓவத்தன்ன	251	கன்று அமர்	230

க

கா

கடந்துஅடு தானை	110	காமரு பழனக்	334
கடல் கிளர்ந்	295	காய்நெல் அறுத்துக்	184
கடல் கொளப்படா அது	122	கார்ப்பெயல் தலைஇய	119
கடவுள் ஆலத்து	199	கார்எதிர் உருமின்	361
கடற்படை யடல்	382	கால்பார் கோத்து	185
கடுங்கண்ண	14	காலனும் காலம்	41
கடுந்தேர் குழித்த	15	கானக் காக்கை	342
கடும்பின் அடுகலம்	32	கானல் மேய்ந்து	374
கண்ணி கார் நறுங்	1	கான்உறை வாழ்க்கை	33
கதிர்மூக்கு ஆரல்	249		

கி

கந்து முனிந்து	178	கிண்கிணி களைந்த	77
கலஞ்செய்.... கோவே	228		
கலஞ்செய்... அச்சு	256		

கீ

கலைஉணக் கிழந்த	236	கீழ்நீரால்	396
கல்லறுத்து இயற்றிய	331		
கவிசெஞ் தாழிக்	238		

கு

கவைக் கதிர்	215	குய்குரல் மலிந்த	250
கழிந்து பொழிந்தென	203	குயில்வாய் அன்ன	296
கள்ளின் வாழ்த்திக்	316	குழவி இறப்பினும்	74
களங்கனி யன்ன	127	குறத்தி மாட்டிய	108
களம்புகல் ஓம்புமின்	87	குறியிறைக் குரம்பை	129
களர்ப்படு கூவல்	311	குன்றுதலை மணந்த	357
களரி பரந்து	356		

குன்றும் மலையும்	208

கூ
கூதிர்ப் பருந்தின்	150

கெ
கெடுக சிந்தை	279

கே
கேட்டல் மாத்திரை	216

கை
கையது கடன் நிறை	69
கையது வேலே	100

கொ
கொடுங்குழை மகளிர்	304
கொடுவரி வழங்கும்	135
கொண்டடைக் கூழைத்	61
கொய்யடகு வாடத்	318

கோ
கோட்டம் கண்ணி	275
கோதை மார்பிற்	48

சா
சாறுதலைக் கொண்டென	82

சி
சிலையுலாய் நிமிர்ந்த	394
சிற்றில் நற்றூண்	86
சிறப்பில் சிதடும்	28
சிறப்புடை மரபின்	31
சிறாஅர் துடியர்	291
சிறியகட் பெறினே	235

சு
சுவல் அழுந்தப் பலகாய	139

செ
செஞ்ஞாயிற்றுச்	30
செந்நெல் உண்ட	344
செய்குவம் கொல்லோ	214
செருப்பு இடைச்	257
செற்றன்று ஆயினும்	226

சே
சேயிழை பெறுகுவை	105
சேற்றுவளர் தாமரை	27

ஞா
ஞாயிற்று அன்ன	362
ஞாலம் பலபொழிந்	391
ஞாலம் மீமிசை	179

த
தடவுநிலைப் பலவின்	140
தண்டுளி பலபொழிந்	391
தமர்தன் தப்பின்	157
தலையோர் நுங்கின்	225

தி
திண்தேர் இரவலர்	241
திண்பிணி முரசம்	93
திரைபொரு முந்நீர்க்	154

தீ
தீங்கனி இரவமொடு	281
தீநீர்ப் பெருங்குண்டு	116

து
துடி எறியும் புலைய!	287

தா
தூங்கு கையான்	22
தூர்ந்த கிடங்கின்	350

தெ
தெண்கடல் வளாகம்	189
தென்குமரி வடபெருங்கல்	17
தென் பரதவர்	378
தென் பவ்வத்து	380

தே, தொ
தேளங் கொண்ட	352
தேளம் தீந்தொடை	70
தொடியுடைய	239

தோ
தோல்தா தோல்தா	300

ந
நகுதக் கனரே	72
நஞ்சுடை வால் எயிற்று	37
நரம்பு எழுந்து	278
நல்யாழ் ஆகுளி	64
நல்லவும் தீயவும்	106
நள்ளி வாழியோ	149
நளிகடல்	26
நளியிருமுந்நீர் நாவாய்	66
நளியிருமுந்நீர் ஏணி	35
நறவும் தொடுமின்	262
நறுவிரை துறந்த	276
நன்றாய்ந்த நீள்நிமிர்	166
நனிபேதையே	227

நா
நாகத்தன்ன பாகார்	367
நாட்கள் உண்டு	123
நாடான் எங்கோ	49
நாடா கொன்றோ	187
நாளன்று போகிப்	124

நி
நிரப்பாது கொடு	180
நிலம்பிறக் கிடுவது	303
நிலமிசை வாழ்நர்	43
நிறப்புடைக்கு	293
நின்யந்து உறைநர்	163
நினைக்கும் காலை	217

நீ
நீ வாழ்க என்று யான்	237
நீண்டொலி அழுவம்	161
நீயே, அமர்காணின்	167
நீயே, தண்புனல்	58
நீயே, பிறர்ஒம்புறு	40
நீயே, புறவின்	46
நீர் நுங்கின் கண்வலிப்ப	389
நீர்மிகின் சிறையும்	51
நீரறவு அறியா	271
நீருள்பட்ட	333
நீலக்கச்சைப் பூவார்	274

நு
நுங்கோ யாரென	212
நுதிவேல் கொண்டு	349
நும்படை செல்லுங்	169

நெ

நெடுநீர் நிறையகத்து	386
நெல் அரியும்	24
நெல்லும் உயிர் அற்றே	186

நோ

நோகோ யானே	234

ப

படுமணி மருங்கின்	351
படைப்புப் பல	188
பண்டும் பண்டும்	151
பதிமுதற் பழகா	393
பயங்கெழு மாமழை	266
பரலுடை மருங்கிற்	264
பருத்திப் பெண்டின்	125
பருத்தி வேலிச்	299
பருதி சூழ்ந்த	358
பல்சான்றீரே…கயல்முள்	195
பல்சான்றீரே… குமரி	301
பல்சான்றீரே… செல்கென	246
பலர்க்கு நிழலாகி	223
பன்மீன் இமைக்கும்	270
பனி பழுநிய பல்	377
பனிவரை நிவந்த	200

பா

பாசறை யீரே	285
பாடுநர்க்கு ஈத்த	221
பாணர் சென்னியும்	244
பாணர் தாமரை	12
பாணன் சூடிய	141
பாரி பாரி	107

பால் கொண்டு	310
பாறுபடப் பறைந்த	359

பி

பிற… எபால்ன	346
பிறர் வேல்போலா	332

பு

புலவரை இறந்த	21
புலிப்பாற்பட்ட	323
புறவி னல்லல்	39

பூ

பூவற் படுவில்	319

பெ

பெரிது ஆராச்	360
பெருங்களிற்று அடியின்	263
பெருஞ்சோறு பயந்து	220
பெருநீர் மேவல்	297

பொ

பொய்கை நாரை	206
பொய்யாகியரோ	233
பொறிப்புறப் பூழின்	321
பொன் வார்ந்தன்ன	308
பொன்னுந் துகிரும்	218
போர்க்கு உரைஇப் போ	97
போற்றுமின், மறவீர்!	104

ம

மட்டுவாய் திறப்பவும்	113
மடங்கலின் சினைஇ	71
மடத்தகை மாமயில்	145
மண்கொள வரிந்த	288

மண்டு அமர்	213
மண்திணிந்த நிலனும்	2
மணிமுழா மறப்பப்	65
மணிதுணர்ந் தன்ன	272
மதிநிலாக் கரப்ப	398
மதியேர் வெண்குடை	392
மதிலும் ஞாயில்	355
மயங்கு இருங்கருவிய	365
மரைபிரித்து உண்ட	170
மலைவான் கொள்கென	143
மழைக்கணஞ் சேக்கும்	131
மழையணி குன்றத்து	153
மன்பதை காக்கும்	215
மன்றப் பலவின்	123
மன்ற விளவின்	180
மன்னா உலகத்து	168
மனைக்கு விளக்காகிய	314

மா

மாகவிசும்பின்	400
மாசற விசித்த	50
மாவா ராதே	273

மீ

மீன்திகழ் விசும்பின்	25
மீன்உண் கொக்கின்	277
மீன்நொடுத்துநெற்	343
முட்கால் காரை மு	258
முதிர்வார் இப்பி	53
முந்நீர் நாப்பண்	60
முரசு கடிப்பு	158
முழங்கு முந்நீர்	18
முற்றிய திருவின்	205
முன்றில் முஞ்ஞை	320
முன்னுள்ளு வோனை	132
முனைத் தெவ்வர்	98

மூ

மூத்தோர் மூத்தோர்	75
மூதூர் வாயில்	79

மெ

மெல்ல வந்து	73
மெல்லியல் விறலி	133
மென்பாலா நுடனணைஇ	384
மென்புலத்து வயலுழவர்	395

மை

மைம்மீன் புகையிலும்	117

யா

யாங்குப் பெரிது	245
யாண்டு பலவாக	191
யாதும் ஊரே	192
யாவீர் ஆயினுங்	88
யாழ்ப்பத்தாப் புறம்	136
யாழொடும் கொள்ளா	92
யான் வாழும் நாளும்	173
யானே பெருக	379
யானை தந்த முளிமர	247

வ

வடாஅது பனிபடு	6
வணங்கு தொடை	78
வணர்கோட்டு	155
வயலைக்கொடியின்	305
வருகதில் வல்லே	284
வருதார் தாங்கி	62

வரை புரையும்	38
வல்லார் ஆயினும்	57
வலம்படு வாய்	91
வழிபடு வோரே	10
வள்ளியோர்ப் படர்ந்து	47
வள்ளுகிரவயல்	387
வளரத் தொடினும்	260
வளிநடந்தன்ன	197

வா

வாடாமலை	364
வாயிலோயே!	206
வாழும் நாளோடு	159
வாள்வலந்தர	4

வி

விசிபிணித் தடாரி	372
விசும்பு நீத்தம்	376
வியன்புலம்	339
விழுக்கடிப்பு	366
விளங்குமணி	130
விளைபதச் சீறிடம்	190
வினைமாட்சிய	19

வெ

வெட்சிக் கானத்து	202
வெடிவேய் கொள்வது	302
வெண்குடை மதியம்	294
வெண்ணெல்	348
வெப்புள் விளைந்த	120
வெருக்கு விடை	324
வெள்ளி தென்புலம்	388
வெள்ளி தோன்ற	385
வெள்ளியுமிருவிசும்	397
வெள்ளை வெள்யாட்டு	286
வெளிறில் நோன்காழ்	25
வென்வேல்	317

வே

வேட்ட வேந்தனும்	336
வேந்தற்கு ஏந்திய	292
வேந்து குறையுறவுங்	341
வேந்துடைத் தானை	330
வேம்பு சினை	292
வேழம் வீழ்த்த	152

வை

வையங் காவலர்	8

முற்றும் கிடைக்காத பாடல்கள்: 267, 268

முதலில்லாத பாடல்கள் 328, 370

பிற்பகுதி இல்லாத பாட.ல்கள்; 244, 355, 361

இடையில் சில பகுதிகள் இல்லாத பாடல்கள்: 282, 283, 285, 288, 306, 317, 321, 323, 328, 333, 334, 335, 337, 339, 340, 341, 345, 347, 352, 353, 357, 361, 362, 366, 373, 377, 379, 380, 383, 384, 387, 388, 390, 391, 393, 395, 396, 398, 399, 400 (ஆக நாற்பது பாடல்கள்)

❏ ❏ ❏